D1764016

விரிசல்
கண்ணாடி

கோபால் குரு, அரசியல் அறிவியலாளரான இவர், *Humiliation: Claims and Context* (2011) என்ற முக்கியமான நூலைத் தொகுத்துள்ளார். ஜவாஹர்லால் நேரு பல்கலைக்கழகத்தில் அரசியல் அறிவியல் துறையில் பேராசிரியராக இருந்தார். இப்போது, எக்னாமிக் அண்ட் பொலிடிக்கல் வீக்லியின் ஆசிரியராக இருக்கிறார். இவர் சுந்தர் சருக்கையோடு இணைந்து *Experience, Caste and the Everyday Social* (2019) என்ற நூலையும் எழுதியுள்ளார். சமூக அறிவியலிலும் அரசியல் அறிவியலிலும் மேலாதிக்கம் செலுத்தும் பார்வைகள் குறித்து இவர் முன்வைக்கும் விமர்சனங்கள் மிக முக்கியமானவை.

சுந்தர் சருக்கை, தத்துவவியலாளரான இவர், நேஷனல் இன்ஸ்டியூட் ஆஃப் அட்வான்ஸ்டு ஸ்டடீஸில் தத்துவப் பேராசிரியராக இருந்தார். *Translating the World: Science and Language* (2002), *Philosophy of Symmetry* (2004), *Indian Philosophy and Philosophy of Science* (2005), *What is Science?* (2012) ஆகிய நூல்களோடு, கோபால் குருவோடு இணைந்து *Experience, Caste and the Everyday Social* (2019) என்ற நூலையும் எழுதியுள்ளார். இவர் ரௌட்லெட்ஜ் பதிப்பகத்தின் அறிவியல் மற்றும் தொழில்நுட்ப வாசிப்புகள் வரிசையின் ஆசிரியராக இருக்கிறார். தத்துவார்த்தப் பார்வையைப் பரந்துபட்ட தளத்தில், குறிப்பாகப் பள்ளி மாணவர்களுக்குத் தத்துவார்த்த நடைமுறையை அறிமுகப்படுத்தும் விதமாக 'பேர்பூட் ஃபிளாஸபர்ஸ்' (*Barefoot Philosophers*) என்ற அமைப்பை நடத்திவருகிறார்.

சீனிவாச ராமாநுஜம், 'தற்கொலைகளைக் கொண்டாடுவோம்' (2014), 'சந்நியாசமும் தீண்டாமையும்' (2016), *Renunciation and Untouchability: The Notional and the Empirical in the Caste Order* (2020) ஆகிய நூல்களை எழுதியுள்ளார். மேலும், 'மண்ட்டோ படைப்புகள்' (2005), ஆர்துரோ வான் வாகனோவின் 'மௌனவதம்' (2012), டி.ஆர்.நாகராஜின் 'தீப்பற்றிய பாதங்கள்' (2014), சுந்தர் சருக்கையின் 'இரண்டு தந்தையர்' (2018) ஆகிய நூல்களைத் தமிழாக்கம் செய்திருக்கிறார்.

அனுபவத்தைவிடக் கருத்துக்கே முன்னுரிமை கொடுக்கும் மேற்கத்தியக் கருத்தாக்கமானது இந்தியச் சமூக அறிவியல்களில் மிக நீண்ட காலமாக ஆதிக்கம் செலுத்திவருகிறது. இந்தியச் சமூக அறிவியலாளர்கள் கொண்டிருக்கும் பலவீனமான உறவைப் பிரச்சினைக்குரியதாக்கி, சமகால இந்திய அனுபவங்களை விவரிப்பதற்குப் புதிய சட்டகத்தை உருவாக்க வேண்டும் என்று இந்த நூல் உணர்வுபூர்வமாகக் கோரிக்கைவைக்கிறது.

கோபால் குருவும் சுந்தர் சருக்கையும் உரையாடல் வடிவத்தைப் பயன்படுத்தி, தலித் வாழ்க்கை மற்றும் தீண்டாமை என்ற யதார்த்தத்தை ஆய்வின் மையத்துக்குக் கொண்டுவந்து அனுபவத்தின் அறிவறிவுரீதியான மற்றும் தோற்றவெளிரீதியான பண்பை ஆராய்கிறார்கள். இதன் ஊடாக, அனுபவத்தின் அரசியலை வெளிக்கொணர்கிறார்கள். கோட்பாட்டாக்கத்துக்கு மாற்றுச் சட்டகங்களை உபயோகிப்பதற்கான வழிகளை முன்வைத்து, கருத்தாக்கங்களின் அறத்தை இன்னும் கவனமாகப் புரிந்துகொள்ள வேண்டும் என்று *விரிசல் கண்ணாடி* வாதிடுகிறது.

இந்த நூல்... தீண்டாமையின் ஏரணம் குறித்து – இதன் ஊடாக, சாதியம் குறித்தான இந்தியச் சிந்தனை மற்றும் அனுபவம் குறித்தும் மிகவும் குறிப்பிடத்தக்கப் பிரதிபலிப்பைக் கொண்டிருக்கிறது. இது, இந்தியச் சமூகத்தில் சமத்துவமின்மை குறித்தும் ஒடுக்கப்படுதல் குறித்தும் அக்கறை கொண்டிருக்கும் எல்லாச் சமூக அறிவியலாளர்களும் போற்றிக் கொண்டாடும் வறட்டு முடிவுகளை மறுபரிசீலிக்க அவர்களைக் கட்டாயப்படுத்துகிறது.

– அர்ஜுன் அப்பாதுரை
Goddard Professor of Media, Culture and Communication,
New York University, USA

இந்தியாவின் இரண்டு முக்கியமான சிந்தனையாளர்களுக்கு இடையேயான – ஒருவர் தத்துவவியலாளர், மற்றொருவர் அரசியல் அறிவியலாளர் – உரையாடல்களின் விளைவாக வந்திருக்கும் *விரிசல் கண்ணாடி* சர்வதேச முக்கியத்துவம் கொண்ட ஒரு அறிவார்த்த நிகழ்வாகிறது. சமூகக் கோட்பாட்டுக்குள் வாழ்வனுபவத்தைக் கொண்டுவருவதாக மட்டும் இல்லாமல், பல நூற்றாண்டுகளாக உள்ளிணைத்துக்கொள்ள முடியாத தலித்துகளின் அனுபவங்களெல்லாம் மேலாதிக்கம் செலுத்துபவர்களின் பிரக்ஞையில் திரிந்து காணப்படுவதையும் மிகத் திடமாகக் கொண்டுவருகிறது. இது, ‘தெற்கிலிருந்து வந்திருக்கும் உண்மையான கோட்பாடு’. இந்த நூல் எல்லா இடங்களிலும் படிக்கப்பட வேண்டியதாக இருக்கிறது.

– ஷெல்டன் போலாக்
Ransford Professor of Sanskrit and Indian Studies,
Columbia University in the City of New York, USA

விரிசல் கண்ணாடி

அனுபவம், கோட்பாடு குறித்து
ஓர் இந்திய விவாதம்

கோபால் குரு & சுந்தர் சருக்கை

தமிழில்:
சீனிவாச ராமாநுஜம்

எதிர் வெளியீடு

விரிசல் கண்ணாடி
அனுபவம், கோட்பாடு குறித்து ஓர் இந்திய விவாதம்
கோபால் குரு & சுந்தர் சருக்கை

தமிழில்: சீனிவாச ராமாநுஜம்
முதல் பதிப்பு: ஆகஸ்ட் 2020

எதிர் வெளியீடு,
96, நியூ ஸ்கீம் ரோடு, பொள்ளாச்சி - 642002.
தொலைபேசி: 04259 - 226012, 99425 11302.
வடிவமைப்பு: ஜீவமணி

விலை: ரூ. 450

The Cracked Mirror:
An Indian Debate on Experience and Theory
Author: Gopal Guru & Sunder Sarukkai

Translated by: Srinivasa Ramanujam
First Edition: August 2020

Layout: Jeevamani
Published by
Ethir Veliyeedu, 96, New Scheme Road. Pollachi - 2.
email: ethirveliyedu@gmail.com
www.ethirveliyedu.in

Price: ₹ 450
ISBN: 978-93-87333-95-6

Printed by: Jothy Enterprises, Chennai.
Published in arrangement with Oxford University Press India,
New Delhi, Translated from the English language

Copyright Notice: © Oxford University Press 2017

உள்ளடக்கம்

தமிழ்ப் பதிப்புக்கான முன்னுரை

இந்தியக் கல்விப்புல ஆய்வாளர்கள் பெரும் சவால் ஒன்றை எதிர்கொள்ள வேண்டியிருக்கிறது. அது மொழியோடு தொடர்புடையதாக இருக்கிறது. இந்தியக் கல்விப்புலத்தில் அறிவார்த்த மொழியாக ஆங்கிலம் மேலாதிக்கம் செலுத்திவருவதால், பிற இந்திய மொழிகளில் எழுதும் ஆய்வாளர்களின் எழுத்துகள் விலக்கிவைக்கப்படுகின்றன. இந்தப் பிரச்சினை, அறிவியல் துறைகளில் காணப்படுவதுபோல் அவ்வளவு தீவிரமாக இல்லையென்றாலும், சமூக அறிவியல்களில் பெரும் அளவிலான பாதிப்பை ஏற்படுத்தக்கூடியதாக இருக்கிறது. சமூக அறிவியல்களே நம் சமூகத்தைப் புரிந்துகொள்வதற்கான பிரதான முகமையாக இருக்கும்போது, சமூக அறிவியல்களை ஆங்கிலத்தில் மட்டுமே எழுதுவது என்பது நம் சமூகங்கள் குறித்தும், குழுமங்கள் (communities) குறித்தும் தவறாக அர்த்தப்படுத்தும், தவறாகப் புரிந்துகொள்ளும் மோசமான பிரச்சினைக்குக் கொண்டுவிடுவதாக இருக்கிறது. இந்தியாவில் சமூக அறிவியல் துறையில் நன்கு அறியப்பட்டவர்களாக இருப்பவர்கள் எல்லோருமே அவர்களது ஆய்வுகளை ஆங்கிலத்தில் எழுதுகிறவர்களாகவே இருக்கிறார்கள். பன்மை மொழி, பன்மைப் பண்பாடு கொண்ட சமூகத்தை அர்த்தப்படுத்துவதற்கு ஒரு மொழியை மட்டுமே முற்றிலும் சார்ந்திருப்பது பல பிரச்சினைகளைக் கொண்டிருப்பதாகிறது. முதலாவதாக, ஒவ்வொரு மொழியும் அதற்கென்று தனித்துவமான வகைமைகளின் தொகுப்பைக் கொண்டிருப்பதோடு, அந்த மொழிக்குள் மட்டுமே அர்த்தப்படும் பிரத்யேகப் பிரபஞ்சத்தைக் கொண்டிருப்பதாகவும் இருக்கிறது. இரண்டாவதாக, ஆங்கிலத்தின் மேலாதிக்கத்தால் பிற மொழிகளில் திறன்பெற்றவர்களின் அறிவு கவனம் பெறுவதில்லை, கற்றுக்கொடுக்கப்படுவதில்லை, விவாதிக்கப்படுவதில்லை. இப்படி மொழி அடிப்படையிலான பிரச்சினைகளால் மட்டுமே பெரும் எண்ணிக்கையிலானவர்களின் குரல்கள் விலக்கிவைக்கப்படுகின்றன. மூன்றாவதாக, சமூக அறிவியல்களில் உபயோகிக்கப்படும் ஆங்கிலம், அந்த மொழியில் திறன்பெற்றவர்களையே மிரட்டக்கூடியதாக இருக்கிறது. இது இந்தியாவில் சுயமான ஆய்வுகளை உருவாக்குவதில் பெரும் அவநம்பிக்கை கொடுக்கக்கூடியதாக இருக்கிறது. இவ்வாறு விலக்கிவைக்கப்படுபவையெல்லாம், இன்றைய சமூக அறிவியல்களில் பெரும் பாதிப்புகளை ஏற்படுத்தக்கூடியதாக இருக்கின்றன. ஏனெனில், நம்

சமூகங்களை அர்த்தப்படுத்தும் பெரும்பாலான ஆய்வுகள் இந்தியாவிலிருந்தும் இந்தியாவுக்கு வெளியேயிருந்தும் சமூக அறிவியல்களுக்கான 'ஆங்கில'த்தைக் கொண்டிருக்கும் நகர்ப்புறத்தவர்களால், ஆங்கிலம் பேசக்கூடியவர்களால் உருவாக்கப்பட்டவையாக இருக்கின்றன.

ஆங்கிலத்தில் எழுதுவது சில அனுகூலங்களையும் கொண்டிருக்கத்தான் செய்கிறது. ஆங்கில எழுத்துகளுக்குத் தேசிய மற்றும் சர்வதேசிய வாசகர் வட்டம் இருக்கிறது. மேலும், உலகளவில் படைக்கப்படும் ஆங்கில எழுத்துகளோடு இணைக்கப்பட்டதாகவும் இருக்கிறது. ஆனால், சமூக அறிவியல்கள் அளவுக்கு அதிகமாக ஆங்கிலத்தில் படைக்கப்படுவது குறித்து மதிப்பீடு செய்வதற்கு நமக்குப் புதிய வடிவங்கள் தேவைப்படுகின்றன. நூலாசிரியர்களான நாங்கள் இருவரும், மராத்தியிலும் கன்னடத்திலும் எழுதியிருக்கிறோம் என்றாலும், வெகுஜன ஊடகங்களில் எழுதிக்கொண்டிருக்கிறோம் என்றாலும் இந்த நூலை ஆங்கிலத்தில் எழுதியதைப் பொறுத்தமட்டில் நாங்கள் குற்றவாளிகள்தான். ஆனால், கல்விப்புலக் குமுகத்தின் எதிர்பார்ப்புகளையும் அது கொடுக்கும் அழுத்தங்களையும் கணக்கில் எடுத்துக்கொள்வோம் என்றால், இன்றளவும் ஒருசில வகையான எழுத்துகள் மட்டுமே மதிப்பீடு செய்ய எடுத்துக்கொள்ளப்படுகின்றன. இதைக் கணக்கில் எடுத்துக்கொண்டுதான் இந்த நூலையும் (இதைத் தொடர்ந்து அடுத்ததையும் [*Experience, Caste and the Everyday Social*]) ஆங்கிலத்தில் எழுதினோம். இருந்தாலும், எங்களுடைய கருத்துகள் பரந்துபட்ட குமுகங்களுக்குக் கிடைக்க வேண்டும் என்பதில் நாங்கள் எப்போதும் குறியாக இருக்கிறோம். இது, அந்தந்த மொழிகளில் உள்ள ஆய்வாளர்கள் மத்தியில், அறிஞர்கள் மத்தியில் எங்களைப் பிரபலமாக்கிக்கொள்ள வேண்டும் என்ற நோக்கத்தால் அல்ல. புதிய விமர்சனக் குரல்களைக் கண்டெடுப்பதற்கும், பரந்துபட்ட சமூகத்துடன் உரையாடல் நடத்துவதற்கும் ஒரு திறப்பாக இதைப் பார்க்கிறோம்.

தீண்டாமை குறித்த எங்களது படைப்பை சீனிவாச ராமாநுஜம் கண்டெடுத்ததற்கு நாங்கள் மிகவும் கொடுத்துவைத்திருக்க வேண்டும். பிறகு, ஒரு ஆய்வாளராகவும் மொழிபெயர்ப்பாளராகவும் அவர் கொண்டிருக்கும் அசாத்தியமான ஆற்றலின் ஊடாக நாங்கள் அவரைக் கண்டெடுத்தோம். இ.பி. டபிள்யூ.வில் நாங்கள் இருவரும் தனித்தனியாகத் தீண்டாமை குறித்து விவாத வடிவத்தில் எழுதியிருந்த இரண்டு கட்டுரைகளை மொழியாக்கம் செய்வதற்கு எங்களில் ஒருவரிடம் அனுமதி கேட்டு ராமாநுஜம் எழுதியிருந்தார். இந்தக் கட்டுரைகளைத் தமிழ்ப் பிரக்ஞைக்குள் கொண்டுசெல்வது குறித்து நாங்கள் இருவரும் பெரும் மகிழ்ச்சி கொண்டு, உடனடியாக அனுமதி கொடுத்தோம். இந்தக் கட்டுரைகளை மொழியாக்கம் செய்துகொண்டிருந்தபோதுதான், ராமாநுஜம் 'வெறுமனே' மொழிபெயர்ப்பாளராக இல்லை என்பதை நாங்கள் கண்டது எங்களுக்கு மகிழ்ச்சியான அதிர்ச்சியாக இருந்தது. அவர் அவருடைய ஆய்வுத் திறனையும், பல வருடங்களாக மொழிபெயர்ப்பில் ஈடுபட்ட அவரது அனுபவத்தையும் இந்த மொழியாக்கத்துக்குள் கொண்டுவந்தார். தொடக்கமாக, தீண்டாமை குறித்த இரண்டு இயல்களை மொழியாக்கம் செய்தார். அவை

தமிழ் இதழில் பிரசுரமாயின. பல வருடங்கள் கழிந்தன. இந்தக் காலத்தில், ராமானுஜத்துடனான எங்கள் உறவு இன்னும் கூடுதலானது. அவரைச் சந்திக்க எங்களுக்கு சந்தர்ப்பம் கிடைத்ததோடு மட்டுமல்லாமல், இந்த நூலில் உள்ள பல விஷயங்கள் குறித்து விரிவான உரையாடலில் ஈடுபடவும் செய்தோம். ஒருநாள் இந்த நூலை முழுமையாகத் தமிழில் கொண்டுவர விரும்புவதாகத் தெரிவித்தார். இதைக் கேட்டு நாங்கள் பெரும் மகிழ்ச்சி அடைந்தோம். இந்த நூலோடு உரையாடுவதற்கு இவரைவிட ஒருவரை எங்களால் கற்பனை செய்துபார்க்க முடியாது. எல்லா மொழியாக்கங்கள்போலவே, ராமானுஜம் இந்த நூலை ‘வெறுமனே’ மொழியாக்கம் செய்யவில்லை. அவரது மொழியாக்கத்தின் ஊடாகப் புதிய குரலை, புதிய தொனியை, புதிய பார்வையைக் கொண்டிருக்கும் ஒரு புதிய நூலை உருவாக்குகிறார். ஆங்கிலத்தில் எழுதப்படும் ஆய்வு நூல்கள் அதற்கான ஆதார சக்தியைப் பெற்றுக்கொள்ள முடியும். ஒருவேளை, பிரதானமாக ஆங்கிலத்தின் ஊடாக இத்தகைய நூல்கள் ஆக்கபூர்வமான விமர்சனங்கள் பெற்று அறிவார்த்த உச்சத்தை அடையவும் கூடும். ஆனாலும், ஆங்கிலம்-அல்லாத தமிழ் போன்ற மொழிகளில் ஆய்வுக் கண்ணோட்டத்தோடு மொழியாக்கம் செய்யப்பட்டு, அது விமர்சனரீதியாக அங்கீகரிக்கப்படும்போதுதான், இந்த நூல் அதன் கோட்பாட்டுரீதியான/தத்துவார்த்தரீதியான ஆழத்தைப் பெற்றுக்கொள்ள முடியும். ஆகவே, ராமானுஜத்தின் இந்த மொழியாக்கம் சந்தேகத்துக்கு இடமில்லாமல் முக்கியத்துவம் வாய்ந்ததாகிறது.

இந்த நூல் தமிழ் வாசகர்களுக்குக் கிடைப்பதில் நாங்கள் பெரும் மகிழ்ச்சி அடைகிறோம். தமிழ் கொண்டிருக்கும் அறிவார்த்த வரலாறு எங்களுக்கு விமர்சனபூர்வமாக எதிர்வினையாற்றும் என்று எதிர்பார்க்கிறோம். விமர்சனபூர்வமான இந்தப் பரிமாற்றங்கள் ஊடாகப் புதிய கருத்தை நம்மால் உருவாக்க முடியும் என்றும் நம்புகிறோம். தமிழ்ச் சமூக அறிவியல் குழுகம் கூடுதலான ஊக்கத்தைப் பெறுவதற்கு, தமிழ்நாட்டில் உள்ள பல்கலைக்கழகங்களிலும் கல்லூரிகளிலும் மாணவக் குழுகம் மத்தியில் புதிய, தீவிரமான சிந்தனையாளர்கள் தோன்றுவதற்கு, மிகச் சிறிய அளவில்தான் என்றாலும், இந்த நூல் பங்காற்றும் என்று நம்புகிறோம்.

– கோபால் குரு & சுந்தர் சருக்கை

மொழிபெயர்ப்பாளர் குறிப்பு

இந்த நூலை மொழியாக்கம் செய்த அனுபவம் என்னைப் பொறுத்தமட்டில் மிக முக்கியமானதாகிறது. பல தளங்களில் எனக்குள் விவாதங்களை நடத்திக்கொள்ள முடிந்தது. அதேசமயத்தில், ஏன் தமிழாக்கம் செய்ய வேண்டும் என்ற கேள்விக்குப் பதில் கிடைக்காமல் என்னுள் எதிரொலித்துக்கொண்டே இருந்தது. அனுபவத்துக்கும் கோட்பாட்டுக்கும் இடையேயான உறவையும் கோட்பாடு செய்வதற்கும் அறத்துக்கும் இடையேயான உறவையும் நூலாசிரியர்கள் விவாதத்துக்கு எடுத்துக்கொள்கிறார்கள். இந்த நூல் எழுப்பும் கேள்விகள் நமக்கான கேள்விகளாக எடுத்துக்கொள்ளப்படுமா என்றும் எனக்குத் தெரியவில்லை. இந்த நூல் ஆங்கிலத்தில் 2012-ல் வெளிவந்தது. எல்லாவற்றையும் பயன்பாட்டுத் தளத்துக்கும், நடைமுறைத் தேவைகளுக்குச் சுருக்கிப்பார்க்கும் நம்முடைய இன்றைய போக்கு இந்த நூல் விவாதிக்கும் விஷயங்களுக்கு முகம் கொடுக்குமா என்றும் எனக்குத் தெரியவில்லை. இந்தக் கேள்விகளுக்குப் பதில் தெரியாமலேயே இந்த மொழியாக்கத்தை முடித்துவிட்டேன்.

இந்தக் குறிப்பில், இந்த நூல் விவாதிக்கும் தத்துவார்த்தரீதியான, சமூகவியல்ரீதியான விஷயங்கள் குறித்துப் பேசுவதைவிட இதை மொழியாக்கம் செய்யும்போது எனக்குள் உண்டான சிந்தனைகளைப் பகிர்ந்துகொள்ளலாம் என்று நினைக்கிறேன். புனைவு எழுத்துகளைத் தமிழாக்கம் செய்வதற்கும் புனைவல்லாத எழுத்துகளை, அதாவது சமூக அறிவியல், தத்துவம், இயற்கை அறிவியல், மானுடவியல், பொருளாதாரம் சார்ந்த எழுத்துகளை மொழியாக்கம் செய்வதற்கும், ஏன் படிப்பதற்கும்கூட நிறைய வேறுபாடுகள் உண்டு. புனைவு எழுத்துகளைப் பலர் பலவிதமாக அர்த்தப்படுத்துவதற்கு எத்தகைய சுதந்திரத்தை அவை கொண்டிருக்கின்றனவோ அதே சுதந்திரத்தைப் புனைவல்லாத எழுத்துகளும் கொண்டிருக்கின்றன. மொழி உலகத்துக்குள் இருந்து சிந்திப்பது நடைமுறைவாதம், பயன்பாட்டுவாதம் போன்ற எல்லைகளைக் கடக்க உதவுகிறது. மொழியாக்கம் என்பது மொழி உலகத்துக்குள் இருந்து சிந்திக்கும் செயலாகிறது. வேறு விதமாகச் சொல்வதென்றால், நம் அனுபவத்தைப் புதிய கருத்தாக்கங்கள் ஊடாக, கருத்துகள் ஊடாக அணுகுவதற்கான சாத்தியப்பாட்டை மொழி உலகு நமக்கு உருவாக்கிக்கொடுக்கிறது. புதிய கோட்பாடுகள், கருத்தாக்கங்கள் மற்றும் கருத்துகளின் அறிமுகம் தவிர்க்க

முடியாமல் 'புரிந்துகொள்'வதைக் கடினமாக்குகின்றன. 'புரியவில்லை' என்ற பிரச்சினையை வெறுமனே நடைமுறை சார்ந்து மட்டுமே பார்ப்பதில் அர்த்தமில்லை. இந்தப் பிரச்சினையைக் கருத்தாக்கத் தளத்துக்குக் கொண்டுசென்று விவாதிக்க விரும்புகிறேன். மொழியாக்கத்தில் உள்ள போதாமையைக் கடந்து, 'புரியவில்லை' என்பது குறித்துப் பேச முடியும் என்று நினைக்கிறேன்.

நவீன மேற்கத்தியத் தத்துவம், சமூக அறிவியல், மானுடவியல் போன்ற பல துறைகள் கொண்டிருக்கும் பிரத்யேகக் கருத்தாக்கங்களுக்கு நம் மொழியில் சொற்கள் இல்லை என்பதை எவ்வாறு கையாள்வது? ஒரு கருத்தாக்கத்துக்கு நிகரான தமிழ்ச் சொல்லை உருவாக்குவது மட்டுமே போதுமானதாக இருக்கிறதா? வேறொரு பின்னணியில்தான் சருக்கை முன்வைக்கிறார் என்றாலும், நாம் அதை மொழியாக்கத்துக்கு எடுத்துக்கொள்ள முடியும். "...துரதிர்ஷ்டவசமாக, கருத்தாக்கங்களை மொழியாக்கம் செய்வது, சொற்களையும் வாக்கியங்களையும் மொழியாக்கம் செய்வதோடு ஒப்பிட்டுத் தவறான புரிதலுக்கு வருவதை... அடிப்படையாகக் கொண்டிருக்கிறது. கருத்தாக்கங்கள் மிகச் சரியாக என்ன அர்த்தம் கொண்டிருக்கின்றன என்று கேட்பது உண்மையில் சரியான கேள்வி அல்ல. கருத்தாக்கங்கள் எத்தகைய அர்த்தங்களைக் கொண்டிருக்க முடியும் என்றே ஒருவர் கேட்க வேண்டும்" என்கிறார் சருக்கை.

நாம் எதை மொழியாக்கம் செய்கிறோம்? வார்த்தைகளையா? வாக்கியங்களையா? கருத்துகளையா? இவை மொழிக்குள் எவ்வாறு அவற்றை வடிவமைத்துக்கொள்கின்றன என்பது எத்தகைய சிந்தனைமுறையின் பகுதியாக இருக்கிறது என்பதைச் சார்ந்திருக்கிறது. எடுத்துக்காட்டாக, 'கேப்பிடலிஸம்' என்ற ஆங்கிலச் சொல்லை எடுத்துக்கொள்வோம். இதை நான் அறிந்தமட்டில் தமிழில் 'முதலாளித்துவம்' என்றே சொல்லிவந்தோம். ஆனால் ராஜன் குறை, 'முதலாளித்துவம்' என்ற தமிழாக்கத்தில் உள்ள போதாமையைச் சுட்டிக்காட்டி, 'முதலீட்டியம்' என்ற சொல்லை உருவாக்குகிறார். இந்தப் புதுச் சொல் உருவாக்கத்தை எவ்வாறு புரிந்துகொள்வது? ஒரு மாற்றுச் சொல்லை உருவாக்க வேண்டிய அவசியம் ஏன் ஏற்படுகிறது? இது மொழியாக்கப் பிரச்சினையல்ல. மூலச் சொல் கொண்டிருக்கும் கருத்தோடு நாம் எவ்வாறு உரையாடுகிறோம், எவ்வாறு அதை உள்வாங்கிக்கொள்கிறோம், எவ்வாறு நம்முடைய மொழியை அது வடிவமைக்கிறது, எவ்வாறு நம் அனுபவம் இந்தச் சொல் கொண்டிருக்கும் கருத்தாக்கத்தோடு இணைக்கப்படுகிறது மற்றும் இதுபோல் பலவற்றோடு தொடர்புகொண்டதாக இருக்கிறது. 'கேப்பிடலிஸம்' என்பது பொருளாதாரத்தோடு மட்டுப்படுத்தப்பட்ட பார்வையல்ல. மேலும், அது நிச்சயமாக முதலாளிகளோடு மட்டுப்பட்டதும் அல்ல. அது ஒரு உலகப் பார்வை. அது இயற்கையை, தனிமனிதர்களை, சமூகத்தை, அறிவியலை, தொழில்நுட்பத்தை, அறத்தை ஒருவிதமாக அர்த்தப்படுத்தும் உலகப் பார்வை ஆகிறது. மேற்கத்திய நவீனத்தின் பகுதியாகவும் இருக்கிறது. இத்தகைய உலகப் பார்வையை நாம் வெறுமனே முதலாளிகள் என்ற முகவர்களோடு மட்டுமே

தொடர்புகொண்டிருக்கும் ஒன்றாகச் சுருக்க முடியாது. 'கேப்பிடலிஸம்' என்ற உலகப் பார்வையானது மனிதர்களைக் கட்டுப்படுத்துகிறது. அதேசமயத்தில், தனிமனிதர்களைக் கடந்து சுதந்திரமாகச் செயல்படக்கூடிய ஆற்றல் கொண்டிருப்பதாகவும் இருக்கிறது. (பார்ப்பனியம், சாதியம்போலவே.) இந்த உலகப் பார்வையை யதார்த்தமாக்க மனிதர்கள் – முதலாளிகளாகவும் தொழிலாளிகளாகவும் நிச்சயமாகத் தேவைப்படுகிறார்கள் என்றாலும் அது தனிமனிதர்களுக்குள் சுருங்கிய ஒன்றல்ல. கேப்பிடலிஸம் முதலாளிகளின், தொழிலாளிகளின் தொகுப்பும் அல்ல. ஆக, 'முதலீட்டியம்' என்று ராஜன் குறை முன்வைக்கும்போது, இவற்றோடெல்லாம் அவர் உரையாடுகிறார். முன்பு நாம் எழுப்பிய 'டாடா ஒழிக, பிர்லா ஒழிக' போன்ற கோஷங்கள் (இப்போது யாரும் 'அம்பானி ஒழிக, அதானி ஒழிக' என்று வீதியில் கோஷம் போடுவதில்லை.) டாடா, பிர்லாவை ஒழிக்க வேண்டுமானால் பயன்படலாமே தவிர நிச்சயமாக கேப்பிடலிஸத்தை ஒழிக்கப் பயன்படாது. மேலும், 'ஸ்டேட் கேப்பிடலிஸம்' என்ற கருத்தாக்கத்தை 'அரசு முதலாளித்துவம்' என்று சொல்ல முடியாது. முதலாளிகளை ஒழித்து, பின்னர் உருவாகும் கேப்பிடலிஸத்தை மீண்டும் முதலாளித்துவம் என்ற சொல்லைக் கொண்டு வரையறுக்க முடியாது. அப்படியென்றால் முதலாளித்துவம் என்ற மொழியாக்கம் 'தவறானது' என்றும், முதலீட்டியம் என்பது 'சரியானது' என்றும் ஆகிறதா? இது சரியானது, தவறானது குறித்தான பிரச்சினையல்ல. ஒரு குறிப்பிட்ட எல்லைவரை நம்முடைய சமூக அனுபவத்தை நாம் அர்த்தப்படுத்திக்கொள்ள முதலாளித்துவம் என்ற தமிழாக்கம் போதுமானதாக இருந்தது. ஆனால் கேப்பிடலிஸமும் சாதியும் இந்துமத அடிப்படைவாதமும் ஒன்றிணைந்து ஒருமித்துச் செயல்படும் நம் காலத்துக்கு முதலாளித்துவம் என்ற தமிழாக்கம் போதுமானதாக இல்லை. நம் அனுபவம் அந்த எல்லையைக் கடந்துசெல்லும்போது நமக்கு வேறு சொல் தேவைப்படுகிறது. மேலும் இன்வெஸ்ட்மெண்ட்டுக்கும் கேப்பிட்டலுக்கும் இடையேயான வேறுபாட்டை எவ்வாறு முன்வைக்கப் போகிறோம் என்பதன் அடிப்படையில் முதலீட்டியம் என்ற சொல்லையும் நாம் விசாரணைக்கு எடுத்துக்கொள்ளலாம். ஆக, ஒரு கருத்தாக்கத்தை, கோட்பாட்டை நாம் தமிழாக்கம் செய்வது என்பது அந்தக் கருத்தாக்கத்தோடு, கோட்பாட்டோடு நாம் உரையாடத் தொடங்கும் தொடக்கத்தையே குறிக்கிறது. இந்த உரையாடல் மேலும் ஆழமாகப் போக வேண்டிய 'நிர்ப்பந்தத்தில்தான்' ஒரு தமிழாக்கத்தை நாம் விசாரணைக்கு எடுத்துக்கொள்கிறோம்.

வால்டர் பெஞ்சமின் சொல்வதுபோல், 'எந்த ஒரு மொழிபெயர்ப்பும் அந்நியத்தன்மையை அதனுள்ளாகக் கொண்டிருக்கும்'. ஏனெனில், நமக்கு சாத்தியப்படும் மொழிக்குள் மூல மொழியை 'முழுமையாக' அடக்க முடிந்தால், மூல மொழியில் உள்ள கருத்து நம் மொழிக்கு அந்நியப்பட்டதாக எதையும் கொண்டிருக்கவில்லை என்றே பொருளாகிறது. நமக்கு 'அந்நியமாக' இருக்கும் ஒன்றையே நாம் மொழியாக்கத்துக்கு எடுத்துக்கொள்கிறோம். இந்த அந்நியத்தன்மையே நம் மொழின் எல்லையை நமக்குப் புலப்படுத்துவதாக இருக்கிறது. மீண்டும் பெஞ்சமின் சொன்னதைச் சொல்வதென்றால், ஒவ்வொரும் மொழியாக்க முயற்சியும் ஒரு மொழிபெயர்ப்பாளர் எந்த அளவுக்கு

அவரது சொந்த மொழியிலிருந்து விலகியிருக்கிறார் என்பதை அவருக்கு உணர்த்துவதாகவே இருக்கிறது. ஆக, வேறொரு மொழியிலிருந்து கருத்தாக்கச் சொல்லை, கோட்பாட்டாக்கச் சொல்லைத் தமிழில் உருவாக்கும்போது மூலச் சொல்லோடு வரலாற்றுரீதியாகவும் பண்பாட்டுரீதியாகவும் எவ்வாறு உரையாடுகிறோம் என்பது மிக முக்கியமானதாகிறது. இந்த உரையாடலே தமிழ்ச் சொல்லாக்கத்தை உயிர்ப்புடன் வைத்திருக்கும்.

ஆக, கோட்பாட்டாக்கரீதியாகப் பிரதிகளை நாம் தமிழாக்கம் செய்யும்போது முதல் பிரச்சினை சொல்லாக்கமாக இருக்கிறது என்றால், இரண்டாவது பிரச்சினை அந்தச் சொற்கள் வாக்கியமாகும் பிரச்சினையாகிறது. தமிழில் அல்லது ஆங்கிலத்தில் எழுதப்படும் சமூக அறிவியல், மானுடவியல், தத்துவார்த்தக் கட்டுரைகளில் காணப்படும் வாதமுறைகள், வாக்கியங்களின் அமைப்பாக்கம் (இலக்கணரீதியாக அல்ல), ஒவ்வொரு சிந்தனைமுறையும் கொண்டிருக்கும் பிரத்யேகச் சொற்கள் எல்லாமே நடைமுறை சார்ந்த 'பொதுமையான' கட்டுரைகளிலிருந்தும், வாழ்வனுபவக் கட்டுரைகளிலிருந்தும், படைப்பிலக்கியங்களிலிருந்தும் முற்றிலும் வேறானதாக இருக்கின்றன. எடுத்துக்காட்டாக, ஒரு சமூக அறிவியல் கட்டுரையை மொழியாக்கம் செய்யும்போது அதன் பிரத்யேகச் சொற்களை நாம் தவிர்ப்போம் என்றால், அது அதன் சிந்தனைமுறையை இழந்துவிடும். இதை எவ்வாறு கையாள்வது என்பது வெறுமனே மொழித் திறன் தொடர்பானதோ அல்லது அந்தந்தத் துறைகள் சார்ந்து கொண்டிருக்கும் நிபுணத்துவம் தொடர்பானதோ அல்ல. ஆக, ஒரு சமூக அறிவியல் கட்டுரையைச் சமூக அறிவியல் கட்டுரையாக மொழியாக்கம் செய்ய வேண்டும் என்றால், அதன் பிரத்யேக வாதமுறைக்குள், வாக்கிய அமைப்புக்குள், சொற்களுக்குள் நாம் செல்ல வேண்டியிருக்கிறது. நமக்கு சாத்தியப்படும் மொழிக்குள் இருந்து 'புரிந்துகொள்வது' என்பது ஒரு சிந்தனைமுறைக்கான பிரத்யேகப் பண்புகளைத் உதாசீனப்படுத்துவதாகிறது. சுருக்கமாகச் சொல்வதென்றால், நம்முடைய மொழியின் எல்லைக்குள் இருந்து ஒரு சிந்தனைமுறையை எதிர்கொள்ளாமல், தேர்ந்தெடுக்கும் சிந்தனைமுறைக்குள் நாம் மொழி அடிப்படையில் பயணிக்க வேண்டியுள்ளது.

இந்த நூலைத் தமிழாக்கம் செய்த என் அனுபவத்திலிருந்து ஓர் எடுத்துக்காட்டைக் கொடுக்கிறேன்: சுந்தர் சருக்கை அவரது 'தீண்டாமையின் தோற்றப்பாட்டியல்' கட்டுரையில் '*untouchable*' என்ற ஆங்கிலச் சொல்லை உடைத்து அந்தச் சொல் கொண்டிருக்கும் தெளிவற்ற தன்மையை வெளிக்கொணர்கிறார். அதாவது, *untouchable* என்ற சொல் *untouch-able* என்ற அர்த்தத்தைக் கொண்டிருக்கிறதா அல்லது *touch-un-able* என்ற அர்த்தத்தைக் கொண்டிருக்கிறதா என்று கேட்கிறார். இந்தக் கேள்வி தீண்டாமையை வேறு விதமாக அர்த்தப்படுத்துவதற்குக் கொண்டுவிடுகிறது. இதே கட்டுரையைத் தமிழில் சிந்தித்து சருக்கை எழுதியிருந்தால் '*untouchable*' கொண்டிருக்கும் பிரச்சினையை அவரால் நிச்சயமாக எழுப்பியிருக்க முடியாது. ஏனெனில், தமிழில் நாம் உபயோகிக்கும் 'தீண்டப்படாதவர்' என்ற சொல் மிகத் தெளிவாக ஒரு பயனிலைத் தன்மையைக் கொண்டிருக்கிறது. ஆனால், தமிழில் நாம்

வேறொரு முக்கியமான கேள்வியைக் கேட்டுக்கொள்ள முடியும். நாம் *untouchability* என்பதற்குத் தீண்டாமை என்ற சொல்லை உபயோகிக்கிறோம். இந்த மொழியாக்கத்துக்கு முன் நம் சமூகத்தில் உள்ள ஒரு சமூக நடைமுறையை நாம் மொழிப்படுத்தவில்லை. அதாவது, அனுபவரீதியாகக் காணப்படும் ஒன்று மொழித் தளத்தில் இல்லாமல்போகிறது. ஆனால், தீண்டாமை என்ற சொல் மிகத் தெளிவாகவும் நேரடியாகவும் ஒரு எழுவாய்த்தன்மையைக் கொண்டிருக்கிறது. ஆனால், தீண்டப்படாதவர் என்ற சொல் பயனிலையின் பண்பாகிறது. இந்த முரண் தமிழில் தீண்டாமை, தீண்டப்படாதவர் குறித்து வேறு விதமாகச் சிந்திக்கும் சாத்தியத்தை அதனுள் கொண்டிருக்கிறது. இவற்றைப் பின்னணியாகக் கொண்டு நாம் எடுத்துக்கொண்ட கேள்விக்கு வருவோம். ஆங்கிலத்தில் சுந்தர் சருக்கைக்கு சாத்தியப்பட்ட வாதமுறை, அவருக்கே தமிழில் சாத்தியப்படாது என்றால், அது ஆங்கிலத்தில் சிந்தித்தால் மட்டுமே சாத்தியம் எனும்போது, ஆங்கிலத்தில் அவர் எழுதியதை எப்படித் தமிழாக்கம் செய்ய முடியும்? அப்படியே தமிழில் எழுதினாலும், ஆங்கிலச் சொல் மற்றும் அதன் அடிப்படையிலான வாதமுறைகளை எப்படித் தமிழில் கொண்டுவர முடியும்? இவற்றையெல்லாம்விட, மண்டைக்குள் இது குறித்து தமிழில் எப்படிச் சிந்திக்க முடியும்?

இங்குதான் நாம் சொற்களை மொழியாக்கம் செய்வதைக் கடந்துசென்று அது கொண்டிருக்கும் கருத்தோடு உரையாட வேண்டியிருக்கிறது. அதாவது, நம் சமூகத்தில் நிலவியிருக்கும் கருத்தாக்கங்களோடு தொடர்புபடுத்தி ‘அந்நியக் கருத்து’களைத் தன்வயப்படுத்திக்கொள்ள வேண்டியுள்ளது. இத்தகைய செயலாக்கம் எப்படிப்பட்ட விளைவுகளை ஏற்படுத்துகிறது என்று பார்ப்போம். சருக்கை *untouchable* என்ற சொல் கொண்டிருக்கும் தெளிவற்றதன்மையை வெளிக்கொணர்வதற்கு அவர் தீண்டும் உணர்வின் பல்வேறு வகைகள் குறித்து விவாதிக்கிறார். அவர் *touch, non-touch, not-touch, untouch* என்று தீண்டுதலின் பல்வேறு வகைகளைத் தோற்றப்பாட்டியல் அடிப்படையில் விவாதத்துக்கு எடுத்துக்கொள்கிறார். *non-touch* என்ற சொல்லை நாம் அதீண்டுதல் என்பதாக அர்த்தப்படுத்தும்போது, இல்லாத ஒன்று இருக்க முடியுமா என்ற கேள்வி எழுகிறது. *non-touch* என்ற சொல் *touch* என்ற சொல்லின் எதிர்மறையல்ல. அதாவது, தீண்டுதல் – தீண்டுதலல்லாத என்பதாக இல்லை. அகிம்சை என்ற சொல் இம்சை என்ற சொல்லுக்கு எதிர்மறையானது அல்ல. அகிம்சை அதனளவில் சுதந்திரமான இருப்பைக் கொண்டிருக்கிறது. இதுபோலவே தர்மமும் அதர்மமும். ஆக, தீண்டுதல்போலவே அதீண்டுதலை ஓர் புலனாக எடுத்துக்கொள்ள வேண்டியுள்ளது. இது சருக்கை முன்வைக்கும் முக்கியமான ஒரு நகர்வு. இரண்டாவதாக, *not-touch* என்ற சொல்லை எடுத்துக்கொண்டால், அது தீண்டா என்ற பொருளைக் கொண்டிருக்கிறது. ஆனால், தீண்டப்படாதவர் என்று நாம் சொல்வது *untouchable*-ஐக் குறிக்கிறதே தவிர *not-touch*-ஐக் குறிக்கவில்லை. எடுத்துக்காட்டாக, மிக முக்கிய ஆய்வறிஞரான கராஷிமா, 10-ஆம் நூற்றாண்டு கல்வெட்டில் தீண்டாச் சேரி என்ற பதம் காணப்படுவது குறித்து எழுதியிருக்கிறார். தீண்டாச் சேரியை *untouchable colony* என்று அவர் ஆங்கிலத்தில் மொழியாக்கம் செய்கிறார். ஆனால், *untouchable* என்ற சொல்

தெளிவற்றதன்மையைக் கொண்டிருக்கிறது என்று சருக்கை சுட்டிக்காட்டுகிறார். அதாவது, தீண்டாச் சேரி என்பது தீண்டப்படாதவர்களின் சேரியா அல்லது தீண்டாமைக்கு உட்பட்ட சேரியா அல்லது தீண்டவியலாத சேரியா என்று நாம் கேட்டுக்கொள்ள முடியும். தீண்டா என்பது தீண்ட முடியாத, தீண்டப்படாத, தீண்டத்தகாத என்று பல்வேறு வகைகளைக் கொண்டிருக்கிறது. அதாவது, இந்தச் சொல் மிகத் தெளிவாகப் பயனிலையைச் சார்ந்திருக்கிறது. ஆனால், தீண்டாமை என்பது எழுவாயைச் சார்ந்திருக்கிறது. அப்படியென்றால், நாம் தீண்டாச் சேரிகளை எப்படி *untouchable colony* என்று அழைக்க முடியும்? *untouchable* என்ற சொல்லுக்குப் பதிலாக *not-touched* அல்லது *un-touched* என்றே கராஷிமா உபயோகித்திருக்க வேண்டுமா? இதில் நாம் ஒரு தீர்மானத்துக்கு வருவதற்கு முன் *not-touch*, *untouch* இரண்டுக்கும் இடையேயான வேறுபாடு என்ன என்று பார்க்க வேண்டியுள்ளது. *untouch* என்பது தீண்டவியலா என்றாகிறதா அல்லது தீண்ட முடியாத என்றாகிறதா? தீண்டாமை எவ்வாறு எழுவாயின் பண்பாக இருக்கிறதோ அதற்கு நிகராக *untouchable* என்ற சொல் எழுவாய்க்கு நிகரானதாக இருக்க வேண்டும் என்றால், நாம் *untouchable* என்பதைத் தீண்டப்படாதவர் என்பதற்குப் பதிலாகத் தீண்டவியலாதவர் என்றே உபயோகிக்க வேண்டியிருக்கும். ஆனால், தீண்டாச் சேரி என்பது தீண்டப்படாதவர்களின் சேரி என்றால், அந்தக் குடியிருப்பு எவ்வாறு தீண்டாமைக்கு உட்பட்டதாக இருக்க முடியும்? தீண்டாச் சேரி என்பது தீண்டப்படாதவர்களைக் கொண்டிருந்தாலும், அவர்கள் தீண்டாமைக்கு உட்பட்டவர்களாக இருக்க வேண்டிய அவசியம் ஏதுமில்லை. தீண்டப்படாதவர்கள் எல்லாம் தீண்டாமைக்கு ஆட்பட்டவர்கள் அல்ல. சண்டாளர்கள் தீண்டப்படாதவர்களாக இருந்தாலும், தீண்டாமைக்கு உட்பட்டவர்களாக இல்லை என்கிறார் அம்பேத்கர். இது மிக முக்கியமான அவதானிப்பு. அம்பேத்கர் வைக்கும் இந்தப் பார்வையை நாம் போதுமான அளவுக்குத் தீவிரமாக எடுத்துக்கொள்ளவில்லை. நாம் இந்த அவதானிப்பைத் தீண்டாச் சேரிக்கும் பொருத்த முடியும். ஆனால், இங்கு என்னுடைய நோக்கம் தீண்டாச் சேரி தீண்டாமைக்கு உட்பட்டதா, இல்லையா என்ற முடிவுக்கு வருவதல்ல. தீண்டாச் சேரியை வேறு விதமாக மொழியாக்கம் செய்ய முடியும் என்பதைக் கவனப்படுத்தத்தான் இதை முன்வைக்கிறேன். ஏனெனில், தீண்டாமை குறித்த நம் புரிதல் சாதியம் குறித்த புரிதலில் மிக ஆழமான விளைவுகளை ஏற்படுத்தக்கூடியதாக இருக்கிறது. அதாவது, 10-ஆம் நூற்றாண்டில் தீண்டாச் சேரி என்பது தீண்டப்படாதவர்களின் குடியிருப்பாக இருந்தது என்றால், அதே காலகட்டத்தில் இருக்கும் அக்ரஹாரங்களை நாம் தீண்டவியலாதவர்களின் குடியிருப்பாகப் பார்க்க முடியும். ஏனெனில், தீண்டாமையை நடைமுறைப்படுத்துகிறவர்கள் தீண்டவியலாதவர்களே தவிர தீண்டப்படாதவர்கள் அல்ல. தீண்டவியலாதவர்கள், தீண்டப்படாதவர்கள் இரண்டுக்கும் இடையேயான வேறுபாடு சாதியம், தீண்டாமை குறித்த விவாதங்களில் பெரும் பங்காற்றக்கூடும். மேலும் ஒரு சிக்கல் என்னவென்றால், தீண்டாமை என்ற நடைமுறையில் தீண்டவியலாதவர்கள் இருக்க முடியுமே தவிர தீண்டப்படாதவர்கள் இருக்க முடியாது. ஏனெனில், தீண்டாமை ஒரு

எழுவாயின் பண்பாக இருப்பதுபோலவே தீண்டவியலாத என்பதும் ஒரு எழுவாயின் பண்பாகிறது. ஆனால், தீண்டப்படாதவர் என்பது பயனிலையின் பண்பைக் கொண்டிருக்கிறது. தோற்றப்பாட்டியல் அடிப்படையில் சொல்வதென்றால், தொடுதல் என்பது எழுவாய், பயனிலை என்ற இருமையைச் சார்ந்திருப்பதுபோல், தீண்டுதலைச் சார்ந்தில்லை. தீண்டுதல் எப்போதும் எழுவாயின் பண்பாகவே வெளிப்படுகிறது என்கிறார் சருக்கை. ஆனால், தீண்டப்படாதவர் என்பது தீண்டாதவர் என்று ஒன்றைக் கொண்டிருக்க வேண்டும். யார் இந்தத் தீண்டாதவர்? தீண்டவியலாதவரே தீண்டாதவராகிறார். ஆக, தீண்டப்படாதவர் என்று ஒருவர் இருப்பதால் ஒருவர் தீண்டாதவராகி, தீண்டவியலாத பண்பைத் தன்வயப்படுத்திக்கொள்ளவில்லை. மாறாக, தீண்டவியலாதவர் தீண்டாதவராக நிலைத்திருப்பதற்குத் தீண்டப்படாதவரை உருவாக்க வேண்டியுள்ளது. இத்தகைய வாசிப்பு நம்மை எங்கு கொண்டுவிடுகிறது? இது தீண்டாமையை நடைமுறைப்படுத்தும் எழுவாயிடம் அறரீதியான கேள்வியை முன்வைப்பதைச் சாத்தியப்படுத்துகிறது. சாதியச் சமூகத்தில் தீண்டவியலாதவர்கள் நிலைத்துநிற்பதற்கு (பார்ப்பனர் என்ற கருத்தமைவு) எவரோ தீண்டப்படாதவர்களாக இருக்க வேண்டியுள்ளது என்பதால் தீண்டாமையானது எழுவாய் சார்ந்ததாகிறதே தவிர பயனிலை சார்ந்ததாக இல்லை. சுவாரஸ்யமான விஷயம் என்னவென்றால், தீண்டவியலாத ஊனமானது அதீண்டுதல் ஆற்றலாக வெளிப்படுகிறது. நாம் மேலே பார்த்ததுபோல், அதீண்டுதல் என்பது அதனளவில் அதற்கான இருப்பைக் கொண்டிருக்கும் ஒன்றாகிறது. அதீண்டுதல் பௌதிகரீதியான புலனல்ல. அது மீபௌதிகப் புலனாகிறது. இந்த மீபௌதிகப் புலனைப் பருண்மையான புலனாக மாற்றுவதற்குப் பயனிலைகள் தேவைப்படுகிறார்கள். மொத்தத்தில், தீண்டாமை என்பது எழுவாயின் தேவையாகிறது. தீண்டவியலா ஆற்றல் என்பது எழுவாயின் ஊனமாகிறது. ஆக, முதலாளித்துவம் என்பதும், முதலீட்டியம் என்பதும் அன்றாட வாழ்க்கையில் ஒத்த அனுபவத்தைக் கொண்டிருந்தாலும், எவ்வாறு வேறுபட்ட கருத்தாக்க உலகை உருவாக்குகிறதோ, அதற்கு நிகராக *untouchable* என்பதைத் தீண்டப்படாதவர் என்று தமிழாக்கம் செய்வதும் தீண்டவியலாதவர் என்று மொழியாக்கம் செய்வதும், ஒத்த அனுபவத்தைக் கொண்டிருந்தாலும் வேறுபட்ட கருத்தாக்க உலகை உருவாக்குகின்றன.

இத்தகைய புரிதலின் அடிப்படையிலேயே சருக்கையின் வாதங்களைத் தமிழ்ப்படுத்த முயன்றுள்ளேன். இந்த நூலில் உள்ள 'தீண்டாமையின் தோற்றப்பாட்டியல்' தமிழாக்கத்தையும், முன்னர் 'அகம்-புறம்' இதழில் பிரசுரிக்கப்பட்ட தமிழாக்கத்தையும் ஒப்பிட்டால், நான் மேலே கொடுத்திருக்கும் உரையாடல் எந்த அளவுக்கு மொழியாக்கத்தில் எனக்கு உதவியாக இருந்திருக்கிறது என்பதைத் தெளிவாகப் பார்க்க முடியும்.

நம் வாழ்வனுபவத்தை நாம் எவ்வாறு கருத்தாக்கம் செய்கிறோம் என்பது மிக முக்கியமாகிறது. இது வெறுமனே அர்த்தப்படுத்திக்கொள்வதற்கான உத்தி அல்ல. இந்த நூலில் சருக்கையும் குருவும் மிகச் சரியாக இந்தப் பிரச்சினையை விரிவாக விவாதிக்கிறார்கள். கருத்தாக்கச் சட்டங்களும்,

கோட்பாட்டாகச் சட்டங்களும், இதைச் சாத்தியப்படுத்தும் வெளிகளும் எவ்வாறு நம் அனுபவத்தை வடிவமைக்கின்றன என்று விவாதிக்கிறார்கள். நம் தலையாயப் பிரச்சினையாக இருக்கும் தீண்டாமையை எழுவாயின் பண்பாக முன்வைக்கப்போகிறோமா அல்லது பயனிலையின் பண்பாக முன்வைக்கப்போகிறோமா என்பது கருத்தியல்ரீதியான கேள்வி மட்டுமல்ல; அறரீதியான, அரசியல் குறுக்கீட்டுக்கான கேள்வியாகவும் இருக்கிறது. எல்லாவற்றுக்கும் மேலாக, நம் சமூக அனுபவத்தை நாம் எப்படி எதிர்கொள்கிறோம் என்பது குறித்த கேள்வியாகவும் இருக்கிறது.

'புரியவில்லை' என்பது என் தமிழாக்கத்தில் காணப்படும் போதாமைகளையும் தவறுகளையும் கடந்து முன்வைக்கப்படும் கருத்தாக்கங்களோடு, கருத்துகளோடு, கோட்பாடுகளோடு நாம் எத்தகைய உரையாடல் நடத்த விரும்புகிறோம் என்பதைச் சார்ந்திருக்கிறது. மரபான தமிழ் கொண்டிருக்கும் வளங்களிலிருந்து துண்டிக்கப்பட்ட என்னைப் போன்றவர்கள் இன்னும் கூடுதலான பிரச்சினைகளைக் கொண்டிருக்கிறோம். அப்படியென்றால் ஏன் தமிழாக்கத்தில் ஈடுபட வேண்டும்? இந்தக் கேள்வி எனக்கு நானே கேட்டுக்கொள்ளும் கேள்வியாக எப்போதும் இருந்துவருகிறது. என் பதில் இதுதான்: எனக்கான மொழியை நான் உருவாக்கிக்கொள்ள முயல்கிறேன். ஆங்கிலத்தில் உள்ள கோட்பாடுகளோடு உரையாடுவதற்கு இந்த முயற்சி எனக்கு அவசியமாகிறது – அவ்வளவுதான். மொழியாக்கம் என்பது உரையாடலின் தொடக்கம் மட்டுமே. புரிகிறது, புரியவில்லை போன்ற நிலைப்பாடுகள் எப்போதும் இறுதிநிலையாக இருக்க முடியாது. குறிப்பாக, புனைவல்லாத எழுத்துகள் தமிழுக்கு வரும்போது, இந்த உரையாடல் தவிர்க்க முடியாமல் கடினமானதாகிறது. சமகால வாழ்வனுபவங்களைக் கோட்பாட்டாக்கம் செய்வதற்கு நமக்கான மொழியை நாம் உருவாக்கிக்கொள்ளும் வரை, நாம் இந்தக் கடினமான உரையாடலை எதிர்கொள்ள வேண்டியிருக்கும் என்றே நினைக்கிறேன். குறிப்பாக, மொழியாக்கங்களோடு இன்னும் கூடுதலாக உரையாடல் நடத்த வேண்டியிருக்கும் என்று நினைக்கிறேன்.

எல்லாவற்றுக்கும் மேலாக, மொழியாக்கம் என்பது எப்போதுமே நிறைவு பெறாத ஒரு செயலாகிறது. அடுத்தடுத்த மாற்றங்களைச் சிலர் பிழைதிருத்தம் என்று அழைக்கலாம்; சிலர் செம்மையாக்கம் என்று அழைக்கலாம். எப்படி இருந்தாலும், அது மொழியாக்கம் முழுமை பெற முடியாத பண்பையே வெளிப்படுத்துகிறது. ஏனெனில், மூல நூலோடு நாம் நடத்தும் உரையாடலின் தன்மை மாறுவதற்கு ஏற்ப மொழியாக்கத்தின் பண்பும் மாறிக்கொண்டே இருக்கும். ஒரு மொழியாக்கம் எப்போது நிறைவுபெறுகிறது? ஒரு மொழியாக்கப் பிரதி தனித்த மூலமாகும்போதுதான் அது நிறைவுபெறுகிறது. நமக்கு மிகப் பரிச்சயமான எடுத்துக்காட்டைக் கொடுப்பதென்றால் கம்பராமாயணத்தைச் சொல்லலாம். இதில் நகைமுரண் என்னவென்றால், தனித்த மூலமாகாத பிரதிகள் மொழியாக்கமாக நிறைவு பெறுவதில்லை. மொழியாக்கம் குறித்து நாம் கொண்டிருக்கும் சில அனுமானங்களை மறுபரீசிலனை செய்ய வேண்டியுள்ளது. மேலும், இந்திய மரபில் மொழியாக்கங்கள் எவ்வாறு

கருத்தாக்கம் செய்யப்பட்டு நடைமுறைப்படுத்தப்பட்டன என்பதற்கும், நவீன மேற்கத்தியம் மொழியாக்கம் குறித்துக் கொண்டிருக்கும் கருத்தாக்கங்களுக்கும் இடையேயான வேறுபாட்டின் மீது நாம் கவனம்கொள்ள வேண்டியிருக்கிறது. குறிப்பாக, மூலத்துக்கு 'உண்மையாக' இருப்பது என்ற நிலைப்பாட்டை நாம் தீவிரமாக விசாரணைக்கு உட்படுத்த வேண்டியுள்ளது.

மொத்தத்தில், இந்த நூலை மொழியாக்கம் செய்த அனுபவம் மிகச் சிறப்பானதாக இருந்தது. இதைச் சாத்தியப்படுத்திய கோபால் குருவுக்கும் சுந்தர் சருக்கைக்கும் எனது நன்றியைத் தெரிவித்துக்கொள்கிறேன். நண்பர் த.ராஜன் இல்லாவிட்டால் இந்த மொழியாக்கம் இவ்வளவு விரைவில் வெளிவந்திருக்காது என்பதோடு, இந்த அளவுக்கும் வந்திருக்காது. ஏறக்குறைய என்னோடு சக மொழிபெயர்ப்பாளராக உழைத்த ராஜனுக்கு வெறும் நன்றி சொல்லி அவரை இந்த உழைப்பிலிருந்து விலக்கிவைப்பது நியாயமானதல்ல. இந்த நூலின் தலைப்பை மொழியாக்கம் செய்வதற்குப் பலவிதமாக நாங்கள் முட்டிக்கொண்டபோது, சுருக்கமான அழகான தலைப்பை ஆலோசனையாகக் கொடுத்த 'க்ரியா' ராமகிருஷ்ணனுக்கு எனது நன்றியைத் தெரிவித்துக்கொள்கிறேன். வழக்கம்போல் என்னுடைய எல்லா எழுத்துசார்ந்த முயற்சிகளுக்கும் துணைநிற்கும் ராமசாமிக்கும் பாலாஜி, இந்த நூலை அக்கறையோடு வடிவமைத்துக்கொடுத்திருக்கும் ஜீவமணிக்கும் எனது நன்றியைத் தெரிவித்துக்கொள்கிறேன். எல்லாவற்றுக்கும் மேலாக, எனக்கும் என் செயல்பாடுகளுக்கும் எப்போதும் துணைநிற்கும் பத்மினி இல்லையென்றால் இது எதுவுமே சாத்தியமில்லை.

– **சீனிவாச ராமாநுஜம்**

நன்றியுரை

உரையாடல்களில் பங்கெடுத்துக்கொண்டு இந்த விவாதத்தைச் சாத்தியப்படுத்திய பலருக்கும் எங்களது நன்றியைத் தெரிவித்துக்கொள்கிறோம். எங்களோடு விமர்சனபூர்வமாக விவாதங்களில் பங்கெடுத்துக்கொண்டு, இந்த எழுத்துகள் மீது தங்களது விமர்சனத்தை முன்வைத்த எ.ரகுராமராஜுக்கும் உதய குமாருக்கும், இந்த நூலின் பிரதியைப் படித்து விமர்சனத்தைப் பகிர்ந்துகொண்ட நிகில் கோவிந்துக்கும், விவாதங்களில் பங்கெடுத்துக்கொண்ட தணு நாயக்குக்கும், நான்கு கட்டுரைகளை இந்த நூலில் மறுபிரசுரம் செய்ய அனுமதி தந்த *எக்னாமிக் அண்ட் பொலிடிக்கல் வீக்லிக்கும்* ராம்மனோகர் ரெட்டிக்கும், எங்களைத் தூண்டிவிட்டு, கேள்விகேட்டு, எங்களோடு உரையாடல் நடத்திய நாடு முழுவதிலும் உள்ள கல்வி நிறுவனங்களில் பயிலும் பெயர் தெரியாத பல மாணவர்களுக்கும், எங்களது நிலைப்பாட்டை முழுமையாக ஏற்றுக்கொள்ள முடியாவிட்டாலும் எங்களுடைய எழுத்துகளைப் படித்து எண்ணங்களைப் பகிர்ந்துகொண்ட கல்விப்புலத்தவர்களுக்கும் எங்களது தனிப்பட்ட நன்றியைத் தெரிவித்துக்கொள்கிறோம். இந்தப் புத்தகத்தை வெளிக்கொணர்வதில் உற்சாகம்காட்டி, ஊக்கம் அளித்த 'ஆக்ஸ்போர்ட் யுனிவெர்சிடி பிரஸ்' ஆசிரியர் குழுவினருக்கு எங்களது மனமார்ந்த நன்றியைத் தெரிவித்துக்கொள்கிறோம்.

மேலும், நாங்கள் இருவரும் தனித்தனியாக இவர்களுக்கு எங்களது நன்றியைத் தெரிவித்துக்கொள்கிறோம்: ஆக்ஸ்போர்ட் பல்கலைக்கழகத்தில் உள்ள தெற்காசிய ஆய்வு மையத்தின் இயக்குனரான பார்பரா ஹாரிஸ்-ஒயிட், வருகைப் பேராசிரியர் திட்டத்தின் கீழ் குருவுக்கு அழைப்பு விடுத்ததற்கு மட்டுமல்லாமல், 'அனுபவம், வெளி, நீதி' இயல் குறித்து அவரது விமர்சனங்களையும் பகிர்ந்துகொண்டார். இவருக்கு குரு அவருடைய நன்றியைத் தெரிவித்துக்கொள்கிறார். இதே இயலின் வரைவுப் பிரதியை வாசிக்க அழைத்த நந்தினி கூப்துவுக்கும், சக பணியாளரான குர்ப்ரீத் மகாஜனுக்கும், மாணவர் சத்தீஸ் ஜாவுக்கும் குரு அவரது நன்றியைத் தெரிவித்துக்கொள்கிறார். *சமூக அறிவியலில் சமத்துவவாதம்* என்ற கட்டுரை பிரசுரிக்கப்பட்டதே இந்த விவாதத்துக்குக் கொண்டுவிட்டது. அந்தக் கட்டுரையைப் பிரசுரித்த, மறைந்த கிருஷ்ண ராஜுக்கு குரு அவரது நன்றியைத் தெரிவித்துக்கொள்கிறார்.

தத்துவம், வாழ்வியல் துறைகளுக்கான மணிப்பால் மையத்தில் உள்ள ஜார்ஜ், மீரா, நிகில் ஆகியோருக்கும், கேள்விகள் கேட்டு, பல விவாதங்களுக்கு எதிர்வினையாற்றிய எம்.ஏ. மாணவர்களுக்கும், அந்த மையத்தில் உள்ள சக பணியாளர்களின் தோழமைக்கும் ஆதரவுக்கும் சருக்கை அவரது நன்றியைத் தெரிவித்துக்கொள்கிறார். மணிப்பால் பல்கலைக்கழகத்தில் ஆதரவாக இருந்த ரஞ்சன் பை, மோகன்தாஸ் பை இருவருக்கும், பல்கலைக்கழகத்தின் துணைவேந்தரான கே.ராமநாராயணுக்கும் அவரது மனமார்ந்த நன்றியைத் தெரிவித்துக்கொள்கிறார். சமூக மாற்றம் குறித்துப் பல உரையாடல்களில் பங்கெடுத்துக்கொண்ட சமீர் மற்றும் ரங்கனுக்கு நன்றிகளைத் தெரிவித்துக்கொள்கிறார். தீண்டாமை குறித்த இயலில் உள்ள தமிழ்ப் பிரதி மேற்கோள்களை மொழியாக்கம் செய்ய சேஷாத்திரியும் சம்பத்தும் உதவினார்கள். அதோடு மட்டுமல்லாமல், இவர்கள்தான் இந்தத் தமிழ்ப் பிரதிகளை எவ்வாறு படிப்பது, இந்த மரபை எவ்வாறு புரிந்துகொள்வது என்று கற்றுக்கொடுக்கவும் செய்தார்கள். இவர்களுக்கும் என்றென்றும் நிலைத்திருக்கும் நன்றியை சருக்கை தெரிவித்துக்கொள்கிறார். இந்தத் தருணத்தில் அவரது தந்தை எஸ்.கே.ரங்கராஜனை சருக்கை நினைத்துக்கொள்கிறார் – தத்துவத்தைச் சமூகத்தோடும், அறிவார்த்த நடைமுறைகளோடும் ஒன்றிணைப்பதற்கான முயற்சிகளுக்கு வினையூக்கியாக இருந்தது அவர்தான். மறக்க முடியாத பல அனுபவங்களைப் பகிர்ந்துகொண்ட ரமா, ஜெயந்த் இருவருக்கும் அவரது மனமார்ந்த நன்றியைத் தெரிவித்துக்கொள்கிறார்.

இறுதியாக, விரிசல் கண்ணாடியைக்கூட அழகாக்கக்கூடிய தத்தம் துணைவியார்களுக்கு – ஹேமா மற்றும் தனு இருவருக்கும் பணிவான நன்றியைத் தெரிவித்துக்கொள்கிறோம்.

– கோபால் குரு & சுந்தர் சருக்கை

முன்னுரை

கோபால் குரு & சுந்தர் சருக்கை

'அனுபவம்' என்ற கருத்து கல்விப்புலக் கதையாடல்களில், குறிப்பாக இந்தியச் சூழலில், மதிப்புக்குரிய ஆய்வுப்பொருளாக மாறிவருகிறது. இந்தியச் சமூகக் கோட்பாடுகள் மீதாகத் தொடரும் ஏமாற்றமே அனுபவம் என்ற வகைமையை மீட்டெடுப்பதற்கு முக்கியத் தூண்டுதலாக இருக்கிறது. அடையாள அரசியல் உருவாக்கமானது சமூக யதார்த்தத்தைக் கோட்பாட்டாக்கம் செய்வதில் காணப்படும் போதாமையை நினைவூட்டுவதாகவே இருக்கிறது. சமூக அறிவியல் துறைகளுக்குள் அடையாள அரசியல் மிகவும் வெளிப்படையாகவும் முரட்டுத்தனமாகவும் நுழைந்துவிட்டதுபோல் தோன்றுகிறது. அடையாளக் கோரல்கள் பெரும்பாலும் குறிப்பிட்ட அனுபவம் சார்ந்தே நிலைநிறுத்தப்படுகின்றன. அனுபவங்களின் குறிப்பிட்ட தன்மையே சுயம், சமூகம் போன்ற கருத்தமைவுகளை வேறுபடுத்திப்பார்ப்பதுபோல் தோன்றுகிறது. இந்த அவதானிப்பில் புதிதாக ஏதுமில்லை என்றாலும், பரந்துபட்ட அனுபவங்களைச் செல்லுபடியாகக்கூடிய ஒன்றாக்குவதற்கான முயற்சிகள் கவனத்துக்குரியதாகின்றன. மேலும், இது வேறு வழியில்லாமல், பரந்துபட்ட அனுபவங்களை ஒருசில உலகளாவிய வகைமைகளுக்குள் அடக்குவதற்கான முயற்சிகளை விமர்சிப்பதாகவும் இருக்கிறது.

நாம் அடையாள அரசியலிலிருந்து சொந்தக் கருத்துகளுக்கான லட்சியத்தை நோக்கி தீர்மானமாக நகர வேண்டியுள்ளது. இந்த நூலில் காணப்படும் விவாதங்கள் கோட்பாடுகள் குறித்தும் அனுபவத்தோடு அவை கொண்டிருக்கும் உறவு குறித்தும் மிகத் திடமாக நிலைநிறுத்தப்பட்டிருக்கும் சில நம்பிக்கைகளுக்கு இடையே காணப்படும், குறிப்பாகக் கருத்துகள் குறித்த லட்சியக் கோட்பாடுகளில் காணப்படும் வேறுபட்ட முற்கோள்களைச் சுற்றியே நடக்கின்றன. இத்தகைய திரளுருவற்ற கருத்துகள் குறித்த கருத்தமைவைச் சுற்றியே இந்த மோதல்கள் நடக்கின்றன. ஏனெனில், கருத்துகளுக்கு அடிபணிந்து அனுபவங்கள் இருக்கின்றன என்பதாக இத்தகைய மோதல்கள் அர்த்தப்படுத்துகின்றன. சமகால மொழியில் சொல்வதென்றால், கருத்துகளுக்கு அடிபணிந்து அனுபவங்கள் இருக்கின்றன என்பதை அனுபவத்துக்கும் கோட்பாட்டுக்கும் இடையேயான உறவாக வாசிக்க முடியும். இதில் கோட்பாடே அனுபவத்தை ஒழுங்கமைப்பதாகப் பார்க்கப்படுவதால், கோட்பாட்டுக்குப் பிந்தையதாக அனுபவம் பார்க்கப்படுகிறது. இதற்கு

மாறாக, அனுபவத்தை முதன்மைப்படுத்தி, அனுபவத்தைப் பின்தொடர்ந்தே கோட்பாடு வருகிறது என்று மட்டுமல்லாமல், அனுபவம் என்ற அஸ்திவாரம் இல்லாமல் கோட்பாடு நிலைத்திருக்க முடியாது என்ற வாதங்களும் முன்வைக்கப்படுகின்றன. முக்கியமாக, இந்த நூல் பெருமளவில் இது குறித்த விவாதங்களையே கொண்டிருக்கிறது. மேலும், சமகாலத்தில் காணப்படும் சமூகக் கோட்பாடுகள் இந்தப் பிரச்சினைகளோடு படைப்பூக்கத்தோடும் உரையாட முடியாது, எல்லாவற்றையும் உள்ளடக்கியும் உரையாட முடியாது என்றே நாங்கள் நம்புகிறோம்.

சமூகக் கோட்பாடு என்ற கருத்தே அனுபவம் என்ற கருத்தமைவோடு நீண்ட நெடிய, சிக்கலான உறவைக் கொண்டிருக்கிறது. இயற்கை அறிவியலின் கோட்பாட்டுரீதியான கட்டமைப்பில் (இதுவும் கணிதத்தின் தனித்துவமான கட்டமைப்பு சார்ந்து வடிவமைக்கப்பட்டுள்ளது) உந்துதல் பெற்று, அனுபவத்தைக் கோட்பாட்டுரீதியாகப் பயனுள்ளதாக ஏற்றுக்கொள்ள சமூக அறிவியல் மறுக்கிறது. இதற்கான காரணியம் மிக எளிமையானது: இயற்கை அறிவியலைப் பொறுத்தவரையில் அனுபவம் என்பது பிரச்சினைக்குரியதாகிறது. ஏனெனில், அனுபவம் வெளிப்படையாக மானுட எழுவாயைக் கொண்டிருப்பதோடு மட்டுமல்லாமல், மிக முக்கியமாக முற்றிலும் அந்தரங்கமானதாகவும் இருக்கிறது. உலகளாவியது என்று கோருவது (இவ்வாறு கோருவதன் ஊடாகவே படியெடுத்தல், மறுவுருவாக்கம் போன்றவை சாத்தியப்படுகின்றன) ஏதேனும் கொண்டிருக்குமானால் அது அனுபவப் புலத்தில் காணாமல்போகின்றன. மறுபுறத்தில், சில அரசியல்ரீதியான தத்துவவியலாளர்களின் எழுத்துகள் தெளிவாக வெளிப்படுத்துவதுபோல், சிந்தனை உருவாக்கத்தில் அனுபவம் மிக முக்கியமான அறிவறிவுரீதியான பாத்திரத்தை ஏற்கிறது. அனுபவம் என்பது சிந்திப்பதற்கு, அறிவதற்கு முந்தைய நிலையாக இருக்கிறது. கோட்பாடுகள், தத்துவங்கள் கொண்டு தீவிரமாக மேம்படுத்துவதற்கு இடங்கொடுக்கக்கூடியதாகவும் அனுபவம் இருக்கிறது. அம்பேத்கர் அவரது சிந்தனைகளை வளர்த்தெடுக்கும் விதமாக இத்தகைய முறையையே பின்பற்றுகிறார். அம்பேத்கருக்கு அனுபவம் மிக முக்கியமானதாகிறது. ஏனெனில், அவரைப் பொறுத்தமட்டில் தற்போதைய சமூகம் பெரும்பாலும் மநுஸ்மிருதி போன்ற பிரதிகளாலேயே இயக்கப்படுகிறது. இத்தகைய பிரதிகள் பழமைவாதச் சமூகப் பிரக்ஞையின் மீது அறிதிறன்ரீதியாகத் தீவிரத் தாக்கத்தைக் கொண்டிருக்கின்றன. இதனாலேயே தலித்துகளும் பெண்களும் இத்தகைய பிரதிகளைச் சார்ந்திருப்பது கடினமானதாகிறது. அம்பேத்கர், நடைமுறையில் உள்ள அனுபவத்தை உறுதிப்படுத்திக்கொள்ளும் விதமாகவே மகாபாரதத்தையும் பயன்படுத்துகிறார். தார்மீகரீதியாகப் பெரும் குழப்பங்களை எதிர்கொள்ள வேண்டியிருக்கும் சமூகத்தில் அனுபவமே சுயபிரக்ஞையின் பிரதான உள்ளடக்கமாக இருக்க முடியும். அம்பேத்கர் இவ்வாறு எழுதுகிறார்: ‘என் பள்ளியில் நான் தனித்து உட்காரவைக்கப்படும் வரையில், தீண்டாமை என்றால் என்னவென்று எனக்குத் தெரியாது. அதுவரையில், மநுஸ்மிருதியில் என்ன எழுதப்பட்டிருக்கிறது என்றும் எனக்குத் தெரியாது’ (1927-ல் ரத்னகிரி மாவட்டத்தில் உள்ள மகத்தில் அம்பேத்கர்

மநுஸ்மிருதியை எரித்தார்)[1]. பகவத் கீதை போன்ற செவ்வியல் படைப்புகள் குறித்த அம்பேத்கரின் விமர்சனங்களை அனுபவம் என்ற வகைமையின் ஊடாகவே பார்க்க வேண்டியுள்ளது. இந்த வகைமையின் ஊடாகவே அவர் கீதையைத் தீவிர விமர்சனத்துக்கு உட்படுத்துகிறார். ரமாபாய் பண்டிட்டும் மநுஸ்மிருதியைத் தாக்குவதற்கு அனுபவம் என்ற வகைமையையே உபயோகிக்கிறார்.[2] இறுதியாக, பிரதிபலிக்கப்பட்ட பிரக்ஞைக்கான மூலமாக அனுபவம் இருக்கும்போது, அது ஒரு பிரதி கொண்டிருக்கும் அதிகாரத்துவத்தை மறுதலிக்கக்கூடியதாகிறது. இத்தகைய அர்த்தத்திலேயே தற்போதைய அனுபவங்கள் ஒரு பிரதியைத் தேர்ந்தெடுப்பதற்கு அல்லது ஒரு பிரதியை (அறிவார்த்தமாக) மரபாகப் பெற்றுக்கொள்வதற்கு வழிநடத்தக்கூடியதாகிறது. மேலும், இது வரலாற்றுரீதியானதற்கும் சமகால அனுபவத்துக்கும் இடையே தொடர்பை ஏற்படுத்துவதாகவும் இருக்கிறது. எடுத்துக்காட்டாகச் சொல்வதென்றால், தீண்டாமை அனுபவம் ஒரு தலைமுறையிலிருந்து மற்றொன்றுக்கு என்று சாதி, ஆணாதிக்கம் போன்ற சிக்கலான இடையீட்டின் ஊடாகவே கடத்தப்படுகிறது.

இவ்வாறு இருக்க, கோட்பாட்டைக் கட்டமைப்பதில் அனுபவம் மீது இவ்வளவு அவநம்பிக்கை ஏன் தொடர்ந்துகொண்டிருக்கிறது? ஓரளவுக்கு இந்த அவநம்பிக்கையானது அனுபவத்திலிருந்து கோட்பாட்டைப் பிரித்தெடுத்த அறிவார்ந்த வரலாற்றால் உருவாக்கப்பட்டதாக இருக்கிறது. நாம் முன்னரே குறிப்பிட்டது போன்று, இயற்கை அறிவியலின் தோற்றம் இதில் பெருமளவு பங்காற்றுகிறது. இயற்கை அறிவியல் கோட்பாடுகள் ஒரு தனிநபரின் அனுபவத்தை வெளிப்படையாகக் கணக்கில் எடுத்துக்கொள்ள வேண்டிய அவசியமில்லை. (இத்தகைய சாத்தியப்பாட்டைக் கேள்விக்குட்படுத்தும் அறிவியல் குறித்த தத்துவார்த்தரீதியான எழுத்துகள் பெருமளவு பெருகிக்கொண்டே இருக்கின்றன). ஆனால், இது அவ்வளவு சுலபமாக சாத்தியப்படுவதில்லை. அறிவியலின் வரலாற்றை ஒரு முறைமையோடு அனுபவரீதியானதை மறுதலிக்கும் ஒன்றாகவும் வாசிக்க முடியும். நவீன அறிவியலைத் தொடங்கிவைத்த கலிலியோவின் சத்திய வாக்கு, அறிவியல்ரீதியான விவரிப்புகளில் இரண்டாம்தர குணங்களை (secondary qualities) அப்புறப்படுத்துவதையே அடிப்படையாகக் கொண்டிருந்தது: இரண்டாம்தர குணங்கள் அனுபவரீதியானவையாக இருப்பதாலும், மானுட அனுபவத்தின் பண்பைச் சார்ந்திருப்பதாலுமே சந்தேகத்துக்குரியவையாகின்றன. இதில் அறிவியல் வெற்றி அடைவதற்கான காரணியம், அது உலகப் பண்பியல்புகளை (properties) குறித்தே விவரிக்கின்றன (இந்தப் பண்பியல்புகள் கொடுக்கும் அனுபவம் குறித்தல்ல).

ஆனால், இது அவ்வளவு சுலபமான ஒன்றல்ல. பல காலங்களாகத் தத்துவவியலாளர்கள் விவாதித்துவருவதுபோல் உலகப் பண்பியல்புகள்

1 Khairmode (1990b: 254–5).
2 Saraswati (1976: 47).

குறித்தான விவரிப்புகளானது முதன்மையாகவும் அடிப்படையாகவும் இந்த உலகத்தோடு நாம் கொள்ளும் அனுபவத்தின் விவரிப்புகளாகவே இருக்கின்றன. தோற்றப்பாட்டியல் மரபுகள் அடிப்படையிலான இந்திய (இந்திய மரபுகளானது அடிப்படையில் தோற்றப்பாட்டியல் மரபுகளே) மற்றும் மேற்கத்திய மரபுகள், இந்த அடிப்படையான பார்வையை அரவணைத்துக்கொள்கின்றன. மேலும் செயற்கையாக எழுவாய், பயனிலை என்று பிளப்பதற்குப் பதிலாக, நீக்கமற நிறைந்திருக்கும் அகவயத்தின் ஊடாகப் புறத்தின் சாரத்தைப் பிழிந்து எடுப்பதற்கான வழிமுறைகள் மேல் கவனம்கொள்கின்றன.

சமூக அறிவியல் துறைகளில் கோட்பாட்டாக்கச் செயலில், அனுபவம் ஒரு முக்கிய வகைமையாக வெளிப்படுவது எதற்குக் கடன்பட்டிருக்கிறது என்றால், அது பொதுவாக ஐரோப்பியத் தத்துவம் என்று குறிக்கப்படும் தத்துவங்களில் காணப்படும் அகவயத்தன்மை குறித்த விமர்சனபூர்வமான கோட்பாடுகளுக்குத்தான். உலகளாவிய தன்மையை விமர்சிப்பதானது அதற்கு இணையாக உள்வட்ட அறிவு (local knowledges), இனரீதியான பண்பாடு மற்றும் இது போன்றவற்றோடு மிகத் தீவிரமாக ஈடுபடுவதற்கான சாத்தியப்பாட்டை உருவாக்கிக்கொடுத்தது. அதேசமயத்தில், ஓரளவுக்கு இந்தப் புரட்சியில் உந்துதல் பெற்ற குழுமங்களும் (groups), குமுகங்களும் (communities) தங்களுடைய அனுபவங்களைப் முதன்மைப்படுத்தத் தொடங்கின. மேலும், 'வெளிநபர்கள்' தங்களுடைய அனுபவங்களை விவரிக்கும், மாற்றி வகைப்படுத்தும் முயற்சிகளை எதிர்க்கவும் தொடங்கின. இவ்வாறு செய்வதன் ஊடாக 'வெளிநபர்', 'மற்றமை' போன்ற கருத்தமைவுகள் கருத்தாக்கத் தளத்துக்குள் மிகத் தீவிரமாகக் கொண்டுவரப்பட்டன.

ஆனால், இத்தகைய எதிர்வினை வழக்காறுகள் – எடுத்துக்காட்டாகச் சொல்வதென்றால், பின்நவீனத்துவத்துக்கு நடந்ததுபோல் – காணாமல்போகும் சாத்தியப்பாட்டைக் கொண்டிருக்கின்றன. பல்வேறு கருத்தாக்கரீதியான சட்டகங்களிலிருந்து அனுபவம் என்ற கருத்தை எடுத்துக்கொண்டு கோட்பாட்டாக்கம் செய்ய முயலாததே இதற்கான அடிப்படையான காரணியமாகிறது. வேறு வார்த்தைகளில் சொல்வதென்றால், தனிநபர் அல்லது குழுமம் சார்ந்த அனுபவங்கள் மதிக்கப்பட்டன என்றாலும், அனுபவம் குறித்தான கோட்பாடுகள் பெரும்பாலும் ஐரோப்பிய மையவாதமாகவே இருந்தன! அனுபவத்தை முதன்மைப்படுத்திய இத்தகைய கோட்பாடுகளெல்லாம் இந்தியா, சீனா, ஆப்பிரிக்கா மற்றும் பிற மரபுகளில் காணப்படும் கருத்தாக்கச் சட்டகங்களிலிருந்து எதையும் பெற்றுக்கொள்ளவில்லை. நகைமுரணாக, கோட்பாடுகளின் உலகளாவிய தன்மையை எதிர்த்துத் தோன்றிய இத்தகைய விமர்சனப் பார்வைகள் அனுபவம் குறித்து உலகளாவிய கோட்பாடுகளையே உருவாக்கின. ஒருவேளை, இந்தப் புதிர்த்தன்மை கோட்பாடு செய்தல் என்ற செயல்பாட்டிலேயே இருக்கக்கூடியதாகவும் இருக்கலாம். இந்த உள்ளார்ந்த புதிர்த்தன்மை, ஐரோப்பிய, ஆங்கில–அமெரிக்க மரபுகளிலிருந்து கோட்பாடுகளை (பல சமயங்களில் 'சீரிய ஆய்வுகள்' இல்லாமலும், போதிய சிந்தனைகள் இல்லாமலும்) பெற்றுக்கொள்வது என்பது மேற்கல்லாத

சமூகங்களில் காணப்படும் சமூகக் கோட்பாடுகளில், மேற்கல்லாத சமூகங்கள் குறித்துக் காணப்படும் சமூகக் கோட்பாடுகளில் மிக மோசமான விளைவுகளை ஏற்படுத்தக்கூடியதாக இருக்கிறது. ‘தங்களுடைய’ அனுபவங்களை ‘அவர்களுடைய’ சட்டகத்திலிருந்து புரிந்துகொள்வது இத்தகைய சமூகங்கள் உடனடித்தன்மையில் எதிர்கொள்ள வேண்டிய பிரச்சினையாகவே இருக்கிறது.

அனுபவம் குறித்து, அதிலும் குறிப்பாக ‘இந்தியா’ என்ற சிக்கலான ஒன்றை அமைப்பாக்கம் செய்யும் அனுபவங்கள் குறித்து சிந்திப்பதற்கான ஒரு சிறிய முயற்சியே இந்நூல். இந்த நூல் நான்கு பிரசுரமான கட்டுரைகளையும், நான்கு புதுக் கட்டுரைகளையும் உள்ளடக்கியிருக்கிறது. சொல்லத் தேவையில்லை என்றாலும், எவ்விதத்திலும் நாங்கள் பலதான இந்திய அனுபவங்களோடு உரையாடுகிறோம் என்று கோரவில்லை. ஆனால், சிலவற்றின் மீது கவனம் குவித்து, அத்தகைய அனுபவங்களைக் குறிப்பிட்ட சிந்தனைமுறை கொண்டு விளக்க முயன்றுள்ளோம். முழுமையாக இல்லாவிட்டாலும், பெரும்பாலும் தலித் அனுபவங்களையே எடுத்துக்கொண்டுள்ளோம் என்றாலும், இங்கு முயன்றிருப்பதற்கு நிகராகப் பிற அனுபவங்களை விவரிக்கும் சாத்தியப்பாட்டை மற்றவர்கள் விரிவாக்க வேண்டும் என்றே நாங்கள் எதிர்பார்க்கிறோம்.

நூலாசிரியர்களான நாங்கள் முற்றிலும் வேறுபட்ட அனுபவப் பின்னணியிலிருந்து வருகிறோம். ஒருவர் அரசியல் அறிவியலாளர் என்றால், மற்றொருவர் தத்துவவியலாளர் (ஒன்றோடு ஒன்று தொடர்பற்ற வகைமைகள் என்று எத்தகைய அர்த்தத்தையும் கொடுக்காமல்!). ஒருவேளை, அவரவர் எல்லைக்குள் நிற்க வேண்டிய முன்நிபந்தனை இந்த விவாதங்களில் எத்தகைய விளைவை ஏற்படுத்துகிறது என்று பார்ப்பதற்கு இது உதவக்கூடும். இந்த நூல் வரலாற்றுரீதியான கதையாடல் ஒன்றைக் கொண்டிருக்கிறது. கோபால் குரு, இந்தியச் சமூக அறிவியல் சமூகத்தின் மீது பொறுமையிழந்து, தலித் கதையாடல்களை தலித் அல்லாதவர்கள் எவ்வாறு அபகரித்துக்கொள்கிறார்கள் என்று *எக்னாமிக் அண்ட் பொலிட்டிக்கல் வீக்லியில் (இ.பி.டபிள்யூ.)* ஒரு கட்டுரை எழுதியிருந்தார் (இந்த நூலில் இயல்-1). குருவின் கட்டுரை வினையூக்கியாக இருந்து ஒருசில எதிர்வினைகளைச் சாத்தியப்படுத்தியது. அதில் பெரும்பாலானவை நிராகரிப்பதாக இருந்தன என்றாலும், சமூக அறிவியலாளர்களில் பெரும் பகுதியினரால் அந்தக் கட்டுரை உதாசீனப்படுத்தப்பட்டது. இந்தியாவில் பழகப்படும் சமூக அறிவியல் குறித்து குரு முன்வைத்த சவாலுக்குக் கிடைத்த சில எதிர்மறையான எதிர்வினைகளும் பெருமளவிலான மௌனமும் எதை வெளிப்படுத்துகிறது என்றால், கோட்பாட்டாளர்கள் குழுமத்துக்கும் களச்செயல்பாட்டாளர்களுக்கும் இடையே காணப்படும் இறுக்கத்தை மட்டுமல்லாமல், கோட்பாட்டுரீதியாகச் சமூக அறிவியலில் அங்கீகரிக்கப்பட்ட வகைமையாக அனுபவத்தை உபயோகப்படுத்துவதன் சங்கடத்தை வெளிப்படுத்துவதாகவும் இருக்கிறது. மிக முக்கியமாக, இது கோட்பாட்டாக்கச் செயலில் அறத்தைக் கண்டெடுக்க

மறுக்கும் கோட்பாட்டாளர்களின் பிடிவாதத்தை (இது உலகளாவிய போக்காகவே இருக்கிறது) வெளிப்படுத்துவதாகவும் இருந்தது.

காலதாமதமாகத்தான் என்றாலும், சுந்தர் சருக்கை எழுதிய எதிர்வினையும் இ.பி.டபிள்யூ.வில் பிரசுரமானது. இந்த எதிர்வினை சில எல்லைகளுக்கு உட்பட்டதாக இருந்தாலும், குருவைத் தீவிரமாக எடுத்துக்கொள்ள முயன்றது (இயல்-2). சருக்கையின் கட்டுரை கோட்பாடு செய்வதற்கான நிபந்தனைகள் மேல் கவனம் குவித்ததோடு, கோட்பாடு செய்வதற்குப் பிரத்யேகமாக எதை அனுபவம் கொண்டிருக்கிறது என்று கண்டெடுக்கவும் முயன்றது. இவ்வாறு செய்வதன் ஊடாக, குருவின் வாதங்களில் உள்ளார்ந்து காணப்படும் அறம் குறித்தான கேள்விகளை முதன்மைப்படுத்தி, அவற்றைக் கோட்பாட்டாக்கச் செயலின் மையத்துக்குக் கொண்டுவர சருக்கை முயன்றார்.

இவ்விரண்டு கட்டுரைகளும் முறையாகவும் வேறு பல வடிவங்களிலும், குறிப்பாக ஜவாஹர்லால் நேரு பல்கலைக்கழகம், ஹைதராபாத் பல்கலைக்கழகம் போன்ற பல்கலைக்கழக மாணவர்களோடு, விவாதங்களுக்குக் கொண்டுவிட்டன. இவ்விரண்டு கட்டுரைகளில் நாங்கள் ஆய்வுக்கு எடுத்துக்கொண்ட பிரச்சினைகள் எங்கள் இருவரையும் ஒன்றுசேர்த்தது. இவ்விரண்டு கட்டுரைகளும் பெருமளவு விவாதம் என்பதாகவே வரையறுக்கப்பட்டன. இது எங்களது முந்தைய கட்டுரைகளைப் பின்பற்றி மற்றொரு விவாதத்தைத் தொடங்கும் சாத்தியப்பாடு குறித்து எங்களைச் சிந்திக்கவைத்தது.

ஜவாஹர்லால் நேரு பல்கலைக்கழகத்தில் அம்பேத்கர் குறித்த ஒரு கருத்தரங்குக்கு சருக்கையை குரு அழைத்தபோது அத்தகைய சந்தர்ப்பம் ஒன்று உருவானது. அந்தக் கருத்தரங்கில் சருக்கையின் பங்களிப்பானது தீண்டாமையைக் கருத்தாக்கம் செய்வதற்கான தோராய முயற்சியாக இருந்தது. அந்தக் கட்டுரை வாசிக்கப்பட்டுப் பிறகு பல மாத இடைவெளி காணப்பட்டது. ஆனால், தற்செயலாகத் தோற்றப்பாட்டியல் குறித்தான கருத்தரங்கு ஒன்று, இந்தக் கட்டுரையை விரித்து எழுதுவதற்கான வாய்ப்பை சருக்கைக்கு வழங்கியது. இதுவே 'தீண்டாமையின் தோற்றப்பாட்டியல்' என்ற நீண்ட கட்டுரைக்குக் கொண்டுவிட்டது (இயல்-7ல் உள்ளது முன்னர் பிரசுரமான கட்டுரையைவிட விரிவானது).

சருக்கைக்கு எதிர்வினையாக, 'தீண்டாமையின் தொல்லியல்' என்ற தலைப்பில் (இயல்-8) குரு ஒரு கட்டுரையை எழுதினார். நாங்கள் இருவருமே இவ்விரண்டு கட்டுரைகளும் ஒருசேரப் பிரசுரிக்கப்பட வேண்டும் என்று விரும்பினோம். அவ்வாறு பிரசுரிக்கப்பட்டால் எங்களுக்கு இடையேயான விவாதம், பொது விவாதமாகும் அல்லது குறைந்தபட்சம் அவற்றை அப்படியாக முன்வைக்க முடியும் என்று நாங்கள் நினைத்தோம். இ.பி.டபிள்யூ.வின் ஆசிரியர், ராம்மனோகர் ரெட்டி, எங்களுடைய யோசனையை ஏற்றுக்கொண்டு இரண்டு கட்டுரைகளையும் ஒருசேரப் பிரசுரித்தார்.[3]

3 பார்க்கவும்: *Guru (2002) and (2009); Sarukkai (2007) and (2009a).*

தீண்டாமை குறித்த விவாதம் சுவாரஸ்யமான எதிர்வினைகளைத் தூண்டிவிட்டது.[4] அதேசமயத்தில், அது பல கேள்விகளையும் எழுப்பியது. இந்தக் கேள்விகளுக்குப் பதில் அளிக்க வேண்டுமென்றால், பிரச்சினைகளை இன்னும் விரிவாக நூல் வடிவில் விவாதித்தால்தான் முடியும் என்று நாங்கள் உணர்ந்தோம். ஆக, இ.பி.டபிள்யூ.வில் பிரசுரிக்கப்பட்ட நான்கு கட்டுரைகளை அடிப்படையாகக் கொண்டு, நாங்கள் இருவரும் மேலும் இரண்டு இயல்களை எழுதினோம். அதாவது, அனுபவம் குறித்தும் கோட்பாட்டின் அறம் குறித்தும் ஆளுக்கு ஒரு கட்டுரை எழுதினோம்.

இந்த நூலின் தலைப்பு, அனுபவத்துக்கும் கோட்பாட்டுக்கும் இடையேயான உறவை அர்த்தப்படுத்துவதற்கான எங்களது முயற்சிகளை வெளிக்கொணர்வதாக இருக்கிறது. அனுபவத்துக்கும் கோட்பாட்டுக்கும் இடையே அர்த்தமுள்ள உறவைக் கண்டெடுப்பதற்கான எங்களது முயற்சியில், அனுபவமும் கோட்பாடும் ஒன்றையொன்று பிரதிபலித்துக்கொண்டிருக்கும் கண்ணாடிப் படிமத்தைத் திரும்பத் திரும்ப நாங்கள் எதிர்கொள்ள வேண்டியிருந்தது. இருந்தாலும் அனுபவம், கோட்பாடு இரண்டும் உருக்குலைந்து, சிக்கலான முறையில் ஒன்றையொன்று பிரதிபலிப்பதால், இதை வெளிப்படுத்தும் விதமாக, விரிசல் கண்ணாடி என்ற படிமத்தை முன்வைக்கிறோம். வெளிப்படையாகச் சொல்வதென்றால், இந்தியாவில் பெரும்பாலான ஏழை மக்களுக்கு விரிசல் கண்ணாடியே கிடைக்கக்கூடியதாக இருக்கிறது. எங்கள் இருவரையும் பொறுத்தமட்டில், இந்த விரிசல் கண்ணாடியில் பிரதிபலிக்கப்படுவது எதை அடையாளப்படுத்துகிறது என்றால் அனுபவம், கோட்பாடு குறித்த எல்லா உரையாடல்களிலும் மறைந்திருக்கும் இந்தப் பாதாள யதார்த்தத்தையே. இந்த நூலில் காணப்படும் எங்களுடைய கருத்துகள் ஒருவேளை கண்ணாடியில் காணப்படும் விரிசல்தன்மையை வெளிப்படுத்துவதாகவும் இருக்கலாம்.

இந்த நூலில் உள்ள எட்டு இயல்களை ஒருவிதத்தில் விவாதமாக முன்வைப்பது என்று நாங்கள் தீர்மானித்தோம். அதாவது, ஒருவருக்கு ஒருவர் தளர்வாக எதிர்வினையாற்றிக்கொண்டதோடு, மற்றவர்கள் தங்களுடைய நிலைப்பாடுகளைச் சேர்ப்பதற்குப் போதுமான வெளியையும் விட்டிருக்கிறோம். மேலும், ஒவ்வொரு இயல்களையும் யார் எழுதியது என்பதைத் தெளிவாகத் தக்கவைத்துக்கொள்ளவது என்றும் தீர்மானித்தோம். எங்களுக்கு இடையேயான ஏற்புகளும் மறுப்புகளும் கூட்டாசிரியர்கள் என்பதற்குள் மறைந்துபோகாமல் தெளிவாகத் தக்கவைத்துக்கொள்வதை இது சாத்தியப்படுத்தியது. இவ்வாறு செய்வதன் ஊடாக, அறிவார்த்தரீதியான உரையாடல்களில் விவாதங்கள் கொண்டிருக்கும் முக்கியத்துவத்தைக் கோடிட்டுக்காட்டவும் நாங்கள் விரும்புகிறோம். பண்டைய, நவீன இந்தியாவில் காணப்படும் விவாதங்கள் குறித்தான ரகுராமராஜுவின் எழுத்துகள் இந்த வடிவத்தைத் தக்கவைத்துக்கொள்வதற்குக் கூடுதல் உந்துதலைக் கொடுத்தன.[5]

---

4 Cybil (2009) and Natarajan (2009).
5 Raghuramaraju (2006).

மேலும், ஆக்ஸ்போர்டு யூனிவர்சிட்டி பிரஸ் (ஓ.யூ.பி.) ஆசிரியர் குழுவினர் கொடுத்த உற்சாகமும் இந்த வடிவத்தைத் தக்கவைத்துக்கொள்வதற்கான உந்துதலைக் கொடுத்தது.

இந்திய அறிவார்த்த உரையாடல்களில் முன்னர் காணப்பட்ட, ஆனால் இப்போது மறைந்துபோய்விட்ட விவாதங்களின் பண்பைப் புத்தாக்கம்செய்து, அதைச் சமகாலக் கல்விப்புல நடைமுறையில் கொண்டுவரும் நோக்கிலும் விவாதம் என்ற கருத்தை நாங்கள் வெளிப்படையாக முன்வைக்கிறோம். குறிப்பிட்ட கோட்பாடுகள் குறித்துப் பொதுவாக விவாதிப்பதைவிட, இரண்டு தனிநபர்களுக்கு இடையேயான விவாதம் என்பது, அவ்விரண்டு தனிநபர்கள் விவாதிப்பதற்கான வெளியை உருவாக்கிக்கொடுப்பதோடு, அந்த வெளியை மற்றவர்கள் பயன்படுத்திக்கொள்வதற்கான சாத்தியப்பாட்டையும் உருவாக்கிக்கொடுக்கிறது. மேலும், இது ஏற்புகளையும் மறுப்புகளையும் வெறுமனே தனிப்பட்ட விருப்பு வெறுப்பு என்று சுருக்காமல் இருப்பதற்கான வினையூக்கியாகிறது. தனிப்பட்ட விருப்பு வெறுப்பு என்பதாகச் சுருங்கும் இந்தத் துரதிர்ஷ்டவசமான போக்கு, இந்தியாவில் இன்று பெருமளவு கோட்பாடுகள் செய்வதன் பண்பாக (சமூக அறிவியல்களில் மட்டுமல்லாமல்) இருப்பதுபோல் இருக்கிறது.

இந்த நூல் முழுக்க ஒருவிதத்தில் ஒருவருக்கொருவர் எதிர்வினையாற்றுவதாக இருந்தாலும், வாசகர்கள் இப்படியான கேள்விகளைக் கேட்கலாம் என்று எதிர்பார்த்து அதற்கு எதிர்வினையாற்றும் கூடுதல் பரிமாணத்தையும் இந்த நூல் கொண்டுள்ளது. இப்படியாக இருந்தாலும், எல்லாப் பிரச்சினைகளையும் எதிர்கொண்டிருக்கிறோம் என்றோ அல்லது அதற்கு முயன்றிருக்கிறோம் என்றோ நாங்கள் அனுமானித்துக்கொள்ள முடியாது. இன்னும் வெளிப்படுத்தப்படாத வேறு விதமான எதிர்வினைகளுக்கான ஒரு சட்டகத்தை உருவாக்கிக்கொடுத்திருக்கிறோம் என்று மட்டுமே நாங்கள் நம்புகிறோம். குறிப்பாக, இந்திய அனுபவங்களை அர்த்தப்படுத்திக்கொள்வதற்கான வழிமுறைகளைக் கண்டெடுப்பதில் நமக்கு முன் தொடர்ந்து வைக்கப்படும் சவால்களுக்கு எதிர்வினையாற்றவே முயன்றுள்ளோம். மேலும், சமகால அனுபவங்களை விவரிப்பதற்கான சொல்லாடல்களையும் புதிய கருத்துகளையும் முன்வைக்க சில இந்திய அறிவார்த்த மரபுகளோடு மிகத் தீவிரமாக உரையாடவும் முயன்றுள்ளோம்.

இந்தியச் சமூக அறிவியல் நடைமுறைகளில் சமத்துவவாதமற்ற தன்மை குறித்து குருவின் இ.பி.டபிள்யூ. கட்டுரை (இயல்-1) முதலில் இந்த விவாதத்தைத் தொடங்கிவைக்கிறது. அடுத்த இயல், இந்தக் கட்டுரைக்கான சருக்கையின் எதிர்வினையாகிறது. அனுபவத்தின் பண்பைத் தத்துவார்த்தரீதியாக அணுக முயல்கிறது இயல்-3. இந்திய மற்றும் மேற்கத்தியத் தத்துவார்த்த மரபுகளிலிருந்து தேர்ந்தெடுத்த சில பார்வைகளை எடுத்துக்கொண்டு அனுபவம் என்ற கருத்தோடு தொடர்புடைய கோட்பாட்டுரீதியான பிரச்சினைகள் குறித்து வாசகர்களுக்கு ஒரு புரிதலைக் கொடுக்க முயல்கிறது

இந்த இயல். இயல்-4 அனுபவம் என்ற பின்னணியில் வெளி குறித்தான குருவின் கருத்துகளை விவரிக்கிறது. இந்த இயல், அனுபவம் என்ற கருத்துக்கு முக்கியத்துவம் சேர்க்கும் விதமாக அதோடு சில கருத்தாக்கங்களைச் சேர்த்து வரிசைமுறைப்படுத்த முயல்கிறது. இவ்வாறு வரிசைமுறைப்படுத்துவது அறிவறிவுரீதியாகவும் பொருள்கோளியல்ரீதியாகவும் பின்னணியை உருவாக்கிக்கொடுத்து வெளி, நீதி போன்ற கருத்தாக்கங்களின் சாத்தியப்பாட்டை முன்வைப்பதோடு, இந்தக் கருத்தாக்கங்களைப் புரிந்துகொள்ளக்கூடிய ஒன்றாகவும் முன்வைக்கிறது. இப்படியாக, கோட்பாடானது அனுபவத்தின் ஊடாகச் செயல்பட்டு வெளி, நீதி போன்ற கருத்தாக்கங்கள் ஊடாக உயிர் பெற்றதாகிறது. இயல்-5, இயல்-6 கோட்பாட்டின் பண்பு குறித்து, குறிப்பாகச் சமூக அறிவியல்களில் கோட்பாட்டாக்கம் என்ற செயலுக்கு மிக அவசியமான அற நிலைப்பாடு குறித்து வெளிப்படையாக விவாதிக்கின்றன. இந்த இயல்கள் அனுபவத்தின் தன்னாட்சி குறித்த எங்களது முந்தைய நிலைப்பாட்டை விமர்சனரீதியாக அணுகுவதோடு, கோட்பாட்டுச் சட்டகத்துக்கு வெளியே அனுபவம் சாத்தியப்படுவது குறித்த கேள்விகளையும் முன்வைக்கின்றன. எல்லாவற்றுக்கும் மேலாக, மிக முக்கியமாக இவ்விரண்டு இயல்களும், சமூக யதார்த்தம் குறித்து சிந்தித்தல், கோட்பாட்டாக்கம் செய்தல் போன்றவற்றுக்கு மிக அவசியமான ஒன்று அறரீதியான நிலைப்பாடு என்ற எங்களது நிலைப்பாட்டை முன்னுக்குக் கொண்டுவருகின்றன. ஏற்கெனவே பிரசுரிக்கப்பட்ட தீண்டாமை குறித்த எங்களுக்கிடையேயான விவாதம் இறுதி இயல்களாகின்றன. தீண்டாமை என்ற அனுபவத்தைத் தோற்றப்பாட்டியல் ஊடாகப் புரிந்துகொள்வதற்கான ஒரு முயற்சியே இயல்-7. இந்திய மற்றும் மேற்கத்தியக் கருத்தாக்கங்களை எடுத்துக்கொண்டு, தீண்டாமையைக் கருத்தாக்கம் செய்யும் விதமாக அவற்றை விரிவுபடுத்த முயல்கிறது இந்த இயல். இயல்-8, தீண்டாமையைப் புரிந்துகொள்ள இத்தகைய மாற்று வழிகளை வளர்தெடுக்க முயல்கிறது என்றாலும், வேறான அணுகுமுறையைப் பின்பற்றுகிறது. அதாவது, தோற்றப்பாட்டியலுக்குப் பதிலாகத் தொல்லியல் முறையைப் பின்பற்றுகிறது.

இந்த நூல் சமூக அறிவியலாளர்களின் கவனத்தைப் பெறும் என்று நாங்கள் மிகவும் நம்பிக்கை கொண்டிருக்கிறோம். அதேசமயத்தில், இது தத்துவவியல், கலை, இலக்கியம், சமூக அறிவியல் போன்று பல துறைகளுக்கு இடையே படைப்பூக்கமிக்க உரையாடலுக்குக் கொண்டுவிடும் என்றும் நம்புகிறோம். எங்களுடைய பிரதான கவனம் இந்தியாவில் உள்ள மாணவர்கள்தான். இவர்கள் ‘மேற்கிலிருந்து’ கோட்பாடுகளைப் பெருவெள்ளம்போல் எதிர்கொள்ள வேண்டியிருப்பதை நாங்கள் உணர்ந்திருக்கிறோம். அதேசமயத்தில், இவர்கள் இந்திய மற்றும் பிற மேற்கல்லாத அறிவார்த்த மரபுகள் குறித்து அறிமுகமோ பயிற்சியோ இல்லாதவர்களாக இருக்கிறார்கள் என்பதையும் நாங்கள் உணர்ந்திருக்கிறோம். காலனியப்பட்டிருக்கும் இந்த மனம், பரந்துபட்ட இந்திய அனுபவங்களின் பண்பு குறித்துப் படைப்பூக்கத்தோடும் சொந்தமாகப் பிரதிபலிக்கும் வளர்ச்சிக்கும் பெரும் தடையாக இருக்கிறது. இது பண்டைய, மத்தியக்கால, அல்லது சமகால இந்திய அறிவார்த்த மூலாதாரங்களையே

முற்றாகச் சார்ந்திருக்க வேண்டும் என்று நாங்கள் எவ்விதத்திலும் அறைகூவல் விடுக்கவில்லை (மேற்கு இதைத்தான் செய்தது என்றாலும். அதாவது, பண்டைய கிரேக்கத்திலிருந்தும், பின்னர் தோன்றிய ஐரோப்பிய மற்றும் ஆங்கில-அமெரிக்கச் சிந்தனையாளர்களிடமிருந்தும் மட்டுமேதான் எடுத்துக்கொண்டது!). மாறாக, உலகின் எல்லாப் பகுதிகளிலிருந்தும் அறிவார்த்த மூலாதாரங்களை எடுத்துக்கொண்டு அறிந்துகொள்ளுதல், சிந்தித்தல் போன்றவற்றைப் பல்வேறு விதமாக ஒன்றிணைக்க வேண்டும் என்றே நாங்கள் அறைகூவல் விடுக்கிறோம். கருத்தாக்க மூலாதாரங்களைப் பொறுத்தமட்டில், 'கோட்பாட்டுரீதியான மேற்கிலிருந்து' கருத்தாக்கங்களைப் பயன்படுத்துவதற்கும் 'அனுபவரீதியான கிழக்கிலிருந்து' கருத்தாக்கங்களைப் பயன்படுத்துவதற்கும் இடையே காணப்படும் ('கோட்பாட்டுரீதியான பார்ப்பனர்கள், அனுபவரீதியான சூத்திரர்கள்' என்று குரு முன்வைப்பதை இங்கு மாற்றி முன்வைக்கிறோம்) மிகப் பெரும் அளவிலான சமனற்றதன்மை எங்களைச் சங்கடப்படுத்துகிறது. இதோடு சேர்ந்து, மேற்கல்லாததை மேற்கத்தியர்கள் பிரதிநிதித்துவப்படுத்துவதற்கும், மேற்கத்தியரல்லாதவர்கள் மேற்கைப் பிரதிநிதித்துவப்படுத்துவதற்கும் இடையே காணப்படும் சமனற்றதன்மை எங்களுடைய சங்கடத்தை மேலும் தீவிரப்படுத்துகிறது. இத்தகைய அர்த்தத்தில் சமூக அறிவியல்களில் காணப்படும் கோட்பாடுகள் ஜனநாயகரீதியாக உலகப் பார்வைகளை, கருத்துகளை, கருத்தாக்கங்களைப் பரிமாறிக்கொள்வதற்கான உந்துதல் எதையும் கொண்டிருக்கவில்லை. எங்களுடைய இந்தப் படைப்பு இது போன்ற சமனற்றதன்மைகளை ஓரளவுக்கேனும் குறைப்பதற்கான நம்பிக்கையைக் கொடுக்கும் என்றே நம்புகிறோம்.

◉

1 இந்தியாவில் சமத்துவவாதமும் சமூக அறிவியல்களும்

கோபால் குரு

எக்னாமிக் அண்ட் பொலிடிக்கல் வீக்லி (இ.பி.டபிள்யூ.) பக்கங்களில், கூர்வுணர்வுடைய அறிஞர்கள் பங்கெடுத்துக்கொண்ட விவாதம் ஒன்று சமீபத்தில் நடந்தது. இந்தியாவில் சமூக அறிவியல் துறைகளின் எதிர்காலம் குறித்த பிரச்சினையை இந்த விவாதம் நம் கவனத்துக்குக் கொண்டுவந்தது. இந்தக் குறுக்கீடுகள் சமூக அறிவியலில் காணப்படும் கோளாறுகளின் பல பரிமாணங்களை உள்ளடக்கியதாக இருந்தன. உதாரணத்துக்கு, சமூக அறிவியலில் சுதந்திரவாதிகள் இல்லாததை ராமசந்திர குஹா கோடிட்டுக்காட்டுகிறார் என்றால், இந்தியாவில் உள்ள ஒருசில பெருநகரங்களில் காலனிய ஆதிக்கத்துக்கு ஆட்பட்டதாக சமூக அறிவியல் இருக்கிறது என்கிறார் பார்த்தா சாட்டர்ஜி. இந்த முன்வைப்புகளை, குறிப்பாக குஹாவின் முன்வைப்பை, பீட்டர் டி சோஸா போன்ற அறிஞர்கள் நுட்பமான வாதங்கள் கொண்டு மறுத்துள்ளார்கள். இந்தியாவில் நடைமுறைப்படுத்தப்படும் சமூக அறிவியல் குறித்து குஹா, பீட்டர் டி-சோஸா, சாட்டர்ஜி ஆகியோர் முன்வைத்திருக்கும் விமர்சனங்களை ஒதுக்கித்தள்ளாமல்[1], சமத்துவவாதக் கொள்கையை அறிமுகப்படுத்தி அதை மேலும் விரித்தெடுக்கவே இந்த இயல் முயல்கிறது. அனுபவவாத அடிப்படையிலான சமூக அறிவியல் கீழானது என்றும், விமர்சனபூர்வமாக அங்கீகரிக்கப்பட்ட அறிவுப்புலம் மேலானது என்றும் பிளவுபட்டிருக்கும் சூழ்நிலையில், சமத்துவவாதக் கொள்கையை முன்வைத்து சமூக அறிவியலை அணுகுவது மிக அவசியமாகிறது. இது குறித்துப் பின்வரும் பகுதியில் நாம் விரிவாகப் பார்ப்போம். கடந்த ஐம்பது, அறுபது ஆண்டுக்கால கல்விப்புலம் சார்ந்த இந்தியச் சமூக அறிவியல் அனுபவம் வெளிப்படுத்துவதுபோல், அது பண்பாட்டுரீதியான படிநிலையைக் கொண்டிருக்கிறது. அதாவது, அனுபவவாத அடிப்படையிலான சமூக அறிவியலை முன்வைக்கும் கீழான ஆய்வாளர்கள், சிந்திக்கும் ஆற்றல் கொண்டிருக்கும் கோட்பாட்டுரீதியான பண்டிதர்கள் என்ற மிகப் பெரிய பிளவை அது கொண்டிருக்கிறது. பிந்தையவர்கள் முந்தையவர்களைவிட அறிவார்த்தரீதியாக மேலானவர்கள் ஆகிறார்கள். மிகவும் பழக்கப்பட்ட ஒப்புமையை உபயோகித்துச் சொல்வதென்றால், இந்தியச் சமூக அறிவியலானது கோட்பாட்டு அடிப்படையிலான பார்ப்பனர்கள், அனுபவவாத அடிப்படையிலான சூத்திரர்கள் என்ற பெருங்கேடான பிளவைக்

1 பார்க்கவும்: *Chatterjee (2002), de Souza (2002), Guha (2001).*

கொண்டிருக்கிறது. இந்தப் பிளவானது நாட்டில் நடைமுறையில் உள்ள சமூக அறிவியலில் காணப்படும் சமத்துவமின்மையையே குறிக்கிறது.

இந்த இயல் நான்கு பகுதிகளாகப் பிரிக்கப்பட்டுள்ளது. முதலாவது பகுதி, சமூக அறிவியலின் நடைமுறையை சமத்துவவாதக் கொள்கையைக் கொண்டு விமர்சனபூர்வமாக அணுக வேண்டிய நியாயங்களைக் முன்வைக்கிறது.[2] வேறு வழியில்லாமல் சில கல்விப்புலம் சார்ந்த, நிறுவனப்பட்ட அமைப்புகள் ஊடாகச் செயல்படும் பண்பாட்டுரீதியான படிநிலையை விமர்சிப்பதை இந்தப் பகுதி உள்ளடக்கியிருக்கிறது. இரண்டாவது பகுதியில், அறிவார்த்தரீதியாக ஒதுக்கிவைக்கப்படும் தலித்துகள், பூர்வக்குடிகளின் — பிற்படுத்தப்பட்டோர் குழுமங்கள் உட்பட, பிரதிபலிக்கும் திறனைப் பெருமளவு பாதிக்கும் நிலை குறித்து விவாதிக்க முயல்கிறது. சமூக அறிவியல் செய்யும்போது கோட்பாட்டுரீதியாக அரூபமாகப் பிரதிபலிக்கும் திறனைக் கொண்டிருக்க முடியாமல் சில குழுமங்கள் இருப்பது ஏன் என்ற கேள்வியையும் இந்தப் பகுதி எழுப்புகிறது. பிரதிபலிக்கும் ஆற்றலுக்கான சாத்தியப்பாடுகளைப் பாதிக்கக்கூடிய விஷயங்கள் குறித்தும் இந்தப் பகுதி ஆராய்கிறது. மூன்றாவது பகுதி, கோட்பாடு செய்வதற்குத் *தார்மீக சக்தி* அவசியமானதாக இருப்பது குறித்து அக்கறைகாட்டுகிறது. இறுதிப் பகுதி, தலித்துகள் சார்பாக தலித் அல்லாதவர்கள் முன்வைக்கும் கோட்பாட்டுரீதியான முன்வைப்புகளை விமர்சிக்க முயல்கிறது. மேலும், இந்தியாவில் நடைமுறையில் காணப்படும் சமூக அறிவியல்களில் தலித் பிரச்சினைகளின் அறிவார்த்தப் பிரதிநிதித்துவத்தைத் தார்மீகரீதியாக விமர்சிக்கவும் முயல்கிறது.

சமத்துவவாதக் கொள்கையும் சமூக அறிவியல் நடைமுறையும்

சமத்துவவாதக் கொள்கை தார்மீகரீதியான சந்தர்ப்பத்தை உருவாக்கிக் கொடுப்பதோடு, சமூக அறிவியல் நடைமுறையில் காணப்படும் ஒதுக்கிவைக்கும் பண்பை (சுத்தம், அசுத்தம் சார்ந்த பிளவுகள், இருபிறப்பாளர்களில் மேல் அடுக்கில் இருப்பவர்களுக்கென்று தனித்த வாழ்விடமான அக்ரஹாரங்கள்) விசாரணை செய்வதற்கான திறனையும் உருவாக்கிக்கொடுக்கிறது. மேலும், சமூக அறிவியலை உள்ளிணைக்கக்கூடிய ஒன்றாக்குவதற்கு அதன் எல்லைகளை மறுஒழுங்குக்குள் கொண்டுவருவதற்கான மாற்று முறைகளையும் நடைமுறை சார்ந்து உருவாக்கிக்கொடுக்கிறது. சமூக அறிவியலை சமத்துவவாத அடிப்படையில் மறுஒழுங்குக்குள் கொண்டுவருவதானது சிலர் 'வாயிற்காப்பாளராக' இருப்பதைக் கேள்விக்குட்படுத்த முயல்கிறது. இப்படியாக, சமத்துவவாதக் கொள்கையானது விசாரணை செய்வதோடு ஆலோசனைகளை வழங்கக்கூடியதாகவும் இருக்கிறது. கீழ்காணும் காரணியங்கள் அடிப்படையில் நாம் இதை நியாயப்படுத்த முடியும்.

2 Berlin (1978: 87 and 102).

முதலாவதாக, சமூக அறிவியலை நடைமுறைப்படுத்துபவர்களிடம் தார்மீகப் பொறுப்பைக் கொண்டுவரும் ஆற்றலை சமத்துவவாதக் கொள்கை பெற்றிருக்கிறது. சமூக அறிவியலில் ஒரு குறிப்பிட்ட சமூக அறிவியல் மொழிக்கு ஏன் முக்கியத்துவம் கொடுக்கப்படுகிறது என்பதற்கான நியாயப்பாட்டை, அதாவது ஒரு குறிப்பிட்ட போக்கு குறித்த அனுபவரீதியான விவரிப்புகளைவிட ஏன் கோட்பாட்டுரீதியானதற்கு முக்கியத்துவம் கொடுக்கப்படுகிறது என்பதற்கான நியாயப்பாட்டை முன்வைக்க வேண்டிய கட்டாயத்தை உருவாக்குகிறது. இதை வேறு விதமாகச் சொல்வதென்றால், சமத்துவவாதம் எல்லா அறிவார்த்த வெளிப்பாடுகளிலும் காணப்படும் தான்தோன்றித்தனமான போக்கை விசாரணைக்கு உட்படுத்துகிறது. எடுத்துக்காட்டாக, சமூக அறிவியலில் இத்தகைய விளக்கங்களை சமத்துவவாதம் ஏற்றுக்கொள்ளாது: 'ஒருவர் கோட்பாடு செய்வதற்கான திறனை உள்ளார்ந்து கொண்டிருக்கிறார்கள்', 'கோட்பாடு செய்வதென்பது ஒருவரின் இயற்கையான பண்பாக இருக்கிறது', 'சுத்தமான உடலின் சிந்திக்கும் தலையிலிருந்து ஒருவர் பிறந்ததால், அவர் கோட்பாடு செய்வதற்கான அந்தஸ்தைப் பெறுகிறார்'. இரண்டாவதாக, அதாவது முதலாவதற்கு இணையாக, சிலர் கோட்பாட்டுரீதியான தேக்கரண்டியை அவர்கள் வாயில் கொண்டு பிறந்தார்கள் என்றும், பெரும்பாலானவர்கள் நடைமுறைவாதப் பானையை அவர்கள் கழுத்தில் கட்டிக்கொண்டு பிறந்தார்கள் என்றும் முன்வைக்கப்படும் படிநிலையை சமத்துவவாதம் விசாரணைக்கு உட்படுத்துகிறது. இங்கு பானை என்ற ஒப்புமையானது 19-ஆம் நூற்றாண்டு மகாராஷ்டிரத்தின் பேஷ்வா ஆட்சியில், தீண்டப்படாதவர்கள் அவர்கள் கழுத்தில் மண்பானையைக் கட்டிக்கொள்ள வேண்டும் என்ற சமூகக் கொடுமையைக் குறிக்கிறது. தீண்டப்படாதவர்களின் கழுத்தில் மண்பானையைப் பலவந்தமாகக் கட்டியது பார்ப்பனிய அரசு. தீண்டப்படாதவர்கள் தங்களைச் சுற்றியிருக்கும் வெளிகளைச் சடங்குரீதியாக அசுத்தப்படுத்தாமல் இருப்பதற்கு, கழுத்தில் கட்டப்பட்டிருக்கும் பானையில்தான் அவர்கள் எச்சில் துப்ப வேண்டும். மற்றவர்கள், அதாவது உயர் சாதிகள் எங்கு வேண்டுமென்றாலும் எச்சில் துப்பலாம். ஆனால், தலித்துகள் துப்பக் கூடாது. இந்தப் பிரச்சினையில் உள்ள அபத்தத்துக்கு அழுத்தம் கொடுத்துச் சொல்வதென்றால், எச்சில் துப்புவதற்கு சமகால இந்தியாவில் உள்ளது போன்ற ஜனநாயகத்தன்மையை பேஷ்வா ஆட்சி கொண்டிருக்கவில்லை.

மூன்றாவதாக, தலித்துகள் அல்லது பூர்வக்குடிகளில் அறிவார்த்த உலகத்துக்குச் சொந்தமான புதிய அறிவறிவுரீதியான (epistemological) நிலப்பகுதிகளை தலித் அல்லாதவர்களும் பூர்வக்குடி அல்லாதவர்களும் ஆக்கிரமித்துக்கொள்வதற்கு அறிவார்த்தப் படையெடுப்புக்கான அதிகாரத்தைக் கொடுக்கும் அறிவறிவுரீதியான ஏகாதிபத்தியத்தை சமத்துவவாதக் கொள்கையானது விசாரணைக்கு உட்படுத்துகிறது. சமூக அறிவியலின் 'வாயிற்காப்பாளர்கள்' வடிவமைத்த சட்டதிட்டங்கள், செயல்முறைகள், நெறிமுறைகளைப் பின்பற்றுகிறவர்கள் எவர் வேண்டுமென்றாலும், எந்த அறிவுத் துறை வேண்டுமென்றாலும் போட்டி என்ற பெயரில் ஆக்கிரமித்துக்கொள்ளக்கூடிய

திறந்த வெளியாகப் பார்க்கும் நவீனத்துவவாதத்தின் (அதீத) தன்னம்பிக்கையில்
சமத்துவவாதமானது தார்மீக அடிப்படையில் ஓட்டைபோடுகிறது.
இப்படியாக, சமூக அறிவியலில் காணப்படும் போட்டி மனப்பான்மையை
சமத்துவவாதம் பின்னுக்குத் தள்ளுகிறது. மற்றவர்கள் சில அறிவுப்புலங்களை
அறிவார்த்தரீதியில் இன்னும் மேலாக அணுக முடியும் என்பதால் இது
நவீனத்துவவாதிகள் மீது தார்மீக அழுத்தத்தைக் கொடுக்க முடியும். விசாரணை
செய்யும் பரிமாணமும் சமத்துவவாதக் கொள்கையை முன்வைப்பதற்கு
மேலும் அழுத்தம் கொடுக்கக்கூடியதாக இருக்கிறது. விசாரணை செய்யும்
பண்பைக் கொண்டிருக்கும் சமத்துவவாதக் கொள்கையானது அறிவார்த்த
விசாரணைகளிலிருந்து முறையாக ஒதுக்கிவைக்கப்படும் வடிவங்களை,
சூழ்நிலைகளையெல்லாம் அடிப்படையில் எதிர்த்து நிற்கக்கூடியதாக
இருக்கிறது.

இந்தியாவில் நடைமுறையில் உள்ள சமூக அறிவியலைப் புரிந்துகொள்ள
சமத்துவவாதத்தின் முக்கியத்துவத்தை முன்வைப்பது இத்தகைய
காரணியங்களுக்காகத்தான்: முதலாவதாக, 'அறிவார்த்தத் துறைகளில் எல்லோரும்
சமவுரிமை கோர முடியாது' என்ற வாதத்தை இது அங்கீகரிக்காது. அதுபோலவே,
அறிவார்த்தத் துறைகள் சிலவற்றை அதில் நிபுணத்துவம் கொண்டவர்களிடம்
விட்டுவிட வேண்டும் என்ற நிலைப்பாட்டையும் ஏற்றுக்கொள்ளாது.
இரண்டாவதாக, மட்டுப்படுத்தக்கூடிய பண்பைக் கொண்டிருக்கும்
விதிமுறைகள், செயல்முறைகள், நெறிமுறைகள் போன்றவற்றை சமத்துவவாதக்
கொள்கை அங்கீகரிக்காது. மேலும், சமத்துவவாதக் கொள்கையானது
இந்தியாவில் சமூக சக்திகளால் அறிவார்த்தத் தளங்களுக்குள் நுழைவது
வரலாற்றுரீதியாகத் தடைசெய்யப்பட்டிருக்கும் பண்பாட்டுக் குழுமங்களுக்குக்
குறைந்தபட்சம் கோட்பாட்டு ரீதியான தளத்திலேனும் நம்பிக்கை
கொடுக்கக்கூடியதாக இருக்கிறது. எடுத்துக்காட்டாக, அறிவறிவுரீதியான
சாத்தியப்பாடுகள் அறிவுப்புலங்களின் (கோட்பாட்டுரீதியாகவும்
நடைமுறைரீதியாகவும் சமூகச் செயல்பாட்டுக்கான அறிவறிவுரீதியாகவும்)
பண்பாட்டு எல்லைகளைக் கடந்து உரையாடுவதையும், எந்தப் பண்பாட்டுப்
பின்னணியிலிருந்து ஒருவர் வந்திருந்தாலும் கொள்கையளவிலேனும் அதை
உபயோகித்துக்கொள்வதையும் சாத்தியப்படுத்துகிறது.[3] மூன்றாவதாக,
இந்த வகையிலான சமத்துவவாதக் கொள்கை, ஒருவர் எந்தச் சாதியைச்
சேர்ந்தவராக இருந்தாலும் எந்தச் சமூகத்தைச் சேர்ந்தவராக இருந்தாலும்
பொதுவாகக் காணக்கூடிய கருத்தாக்கங்களையும் வகைமைகளையும்
சமமாக உபயோகிப்பதற்கும், ஏன் தவறாக உபயோகிப்பதற்குமான
சாத்தியப்பாட்டையும் தன்னுள்ளே கொண்டுள்ளது. அறிவறிவுப் புலம்
அதனளவிலான வகைமைகளைக் கட்டுப்படுத்துவதற்கான காப்புரிமை
சில பண்பாட்டுக் குழுமங்களுக்கு மட்டுமானது என்று தன்னளவில் நிறுவ
முயலாது. மாறாக, அறிவார்த்த நடைமுறைகளுக்குத் தன்னிச்சையாக
எல்லைகள் உருவாக்குவதன் அல்லது வகைமைகளை உருவாக்குவதன்

---

3   Raina (2000).

அரசியலையும் கேள்விக்கு உட்படுத்துகிறது. இத்தகைய அர்த்தத்திலேயே மேலாதிக்க அறிவறிவுரீதியான நடைமுறைகளைப் பின்னுக்குத் தள்ளக்கூடிய நம்பிக்கையை சமத்துவவாதக் கொள்கை கொடுக்கிறது. அதாவது, இந்த மேலாதிக்க நடைமுறை ஒதுக்கிவைக்கும் பண்பை மட்டுமல்லாமல், அதிகாரத்துவ நோக்கத்தையும் கொண்டிருக்கிறது. இது ஒழுங்குக்கு அழுத்தம் கொடுக்கிறது, சிறுமைப்படுத்துகிறது, ஏன் மேலாதிக்கத்துக்கு அவசியமாக விளங்கும் பண்பாட்டுப் படிநிலைகளை ஊக்குவிக்கும் அறிவார்த்தக் கதையாடல்களுக்கு உட்படாத கருத்தாக்கங்களுக்கும் வகைமைகளுக்கும் அறிவுசார் அந்தஸ்த்தைக் கொடுக்கவும்கூட மறுக்கிறது. கோட்பாடு ஓர் அதிகாரத்துவ நடைமுறையாக அழிவுகளை ஏற்படுத்தக்கூடியதாக இருக்கிறது. குறிப்பாக, அதிகாரத்துவம் கொண்ட கல்விப்புல ஆளுமைகளைப் பின்பற்ற வேண்டும் என்ற ஆர்வத்தில், இளம் ஆய்வாளர்கள் அதிகாரத்துவம் கொண்ட அறிவார்த்தத்துக்கு வெளியே மலரக்கூடிய அவர்களது சுயமான பார்வைகளைப் பலிகொடுக்க வேண்டியுள்ளது. வேறு வார்த்தைகளில் சொல்வதென்றால் தலித்துகள், பூர்வக்குடிகள் போன்ற பண்பாட்டுக் குழுமங்களைப் பொறுத்தவரை சமத்துவவாதக் கொள்கையற்ற மேலாதிக்கச் சமூக அறிவியலானது பாதகமான விளைவுகளையே உருவாக்குகிறது. ஒரு அறிவார்த்த சக்தியாக, இதுபோன்ற மேலாதிக்க நடைமுறைகள் தலித்துகளை அல்லது பகுஜன்களை அறிவறிவுரீதியாக ஊமைகளாக்கி, அவர்களை அனுபவவாதச் சேரிக்குள் அடைத்துவைக்கின்றன. அல்லது அவர்களது அறிவார்த்த எல்லையை அல்லது கோட்பாட்டுக்கான லட்சியத்தைப் பெருமளவு முறையியல்ரீதியான (methodological) மேலாதிக்கத்துக்கு உட்பட்டதாக்குகின்றன. மையநீரோட்ட சமூக அறிவியல் நடைமுறைகளில் உண்மையான சமத்துவவாதக் கொள்கை இல்லாததால் ஒடுக்கப்பட்டவர்களின் (தலித்துகள், பூர்வக்குடிகள்) தன்னம்பிக்கை பெருமளவு நசுக்கப்படுகிறது; அவர்களது தன்மதிப்பைக் இழக்கச் செய்கிறது. அறிவறிவுரீதியாக ஆதரவு தருகிறோம் என்றோ, பெருந்தன்மையோடு உதவுகிறோம் என்றோ சொல்லி அவர்கள் இழிவுபடுத்தப்படுகிறார்கள். இது குறித்து விரிவான வாதங்களைப் பின்னர் முன்வைக்கிறேன்.

இந்தப் பின்னணியில்தான், சமூக அறிவியல்களில் சமத்துவவாதக் கொள்கைகளைப் பின்பற்றுகிறோமா என்ற கேள்வியை நாம் கேட்டுக்கொள்ள வேண்டியுள்ளது. இந்தக் கேள்விக்கான பதில் சாதகமானதாக இருக்க முடியாது. மாறாக, மழுப்பலான பதிலையே நம்மால் கொடுக்க முடியும். இந்தக் கேள்வியை நேரடியாக எதிர்கொள்ள அறிஞர்கள் தவறிவிட்டார்கள். இதற்கு மாறாக, சமூக அறிவியல் நடைமுறையின் தரம் தாழ்ந்துவிட்டது என்று, குறிப்பாகக் கோட்பாட்டுரீதியான பங்கின் தரம் தாழ்ந்துவிட்டது என்று குறைபட்டுக்கொள்கிறார்கள்.[4] இப்படியாகவே இந்தியாவில் அரசியல்

4 பல அரசியல் கோட்பாட்டாளர்கள் இவ்வாறு குறைபட்டுக்கொள்கிறார்கள். குறிப்பாக, பீகூ பாரேக் இந்தியாவில் அரசியல் கோட்பாடுகளில் காணப்படும் வறுமை குறித்து எழுதியுள்ளார். பார்க்கவும்: Bhiku Parekh (2010: 19–30).

கோட்பாட்டில் வறுமை காணப்படுகிறது என்று முன்வைக்கிறார்கள். இவை ஏற்றுக்கொள்ளக்கூடிய அவதானிப்புகள்தான் என்றாலும், நாட்டில் சமூக அறிவியல் நடைமுறையில் காணப்படும் அதிகாரம், அச்சம் போன்றவை ஏற்படுத்தும் போக்கு குறித்து இவர்கள் ஏதும் சொல்ல மறுக்கிறார்கள். இதில் நகைமுரண் என்னவென்றால், இந்தியாவில் சமூக அறிவியலின் சமூகப்புலம் சுருங்கிக்கொண்டிருக்கிறது என்று குறைபட்டுக்கொள்ளும் இவர்கள்தான் கோட்பாட்டின் வடிவம், உள்ளடக்கம் குறித்து ஏதும் சொல்ல மறுக்கிறார்கள். இந்தியாவில் சமூக அறிவியல் குறித்த சமீபத்திய அறிக்கையில்கூட அதன் அதிகாரத்துவக் குணாம்சம் அறிஞர்களின் கவனத்தைப் பெறவில்லை.[5] இந்தியாவில் நடைமுறைப்படுத்தப்படும் சமூக அறிவியல் இன்னமும் ஒதுக்கிவைக்கும் தன்மையைக் கொண்டிருப்பதோடு, ஜனநாயகத்தன்மையற்றதாக இருக்கிறது என்றே இந்த இயல் வாதிடுகிறது. இது அதன் நலன் சார்ந்ததாகவும் அதன் திருப்தியைச் சார்ந்ததாகவுமே இருக்கிறது. அது உண்மையான சமத்துவவாதக் குணாம்சத்தைக் கொண்டிருக்கவில்லை.

இந்தியாவில் சமூக அறிவியல் கதையாடல்கள் அதுவாக நியமித்துக்கொண்ட நீதிபதிகளால் மிகக் கவனமாகக் கட்டுப்படுத்தப்படுகின்றன. இந்த நீதிபதிகள் உச்ச நீதிமன்றத்தில் உட்கார்ந்துகொண்டு புனிதச் சட்டத்துக்கு உட்பட்டு எது சரியான நடைமுறை என்று தீர்மானிக்கிறார்கள். இந்த நீதிபதிகளே எது கோட்பாடு, எது குப்பை என்று தீர்மானிக்கிறார்கள். இவர்களுடைய சட்டங்கள் நம்பகத்தன்மை கொண்டிருக்கவில்லை. ஏனெனில், அவை மேற்கிலிருந்து எந்தவித நிபந்தனைகளும் இல்லாமல் கடன் பெறப்பட்டவை. சமூக அறிவியலின் 'உச்ச நீதிமன்றம்' அதன் முழு அமர்வை டெல்லியில் கொண்டிருந்து விளிம்பில் உள்ளவர்களின் எதிர்ப்புகளை அபத்தமானது என்றும், இன்னும் மோசமாக சுயமுரண்பாடுகள் கொண்டவை என்றும், உணர்வுபூர்வமானவை என்றும், அனுபவவாத விவரிப்புகள் என்றும், அதிகபட்சம் வறட்டு வாதங்கள் என்றும் தீர்ப்பளிக்கிறது. எல்லாவற்றையும்விட, இத்தகைய நீதிபதிகள் 'எதிரியின் எல்லைக்குள் சென்று மிக முக்கியமான இடத்தை ஆக்கிரமித்துக்கொள்ளும் ராணுவம்' பயன்படுத்தும் முறையை (bridgehead methodology) பயன்படுத்தி, பண்பாடுரீதியான படிநிலைகள் குறித்தும், சமூக அறிவியல் குறித்தும் முன்வைக்கப்படும் மாற்றுக் கருத்துகளை அச்சுறுத்தல்களாக எடுத்துக்கொண்டு இந்தக் குரல்களை மௌனமாக்குகிறார்கள்.[6] எப்படியிருந்தாலும் இந்த இயலில், இனிவரும் பகுதிகளில் நாம் காண இருப்பதுபோல், தலித்துகளும் பகுஜன்களும் இந்தியாவில் காணப்படும் சமூக அறிவியலை வேறு விதமாகக் கற்பனை செய்வதற்கு முதலீடு செய்வதில் பெருமளவு உற்சாகமின்றியே காணப்படுகிறார்கள்.

5 Chatterjee (2002: 3604–12).

6 எடுத்துக்காட்டாக, மும்பையிலிருந்து செயல்படும் 'தலித் இன்டலெக்சுவல்ஸ் கலக்டிவ்'.

அறிவார்த்தப் படிநிலைகளின் சமூகப் பின்னணி

சமூக அறிவியல் உட்பட எந்தவொரு கதையாடல் ஆனாலும் குறிப்பிட்ட பொருளியல், சமூகப் பின்னணியில்தான் உருவாகின்றன. வேறு வார்த்தைகளில் சொல்வதென்றால், பொருத்தமான நிலைகளின் பொருளியல் பின்னணியே தனிமனிதர்களின் அல்லது குழுமங்களின் பிரதிபலிக்கும் திறனை வடிவமைக்கிறது. பரிசோதனைகள் செய்வதற்கும் புதிதாகப் படைப்பதற்கும் கற்பனையை வளர்த்துக்கொள்வதற்கும் தலித்துகள் எத்தகைய பொருளியல் பின்னணியில் ஊக்கம் பெற முடியும்? கைவினைஞர்கள் மத்தியில் ஓரளவுக்கான படைப்புத் திறன் சாத்தியப்பட்டுள்ளது. அடிப்படையில், உழைப்புச் செயல்பாடுகளே அறிவறிவு ஆற்றல்களுக்கான ஸ்தூலமான சாத்தியப்பாடுகளை உருவாக்கிக்கொடுக்கின்றன.[7] பிரதிபலிக்கும் ஆற்றல் சிலவகையான உழைப்புச் செயல்பாடுகளின் ஊடாகவே வளர்க்கப்படுகின்றன. எடுத்துக்காட்டாக, உழைப்புச் செயல்பாடுகள் கற்பனைத் திறன், புதிதாகக் கண்டுபிடிக்கும் திறனுக்கான சாத்தியப்பாட்டையும், முழுமையாக ஈடுபடுவதற்கான உந்துதலையும் கொண்டிருந்தால் மட்டுமே ஒரு முகவர் உற்பத்திக்கான புதிய கருவிகள் குறித்துத் தொடர்ந்து பிரதிபலிக்க முடியும். படிப்படியாக உருமாறும் உழைப்புச் செயல்பாடுகள் பிரதிபலிக்கும் ஆற்றலை வளர்த்துக்கொள்வதற்கு ஏராளமான சந்தர்ப்பங்களைச் சாத்தியப்படுத்தக்கூடும். இதற்கு மேற்கத்திய அறிவார்த்த வரலாறே சாட்சியாகிறது. இந்தியாவில், சமூகக் குழுமங்கள், குறிப்பாகக் கைவினைஞர் சாதிகள், முன்னுரிமை ஏதும் கொடுக்கப்படாமல் கட்டாயப்படுத்தப்பட்டார்கள் என்றாலும், படைப்பாக்கத் திறனோடு உழைப்புச் செயல்பாடுகளைக் கையாண்டார்கள் என்பதால், அவர்களால் படைப்பாக்கத்தோடு அறிவு முறைமைகளை உருவாக்க முடிந்தது. ஆனால், உழைப்புச் செயல்பாடுகளின் அங்கமாக இல்லாததால், தலித்துகள் போன்ற சில குழுமங்கள் வேறு வழியற்று பிரதிபலிப்பதற்கான அறிவார்த்தத் திறனை வளர்த்துக்கொள்ள முடியாமல்போனது. பெரும்பாலும் இவர்கள் இத்தகைய சமூகச் சூழலுக்கு வெளியேயே வைக்கப்பட்டார்கள். தலைமுறை தலைமுறையாகப் புதிதாகக் கண்டுபிடிப்பதற்கும் கற்பனைக்கும் சாத்தியங்களற்ற தொழில்களுக்குள் இவர்கள் தள்ளப்பட்டார்கள். அதனாலேயே அறிவைப் பெறுவதற்கான சாத்தியப்பாட்டை இவர்கள் கொண்டிருக்க முடியாமல்போனது. எடுத்துக்காட்டாக, இவர்கள் குப்பைகளை அகற்றுவது, கழிவுகளை அப்புறப்படுத்துவது, மராமத்து வேலைகள் பார்ப்பது போன்ற உடல் உழைப்பு சார்ந்த தொழில்களுக்குள் தொடர்ந்து தள்ளப்பட்டார்கள். இத்தகைய தொழில்களின் உள்ளார்ந்த போதாமைகள் அசாதாரணமான அறிவை உருவாக்குவதிலிருந்து இவர்களைத் தடுத்தன. இந்தியாவில் நவீனத்துவம் வரும் வரையில், குறிப்பாக சுதந்திரம் கிடைக்கப்பெறும் வரையில், கற்பனைக்கான சாத்தியங்களைக் கொண்டிருக்கும் சூழலை உருவாக்கிக்கொடுக்கும் பல்வேறுபட்ட உற்பத்தித் தளங்களிலிருந்து இவர்கள்

---

7   Patil (1982: 17).

விலக்கிவைக்கப்பட்டிருந்தார்கள். வேறு வார்த்தைகளில் சொல்வதென்றால், இந்தச் சமூகம் மூடுண்ட சமூகம் என்பதைப் பிரதிபலிக்கும் விதமாகக் கீழாகப் பார்க்கப்பட்ட உடல் உழைப்பு என்ற சேரிக்குள் அடைக்கப்பட்டுக் கிடந்தார்கள். இவையெல்லாம், சமூக அறிவியலில் கோட்பாடுகளை வளர்த்தெடுக்கும் ஆற்றலுக்கு மிக முக்கியமான, மிக அவசியமான தன்னம்பிக்கையை இழக்கச்செய்கின்றன.[8]

இந்தியச் சூழலில், இத்தகைய தொழில்கள் அந்நியப்பட்டதாகவும் ஒதுக்கப்பட்டதாகவும் இருப்பதோடு தலித் குழுமங்களுக்குள்ளாகக் கற்பனையோ புதிதாகக் கண்டுபிடிக்கும் திறனையோ உருவாக்கக்கூடிய சாத்தியப்பாடுகளை முடக்குவதாகவும் இருக்கின்றன. இப்படியாக, சுதந்திரத்துக்கு முன்னர் தலித்துகள் அவர்களுக்கான சூழலையோ சாதகமான நிலைமைகளோ கொண்டிருக்கவில்லை. அறிவார்த்த நம்பிக்கையையும் திறமையையும் வளர்த்துக்கொள்வதற்கு அறிவார்த்தரீதியாகவும் பொருளியல்ரீதியாகவும் பல்வேறுபட்ட உற்பத்திப் புலங்களில் பங்கேற்கும் வாய்ப்பும், தொழில்களை ஒதுக்கிவைக்காத பண்பும் மிக அவசியமாகின்றன. சுதந்திரத்துக்குப் பிறகு, பல்வேறு புலங்களிலான உழைப்புச் செயல்பாடுகள் தலித்துகளுக்குச் சாத்தியப்பட்டன. ஆனாலும், அது பிரதிபலிக்கும் ஆற்றலைச் சாத்தியப்படுத்தும் அளவுக்கு நிலைமைகளை உருவாக்கித்தரவில்லை. நாம் இது குறித்துப் பின்னர் விரிவாக விவாதிப்போம் என்றாலும், தலித்துகளினுடைய பிரதிபலிக்கும் ஆற்றலின் வளர்ச்சி முடக்கப்பட்டது என்றும், ஆற்றல் கொண்ட தலித்துகள் அதை வளர்த்துக்கொள்ள முடியாமல்போனது என்றும் முன்வைப்பது இப்போதைக்குப் போதுமானது. பிரதிபலிக்கும் ஆற்றலை வளர்த்துக்கொள்வதற்கு அவசியமான சூழ்நிலைகளும் அவர்களுக்கு மறுக்கப்பட்டன. பிரதிபலிப்பதற்கு விடுதலை மிக அவசியமான நிலையாகிறது. உடனடித்தன்மைகளை அரூபமான பொதுத் தளங்களுக்குக் கொண்டுசெல்வதற்கு உடனடித்தன்மையிலிருந்து விடுதலை அடைவது மிக அவசியமானதாகிறது. உடனடித்தன்மைக்குள் உள்ளடங்கியிருக்கும் பரந்துப்பட்ட தகவல்களை இணைத்துப்பார்ப்பதற்கு இது மிக அவசியமானதாகிறது. பொதுத் தளத்தில் புரிந்துகொள்வதற்கு உடனடித்தன்மையிலிருந்து நம்மைத் துண்டித்துக்கொள்வதற்கான சுதந்திரம் மிக அவசியமாகிறது. இந்தச் சுதந்திரத்தை அனுபவிக்க முடியாமல் பிழைத்திருப்பதற்காக முடிவே இல்லாத போராட்டத்தில் ஒருவர் சிக்கிக்கொண்டால், அவர் பிரதிபலிக்கும் திறனை வளர்த்துக்கொள்ள முடியாமல் ஊனமாகிறார். இறுதியாக, பொருளாதாரப் பாதுகாப்பு கொண்டிருப்பவர்கள் மட்டுமே தத்துவம், கோட்பாடு போன்றவற்றைக் கைக்கொள்ள முடிகிறது. வேறு வழியில்லாமல், மற்றவர்கள் சமூக அறிவியலில் அனுபவவாதத்தை மட்டுமே உபயோகிக்க வேண்டியுள்ளது. அம்பேத்கரும் இத்தகைய சுதந்திரத்துக்கான அவசியத்தை உணர்ந்திருந்தார். அதனால்தான், உடனடித்தன்மையைக் கொண்டிருக்கும் பாம்பே சால் (*chawl*, உழைக்கும் மக்கள் குடியிருப்புப் பகுதி) வாழ்க்கையிலிருந்து தன்னைத் துண்டித்துக்கொண்டு மேற்படிப்புக்காக

8 Gellnar (1982: 182).

வெளிநாடுகளுக்குச் சென்றார். ஆனாலும், அவரது காலத்தில், அறிவார்த்த வட்டத்தில் மற்றவர்களுக்கு ஆதரவு கிடைத்த அளவுக்கு அம்பேத்கர் அவ்வளவு கொடுத்துவைத்தவராக இல்லை. ஏகலைவன்போலவே அவரது பிரதிபலிக்கும் ஆற்றலை அவர் வளர்த்துக்கொள்ள வேண்டியிருந்தது. உரையாடல்களில் பங்கெடுத்துக்கொள்ளும் சுதந்திரவாதிகளின், கோட்பாட்டுரீதியாக ஆழமான ஆய்வுகளை மேற்கொள்ளும் மரபைக் கொண்டிருக்கும் நிறுவனங்களின் ஆதரவு, அரூபமான தளத்தில் கல்விப்புல ஆய்வுகளை மேற்கொள்வதற்கான பொருளாதார ஆதரவு போன்றவை அவசியமாவதோடு, இவை அர்த்தமுள்ளதாகவும் சுயமரியாதை கொண்டதாகவும் இருக்க வேண்டியிருக்கிறது.

தலித்துகளுக்குக் கொடுக்கப்படும் ஆய்வு ஊக்கத்தொகை பொருளியல் பாதுகாப்பைப் பொறுத்தமட்டில் இரண்டு காரணியங்களுக்காகப் போதுமானதாக இல்லை. முதலில், அவை சொற்பத் தொகையாக இருக்கின்றன. இரண்டு, பிரதிபலிக்கும் திறனுக்கு மிக அவசியமான வேலை உத்தரவாதத்தை அவை கொடுப்பதில்லை. வரலாற்றுரீதியாக அறிவார்த்த மூலாதாரங்களைத் திரட்டியிருக்கும் சமூகங்களுக்கு இத்தகைய சாதகமான நிலைமைகள் இருப்பதோடு, ஓர் இசைவான பண்பாட்டுப் பின்னணியையும் அவை உருவாக்கிக்கொடுக்கின்றன. இத்தகைய சமூகங்களைச் சேர்ந்தவர்களின் கோட்பாட்டுரீதியான ஆய்வுத் தேர்வுகள் இயற்கையானதுபோலவும் இருக்கின்றன. இருபிறப்பாளர் குமுகங்களைச் சார்ந்தவர்கள் இந்தியாவிலும் வெளிநாடுகளிலும் இத்தகைய நிலைமைகளைக் கொண்டிருக்கும் பாக்கியவான்களாக இருக்கிறார்கள். தலித்துகளுக்கு இத்தகைய சமூக மூலாதாரங்கள் ஏதுமில்லை.

படிநிலைகளான கடந்தகாலம் சமகாலத்திலும் பண்பாட்டுரீதியாகத் தொடர்கிறது

இருபிறப்பாளர்களில் மேல் அடுக்கில் உள்ளவர்கள், அதாவது இந்தியாவில் மேல் அடுக்கில் இருக்கும் இந்தப் பகுதியினர் கோட்பாடு செய்வதற்கான தங்களது அந்தஸ்தைத் தக்கவைத்துக்கொள்வதற்கு, கட்டமைப்புரீதியான சாதகங்களும் வரலாற்றுரீதியான காரணியங்களும் இருக்கின்றன. வரலாற்றுரீதியாகத் திரட்டிவைத்திருக்கும் சமனற்ற பண்பாட்டு நிலைகள் அறிவறிவுரீதியாக தலித்துகளின் மூடுண்டதன்மையை மேலும் உறுதியாக்குகின்றன. இதன் விளைவு என்னவென்றால், பிரதிபலிக்கும் தளம் முற்றிலுமாக இருபிறப்பாளர்களில் மேல் அடுக்கில் உள்ளவர்களுக்கானதாக்குகிறது. இத்தகைய மூடுண்டதன்மைக்கான அங்கீகாரத்தை மநுவின் சிந்தனை கொண்டிருக்கிறது. மநுவைப் பொறுத்தமட்டில், காலிலிருந்து சூத்திரர்கள் பிறந்ததால், சிந்திப்பதற்கான ஆற்றல் இல்லாதவர்களாகிறார்கள். தலித்துகளும் பெண்களும் முறையான கல்வியறிவு பெறுவதை மநுவின் விதிகள் தடைசெய்கின்றன. அரூபமாக உலகளாவிய மொழியில் பேசும் திறனை

அடைவதற்கு முறையான கல்வி மிக அவசியமானதாகிறது. மதத்தின் அங்கீகாரத்தைக் கொண்டிருக்கும் இந்தப் பிளவுகள், வெகுஜனப் பிரக்ஞையில் மிகச் சுலபமாக இயற்கையானதாக்கப்படுகின்றன. ஒரு மராத்தியப் பாட்டுபோல் இவை அவ்வளவு வெளிப்படையாக உள்ளன:

பார்ப்பனர்களோடு நீ எழுதுகிறாய், கற்கிறாய்
உழுபவர்களோடு நீ மோதுகிறாய்
தலித்துகளோடு நீ பாடுகிறாய்.[9]

இந்தியாவிலும் அயல்நாடுகளிலும் உள்ள அறிஞர்களின் எழுத்துகளால் இருபிறப்பாளர்களில் மேல் அடுக்கில் உள்ளவர்களின் நிலை மேலும் அங்கீகரிக்கப்பட்டதாக இருக்கிறது. அதில் மிக முக்கியமானவர் பி.வி.கேன் (P.V. Kane). இந்தியத் தத்துவங்களை உருவாக்கியவர்கள் பார்ப்பனர்கள்தான் என்கிறார் இவர்.[10] இதே போக்கில், லூயி ட்யூமோ (Louis Dumont) (சற்றே தயக்கத்தோடுதான் என்றாலும்) சந்நியாசிகளாகப் பார்ப்பனர்கள் மதிப்பீடுகளை உருவாக்கியவர்களாகவும், அறிவுத் துறை பலவற்றை உருவாக்கியவர்களாகவும் இருக்கிறார்கள் என்கிறார்.[11] பார்ப்பனர்கள் எப்போதும் மிக நுட்பமான வாதங்கள் ஊடாகக் கோட்பாடுகளையும் தூய காரணியங்களையும் தேடிச்சென்றார்கள் என்றால், புத்தர் எப்போதும் சமூகத்தில் அமைதியை நிலைநாட்டுவது போன்ற நடைமுறைச் சிக்கல்களை எதிர்கொள்வதற்கு நடைமுறைரீதியான காரணியங்களையே எப்போதும் பின்பற்றினார் என்று சில அறிஞர்கள் பொதுவாக நம்புகிறார்கள். இருந்தாலும் அம்பேத்கர், சரத் பாட்டீல் போன்றோர் இத்தகைய முன்வைப்புகளை ஏற்றுக்கொள்ள மாட்டார்கள். புத்தரின் தத்துவார்த்த மரபு தர்க்க வடிவிலான உரையாடல்களைக் கொண்ட சிந்தனை மரபுதான் என்றும், பார்ப்பனியச் சிந்தனைமுறையைவிட மேலும் ஜனநாயகபூர்வமானது என்றே இவர்கள் வாதிடுகிறார்கள்.[12]

தலித்துகள், பகுஜன்களைவிட இருபிறப்பாளர்களில் மேல் அடுக்கில் உள்ளவர்கள் அவர்களது மொத்த சாதகப் பண்புகளையும் கீழ்காணும் காரணியங்களை வைத்து ஒன்றுபடுத்துகிறார்கள்: முதலாவதாக, இருபிறப்பாளர்களில் மேல் அடுக்கில் உள்ளவர்கள் ஏகாதிபத்தியத்திடமிருந்து நவீனக் கல்வியைப் பெற்றுக்கொள்ளும் கொடுப்பினையைக் கொண்டிருந்தார்கள். இவர்களில் பெரும்பாலானோர், தங்களுடைய மத நம்பிக்கைக்கு எதிரானது என்றாலும், மேற்கத்திய நாடுகளுக்கு மனமுவந்து குடியேறினார்கள். மேலும், அரசர்களும் காலனிய அரசும் தாராளமாகக் கொடுத்த பல்வேறு விதமான ஆய்வு ஊக்கத்தொகை பெறும் வாய்ப்புகளைக் கொண்டிருப்பவர்களாக இருந்தார்கள். ஏன், சுதந்திரத்துக்குப் பிறகும்கூட, அதிகாரத்தில் இருப்பவர்களின் கவனத்தையும் பாராட்டையும் பெற்றார்கள். எடுத்துக்காட்டாக, இருபிறப்பாளர்களில்

9 மகாராஷ்டிரப் பண்பாட்டு வாழ்க்கையில் இது பொதுவாகக் காணப்படுகிறது.
10 Patil (1982: 17).
11 Dumont (1980: 275).
12 Ambedkar (1957).

மேல் அடுக்கைச் சேர்ந்த ஒருவர், மகாராஷ்டிரத்தில் மராத்திய முதல்வருக்கு ஆலோசகராக இருந்தார். பல பிரபலமான பார்ப்பனர்கள் மாநிலத்தில் உள்ள பல்வேறு அறிவார்த்த – பண்பாட்டு அமைப்புகளில் தலைமைப் பொறுப்பு வகித்தார்கள். இந்தியாவிலும் வெளிநாடுகளிலும் கிடைக்கக்கூடிய அறிவார்த்தச் சந்தர்ப்பங்களால் லாபமடையக்கூடியவர்களாக இருந்தார்கள். அனுபவவாத ஆய்வுகளின் ராஜ்ஜியத்தை தலித்துகளிடமும் பகுஜன்களிடமும் விட்டுவிட்டு, தயக்கம் ஏதுமில்லாமல் இவர்கள் வெளிநாடுகளுக்குக் குடிபெயர்ந்தார்கள். கேம்பிரிட்ஜ், ஆக்ஸ்போர்டு, ஹார்வர்டு போன்ற பல வெளிநாட்டுப் பல்கலைக்கழகங்களுக்கும் இங்குள்ள மிக முக்கியமான, முதல்தரமான நிறுவனங்களுக்கும் இருபிறப்பாளர்களில் மேல் அடுக்கில் உள்ளவர்கள் தொடர்ந்து சென்றுகொண்டிருக்கிறார்கள். இந்தியாவில் உள்ள முதன்மையான நிறுவனங்கள் எல்லாமே ஏறக்குறைய ஐம்பது ஆண்டுகளாக தலித்துகளுக்கு அதன் கதவை அடைத்துவைத்திருந்தன. இத்தகைய நிறுவனங்களில் சமீபக் காலங்களில்தான் ஏதாவது ஒருவிதத்தில் தலித்துகளை, பூர்வக்குடிகளை உள்ளடக்குவதற்கான முயற்சிகள் தென்படுகின்றன. சமீப சில ஆண்டுகளாகவே இத்தகைய நிறுவனங்களில் தலித்துகள் உள்ளடக்கப்படுகிறார்கள் – அவர்கள் ஆய்வுத் திட்டங்களைப் பெறுவதில் கீழ்மட்டத்தில்தான் வைக்கப்பட்டிருந்தார்கள் என்று சொல்லத் தேவையில்லை. கேம்பிரிட்ஜ், ஹார்வர்டு போன்ற பல்கலைக்கழகங்களில் இல்லை என்றாலும் ஆக்ஸ்போர்டு பல்கலைக்கழகத்தில் தலித்துகள் குறித்தும், அவர்களது பிரச்சினைகள் குறித்தும் அக்கறைகாட்டுவது மிக சுவாரஸ்யமான விஷயம்தான். இத்தகைய பல்கலைக்கழகங்கள் ஆய்வு ஊக்கத்தொகை கொடுப்பதற்கு நாம் நன்றி சொல்லத்தான் வேண்டும்.

இத்தகைய நிறுவனங்கள், இந்தியாவில் உள்ளவை உட்பட, தரமான ஆய்வுகளுக்கு ஊக்கமளிக்கின்றன என்பதில் எத்தகைய சந்தேகமும் இல்லை. ஆனால், இந்த நிறுவனங்களில் நவீனத்துவம் மீதான மோகமே ஆட்சிபுரியும் கொள்கையாக இருப்பதால், இவை சமத்துவவாதக் கொள்கையை மிக மோசமாகப் பின்னுக்குத்தள்ளுகின்றன. நாம் முன்னர் பார்த்ததுபோல் சமத்துவவாதக் கொள்கையை நடைமுறைப்படுத்துவது என்பது அறிவார்த்த மூலாதாரங்களை சமமாகப் பெற்றுக்கொள்வதையே சார்ந்திருக்கிறது. உலகளவில் செயல்படும் கல்விப்புலத் தொடர்புகளைப் பெற்றிருக்கும் அறிஞர்கள் பலர், ஒவ்வொரு புதுப்புது சந்தர்ப்பங்களையும் பிடித்துக்கொண்டு, இத்தகைய தொடர்புகள் ஏதுமில்லாதவர்களை இந்தியாவில் அவ்வளவாக ஊக்கமளிக்காத நிறுவனங்களுக்குள் தள்ளிவிடுகிறார்கள். இந்தியாவிலும்கூட தலித் அல்லாத அறிஞர்கள் எத்தகைய தார்மீகப் பிரச்சினையும் இல்லாமல், ஆய்வு ஊக்கத்தொகை பெறுவதற்கு தலித் தொடர்பான உள்ளடக்கங்களை எடுத்துக்கொண்டு ஓர் ஆய்விலிருந்து மற்றொன்றுக்கு என்று தாவிக்கொண்டே இருக்கிறார்கள். மேலும், சில அறிஞர்கள் இந்தியாவில், வெளிநாடுகளில் என்று பல்வேறு இடங்களில் ஒரே சமயத்தில் ஆய்வுகளுக்காக ஊக்கத்தொகை பெற்றுக்கொள்கிறார்கள். இதற்குத் தகுதியான ஒருவரை ஒதுக்கித்தள்ளி, ஏகபோகமாக எல்லாவற்றையும் எடுத்துக்கொள்வதை அங்கீகரிக்காத ராவல்ஸின்

(Rawls) நீதிக் கொள்கைக்கு எதிரானவர்களாக இவர்கள் இருக்கிறார்கள். எப்படியிருந்தாலும், இத்தகைய சந்தர்ப்பங்களைப் பொறுத்தமட்டில் தலித்துகள் பின்னால் வந்துசேர்ந்தவர்களே. இவர்கள் நவீனத்துவவாதத் தேர்வுகளில் தேர்ச்சிபெற முடியாதவர்களாக இருப்பதால் விலக்கிவைக்கப்படுகிறார்கள். இப்போது இவர்கள் நுழைவதற்குத் தகுதியானவர்களாகிவிட்டதால், அதற்குள் நுழைவதற்கான விதிமுறைகள் மாற்றியமைக்கப்படுகின்றன. இது பின்தங்கியக் குழுமங்களுக்குப் பாதகமாக இருப்பதோடு, இத்தகைய நிறுவனங்களில் சலுகை பெற்ற அறிஞர்களுக்கான வாய்ப்புகள் அப்படியே தொடர்கின்றன. இப்படியாக, நாம் மேலே குறிப்பிட்டிருப்பதுபோல், இவர்களால் ஒரு ஊக்கத்தொகைத் திட்டத்திலிருந்து மற்றொன்றுக்கு என்று தாவிக்கொண்டே இருக்க முடிவதோடு இந்தியாவில் உள்ள முதல்தரமான நிறுவனங்களுக்குள் மிகச் சுலபமாக நுழையவும் முடிகிறது.

இப்படியாகத்தான் தலித்துகளுக்கும் பூர்வக்குடிகளுக்கும் பிரதிபலிக்கும் ஆற்றலை வளர்த்துக்கொள்வதற்கான அறிவார்த்த வாய்ப்புகள் மறுக்கப்படுகின்றன. தலித்துகள் கச்சாவான அனுபவவாதத்துக்குள் அவதிப்பட்டுக்கொண்டிருப்பது துயரமானதாக இல்லாவிட்டாலும், சலிப்பூட்டக்கூடியதாக இருக்கிறது. இத்தகைய சந்தர்ப்பங்கள் ஏதும் சாத்தியப்படாத சூழலில், தலித்துகளும் பூர்வக்குடிகளும் பிற்பட்டோரும் பல்கலைக்கழக மானியக் குழுவிடமோ (யு.ஜி.சி.), சமூக அறிவியல் ஆய்வு மையத்திடமோ (ஐ.சி.எஸ்.எஸ்.ஆர்.) செல்வது மட்டுமே சாத்தியப்படும் ஒரு வழியாக இருக்கிறது. இத்தகைய நிறுவனங்கள் எத்தனை தலித்துகளுக்கு, பூர்வக்குடிகளுக்கு ஆய்வு ஊக்கத்தொகையை வழங்கியிருக்கின்றன என்பதைத் தெரிந்துகொள்வது சுவாரஸ்யமான விஷயமாக இருக்கும். நம்பத்தகுந்த ஆதாரங்கள் இல்லாததால், இத்தகைய ஆய்வு ஊக்கத்தொகைகள் பெரும்பாலும் தலித்துகளுக்கும் பூர்வக்குடிகளுக்கும் கிடைப்பதில்லை என்ற அனுமானத்தை மட்டுமே நம்மால் முன்வைக்க முடியும். இத்தகைய சந்தர்ப்பங்களை உருவாக்கிக்கொடுக்க வேண்டிய கட்டமைப்புகளிலிருந்து விலக்கிவைக்கப்படுவதற்கான பிரதான காரணியம், வாய்ப்புகளைக் கொடுக்க வேண்டிய கட்டமைப்பு அதன் இரு முனைகளிலிருந்தும் ஊக்கமளிப்பதற்குத் தீவிரமாக மறுக்கின்றன. யு.ஜி.சி., ஐ.சி.எஸ்.எஸ்.ஆர். ஆகிய அமைப்புகள் அரசதிகாரிகளின் அதிகாரத்துக்கு உட்பட்டவையாக இருப்பதால், இவை அச்சம் ஏற்படுத்தக்கூடிய கட்டமைப்புகளாக இருப்பதோடு, ஊக்கமளிக்க மறுப்பதை நடைமுறைப்படுத்துகின்றன. யு.ஜி.சி. கொடுக்கக்கூடியதைப் பெற முடியாத காரணியத்தால், அதைவிடக் குறைவாகக் கொடுக்கும் ஐ.சி.எஸ்.எஸ்.ஆர். ஆய்வு ஊக்கத்தொகையை ஏற்றுக்கொள்ள வேண்டிய நிலைக்கு தலித் மாணவர்கள் தள்ளப்படுவதற்கு நாம் பல உதாரணங்களைக் கொடுக்க முடியும்.[13]

13 சென்னையில் சமூகப் பணி குறித்து முனைவர் பட்ட ஆய்வு மேற்கொண்ட ஒரு தலித் மாணவரின் கதை இது. டெல்லியில் உள்ள ஜவாஹர்லால் நேரு பல்கலைக்கழகத்தில்

மறுபுறம், இருபிறப்பாளர்களில் மேல் அடுக்கில் உள்ளவர்களுக்குத் தொடர்ந்து வாய்ப்புகள் கிடைத்துக்கொண்டே இருக்கின்றன. முன்னர் குறிப்பிட்டதுபோல் இருபிறப்பாளர்களில் மேல் அடுக்கில் உள்ளவர்கள் வெறுத்து கேவலமாகப் பார்க்கும் அனுபவவாதத் தகவல்கள் நிரம்பிய மண்பானையே சூத்திரர்களுக்குக் கிடைக்கிறது. பத்திரிகைகளிலும் கருத்தரங்குகளிலும் அரசாங்க அலுவலங்களிலும் நிரம்பி வழிய வேண்டியபோதெல்லாம் இந்த மண்பானை நிரம்பி வழிகிறது. வரலாற்றுரீதியாக அறிவறிவுரீதியான அந்தஸ்தில் முன்னிலையில் இருப்பதற்கு நிறுவனங்களை ஏகபோக உரிமையாக்கிக்கொண்டிருப்பதோடு, இருபிறப்பாளர்களில் மேல் அடுக்கில் உள்ளவர்கள் பல்வேறு விதமான தந்திரங்களையும் கையாள்கிறார்கள். அதாவது, தெளிவாக வரையறுக்கப்பட்ட விதிமுறைகளுக்கு உட்பட்ட கதையாடல்கள், செயல்முறைகள், நெறிமுறைகள் போன்றவற்றைப் புனிதமாக்குவது, தேர்ந்தெடுத்த உள்ளடக்கங்களுக்கு ஏற்றாற்போல் நிறுவனங்களைத் தனித்தனி துறைகளாக உருவாக்குவது போன்ற தந்திரங்களைக் கையாள்கிறார்கள். எடுத்துக்காட்டாக, இந்த மேலான பூசாரிகள், அனுபவவாதத்திலிருந்து கோட்பாட்டாக்கத்துக்கு நகர விரும்புகிறவர்களுக்குத் தயக்கத்தைக் கொடுக்கக்கூடிய, அவநம்பிக்கையை உருவாக்கக்கூடிய நெறிமுறைகளையும், நிச்சயமாக அச்சத்தைத் தரக்கூடிய மொழியையும், பெரும் பதற்றத்தைத் தரக்கூடிய விதிமுறைகளையும் உருவாக்கிவைத்து சமூக அறிவியல் கதையாடலைப் புனிதப்படுத்துகிறார்கள். தலித்துகளும் பகுஜன்களும் கோட்பாட்டாக்கம் என்ற 'அக்ரஹார'த்துக்குள் நுழைய துணிச்சல் கொண்டால், இருபிறப்பாளர்களில் மேல் அடுக்கில் உள்ளவர்களின் நிபுணத்துவம் இவர்கள் மத்தியில் பெரும் அச்சத்தை உருவாக்குகிறது. தலித்துகளும் பூர்வக்குடிகளும் பிற்படுத்தப்பட்டோரும் தங்களது கதையாடல்களை இன்னும் மேலான தளத்துக்குக் கொண்டுசெல்ல முடியாத, தங்களது அனுபவத்தை முறைப்படுத்த, ஒத்ததோடு பொருத்திப்பார்க்க முடியாத தோல்வியானது சமூக அறிவியலின் வாயிற்காப்பான்களாக இருப்பவர்களிடம் பெரும் அதிருப்தியை ஏற்படுத்துகிறது.

குறிப்பிட்ட தொடரியலை (syntax) உபயோகிப்பது, அதிலும் பெரும்பாலும் ஆங்கிலோ-அமெரிக்க பாணியிலான தொடரியலை உபயோகிப்பது என்பது தலித்துகள் கல்விப்புல வட்டத்துக்குள் நுழைவதைத் தடுப்பதற்கு மற்றொரு பயனுள்ள ஆயுதமாகிறது. இந்த வட்டங்களைப் பாதுகாக்கும் சில மோசமான பாதுகாவலர்கள் தலித்துகள் செய்யும் இலக்கணப் பிழைகளைப் பொதுவில் சுட்டிக்காட்டி, அவர்களுடைய அறிவார்த்த தன்னம்பிக்கையை நசுக்குவதோடு மட்டுமல்லாமல், இத்தகைய மொழிவிளையாட்டுக்குப் பின்னால் தங்களை மறைத்துக்கொள்ளவும் செய்கிறார்கள். இவ்வாறு மட்டுப்படுத்தப்பட்ட பரிவர்த்தனை ஊடாக ஒருவரையொருவர் மெச்சிக்கொள்ளும் சமூகங்களை உருவாக்குகிறார்கள் (டெல்லி முழுக்க

பல்வேறு துறைகளில் சேர்ந்திருக்கும் தலித் மாணவர்கள் ஐ.சி.எஸ்.எஸ்.ஆர். (ICSSR) ஊக்கத்தொகைதான் பெறுகிறார்கள்.

இப்படியான சமூகங்களைக் காண முடியும்). இத்தகைய சமூகங்கள் நிச்சயமாக ஒருசில உயரங்களைத் தொடுகின்றன என்றாலும் இவை செய்யும் சமூக அறிவியல்கள் எத்தகைய ஆழத்தையும் கொண்டிருக்கவில்லை. தலித்துகள் ஒரே விதமான வாழ்வனுபவத்தைக் கொண்டிருப்பதால், அவர்கள் புதிய கருத்தாக்கக் கருவிகளைக் கண்டெடுப்பதற்கான கற்பனா சக்தி இல்லாதவர்களாக இருக்கிறார்கள்.[14] அதனாலேயே, இவர்கள் படைத்ததையே திரும்பத் திரும்பப் படைத்துக்கொண்டிருக்கிறார்கள். நாம் இது குறித்துப் பின்னர் விரிவாகப் பார்ப்போம். இத்தகைய சமூகங்கள் தலித்துகளை அறிவறிவுரீதியாக ஒதுக்கிவைக்கின்றன. மொழி குறித்தான விதிகள், நெறிமுறைகள், உடல்மொழிகள் போன்றவை மிகக் கறாராகக் கடைப்பிடிக்கப்படுகின்றன. இவை மிகத் திறமையாக உபயோகிக்கப்பட்டு, கருத்தரங்கக் கூடங்களெல்லாம் எதிர்ப்புணர்வு கொண்ட கட்டமைப்பாக மாற்றப்படுகின்றன. இத்தகைய கட்டமைப்புகள் பெரும்பாலும் தலித்துகளைக் கீழ்மைப்படுத்துவதால் இத்தகைய கட்டமைப்புகளுக்குள் நுழைவதற்கு தலித்துகள் நடுக்கம்கொள்கிறார்கள் அல்லது அச்சப்படுகிறார்கள். இறுதியாக, அறிவும் அதை வெளிப்படுத்துவதற்கான அனுமதியும் தலித்துகளுக்கு மறுக்கப்படுகின்றன. மேலும், பிரதான சிந்தனைமுறைகளை விசாரணை செய்வதற்கான உள்ளார்ந்த விமர்சன உரிமையும் மறுக்கப்படுகிறது. எடுத்துக்காட்டாக, சமூக அறிவியலில் பெரிய அதிகாரியாக இருக்கும் ஒருவருக்கு சவால் விடுமளவுக்கு ஒரு தலித் உண்மையான, ஆழமான விஷயத்தைக் கொண்டிருக்கலாம். ஆனால், அந்தப் பெரிய அதிகாரியின் அடிப்படையை ஒரு தலித் கேள்விகேட்ட அந்த நொடியிலேயே அவரை நசுக்கும் ஏளனச் சிரிப்பு அங்கு கூடியிருப்பவர்களால் உற்பத்திசெய்யப்படும். இத்தகைய நிறுவனப்பட்ட ஒதுக்குதல் சமூக அறிவியல் செய்வதற்கான தன்னம்பிக்கையில் பெரும் பின்னடைவை ஏற்படுத்துமா இல்லையா? சமூக அறிவியலில் காணப்படும் நிறுவப்பட்ட கதையாடல்களில் தலித்துகள் கீழ்மைப்படுத்தி ஒதுக்கிவைக்கப்படுவதை மற்றொரு எடுத்துக்காட்டின் ஊடாகப் பார்ப்போம். சில தலித்துகள் கிராம்ஸ்கி குறித்துப் பேசுகிறார்கள் என்றால், கிராம்ஸ்கிக்காக வக்காலத்து வாங்குபவர்கள், 'இப்போதெல்லாம் யார் வேண்டுமென்றாலும் கிராம்ஸ்கி குறித்துப் பேசலாம்'[15] என்றோ, 'பாவம் கிராம்ஸ்கி அவரது கல்லறையில் நெளிந்திருப்பார்'[16] என்றோ உடனடியாக எதிர்ப்பு தெரிவிப்பார்கள்.

மிகச் சரியாகச் சொல்வதென்றால், விளிம்புநிலை மாந்தர்கள் கிராம்ஸ்கியின் சிந்தனைகளுக்குப் புத்துயிர் கொடுப்பதைப் பார்த்து அவரது கல்லறையில் நிம்மதியாகவே உறங்கிக்கொண்டிருப்பார். கிராம்ஸ்கியை 'காப்பாற்றுவதற்கு'

14 *Bourdieu in Butler (1990: 119). இதிலிருந்து குறிப்பு எடுத்துக்கொள்கிறேன்.*

15 *மூலத்தில் இவ்வாறு உள்ளது: 'Aj kal koi bhi aira gaira nathu kharia Gramschi ke bare me bol raha hai.'*

16 *மகாராஷ்டிரத்தில் உள்ள அவுரங்காபாதைச் சேர்ந்தவரான P.I.Sonkamble (1986: 29) கவிதைத் தொகுப்பிலிருந்து.*

இருப்பவர்களால் விளிம்புநிலை மாந்தர்கள், ‘அய்ர கெய்ர’ (சாதாரண மனிதர்கள்) என்று ஏளனம் செய்யப்படுகிறார்கள். கிராம்ஸ்கியைக் காப்பாற்றுபவர்களாகத் தங்களைப் பாவித்துக்கொள்கிறவர்கள் சமூக அறிவியலை அவர்களது அறிவார்த்த அடிப்படைவாதத்தின் பணயக் கைதியாக வைத்துக்கொண்டு உண்மையில் கிராம்ஸ்கியைக் காயப்படுத்தவே செய்கிறார்கள். இருந்தாலும், இத்தகைய மேலான கோட்பாட்டுப் பூசாரிகள் அனுபவவாத அடிப்படையில் தலித்துகள் ஆய்வுசெய்வது குறித்துக் கவலைப்படுவதில்லை. தலித்துகள் திரட்டிக்கொடுக்கும் தரவுகளை அடிப்படையாகக் கொண்டு கோட்பாட்டாக்கம் செய்வதற்கும் இவர்களில் சிலர் தயக்கம் ஏதும் காட்டுவதில்லை. சமூக அறிவியல் நடைமுறையானது தார்மீகம் ஏதும் இல்லாததாக இருக்கிறது. கோட்பாடுகள் நோக்கி தலித்துகள் ஈர்க்கப்படாததற்குக் காரணியம், அவர்கள் தியாகம், நீடித்துநிற்பது போன்ற கருத்தமைவுகள் சார்ந்த தார்மீகத்தை அவர்களுக்குள்ளாகக் கொண்டிருக்கவில்லை. கோட்பாடு செய்வது என்பது தியாகத்தை அடிப்படையாகக் கொண்ட தார்மீகப் பொறுப்பாகிறது. இதற்கு தலித்துகள் உலகியல்ரீதியானதைச் சார்ந்திராமல் ஆன்மீகரீதியாகச் செயல்பட வேண்டியுள்ளது. உடனடியான அங்கீகாரம், தீர்வு, கவர்ச்சி, மருட்சி போன்றவற்றிடம் தங்களை ஒப்படைப்பதிலிருந்து தலித்துகள் விலகிநிற்க வேண்டியுள்ளது. பிரதிபலிக்கும் ஆற்றலை இவை எவ்வாறெல்லாம் பாதிக்கிறது என்று பார்ப்போம்.

பிரதிபலிக்கும் ஆற்றலுக்கான தார்மீக நிபந்தனைகள்

கோட்பாடு செய்வதற்கு நீடித்துநிற்கும் தார்மீக சக்தி தேவைப்படுகிறது. இதற்கு உலகியல்ரீதியான பலன்கள் மீதான கவர்ச்சியை வெற்றிகரமாக எதிர்த்துநிற்க வேண்டியுள்ளது. இத்தகைய கவர்ச்சிகள் ஒருவர் ஊக்கத்தோடு அறிவார்த்தத் திட்டங்களைச் செயல்படுத்துவதை ஊக்கமிழக்கச் செய்யும் ஆற்றல் கொண்டிருக்கின்றன. தீவிரமான கோட்பாடு செய்வதற்கு ஏதோ ஒன்றை நிகழ்த்திக்காட்ட வேண்டும் என்ற நிர்ப்பந்தம் உருவாக்கும் பதற்றங்களை ஒருவர் துறக்க வேண்டியுள்ளது. நிகழ்த்திக்காட்டுதல், அது மேடையில் இருந்தாலும் கருத்தரங்கக் கூடங்களில் இருந்தாலும், பார்வையாளர்களிடமிருந்து உடனடி அங்கீகாரத்தைப் பெறுவதையே நோக்கமாகக் கொண்டுள்ளது. இத்தகைய நிகழ்த்திக்காட்டுதல்களில் அதன் உள்ளடக்கம் எவ்வளவு கவனமாக ஒழுங்கமைக்கப்பட்டுள்ளது என்பதைவிட உடல்மொழி, பேச்சு, உச்சரிப்பு, வார்த்தைகளின் வேகம் போன்றவற்றுக்கு அதிகம் முக்கியத்துவம் கொடுக்கப்படுகின்றன. கோட்பாடு செய்யும்போது மேம்போக்கான ஒன்றாக அல்லது தர்க்கரீதியான ஒன்றாக இல்லாமல் இருப்பதற்கு ஒழுங்கு, பொறுமை, தாக்குப்பிடித்தல் போன்றவை மிக அவசியமாகின்றன. ஆகவே, கோட்பாடு செய்வது என்பது நமக்கு உடனடியான அங்கீகாரம் எதையும் கொடுக்காது. அம்பேத்கரின் சமூகவியல், பொருளாதார, சட்டரீதியான படைப்புகள் மிக நீண்ட காலம் எடுத்துக்கொண்டன. ராவல்ஸ் அவரது நீதி குறித்தான கோட்பாட்டுக்கு ஏறக்குறைய இருபது ஆண்டு காலத்தை முதலீடுசெய்தார்.

இதற்கு மாறாக, இக்காலத் தேவைக்கு உட்பட்டது, இங்கு-இப்போதான அங்கீகாரத்தை நமக்குக் கொடுக்கிறது.

லௌகீக அதிகாரத்துக்குப் பெரும்பாலான தலித்துகள் பலியாகிறார்கள். இது கோட்பாட்டுரீதியான நடைமுறைகளால் உருவானதல்ல. கவர்ச்சியான புலம் என்றில்லாவிட்டாலும், முன்னேறுவதற்கான சுலபமான வழியாகப் பார்க்கப்படுகிறது. இது முறைசார்ந்த அரசியலையும், அறிவுஜீவிகள் எப்போதும் தகவல்களோடு தயார் நிலையில் இருக்க வேண்டும் என்று எதிர்பார்க்கும் நிறுவனங்களோடு தொடர்பில் இருப்பதையும் உள்ளடக்கியதே. கோட்பாட்டுரீதியான பிரக்ஞையோடு ஒப்பிடும்போது, இக்கால லட்சியங்கள் அளவுக்கு அதிகமாக இருக்குமானால், கோட்பாட்டுரீதியான அக்கறைகள் தலித்துகளின் அறிதிறன் சட்டகத்திலிருந்து வெளியே தள்ளப்படுகின்றன. நடைமுறைக் காரணியங்கள் கோட்பாட்டுரீதியான காரணியங்களைவிட முக்கியத்துவம் பெறுகின்றன. அரசோடு சேர்ந்து அரசுசாரா நிறுவனங்களிலும், முறைசார்ந்த அரசியலிலும் உள்ள தலித் அரசியல்வாதிகள் இத்தகைய நடைமுறைரீதியான காரணியங்களையே ஊக்குவிக்கிறார்கள். ஏனெனில், அரசுசாரா நிறுவனங்களைப் பொறுத்தமட்டில் பணம் கொடுக்கும் அமைப்புகளிடம் முன்வைப்பதற்கு அனுபவவாதத் தகவல்கள் மிகவும் அவசியமாகின்றன. தலித் அரசியல் தலைவர்களைப் பொறுத்தமட்டில், தகவல்கள் சுயசேவைசெய்துகொள்வதற்கு மிகைமொழிக் கட்டமைப்பு உதவுகிறது. அதாவது, இத்தகைய மிகைமொழி ஒருபக்கம் தலித் அரசியலின் அன்றாடத் தேவைகளுக்கு சேவைசெய்கின்றன என்றால், மறுபக்கம் அது சுதந்திரவாத அரசுக்கும் சேவைசெய்கிறது. இத்தகைய நகர்வுகளின் ஊடாக தலித்துகள் மத்தியில் காணப்படும் அங்கீகரிக்கப்பட்ட அறிவுஜீவிகள் தலித்துகளுக்கு எதிராக நடக்கும் அட்டூழியங்களின் எண்ணிக்கைகளைப் புனைவுமொழியாக மாற்றுவதற்குத் தயங்குவதே இல்லை. தலித்துகள் இதையே தேசிய, சர்வதேசிய அமைப்புகளில் கிளிப்பிள்ளைபோல திரும்பத் திரும்பச் சொல்லிக்கொண்டிருக்கிறார்கள். இந்தத் தகவல்களோடு கொஞ்சம்போல் உணர்ச்சிகளையும் சேர்த்துக்கொண்டு ஒருவரால் அதை சுவாரஸ்யமானதாக ஆக்கவும் முடியும்!

இத்தகைய அறிவார்த்தச் சூழலில், கோட்பாடு செய்வதை ஊக்குவிப்பதற்கு உணர்ச்சிகளைக் கடந்து பகுத்தறிவைச் சென்றடைய வேண்டியுள்ளது. கோட்பாடு என்று யார் முன்வைத்தாலும், அவர்கள் எல்லோரும் தலித்துகளுக்கு அந்நியர்களாகத் தெரிவதோடு, கோட்பாட்டுரீதியான போதாமையைத் தக்கவைத்துக்கொள்வது என்பது தலித்துகளின் நலன்களுக்கு உட்பட்டதாகவும் இருக்கிறது. இக்காலத் தேவைகள் என்ற தர்க்கமே தலித்துகளின் கல்விப்புலம் சார்ந்த செயல்பாட்டைப் பெருமளவு ஆக்கிரமித்திருக்கின்றன. இதனாலேயே, தலித்துகள் இக்கால அதிகாரத்தை உத்தரவாதப்படுத்தாத தத்துவம், கோட்பாடு போன்ற கடினமான வழிகளைத் தேர்ந்தெடுக்காமல் மிகச் சுலபமான வழிகளைத் தேர்ந்தெடுக்கிறார்கள். இவ்வாறு, தலித்துகள் நலனைத் தொழில்முறைப்படுத்துவதன் வழியாக ஒருபக்கம் அவர்களது மனப்பான்மை

தனிநபர்வாதத்துக்குரியதாக மாறுகிறது என்றால், மறுபக்கம் கோட்பாடு குறித்து மரத்துப்போன தன்மையை வெளிப்படுத்தாவிட்டாலும் அக்கறையற்ற தன்மையை வெளிப்படுத்துவதாக இருக்கிறது.

கோட்பாடுகள் செய்வதில் காணப்படும் போதாமையைச் சரிசெய்யும் விதமாக தலித்துகள் அற்புதமான கவிதைகளை இவ்விடத்தில் வைக்கிறார்கள். இவ்வாறு இழப்பீடுசெய்யும் விதமாகவே மகாராஷ்டிரத்தில் இம்மக்களால் அற்புதமான கவிதைகள் படைக்கப்படுகின்றன. இருபிறப்பாளர்களில் மேல் அடுக்கில் உள்ளவர்களுக்கும் தலித்துகளுக்கும் இடையேயான அறிவார்த்த உறவை ஒரு தலித் கவிஞர் தலைகீழாக்கி எழுதியது மிகவும் சுவாரஸ்யமானதாக இருக்கிறது. அந்தக் கவிஞர் இவ்வாறு சொல்கிறார்:

> நாங்கள் உரித்துக்கொண்டிருக்கும்போது
> நீங்கள் எங்களை உரித்துக்கொண்டிருந்தீர்கள். இப்போது,
> நீங்கள் உரித்துக்கொண்டிருக்கும்போது,
> நாங்கள் உங்களை உரித்துக்கொண்டிருக்கிறோம்.[17]

குறிப்பிட்ட இந்தக் கவிதை, தலித்துகளாகிய நாங்கள் இறந்த மாட்டின் தோலை உரித்துக்கொண்டிருக்கும்போது, இருபிறப்பாளர்களில் மேல் அடுக்கில் இருக்கும் நீங்கள் எங்களது ஆளுமையை, அதாவது எங்களை இழிவுபடுத்தி, அறிவார்த்தமாக விலக்கிவைத்து, எங்களை உரித்துக்கொண்டிருந்தீர்கள். இப்போது இருபிறப்பாளர்களில் மேல் அடுக்கில் இருக்கும் நீங்கள் தோலை உரித்துக்கொண்டிருக்கும்போது, (தோல்பதனிடுவதை நுட்பமாகச் செய்கிறார்கள் என்றாலும்), நாங்கள் பல்வேறு தளங்களில் அறிவார்த்தக் குறுக்கீடுகள் ஊடாகவும், சமூகத் தணிக்கைகளின் ஊடாகவும் இருபிறப்பாளர்களில் மேல் அடுக்கில் இருக்கும் உங்களுடைய தோலை நாங்கள் உரித்துக்கொண்டிருக்கிறோம் என்று சொல்கிறது.

ஆனாலும், கோட்பாடு செய்வதற்குக் கவிதை பதிலியாக முடியாது. பெரும்பாலான கவிதைகள், தலித் கவிதைகள் உட்பட, அழகியல் சார்ந்தும், உருவகங்கள் சார்ந்தும் இருக்கின்றன. சந்தேகத்துக்கு இடமில்லாமல் இவை சுவாரஸ்யமான பார்வைகளை முன்வைக்கின்றன. தலித்துகள் அழகியல் குறித்து மேலான புரிதலைக் கொண்டிருக்கிறார்கள் என்பது உண்மையே. ஆனால், கவிதை செழிப்பான அனுபவம் சார்ந்ததாக இருந்தாலும், அது உலகளாவியதற்கு வழிகாட்டும் அடிப்படைகளைக் கொண்டிருந்தாலும், வரையறையின் அடிப்படையில் கவிதைகள் குறிப்பிட்ட ஒன்றுக்குச் சொந்தமானதாக இருக்கின்றன. மேலும், கவிதைகள் உள்நோக்கிய தன்மையைக் கொண்டிருப்பதால், பொதுமக்கள் கற்பனைகளிலிருந்து சிலவற்றை மறைத்தும் வைக்கின்றன. ஆனால், குறிப்பிட்ட ஒன்றை உலகளாவிய ஒன்றாக்குவதற்கோ, உலகளாவிய ஒன்றைக் குறிப்பிட்ட ஒன்றாக்குவதற்கோ கவிதையிடம் கருத்தாக்கரீதியான ஆற்றல் ஏதுமில்லை. அது இயக்கவியல் ஆற்றல் எதையும்

---

17 P.I.Sonkamble-இன் வாய்மொழிக் கவிதை. ஆங்கில மொழியாக்கம் கோபால் குரு.

கொண்டிருக்கவில்லை. இதற்கு மாறாக, கருத்தாக்கங்கள் குறித்த தெளிவு, கொள்கைகள் போன்றவற்றை வேண்டுவதோடு, ஒருவருடைய செயல் நியாயமானதுதானா என்று பரிசோதிப்பதற்கான திறந்த பண்பையும் கோட்பாடு கொண்டிருக்கிறது. உருவகங்கள் ஊடாகத் தொடர்புபடுத்த தலித்துகளுக்குக் கவிதை உதவுகிறது என்றாலும், கருத்தாக்கங்கள் ஊடாகத் தொடர்புபடுத்த உதவுவதில்லை. இதைச் செய்வதற்குக் கோட்பாடு அவசியமாகிறது. கருத்தாக்கங்கள் ஊடாகத் தொடர்புபடுத்த கோட்பாடு உதவுவதோடு சிக்கலான யதார்த்தத்தில் உள்ளடக்கப்பட்டிருப்பதைப் புரிந்துகொள்ளவும் உதவுகிறது. (இருந்தாலும், காடாமர் இவ்வாறு கேட்கிறார்: 'கருத்தாக்கரீதியான அறிவிடம் உண்மை என்ற கருத்தாக்கத்தைக் ஒப்படைப்பது சரியானதுதானா? ஒரு கலைப் படைப்பும் உண்மையைக் கொண்டிருக்கிறது என்பதை நாம் ஏற்றுக்கொள்ளத்தான் வேண்டுமா?[18] இவை மிகக் காத்திரமான கேள்விகள்).

கட்டாயத்தால்தான் தலித்துகள் கவிதை பக்கம் திரும்புகிறார்கள் என்பதோ அல்லது அனுபவவாத ஆய்வுகளை மேற்கொள்கிறார்கள் என்பதோ முற்றிலுமாக உண்மையல்ல. நாம் சற்றே கூர்ந்து கவனிப்போம் என்றால், இந்தக் காரணியங்களுக்காகவே அவர்கள் அனுபவவாத ஆய்வுகளைப் பிரக்ஞைபூர்வமாகத் தேர்ந்தெடுக்கிறார்கள் என்பது தெளிவாகும்: முதலாவதாக, தங்களுடைய வாழ்வனுபவம் அவ்வளவு செழிப்பானது என்றும், அதுவே அதன் உண்மைத்தன்மை சார்ந்து நிலைத்துநிற்கக்கூடியது என்றும், அதனால் அதற்கு எத்தகைய கோட்பாட்டாக்க வெளிப்பாடும் அவசியமில்லை என்றும் அவர்கள் வாதிடக்கூடும். அவர்களது சிந்தனை, செயல் ஆகியவற்றை வடிவமைத்துக்கொள்வதற்கு அனுபவம் மட்டுமே போதுமானதாக இருப்பதோடு, எதிர்ப்புக்கு அன்றாட அனுபவங்களே போதுமானதாகவும் இருக்கின்றன. இரண்டாவதாக, யதார்த்தத்தோடு அவர்கள் கொண்டிருக்கும் பிரத்யேகத் தொடர்பால், எத்தகையக் கோட்பாட்டாக்க வெளிப்பாடுகளும் இல்லாமலேயே அதை முழுமையாகக் கைக்கொள்ள முடியும் என்றும் வாதிடுகிறார்கள். இந்தக் கூற்று நிச்சயமாகத் தோற்றவெளிரீதியான (ontological) குருட்டுப்பார்வையாகும். இக்கூற்று தலித் அல்லாதவர்கள் வேறுபட்ட சமூக இருப்பைக் கொண்டிருப்பதால், தலித்துகளின் யதார்த்தத்தை உள்வாங்குவதில் அவர்கள் உள்ளார்ந்த இயலாமையைக் கொண்டிருக்கிறார்கள் என்ற அனுமானத்தைக் கொண்டிருக்கிறது. இப்படியாக, தலித்துகள் கோட்பாடு எதையும் உருவாக்கவில்லை என்றாலும், அவர்களது ஆய்வுகள் கோட்பாட்டுரீதியாக முக்கியமான பார்வைகளைக் கொண்டிருக்கின்றன என்றும், அவர்களது அனுபவங்களே மானுட உறவுகள் குறித்த பல தெளிவுகளைக் கொடுக்க முடியும் என்றும் ஆகிறது. மூன்றாவதாக, அனுபவவாதத்தை நியாயப்படுத்தும் விதமாக, கோட்பாடு செய்வது ஏற்றுக்கொள்ளக்கூடியது அல்ல என்று சில தலித்துகள் வாதிடக்கூடும். ஏனெனில், கோட்பாடு செய்வது ஒருவரை அறிவார்த்த ஆணவம் கொண்டவராகவும் அகங்காரம் கொண்டவராகவும் ஆக்குவதோடு, அவரைச்

18 Gadamer (1987: 39).

சமூகத்தோடு தொடர்பற்றவராக ஆக்கவில்லை என்றாலும் சமூகத்திலிருந்து அந்நியப்பட்டவராக மாற்றிவிடுகிறது என்றெல்லாம் வாதிடுகிறார்கள். இந்த வாதத்தைப் பொறுத்தமட்டில் சுவாரஸ்யமான விஷயம் என்னவென்றால், அரூபமான சிந்தனைகளை விமர்சிக்கும் போக்கு மகாராஷ்டிரத்தில் 14-ஆம் நூற்றாண்டிலிருந்து தொடங்குகிறது. பார்ப்பனரல்லாதார் மரபின் முன்னோடியான துக்காராம் அறிவார்த்த மரபு அகங்காரம் கொண்டிருப்பதால் ஏற்படும் விளைவுகளைக் கீழ்காணும் அபாங்காவில் (ஒருவகையான நாட்டாரியல் பாடல் அல்லது பக்திப் பாடல்) விமர்சிக்கிறார்.

இதெல்லாம் நன்மைக்குத்தான்! நன்றி கடவுளே!
நீ என்னைக் குப்பியாகப் படைத்ததற்கு.
இல்லையென்றால், நான் மரித்திருப்பேன்
இந்தப் பார்ப்பனர்களின் பகட்டாலும் பாசாங்குகளாலும்
ஒரு பார்ப்பனராக, நான் கால்பதியாமல் இருந்திருப்பேன்
ஆணவமும் அகங்காரமும் நிரம்பிவழிந்து;
பிறகு நரகத்தில் உள்ள கீழான நரகத்துக்கு
நான் கொண்டுசெல்லப்பட்டிருப்பேன்.[19]

துக்காராமின் இந்தக் குறிப்பிட்ட எதிர்வினை மேலும் விளக்கத் தேவையில்லாத அளவுக்கு அதுவே அதன் அளவில் தெள்ளத்தெளிவாக இருக்கிறது. தலித்துகள் அனுபவவாதத்தை நியாயப்படுத்த இது போன்றவையே காரணியங்களாகின்றன. ஆனால், இன்னும் பதில் சொல்லப்படாத கேள்விகள் இவையாக இருக்கின்றன: தலித்துகளும் பூர்வக்குடிகளும் பிற்படுத்தப்பட்டோரும் அவர்களுடைய பிரத்யேகமான அனுபவங்களுக்குள்ளாக அவர்களை எப்போதும் இழந்துநிற்க வேண்டுமா? பகட்டான கோட்பாட்டாளர்களாலும் இருபிறப்பாளர்களில் மேல் அடுக்கில் இருக்கும் அரசியல்வாதிகளாலும் தலித்துகளின் அனுபவங்கள் சிறுமைப்படுத்தப்படுவதை எதிர்த்து, தங்களது அனுபவங்களுக்கு ஒரு மதிப்பை உருவாக்கக்கூடிய விதத்தில் கோட்பாடு செய்வதைத் தார்மீகப் பொறுப்பாக எடுத்துக்கொள்ள வேண்டாமா? உடனடித்தன்மையிலிருந்து அரூபமானதை நோக்கி நகர்வதோடு, தங்களது அகவயத்தன்மையை மீட்டெடுக்க வேண்டாமா? மற்றவர்களது உருவாக்கத்தில் கௌரவப் பாத்திரமாகத் தோன்றுவதை நிறுத்திக்கொண்டு அவர்களுடைய சொந்த அனுபவங்கள் குறித்து அவர்களே அங்கமான முறையில் பிரதிபலித்து அவர்களுக்கான முகமையை மீட்டெடுக்க வேண்டாமா? இப்படியாகவே கோட்பாடு செய்வது என்பது தலித்துகளின் சமூகத் தேவையாகிறது.

கோட்பாடு செய்வது தலித்துகளின் சமூகத் தேவையாகிறது

அனுபவவாத முறையிலிருந்து கோட்பாட்டு முறைக்கான நகர்வு என்பது தலித்துகள், பூர்வக்குடிகள், பிற்படுத்தப்பட்டோரின் சமூகத் தேவையாக

19 More (1999: 37).

இருக்கிறது என்றே இங்கு வாதிடப்படுகிறது. இது இந்தக் காரணியங்களுக்காவே இவர்களது சமூகத் தேவையாகிறது: முதலாவதாக தலித்துகள், பூர்வக்குடிகள், பிற்படுத்தப்பட்டோரைக் கீழான அனுபவவாதத் தன்னிலைகளாகவும், இருபிறப்பாளர்களில் மேல் அடுக்கில் இருப்பவர்களை மேலான கோட்பாட்டுரீதியான தன்னிலைகளாகவும் முன்வைக்கப்படும் இத்தகைய தலைகீழாக்கப்பட்ட கீழைத்தேயவாதத்தை எதிர்கொள்வதற்குக் கோட்பாடு செய்வது சமூகத் தேவையாகிறது. இருபிறப்பாளர்களில் மேல் அடுக்கில் இருப்பவர்கள் எப்போதும் பிரயோகிக்கும் விவரிப்பு முறை தலித்துகள் மீது காட்டும் அவமதிப்புகளையும் ஏளனங்களையும் மூடிமறைக்கும் ஒன்றாகவே இருக்கிறது. இப்படியாகவே தலித்துகள், பிற்படுத்தப்பட்டோரின் உடல்மொழி குறித்த இருபிறப்பாளர்களில் மேல் அடுக்கில் இருப்பவர்களின் விவரிப்புகள், அவர்களது பண்பாட்டுரீதியான அரசியல்ரீதியான தேவைகளைப் பூர்த்திசெய்துகொள்ளும் விதமாகப் பாலியல்ரீதியாக வெளிப்படுத்தப்படுகின்றன. இந்தக் காரணியங்களுக்காகத்தான், பிற்படுத்தப்பட்ட சமூகத்தைச் சேர்ந்த பிஹார் முதல்வரின், தலித் சமூகத்தைச் சேர்ந்த உத்தர பிரதேச முதல்வரின் நாடக பாணியிலான மொழி குறித்துக் கோட்பாட்டுரீதியான அணுகுமுறைத் தேவையை இருபிறப்பாளர்களில் மேல் அடுக்கில் இருப்பவர்கள் உணர்வதில்லை. தலித், பகுஜன் அறிஞர்கள் இத்தகைய நாடக பாணியிலான மொழியைக் கோட்பாடு செய்வதன் வழியாகத் தங்களுடைய பண்பாட்டுக் குறியீடுகள் ஏளனமாகப் பார்க்கப்படுவதிலிருந்து வெளியேறுவதற்கான வழியை உருவாக்கிக்கொடுக்கிறார்கள். இத்தகைய அர்த்தத்தில்தான் தலைகீழாக்கப்பட்ட கீழைத்தேயவாதத்தை எதிர்ப்பதற்குக் கோட்பாடு ஒரு சமூகத் தேவையாகிறது. பிரிதொருவரின் சிந்தனைகளுக்கான பயனிலையாக இருப்பதைவிடச் சொந்தச் சிந்தனைகளின் எழுவாயாக இருப்பதற்குக் கோட்பாடு செய்வது சமூகத் தேவையாகிறது. இன்னும் வெளிப்படையாகச் சொல்வதென்றால், தலைகீழாக்கப்பட்ட கீழைத்தேயவாதத்தில் காணப்படும் சமனற்ற உறவுமுறைகள் தலித்துகளை, பூர்வக்குடிகளை, பிற்படுத்தப்பட்டோரைச் சிறுமைப்படுத்தி அவர்களைக் கேளிக்கைப் பொருட்களாக மாற்றுகின்றன. தனித்த ஆய்வு மையங்களை உருவாக்கி அதன் வழியாக தலித்துகள், பூர்வக்குடிகள் (இப்போது பெண்கள் குறித்தும் சேர்த்துக்கொள்ளப்படுகிறது) குறித்து யு.ஜி.சி., ஐ.சி.எஸ்.எஸ்.ஆர். ஆகிய அமைப்புகள் முன்னெடுக்கும் ஆய்வுகள் பலவற்றில் தலித்துகள் கேளிக்கைப் பொருட்களாகச் சித்தரிக்கப்படுகிறார்கள். இத்தகைய வாசிப்புகள் தலித், பூர்வக்குடிச் சமூகங்களைக் கேளிக்கைப் பொருட்களாக மாற்றியே இந்தச் சமூகங்களை ‘அருங்காட்சியக’ப்படுத்துகின்றன.

தலித்துகளை, பூர்வக்குடிகளைச் சிறுமைப்படுத்துவதில் மானுடவியலும், ஓரளவுக்கு சமூகவியலும் தலைமைதாங்குகின்றன. இதை ஊக்கப்படுத்தும் விதமாக யு.ஜி.சி., ஐ.சி.எஸ்.எஸ்.ஆர். போன்ற அமைப்புகள் பெருமளவிலான பணத்தை ஒதுக்குகின்றன. இத்தகைய முறையில் நடைமுறைப்படுத்தப்படும் சமூக அறிவியல், எதற்கு எதிராக முதலில் அது போராடியதோ அதே கீழைத்தேயவாதத்தின் வேதனை தரக்கூடிய வடிவங்களை மறுஉற்பத்திசெய்வது

குறித்து நாம் கேள்வி எழுப்ப வேண்டியுள்ளது. சமூக அறிவியல் பழகுகிறவர்கள் கீழைத்தேயவாதிகளைவிட அறரீதியாக எவ்விதத்தில் மேலானவர்களாக இருக்கிறார்கள்? தலித், பகுஜன் அறிஞர்களிடமிருந்து முற்றிலுமாகக் கோட்பாட்டுரீதியாகக் குறுக்கீடுகள் ஏதுமில்லாத காரணியத்தால், சில தலித் அல்லாத மீட்பாளர்கள் தலித், பகுஜன் குறித்துக் கோட்பாட்டுரீதியாக அணுக முன்வருகிறார்கள். தலைகீழாக்கப்பட்ட கிழைத்தேயவாதத்தை எதிர்த்து தலித்துகள் சார்பாகப் போராடுவதாகச் சொல்லிக்கொண்டு இவர்கள் முன்வருவது கவர்ச்சியாகத்தான் இருக்கிறது. தலித்துகள் நிலை குறித்துக் கோட்பாட்டுரீதியாகக் குறுக்கீடுசெய்வது என்பது தலித்துகள் குரலையும் இருப்பையும் மீட்டெடுப்பதற்கானது என்றும், இது வேறு வழியில்லாமல் தலித் அறிவறிவை முன்னேடுக்கவே உதவும் என்றும் இருபிறப்பாளர்களில் மேல் அடுக்கில் உள்ளவர்கள் வாதிடுகிறார்கள். ஆனால், இது மிக நுட்பமான வழிகளில் தலைகீழாக்கப்பட்ட கீழைத்தேயவாதத்துக்குத்தான் கொண்டுவிடுகிறது. தலித்துகளுக்கு அறிவறிவுரீதியான அதிகாரத்தை உருவாக்கிக்கொடுக்கிறோம் என்று இவர்கள் கோருவது, அவர்களது பெருந்தன்மை சார்ந்ததாகிறது. பெருந்தன்மை என்பது அதன் வரையறையில் அருள்பாலிக்கும் தன்மையைக் கொண்டுள்ளது. இத்தகைய அறிவறிவுரீதியான பெருந்தன்மை தலித்துகளைப் பொறுத்தமட்டில் பல மோசமான விளைவுகளை உருவாக்குவதாகவே அமைகிறது. முதலில், தலித்துகளுக்காக (அல்லது வேறு எவருக்காகவும்) பேசுகிறோம் என்பது எஜமானர் உறவுமுறையை உள்ளடக்கியதாக இருக்கிறது. கட்டமைப்புரீதியாக இது புரவலர் – கிளையன் உறவை அடிப்படையாகக் கொண்டுள்ளது. நாம் விவாதித்துக்கொண்டிருக்கும் விஷயத்தில், *முக்நாயக்*[20] புரவலராகிறார் என்றால், ஊமைகள் கிளையர்களாகி புரவலரை வரையறுக்கிறார்கள். நகைமுரணான அர்த்தத்தில், புரவலர்கள் பார்ப்பனியச் செயல்முறையை மறுவுருவாக்கம்செய்து, முதலில் அறிவின் மூலாதாரங்களைக் கட்டுப்படுத்துகிறார்கள். பிறகு, தங்களது உள்ளங்கையை வெறுமையான கோப்பையாக ஏந்திநிற்கும் தலித்துகளுக்கு அதை ஊற்றுகிறார்கள். இருபிறப்பாளர்களில் மேல் அடுக்கில் இருப்பவர்கள் எவ்வாறு இன்னமும் தாகத்தோடு இருக்கும் தலித்துகள் ஏந்தும் வெறுமையான உள்ளங்கைகளில் தண்ணீர் ஊற்றுகிறார்களோ அதுபோலவே நடந்துகொண்டிருக்கிறது. இந்த உறவுமுறை அறிவார்த்தரீதியாக முக்நாயக்கைத் தவிர்க்க முடியாததாக்குகிறது. மேலும், உண்மையான கோட்பாட்டுரீதியான ஏற்றத்துக்குப் பதிலாக, விடுவிக்கவந்தவரின் மிகைமொழி சார்ந்த அங்கீகாரத்துக்காகவும், அவர்கள் தீர்மானிக்கும் அதிராகப் பகிர்தலுக்காகவும் ஊமைகளை அவர்கள் முன் மண்டியிட வைக்கிறது. பொதுவெளியில் முக்நாயக்கின் அறிவார்த்த வெற்றியில் தலித்துகள் குளிர்காய்வதன் வழியாக அதிகாரம் குறிப்பிட்ட சிலருக்கும் பகிர்ந்தளிக்கப்படுவதை நாம் எண்ணிலடங்கா முறைகள் பார்த்திருக்கிறோம். இத்தகைய கட்டமைப்புரீதியான உறவுமுறை தலித்துகளின் ஆன்மாவிலும் தலித் சமூகத்திலும் புரவலரின் இருப்புக்கான அங்கீகாரத்தைக்

20 'ஊமை'களின் தலைவன்.

கொடுக்கிறது. இதன் விளைவாகவே தலித்துகளின், பகுஜன்களின் பிரத்யேகச் சூழ்நிலைகளுக்குச் சொந்தமான அறிவறிவுரீதியான வெளிகளை விட்டு புரவலர்கள் வெளியேற வேண்டும் என்ற அவசியம் ஏதும் ஏற்படுவதில்லை.

இத்தகைய எஜமானர் உறவுமுறை தலித்துகளைப் பொறுத்தமட்டில் மற்றொரு விளைவைக் கொண்டிருக்கிறது. இந்த முறையில் பிரதிநிதித்துவப்படுத்துவது இந்தக் குழுமங்களின் கதையாடல் முறையிலான ஆற்றலைக் குறைத்து மதிப்பிடுகிறது அல்லது பின்னுக்குத் தள்ளிவிடுகிறது. இவர்கள் ஒரு சாதகமான பொருள்கோளியல் (hermeneutics) கொள்ளக்கூடிய சூழலில் தங்களது அறிவுசார் சக்தியை வளர்த்துக்கொண்டிருக்கக்கூடும். ஆனால், முக்நாயக்குகள் மிகப் புத்திசாலித்தனமாகக் காய்நகர்த்துகிறார்கள். இன்னும் சுவாரஸ்யமான தகவல்களைக் கொடுக்கும்படி ஊமைகளைத் தூண்டிவிடுகிறார்கள். பிறகு, அந்தத் தகவல்களை உபயோகித்து சுதந்திரவாத வடிவில் அல்லது பின்நவீனத்துவரீதியாகக் கட்டுடைத்தல் பாணியில் பிரம்மாண்டமான முன்வைப்புகளுக்கு உபயோகித்துக்கொள்கிறார்கள். இது வேறு வழியில்லாமல் தலித்துகளை அனுபவவாதத்தோடு மட்டுப்படுத்தி அவர்களை உறைந்துபோன இருத்தியல் வலைக்குள் சிக்கிக்கொள்ள வைக்கிறது. பின்நவீனத்துவ பாணியில் தலித்துகளைக் கட்டமைப்பது என்பது, மேலாதிக்க அரசியல் குறித்துக் குருட்டுப்பார்வை கொண்டிருப்பதோடு, இந்த முறையில் கட்டமைக்கப்படுவதைக் கண்டு மகிழவும் செய்கிறது. ஏனெனில், இந்த மேலாதிக்க அரசியல், தர்க்கரீதியாக ஒரே வர்க்கத்தின் கூட்டுத் துயரங்களுக்கும், சுரண்டல்களுக்கு ஆட்பட்டிருக்கும் வேறுப்பட்ட உள்ளூர் அனுபவங்களுக்கும் இடையேயான தொடர்புகளைப் பின்நவீனத்துவ பாணியைக் கொண்டு மாற்றிவிடுகின்றன.

இறுதியாக, தலித் அல்லாதவர்களின் இத்தகைய அறிவறிவுரீதியான உற்சாகம் மற்றொரு தீவிரமான கோளாறால் அவதிக்குள்ளாகிறது. இந்த அறிவார்த்த வெளிப்பாடு அறிவறிவுரீதியாகப் பின்தங்கிய ஒன்றாக உள்ளது. அதாவது, தலித் அல்லாதவர்கள் அறிவறிவுரீதியாக தலித் நிலைப்பாட்டைக் கண்டெடுப்பதன் ஊடாக யார் முன்னிலைப்படுத்தப்படுகிறார்கள் என்பதுதான் தெளிவாக இல்லை. முன்னுக்கு வருவது பயனிலையா (தலித்), எழுவாயா (முக்நாயக்)? இந்தக் கேள்வி மிக முக்கியமானதாகிறது. ஏனெனில், தலித் அனுபவங்களிலிருந்து முற்றிலும் புதிய கருத்தாக்க வெளிகளை உருவாக்கியே இத்தகைய முன்வைப்புகள் நிலைநிறுத்தப்படுகின்றன. மாற்றுக் கருத்தாக்கத்தை மீட்டெடுக்கவோ அல்லது உருவாக்கவோ முடியாத இந்தப் போதாமை ஏன் நடக்கிறது என்றால், இந்த அறிஞர்கள் தலித் அனுபவத்துக்கு வெளியே நின்றுகொண்டு தலித் அனுபவத்தைக் கோட்பாட்டாக்கம் செய்கிறார்கள். இதன் காரணியமாகவே இந்த வெளிப்பாடுகள் அறிவறிவுரீதியாகப் பின்தங்கிய ஒன்றாக உள்ளது. இந்தப் பின்தங்கிய அறிவறிவானது மையநீரோட்ட மார்க்ஸிய, பெண்ணியச் சட்டகங்களை விமர்சிப்பது என்ற அதன் நிலைப்பாட்டை வெறுமனே உறுதிப்படுத்தும் ஒன்றாகவே இருக்கிறது. இந்தப் புறவயப்பட்டதன்மை எவ்விதத்திலும் கோட்பாட்டாக்கரீதியாக

தலித்துகளுக்குப் புரட்சிகரமான புரிதல்களையோ அரசியலையோ சாத்தியப்படுத்தக்கூடியதாக இல்லை. இன்னும் சற்றே வெளிப்படையாகச் சொல்வதென்றால், இத்தகைய அறிவறிவுரீதியான முனைப்புகள், தலித் அறிவறிவை வெறுமனே வேறுபாடுகள் குறித்தான விளக்கவுரைகளாகச் சுருக்குவதோடு, சமத்துவவாதத்தை அடிப்படையாகக் கொண்டிருக்கும் பல்வேறு அறிவறிவுகளை ஒன்றிணைக்கும் சாத்தியப்பாட்டை மிகத் தீவிரமாகப் பின்னுக்குத்தள்ளவும் செய்கின்றன. இத்தகைய அர்த்தத்திலேயே புரவலர்தன்மையிலான அல்லது பின்தங்கிய நிலையில் உள்ள அறிவறிவு சமூகத் தேவை என்ற தளத்தில் தோற்றுப்போகிறது. இது முந்தைய மத்தியதர வர்க்கத்தைச் சேர்ந்த தீவிரச் சிந்தனையாளர்களைப் பொறுத்தமட்டில் பழைய சட்டகங்கள் அவற்றின் கவர்ச்சியை இழந்துவிட்டதால் ஏற்பட்டிருக்கும் அறிவார்த்தரீதியான சலிப்பைக் கடந்துசெல்வதற்கான ஒரு தேர்வாகவே அமைகிறது.

பழைய சுதந்திரவாத அல்லது மார்க்ஸியக் கதையாடல்கள் இந்தியாவில் சமூக அறிவியலின் கருத்தாக்க எல்லைகளை மிக இறுக்கமாக்க முயன்றன என்பது உண்மைதான். இவை ஏறக்குறைய சமூக அறிவியல் துறையை மூச்சுத்திணறும் நிலைக்குக் கொண்டுவிட்டுள்ளன. ஆனாலும் சாதியா, வர்க்கமா போன்ற கதையாடல்கள் ஊடாகச் சமூக அறிவியலின் நெறிமுறைகள், செயல்முறைகள், விதிமுறைகள் ஆகியவற்றைத் தீர்மானிக்க ஒன்றோடொன்று போட்டிப்போடவே செய்தன. இத்தகைய செயல்பாட்டின் போக்கில், இந்தக் கதையாடல்கள் தலித்துகள், பூர்வக்குடிகள், பிற்படுத்தப்பட்டோர், பெண்கள் ஆகியோருக்கான கருத்தாக்கங்களை, வகைமைகளைக் கண்டெடுக்கும் கோட்பாட்டாக்கப் பணியைத் தனதாக்கிக்கொண்டன. எடுத்துக்காட்டாக, மார்க்ஸியக் கதையாடல் வர்க்கம், சுரண்டல், பாட்டாளி வர்க்கம், உழைப்பு, அந்நியமாதல் போன்றவற்றை தலித்துகள் உட்பட எல்லோருக்குமானதாக அறிமுகப்படுத்தியது. சுதந்திரவாதக் கதையாடல்களில் சாதி, தேசியவாதம், குடியுரிமை, உரிமைகள், பன்மைப் பண்பாடு போன்றவை எல்லோருக்குமான சக்திவாய்ந்த வகைமைகளாயின. இவை கோட்பாடு செய்வதற்கான கற்பனை தலித்துகளிடம் இல்லாத வரலாற்றுரீதியான தோல்வியையே வெளிப்படுத்துகின்றன.

கோட்பாட்டுரீதியாக மாற்று வகைமைகளை முன்வைப்பது மிகப் பெரிய சவால்களை நம் முன் வைக்கின்றன என்றாலும், இந்தச் சவால்களை நாம் எதிர்கொள்வது பயனுள்ளதாக இருக்கும். தலித் கோட்பாடு ஒரு சமூகத் தேவையாக மாறுவதற்கு மார்க்ஸிய, சுதந்திரவாத முறைகளில் உள்ள போதாமையைச் செங்குத்தாக விமர்சிக்க வேண்டியுள்ளது என்றால் இந்த முறைகள் இன்னும் கொண்டிருக்கும் தலித், பகுஜன்கள் குறித்தான விமர்சனரீதியான முன்வைப்புகளைக் கிடைநிலையிலாக அணுக வேண்டியுள்ளது. இப்படியாக மார்க்ஸிய, சுதந்திரவாத முன்வைப்புகளில் காணப்படும் அறிவறிவுரீதியான குறைபாடுகளுக்காக நாம் அவற்றில் உள்ள

எல்லாவற்றையும் நிராகரிப்பது நியாயமானது அல்ல. சொல்லப்போனால், கோட்பாடு செய்வது தலித்துகளின் அகத்தேவையாகவும் உள்ளது.

தலித்துகளுக்கு அகத்தேவையாகக் கோட்பாடு அவசியமாகிறது

இந்த அகத்தேவையை உணர்வது பல விஷயங்களை முன்நிபந்தனைகளாகக் கொண்டுள்ளது. இது தார்மீக நிபந்தனையாகிறது. கோட்பாடு செய்வதை தலித்துகள் தங்களது தார்மீகரீதியான அகத்தேவையாக உணர்வதற்கு, அவர்கள் பிரக்ஞைபூர்வமான நிலைப்பாட்டை எடுக்க வேண்டியுள்ளது. அதாவது, தலித் அனுபவங்களைப் புரிந்துகொள்வதற்கு, அது குறித்துப் பிரதிபலிப்பதற்குத் தங்களுடைய சுதந்திரத்தை உபயோகித்துக்கொள்வது என்ற பிரக்ஞைபூர்வமான நிலைப்பாட்டை எடுக்க வேண்டும். தலித்துகள் அவர்களது பிரதிபலிப்புகளில் கோட்பாட்டுரீதியான உயரத்தைத் தொடுவதற்கு, அவர்களுடைய அனுபவங்களிலிருந்து வெளியேறுவதற்கு இந்தச் சுதந்திரத்தைப் பயன்படுத்திக்கொள்ள வேண்டும். தாங்கள் பெறும் அனுபவத்தின் உயரத்தைத் தொடுவதற்கு அவர்கள் ஆக்ஸ்போர்டு, கேம்பிரிட்ஜ் போன்ற பல்கலைக்கழகங்களுக்குச் செல்லலாம். ஆனாலும், அவர்கள் தங்களது பிரதிபலிப்புகளின் ஆழத்தைத் தொடுவதற்கு தலித் அனுபவத்துக்குள் மீண்டும் திரும்புவது என்ற தார்மீகத் தேர்வை அவர்கள் எடுக்க வேண்டும். கோட்பாடு செய்வதற்கு இது மிக அவசியமான நிபந்தனையாகிறது. இப்படியாக, தனிநபர்வாத அடிப்படையில் புதிய அறிவறிதல் எல்லைகளை வென்றெடுக்க உந்தப்பட்டவர்களாக மாறும் நவீனத்துவக் கோட்பாட்டாளர்கள், தலித்துகளைப் பொறுத்தமட்டில் தார்மீகரீதியான விரும்பத்தகாதவர்கள் ஆகிறார்கள். இந்த வகை அறிவறிவுரீதியான ஏகாதிபத்தியம் ஒருதலைபட்சமாக இருக்கிறது. அதாவது, இது கல்விப்புலம் சார்ந்த அறிவுமுறைக்குக் கட்டுப்பட்டதாக இருக்கிறதே தவிர அதன் நோக்கத்துக்கு அல்ல. தலித்துகளைப் பொறுத்தமட்டில், கோட்பாடு என்பது இரண்டு பொறுப்புகளைக் கொண்டதாக இருக்கிறது. அதாவது, கல்விப்புலம் சார்ந்த அறிவுமுறை, அதன் நோக்கம் இரண்டுக்கும் கட்டுப்பட்டதாக இருக்க வேண்டியுள்ளது. இத்தகைய தார்மீகம் மீது கொண்டிருக்கும் பொறுப்பின் காரணியமாக, தலித்துகள் தூய அனுபவவாதத்துக்குள்ளாகவோ 'பரிசோதனைவாத'த்துக்குள்ளாகவோ சிக்கிக்கொள்ளாமல் இருக்க வேண்டியுள்ளது. ஏனெனில், இவை கல்விப்புலம், அரசியல் ஆகிய தளங்களில் செயல்படும் போட்டி வடிவங்களுக்குப் பெயரளவில் மாற்றாக முன்வைக்கப்படுகின்றன. தலித்துகளைப் பொறுத்தமட்டில் கோட்பாடு என்பது கோட்பாடுகள் செய்வதற்கு ஊக்கமளிக்கும் ஆக்ஸ்போர்டு, கேம்பிரிட்ஜ் போன்ற பல்கலைக்கழகங்களிலோ அல்லது இந்தியாவில் உள்ள சில நிறுவனங்களிலோ தொடங்கி அங்கேயே முடிவடையக்கூடியதாக இருக்கக் கூடாது. நம் நாட்டில் இருபிறப்பாளர்களில் மேல் அடுக்கில் உள்ளவர்களால், தன்னலம் சார்ந்து நடைமுறைப்படுத்தும் தொழில்சார்

தன்மைக்குள், மழுங்கடிக்கப்பட்ட உணர்வுகளுக்குள் தலித்துகளின் கோட்பாடு சிக்கிக்கொள்ளக் கூடாது. தலித்துகள் கோட்பாட்டுரீதியாக முன்வைப்பதன் பலத்தை, அது எவ்வளவு கவர்ச்சிகரமாக இருந்தாலும் சமூக அறிவியல் துறையைச் சேர்ந்த தீர்ப்புரையாளர்கள் கொடுக்கும் சான்றிதழ்களைச் சார்ந்திராமல், அது வெகுஜன மனப்பான்மையில் எந்த அளவுக்குத் தாக்கத்தை ஏற்படுத்துகிறது என்பதற்கு முக்கியத்துவம் கொடுப்பதாக இருக்க வேண்டும்.

கிராம்ஸ்கியின் திட்டமானது கோட்பாட்டாளர்களிடம் அப்பழுக்கற்ற அர்ப்பணிப்பை எதிர்பார்க்கிறது. அதாவது, தொழில்நுட்பரீதியான உள்ளடக்கத்தைக் கருத்தரங்க அரங்குகளுக்குள் சுருக்கிவிடாமல் பொதுமக்களுக்கு ஏற்ற விதத்தில் சாதாரண மரபுக்கூற்றுக்கும் பொதுவான பேச்சுமொழிக்கும் மொழியாக்கம் செய்யப்பட வேண்டும் என்றே கிராம்ஸ்கியின் திட்டம் எதிர்பார்க்கிறது. சொல்லப்போனால், நாம் இதை செங்கோட்டையிலிருந்து பழக வேண்டியுள்ளது என்பேன். இது, ஒருவிதத்தில் ஆகஸ்ட் 15 அன்று ஆதாயம் அடையக்கூடியவர்கள், சடங்குத்தனமாக மக்களை ஏமாற்றும் மிகைமொழியைச் சார்ந்திருப்பதை மாற்றி அர்த்தப்படுத்துவதற்கு முக்கியத்துவம் கொடுப்பதாகிறது. இந்த நாட்டில் கோட்பாடுகள் செய்வதற்குத் தார்மீகரீதியாக முன்மாதிரியாகும் பொறுப்பை தலித்துகள் ஏற்றுக்கொள்ள வேண்டியுள்ளது. இந்தப் பார்வை, சமூக அறிவியலைக் கோட்பாட்டுரீதியான பார்ப்பனர்கள் என்றும், அனுபவவாத சூத்திரர்கள் என்றும் பிளவுபடுத்தும் பண்பாட்டுப் படிநிலையை அகற்றக்கூடியதாக இருக்கும். இறுதியாக, இந்தியாவில் சமூக அறிவியல் அதன் கருத்தாக்க வெளிகளின் சமூகப்புலத்தை விரிவாக்கி, அதன் மீதாக நாம் கொண்டிருக்கும் நம்பிக்கைகளை நிறைவேற்றும்.

⊙

(இந்த இயல் 2002-ல் எக்னாமிக் அண்ட் பொலிடிக்கல் வீக்லியில் (XXXVII (51): 5003-9), 'How are the Social Sciences in India' என்ற தலைப்பில் பிரசுரிக்கப்பட்டது.)

2 அனுபவமும் கோட்பாடும்

ஹாபர்மாஸ் முதல் கோபால் குரு வரை

சுந்தர் சருக்கை

முந்தைய இயலில், இந்தியச் சமூக அறிவியலின் பண்பு குறித்து கோபால் குரு முக்கியமான சில அவதானிப்புகளை முன்வைத்துள்ளார். என்னுடைய பார்வையில், கோட்பாடு செய்வதற்கான உரிமை குறித்து அவர் எழுப்பும் கேள்வி மிக முக்கியமானதாகிறது. குருவின் வார்த்தைகளில் சொல்வதென்றால், கோட்பாடு செய்தல் சாத்தியப்படுவதற்குத் தார்மீக பலம் அவசியமானதாகிறது. தலித்துகளை 'கோட்பாட்டுரீதியாகச் சுரண்டுவது' என்ற குருவின் கவலையோடு சுருங்கக்கூடிய பிரச்சினையல்ல இது. சொல்லப்போனால், அதுவும் குறிப்பாக சமகாலத்தின் ஏறக்குறைய எல்லாக் கதையாடல்களிலும் இது பிரச்சினைக்குரியதாகிறது. ஒருவேளை நுகர்வுவோர் காலத்தைப் பிரதிபலிக்கும் விதமாக, தனிநபர்களும் சமூகக் குழுக்களும் அவர்கள் குறித்து அல்லது பிற சமூகக் குழுக்கள் குறித்து அவர்கள் உருவாக்கும் கோட்பாடுகளுக்குக் காப்புரிமை, ஆக்கவுரிமை போன்றவற்றைக் கோருகிறார்கள் போலும். காப்புரிமைக்கான கோரிக்கை அல்லது கோட்பாடு செய்வதற்கான 'தார்மீக' உரிமை வாழ்வனுபவம் என்ற கருத்தமைவைச் சார்ந்து நியாயப்படுத்துவதே பொதுவான வழிமுறையாக இருக்கிறது. குருவும் இதையேதான் செய்கிறார். ஆனால், வாழ்வனுபவம் என்றால் என்ன? வாழ்வனுபவத்தை அமைப்பாக்கம் செய்துகொடுப்பவை எவை? அதுவும் மிக முக்கியமாக, கோட்பாடு செய்வதற்கான காப்புரிமை என்ற விஷயத்தைப் பொறுத்தமட்டில் வாழ்வனுபவத்துக்கும், அந்த அனுபவங்கள் குறித்துக் கோட்பாடு செய்வதற்கும் இடையேயான உறவு என்ன?

கோட்பாடு செய்யும் உரிமை யாருக்கு இருக்கிறது?

சமீபக் காலங்களில், கோட்பாட்டாக்க அக்கறைகளில் அதிகாரம், நம்பகத்தன்மை போன்ற கருத்தமைவுகள் ஆதிக்கம் செலுத்துகின்றன. தலித்துகள் கொள்ளும் வாழ்வனுபவம் மட்டுமே செல்லுபடியாகக்கூடிய நம்பகத்தன்மை கொண்டிருக்கும் அனுபவங்களாகின்றன என்றும், இந்த அனுபவங்களைக் கோட்பாட்டாக்கம் செய்வது தலித்துகளோடு மட்டுப்படுத்தப்பட வேண்டும் என்றும் குரு முன்வைக்கும் வாதங்கள் இத்தகைய போக்கின் மற்றொரு குரலாகவே வெளிப்படுகிறது.

இந்தப் பார்வையில் அடிப்படையான கேள்வியாக இருப்பது இதுவே: சமூக அறிவியல்களில் கோட்பாட்டாக்கம் செய்யும் உரிமை யாருக்கு இருக்கிறது? இந்தப் பிரச்சினை, கல்விப்புலம் சார்ந்தும் அதற்கு வெளியேயும் எல்லோரையும் பாதிக்கக்கூடியதாக இருக்கிறது. இந்தியப் பண்பாட்டுக் கூறுகளான மதம், சமூகம், உளவியல், திரைப்படங்கள், இசை மற்றும் இதுபோன்றவற்றைக் கோட்பாட்டாக்கம் செய்வதை எடுத்துக்கொள்வோம். இவை குறித்தெல்லாம் திறமையோடு கோட்பாட்டாக்கம் செய்யும் சிலர் இந்தியாவில் இருக்கிறார்கள் என்றாலும், அதையும்விடச் சிறப்பாகச் செய்யக்கூடிய பலர் இந்தியாவுக்கு வெளியே இருக்கிறார்கள். இந்திய அனுபவம் குறித்தான கோட்பாடுகள், அதாவது இப்போது இந்தியாவில் வாழ்ந்துகொண்டிருப்பவர்களின் அனுபவங்கள் குறித்தான கோட்பாடுகள், பெரும்பாலும் இந்தியாவுக்கு ‘வெளியே’ இருப்பவர்கள் – அவர்களுக்கு வகுப்புகள் இல்லாதபோது அல்லது அதிகபட்சம் அவர்களது விடுமுறைக் காலங்களில் இந்தியாவுக்கு வந்துபோகிறவர்கள் – செய்த கோட்பாடுகளிலிருந்து உருவாக்கப்பட்டவையே. அவர்கள் இருக்கும் நிலையின் காரணியம், அதாவது திறமைவாய்ந்த சிந்தனையாளர்களாகவும் புத்தகங்கள் பிரசுரிக்கும் பண்பாட்டின் பகுதியாகவும் அவர்கள் இருப்பதாலேயே, இந்தியா குறித்து இவர்களால் எழுதப்படுபவை உலகத்தாரால் ஏற்றுக்கொள்ளப்படுகின்றன. இந்த ‘அயலவர்கள்’ இந்தியாவில் பிறந்தவர்களாகவும் இருக்கலாம், இல்லாமலும் இருக்கலாம். துரதிர்ஷ்டவசமாக, இந்தியாவைச் சில வாரங்களுக்கு அனுபவித்துவிட்டு அதன் பல்வேறு பண்புகள் குறித்துக் கோட்பாட்டாக்கம் செய்யும் இத்தகைய அயலவர்களின் கள ஆய்வுகள் ‘பங்கேற்பாளரின் நோக்கில்’ என்ற கருத்தின் அடிப்படையில் அங்கீகரிக்கப்படுகின்றன. இது பல சமயங்களில் மிகவும் எரிச்சலூட்டக்கூடியதாக இருக்கிறது. அதாவது, தலித் அனுபவங்களை தலித் அல்லாதவர்கள், கோட்பாட்டாக்கம் செய்வதைப் பார்த்து குரு எரிச்சலடைவதுபோல் எரிச்சலூட்டக்கூடியதாக இருக்கிறது. ஆனால், எரிச்சலடைவது மட்டுமே போதுமானதல்ல. எது முக்கியமானது என்றால், இந்த நிலைப்பாட்டின் நியாயம் அல்லது நியாயமற்றதன்மையை நிரூபணம்செய்யும் விதமான வாதங்களை நாம் கண்டெடுக்க வேண்டியுள்ளது.

குருவின் கட்டுரையில் மிக முக்கியமான உட்பிரதியாக இருப்பது கோபம். தலித் அல்லாதவர்கள் தலித் அனுபவங்களைக் கோட்பாட்டாக்கம் செய்வதைப் பார்க்கும்போது சில சமயங்களில் இது நியாயமாகவும் இருக்கிறது. இந்தக் கோபம் எல்லோரிடமும் இல்லை என்றாலும், பொதுவானதாக இருக்கிறது. அதாவது, தங்கள் குமுகத்தை ‘சேராதவர்கள்’ தங்களைக் குறித்து ஆராய்வதற்குப் பயனிலையாக இருப்பதற்கு அவர்கள் பெரும்பாலும் விரும்புவதில்லை. இந்தியச் சமூகம், பண்பாடு மற்றும் அதன் மக்கள் குறித்து இந்தியர் அல்லாதவர்கள் தங்களது அவதானிப்புகளை முன்வைக்கும்போது இவ்வாறு எதிர்க்கப்படுவதைப் பார்த்துக்கொண்டுதான் இருக்கிறோம். அறிவியலாளர்களாக இல்லாதவர்கள் அறிவியல் குறித்து எழுதும்போது, அதிலும் குறிப்பாக அறிவியலின் பிரச்சினைக்குரிய விஷயங்கள் குறித்து எழுதும்போது, இதுபோன்ற எதிர்ப்பை நாம் வழக்கமாகக்

கேட்டுக்கொண்டிருக்கிறோம். அயலவர்கள் மீதான இத்தகைய கோபம் நியாயமானதுதானா? அல்லது ஓர் 'அயலவர்' அவர் சாராத குமுகம் குறித்து அர்த்தமுள்ள பார்வைகளை முன்வைக்கக்கூடிய நிலையில் இருக்கிறாரா? எல்லாவற்றுக்கும் மேலாக அயலவர் என்பவர் உண்மையில் யார்?

ஏறக்குறைய எல்லாச் செயல்பாடுகளும் இந்தச் சிக்கலைத் தோற்றுவித்துள்ளன. இதே தளத்திலிருந்து படைப்பாளிகள் விமர்சகர்களைக் கேள்வி கேட்கிறார்கள்: நீங்கள் படைப்பாளியாக இல்லாதபோது, ஒரு படைப்பு குறித்துப் பேசுவதற்கு உங்களுக்கு என்ன தகுதி இருக்கிறது, உரிமை இருக்கிறது? அறிவியல், தொழில்நுட்பம் குறித்து எழுதும்போது அறிவியலாளர்களும் தொழில்நுட்பவாதிகளும் இந்த பாணியில்தான் எதிர்வினையாற்றுகிறார்கள். சொல்லப்போனால், அறிவியல் குறித்துத் தத்துவவியலாளர்களும் சமூகவியலாளர்களும் முன்வைப்பதை வெளிப்படையாகத் தாக்கும் போக்கு இப்போது அறிவியலாளர்கள் மத்தியில் ஒரு புதிய பாணியாகவே உள்ளது. நோபல் பரிசு பெற்றவரான வெயின்பெர்க் (Weinberg) அறிவியலின் தத்துவம் என்பது அறிவியல் மீதான மொலாம்பூச்சு என்கிறார். சில வருடங்களுக்கு முன் அறிவியல்ரீதியான சொற்களை 'தவறாக உபயோகிப்பதாக' பின்நவீனவியலாளர்கள் மீது சோகலும் பிரிக்மான்ட்டும் நேரடியாகத் தாக்குதல் நடத்தினார்கள்.[1] தத்துவவியலாளர்களும் சமூகவியலாளர்களும் உண்மையில் 'தொழில்நுட்பத்துக்கு எதிரானவர்கள்' என்றே தொழில்நுட்பவாதிகள் பெரும்பாலும் நம்புகிறார்கள். விஷயம் என்னவென்றால், அறிவியல் குறித்துப் பேசும் தத்துவவியலாளர்கள் அறிவியலை அறிந்திருப்பது பயனுள்ளதாக இருக்கும் என்றாலும், அறிவியல் குறித்தான தத்துவார்த்த வாசிப்புகள் பல சமயங்களில் அறிவியலைவிடத் தத்துவத்தையே அதிகம் சார்ந்திருக்கின்றன என்பது வெளிப்படையானது. தத்துவார்த்த வாசிப்புகள் அறிவியலின் நடைமுறை குறித்தும், அதன் கதையாடல்கள் குறித்தும் பிரதிபலிப்பதற்குத் தத்துவத்தை உபயோகிக்கின்றன. அன்றாட அறிவியல் நடைமுறைகளைப் பொறுத்தமட்டில் தத்துவம் அதற்கு அயலானதாக இருக்கும் ஒன்றுதான். இருந்தாலும், அறிவியல் குறித்த அதன் அவதானிப்புகள் ஆழ்ந்த பார்வைகளைக் கொண்டிருப்பதோடு, அறிவியலின் நடைமுறை குறித்து அறிவியல் தெரிவிப்பதைவிடத் தத்துவம் இன்னும் சிறப்பாக வெளிச்சம்போட்டுக் காட்டுகிறது. ஒரு மொழியைத் திறமையோடு உபயோகிக்கக்கூடியவர் மொழி குறித்துக் கொண்டிருக்கும் பார்வைகளைவிடத் தத்துவவியலாளர்களும் மொழியியலாளர்களும் மொழி குறித்து ஆழமான பார்வைகளைக் கொண்டிருப்பது இதற்கான மிகச் சிறந்த எடுத்துக்காட்டாகிறது.

மதரீதியான குமுகங்களிடமும் இதற்கு நிகரான கவலைகள் காணப்படுகின்றன. பல்வேறு சமயங்களில் மதம் குறித்தோ, அவர்களுடைய குமுகம் குறித்தோ எது எழுதப்பட்டாலும், அந்தந்தக் குமுகம் கொண்டிருக்கும் நம்பிக்கைகளைப் பகிர்ந்துகொள்ளாதவர்கள் (அல்லது குறிப்பிட்ட மதரீதியான நம்பிக்கைகளை

1 பார்க்கவும்: *Sokal and Bricmont* (1998); *Weinberg* (1993).

வாழ்வனுபமாகப் பகிர்ந்துகொள்ளாதவர்கள்) அந்த அனுபவத்தை விமர்சிக்க எத்தகைய உரிமையும் கிடையாது என்று எதிர்வினையாற்றுகிறார்கள். இன்னும் தெளிவான ஒரு உதாரணத்தை எடுத்துக்கொள்வோம்: இந்திய ஆங்கிலப் படைப்புகள் அங்கீகரிப்பு பெறத் தொடங்கிய பிறகு, அவை இந்தியச் சமூகம் குறித்துப் பேசுவதாகக் கோரக் கூடாது என்ற நிலைப்பாட்டை இந்திய மொழிகளில் எழுதும் எழுத்தாளர்கள் எடுக்கிறார்கள். பெரும்பாலான இந்தியர்கள் ஆங்கிலத்தில் பேசக்கூடியவர்கள் இல்லை என்ற காரணியத்தை முன்வைக்கிறார்கள். இங்கு, ஆங்கிலத்தில் எழுதப்படுபவை நம்பகத்தன்மை இல்லாதது என்றே கோரப்படுகிறது. இங்கு வாழ்வனுபவம், ‘வாழும் மொழி’யோடு சமன்படுத்தப்படுகிறது.

எப்படி இருப்பினும், கொள்கைரீதியாகச் சொல்வதென்றால், ஒரு கோட்பாட்டாளர் வாழ்வனுபவமாகப் பெற முடியாத பல மானுடச் செயல்பாடுகள் இருக்கத்தான் செய்கின்றன. அரசியல் கோட்பாடுகள் அரசியல் தலைவர்களால் மட்டுமே எழுதப்பட வேண்டுமா? எடுத்துக்காட்டாகச் சொல்வதென்றால், வரலாறு இந்த நிபந்தனையைப் பூர்த்திசெய்ய முடியாது. இந்த நிலைப்பாட்டின் அடிப்படையில் சொல்வதென்றால், ஒருவர் வரலாற்றுரீதியான நிகழ்வில் பங்கெடுத்துக்கொண்ட வாழ்வனுபவத்தைக் கொண்டிருந்தால் மட்டுமே, அது குறித்து ஒருவர் எழுதும் வரலாறும் நம்பகத்தன்மை கொண்டதாக இருக்க முடியும். இதுபோலவே, நாம் மத அடிப்படைவாத அமைப்புகளின் பகுதியாக இல்லாமல் மத அடிப்படைவாதம் குறித்து எதையும் எழுத முடியாது. துயரப்படுபவரைப் புரிந்துணர்ந்துகொள்ளுதல் என்று வரும்போது, அவருடைய வாழ்வனுபவத்தை எவ்விதத்திலும் நாம் அனுபவிக்கவில்லை என்றாலும், அவருடைய அனுபவத்தின் ஏதோ ஒன்றை நமக்குள்ளாகப் படரவிடுகிறோம். தீண்டாமை ஒரு குற்றம் என்று நாம் முன்வைப்பதற்கு நாம் தீண்டப்படாதவராக இருக்க வேண்டிய அவசியம் ஏதுமில்லை. பெண்கள் உட்பட எல்லாக் குடிநபர்களுக்கும் சமத்துவம் வேண்டும் என்று நாம் கோரும்போது, இதைக் கோருவதற்கு நாம் பெண்ணாகவோ தலித்தாகவோ இருக்க வேண்டிய அவசியமேதுமில்லை. அதாவது, வேறுசில கொள்கைகள் அடிப்படையில் கோட்பாட்டாக்கம் செய்ய நம்மை அனுமதிக்கும் சில அனுபவங்கள் இருக்கத்தான் செய்கின்றன. எடுத்துக்காட்டாக, மானுடச் சுதந்திரம் மற்றும் விடுதலை.

ஆனால், நம்பகத்தன்மை குறித்தான இத்தகைய முன்வைப்புகளுக்கும் குருவின் வாதங்களுக்கும் இடையே மிக முக்கியமான வேறுபாடு ஒன்று உள்ளது. நாம் முன்வைத்திருக்கும் எடுத்துக்காட்டுகளில் எல்லாம், ஒரு சமூகக் குழுமம் குறித்தோ, ஓர் அனுபவம் குறித்தோ எதிர்மறையாக முன்வைக்கும்போது மட்டும்தான் நம்பகத்தன்மை, வாழ்வனுபவம் என்றெல்லாம் முன்வைக்கப்படுகிறது. ஒரு சமூகக் குழுமம் எதைப் பெருமையாக உணர்கிறதோ அதையே ஒரு அயலவர் எழுதினால், அதை ஏற்றுக்கொள்வதோடு மட்டுமல்லாமல் பல சமயங்களில் அந்த அயலவர் கொண்டாடப்படுகிறார். எடுத்துக்காட்டாக, அறிவியலின் மேன்மை குறித்து

அயலவர்கள் எழுதும்போது, அதிலும் குறிப்பாக அறிவியல், அறிவியலாளர்கள் குறித்து சாதகமான கட்டுக்கதைகளை உருவாக்கும்போது, அறிவியலாளர்கள் அபூர்வமாகவே எதிர்வினையாற்றுகிறார்கள். அறிவியலை விமர்சனத்துக்கு உள்ளாக்கும்போதுதான், அறிவியல் குறித்து எழுதும் அறிவியலாளர் அல்லாதவர்கள் அறிவியல் குறித்துப் புரிதல் எதையும் கொண்டிருக்கவில்லை என்றும், 'நம்பத்தகுந்த' அனுபவம் ஏதையும் கொண்டிருக்கவில்லை என்றும் அறிவியலாளர்கள் தாக்குதல் நடத்துகிறார்கள். இந்தியப் பண்பாடு, மதம், சமூகம் குறித்து எழுதும்போது இதுபோலவே நடக்கிறது. அயலவர்கள் சமகால இந்தியா குறித்தோ, பண்டைய இந்தியா குறித்தோ புகழ்ந்து எழுதினால் அயலவர் என்ற அவரது நிலை சுலபமாக மறக்கப்படுகிறது. அல்லது இந்தச் சமூகங்களின் மேன்மையை எப்படி அயலவர்களாலும் அங்கீகரிக்கப்படுகிறது என்று முன்வைக்கப்படுகிறது. ஆனால், எதோ ஒருவிதத்தில் விமர்சனம் முன்வைக்கப்படுமானால் அந்த விமர்சனத்தை நிராகரிப்பதற்கு அயலவரின் அந்தஸ்து முன்வைக்கப்படுகிறது. பெரும்பாலும் அயலவரின் அந்தஸ்து, வாழ்வனுபவம் கொண்டிராத என்ற நிலைசார்ந்தே முன்வைக்கப்படுகிறது.

இந்த அடிப்படையில் சொல்வதென்றால், தலித் அல்லாதவர்கள் தலித் குறித்துக் கோட்பாட்டாக்கம் செய்யக் கூடாது என்று குரு முன்வைக்கும்போது, அவரும் இதையேதான் செய்கிறார் என்பதுபோல் தோன்றலாம். ஆனால், அப்படியாக இல்லை. ஒரு சமூகக் குமுகத்தைச் சேராதவர்கள் அந்தக் குமுகம் குறித்துக் கோட்பாட்டாக்கம் செய்யவே முடியாது என்ற நிலைப்பாட்டை குரு எடுக்கவில்லை. இந்த நிலைப்பாடு, குரு மிகச் சரியாகச் சுட்டிக்காட்டுவதுபோல், தலித் அல்லாதவர்கள் குறித்துக் கோட்பாட்டாக்கம் செய்ய முடியாத குருவின் இயலாமையை உள்ளடக்கியிருக்கிறது. குருவைப் பொறுத்தமட்டில், கோட்பாடு குறிப்பிட்ட விளைவை ஏற்படுத்த வேண்டும் என்றால், அது அனுபவம் சார்ந்ததாகவும், உலகளாவிய ஏரணங்களுக்கு உட்பட்டதாகவும் இருக்க வேண்டும். அவர் எடுத்துக்கூறுவதுபோல் கோட்பாடு ஒரு புள்ளியிலிருந்து தொடங்கி அதன் சாரத்தை அடைவதாக இருக்க வேண்டும். ஆனால், தலித் அனுபவங்கள் குறித்து தலித் அல்லாதவர்கள் என்ன எழுதியுள்ளார்கள் என்று மதிப்பீடு செய்வதற்கு முன்னரே இந்த நிலைப்பாட்டை குரு எடுக்கிறார் என்பதுதான் முக்கியமானதாகிறது. அதாவது, தலித் அல்லாதவர்கள் தலித்துகள் குறித்து எழுதுவது அவர்களைப் புகழ்வதாக இருக்கிறதா, இகழ்வதாக இருக்கிறதா என்பது பற்றி அவர் கவலைப்படவில்லை. தலித் குறித்துக் கோட்பாட்டு செய்வதற்கு தலித் அல்லாதவர்களுக்கு எத்தகைய தார்மீக உரிமையும் கிடையாது என்றே அவர் வாதிடுகிறார். இது நாம் முன்னர் பார்த்ததோடு ஒப்பிட்டுப்பார்ப்போமானால், மிகக் காத்திரமான ஒரு நிலைப்பாடாக இருப்பதோடு, இது ஏற்றுக்கொள்ளக்கூடியதுதானா என்று விமர்சனபூர்வமாகவும் அணுக வேண்டியுள்ளது. மற்ற பார்வைகளிலிருந்து இவரது பார்வையின் அடிப்படை எங்கு வேறுபடுகிறது என்றால், முந்தைய நிலைப்பாடு ஏதோ ஒன்றைக் குறித்த அறிவறிவுரீதியான கோரல்களுக்கு எதிர்வினையாற்றுவதாக இருக்கிறது. அதாவது, அடிப்படையில் அயலவர் என்ன எழுதுகிறார் என்பதை மதிப்பீடு செய்து அவரை அயலவர் என்று

அழைக்கும் தீர்மானத்தை எடுக்கிறார்கள். ஆனால், குருவின் நிலைப்பாடு அறம் சார்ந்ததாகவும் நடைமுறை சார்ந்ததாகவும் உள்ளது என்பதோடு அதில் கோட்பாட்டுரீதியாக அயலவர் என்று எவரும் கிடையாது. (கோட்பாட்டாக்கம் என்ற செயலை அரசியல் நடவடிக்கையாகப் பார்த்து குரு அவரது நிலைப்பாட்டை முன்வைக்கிறார் என்பதாகவும் நாம் புரிந்துகொள்ளலாம். அதுவும் முன்னுரையில் சுட்டிக்காட்டியிருப்பதுபோல் சமகால அரசியலில் காணப்படும் சமனற்ற நிலையில் இத்தகைய செயலாக்கம் குறித்து அடிப்படையான கேள்விகளைக் கேட்பது மிகவும் அவசியமானதாகிறது.) இவ்வாறெல்லாம் கோருவதில் உள்ள சிக்கல்களை நாம் புரிந்துகொள்ள, நாம் வாழ்வனுபவம் என்ற கருத்தமைவை மிகக் கவனமாகப் பார்க்க வேண்டியுள்ளது.

அனுபவமும் வாழ்வனுபவமும்: தேர்வு, தேவையின் இயங்கியல்

‘வாழ்வனுபவம்’ என்ற கவர்ச்சிகரமான சொல் தோற்றப்பாட்டியலாளர்கள் மத்தியில் மிகவும் பிரபலமானது. அனுபவம், கோட்பாட்டு குறித்த விவாதத்தில், வாழ்வனுபவம் என்ற கருத்தமைவு மிக முக்கியப் பங்காற்றுகிறது. குருவின் வாதங்களிலும் இதுவே முக்கியத்துவம் கொண்டதாக இருக்கிறது. ஆனால், மிகச் சரியாக வாழ்வனுபவத்தின் பண்புதான் என்ன? வாழ்வனுபவத்தை எது ஒரு சமூகக் குழுமத்துக்கான அல்லது அதில் வாழும் தனிமனிதருக்கானதாக மாற்றுகிறது?

அனுபவம் பல கூறுகளைக் கொண்டுள்ளது. அதாவது, அனுபவத்தைப் பெறும் எழுவாய் மட்டுமல்லாமல், அனுபவத்தின் கட்டமைப்பு, உள்ளடக்கம் இரண்டையும் கொண்டிருக்கிறது. அனுபவத்துக்கான தூண்டுதல் எழுவாய்க்கு உள்ளேயிருந்தும் உருவாகலாம், வெளியேயிருந்தும் உருவாகலாம். எடுத்துக்காட்டாக, எனது கையைச் சுட்டுக்கொள்வது என்ற குறிப்பிட்ட அனுபவம் வெளியேயிருந்து உருவாகும் ஒரு நிகழ்வின் ஊடாக உண்டாகிறது. ஆனால் பசி, சந்தோஷம், கவலை என்று முற்றிலுமாக உள்ளிருந்து உருவாகும் அனுபவங்களை ஒருவர் கொண்டிருக்கலாம்.

‘வாழ்’ என்ற சொல் ‘அனுபவம்’ என்ற சொல்லோடு எதைச் சேர்க்கிறது? பெரும்பாலும், அனுபவமானது அனுபவத்துக்கான காரணியத்தோடு இணைத்துக் குழப்பப்படுகிறது. இது அனுபவம் என்ற கருத்தமைவைப் புறவயப்படுத்துவதோடு அதற்கு நிகரான அனுபவத்தை உருவாக்க நாம் அதை எங்கு வேண்டுமென்றாலும் இடம்பெயர்க்கக்கூடியதாகவும் ஆக்குகிறது. அனுபவத்தின் மொத்தக் கட்டமைப்பும் பௌதிகத்தன்மை கொண்டிருப்பதாக இது நம்மை நம்பவைக்கிறது. இந்தப் பௌதிகத்தன்மை காரணியமாகப் பார்க்கப்படுவதால், அது அனுபவிப்பவரிடமிருந்து துண்டிக்கப்பட்டதாக எடுத்துக்கொள்ளப்படுகிறது. இதை விளக்குவதற்கு இந்த எடுத்துக்காட்டை

எடுத்துக்கொள்வோம்: கிராமச் சூழலைப் பின்னணியாகக் கொண்டிருக்கும் உணவகங்கள் இப்போது காணப்படுகின்றன. இந்த உணவகங்களுக்கு வரும் வாடிக்கையாளர்கள் கிராமத்தில் உள்ள மனிதர் பெறும் அனுபவத்துக்கு நிகரான அனுபவத்தைப் பெற முடியும் என்ற முன்தீர்மானத்தை இது கொண்டுள்ளது. உணவு வகைகள், மண் சார்ந்த சூழ்நிலையைக் கொண்டிருக்கும் பின்னணி, நகர ஆடம்பரங்களற்ற சூழல் மற்றும் இதுபோன்றவை ஒரு கிராமத்தில் உணவு எடுத்துக்கொள்ளும் அனுபவத்தை உருவாக்கித் தரக்கூடியதாக இருக்க வேண்டும். நான் அப்படிப்பட்ட ஓர் உணவகத்துக்குச் சென்று, கர்நாடகக் கிராமங்களில் முக்கிய உணவான களி உருண்டையை உணவாகக் கொள்கிறேன் என்று வைத்துக்கொள்வோம். நான் எதை அனுபவிக்கிறேன்? நான் எதை அனுபவித்திருக்க வேண்டும்? இந்த அனுபவத்துக்கும் கிராமத்து மனிதர் ஒருவர் கேழ்வரகு எடுத்துக்கொள்ளும் ‘நம்பகத்தன்மை’யிலான அனுபவத்துக்கும் இடையேயான உறவு என்ன?

அனுபவத்தை நாம் மீண்டும் உருவாக்க முடியும் என்ற நம்பிக்கை அடிப்படையிலான பத்தாம்பசலித்தனமான பார்வையை நாம் இங்கு முதலில் கவனத்தில் எடுத்துக்கொள்ள வேண்டியுள்ளது. அதாவது, அனுபவத்தை மீண்டும் உருவாக்க முடியும் என்பது எழுவாய் சார்ந்து இல்லாமல், அனுபவத்தை அமைப்பாக்கம் செய்யும் அதன் பௌதிகத்தன்மையைச் சார்ந்ததாக இருக்கிறது. அதனாலேயே இந்தப் பௌதிகத்தன்மை கொடுக்கும் முழுமையான அனுபவத்திலிருந்தும் எழுவாயை ‘துண்டிக்கப்பட்ட’ ஒன்றாகப் பார்க்க வேண்டியுள்ளது. இப்படியாகத்தான் கொள்கை அளவிலேனும், அனுபவத்தை எங்கு வேண்டுமென்றாலும் நம்மால் உருவாக்க முடியும் என்று நம்புகிறோம். எந்த அனுபவத்தையும் எங்கு வேண்டுமென்றாலும் நம்மால் உருவாக்க முடியும் என்ற சாத்தியப்பாடு அனுபவத்துக்கும் அனுபவிப்பவருக்கும் இடையே எத்தகைய அவசியமான தொடர்பும் அவசியமில்லை என்ற நம்பிக்கையைச் சார்ந்திருக்கிறது. எடுத்துக்காட்டாக, நான் சந்திர கிரகத்துக்குப் போகாமலேயே என்னால் அந்த அனுபவத்தைப் பெற முடியும். நான் வான்வெளி வீரராகப் பயிற்சி எடுத்து, புவியீர்ப்பு சக்தி இல்லாத பிரத்யேக அறையில் நடந்து அந்த அனுபவத்தை என்னால் பெற்றுக்கொள்ள முடியும். ஏதோ ஒருவிதத்தில் ஏறக்குறைய எல்லா அனுபவங்களையும் நம்மால் நகல் எடுக்க முடியும். எத்தகைய அனுபவங்களை எல்லாம் நம்மால் சந்தைப் பொருளாக மாற்ற முடியுமோ அதையெல்லாம் நம்மால் மறுவுருவாக்கம்செய்ய முடியும். அனுபவம் குறித்தான இந்தப் பார்வை என்ன செய்கிறது என்றால், அனுபவத்துக்கு அவசியமான ஒன்றாக இருக்கும் எழுவாயை அதிலிருந்து அப்புறப்படுத்துகிறது. எல்லா அனுபவங்களும் இப்படியாகப் பொழுதுபோக்கு அனுபவங்களுக்கு நிகரானதாக மாற்றப்படுவதோடு, அதற்கான விலையைக் கொடுத்தால் ஒருவர் எந்த அனுபவத்தில் வேண்டுமென்றாலும் பங்கெடுத்துக்கொள்ளலாம் என்றாகவும் ஆகிறது. இப்படியாகவே, என்ன அனுபவிக்கப்படுகிறது என்பது அனுபவத்தைக் கொண்டிருக்கும் எழுவாயிடமிருந்து விலகி சுதந்திரமான ஒன்றாகப் பார்க்கப்படுகிறது. அனுபவம் குறித்த இத்தகைய பார்வையே

அனுபவத்தின் பண்பு குறித்த நம்முடைய பொதுவான நம்பிக்கையாக இருக்கிறது. ஆனால், அனுபவத்தை உணரும் எழுவாயைக் கணக்கில் எடுத்துக்கொள்ளாமல், உண்மையிலேயே நாம் அதைப் பௌதிகரீதியானதாக, சந்தைப் பொருளாக, இடப்பெயர்ச்சி செய்யக்கூடியதாக ஆக்க முடியுமா?

இப்போது நம்மால் வாழ்வனுபவம் என்ற கருத்தின் முக்கியத்துவத்தைப் புரிந்துகொள்ள முடியும். வாழ்வனுபவத்தோடு சுதந்திரமோ தேர்வோ இணைக்கப்பட்டதாக இல்லை என்று அடையாளம் காண்பது அதைப் புரிந்துகொள்வதற்கான பயனுள்ள வழியாகிறது. பொதுவாகச் சொல்வதென்றால், நாம் ஒரு சூழ்நிலைக்குள் நிறுத்தப்படுகிறோம்; நமக்குக் கொடுக்கப்பட்டதற்குள் நாம் வாழ வேண்டியுள்ளது. பணக்காரர் ஒருவர் தேர்வுசெய்யும் உரிமை இருப்பதால்தான் ஏழையின் உணவை எடுத்துக்கொள்ளும் அனுபவத்தைத் தேடிப்போகிறார். அவருக்குத் தேர்வுசெய்யும் உரிமை இருக்கிறது; அதை நிலைநாட்டுகிறார். இது எதைக் குறிக்கிறது என்றால், அந்த அனுபவத்தைப் பெறாமல் இருப்பதற்கான தேர்வையும் அவர் கொண்டிருப்பதையே குறிக்கிறது. ஓர் அனுபவத்தை அனுபவிப்பதா, இல்லையா என்பதை ஒரு எழுவாயின் விருப்புறுதியே தீர்மானிக்கிறது. இந்த வகையிலான அனுபவமே பொதுவாகப் பிறருடைய அனுபவங்களைத் தன்னுடையதாக்கிக்கொள்ளுதல் என்று குறிக்கப்படுகிறது. இது எப்போதும் மூன்று குணாம்சங்களைக் கொண்டிருக்கிறது: ஒன்று, ஓர் அனுபவத்தின் பகுதியாக இருப்பதற்கான சுதந்திரம். இரண்டு, அனுபவம் நிறைவாக இல்லையென்றால் அதிலிருந்து வெளியேறுவதற்கான சுதந்திரம். மூன்று, அவசியம் ஏற்பட்டால் அனுபவத்தைத் தனக்கு ஏற்றாற்போல் மாற்றியமைப்பதற்கான சுதந்திரம்.

பொதுவாகச் சொல்வதென்றால், வாழ்வனுபவம் இந்த மூன்று குணாம்சங்களில் எது ஒன்றையும் வெளிப்படுத்துவதில்லை. நாம் ஒரு அனுபவத்தில் பங்கெடுத்துக்கொள்கிறோம் என்ற அர்த்தத்திலிருந்து சொல்வதென்றால், வாழ்வனுபவம் என்பது வெறுமனே ஓர் அனுபவத்தைப் பெறுவது என்பதாக இல்லை. வாழ்வனுபவம் அறரீதியாகவும் அறிவறிவுரீதியாகவும் பங்காற்றக்கூடியதாக இருக்க வேண்டும் என்றால், அது நம்பகத்தன்மை அடிப்படையில் ஏதேனும் சில கருத்தமைவுகள் சார்ந்து தீர்ப்பளிக்கக்கூடியதாக இருக்க வேண்டும் என்றால், அவசியமானது என்று பார்க்கப்படும் அனுபவங்களே வாழ்வனுபவங்களாகின்றன. அதாவது, ஓர் எழுவாய் ஓர் அனுபவத்தை அனுபவிப்பது அல்லது அனுபவிக்காமல் இருப்பது போன்ற தேர்வுகளுக்கான இடமில்லாததாக இருக்க வேண்டியுள்ளது. (அவசியம் என்ற கருத்தமைவே மிகச் சிக்கலான தத்துவார்த்தப் பிரச்சினையாகிறது. மேலும், அவசியத்தைப் பல்வேறு பண்பாடுகள் பலவிதமாக அர்த்தப்படுத்துகின்றன).[2] ஓர் அனுபவம் விரும்பத்தகாததாக இருந்தாலும், அந்த அனுபவத்திலிருந்து வெளியேறுவதற்கோ அல்லது அதை மாற்றியமைப்பதற்கோ ஓர் எழுவாய்க்கு எத்தகைய தேர்வும் சாத்தியமில்லாமல் இருக்கிறது. அனுபவிப்பவர் ஓர்

2 பார்க்க: Sarukkai (2011).

அனுபவத்தை நோக்கி வரும்போது, அந்த அனுபவத்தைக் கட்டுப்படுத்தும் அதிகாரம் கொண்டிருக்கும் எழுவாயாக வருவதில்லை. ஓர் அனுபவத்தை வாழ்ந்தாக வேண்டும் என்ற விருப்புறுதியின் அடிப்படையிலேயே அந்த அனுபவத்தை நோக்கி வருகிறார். (இந்த அவசியமான அனுபவம் அதற்குள்ளாகத் தேர்வு குறித்து ஏதேனும் கருத்தமைவைக் கொண்டிருக்கலாம். அதாவது, என்னுடைய கட்டுப்பாட்டில் இல்லாத சூழ்நிலைக்குள் என்னை நான் நிறுத்திக்கொள்ளவது என்று தேர்வுசெய்யலாம்.) இவை எல்லாமே வாழ்வனுபவத்தை வெறும் அனுபவத்திலிருந்து பண்புரீதியாக வேறுபடுத்திக் காட்டுகின்றன. இந்த எடுத்துக்காட்டைப் பார்ப்போம்: நான் சந்திர கிரகத்தில் நடப்பதுபோன்ற அனுபவத்தைப் பெறுவதற்கான பின்னணியை உருவாக்கி, புவியீர்ப்பு சக்தி இல்லாத அறையில் மேலும் கீழும் குதித்துக்கொண்டிருக்கிறேன் என்று வைத்துக்கொள்வோம். திடீரென்று ஆக்சிஜன் தீர்ந்துபோகிறது. அனுபவத்தை என்னுடைய கட்டுப்பாட்டில் வைத்திருக்கும் வரையில், நமக்குப் பிரச்சினைகள் ஏதுமில்லை. ஏனெனில், என்னால் உருவாக்கப்பட்ட இந்தச் சூழ்நிலையிலிருந்து நான் வெளியேறிவிடலாம். நான் மரணம்கொள்ளும் கணத்துக்கு அருகில் செல்லும் அனுபவத்தைப் பெற முடியும். நான் அந்தத் தருணத்தை முழுமையாக அனுபவிக்கவும் செய்யலாம். ஏனெனில், அதன் முடிவில் நான் அதிலிருந்து வெளியேறிவிட முடியும் என்று எனக்குத் தெரியும். இதைச் சந்திர கிரகத்தில் தப்பிப்பதற்கான வழியேதும் இல்லாத ஒருவருக்கும் ஏற்படும் (வாழ்)வனுபவத்தோடு ஒப்பிட்டுப்பாருங்கள். அந்த நபர் எதிர்கொள்ளும் பீதி, வாழ வேண்டும் என்ற விருப்புறுதி, அத்தகைய சூழலில் இருப்பதால் ஏற்படும் புரிதல் எல்லாம் செயற்கையாக உருவாக்கப்பட்ட அனுபவத்திலிருந்து முற்றிலும் வேறானதாக இருக்கின்றன. செயற்கையாக உருவாக்கப்பட்ட அனுபவம் நமக்கு ஏற்றாற்போல் மாற்றி அமைத்துக்கொள்ளக்கூடிய அல்லது அதிலிருந்து வெளியேறக்கூடிய சாத்தியம் கொண்டிருக்கிறது. கிராமப்புற அனுபவத்தைக் கொடுக்க முயலும் நகர்ப்புற உணவகத்துக்குக் களி உருண்டையைச் சாப்பிடச் செல்கிறேன் என்று வைத்துக்கொள்வோம். அந்த உணவகத்தில் அது எனக்குப் பிடிக்காமல்போகிறது என்று வைத்துக்கொள்வோம். இப்படியான சூழ்நிலை இருக்குமானால், நான் வேறொரு உணவை எடுத்துக்கொள்ள முடியும் அல்லது வேறொரு உணவகத்துக்குச் செல்ல முடியும். செங்குத்தான சக்கரத்தில் அமர்ந்து சுற்றுவது எனக்குத் தலைச்சுற்றலைக் கொடுக்கும்போது, நான் அதிலிருந்து இறங்கிக்கொள்கிறேன். ஆனால், வாழ்வனுபவம் இத்தகைய எளிதான தேர்வுகள் எதையும் கொடுப்பதில்லை. நம்முடைய அனுபவத்தை வாழ்வதே நமக்குத் தலைச்சுற்றலைக் கொடுக்கும் என்றால் அது பரிதாபத்துக்குரியதே!

இதற்கு என்ன அர்த்தமாகிறது என்றால், அனுபவத்தைப் பெறும் எழுவாய்க்கும், அந்த அனுபவத்தின் பின்னணி மற்றும் உள்ளடக்கத்துக்கும் இடையே மிக அவசியமான அறுபடாத உறவை அங்கீகரிப்பதாக வாழ்வனுபவத்தின் கட்டமைப்பு இருக்கிறது. இந்த அறுபடாத உறவு அவசியத்தோடு கொண்டிருக்கும் உறவாகிறது. இது தேர்வுகள் அற்ற நிலையை உருவாக்குகிறது. இப்படியாக, அனுபவத்தை நம்மால் நகல்

எடுக்க முடியும், மறுஉருவாக்கம்செய்ய முடியும். ஆனால், எந்த ஓர் எழுவாய் வேண்டுமென்றாலும் அனுபவிக்கலாம் என்பது போன்ற திறந்த பண்பு எதையும் வாழ்வனுபவம் கொண்டிருப்பதில்லை.

குருவின் வாதங்களை நாம் சீறிய நோக்கோடு எதிர்கொள்வதென்றால், நாம் வாழ்வனுபவத்தை இவ்வாறு புரிந்துகொள்ள வேண்டியுள்ளது. அவருடைய வாதங்கள் நிற்க வேண்டும் என்றால், வாழ்வனுபவத்தை ஓர் எழுவாயாக இருப்பதன் ஊடாகப் பெறும் அனுபவமாகப் பார்க்க வேண்டுமே தவிர, ஓர் எழுவாயால் அனுபவிக்கப்படும் ஒன்றாகவோ, எழுவாய் குறித்த ஒன்றாகவோ பார்க்கக் கூடாது. அதாவது, அனுபவத்தை வாழ்வனுபமாக எடுத்துக்கொள்வதற்கு, ஓர் அனுபவத்தில் அதை அனுபவிக்கும் எழுவாயாக இருப்பது என்றால் என்ன என்பதே முதல் நிபந்தனையாக இருக்கிறது. இது தவிர்க்க முடியாமல் தேர்வுகளற்ற தன்மையைக் கொண்டிருக்கிறது. அதாவது, அனுபவிப்பதன் குறிப்பிட்ட அம்சங்கள் குறித்துத் தேர்ந்தெடுக்கும் சாத்தியத்தை நான் கொண்டிருக்கிறேன் என்றாலும், குறிப்பிட்ட அனுபவத்துக்கான எழுவாயாக இருப்பது என்ற தேர்வு எனக்கு சாத்தியமில்லாததாகத்தான் இருக்கிறது. தலித் அனுபவத்தைப் பெறுவதற்கு ஒன்று நாம் தலித்தாக இருக்க வேண்டும் அல்லது குறைந்தபட்சம் வேறு விதமாக இருப்பதற்கு சாத்தியமே இல்லாமல் ஒரு தலித் எழுவாயாக இருப்பது என்றால் என்ன என்று அனுபவிப்பவராக இருக்க வேண்டும். இப்படியாக, பங்கேற்கும் பார்வையாளராக இருப்பதும் வாழ்வனுபவமாவதில்லை. ஏனெனில், பார்வையாளராக ஒருவர் ஒரு சமூகக் குமுகத்துக்குள் வாழலாம் அல்லது சமூகக் குமுகமாகவும் வாழலாம் என்றாலும், சூழ்நிலை மோசமாகப் போகும்போதோ அல்லது அவர் விரும்பும்போதோ அதிலிருந்து வெளியேறும் தேர்வு அவருக்கு சாத்தியப்படும் வரை அவரது அனுபவம் வாழ்வனுபவமாக அமைப்பாக்கம் பெறுவதில்லை. ஒடுக்கப்படுவதிலிருந்து தப்பிப்பதற்கு வழியே இல்லாமல் இருப்பதுதான் ஒரு தலித் எழுவாய்க்கான அர்த்தம் என்று வைத்துக்கொள்வோம். அப்படியென்றால், தலித்துகளின் வாழ்வனுபவம் அவர்களது வாழ்க்கைமுறையைப் பகிர்ந்துகொள்வது என்பதாக இல்லாமல், அவர்களோடு வாழ்வது என்பதாக இல்லாமல், அவர்களைப் போல் இருப்பது என்பதாக இல்லாமல், வேறு எது ஒன்றாகவும் இருக்க முடியாமல் அவர்களாகவே இருப்பது என்றாகிறது. அல்லது வேறு வார்த்தைகளில் சொல்வதென்றால், ஒரு தலித்தாக இருப்பதென்பது அவர்கள் கொண்டிருப்பதைப் பகிர்ந்துகொள்வது என்பதாக இல்லாமல், அவர்கள் கொண்டிராததைப் பகிர்ந்துகொள்வது என்பதாக இருக்கிறது. வாழ்வனுபவம் என்பது என்ன இருக்கிறது என்பதைச் சார்ந்திராமல், என்ன இல்லை என்பதைச் சார்ந்ததாக இருக்கிறது. வாழ்வனுபவம் என்பது அனுபவத்துக்கான சுதந்திரம் குறித்ததாக இல்லாமல், அனுபவத்துக்கான சுதந்திரமின்மை குறித்ததாக இருக்கிறது.

வாழ்வனுபவத்தை இவ்வாறு புரிந்துகொள்வது, ஏன் அனுபவிப்பவரே அனுபவத்தின் எழுவாயாக மாற வேண்டும் என்று எதிர்பார்க்கும் தார்மீகக்

கொள்கையின் அடிப்படையை வாழ்வனுபவத்துக்குள் கொண்டுவருகிறது என்று புரிந்துகொள்ள நம்மை அனுமதிக்கிறது. ஆனால், குரு இன்னும் ஒரு அடி முன்னே போகிறார். கோட்பாட்டாக்கம் செய்வதற்கான அறரீதியான கொள்கையை நியாயப்படுத்தும் வாழ்வனுபவத்தைக் கேட்கிறார். இதற்கு அர்த்தம் என்னவென்றால், செல்லுபடியாகக்கூடியதாக மட்டுமே வாழ்வனுபவம் இருந்தால் போதாது. அதற்கு மேலே கூடுதலாக எதையோ கொண்டிருக்க வேண்டியிருக்கிறது, அதாவது, சமூகக் கோட்பாட்டுக்கான தளமாக இருக்க வேண்டியுள்ளது. குரு எதிர்பார்ப்புக்கு ஈடுகொடுத்து நிற்க முடியுமா?

அடிப்படையில், கோட்பாட்டோடு வாழ்வனுபவம் தொடர்புகொண்டிருக்கிறது என்ற குருவின் நிலைப்பாடு, அனுபவம் கொண்டிருக்கும் கோட்பாட்டுரீதியான பண்பின் ஒரு பகுதி மட்டுமே. அதாவது, எழுவாயாக இருப்பதன் அனுபவத்தைச் சார்ந்திருக்கிறதே தவிர எழுவாய் குறித்தான அனுபவத்தைச் சார்ந்திருக்கவில்லை. ஓர் எழுவாயாக இருப்பது என்பது அனுபவத்தின் ஒரு பகுதியாக இருக்கிறது – அவசியமான பகுதி என்பதில் எத்தகைய சந்தேகமும் இல்லை என்றாலும், அது முழு அனுபவத்தையும் உள்ளடக்கியதாக இல்லை. குருவின் பரிந்துரைகளை ஒருவர் பின்பற்றுவார் என்றால், எதை நாம் கோட்பாடு, அறிவு என்று வரையறுக்கிறோமே அதை விரிவாக்கக்கூடிய சாத்தியப்பாட்டையும் நாம் அங்கீகரிக்க வேண்டியுள்ளது. வாழ்வனுபவமே கோட்பாடு செய்வதற்கான இறுதி அங்கீகாரத்தை வழங்கக்கூடியதாக இருக்கிறது என்றால், நாம் அடிப்படையிலான அர்த்தத்தில் தன்வரலாறுகளை அறிவறிவுரீதியாக அங்கீகரிக்கப்பட்ட ஒன்றாகப் பார்க்க வேண்டியிருக்கிறது. சுவாரஸ்யமாக, சில வருடங்களுக்கு முன் எம்.என்.சீனிவாஸ் இத்தகைய பார்வையையே முன்வைத்தார்.[3] சமூகங்களைப் புரிந்துகொள்ள தன்வரலாறுகள் நம்பத்தகுந்த கருவிகளாக இருப்பதாக அவர் நம்பினார். அவரது வாதம், ஓர் எழுவாயின் அகவயமான அனுபவங்களை, அகவயமான விவரிப்புகளை, அந்த அனுபவங்களைக் கொண்டிருக்கும் அல்லது அந்த அனுபவங்கள் குறித்துப் பேசும் எழுவாயால் உண்மையாக அனுபவிக்கப்பட்டன என்று நம்புவதற்கு நாம் கற்றுக்கொள்ள வேண்டும் என்ற கருத்தைச் சார்ந்திருந்தது. அவரது இந்த வாதத்தை, நாம் மேலும் வளர்த்தெடுக்கலாம் – நான் செய்திருப்பதுபோல். அதாவது, கோட்பாட்டாக்கம் செய்வதற்கு வாழ்வனுபவம் சார்ந்த புனைவுகளை அங்கீகரிக்கப்பட்ட முறையாக நாம் கோர முடியும்.[4] ஆனால், புறவயத்தன்மையிலான அறிவு உருவாக்கத்திற்குத் தன்வரலாறு அல்லது புனைவு சார்ந்த முறையை அங்கீகரிப்பது என்பது அனுபவவாதம் – கோட்பாட்டாக்கம் என்ற இருமைஎதிர்வைச் சார்ந்திருக்கும் நவீனவாதிகள் முன்வைப்பதற்கு எதிரானதாகவே இருக்கும். அனுபவவாதம், கோட்பாட்டாக்கம் என்ற நவீனவாதத்தின் கட்டமைப்பை குரு தக்கவைத்துக்கொள்ள விரும்பினால்,

3 *M.N.Srinivas (1996). இதோடு, தலித் இலக்கியத்தில் காணப்படும் தன்வரலாறுகளின் முக்கியத்துவத்தையும் நாம் கணக்கில் எடுத்துக்கொள்ள வேண்டியுள்ளது.*

4 *Sarukkai (1997).*

அவர் வாழ்வனுபவத்துக்குக் கொடுக்கும் அழுத்தத்தை மறுபரீசிலனை செய்ய வேண்டும். அல்லது வாழ்வனுபவத்தை மையமாக்க அவர் விரும்பினால் கோட்பாடுகள் குறித்தான அவரது பார்வைகளை மாற்றிக்கொள்ள வேண்டும். அதிலும் குறிப்பாக, அனுபவவாதம் குறித்தான அவரது புரிதலை மாற்றிக்கொள்ள வேண்டும். இதைச் செய்வதற்கான ஒரு வழி என்னவென்றால், கோட்பாட்டாக்கம் என்ற செயலின் பகுதியாக நாம் அறத்தைக் கொண்டுவர வேண்டும். இதை நாம் அனுமதிப்போம் என்றால், கோட்பாட்டை அறத்தோடு பின்னிப்பிணைப்பதற்கு வாழ்வனுபவம் திடமான தளமாகிறது.

கோட்பாடும் அனுபவமும்:
உரிமையாளரா, ஆசிரியரா?

அனுபவத்தின் பண்பையும் அந்த அனுபவம் குறித்தான கோட்பாட்டுரீதியான பிரதிபலிப்புகளையும் வேறுபடுத்துவதற்கு, அதிகாரம் என்ற கருத்தமைவின் ஊடாகப் பார்ப்பது ஒரு வழியாகிறது. ஒரு தனிமனிதர் அவரது அனுபவங்களுக்கான ஆசிரியராக இருக்கிறாரா? ஒரு தனிநபருக்கும் அவர் கட்டமைக்கும் கோட்பாட்டுக்கும் இடையேயான உறவில் ஆசிரியத்தன்மையின் பண்பு என்ன?

அனுபவத்தையும் கோட்பாட்டையும் வேறுபடுத்திப்பார்ப்பதில் ஆசிரியத்தன்மையின் பண்பு மிக முக்கியமான அளவுகோல் ஆகிறது. அனுபவத்தைக் கோட்பாட்டாக்கம் செய்யும் ஒருவர் அனுபவத்தின் ஆசிரியராக இருப்பதுபோல், அந்த அனுபவத்தை அனுபவிக்கும் ஒருவர் அதன் ஆசிரியராக இருப்பதில்லை. நம்முடைய அனுபவத்தைப் பொறுத்தமட்டில், அனுபவத்தை நம்முள்ளாக நாமே உருவாக்குவதில்லை என்பதால் நாம் அனுபவத்தின் ஆசிரியராக இருப்பதில்லை. இத்தகைய அனுபவங்களைப் பெறுவது நம்முடைய இயல்பான பண்பாக இருப்பதால், அத்தகைய உணர்வுகளை உருவாக்கிக்கொடுப்பதற்கு அனுபவங்களுக்கு வெளியே இருந்து எத்தகைய முகமையும் அவசியப்படுவதில்லை. நாம் கொள்ளும் அனுபவங்களை விரிந்தத் தளத்தில் இரண்டு விதமாக வகைப்படுத்தலாம்: ஒன்று, நாம் உருவாக்காத சூழ்நிலைகளின் விளைவாய் நமக்குக் கிடைக்கக்கூடிய அனுபவங்கள். மற்றொன்று, பிரக்ஞைபூர்வமாக ஒரு சூழ்நிலைக்குள் நம்மை நாமே பொருத்திக்கொள்வதன் விளைவாய்க் கிடைக்கக்கூடிய அனுபவங்கள். எடுத்துக்காட்டாக, தலித்துகளின் அனுபவங்கள் முந்தைய வகையைச் சார்ந்தவை. மது அருந்திவிட்டு போதை ஏறிய நிலையை உணர்வது பிரக்ஞைபூர்வமானதாகிறது. முதலாவது எடுத்துக்காட்டில், நிச்சயமாக நாம் எவ்விதத்திலும் ஆசிரியராக இல்லை. எந்தச் சூழ்நிலைக்குள் நாம் நிறுத்தப்படுகிறோம் என்ற தளத்திலும் சரி, அந்தச் சூழ்நிலையால் உருவாக்கப்படும் அனுபவங்களைப் பெற்றுக்கொள்ளும் தளத்திலும் சரி நாம் ஆசிரியராக இருப்பதில்லை. ஆனால், இரண்டாவது வகையில் நம்முடைய அனுபவங்களுக்கு நாம் ஆசிரியராக இருக்கிறோம் என்று ஒருவர் வாதிட

முடியும். போதை ஏறிய நிலையை அனுபவிக்க வேண்டும் என்பதற்குத்தான் ஒரு தனிமனிதர் அந்த அனுபவத்தைத் தேடிப்போகிறார். இவ்வாறு செய்வதன் ஊடாக அவர் எதிர்பார்த்த அனுபவம் அவருக்குக் கிடைக்கும் என்பதை அவர் உணர்ந்திருக்கிறார்.

நம் அனுபவங்களுக்கு நாம் ஆசிரியராக இல்லையென்றால், நம் அனுபவத்தோடு நாம் எவ்விதத்தில் உறவுகொண்டிருக்கிறோம்? நம் அனுபவங்களோடு நாம் உரிமையாளர் என்பதாக உறவுகொள்கிறோம்; நம் அனுபவங்களை நம்முடையதாக நாம் கொண்டிருக்கிறோம். ஒரு ஆசிரியராக இருந்து நம் அனுபவங்களை நாம் படைப்பதில்லை. ஒருவேளை, ஒரு புத்தகத்தின் ஆசிரியராக இல்லை என்றாலும், அந்தப் புத்தகத்தின் உரிமையாளராக இருப்பதற்கு நிகரானதாக இருக்கலாம். உரிமையாளர் தன்மையைக் கொண்டிருப்பது ஒருவிதமான உரிமைகளை நமக்குக் கொடுக்கிறது என்றால், ஒரு ஆசிரியராக இருந்து எதைப் படைக்கிறோமோ அதன் மீது வேறு விதமான உரிமைகளை நாம் கொண்டிருக்கிறோம். இந்தக் கருத்துகளின் வரலாற்றுரீதியான போக்கின் அடிப்படையில் பார்ப்போமானால் உரிமையாளர், ஆசிரியர் ஆகிய சொற்கள் தனி, பொது என்ற அர்த்தங்களைக் கொண்டிருப்பதை நம்மால் உணர்ந்துகொள்ள முடியும் (ஆசிரியர்கள் காப்புரிமை கொண்டிருக்கிறார்கள் என்றால், உரிமையாளர்கள் வேறு விதமான உரிமைகள் கொண்டிருக்கிறார்கள்). நம்முடைய அனுபவங்களை நாம் கோட்பாட்டாக்கம் செய்வதற்கான உரிமையோடு தொடர்புகொண்டிருக்கும் இந்த விவாதத்துக்கு ஆசிரியர் பண்பு, உரிமையாளர் பண்பு என்கிற இருமைஎதிர்வுப் புரிதலைத் தரக்கூடியதாக இருக்கும் என்று முன்வைக்க விரும்புகிறேன்.

நாம் இப்படியாகப் புரிந்துகொள்வோம் என்றால், குரு கோருவதை இவ்வாறு மாற்றி முன்வைக்க முடியும்: ஓர் உரிமையாளர் ஆசிரியருக்கான உரிமையைக் கொண்டிருக்கிறார். ஓர் அனுபவத்தைக் கொண்டிருப்பவர்கள் மட்டுமே அதைக் கோட்பாட்டாக்கம் செய்ய முடியும் என்ற அதீத நிலைப்பாடு, ஒரு உரிமையாளர் மட்டுமே ஆசிரியராக இருக்க முடியும் என்று கோருவதாக இருக்கிறது. இது ஏற்றுக்கொள்ளக்கூடிய நிலைப்பாடுதானா?

இதைப் புரிந்துகொள்ள, உரிமையாளர் என்ற கருத்தமைவு குறித்து நாம் விரிவாகப் பார்க்க வேண்டியுள்ளது. ஒரு உரிமையாளர் உண்மையில் எதற்கு உரிமை கொண்டிருக்கிறார்? ஒரு புத்தகத்தின் உரிமையாளர், அந்தப் புத்தகத்தின் ஏதோ ஒன்றுக்கு உரிமை கொண்டிருக்கிறார் - அதாவது, ஒரு குறிப்பிட்ட புத்தகத்தின் பொருள்வயப்பட்ட தன்மைக்கு மட்டுமே உரிமை கொண்டிருக்கிறார். உரிமையாளருக்கு அந்தப் புத்தகத்தின் மீது வேறு எந்த உரிமையும் கிடையாது. எடுத்துக்காட்டாகச் சொல்வதென்றால், புத்தகத்தின் உரிமையாளராக இருப்பதால், அதை அவரால் அச்சடித்து விநியோகிக்க முடியாது. இங்கு அங்கு என்று ஒருசில வரிகளை மாற்றி எழுதி அவருக்குச் சொந்தமானது என்று அந்தப் புத்தகத்தைப் பிரசுரிக்க முடியாது. சொல்லப்போனால், புத்தகத்துக்கு உரிமையாளர், இந்தப் புத்தகத்தைப் பணம்

கொடுத்து வாங்கலாம், வேறு எதுவும் செய்ய முடியாது - ஒருவேளை அதைப் படிக்கலாம்! உரிமையாளர் அந்தக் குறிப்பிட்ட புத்தகத்துக்கு உரிமையாளராக இருக்கிறார் என்பது அந்த உரிமையாளர் சில குறிப்பிட்ட செயல்களைச் செய்வதற்கான உரிமைகளை மட்டுமே கொண்டிருக்கிறார் என்றே அர்த்தமாகிறது. எடுத்துக்காட்டாக, அவருக்கு அந்தப் புத்தகம் பிடிக்கவில்லை என்றால் அதை வெளியே தூக்கிப்போடலாம். அனுபவமும் இதுபோலவே: நாம் நமது அனுபவத்துக்கு உரிமையாளராக இருக்கிறோம். அதாவது, அந்த அனுபவத்தைக் கட்டுப்படுத்துவதற்கு நம்மிடம் ஏதுமில்லை என்றே அர்த்தமாகிறது. பல சமயங்களில் அனுபவத்தை எது உருவாக்கிக்கொடுக்கிறதோ அதைக் கட்டுப்படுத்த முடியாமல்போகிறது. அனுபவம் எப்படிப்பட்டதாக இருக்க வேண்டும் என்று நம்மால் எதையும் முன்வைக்க முடியாமல்போகிறது. அனுபவத்தோடு பிரக்ஞைபூர்வமாக எதையும் சேர்க்க முடியாமலும்போகிறது - அதாவது, சாத்தியப்படும் அனுபவத்தில் நாம் வெறுக்கும் பகுதியைக் கழிக்கவும் முடியாது; உகந்த பகுதிகளைச் சேர்க்கவும் முடியாது.

இதனால்தான், கோட்பாட்டோடு பிரச்சினைக்குரிய உறவை அனுபவம் கொண்டிருக்கிறது. கோட்பாட்டாக்கம் என்பது எதையோ முன்வைப்பதாவும், எதையோ முன்வைக்க முடிந்ததாகவும் இருக்கிறது. ஒரு குறிப்பிட்ட அனுபவத்தைக் கோட்பாட்டாக்கம் செய்வது என்பது அந்த அனுபவம் குறித்து எதையோ முன்வைப்பதாகிறது. அப்படியென்றால், ஓர் அனுபவம் குறித்த எதையோ யார் உண்மையில் முன்வைக்க முடியும் என்று யார் உண்மையிலேயே முன்வைக்க முடியும்? அனுபவம் குறித்து அதன் உரிமையாளர் முன்வைப்பதே இறுதியானது என்பதே குருவின் நிலைப்பாடாக இருக்கிறது. இருந்தாலும், இந்த நிலைப்பாட்டின் சில பகுதியை மட்டுமே நாம் ஏற்றுக்கொள்ள முடியும். ஏனெனில், அனுபவத்தின் உரிமையாளராக இருக்கும் ஒருவர் அவர் உரிமையாளராக இல்லாத பல பகுதிகளையும் அவரது அனுபவத்துக்குள் கொண்டிருக்கிறார். குறிப்பிட்ட அர்த்தத்தில் மட்டுமே நம்முடைய அனுபவத்துக்கு நாம் உரிமையாளராக இருக்கிறோம். அந்த அனுபவத்தில் ஒருசில பகுதிகளைக் கட்டுப்படுத்தும் அதிகாரத்தை மட்டுமே நாம் கொண்டிருக்கிறோம்.

கொள்கையளவில், நாம் மற்றவர்களுடைய அனுபவங்கள் குறித்துக் கோட்பாட்டாக்கம் செய்ய முடியும். ஏனெனில், அவரது அனுபவத்தில் அனுபவிப்பவருக்குத் தொடர்பில்லாத வெளிகள் காணப்படுகின்றன. எடுத்துக்காட்டாக, ஒரு தலித் அனுபவிக்கும் ஒடுக்கப்படுதல் அனுபவத்தை எடுத்துக்கொள்வோம். ஒடுக்கப்படுதலை அனுபவிக்கும் ஒரு தலித் சந்தேகத்துக்கு இடமில்லாமல் ஒடுக்கப்படும் அந்த அனுபவத்துக்கு உரிமையாளராக இருக்கிறார். இருந்தாலும், ஒடுக்கப்படுதல் என்ற அனுபவம், தனிநபர் சார்ந்தோ ஒரு முறைமையாகவோ ஒடுக்குபவரைச் சார்ந்திருக்கிறது. ஒடுக்குபவரைக் கட்டுப்படுத்தும் உரிமையையோ, அவர் மீதாக உரிமையாளர் என்ற உரிமையையோ ஒரு தலித் கொண்டிருக்கவில்லை. ஆக, ஒரு குறிப்பிட்ட செயலில் ஒடுக்கப்படுதல் அனுபவத்தை அனுபவிக்கும் தலித் ஒருவர் எந்த

அளவுக்கு அந்த அனுபவத்தின் உரிமையாளராக இருக்க முடியும்? மேலும், ஒடுக்கப்படுதலை அனுபவிக்கும் ஒருவர் அந்தக் குறிப்பிட்ட அனுபவத்துக்கு உரிமையாளராக இருக்கிறாரா அல்லது அந்த அனுபவத்தை விவரிக்கும் மேலான வகைமைகளைக் கொண்டிருப்பவராக இருக்கிறாரா? ஒடுக்கப்படுதலை ஒரேயொரு முறை மட்டுமே அனுபவிக்கும் ஒருவருக்கும், ஒடுக்கப்படுதலைத் திரும்பத் திரும்ப அனுபவிக்கும் ஒருவருக்கும் இடையே அனுபவரீதியாக ஏதேனும் வேறுபாடுகள் இருக்கின்றனவா? இதில் ஒடுக்கப்படுதல் என்ற கருத்துக்கு யார் மேலான உரிமையாளராக இருக்க முடியும்?

இத்தகைய கேள்விகள் மிக அவசியமாகின்றன. ஏனெனில், கோட்பாடு குறிப்பிட்டதிலிருந்து விலகிப்போகும் காரியத்தையே செய்கிறது. ஒரு அனுபவத்தை விவரிக்கும் அதன் கருத்தியல்ரீதியான உலகம் குறித்துச் சொல்வதற்கான உரிமையை ஒருவர் கொண்டிருப்பதற்கு அவரது அனுபவம் மட்டுமே போதுமானதாக இல்லை. அதேசமயத்தில், எத்தகைய அனுபவங்களும் இல்லாமலேயே கோட்பாட்டாக்கம் செய்தலும் உள்ளார்ந்த பிரச்சினைகளைக் கொண்டிருப்பதுபோல் தெரிகிறது. கோட்பாட்டாக்கம் செய்வதில் காணப்படும் இந்த இறுக்கத்தையே இரண்டு சிந்தனையாளர்களின் இரண்டு வேறுபட்ட அணுகுமுறைகளாக வெளிப்படுகின்றன: ஒரு முனையில் கோபால் குரு இருக்கிறார். அனுபவம் கொண்டிருப்பவரே அது குறித்துக் கோட்பாட்டாக்கம் செய்ய முடியும் என்பது இவரது நிலைப்பாடு. மறுமுனையில் ஹாபர்மாஸ் இருக்கிறார். இவருடைய கோட்பாட்டாக்க முனைப்பு அவரது அனுபவத்துக்கான எதிர்வினையாகத் தோன்றியதுதான் என்றாலும், கோட்பாட்டாளர்கள் அனுபவத்தோடு ஏதேனும் கொண்டிருக்க வேண்டும் என்று இவர் எதிர்பார்க்கவில்லை என்றே நான் வாதிட விரும்புகிறேன். வேறொரு தளத்தில், இதற்கு இணையாகக் கிரேக்கர்களும், அதாவது நவீன மேற்கும் இந்தியர்களும் ஏரணத்தை எவ்வாறு முன்வைத்தார்கள் என்று பார்ப்பது சுவாரஸ்யமாக இருக்கும். கோட்பாடு செய்வதற்கு ஏரணம் மிக அவசியமானது என்றாலும், இந்த மரபுகளில் ஏரணம் வேறுபட்ட முறைகளில் விவரிக்கப்படுகிறது. அனுமானம் அனுபவரீதியாக நிலைகொண்டு இருக்க வேண்டும் என்று இந்திய ஏரணவியலாளர்கள் சொல்கிறார்கள் என்றால் கிரேக்கர்கள், குறிப்பாக அரிஸ்டாட்டிலைப் பின்பற்றி, ஏரணத்தை அனுபவரீதியானதற்கு எதிராக முன்வைக்கிறார்கள். இந்த வேறுபாட்டை ஒருவர் இவ்வாறு வாசிக்க முடியும்: கோட்பாடானது அனுபவத்தைச் சார்ந்திருக்க வேண்டும் என்பதற்கு அழுத்தம் கொடுக்கும் இந்தியப் பார்வை, அடிப்படையான அர்த்தத்தில் கோட்பாட்டை அனுபவத்திலிருந்து சுதந்திரமானதாகப் பார்க்கும் பார்வைக்கு எதிரானதாக இருக்கிறது. கிரேக்கப் பார்வையும் நவீன ஏரணமும் கணிதவியலும் கோட்பாட்டை அனுபவத்திலிருந்து சுதந்திரமானதாகப் பார்க்கும் நிலைப்பாட்டை எடுக்கின்றன.[5]

5   பார்க்க: Matilal (1998); Sarukkai (2005).

இத்தகைய எதிர் நிலைகளைப் பலவிதமான வழிகளில் நாம் புரிந்துகொள்ளலாம். உணர்வு, காரணியம் என்ற இருமம் ஊடாக அணுகுவது ஒரு வழிமுறையாகிறது. பெரும்பாலும், உணர்வுகள் மற்றும் அதற்கு நிகரான கருத்துகளுக்குள் அனுபவம் பொருத்தப்படுகிறது என்றால், கோட்பாடு காரணியத்தின் செயலால் உருவாகும் ஒன்றாக ஊகித்துக்கொள்ளப்படுகிறது. உணர்வுகளுக்கும் காரணியங்களுக்கும் இடையே காணப்படும் இருமைஎதிர்வை முழுமுற்றாக்குவதுதான் ஹாபர்மாஸின் நிலைப்பாடாக இருக்கிறது. இவ்வாறான இருமைஎதிர்வு அர்த்தமுள்ளதாக இருக்கின்றன என்பதற்குப் பல சுட்டிகள் காணப்படுகின்றன. தன்னிலை சார்ந்தே அனுபவம் இருக்கிறது; தனிமனித ஆற்றல்களை மட்டுமல்லாமல் தனிமனிதப் போதாமைகளையும் கடக்கக்கூடியதாக இருக்கிறது காரணியம். அனுபவம் உள்வட்டத்தன்மையிலானதாக இருப்பதோடு குறிப்பிட்ட பின்னணியைச் சார்ந்திருக்கும் ஒன்றாகவும் இருக்கிறது. குறிப்பிட்ட உள்வட்டத்தன்மைக்குள் காணப்படும் உலகளாவியதை நிறுவுவதற்கே காரணியம் முயல்கிறது. ஆனால், இவ்விரண்டு சொற்களும் சில பொதுத்தன்மைகளையும் பகிர்ந்துகொள்கின்றன. இரண்டுமே தனிநபரின் பிரக்ஞைபூர்வமான தன்னிச்சையான நடத்தைகளுக்கு வெளியே இருப்பதுபோல் தோன்றுகிறது. நாம் காரணியத்தைக் கொண்டிருப்பதுபோலவே அனுபவங்களையும் கொண்டிருக்கிறோம். நாம் அனுபவம், காரணியம் இரண்டையும் உபயோகிப்பதில் தவறுகள் செய்கிறோம். உண்மை என்னவென்றால், சரியாக உபயோகிப்பது, தவறாக உபயோகிப்பது ஆகிய இரண்டுக்குமான உள்ளார்ந்த ஆற்றலை நாம் கொண்டிருக்கிறோம்.

குருவின் நிலைப்பாடானது ஹாபர்மாஸ் முன்வைக்கும் நிலைப்பாட்டுக்கு மாறாக, அனுபவத்துக்கும் கோட்பாட்டுக்கும் இடையேயான வேறுபாடுகளைக் கலைந்து இரண்டுக்கும் இடையே அடிப்படையான உறவைக் கட்டமைக்க முயல்கிறது. கோட்பாடானது அடிப்படையில் அனுபவத்தோடு தொடர்புகொண்டதாக இருக்க வேண்டும் என்று முன்வைப்பது, காரணியத்தை உணர்ச்சிகள், உணர்வுகள் மற்றும் இதற்கு நிகரான சொற்களை நுகத்தடி கொண்டு கட்டுவதுபோல் ஆகிறது. இவ்வாறு நுகத்தடி கொண்டு கட்டுவது அங்கீகரித்தல் என்ற தளத்திலானதாக இல்லை: அதாவது, உணர்வுகளையும் காரணியத்தையும் தொடர்புபடுத்தாமல் இருப்பது அறிவறிவுரீதியாக முறையற்றது என்று குரு முன்வைக்கவில்லை. அனுபவமும் காரணியமும் ஏதோ ஒருவிதத்தில் தோற்றவெளி சார்ந்து உறவுகொண்டிருக்கின்றன என்றே அவர் முன்வைக்க விரும்புகிறார்: அதாவது, இவ்விரண்டும் மிக யதார்த்தமானதுபோல் ஒன்றோடொன்று இணைந்ததாக இருக்கின்றன. அதனாலேயே, அவர் இந்த உறவில் அறரீதியான பண்பைக் கண்டெடுக்கிறார் – ஓர் அனுபவத்தை ஒருவர் அனுபவிக்காமலேயே அந்த அனுபவம் குறித்துக் கோட்பாட்டாக்கம் செய்வது அறரீதியாகத் தவறாகிறது.

ஹாபர்மாஸின் அணுகுமுறைதான் கோட்பாட்டின் பாத்திரம் உண்மையிலேயே என்னவென்று நமக்குச் சொல்கிறது. ஹாபர்மாஸின் அணுகுமுறையை இவ்வாறு முன்வைப்பதன் ஊடாக, கோட்பாடு குறித்தான குருவின் எதிர்பார்ப்புக்கும்,

ஹாபர்மாஸ் என்ன செய்கிறார் என்பதற்கும் இடையேயான வேறுபாட்டை நம்மால் தெளிவாகப் பார்க்க முடிகிறது. நாம் அடுத்த பகுதியில் விவாதிக்க இருப்பதுபோல், ஹாபர்மாஸின் நிலைப்பாட்டை, நவீனத்துக்கான அவரது ஆதரவின் பின்னணியில் வைத்துப் பொதுவாகப் பார்க்க வேண்டியுள்ளது. மேலும், அவரது நிலைப்பாட்டை வரலாற்றுரீதியான போக்கோடு, குறிப்பாக ஜெர்மானிய பாசிஸத்துக்கு எதிரான அவரது நிலைப்பாட்டோடும் பொருத்திப்பார்க்க வேண்டியுள்ளது.

குற்றவுணர்வைப் பகிர்ந்தளிப்பதாகக் கோட்பாடு: ஹாபர்மாஸும் பொதுவெளியும்

இரண்டாம் உலக யுத்தத்தில் ஜெர்மானியர்களின் பங்கு (அதோடு தொடர்புடைய இன அழிப்பு போன்ற கொடூரங்கள்) பல முக்கியமான கோட்பாடுகளை உருவாக்குவதற்கு உந்துதலைக் கொடுத்தது. இந்த நிகழ்வுக்கு எதிர்வினையாற்றிய, குறிப்பாக இந்த இயலுக்குப் பொருந்தக்கூடிய இரண்டு பிரபலமானவர்களை எடுத்துக்காட்டாகக் கொடுக்கலாம்: இத்தகைய வரலாற்று நிகழ்வுகளுக்கு எதிர்வினையாற்றிய ஹாபர்மாஸ் மற்றும் லவினாஸ்.

ஹாபர்மாஸ் ஆய்வுக்கு எடுத்துக்கொண்ட கருத்துகளில் மிகப் பிரபலமானது பொதுவெளி என்ற கருத்தாகும். பல 'இந்திய அனுபவங்கள்' மிக எளிமையாகப் பொதுவெளி என்ற கருத்து கொண்டு விவரிக்கும் அளவுக்கு இந்தக் கருத்து தன் வயப்படுத்திக்கொள்ளப்பட்டுள்ளது. சிலர் செய்வதுபோல் இந்தக் கருத்துகளை அவ்வளவு சுலபமாக உலகளாவியதாக மாற்றிவிட முடியுமா என்பது முற்றிலும் வேறான பிரச்சினையாகும். இதில் ஒன்றை குரு முந்தைய இயலில் கையாண்டிருக்கிறார். என் கவனத்தை ஈர்க்கும் விஷயம் இதுதான்: வேறொரு சமூகத்தை வரையறுக்கும் வகைமைகளை, வேறொரு அனுபவரீதியான வெளிகளை, தன்வயப்படுத்திக்கொண்டு மற்றொரு அனுபவத்தை விவரிக்க முடியும் என்று எப்படி இவ்வளவு எளிமையாக நம்பத் தொடங்கினோம்? கருத்தமைவுகளை உபயோகிப்பது இதற்கான ஒரு வழியாகிறது. இவ்வாறு செய்வதன் ஊடாகக் குறிப்பிட்ட சமூகங்களை, குறிப்பிட்ட பண்பாடுகளைக் கடந்துசெல்ல முடிகிறது.

ஹாபர்மாஸ், பொதுவெளியைக் கோட்பாட்டாக்கம் செய்தது, சம்வாதா நடைமுறை சார்ந்த கொள்கைகளை (*communicative praxis*) முன்வைத்தது எல்லாவற்றிலும் உலகளாவியதன்மை என்ற கருத்து மிகத் திடமாகக் காணப்படும் ஒன்றாகிறது. நவீனத்துவம் என்ற பெரும் திட்டத்துக்கான ஹாபர்மாஸின் ஆதரவானது பொதுவெளி குறித்த அவரது கோட்பாட்டாக்கத்தில் காணப்படும் சில கருத்துகளோடு ஒத்திசைந்துபோகிறது. அவருடைய, அவர் நாட்டினுடைய வரலாற்றுரீதியான போக்குகளுக்கும் பாசிஸத்தோடு உரையாடல் நடத்தும் விதமாகவும் அவர் எதிர்வினையாற்றுகிறார். பாசிஸத்தின் பெரும் சீரழிவைக் கண்டு அதிர்ச்சியடைந்த ஹாபர்மாஸ்,

என்னதான் நடந்தது என்று கோட்பாட்டுரீதியாக உரையாட முயன்றார் (கோட்பாட்டுரீதியாக உரையாடுவது என்பது அதோடு தொடர்புடைய சில அபாயங்களைக் கொண்டிருக்கிறது. ஒருவிதத்தில், அட்டூழியங்களோடு நமக்கு இருக்கும் தொடர்பின் விளைவாக ஏற்படும் பழியிலிருந்து நம்மை நாமே காப்பாற்றிக்கொள்வதாகிறது). ஹாபர்மாஸைப் பொறுத்தமட்டில் பகுத்தறிவுரீதியான சம்வாதா அத்தகைய செயல்கள் மீண்டும் நடக்காமல் இருப்பதற்கான வழியைக் கொண்டதாகிறது.

குறிப்பிட்டதற்கும் உலகளாவியதற்கும் இடையேயான உறவை ஹாபர்மாஸ் வரையறுத்த முறையில், யுத்தத்துக்கு முந்தைய காலம், மத்திய ஐரோப்பாவில் ஆதிக்கம் செலுத்திய காலம், பாசிஸக் காலம், வடக்கு-மேற்கு ஜெர்மனி ஒன்றிணைந்த காலம் என்று ஜெர்மானிய நிலத்தின் வரலாற்றுப் போக்குகள் எல்லாம் பெரும் தாக்கத்தைச் செலுத்தியுள்ளன என்கிறார் பென்ஸ்கி.[6] இத்தகைய வரலாற்றுரீதியான அனுபவங்களைக் கொண்டிருப்பதால், ஜெர்மனி அதிலிருந்து வெளியேற சமூகத்தைத் தாராளவாதக் கொள்கைகள் கொண்டு ஜனநாயகப்படுத்துவதே ஒரே வழியாக இருந்தது. இந்தக் கொள்கைகளையே ஹாபர்மாஸ் உலகளாவியதாக்க விரும்பினார்.

ஹாபர்மாஸைப் பொறுத்தமட்டில் உலகளாவியது என்பது கூட்டாகப் பகிர்ந்துகொள்ளப்படும் மனநிலை ஆகிறது. அதாவது, 'அரசியல், பொருளாதார நிறுவனங்களிருந்து வேறானதான பொதுவெளியில் குடிகொண்டிருக்கும் கூட்டுணர்வு'.[7] மனநிலையை 'சுய-சிந்தனை, சுய-பரிசோதனை, சுய-விமர்சனம் போன்ற ஆற்றல்களைக் கொண்டிருக்கும் நடத்தை முறை' என்பதாக பென்ஸ்கி புரிந்துகொள்கிறார்.[8] குறிப்பிட்ட வாழ்க்கை வடிவத்திலிருந்து வேறுபட்டதாகத்தான் இருக்கிறது என்றாலும், இதுபோன்ற சில பண்பாடுகளில் இது வேரூன்றியதாக இருக்க வேண்டும். ஹாபர்மாஸைப் பொறுத்தமட்டில் உலகளாவியது என்ற கருத்து தார்மீகத் தளத்திலேயே காணப்படுகிறது. எடுத்துக்காட்டாக, பன்முகத்தன்மை, வேறுபட்ட ஒருவருக்கு எதிர்வினையாற்றுவது என்று இந்தத் தார்மீகத் தளம் அதை வெளிப்படுத்திக்கொள்கிறது. ஜெர்மானிய அரசின் பண்பு குறித்து, கடந்த காலத்தோடான அதன் உறவு குறித்து, வடக்கு மேற்கு மீண்டும் இணைக்கப்பட்ட பின் உண்டான பிரச்சினைகள் குறித்துக் காணப்படும் ஹாபர்மாஸின் எழுத்துகள் எல்லாமே ஜெர்மானிய அனுபவத்தை அறிந்துகொள்வதற்கு அவசியமான தத்துவத்தைக் கட்டமைக்கும் முயற்சிகளாகவே இருந்தன.

இருந்தாலும், ஹாபர்மாஸின் அக்கறைகள் எதுவும் புதிதல்ல என்பதை நாம் நினைவில்கொள்ள வேண்டும். அவை ஜெர்மானியக் குற்றவுணர்வின் பொதுவான பகுதியாகவே இருந்தன. கார்ல் ஜாஸ்பெர்ஸ் (Karl Jaspers) 1945-லேயே இவ்வாறு எழுதினார்: 'ஜெர்மானியர்கள் ஒருவரோடு ஒருவர்

6 Pensky (1995).
7 Ibid., p. 69.
8 Ibid., p. 71.

உரையாடுவதற்கான முயற்சிகளை மேற்கொள்ளாமல், அவர்களது [பிரக்ஞையை அவர்களால் மீட்டெடுக்க முடியாது]... ஒருவரோடு ஒருவர் உரையாடுவதற்கு நாம் கற்றுக்கொள்ள வேண்டும்... நம்மை இறுதியாக நிலைநிறுத்திக்கொள்வது என்றில்லாமல், கூட்டாகப் பிரதிபலிப்பது, காரணியத்தைக் கேட்பது, புதிய பார்வைகளுக்குத் தயாராக இருப்பது போன்றவை அவசியமாகின்றன'.[9]

கோட்பாடுகள் அவற்றின் சமூகத்துவ மூலத்தை இன்னும் தீர்க்கமாகச் சார்ந்திருக்கின்றன என்றே ஸ்டார்ங் மற்றும் ஸ்போஸிட்டோ வாதிடுகிறார்கள். 'சம்வாதா நடைமுறை குறித்தான கோட்பாடானது பகுத்தறிவைப் பொருத்தமான தார்மீகச் சமூகக் கருத்தாக்கமாக முன்வைக்கிறது' என்கிறார்கள் ஸ்டார்ங் மற்றும் ஸ்போஸிட்டோ.[10] ஒருவர் மற்றொருவரோடு உரையாடுவது நம்மைத் தார்மீகத் தளத்தில் நிறுத்துகிறது. 'தார்மீகரீதியான அரசியல் ஜனநாயக' திட்டத்துக்கு அவசியமான மூலாதாரங்களை ஆங்கிலோ-அமெரிக்க மரபுகளும் ஐரோப்பிய மரபுளும் கொண்டிருப்பதாக ஹாபர்மாஸ் நம்புகிறார் என்கிறார்கள் இவ்விருவரும். மேற்கத்தியச் சிந்தனையை மேற்கத்தியச் சிந்தனையாக மட்டுமே மீட்டெடுக்காமல், அதை உலகளாவியதாக மீட்டெடுக்கவே ஹாபர்மாஸ் முயன்றார். அவர் முன்னுரிமை கொடுக்கும் குறிப்பிட்ட 'மேற்கத்திய' சிந்தனை, அறிவொளிச் சிந்தனைகளோடு தொடர்புகொண்டதாக இருக்கிறது. அறிவொளிச் சிந்தனை குறிப்பிட்ட ஐரோப்பிய மூலத்தோடு கொண்டிருக்கும் தொடர்பை அப்புறப்படுத்தியே உலகளாவியதாக ஆவதோடு, அதுவே பிற பண்பாடுகளுக்கான மாதிரியாகவும் ஆகிறது. மேலும், ஐரோப்பாவிலிருந்து கால-வெளியில் விலகியிருக்கும் சமூகங்களுக்கும் ஒரு மாதிரியாகிறது.

ஆனால், அறிவொளிக் காலத்தைப் பாதுகாப்பதும் தொடர்வதும் ஏன் இவ்வளவு அவசியமானதாகிறது? இதற்கு முக்கியமான காரணியம் ஐரோப்பிய அரசியலே என்கிறார்கள் ஸ்டார்ங் மற்றும் ஸ்போஸிட்டோ. இது பாசிஸத்தோடு ஜெர்மனி கொண்டிருந்த குறிப்பிட்ட அனுபவத்தை உள்ளடக்கியதாகவும் இருக்கிறது. ஹாபர்மாஸ் அவரது தொடக்கக் காலத்தில் நீட்சே போன்ற சிந்தனையாளர்களை அபாயகரமானவர்களாகப் பார்க்கவில்லை என்றாலும் அவரது பிற்காலப் படைப்புகளில் நீட்சே, தெரிதா, ஹடேக்கர் போன்றவர்களை 'அரசியல்ரீதியாக மிகவும் அபாயகரமானவர்கள்' என்று தாக்குவதாக ஸ்டார்ங் மற்றும் ஸ்போஸிட்டோ குறிப்பிடுகிறார்கள்.[11] இத்தகைய நகர்வுக்கான முக்கியமான காரணியம் ஜெர்மனியில் தோன்றிய நவபாசிஸம். பாசிஸ ஆட்சிக்கு எதிர்வினையாற்றும் விதமாகவே ஹாபர்மாஸ் பின்-நவீனவியலாளர்களைத் தாக்குகிறார். பாசிஸ அனுபவம், 'உலகளாவிய அடிப்படைகள் சார்ந்து சிந்திப்பதைச் சாத்தியப்படுத்துவதோடு

9 *Ibid.*, *p. 90.*
10 *Strong and Sposito (1995: 263).*
11 *Ibid.*, *p. 264.*

மட்டுமல்லாமல் அவசியமானதாகவும் ஆக்குகிறது'.[12] ஆக, ஹாபர்மாஸைப் பொறுத்தமட்டில் பாசிஸம் சாத்தியப்பட்டது என்பது 'பாசிஸத்தை நாம் நினைவில் கொண்டிருக்கும் வரை, நாம் உலகளாவிய தளத்திலிருந்து அற-அரசியல்ரீதியாகச் சிந்திப்பது அவசியம்' என்றே அர்த்தமாகிறது.[13] ஹாபர்மாஸ், 'நாம்', 'நம்முடைய' என்ற சொற்களைக் கொண்டு எழுதுகிறார். ஆனால், இந்த 'நாம்' என்பது யார்? 'நாம்' என்று ஹாபர்மாஸ் உபயோகிப்பதன் ஊடாக 'வரலாற்று அனுபவங்களின் காரணியத்தால் உலகளாவிய வரலாற்றுப் பளுவை இப்போது ஜெர்மானியர்கள் சுமக்கிறார்கள்' என்ற அர்த்தத்தையே முன்வைக்கிறார் என்கிறார்கள் ஸ்டார்ங் மற்றும் ஸ்போஸிட்டோ.[14]

குறிப்பிட்ட ஜெர்மானிய அனுபவத்திலிருந்து உலகளாவியதை உருவாக்குவதற்கும் கோட்பாட்டாக்கம் செய்வதற்கும் இடையேயான உறவு என்ன? ஒரு குறிப்பிட்ட அனுபவத்திலிருந்து தோன்றும் உலகளாவிய வகைமைகளை வேறுபட்ட ஒரு சமூகம் எத்தகைய சூழ்நிலைகளில் அவற்றை ஏற்றுக்கொள்ள முடியும்? குறிப்பிட்ட சமூக நிகழ்வுகளுக்கு எதிர்வினையாற்றும் விதமாகக் கோட்பாடுகளை உருவாக்குவதன் ஊடாக ஹாபர்மாஸ் உண்மையில் என்னதான் செய்கிறார்?

கோட்பாட்டாக்கம் செய்வதற்கான முகவராக இருந்து அவர் குற்றவுணர்வைப் பகிர்ந்தளிக்கிறார் என்றே நான் முன்வைக்க விரும்புகிறேன். குற்றவுணர்வைப் பகிர்ந்தளிப்பதைக் கோட்பாடு பல வழிகளில் மிகவும் திறம்படச் செய்கிறது: அதிர்ச்சிகரமான அனுபவங்களைத் தனிமனித-நீக்கம் செய்வது, அந்த நிகழ்வுகளுக்குப் பொருந்தக்கூடிய புதிய வகைமைகளை உருவாக்குவது, அதன் கட்டமைப்பு சார்ந்து புதிய கட்டமைப்புரீதியான விளக்கங்களை உருவாக்குவது, உலகளாவியதாக ஆக்கும் வகையில் கருத்துகளையும் கருத்தாக்கங்களையும் அரூபப்படுத்துவது மற்றும் இதுபோன்று. ஹாபர்மாஸ் வேறு பல வழிகளில் பாசிஸ அனுபவத்துக்கு எதிர்வினையாற்றியிருக்க முடியும். ஆனால், அவர் அதற்கு எதிர்வினையாற்றும் விதமாக எந்த அளவுக்குக் கோட்பாடுகளை உபயோகிக்கிறாரோ அந்த அளவுக்கு அவர் குறிப்பிட்ட தேவைக்காகக் கோட்பாடுகளைப் பயன்படுத்துகிறார் என்றே ஆகிறது – அதாவது, அவரது குற்றவுணர்வை மற்றவர்களுக்குப் பகிர்ந்தளிக்கிறார். அவரது குற்றவுணர்வு, பாசிஸ அனுபவத்தின் மீதான வெறுப்பு, நவபாசிஸ எழுச்சி குறித்தான அச்சம் மற்றும் இதுபோன்ற சொற்களின் அடிப்படையில் வெளிப்படுத்தப்படுகிறது. ஆனால், விளைவு என்னவாக இருக்கிறது என்றால், கோட்பாடு, அதாவது அவர் கட்டமைக்கும் முறையில், குற்றவுணர்வைப் பகிர்ந்தளிக்கும் காரியத்தையே செய்கிறது. 'உலகளாவிய உலக வரலாற்றுப் பளுவை' இப்போது ஜெர்மானியர்கள் சுமந்துகொண்டிருப்பதுபோலவே, ஒரு பண்பாட்டின் மனிதத்தன்மையற்ற செயல்பாடுகள் உருவாக்கும் குற்றவுணர்வைக்

12 *Ibid., p. 266.*
13 *Ibid.*
14 *Ibid., p. 267.*

கோட்பாடு சுமந்துகொண்டிருக்கிறது. இத்தகைய கோட்பாட்டில் மற்றவர்கள் 'பங்கெடுத்துக்கொள்'ளும்போது, குற்றவுணர்வு கொடுக்கும் செயல்களோடு ஏதோ ஒருவிதத்தில் தொடர்புடையவர்கள் கொண்டிருக்கும் குற்றவுணர்வை நீர்த்துப்போகச் செய்கிறது: உலகளாவியதாக்குவது என்பது குற்றவுணர்வை நீர்த்துப்போகச் செய்யும் செயலே தவிர வேறு அல்ல. தலித் அல்லாதவர்கள் தலித்துகள் ஒடுக்கப்படுவது குறித்துக் கோட்பாட்டாக்கம் செய்வது குறித்து முந்தைய இயலில் குரு முன்வைத்திருக்கும் காத்திரமான விமர்சனத்தை, ஆதிக்கச் சாதிகளும் முன்னேறிய சாதிகளும் அவர்களுடைய குற்றவுணர்வைப் பகிர்ந்தளிப்பதற்கான எடுத்துக்காட்டாகப் பார்க்க முடியும்.

இந்த வேலையைக் கோட்பாடு செய்வதற்கு அது முன்நிபந்தனையாக ஒன்றைக் கொண்டிருக்க வேண்டியுள்ளது: அதாவது, கோட்பாட்டுக்கும் அனுபவத்துக்கும் இடையே ஒரு தொலைவை உருவாக்குவதற்கான ஆற்றலை அது கொண்டிருக்க வேண்டியுள்ளது. ஹாபர்மாஸின் நவீனத்துக்கான ஆதரவு, பொதுவெளியை உள்ளடக்கரீதியானதாக மாற்றி, இதைப் பகுத்தறிவுரீதியான சம்வாதா நடைமுறையோடு உடனிணைத்தது எதுவுமே கோபால் குரு வடிவமைத்திருப்பது போன்று வாழ்வனுபவம் சார்ந்து எழுந்தவை அல்ல.[15] சொல்லப்போனால், இங்கு முக்கியமான விஷயம் என்னவென்றால், அனுபவத்தால் ஆசிரியர் பண்பைக் கட்டுப்படுத்த முடியாது. ஹாமர்மாஸின் கோட்பாடு *நமக்கானது* – அதாவது, அந்த அனுபவத்தில் பங்கெடுத்துக்கொள்ளாத நமக்கானது. எல்லா விதத்திலும் அந்த அனுபவத்துக்கு வெளியே இருக்கும் நாம்தான், அவரது கோட்பாடுகளை வளர்த்தெடுக்க வேண்டும். நாம்தான், அதாவது அந்த அனுபவத்துக்கு முற்றிலும் வெளிநபர்களாக இருக்கும் நாம்தான் இந்த உலகளாவியக் குற்றவுணர்வைச் சுமக்க வேண்டும், அதைக் கடத்திச்செல்ல வேண்டும். அதாவது, வெளிநபர்களாக அந்த அனுபவத்திலிருந்து மேலும் மேலும் தொலைவாகச் சென்றுகொண்டிருக்கும் நாம்தான், அந்த அனுபவத்தைக் கோட்பாட்டாக்கம் செய்ய வேண்டும்.

ஆக, ஹாபர்மாஸைப் பொறுத்தமட்டில், அனுபவத்திலிருந்து கோட்பாடு எவ்வளவு தொலைவில் இருக்கிறதோ அந்த அளவுக்கு அது அங்கீகரிக்கப்பட்டதாகிறது. அவர் குருவின் நிலைப்பாட்டை ஏற்றுக்கொள்வார் எனில், பாசிஸ ஆட்சியில் பாதிக்கப்பட்டவர்கள் மட்டுமே அது குறித்துக் கோட்பாட்டாக்கம் செய்ய முடியும் என்று அவர் சொல்ல வேண்டியிருக்கும். ஆக, அனுபவத்துக்கும் கோட்பாட்டுக்கும் இடையேயான உறவைப் பொறுத்தமட்டில் ஹாபர்மாஸும் குருவும் இரண்டு எதிரெதிரான அணுகுமுறைகளைக் கொண்டிருக்கிறார்கள்.

இருந்தாலும், நாம் ஹாபர்மாஸின் அணுகுமுறையை பாசிஸ இன அழிப்பைக் கோட்பாட்டாக்கம் செய்ய முயன்ற லவினாஸ் அணுகுமுறையோடு

15 ஹாபர்மாஸ் குறித்தும் நவீனத்துவம் குறித்தும் எங்களது நிலைப்பாடு மீதான விமர்சனத்துக்குப் பார்க்க: Raghuramaraju (2010).

ஒப்பிட்டுப்பார்க்க வேண்டும். லவினாஸின் கோட்பாடு வாழ்வனுபவத்திலிருந்து தோன்றுகிறது: அவரும் அவரது குடும்பத்தாரும் பாசிஸத்தைத் தாக்குப்பிடித்த வாழ்வனுபவத்தைக் கொண்டது அது. அவர் கட்டமைக்கும் அறநீதியான கோட்பாடு வெறும் அனுபவத்தால் இடையீடு செய்யப்பட்டதாக இல்லாமல், வாழ்வனுபவத்தால் இடையீடு செய்யப்பட்டதாக இருக்கிறது. இதில் அவசியம் என்ற கருத்து (முன்னர் விவரித்திருந்ததுபோல்) மிக திடமாக உள்ளடங்கியுள்ளது. தலித்துகள் குறித்துக் கோட்பாட்டாக்கம் செய்யும் குருவின் அணுகுமுறை லவினாஸ் அணுகுமுறையாக இருப்பதோடு, ஹாபர்மாஸின் அணுகுமுறையிலிருந்து வேறுபட்டதாகவும் இருக்கிறது. கோட்பாடு என்ற முகமூடி அணிந்துகொண்டு குற்றவுணர்வை அதோடு தொடர்பில்லாதவர்களுக்குப் பகிர்ந்தளிப்பதை, பகிர்ந்துகொள்வதை கோபால் குரு, லவினாஸ் இருவருமே ஏற்றுக்கொள்ளவில்லை. கோட்பாடு உணரப்படக்கூடியதாக இருக்க வேண்டும். அது வலியை, துயரத்தை உள்ளடக்கியதாக இருக்க வேண்டும். அறிவறிவோடு அது கொள்ளும் உறவு உணர்வுபூர்வமாக இருக்க வேண்டும் – அதாவது, காரணியத்தையும் உணர்வையும் ஒன்றாக இணைக்க வேண்டும். உண்மையில், இந்தியச் சமூக அறிவியல் நடைமுறையின் முன்பாக, குரு முன்வைத்திருக்கும் மிகப் பெரிய சவால் இதுதான்.

⊙

(இந்த இயல் 2007-ல் எக்னாமிக் அண்ட் பொலிடிக்கல் வீக்லியில் (XLII (40): 4043-8), 'Dalit Experince and Theory' என்ற தலைப்பில் பிரசுரிக்கப்பட்டது.)

3 அனுபவத்தைப் புரிந்துகொள்ளுதல்

சுந்தர் சருக்கை

முந்தைய இயல்களில் அனுபவத்தைப் பல்வேறு பின்னணிகளில் வைத்துப் பார்த்தோம். இந்த இயலில் அனுபவத்தோடு தொடர்புடைய அடிப்படையான கருத்துகளை ஆராய விரும்புகிறேன். இதற்கு நான் இந்திய மற்றும் மேற்கத்தியத் தத்துவார்த்த உரையாடல்களிலிருந்து எடுத்தாளப்போகிறேன்.

அனுபவம் என்பது அடிப்படையில் மானுடர் என்பதற்கு இணையாகப் பலவற்றைக் கொண்டிருக்கிறது: வாழ்க்கை, புலனறிவாற்றல், பிரக்ஞை, விழிப்பு, உணர்வு, அறிதல். மானுட இருப்பின் அடிப்படையே அனுபவம்தான். அனுபவத்தின் பண்பை அறிந்துகொள்ளாமல் மானுட இருப்பு குறித்து நாம் எத்தகைய புரிதலையும் பெற முடியாது. அனுபவத்தைக் கோட்பாட்டாக்கம் செய்வதில் உள்ள பிரச்சினை என்னவென்றால், அது உள்ளபடியாக இருப்பதோடு, உடனடித்தன்மை கொண்டிருக்கும் ஒன்றாகவும் இருக்கிறது. அனுபவத்தைப் பெறுவதற்கு நாம் எத்தகைய முனைப்பும் கொண்டிருக்க வேண்டியதில்லை. நாம் விரும்பினாலும் விரும்பாவிட்டாலும் அனுபவத்தைப் பெறுகிறோம் – அவ்வளவுதான். வலி, இன்பம், பசி, நோய், மகிழ்ச்சி, வருத்தம், பார்த்தல், தீண்டுதல், நுகர்தல் போன்ற அனுபவங்களைப் பெறுகிறோம். மேலும் நினைத்துப்பார்த்தல், நினைவில்கொள்ளுதல், மறத்தல், கனவுகாணுதல் (பகற்கனவு உட்பட) போன்ற அனுபவங்களையும் பெறுகிறோம். நம்முடைய செயல்கள், அதாவது பேசுதல், எழுதுதல், ஓடுதல், குதித்தல், நீந்துதல் மற்றும் இது போன்றவையெல்லாம் அனுபவரீதியானவையாகவே இருக்கின்றன. இந்த உலகத்துக்கான எதிர்வினைகளை வரையறுக்கக்கூடிய கோபம், ஒடுக்கப்படுதல், அதிகாரம், பாதுகாப்பின்மை போன்று பலவற்றை உள்ளடக்கிய உளவியல்ரீதியான அனுபவங்களும் இருக்கின்றன.

பார்க்கும் அனுபவத்திலிருந்து கோபம்கொள்ளும் அனுபவம், அல்லது கனவுகாணும் அனுபவம் வரை, பலவிதமான அனுபவங்களின் பொதுவான குணாம்சம் என்ன? பொதுவான ஒரு குணாம்சமாக இருப்பது 'உணர்ச்சிகள்'. நாம் கொண்டிருக்கும் எல்லா அனுபவங்களும் நாம் 'உணர்ந்ததே'. மேலும், உணர்ச்சிகளை விவரித்தல் என்பது வேறு வழியே இல்லாமல் தீண்டும் புலனுணர்வைச் சார்ந்திருக்கிறது என்பது மிக முக்கியமானதாகும். நாம் நம் அனுபவங்களைத் தீண்டுகிறோம். அதுபோலவே

ஆதிநிலையில் அனுபவங்களும் நம்மைத் தீண்டுகின்றன. தீண்டுதலை இங்கு முன்வைப்பது மிக முக்கியமானதாகிறது. ஏனெனில், தீண்டுதலே அனுபவத்தின் அவசியமான பண்பை வெளிப்படுத்துவதாக இருக்கிறது. அதாவது, தீண்டுதல் ‘உடனடித்தன்மை’யைக் கொண்டிருப்பதுபோலவே அனுபவமும் உடனடித்தன்மை கொண்டதாக இருக்கிறது. பார்த்தல் என்ற உருவகம், பார்ப்பவருக்கும் பார்க்கப்படும் பொருளுக்கும் இடையே ஒரு தொலைவைக் கொண்டிருக்கிறது. ஆனால், தீண்டுதலில் தீண்டுபவர், தீண்டப்படுவது இரண்டுக்கும் இடையே நாம் உணரக்கூடிய தொலைவு என்று எதையும் கொண்டிருக்கவில்லை. அனுபவம் தீண்டுதலுக்கு நிகரானதாக இருக்கிறதே ஒழிய, பார்ப்பதற்கு நிகரானதாக இல்லை. ஏனெனில், அனுபவிப்பவருக்கும் அனுபவிக்கப்படுவதுக்கும் இடையே தொலைவு எதுவும் காணக்கிடைப்பதில்லை. (கடைசி இரண்டு இயல்கள் தீண்டுதல் என்ற அனுபவம் குறித்து விரிவாக விவாதிக்கின்றன.) அனுபவத்தின் இந்த உடனடித்தன்மை, வெளிப்படைத்தன்மையே அதைத் தனித்துவம் கொண்டதாகவும் பிரச்சினைக்குரியதாகவும் ஆக்குகின்றன.

அனுபவம் என்பது அடிப்படையில் ஓர் உணர்ச்சியே. அப்படியென்றால் உணர்ச்சிகொள்வது என்றால் என்ன? உணர்ச்சி பெரும்பாலும் உளவியல்ரீதியான நிலையோடு தொடர்புபடுத்தப்படுகிறது. நாம் மகிழ்ச்சி, கோபம் போன்ற உணர்வுகளை உணர்கிறோம். நாம் வருத்தத்தை அல்லது பசியை உணர்கிறோம். இதற்கு எதிரான ஒன்றாகச் சிந்திப்பதை நம்மால் உடனடியாகப் பொருத்திப்பார்க்க முடியும். சிந்திக்கும்போது, ‘சிந்திப்பதை உணர்கிறேன்’ என்று நாம் சொல்வதில்லை. நிச்சயமாக, சிந்தித்தல் அனுபவம் என்று ஒன்று இருக்கிறது என்றாலும், (நாம் சிந்தித்தல் என்ற செயலில் ஈடுபடும்போது அதை நாம் எவ்வாறு உணர்கிறோம்) சிந்திக்கும் உணர்ச்சி வேறானதாக இருக்கிறது. எந்த அர்த்தத்தில் என்றால், பேச்சுவழக்கில் நாம் எண்ணங்களை உணர்கிறோம் என்று சொல்வதில்லை. நம் எண்ணங்கள் குறித்து சிந்தித்துக்கொண்டிருக்கிறோம் என்றே சொல்கிறோம். அனுபவிப்பவரோடு உள்ளார்ந்து இணைக்கப்பட்டதாக உணர்ச்சி இருக்கிறது. அதாவது, அனுபவிப்பவராக இருப்பது என்பதே உணர்வதற்கான ஆற்றலைக் கொண்டிருப்பதாகிறது. இதற்கு நிகராக, உணர்ச்சிகள் தன்னிலை சார்ந்த ஒன்றாகப் பொதுவாக முன்வைக்கப்படுகிறது. அதனால்தான், ஒரு தனிநபர் மட்டுமே அந்த உணர்ச்சியை அடைய முடியும் என்றாகிறது. மொழியியல்ரீதியாகவும் வார்த்தைகளாற்றும் பிறர் என் அனுபவத்தை எடுத்துக்கொள்ள முடியும் என்றாலும், என் உணர்ச்சிகளை நான் அனுபவரீதியாகப் பெற்றுக்கொள்வதைப் போல் வேறு எவராலும் பெற்றுக்கொள்ள முடியாது. இப்படியாக, நான் தலைவலியை உணர்கிறேன் என்று ஒருவர் என் முகத்தைப் பார்த்தோ அல்லது நான் சொல்வதை வைத்தோ தெரிந்துகொள்ள முடியும் என்றாலும், நான் அனுபவிக்கும் தலைவலியை ஒருக்காலும் மற்றவர்களால் அனுபவிக்க முடியாது. அனுபவத்தின் இந்தப் பண்புதான் அனுபவத்துக்கும் அறிவுக்கும் இடையேயான உறவைப் பொறுத்தமட்டில், பிரச்சினைக்குரியதாகப் பார்க்கப்படுகிறது. இந்தப் பண்புதான் அகவயத்தன்மை என்ற பிரச்சினைக்குரிய நிலையை முன்னுக்குக்

கொண்டுவருகிறது. ஏனெனில், எவராலும் பகிர்ந்துகொள்ள முடியாதது என்பதால் அனுபவங்களால் ஆன உலகம் முற்றிலும் அந்தரங்கமானதாகிறது. இதனாலேயே பிறரது அனுபவம் சார்ந்த விவரிப்புகளை உண்மை என்று நாம் ஏற்றுக்கொள்வது பெருமளவு நம்பிக்கை சார்ந்ததாக இருக்கிறது.

உணர்ச்சிகளுக்குள் மட்டுப்படுத்தப்படாத பிற மானுட ஆற்றல்கள் இருப்பதை நாம் அங்கீகரிக்க வேண்டியுள்ளது. எடுத்துக்காட்டாக, மொழி என்ற ஆற்றலை எடுத்துக்கொள்வோம். நாம் பேசும்போது 'மொழியை உணர்கிறோமா'? உண்மையிலேயே மொழியை எவ்வாறு 'உணர்கிறோம்'? அர்த்தம் குறித்தான கேள்விகூட உணர்ச்சிகளின் மொழிக்கு அவ்வளவு சுலபமாக மாற்றக்கூடியதாக இல்லை – குறிப்பிட்ட வாக்கியத்தின் அர்த்தத்தை உணர்கிறோம் என்று நாம் சொல்வதில்லை. மாறாக, நாம் அர்த்தங்களைக் கண்டெடுக்கிறோம் அல்லது கட்டமைக்கிறோம். கண்டெடுப்பது, கட்டமைப்பது போன்றவை இத்தகைய செயல்களுக்கு முந்தைய நிலையாக இருக்கும் அனுபவம் குறித்துப் பிரதிபலிப்பதாகவே இருக்கின்றன.

அனுபவம் என்ற வகைமையைத் தனித்துவைப்பதுதான் பிரச்சினையின் ஒரு பகுதியாக இருக்கிறது. அனுபவம் அடிப்படையில் உணர்வுகளோடு தொடர்புகொண்டதாக இருக்குமானால், பிறகு அது தன்னிலை சார்ந்த அனுபவம், அகவயத்தன்மை மற்றும் இதுபோன்ற கருத்தமைவுகளோடு தொடர்புகொண்டிருக்கும் ஒன்றாகிறது. அதனாலேயே அது புறவயத்தன்மை, பகுத்தறிவு போன்ற கருத்துகளுக்கு எதிரானதாக முன்வைக்கப்படுகிறது. அனுபவத்தின் பண்பை இவ்வாறு அர்த்தப்படுத்தும் காரணியத்தாலேயே மேற்கத்திய அறிவறிவு (குறிப்பாக, பகுத்தாய்வு மரபில்) அனுபவம் குறித்து சந்தேகம்கொள்கிறது. குறிப்பிட்டுச் சொல்வதென்றால், சிந்தித்தல் என்ற செயல்பாடு அனுபவத்திலிருந்து வேறுபடுத்திப் பார்க்கப்படுகிறது. இதுவே பகுத்தறிவு, உணர்வு என்று நீடித்துநிற்கக்கூடிய இருமை நிலைக்குக் கொண்டுவிடுகிறது. இதில் எண்ணங்கள் பகுத்தறிவோடும், உணர்வு உணர்ச்சிகளோடும் தொடர்புகொண்டவை ஆகின்றன.

அனுபவத்தை அகவயமான, புறவயமான போன்ற கருத்துகளுக்குள் வைக்காமல், அதேசமயத்தில் புறவயமான அறிவு, உண்மை போன்ற கருத்துகளுக்கு எதிரானதாகவும் முன்வைக்காமல், வேறு வழியில் அனுபவத்தின் உடனடித்தன்மையையும் ஊடுபரவியிருக்கும் தன்மையையும் நம்மால் அங்கீகரிக்க முடியும். இதற்கு நாம் அறிதிறன் நிலைகள் (cognitive states) என்ற கருத்தமைவை முன்வைக்க முடியும். அனுபவரீதியான இருப்பைக் கொண்டிருப்பதால், நாம் எப்போதும் ஏதோ ஒரு அறிதிறன் நிலையிலேயே இருக்கிறோம். அறிதிறன்ரீதியான நிலைகள் நிலையுறுதியற்ற தன்மையிலானவை: அவை தொடங்குகின்றன, வளர்கின்றன, முடிகின்றன. ஓர் அறிதிறன் நிலை மற்றொன்றாக மாறுகிறது. அறிதிறன் நிலை அனுபவங்கள்போலவே உடனடித்தன்மையும் ஊடுபரவியிருக்கும் தன்மையும் கொண்டிருக்கிறது என்றாலும், அகவயமான தன்னிலை சார்ந்த அனுபவம்

என்பதும் ஒருவிதமான அறிதிறன் நிலை மட்டுமே. காரணியம், பிரதிபலித்தல் போன்றவையும் அறிதிறன் நிலைகளாகின்றன. ஒருவர் காரணியத்தைச் சிந்தித்துக்கொண்டிருக்கும்போது, அதில் பங்கெடுத்துக்கொள்ளும் அறிதிறன் நிலையை அவரால் விவரிக்க முடியும். இப்படியாக, அறிதிறன் நிலைகள் ஊடாக அனுபவத்தை விவரிப்பது மானுட அனுபவத்தைப் பொதுவாக விவரிக்கும் ஒன்றாக இருக்கிறது. இத்தகைய விவரிப்பில் பிரச்சினைக்குரிய உணர்ச்சி என்ற கருத்தமைவு, அனுபவத்தோடு தொடர்புடைய அறிதிறனின் ஒரு பகுதியாக மட்டுமே இருக்கிறது.

விவரிப்புகளை நாம் அறிதிறன் நிலைக்கு நகர்த்துவது என்பது அனுபவங்களுக்கும் கோட்பாடுகளுக்கும் இடையேயான உறவு குறித்த கேள்விகளில் தாக்கத்தை ஏற்படுத்தக்கூடியதாக இருக்கிறது. நம்மால் இதை இங்கு விரிவாக விவாதிக்க முடியாது என்பதால், இந்தியத் தத்துவார்த்த மரபுகள் அடிப்படையில் அறிதிறனோடு தொடர்புகொண்டவையாக இருக்கின்றன என்பதை இங்கு குறித்துக்கொள்ள வேண்டியுள்ளது. நாம் பின்னர் விரிவாகப் பார்க்க இருப்பதுபோல், அனுபவத்தை அகவயமான உணர்வுகளாகப் பார்க்கும் பார்வை இந்தியத் தத்துவ மரபுகளில் பிரதானமாகப் பங்காற்றவில்லை. தன்னிலை சார்ந்த அனுபவமானது அறிதிறன் நிலைகளில் ஒரு குறிப்பிட்ட வகையே தவிர, அனுபவம்போல் எல்லாவற்றாலும் சூழப்பட்ட ஒன்றல்ல.

இந்திய மரபில் காணப்படுவது போன்று அனுபவங்களை அறிதிறன்ரீதியாக விவரிப்பது என்பது உடல்ரீதியான விவரிப்புகளாகவே இருக்கின்றன. அனுபவத்தைப் பெறுவதற்கு நமக்கு உடல் தேவையாகிறது. இந்த உலகத்தில் நாம் தூய பிரக்ஞையாக மட்டுமே இருப்பதில்லை. நாம் உடலைக் கொண்டிருக்கிறோம்; இந்த உடல் ஊடாகவே இந்த உலகத்தை அனுபவிக்கிறோம். ஐம்புலன்கள் நம்முள் உடலுணர்வுகளைத் தோற்றுவிக்கின்றன. இப்படியாக நம் அனுபவங்களுக்கான சாளரமாக இருப்பது புலன்களே. ஆனால், ஐம்புலன்களைக் கொண்டிருப்பது மட்டுமே போதுமானதாக இல்லை. இன்னும் தெளிவாகச் சொல்வதென்றால், பௌதிக உறுப்புகள் அதனளவிலேயே அனுபவத்துக்கான உத்தரவாதத்தை நமக்குக் கொடுப்பதில்லை என்று சொல்லலாம். இவை அனுபவத்துக்கான இடையீடுகள் மட்டுமே. உறுப்புகள் ஊடாகக் கிடைக்கும் இடுபொருள்களை ஒன்றிணைத்து ‘ஓர்’ அனுபவமாக்குவது பிரக்ஞையே. இதையே வேறு விதமாகச் சொல்வதென்றால், உறுப்புகள் அதனளவில் எதையும் ‘உணர்’வதில்லை. உணர்தலின் பண்பைப் பொறுத்தமட்டில் பௌதிக உறுப்புகளுக்கு அப்பால் ஏதோ ஒன்று தேவைப்படுகிறது என்பதாகவே பொதுவாக நம்பப்படுகிறது. இந்த உடல் ஒரு தொகுப்பாகப் பௌதிக உறுப்புகளை மட்டுமே கொண்டிருக்கவில்லை. அது பிரக்ஞையையும் கொண்டிருக்கிறது. இத்தகைய பார்வை இந்தியத் தத்துவ மரபுகளில் காணப்படும் பொதுவான பார்வையாக இருக்கிறது. (நவீன மேற்கத்தியச் சிந்தனை மரபானது உடல் என்ற இந்தத் தொகுப்புக்குள் மனதை மேலும் ஒரு உருப்படியாகச் சேர்த்துக்கொள்கிறது. ஆனால், இந்த உருப்படி பௌதிகத்தன்மையற்றதாக

இருக்கிறது. மிக சுவாரஸ்யமான விஷயம் என்னவென்றால், பொதுவாக மனம் 'பருப்பொருளால்' அமைப்பாக்கம் பெற்றது என்றே இந்தியத் தத்துவங்கள் பார்க்கின்றன. அதனாலேயே, அது உள்ளுக்குள் இருக்கும் உறுப்பாக இருந்தாலும், ஆறாவது உறுப்பாகப் பார்க்கப்படுகிறது. ஐம்புலன்களிலிருந்து வரும் உடலுணர்வுகளை ஒன்றிணைப்பதே மனத்தின் வேலையாகிறது.)

உணர்வுகள் அடிப்படையில் அனுபவங்களே. உணர்வுகள் எப்போதும் உளவியல்ரீதியான நிலைகளாகவும், முற்றிலும் அகவயமான ஒன்றாகவும் புரிந்துகொள்ளப்படுவதால், அவற்றின் அறிவறிவுரீதியான தகுதி எப்போதும் கேள்விக்கு உட்பட்டதாகவே இருக்கிறது. ஆக, அனுபவம் உணர்வுகள் மேல் படிந்திருக்கும் வரை – குறைந்தபட்சம், அறிவு குறித்து சமகால மற்றும் மையநீரோட்ட மேற்கத்திய மரபு முன்வைப்புகளில் – அனுபவத்துக்கும் அறிவுக்கும் இடையே தீர்க்கமாக நிலைநிறுத்தப்பட்ட உறவுமுறை என்று ஏதும் சாத்தியமில்லை. அறிவை உடலுணர்வு அடிப்படையிலானதாகக் கொண்டிருக்கும் அனுபவவாதம்கூட, அறிவை உணர்வுகளின் அடிப்படையிலானதாகப் பார்க்காமல், உடல் ஊடாக உலகத்தை உடலுணரந்துகொள்ளுதல் என்ற அடிப்படையிலேயே பார்க்கிறது. அடிப்படையான பிரச்சினையை ஒருவரால் இவ்வாறு முன்வைக்க முடியும்: நாம் ஒரு பொருளைப் பார்க்கிறோம் என்று வைத்துக்கொள்வோம். அந்தப் பொருள் குறித்த பல தகவல்களை, அதாவது அதன் வண்ணம், வடிவம் போன்ற தகவல்களை நாம் உள்வாங்கிக்கொள்கிறோம். ஆனால், நாம் இதிலிருந்து எத்தகைய 'உணர்வு'களும் பெறுவதில்லை. ஒரு மலர் ஒருவருக்கு சந்தோஷத்தைக் கொடுக்கலாம். அதே மலர் மற்றொருவருக்குத் துக்கத்தைக் கொடுக்கலாம். ஆனாலும், இந்த உணர்வுகள் அந்த மலரின் குணாம்சத்தை விவரிப்பதன் வழியாகக் கிடைப்பதில்லை. ஆகவே, உணர்வுகள் அனுபவவாத அறிவை உருவாக்கிக்கொடுப்பதில்லை. அதிகபட்சம், அவை பொருளின் பண்பு குறித்த அறிவை மட்டுமே உருவாக்கிக்கொடுக்கின்றன. எடுத்துக்காட்டாக, ஒரு மலரைப் பார்த்து நான் வருத்தப்படுகிறேன் என்றால், இந்த உணர்வு என்னுள் ஏன் ஏற்பட்டது என்று என்னைக் குறித்து சில தகவல்களை மட்டுமே இந்த அனுபவம் கொண்டிருக்கிறது. இந்த உணர்வு குறிப்பிட்ட மலர் குறித்து எதையும் முன்வைக்கவில்லை.

இந்த நம்பிக்கையின் முக்கியத்துவத்தை ஒருவரால் குறைத்து மதிப்பிட முடியாது. உணர்வுகளுக்கும் அறிவுக்கும் இடையேயான இந்த வேறுபாட்டைச் சார்ந்துதான் நவீன அறிவியலின் அடிப்படையே உள்ளது. அறிவியல் பிரதான பண்பியல்புகள் மீதுதான் அக்கறைகொள்ள வேண்டுமே தவிர இரண்டாம்தரப் பண்பியல்புகள் (உணர்வுகள், ருசி போன்றவை. இவையே பொருட்களுக்கான அடிப்படை மானுட எதிர்வினையாக இருக்கின்றன.) மீது அக்கறைகொள்ளக் கூடாது என்ற கலிலியோவின் கருத்து அறிவியல்ரீதியான அறிவை உணர்வுகளிலிருந்து விலக்கிவைக்கும் தொடக்கத்தையே குறிக்கிறது. இதைத் தொடர்ந்த அறிவு குறித்தான மிகைமொழி, இரண்டாம்தரப் பண்பியல்புகளை அப்புறப்படுத்துவது என்பதை நீட்டித்து அனுபவத்தையும் அகவயத்தையும்

முற்றிலுமாக நீக்கியது. இத்தகைய நகர்வானது அறிவோடு அறம் கொண்டிருக்கும் உறவை நவீன அறிவு முறைமைகளிலிருந்து துண்டித்தது. (இது குறித்து 'கோட்பாட்டாக்கத்தின் அறம்' என்ற ஆறாம் இயலில் விரிவாக விவாதத்துக்கு எடுத்துக்கொள்கிறேன்).

இருந்தாலும், இந்த உலகத்தில் அதிலும் குறிப்பாகச் சமூகத்துவ உலகத்தில், நம் அனுபவங்களின் இன்றியமையாத பகுதியாக உணர்வுகள் இருக்கின்றன. சமூக அறிவியலாளர்களாக நாம் ஆய்வுப்பொருளாக எடுத்துக்கொள்ளும் விஷயத்தோடு இயற்கை அறிவியலாளர்கள்போல் அல்லாமல் உணர்வுபூர்வமாகவே உறவுகொள்கிறோம். சமூக அறிவியல் நடைமுறையில், அதாவது அதன் முறைமை மற்றும் எழுதுதல் இரண்டிலிருந்தும் அனுபவத்தின் உணர்வுபூர்வமான பகுதியை விலக்கியே வைக்கிறது என்றாலும், சமூகக் கோட்பாடுகளில் உணர்வுகள் திரண்டு வெளிப்படவே செய்கின்றன. அனுபவம், உணர்வு, அறிவு ஆகியவற்றுக்கு இடையே காணப்படும் சிக்கலான உறவானது அனுபவங்களைக் கோட்பாட்டாக்கம் செய்வதில் காணப்படும் இன்னுமொரு சவாலாக இருக்கிறது.

அனுபவமும் அறிவும்

அனுபவத்துக்கும் அறிவுக்கும் இடையேயான உறவு கடினமானதாக இருப்பதோடு இயற்கை அறிவியல், சமூக அறிவியல் இரண்டிலும் இந்தப் பிரச்சினை திரும்பத்திரும்ப எழும் ஒன்றாகவும் இருக்கிறது. இந்த விவாதங்களின் அடிப்படை உருவரை (contour) இத்தகையதாகவே இருக்கிறது: அனுபவம் என்ற ஒன்று இல்லாமல் அறிவு என்ற ஒன்று சாத்தியமே இல்லை என்பதாகத்தான் இருக்கிறது. அனுபவம் என்று நான் குறிப்பிடுவது, இந்த உலகத்தை நம் புலன்களின் ஊடாக அனுபவிப்பதையே குறிக்கிறது. இந்த உலகத்துக்கான சாளரமாக இருப்பது நம் புலன்களே. மேலும், நம் எல்லோருக்கும் நம்முடைய புலன்கள் உடலுணர்வுகளின் அனுபவமாகவே தோன்றுகின்றன. எடுத்துக்காட்டாக, ஒரு மரத்தின் வண்ணம் எனது பார்வைப் புலன் ஊடாக எனக்குக் கிடைக்கிறது. அந்த வண்ணம் ஒரு குறிப்பிட்ட முறையில் என்னால் அனுபவிக்கப்படுகிறது. இருந்தும், நாம் ஒரே வண்ணத்தைத்தான் பார்க்கிறோம் என்பதாக நாம் நினைத்தாலும், நான் எவ்வாறு அந்த வண்ணத்தை அனுபவிக்கிறேனோ அதுபோலதான் மற்றவர்களும் அனுபவிக்கிறார்கள் என்பதற்கு எத்தகைய உத்தரவாதமும் கிடையாது. குறைந்தபட்சம், சில தத்துவார்த்த மரபுகளில் இத்தகைய வாதமே பிரதான வாதமாக இருக்கிறது. பல அறிவறிவுரீதியான மரபுகளில் அனுபவம் குறித்தான சந்தேகங்கள் பல்வேறு வழிகளில் உள்ளடக்கப்பட்டுள்ளன – அதாவது, உணர்வுகளுக்கு எதிராகக் காரணியம் மற்றும் அறிவாற்றலை முன்வைப்பது, தன்னிலை சார்ந்த முன்வைப்புகளுக்கு எதிராகக் கூட்டானதை முன்வைப்பது போன்றவை உள்ளடக்கப்பட்டுள்ளன. (இதுவே கலைகள் மீது சந்தேகம்கொள்வதற்கும் அதை நிராகரிப்பதற்கும்

கொண்டுவிடுகிறது). அடிப்படைப் பிரச்சினை என்னவென்றால், மெய்யான அனுபவம் பொய்யான அனுபவம் என்று உறுதிப்படுத்துவதற்கு அனுபவம் எதையும் கொண்டிருக்கவில்லை. அதனாலேயே அனுபவம் அதனளவில் அதை நியாயப்படுத்திக்கொள்ள முடியாததாக இருக்கிறது.

இந்தப் பிரச்சினையின் பகுதியாக இருப்பது, நாம் அறிவை வரையறுக்கும் முறைதான். அறிவறிவு குறித்துத் தொடக்கக் கால கிரேக்கப் பார்வையில் பெரும் தாக்கம் பெற்றிருக்கும் மேற்கத்திய மரபு, 'கோட்பாட்டுரீதியான' அறிவுக்கும், 'நடைமுறைரீதியான' அறிவுக்கும் இடையே மிகத் தெளிவான வேறுபாடுகளை முன்வைக்கிறது. இதன் எதிரொலிகளை நாம் கோட்பாடு – அனுபவம் என்ற வேறுபாட்டிலும் காண முடிகிறது. பிளாட்டோவைத் தொடர்ந்து, அறிவு என்பது நியாயப்படுத்தப்படக்கூடிய ஒன்றாகவும், உறுதிப்படுத்தக்கூடிய நிச்சயத்தன்மை கொண்ட ஒன்றாகவும் பார்க்கப்படுகிறது. இது மேற்கத்திய மரபில், உன்னத அறிவு வடிவத்துக்கும் (ஏரணம் மற்றும் கணிதவியலில் உள்ளதுபோல), அனுபவரீதியான அறிவு வடிவத்துக்கும் (அறிவியல்களில் உள்ளதுபோல) இடையேயான வேறுப்பாட்டைச் சார்ந்திருக்கும் மிக நீண்ட பாரம்பரியத்துக்குக் கொண்டுவிடுகிறது. நவீன அறிவியலின் தொடக்கக் காலம் வரை, அனுபவவாத அறிவால் கறைபடாத நிச்சயத்தன்மையோடு இணைக்கப்பட்டதாகவே அறிவு பார்க்கப்பட்டது. மேலும், வேதியியலாளர் பாயில் (Boyle), இயற்பியலாளர் நியூட்டன் ஆகியோரின் தாக்கத்தால்தான் அறிவியல்ரீதியான, அனுபவரீதியான அறிவு அங்கீகரிக்கப்பட்ட அறிவானது.[1]

அறிவு குறித்தான கிரேக்கப் பார்வையை நாம் குறைத்து மதிப்பிட முடியாது. அறிவு குறித்தான இந்தப் பார்வைக்கு, அவசியம் குறித்த கருத்தும், முழுமுற்றான நிச்சயத்தன்மை குறித்த கருத்தும் அடிப்படையாக இருக்கின்றன. ஏரணத்திலும் கணிதவியலிலும் காணப்படும் மெய்மையே இத்தகைய நற்பண்புகளைக் கொண்டிருக்கிறது. இத்தகைய அறிவு வடிவங்கள் இந்த உலகத்திலிருந்து நாம் பெறும் இடுபொருளைச் சார்ந்திராமல் சுதந்திரமானதாக இருப்பதோடு, நம்முடைய உலகம் *யதார்த்தமாக* எவ்வாறு இருக்கிறது என்பதைச் சார்ந்திராததாகவும் இருக்கிறது. அப்படியென்றால், சாத்தியம் என்ற கருத்து, யதார்த்தம் என்ற கருத்துக்கு எதிரான மிக முக்கியமான சுட்டியாகிறது. அவசியம் என்பதன் அர்த்தத்தை, அதாவது சாத்தியப்படக்கூடிய எல்லா உலகங்களிலும் மெய்யாக இருப்பதே அவசியமாகிறது என்று கோருவதன் வழியாக நாம் அதை மாற்றி மொழிப்படுத்த முடியும். இந்தப் பார்வையே சமகாலத் தத்துவத்தில் மேலாதிக்கம் செலுத்தும் பார்வையாக இருக்கிறது. எல்லா உலகங்களுக்கும் மெய்யான ஒன்று நிச்சயமாக நம்முடைய உலகம் எவ்வாறு உள்ளது என்பதைச் சார்ந்திருக்கும் ஒன்றாக இருக்க முடியாது. அதனாலேயே அனுபவவாத அறிவு, நாம் வாழும் இந்த உலகம் குறித்தான நம்முடைய அறிவு, எவ்விதத்திலும் உன்னத அறிவு வடிவமாக இருக்க முடியாது என்றாகிறது.

1 Osler (1970).

இத்தகைய அறிவு வடிவங்களுக்கு இடையேயான மோதல், மேற்கத்தியச் சிந்தனையில் பகுத்தறிவு, அனுபவவாத அறிவு இரண்டுக்கும் இடையேயான மோதலாக மிக நீண்ட விவாதங்களுக்குக் கொண்டுவிட்டன. ஒருபக்கம், அறிவு என்பது மூளை ஆற்றலில் நிலைகொண்டிருக்கும் ஒன்றாக இருக்க வேண்டும் என்பது பகுத்தறிவாதிகளின் நம்பிக்கையாக இருந்தது என்றால், மறுபுறம் அறிவு என்பது புலன்ரீதியான அனுபவங்களில் நிலைகொண்டிருக்கும் ஒன்றாக இருக்க வேண்டும் என்பதற்கு அனுபவவாதிகள் அழுத்தம் கொடுத்தார்கள். பகுத்தறிவுவாதத்தின் செல்வாக்கான ஒரு வகை, மூளை ஆற்றல் சார்ந்து மட்டுமே எல்லா அறிவுகளும் சாத்தியப்படுகின்றன என்று கோருகிறது என்றால், அனுபவவாதத்தின் செல்வாக்கான ஒரு வகை, புலன்ரீதியான இடுபொருட்கள் மட்டுமே அறிவாகிறது என்று கோருகிறது.

சுவாரஸ்யமாக, இந்தியத் தத்துவ மரபுகளில் பகுத்தறிவுவாதத்துக்கும் அனுபவவாதத்துக்கும் இடையே இத்தகைய வேறுபாடுகள் தோன்றவில்லை.[2] எடுத்துக்காட்டாக, சாத்தியப்படக்கூடிய எல்லா உலகங்களுக்குமானது என்று அவசியத்தை வரையறுப்பதை இந்தியத் தத்துவவியலாளர்கள் ஏற்றுக்கொள்ள மாட்டார்கள். இதற்கான மிக எளிமையான காரணியம், எல்லா இந்தியத் தத்துவ மரபுகளும் மிகத் திடமான அனுபவவாதப் போக்கைக் கொண்டிருக்கின்றன. அறிவு குறித்தான இவர்களுடைய பார்வை ஏரணம், கணிதவியல் என்று உன்னதக் கருத்தமைவுகள் சார்ந்ததாக இல்லை. மாறாக, இந்திய ஏரணவியலும் கணிதவியலும்கூட 'அனுபவவாதம்' சார்ந்தே இருக்கின்றன.[3] இப்படியாக, அறிவு குறித்தான எல்லா இந்தியப் பார்வைகளிலும் அடிப்படையாக இருப்பது அனுபவமே. இப்படியாகச் சொன்னாலும், இந்தியத் தத்துவார்த்த மரபுகளில் அனுபவம் குறித்தான புரிதல், பகுத்தறிவுவாதம் – அனுபவவாதம் விவாதங்களைவிடப் பரந்தத் தன்மையில் காணப்படுகின்றன என்பதை நாம் குறித்துக்கொள்ள வேண்டும்.

அனுபவபூர்வமான அறிவின் அடிப்படையை விமர்சிக்கும் பகுத்தறிவுவாதமானது இயற்கை அறிவியல் மற்றும் சமூக அறிவியலோடு தொடர்புடைய அறிவறிவுகளை உள்ளடக்கியிருக்கும் நவீன அறிவறிவில் பெரும் தாக்கத்தை ஏற்படுத்தியுள்ளது. குறிப்பாக, இது அனுபவத்தின் இருப்பை அழித்துவிட்டு அறிவை உருவாக்கும் முறைகளுக்கு முக்கியத்துவம் கொடுக்கிறது. அனுபவவாத அறிவியல்களிலும்கூட, கோட்பாட்டின் பாத்திரம் பெரும்பாலும் அனுபவங்களுக்கு அப்பாற்பட்டதாகவே பார்க்கப்படுகிறது. கோட்பாட்டுரீதியான கட்டமைப்பில் ஏரணவியல், கணிதவியல் அல்லது தொடரியல் போன்ற கட்டமைப்புகள் மேல்கட்டுமானங்களாக இருந்து அனுபவரீதியானதை ஒழுங்கமைக்கின்றன. இதனாலேயே, அறிவு குறித்தான அடிப்படைக் கருத்தானது அனுபவத்துக்கு அப்பாலான, அனுபவத்துக்குப் பின்னாலான, அனுபவத்துக்கு முந்தையதானதாகவே இருக்கிறது.

2 *Matilal (1985, 1999); Mohanty (2002).*
3 *Sarukkai (2005).*

அதனாலேயே, அறிவியல்ரீதியான விவரிப்புகளில் அனுபவங்களை முன்வைப்பது தீட்டாகப் பார்க்கப்படுகிறது.

இயற்கை அறிவியல் தனிப்பட்ட அனுபவத்தை மட்டுமல்லாமல், தனிநபர் தன்னிலையை அழிப்பதிலும் வெற்றியடைந்துள்ளது. அறிவியல்ரீதியான எழுத்துகள் கைக்கொள்ளும் மிகைமொழியிலான உத்தி, அறிவியல் ஆய்வுக் கட்டுரைகளில் ஓர் ஆசிரியர் 'நான்' என்று உபயோகிப்பதை அனுமதிப்பதில்லை. இது நமக்கு எதை நினைவூட்டுகிறது என்றால், ஒரு குமுகத்தின் அறிவுக் கோரல்களிலிருந்து ஒரு தனிநபர் தொடர்ந்து வெளியே வைக்கப்படுவதையே.[4] அறிவியல்ரீதியான கோட்பாடுகளெல்லாம் தனிமனித அனுபவங்களை உலகத்துக்கு உரித்தான பண்பியல்புகள் கொண்டு மாற்றீடுசெய்வதற்கான தொடர் முயற்சிகளாகவே இருக்கின்றன. இந்த அணுகுமுறை சமூக அறிவியலையும் பெருமளவு பாதித்துள்ளது என்றாலும் இதில் சீரான வெற்றி அடைய முடியவில்லை. கோட்பாட்டுக்கும் அனுபவத்துக்கும் இடையேயான உறவை இந்தப் புத்தகத்தின் பின்பகுதியில் எடுத்துக்கொள்கிறேன் என்பதால் இங்கு இந்தக் கருத்தை மட்டுமே முன்வைக்கிறேன்: ஏற்றுக்கொள்ளக்கூடிய அறிவிலிருந்து அனுபவத்தை விலக்கிவைக்கும் முயற்சிகள் இயற்கை அறிவியலைப் பாதித்ததைவிடச் சமூக அறிவியலைப் பெருமளவு பாதித்துள்ளன.

அறிவுக்கும் அனுபவத்துக்கும் இடையேயான உறவை எதிர்கொள்வதற்கு, அனுபவத்தின் பிரச்சினை குறித்த காண்டின் (Kant) எதிர்வினை பயனுள்ளதாக இருக்கும். நாம் விவாதித்துக்கொண்டிருக்கும் பிரச்சினையின் பின்னணியில் காண்டிடமிருந்து நாம் எடுத்துக்கொள்ளக்கூடியது என்னவென்றால், நம் அனுபவங்கள் நம் அறிதிறன் ஆற்றல்களோடு உள்ளார்ந்து உறவுகொண்டிருக்கின்றன என்ற அவரது முக்கியமான பார்வையையே. புறவுலகம் வினையூக்கியாக இருந்து நம் அனுபவத்தை உருவாக்கலாம் என்றாலும், நம் அனுபவத்தின் இறுதிக் கட்டமைப்பு 'புரிந்துகொள்'வதற்கான நம்முடைய உள்ளார்ந்த அறிதிறன் கட்டமைப்பைச் சார்ந்திருப்பதாகிறது. இப்படியாக, முன்னரே சில முன்னீட்டு (priori) கோட்பாடுகள்தான் இடுபொருட்களைப் புலன்ரீதியாக ஒழுங்கமைக்கின்றன. இவ்வாறு ஒழுங்கமைக்கப்பட்ட இடுபொருட்களே நாம் அனுபவம் என்று சொல்வதை அமைப்பாக்கம் செய்கின்றன. இத்தகைய அர்த்தத்தில் நம்முடைய அனுபவங்கள் ஏற்கெனவே கோட்பாடுகளால் நிரம்பியதாக இருக்கின்றன. மேலும், இந்தக் கோட்பாடுகள் அனுபவத்துக்குப் புறமாக இருக்கும் ஒன்றைச் சார்ந்திராமல், நமக்கு உள்ளார இருக்கும் அறிதிறன்ரீதியான கட்டமைப்பு சார்ந்ததாக இருக்கின்றன. இந்த விவரிப்பில், தனிமனித எழுவாய் என்று ஒன்றை வெளிப்படையாக முன்வைப்பதற்கு ஏதுமில்லை. ஏனெனில், முன்னீட்டுக் கோட்பாடுகள் அகவயமானவை அல்ல. அவை மானுடப் புரிதலின் உலகளாவியக் கட்டமைப்பாகின்றன.

4 *Gross (1990).*

ஒருவிதத்தில், காண்டை நாம் தோற்றப்பாட்டியல் மரபைச் சேர்ந்தவராகப் பார்க்க முடியும் என்றாலும், ஹூஸேரலின் தோற்றப்பாட்டியலே அனுபவத்தையும், அறிவோடு அது கொண்டிருக்கும் உறவையும் மிக நுட்பமாக வாசித்து வளர்த்தெடுத்தது. பொதுவாக, தோற்றப்பாட்டியல் மரபின் அடிப்படையிலும், குறிப்பாக ஹூஸேரல் வாசிப்பின் அடிப்படையிலும் சொல்வதென்றால், நாம் கொண்டிருப்பது நம் அனுபவங்கள் மட்டுமே. நாம் இந்த உலகம் குறித்துச் சொல்வதையெல்லாம், நாம் அனுபவத்திலிருந்து கண்டெடுக்க வேண்டியவையாகவே இருக்கின்றன. ஆனால், இந்த அனுபவங்களிலிருந்து நாம் கண்டெடுக்கக்கூடியவையெல்லாம் சுத்தமாக 'அகவயமானவை' என்று அர்த்தமாவதில்லை. சொல்லப்போனால், ஹூஸேரலுடைய தோற்றப்பாட்டியலின் மிக முக்கியப் பார்வை இதுவே: *புறவயமானது என்ற கருத்தே, இந்த உலகம் குறித்தான நம்முடைய குறிப்பிட்ட அகவயமான அனுபவம்தான்!* அகவயமான, புறவயமான உலகங்கள் இருக்கின்றன என்று நாம் நம்புவதே நம்முடைய அனுபவத்தின் தனித்துவமான குணாம்சமாக இருக்கிறது. நம்முடைய அனுபவங்களுக்கு அப்பால் புறவயமான என்ற கருத்தைக் கொண்டு எல்லாவற்றையும் அணுக முடியும் என்ற நம்முடைய அனுமானம் முற்றிலுமாகத் தவறான கருத்தமைவாகும்.

ஹூஸேரலைப் (Husserl) பொறுத்தமட்டில் அறிவியல்களில் எல்லாம் மேலான அறிவியல் தோற்றப்பாட்டியலே என்பதை நாம் நினைவில்கொள்ள வேண்டியுள்ளது. இதுவே 'அறிவியல்களில் அறிவியல்', இதுவே தூய மீத்தெளிவு (eidetic) அறிவியல். நம் அனுபவத்தில் நாம் சாரங்களையே கண்டெடுக்கிறோம். இந்த சாரங்கள் சந்தேகத்துக்கு அப்பாற்பட்டவையாக இருக்கின்றன. எல்லாவற்றுக்கும் மேலாக, ஒரு முறையும் இருக்கிறது – மிகவும் பழிக்கப்பட்ட தோற்றப்பாட்டியல் முறை. இந்த முறையே சாரங்களைக் கண்டெடுக்க நமக்கு உதவுகிறது. இந்தச் சாரங்களே மிக உயர்ந்த அறிவு வடிவங்களாகின்றன. மேலும், நாம் இதை நம் அனுபவங்களிலிருந்து பிழிந்தெடுக்க வேண்டியுள்ளது. ஆக, அனுபவத்தைத் தோற்றப்பாட்டியல்ரீதியாக அணுகுவது என்பது அனுபவத்தையும் அறிவையும் உள்ளார்ந்து இணைக்கும் அணுகுமுறையாகிறது.

இந்தியத் தத்துவார்த்த மரபுகள், அடிப்படையில் தோற்றப்பாட்டியல் மரபுகளாகின்றன. அனுபவங்கள், பிரக்ஞை, சுயம், இதோடு தொடர்புடைய கருத்தமைவுகள் மீதே இவை அக்கறைகொள்கின்றன. இவற்றின் விவரிப்புகள் அடிப்படையில் அறிதிறன்தன்மையிலானதாக இருக்கின்றன. ஏன் ஏரணம்கூட அறிதிறன்ரீதியாகவே விவரிக்கப்படுகின்றன. இவை அனுபவத்தில் மூழ்கியிருப்பதால், சில மேற்கத்திய மரபுகளில் காணப்படுவதுபோல் பிரத்யேக வகைமையாக அனுபவத்தைப் பிரித்துவைப்பது கடினமானதாகிறது. மேற்கத்திய மரபில் காணப்படும் இத்தகைய குறிப்பிட்ட பார்வையானது பகுத்தறிவுவாதம், அனுபவவாதம் இரண்டுக்கும் இடையே வரலாற்றுரீதியாகச் சாத்தியப்பட்ட விவாதங்களுக்கான எதிர்வினையாகிறது. மிகப் பிரபலமாக அறியப்பட்டிருப்பதுபோல், இவ்விரண்டு பார்வைகளுக்கும்

இடையே சமரசம் செய்யவே கான்ட் முயன்றார். இந்திய மரபுகளில் அனுபவவாதத்துக்கும் பகுத்தறிவுக்கும் இடையே தெளிவான வேறுபாடுகள் வளர்த்தெடுக்கப்படவில்லை. பின்னாட்களில் தோற்றப்பாட்டியலில் அனுபவமும் அறிவும் ஒன்றோடொன்று பின்னிப்பிணைந்திருப்பதுபோல் இந்திய மரபுகளில் அனுபவவாதமும் பகுத்தறிவும் பின்னிப்பிணைந்து காணப்படுகின்றன. இந்திய மொழிகளில் அனுபவத்தைக் குறிக்கும் சொற்கள் இவ்வாறு பின்னிப்பிணைந்திருப்பதை மிகத் தெளிவாக விளக்குகின்றன.

இந்தியத் தத்துவங்களில் 'எக்ஸ்பீரியன்ஸ்' என்ற சொல்லைக் குறிப்பதற்குப் பொதுவாக உபயோகிக்கும் சொல் 'அனுபவா'. 'எக்ஸ்பீரியன்ஸ்' என்ற சொல்லும், 'அனுபவா' என்ற சொல்லும் மிகச் சரியான பொருண்மை கொண்டிருப்பவை அல்ல என்று மதிலால் முதல் [ஏ.கே.]ராமானுஜன் வரை சுட்டிக்காட்டுகிறார்கள்.[5] அனுபவா என்ற சொல் சுயம் குறித்தான கருத்தமைவோடு நெருங்கிய தொடர்புகொண்டதாக இருக்கிறது. ஆக, இந்தியச் சிந்தனைகளில் சுயத்தை முன்மொழியாமல் அனுபவம் குறித்துப் பேசுவது சாத்தியமே இல்லை. அனுபவத்துக்கும் அறிவுக்கும் மிகத் தெளிவான வேறுபாட்டை முன்வைக்கும் மேற்கத்திய மரபில், அனுபவத்துக்கும் அறிவுக்கும் இடையே காணப்படும் இணை உறவை நாம் இவ்வாறு குறித்துக்கொள்ள முடியும்: நவீன மரபில், குறிப்பாக நவீன அறிவியல் நிலைநிறுத்தப்பட்ட காலகட்டத்தில், அறிந்துகொள்ளப்படுவதிலிருந்து அறிந்துகொள்பவர் வேறுபடுத்திப் பார்க்கப்படுகிறார். இதன் விளைவாக, அனுபவம் குறித்த முன்வைப்புகளில் அனுபவிப்பவர் முன்மொழியப்படாமல்போகிறார். அனுபவத்தின் அடிப்படையான பண்பே அனுபவிப்பவரைக் கொண்டிருப்பதாக இருக்கிறது. ஆனாலும், அனுபவம் குறித்தான நமது விவரிப்புகள் அனுபவிப்பவரை வெளிப்படையாக வெளிப்படுத்தலாம் அல்லது வெளிப்படுத்தாமலும் போகலாம்.

'எக்ஸ்பீரியன்ஸ்' என்ற ஆங்கிலச் சொல்லுக்கு இந்திய மொழிகளில் உபயோகிக்கப்படும் சொற்கள் அனுபவத்துக்கும் அறிவுக்கும் இடையேயான உள்ளார்ந்த உறவை வெளிப்படுத்துவதாக இருக்கின்றன. தமிழில் பட்டறிவு என்றும், வங்க மொழியில் அபீக்யோத்தா[6] என்றும் பொதுவாகப் பயன்படுத்தப்படுகிறது. இவ்விரண்டு சொற்களுமே அறிவு குறித்தான பண்பை அவற்றுள் வெளிப்படையாகக் கொண்டுள்ளன. பொதுவான பேச்சுவழக்கில் அறிவு, திறன், அறிவம் (wisdom) போன்ற சொற்களோடு இணைக்கப்படாமல் 'எக்ஸ்பீரியன்ஸ்' என்பதற்கான சொல்லைக் காண்பது கடினம். அனுபவமும் அப்படிப்பட்டதுதான். ஜெர்மானிய மொழியிலும் இதற்கு நிகரான தன்மையைக் காண முடியும். 'எக்ஸ்பீரியன்ஸ்' என்ற சொல்லுக்கு ஜெர்மன் மொழியில் '*Erfahrung*', '*Erlebnis*' ஆகிய இரண்டு சொற்கள் பயன்படுத்தப்படுகின்றன.

5 எடுத்துக்காட்டுக்குப் பார்க்க: Matilal (1986: 23).

6 வங்க மொழியில் உள்ள சொல் குறித்து எனக்குத் தெரிவித்த ராக்கி கோஷலுக்கு எனது நன்றி.

குறிப்பாகப் பிந்தைய சொல், வாழ்வனுபவத்தைக் குறிக்கும் வகையில் உருவாக்கப்பட்டிருக்கிறது என்றாலும் இரண்டு சொற்களுமே 'வாழ்' என்ற அர்த்தத்தை அவற்றின் பொருண்மையான வெளிக்குள் கொண்டிருக்கின்றன. வாழ்வனுபவம் உடனடித்தன்மையை முன்வைக்கிறது. அனுபவம் குறித்தான பிற கருத்துகளில் இந்த உடனடித்தன்மையை நம்மால் காண முடியாது. இவை பிரதிபலிப்பு, கருத்தாக்கரீதியான கட்டமைப்பு மற்றும் இதுபோன்றவற்றின் ஊடாக மேலும் செம்மைப்படுத்தப்பட்டதாக இருக்கின்றன. நான் இங்கு முன்வைக்க விரும்பும் முக்கியமான விஷயம் என்னவென்றால், பல்வேறு மொழிகளில் காணப்படும் சொற்கள் அனுபவத்துக்குள்ளாக மறைக்கப்பட்டிருக்கும் அனுபவம் குறித்த முற்கோள்களை (presuppositions) வெளிப்படுத்தவே செய்கின்றன. 'எக்ஸ்பீரியன்ஸ்' என்ற ஆங்கிலச் சொல்லானது 'வாழ்' என்ற அர்த்தத்தை அதனுள்ளாகக் கொண்டிருக்கவில்லை. இந்த ஆங்கிலச் சொல், 'experientia' என்ற கிரேக்கச் சொல்லிருந்து உருவாக்கப்பட்டது என்பது நாம் எல்லோரும் அறிந்த ஒன்றுதான். இந்தக் கிரேக்கச் சொல், வேறு பல அர்த்தங்களைக் கொண்டிருந்தாலும் நிரூபணம், பரிசோதனை போன்ற அர்த்தங்களுக்குத் துணைபோகிறது. இந்தப் போக்கிலிருந்து பார்த்தால், ஒருவரால் அனுபவத்துக்கும் அறிவுக்கும் உள்ள வெளிப்படையான இணைப்பைப் பார்க்க முடியும். ஆனாலும், காலப்போக்கில் இந்தத் தொடர்பு பெருமளவு மாற்றியமைக்கப்பட்டது. இந்திய மொழிகளில் அனுபவத்துக்குப் பயன்பாட்டில் இருக்கும் சொற்கள் அறிவுக்கு இணையான அர்த்தத்தை வெளிப்படையாகக் கொண்டிருப்பதால், அனுபவம் குறித்து ஒருவர் பேசும்போது, அனுபவத்துக்கும் அறிவுக்கும் இடையேயான உறவு எப்போதும் வெளிக்கொணரப்படுகிறது.

அனுபவத்துக்கும் அறிவுக்கும் இடையேயான உள்ளார்ந்த உறவு, அறிபவருக்கும் அறியப்படுவதற்கும் இடையே காணப்படும் வெளிப்படையான உறவின் ஊடாகப் பலப்படுத்தப்படுகிறது. நவீன அறிவு (அறிவியல்) சாத்தியப்பட இந்த உறவு துண்டிக்கப்பட வேண்டியதாயிற்று. ஏனெனில், இந்த உறவு நிலைத்திருக்குமானால், அறிபவரின் தார்மீகமானது அறியப்படுவதன் தார்மீகம் மீது தாக்கம் செலுத்தக்கூடியதாக இருந்திருக்கும். மேலும், இதுபோன்ற கடினமான கேள்விகளுக்குக் கொண்டுவிட்டிருக்கும்: மிகவும் பழிக்கப்பட்ட நாஜி மருத்துவரான டாக்டர் மெங்கெலே (Dr Mengele) யூதர்கள் மீது பரிசோதனைகள் நடத்தி சில மருத்துவ உண்மைகளைக் கண்டுபிடித்தார். இவ்வாறு அவர் கண்டுபிடித்தது நம்முடைய அறிவு முறைமையின் பகுதியாக இருக்க வேண்டுமா? அறிபவரின் தார்மீகத்தோடும், அந்த அறிவை அடைவதற்கான அறரீதியான வழிமுறைகளோடும் உள்ளார்ந்து இணைக்கப்பட்டதாகத்தான் இருக்க வேண்டுமா? நவீன அறிவியல் அறிபவர்–அறியப்படுவது இரண்டுக்கும் இடையே பிளவை உருவாக்கியே சாத்தியப்படுகிறது (விரிவான விவாதத்துக்கு ஆறாவது இயலைப் பார்க்கவும்). அறிபவர்–அறியப்படுவது இரண்டுக்கும் இடையே பிளவு உருவாக்கப்பட்டதுபோலவே, அனுபவிப்பவரின் நிழலிருப்பை அகற்றிவிட்டு அனுபவம் குறித்துப் பேசுவதற்காகவே அனுபவிப்பவர்–அனுபவிக்கப்படுவது

இரண்டுக்கும் இடையே ஒரு பிளவை உருவாக்க வேண்டியிருக்கிறது. இதன் விளைவாகவே, நாம் அனுபவம் குறித்துப் பேசும்போது அனுபவிப்பவர் இல்லாமலேயே சுதந்திரமாகக் கிடைக்கக்கூடியதாக அனுபவத்தை முன்வைக்கிறோம். இன்று இந்தியாவில் பயிலப்படும் சமூக அறிவியல் குறித்து குரு முன்வைக்கும் வாதங்களை (இயல்-1) வரலாற்றுரீதியான விவாதங்களோடு இணைத்துப்பார்க்க முடியும். இந்த வரலாற்றுரீதியான விவாதம், அறிவையும் அனுபவத்தையும் எப்படி மதிப்பிடுவதாக இருந்தாலும், அறிந்துகொள்ளும் எழுவாய், அனுபவிக்கும் எழுவாய் இரண்டையும் அறிந்துகொள்ள வேண்டிய முக்கியத்துவத்தை முன்வைக்கிறது.

இருப்பினும், அனுபவத்தின் முக்கியத்துவத்தை (அல்லது அதன் தனித்தன்மையை) முன்னுக்குக் கொண்டுவந்த மற்றொரு தத்துவார்த்த விவாதம் ஒன்றும் காணப்படுகிறது. தன்னிலை சார்ந்த அனுபவத்தில் பிரத்யேக அறிந்துகொள்ளுதல் ஒன்று காணப்படுகிறது என்று இந்த வாதம் கோருகிறது. அதாவது, ஒரு அனுபவத்தைக் கொள்ளும் நபரால் மட்டுமே அதை அறிந்துகொள்ள முடியும் என்று கோருகிறது. அறிவு குறித்தான இந்த வாதம் பொதுவாக குவாலியா (*Qualia*) என்று குறிக்கப்படுகிறது. இந்த வாதம் அடிப்படையில் என்ன முன்வைக்கிறது என்றால், ஒரு குறிப்பிட்ட நிகழ்வு குறித்த எல்லா பௌதிக அறிவை ஒருவர் கொண்டிருந்தாலும், அந்த நிகழ்வை அனுபவிப்பது என்றால் என்னவென்று அந்த நபர் அறிந்திருக்க முடியாது என்கிறது. ஒருவிதத்தில் அனுபவங்களை நாம் பௌதிகத்தன்மையிலான ஒத்திசைவுகள் கொண்டதாக மாற்ற முடியாது என்றே இந்த வாதம் முன்வைக்கிறது.

நன்கு அறிந்த சில எடுத்துக்காட்டுகள் இவை: ஒருவர் அமோனியா போன்ற அணுத்திரண்மம் குறித்த எல்லாத் தகவல்களை அறிந்திருந்தாலும், இந்தத் தகவல்களிலிருந்து அமோனியாவை நுகரும்போது அது எப்படி இருக்கும் என்பதை அறிந்துகொள்ள முடியாது.[7] இந்த வாதத்தை ஜாக்ஸன் வேறு விதமாக முன்வைக்கிறார். அதாவது, ஒரு வண்ணம் குறித்து எல்லாத் தகவல்களையும் (எல்லா பௌதிக விவரிப்புகளையும்) ஒருவர் அறிந்திருந்தாலும், அது அந்த வண்ணம் குறித்து முழு அறிவாகாது என்கிறார். ஏனெனில், ஒரு வண்ணத்தின் பௌதிகத் தகவல்கள் எல்லாவற்றையும் அறிந்துகொள்வதன் வழியாகவும், மானுடப் புலன் உறுப்புகள் குறித்து அறிந்துகொள்வதன் வழியாகவும் மட்டும் நாம் அந்த வண்ணத்தை அனுபவிக்க முடியாது என்கிறார்.[8] இங்கு முன்வைக்கப்படும் அடிப்படையான விஷயம் என்னவென்றால், அனுபவம் அதோடு தொடர்புடைய அறிவுத் தொகுப்பைக் கொண்டிருப்பதாகிறது; அது அதை அனுபவிப்பவருக்கு மட்டுமே கிடைக்கக்கூடியதாகவும் இருக்கிறது. இதற்கு நிகரான மிகவும் தாக்கத்தை ஏற்படுத்திய ஒரு வாதத்தை நேகெல் முன்வைக்கிறார். வௌவாலின் ஊடொலிக் கும்பாக் கருவி (*sonar apparatus*)

7 *Broad (1925).*
8 *Jackson (1982).*

குறித்த எல்லாத் தகவல்களையும் நாம் அறிந்திருந்தாலும், ஒரு வௌவாலாக இருப்பது என்றால் என்னவென்று நம்மால் அறிந்துகொள்ளவே முடியாது என்கிறார்.[9] மேலே கொடுத்திருக்கும் எடுத்துக்காட்டுகள் எல்லாம் எதை முன்வைக்கின்றன என்றால், அகவயமான அனுபவங்கள் அறிவுசார்ரீதியாகப் பிரத்யேகமானதாக இருக்கின்றன. அனுபவத்தில் ஏதோ பிரத்யேகமான அறிவு காணப்படுகிறது. அத்தகைய அனுபவத்தைப் பெறாதவர்களுக்கு இந்த அறிவு கிடைப்பதில்லை. முந்தைய இயலில் குரு முன்வைத்திருக்கும் சவாலை வேறு விதமாக அணுகுவதற்கு இது வழிவகுக்குகிறது.

நானும் எனதும்

சுயத்துக்கும் அனுபவத்துக்கும் இடையே அடிப்படையான உறவு காணப்படுகிறது. சுயம் என்ற வகைமை ஊடாகவே அடையாளம் போன்ற கருத்துகள் கருத்தாக்கம் செய்யப்படுகின்றன. அடையாளம், ஒன்றன் பகுதியாக இருத்தல், அந்தரங்கமான மற்றும் ‘பண்பாட்டு’ரீதியான உணர்வுகள், சுய-அறிவு, அங்கீகரிப்பு, இதுபோன்ற பல முக்கியமான கருத்தமைவுகளெல்லாம் அனுபவம் என்ற கருத்தோடு மிக நெருங்கிய தொடர்புகொண்டிருக்கின்றன. ஆக, அனுபவம் குறித்தான நம் புரிதலும், இதன் விளைவாக சுயம் குறித்தான நம் புரிதலும், இந்தச் சொற்களையெல்லாம் எவ்வாறு கருத்தாக்கம் செய்கிறோம் என்பதில் பெரும் தாக்கத்தை ஏற்படுத்துகின்றன. இதனாலேயே, அனுபவம் போன்ற சுயத்தின் பண்பு, பல்வேறு தத்துவார்த்த மரபுகளில் பல்வேறு விதமாகக் கருத்தாக்கம் செய்யப்பட்டுள்ளது என்பதில் ஆச்சரியப்பட ஏதுமில்லை.

சுயம் குறித்தான கருத்தாக்கம் அனுபவத்திலிருந்து வேறானது என்றாலும், இவ்விரண்டுக்கும் இடையே உள்ளார்ந்த உறவு காணப்படுகிறது. சுயம் என்ற ஒன்று இல்லாமல் ஒருவரால் அனுபவத்தைப் பெற முடியுமா என்றும், அனுபவம் என்ற ஒன்று இல்லாமல் ஒருவரால் சுயத்தைக் கொண்டிருக்க முடியுமா என்றும் பார்ப்பது இதைப் புரிந்துகொள்வதற்கான ஒரு வழியாகிறது. இந்தக் கருத்தாக்கங்கள் குறித்துப் பேசும்போது, அனுபவத்தைக் கொண்டிருப்பதற்கு ஒரு சுயம் தேவைப்படுகிறது; இந்த சுயமே அனுபவங்களைப் பெற்றுக்கொள்ளும் ஒன்றாக இருக்கிறது என்றும், சுயத்தை அறிந்துகொள்ள அனுபவங்களை விட்டால் வேறு வழியில்லை என்றும் முன்வைப்பதே பொதுவான வழிமுறையாக இருக்கிறது.

சுயம் குறித்துப் பொதுவான புரிதல் என்னவாக இருந்தாலும், சுயம் என்ற கருத்து பல தத்துவார்த்தச் சிக்கல்களைக் கொண்டதாக இருக்கிறது. சுயத்தை ‘நான்’ என்பதற்குச் சமமாகப் பார்க்கும் பார்வையை எடுத்துக்கொள்வோம். நாம் மிக எளிமையான கேள்வியிலிருந்து தொடங்குவோம்: ‘நான்’ என்பதை

9 Nagel (1974).

நாம் அனுபவிக்கிறோமா? நான், 'நான்' என்று சொல்லும்போது என்னைக் குணாம்சப்படுத்தும் 'நான்' என்பதைத்தான் குறிக்கிறேனா? இந்தத் தருணத்தில், 'நான்' என்பதை நான் அனுபவிக்கிறேனா? அல்லது 'நான்தன்மை'யை அனுபவிக்கிறேனா? அல்லது 'நான்' என்பதையே அனுபவிக்கிறேனா? அல்லது எண்ணங்கள் ஊடாகவும், கருத்தாக்கங்கள் ஊடாகவும் நமக்குக் கொடுக்கப்படும் ஒன்றாக சுயம் இருக்கிறதா? எடுத்துக்காட்டாக, அனுபவத்துக்குப் பிறகாக நடக்கக்கூடியதாக சுயம் இருக்கிறதா? இவ்வாறு இருக்குமாயின், அனுபவத்திலிருந்து சுதந்திரமானதாக சுயம் இல்லாமல் இருப்பதோடு, அனுபவிக்கக்கூடியதாக இருக்க முடியாததாகவும் ஆகிறது.

சுயத்தை 'நேரடியாக' சுயமாக அனுபவிக்க முடியாது என்றாலும், ஒவ்வொரு அனுபவத்திலும் சுயம் காணப்படுகிறது. நான் அனுபவிக்கும் ஒவ்வொரு அனுபவமும் 'என்' அனுபவங்களே. நான் உணரும் வலி 'என்' வலியாகிறதே தவிர உங்களுடையது அல்ல; வேறு ஒருவருடையது அல்ல. ஒவ்வொரு அனுபவமும் 'என்' என்ற முன்னொட்டைக் கொண்டு மட்டுப்படுத்தப்படுகிறது. இது பொதுப் பண்பாக இருப்பதால், ஒவ்வொரு அனுபவத்துக்கும் 'என்' என்பதை முன்மொழியத் தேவையில்லாமல்போகிறது. மாறாக, நாம் பெரும்பாலும் என்ன செய்கிறோம் என்றால், 'என்' என்ற பெயரடையை 'நான்' என்ற ஓர் எழுவாயின் நிலையாக மாற்றுகிறோம். இப்படியாகத்தான், 'என் வயிற்றில் வலியை உணர்கிறேன்' என்பதற்குப் பதிலாக 'நான் வயிற்றுவலியை உணர்கிறேன்' என்பதாக மாற்றுகிறோம். ஆனால், இவ்வாறு மாற்றும்போது நாம் எதையோ இழக்கிறோம். அதாவது, மிகச் சாதுர்யமாக நாம் 'என்' என்பதை 'நான்' என்பதாக மாற்றுகிறோம். நாம் 'என்'னை இழந்து, சுயத்தைக் கண்டெடுக்கிறோம்.[10]

'என்' என்பதிலிருந்து 'நான்' நோக்கிய இந்த நகர்வு மிக முக்கியமானது. இந்த நகர்வு என்ன செய்கிறது என்றால், 'நான்' என்பதை உலகளாவியதாக்குகிறது. ஒவ்வொரு 'நானு'ம் உலகளாவிய 'எழுவாய்' ஆகிறது. உலகளாவிய 'எழுவாய்' இவ்வாறே பிறப்புகொள்கிறது. உலகளாவிய எழுவாய், உலகளாவிய 'நான்' என்பதோடு தொடர்புபடுத்தப்படுகிறதே தவிர தனிப்பட்ட 'என்' என்பதோடு அல்ல. மொழியியல்ரீதியாக, 'என்' என்பதிலிருந்து 'நான்' என்பதை நோக்கிய நகர்வு, 'என் வலி' (இந்த வலி என்னுடையது) என்ற வாக்கியத்தில் காணப்படும் உடைமையாளர் என்ற கருத்தை அப்புறப்படுத்துகிறது. மேலும், வலியை ஒரு குணமாக அல்லது சுயத்தின் பண்பாக மாற்றுகிறது. ஒரு பெயரடை (என்) ஒரு பெயர்ச்சொல்லாக (நான்) மிக நுட்பமாகவும் அற்புதமாகவும் மாற்றப்படுவது என்பது பெயராக்கத்துக்கான (nominalization) மிகச் சிறந்த எடுத்துக்காட்டாகிறது. இவ்வாறு செய்வதன் வழியாக சுயம் என்ற பருப்பொருள் உருவாக்கப்படுகிறது. இந்தப் பருப்பொருளே வலி, சந்தோஷம், மற்றும் இதுபோன்ற பண்பியல்புகளைக் கொண்டிருப்பதாகிறது.

10 சுயம், நான், என், என்னுடைய மற்றும் இதுபோன்றவை குறித்து சுவாரஸ்யமான பகுப்பாய்வுக்குப் பார்க்க: *K.C.Battacharya (2008).*

இப்போது 'நான்' உணர்வுகளைக் கொண்டதாகிறது. இருந்தாலும், நாம் 'என்னுடைய இந்த வலியை நான் கொண்டிருக்கிறேன்' என்று சொல்வதில்லை. மாறாக, 'நான் இந்த வலியைக் கொண்டிருக்கிறேன்' என்று சொல்வதோடு நின்றுவிடுகிறது. அதாவது, "அ' என்பவர் வலியை உணர்கிறார்' என்று சொல்வதற்கு நிகரானதாகிறது. இவ்வாறு 'நான்' என்பதை மாற்றிச் சொல்லக்கூடிய சாத்தியப்பாடானது நான் இப்படிச் சொல்வதையும் சாத்தியப்படுத்துகிறது: 'எல்லோரும் இந்த வலியைக் கொண்டிருக்கிறார்கள்.' ஆக, வலி என்பது இப்போது வலியை அனுபவிக்கும் அந்த மனிதர் மட்டுமே கொண்டிருக்கும் ஒன்றாக இல்லை.

சாதாரண வாக்கியங்களில் 'நான்', 'என்' ஆகிய இரண்டையும் உபயோகிப்பதில் உள்ள பிரச்சினை, இந்தச் சிக்கலை வெளிப்படுத்துவதற்கு மற்றொரு சுவாரஸ்யமான எடுத்துக்காட்டாகிறது. 'நான் என்னுடைய பணப் பையை வைத்திருக்கிறேன்' என்று ஒரு வாக்கியத்தைக் கொண்டிருக்க முடியும் என்றாலும், இதுபோல் உணர்வுகளைச் சொல்வது சாத்தியமில்லாமல் இருக்கிறது. எடுத்துக்காட்டாக, 'நான் என்னுடைய வலியைக் கொண்டிருக்கிறேன்' என்று சொல்வதைவிட 'எனக்கு வலிக்கிறது' என்று சொல்வதே சரியானதாக இருக்கிறது. இது, ஒரு தன்னிலை அனுபவத்தை உள்வாங்குவதற்கு எவ்வாறு 'என்' உபயோகிக்கப்படுகிறது என்பதையே விளக்குகிறது.

'நான்' தோற்றவெளிரீதியானதாகிறது என்றால், 'என்' அறிவறிதல் ரீதியானதாகிறது. இப்படியாக, 'நான்' தோற்றவெளி சார்ந்து சுயம் என்பதோடு தொடர்புகொண்டதாகிறது என்றால், 'என்' என்பது ஓர் எழுவாயின் அறிவறிதல் சார்ந்ததாகிறது. 'இது என்னுடையது' என்று நாம் சொல்கிறோமே தவிர, 'இது நான்' என்று சொல்வதில்லை. 'என்' என்று நாம் எப்போது உபயோகித்தாலும் அது உத்தரவாதத்தையும் நிரூபணத்தையும் கோருகிறது. ஆனால், 'நான்' என்பதன் இருப்பு சுயத்தைக் கொண்டிருக்கும், சுய-இருப்பைக் கொண்டிருக்கும் பருப்பொருளாக்குகிறது.

'என்' என்பதை 'நான்' என்பதாகப் பெயராக்கம் செய்யும்போது, உணர்ச்சிகள் அங்கே சுயத்தின் பண்பியல்புகளாக மாற்றியமைக்கப்படுகின்றன. ஒடுக்கப்படுதலை உணர்வது, ஒடுக்கப்படுதல் என்ற பண்பியல்பு கொண்டு மாற்றியமைக்கப்படுகிறது. அதாவது, ஒருவர் கொள்ளும் ஒடுக்கப்படும் உணர்வானது சுயம் ஒடுக்கப்படுகிறது என்ற கருத்தமைவு கொண்டு மாற்றியமைக்கப்படுகிறது. இத்தகைய முறையிலான பெயராக்கம், அனுபவத்துக்கும் கோட்பாட்டுக்கும் இடையேயான உறவைப் புரிந்துகொள்வதில் முக்கியமான விளைவுகளை ஏற்படுத்துகின்றன. (சுவாரஸ்யமாக இந்தச் செயலுக்கு நிகரானதாக இருக்கிறது அறிவியல்ரீதியான கதையாடல்களில் காணப்படும் பெயராக்கச் செயல். அறிவியல்ரீதியான கதையாடல்களில் வினைச்சொற்கள் பெயர்ச்சொற்களாக மாற்றப்படுவதானது இயற்கை அறிவியலை நாம் புரிந்துகொள்வதில் பாரதூர விளைவுகளை ஏற்படுத்துகிறது.)

ஆகவேதான், நாம் சுயத்தோடு தொடர்புடைய பல்வேறு சொற்களை மிகக் கவனமாக வேறுப்படுத்திப்பார்க்க வேண்டியுள்ளது. அதில் ஒன்றுதான் 'எழுவாய்'. மற்ற சொற்கள் 'நபர்', 'தனிமனிதர்' மற்றும் இதுபோல். அடுத்த பகுதியில் நான் மேற்கத்திய, இந்தியச் சிந்தனைகளில் சுயம் என்ற கருத்தின் போக்குகளைச் சுருக்கமாக விவாதத்துக்கு எடுத்துக்கொள்கிறேன்.

சுயமும் எழுவாயும்

அனுபவம் குறித்துப் பேசும்போது நாம் சுயம் குறித்துத்தான் பேசுகிறோமா? அல்லது ஓர் எழுவாய் குறித்துப் பேசுகிறோமா? அல்லது ஒருவேளை வேறு ஏதேனும் ஒன்றைக் குறித்துப் பேசுகிறோமா? அனுபவம் என்ற கருத்தமைவு சுயத்திலிருந்தும் எழுவாயிலிருந்தும் வேறானதா? அல்லது அனுபவம் என்பதே சுயம் கொள்ளும் ஒன்றாக மட்டுமே இருக்கிறதா?

சுயம் குறித்த உள்ளடக்கங்களும், அதோடு தொடர்புடைய எழுவாய் என்ற கருத்தமைவும் மிக விரிந்தவை. அவற்றை இந்தச் சிறிய பகுதியில் உள்ளடக்க முடியாது. இந்த நூல் உள்ளடக்கத்தோடு தொடர்புடைய இரண்டு விஷயங்களோடு நிறுத்திக்கொள்கிறேன்: (1) பகுத்தறிவுக்கும் சுயத்துக்கும் இடையேயான உறவு. சுயம் குறித்தான 'மேற்கத்திய' புரிதலை இதுவே வரையறுக்கிறது. (2) சுயத்தின் பண்பு இந்தியத் தத்துவார்த்த மரபுகளில் எவ்வாறு புரிந்துகொள்ளப்பட்டிருக்கிறது என்பது குறித்து சில பிரதிபலிப்புகள். இவ்விரண்டுமே இந்தியாவில் சமூக அறிவியல் உருவாக்கத்தில் தவிர்க்க முடியாத பகுதிகளாக இருக்கின்றன.

ஸ்டெயின்வொர்த் சுட்டிக்காட்டுவதுபோல், மேற்கத்தியச் சிந்தனைகளில் சுயம் குறித்தான கருத்துகள் பகுத்தறிவோடு மிக 'நெருக்கமாகப் பின்னிப்பிணைந்துள்ளன'.[11] மேற்கத்தியச் சிந்தனைகளில் சுயம் குறித்து இரண்டு கருத்தாக்கங்கள் காணப்படுகின்றன. ஒன்று, லோக் முன்வைக்கும் கருத்தாக்கம். இது 'பயன்பாட்டுத்தன்மையிலான பகுத்தறிவோடு' தொடர்புகொண்டதாக இருக்கிறது. மற்றொன்று கார்டீசியச் சிந்தனை. மேற்கில், பதினேழாம் நூற்றாண்டு வரை, சுயம் என்ற கருத்து அரிஸ்டாட்டில் மற்றும் நிலையேற்புக் கொள்கையாளர்கள் (stoics) சிந்தனைகளால் பெரும் தாக்கம் பெற்றதாக இருந்தது. பதினெட்டாம் நூற்றாண்டில் லோக்கின் சிந்தனை ஆதிக்கம் செலுத்தத் தொடங்கியது. ஸ்டெயின்வொர்த் குறிப்பிடுவதுபோல, 'மேற்கத்தியச் சிந்தனையில் சுயம் மையமான இடத்தைக் கொண்டிருக்கிறது. ஏனெனில், பகுத்தறிவு மற்றும் செயல், அறிவியல் மற்றும் மதம் போன்றவை கருத்தாக்கம் செய்யப்பட்ட முறையால் நாம் சுயத்தை மையமாக ஏற்றுக்கொள்ள வேண்டியிருக்கிறது. எல்லாவற்றையும்விட மிக முக்கியமாக, பகுத்தறிவு மற்றும் தனிமனிதவாத அடிப்படையிலான சமூகங்களுக்கும், குறைவான பகுத்தறிவு

11 *Steinvorth (2009: 4).*

மற்றும் கூட்டுறவுவாத அடிப்படையிலான சமூகங்களுக்கும் இடையேயான வேறுபாட்டை ஏற்றுக்கொள்ள வேண்டியிருக்கிறது'.[12] பண்பாடுகளை வேறுபடுத்திப்பார்ப்பதற்கு அடிப்படையான அலகாகப் பகுத்தறிவு பயன்படுத்தப்பட்டது. மேலும், மற்ற எல்லாவற்றையும்விட, இவ்வாறு வேறுபடுத்துவது, பண்பாடுகளை அடக்கியாள்வதை அங்கீகரிப்பதற்குப் பயனுள்ளதாக இருந்தது. பின்னாட்களில் தோன்றிய காலனியக் கதையாடல்கள் இதை மிகத் தெளிவாக வெளிக்கொணர்கின்றன.[13]

மூளையின் பல்வேறு ஆற்றல்களை பிளாட்டே வேறுபடுத்திப்பார்க்கிறார். திட்டமிடுதலைச் சாத்தியப்படுத்துவது 'மேலான' ஆற்றல் என்றும், உள்ளக்கிடக்கையோடு தொடர்புகொண்டது 'கீழான' ஆற்றல் என்றும் முன்வைக்கிறார். இதற்கு நிகராக அரிஸ்டாட்டில் செயலூக்கம் (active) கொண்ட காரணியம், செயலூக்கமற்ற (pasive) காரணியம் என்று வேறுபடுத்திப்பார்த்தார். ஆனால், உள்ளக்கிடக்கை என்ற ஒன்றின் அறிமுகமே பிரச்சினையைச் சிக்கலாக்குகிறது. அதாவது, காரணியம் குறிப்பிட்ட ஒரு வழியை முன்வைத்தாலும், என்ன செய்வது என்று – அதாவது, 'குறிப்பிட்ட செயலைச் செய்வது அல்லது செய்யாமல் இருப்பதற்கான ஆற்றல்'[14] குறித்துத் தீர்மானிப்பதற்கான அதிகாரத்தை விருப்புறுதியே கொண்டிருக்கிறது. காரணியம் வேறு விதமாகத் தேர்தெடுத்தாலும், விருப்புறுதி என்ற கருத்தே தேர்வுக்கான சுதந்திரத்தைக் கொண்டிருக்கிறது என்ற நிலைப்பாடு பின்னர் தோன்றிய சுயத்துக்கும் எழுவாய்க்கும் இடையேயான வேறுபாட்டில் தாக்கம் செலுத்தக்கூடியதாக இருக்கிறது.

மையநீரோட்ட மேற்கத்தியச் சிந்தனை வரலாற்றில், சுயம் குறித்தான கருத்து ஒற்றைத்தன்மையிலானதாக இல்லை. கார்டீசிய சுயம் பெரும் தாக்கத்தை ஏற்படுத்தியுள்ளது என்றாலும், லோக் முன்வைத்தது போன்று பிற வரையறைகளும் காணப்படுகின்றன. சுயத்தைப் பிரக்ஞையோடு அடையாளப்படுத்துகிறார் லோக். ஹ்யூமின் நிலைப்பாடு சுயத்தின் இருப்பை மறுதலிப்பதாக இருக்கிறது (ஓரளவுக்கு பௌத்தர்கள் முன்வைத்ததுபோல). கான்ட் சுயம் குறித்து முன்வைத்த கருத்து கடந்தநிலை சார்ந்து இருக்கிறது.[15] ஸ்டெயின்வொர்த் மிக முக்கியமான ஒரு கருத்தை முன்வைக்கிறார்: நவீனத்துக்கு முந்தைய சமூகங்களைப் புரிந்துகொள்வதற்கு ஹெகல், மார்க்ஸ் போன்றவர்களின் முயற்சிகளும், குழந்தைப் பருவத்திலிருந்து வளர்ந்த நிலைக்கும் மாறுவதை விவரிக்க முயன்ற உளவியலாளர்களின் முயற்சிகளும் பொதுவான ஒன்றைக் கொண்டிருந்தன – அதாவது, இருசாராரும் இரண்டு விதமான சுயங்கள் குறித்து அக்கறைகொள்கிறார்கள். அதாவது, 'கூட்டுத்தன்மை மற்றும் அதிகாரத்துவம்' கொண்ட நவீனத்துக்கு முந்தைய

12 *Ibid., pp. 5-6.*
13 *பார்க்க: Ada (1989).*
14 *Steinvorth (2009: 6).*
15 *Ibid., p. 7.*

நிலைகளிலிருந்து 'தனிநபர்வாதம் மற்றும் தவறிழைக்கக்கூடிய' நவீனச் சமூகங்களுக்கு மாறுவது குறித்தே அக்கறைகொள்கிறார்கள். ஒரு குழந்தையின் சுயம் பெற்றோரின் அதிகாரப் பிடியிலிருந்து விலகி, தனிநபருக்கான பொறுப்பு மற்றும் தவறிழைக்கக்கூடிய நிலையை நோக்கி நகர்வதாகிறது. இவ்வாறு அதிகாரத்துக்குக் கட்டுப்பட்டிருக்கும் நிலையிலிருந்து தனிநபர்வாத சுயமாக மாறுவது என்ற அடிப்படையான பார்வையில் வெபர், ஃபிராய்டு இருவரும் ஒன்றிணைகிறார்கள். 'இரட்டை முகம் கொண்டிருக்கும் சுயத்தை மேற்கு படைத்துள்ளது. இதில் தனிநபர்வாதம் மற்றும் தவறிழைக்கக்கூடிய சுயத்துக்கு முந்தைய நிலையாகக் கூட்டுத்தன்மை மற்றும் அதிகாரத்துக்குக் கட்டுப்பட்ட சுயம் காணப்படுகிறது' என்கிறார் ஸ்டெயின்வொர்த்.[16] தனிநபர்வாதம் மற்றும் தவறிழைக்கக்கூடிய சுயம் என்பது நவீனத்தின் குறியாக மட்டுமல்லாமல், மேற்கத்திய சுயத்தின் குறியாகவும் ஆகிறது. இத்தகைய சுயம் மரபான சமூகங்களுக்கு அல்லது நவீனத்துக்கு முந்தைய சமூகங்களுக்கு எதிர்நிலையானதாகிறது. (ஹெடேகரும் இத்தகைய முறையிலான இருமைஎதிர்வை முன்வைக்கிறார். அவர் நம்பகத்தன்மை கொண்டிருக்கும் சுயம், நம்பகத்தன்மை அற்ற சுயம் ஆகிய இரண்டுக்கும் இடையேயான வேறுபாட்டை முன்வைக்கிறார். நம்பகத்தன்மை அற்ற சுயமே சாதாரண செயல்களுக்கு வழிகாட்டுவதாக இருக்கிறது.)

மேற்கு மேலாண்மையாக உணரப்படுவது அடிப்படையில் பல்வேறு அறிவார்த்த மரபுகளில் சுயம் கோட்பாட்டாக்கம் செய்யப்பட்டிருக்கும் முறையோடு தொடர்புகொண்டிருக்கும் ஒன்றாகிறது. மாறக்கூடிய சுயம் என்ற பார்வை மேற்கத்தியமய வாதத்திலும், காலனியக் கதையாடல்களிலும் பெரும் தாக்கம் செலுத்தக்கூடியதாக இருக்கிறது. இது இந்தியாவில் காணப்படும் நவீன சமூகக் கோட்பாடுகளிலும் பெருமளவு பாதிப்பை ஏற்படுத்தியுள்ளது. ஆனாலும், இவ்விஷயத்தைப் பொறுத்தமட்டில் தீர்க்க முடியாத அதன் உள்ளார்ந்த சிக்கலை நாம் கவனத்தில் எடுத்துக்கொள்ள வேண்டியுள்ளது. வெபர், ஃபிராய்டு விவரிப்புகளில் காணப்படும் இரண்டு சுயங்களை நாம் படிநிலையாக்கமாக (நவீனத்துக்கு முன்/ நவீனம், குழந்தைப் பருவம்/ வளர்ந்த மனிதர்) எடுத்துக்கொள்வோம் என்றால், இந்தியச் சமூகச் சூழலில் காணப்படும் சுயங்களின் பண்பை விவரிப்பதற்கு நாம் இவற்றைப் பயன்படுத்த முடியுமா? இந்தியச் சமூகத்தில் காணப்படும் படிநிலைகள், தனிநபர்வாத அடிப்படையில் பொறுப்புகள் கொண்ட சுயம், அதிகாரத்தை ஏற்றுக்கொண்ட சுயம் என்ற வேறுபாட்டைக் கொண்டிருக்கிறதா? பல்வேறு சாதியக் குழுமங்களின் சுயங்களைத் தெளிவுபடுத்துவதற்கு இந்த முன்வைப்புகள் அர்த்தமுள்ளதாக இருக்கின்றனவா? நான் இந்தக் கேள்விகளை நேரடியாக எடுத்துக்கொள்ளப்போவதில்லை என்றாலும், இந்த நூலில் காணப்படும் விவாதங்கள், ஒருவேளை இந்தக் கேள்விகளுக்கான பதில்களைத் தொட்டுப்போகலாம் (tangentially).

16 *Ibid.*

சுயத்தோடு தொடர்புபடுத்தப்படும் பகுத்தறிவு, அதன் தீர்ப்புரைக்கும் ஆற்றலின் ஊடாக அழுத்தம் பெறுகிறது. இது தத்துவார்த்தரீதியாக மிகத் தீர்க்கமான இடப்பெயர்வாகும். ஏனெனில், தீர்ப்புரைப்பது என்பது மானுட அனுபவத்தின் பிரத்யேக ஆற்றலாகிறது. அனுபவங்களுக்கும் (உள்ளக்கிடக்கை, நம்பிக்கைகள், சந்தேகங்கள் போன்றவற்றை உள்ளடக்கியது), தீர்ப்புரைப்பதற்கும் (நம்பிக்கைகளின் உள்ளக்கிடக்கைகளின் உள்ளடக்கத்தைத் தீர்மானிப்பது) இடையே இத்தகைய வேறுபாட்டை முன்வைத்த டேக்கார்த்தை (Descartes) தொடர்ந்து கார்டீசிய சுயம் இத்தகைய நகர்வை வெளிப்படுத்துகிறது. இந்த நகர்வு 'சுயத்தை' இரண்டாக 'பிளக்கிறது'. ஒரு பகுதி அனுபவிக்கிறது என்றால், மற்றொரு பகுதி அந்த அனுபவத்தின் உள்ளடக்கம் குறித்துத் தீர்ப்புரைக்கிறது. டேக்கார்த்தைப் பொறுத்தமட்டில், தீர்ப்புரைக்கும் ஆற்றலே மானுடத்தை இறுதியாக வரையறுப்பதாகிறது: 'வேண்டுமென்றாலும் தீர்ப்புரைப்பதிலிருந்து என்னால் என்னை விடுவித்துக்கொள்ள முடிவதில்லை என்பதாலேயே நான் நானாக இருக்கிறேன்'.[17] இப்படியாக, சுயம் குறித்தான கருத்தமைவு அடிப்படையிலேயே தீர்ப்புரைப்பதற்கான 'அதிகாரத்தோடு' தொடர்புகொண்டதாக இருப்பதோடு, அதனாலேயே தீர்ப்புரைப்பதற்கான முகவராகவும் செயல்படுகிறது. மேலும், ஸ்டெயின்வொர்த் சுட்டிக்காட்டுவதுபோல் டேக்கார்த்தைப் பொறுத்தமட்டில் சுயம் ஐயங்களுக்கு அப்பாற்பட்டதாகிறது (ஐயப்படும் முறை ஊகிப்பதுபோல்) என்றால் இந்த உலகம் ஐயப்பாடுகளுக்கு உட்பட்டதாக இருக்கிறது. நான் இதை விரித்தெடுத்து இவ்வாறு விவாதிக்க விரும்புகிறேன்: அதாவது, இந்தப் பார்வையில் அனுபவம் முக்கியத்துவமற்றதாகிறது. ஏனெனில், தீர்ப்புரைக்கும் ஆற்றல்தான் சுயத்தில் இருக்கிறது. ஆனால், அனுபவம் இந்த உலகம் குறித்ததாகிறது. ஆகவே, இந்த உலகம் ஐயப்பாட்டுக்கு உட்பட்டது என்றால், அனுபவங்களும் அப்படியானதே.

அனுபவவாதிகளைப் பொறுத்தமட்டில், இந்த உலகம் குறித்த அறிவானது புலன் அனுபவத்தைச் சார்ந்திருக்கிறது. ஆனால், மிக நீண்ட காலமாக வாதித்துவருவதுபோல், புலன்ரீதியான பதிவுகளை நாம் மறுகட்டமைப்புக்கு உட்படுத்த வேண்டியுள்ளது என்பதால், இந்தச் செயலைப் பெரும்பாலும் சுயமே செய்கிறது என்பதாக அனுமானிக்கப்படுகிறது. இப்படியாக இருக்குமாயின், இவ்வாறு கட்டமைக்கப்படும் உலகம் மிகவும் அந்தரங்கமானதாக ஆகிறது. சுயம் குறித்தான இத்தகைய பார்வை அதைச் செயலூக்கமற்றதாகவும் ஆக்குகிறது. இதற்கு எதிராக, ஸ்டெயின்வொர்த் சுட்டிக்காட்டுவதுபோல், ஹெடேகர் மற்றும் விட்கென்ஸ்டைனைப் பொறுத்தமட்டில் சுயம் என்பது உலகத்தைக் கட்டமைப்பதாக மட்டுமல்லாமல் 'இந்த உலகத்தில் செயல்படும்' ஆற்றலைக் கொண்டிருப்பதாகவும் இருக்கிறது.

நாம் முன்னர் சுருக்கமாகப் பார்த்ததுபோல் மேலாதிக்க மேற்கத்திய மரபில், சுயம் ஒருவிதமான 'வளர்ச்சி'யைக் கொண்டிருக்கும் ஒன்றாகிறது.

17 *Ibid.*, p. 8.

அதாவது, நாம் குழந்தைப் பருவத்திலிருந்து வளர்ந்த மனிதராகும்போது ஒரு சுயத்தைப் பெறுகிறோம். இது நவீனத்துக்கு முந்தைய நிலையிலிருந்து நவீனத்துக்கு நகர்வதற்கு நிகரானதாக இருக்கிறது. நாம் ஒரு சுயத்தைப் பெற்றுக்கொள்கிறோம் என்று சொல்வதன் பொருள் என்ன? அடிப்படையில் இது தீர்ப்புரைப்பதற்கும் செயல்படுவதற்குமான ஆற்றலையே குறிக்கிறது. நாம் எந்த அளவுக்கு உலக அனுபவங்கள் குறித்துத் தீர்ப்புரைக்கிறோமோ அந்த அளவுக்கு நாம் நம்மைக் குறித்தும் தீர்ப்புரைத்துக்கொள்கிறோம். இருந்தாலும், ஒரு தனிநபர் பல 'சுயங்'களைக் கொண்டிருக்க முடியும் என்பதை நிராகரிப்பது அவ்வளவு சுலபமில்லை. பல முக்கியமான சிந்தனையாளர்களின் கவனத்தைப் பெற்ற அவமானம் என்ற கருத்து பல சுயங்கள் இருப்பதையே வெளிப்படுத்துகிறது – உண்மையில், இதில் ஆச்சரியப்படுவதற்கு ஏதுமில்லை. ஏனெனில், 'என் உடலுக்குள் இருக்கும் வேறொரு சுயம் எதையோ பார்த்துவிட்டது என்று நான் பிரக்ஞைகொள்ளும் அந்தத் தருணத்தில்தான்'[18] அவமான உணர்வு தோன்றுகிறது. அவமானம் என்பது அடிப்படையில் ஒரு சுயம் அது குறித்தே தீர்ப்புரைக்கும் அதிகாரத்தோடு தொடர்புகொண்டதாக இருக்கிறது. இருந்தாலும், ஒரு சுயத்தின் வளர்ச்சி, அது குறித்தே அது தீர்ப்புரைப்பதைச் சார்ந்திருப்பதில்லை. 'முழுமை'யான சுயமாக வளர்வதற்குப் பல நிபந்தனைகளாகக் கொண்டுள்ளது – அதாவது, 'முன்மொழிவுரைரீதியான (propositional) மொழி', மற்றவர்களைச் சார்ந்திருப்பது குறித்த தெரிநிலை (awarenes), 'செயல்களைத் தொடங்குவதற்கான' ஆற்றல் போன்றவற்றை நிபந்தனைகளாகக் கொண்டுள்ளது.[19]

இந்த முறையில் நாம் புரிந்துகொள்வோம் என்றால், அனுபவத்தோடு சுயம் கொண்டிருக்கும் உறவு – குறிப்பாக, தீர்ப்புரைத்தல் என்ற கருத்தாக்கத்தின் ஆதிக்கத்தால் தெளிவற்றதாக இருக்கிறது. இந்தியத் தத்துவங்களில் அனுபவம் எப்போதும் தவிர்க்க முடியாமல் அனுபவிப்பவரோடு இணைக்கப்பட்டதாகப் பார்க்கும் பார்வையை நாம் திரும்பத் திரும்ப எதிர்கொள்கிறோம். அனுபவம் குறித்துத் தெரிநிலையைக் கொண்டிருப்பவரே அனுபவிப்பவராக இருக்கிறார். கார்டீசிய சுயம் 'தீர்மானமாகத் தீர்ப்புரைப்பது' என்ற ஆற்றலைக் கொண்டிருக்கும் ஒன்றாக இருக்கிறது என்றால், இந்த சுயம் தானாகவே துயரம் போன்ற உணர்வுகளை அனுபவிக்க முடியாததாகிறது. அதாவது, நாம் அனுபவத்தைக் கொள்கிறோம்; சுயம் குறிப்பிட்ட அனுபவங்களை ஒடுக்கப்படுதல், அவமதிப்பு மற்றும் இதுபோல் என்று தீர்ப்புரைக்கிறது. இதனாலேயே, சிலருக்கு சுயத்தையும் எழுவாயையும் வேறுபடுத்திப்பார்க்க வேண்டிய அவசியம் ஏற்படுகிறது. 'நமக்கு நடப்பதை அமைப்பாக்கம்' செய்வது எழுவாயைத்தானே ஒழிய நம்முடைய சுயம் அல்ல என்கிறார் ஸ்டெயின்வொர்த். மேலும், 'நமக்கு மட்டுமே நடக்கும் ஏதோ ஒன்றிலிருந்து நம்மை நாமே தொலைவில் வைத்துக்கொள்ளும்போது நம்மிடம் மிச்சம்

18 *Ibid., p. 22.*
19 *Ibid., p. 23.*

இருப்பது சுயம் மட்டுமே' என்கிறார்.[20] ஆக, நாம் குறிப்பிட்ட அனுபவத்தால் துயரப்படுகிறோம் என்றால், அந்தத் துயரம் எழுவாயின் பகுதியாகிறதே தவிர சுயத்தின் பகுதியாவதில்லை. நாம் இதை ஸ்டெயின்வொர்த் நீட்டித்துச் சொல்வதுபோல் நீட்டித்து, எண்ணங்கள் எழுவாய்க்குச் சொந்தமானவை என்றும், சுயம் அது குறித்துத் தீர்ப்புரைக்கிறது என்றும் நம்மால் கோர முடியும். இந்தப் பார்வையில், தனிமனிதர் என்ற வகைமை, சுயம் மற்றும் எழுவாயின் 'கூட்டுத்தொகை' ஆகிறது. இப்படியாக, தனிமனிதரே 'செயல்படுகிறார், உணர்கிறார்', இவரே உணர்கிறார், தீர்ப்புரைக்கிறார் மற்றும் இதுபோல ஆகிறது.

அனுபவம் சுயத்துக்குச் சொந்தமானதா அல்லது எழுவாய்க்குச் சொந்தமானதா? நாம் மேலே சொல்லியிருக்கும் வாதங்களின் அடிப்படையில் சொல்வதென்றால், அனுபவம் எழுவாய்க்குச் சொந்தமானது என்றே தோன்றுகிறது. சுயம் வெறுமனே அனுபவங்கள் குறித்துத் தீர்ப்புரைக்கும் ஒன்றாக இருக்கிறது. ஒருவர் எந்த வகையான அனுபவத்தைப் பெறுகிறார் என்பதை – எடுத்துக்காட்டாக, அவமதிக்கப்படுவது அல்லது ஒடுக்கப்படுவது போன்ற அனுபவங்களைப் புரிந்துகொள்வதன் அடிப்படையில் சொல்வதென்றால், இத்தகைய கருத்தாக்கங்களின் அடிப்படையில் அனுபவத்தை வகைப்படுத்தும் காரியத்தை சுயமே செய்கிறது. ஆக, இத்தகைய அனுபவங்கள் எந்தக் கருத்தாக்கத்தின் அடிப்படையில் எவ்வாறு வகைமைப்படுத்தப்படுகிறது என்பது சுயத்தைச் சார்ந்திருக்கிறது.

சுயம் குறித்தும், எழுவாய் குறித்தும் மேற்கத்திய அறிவார்த்த மரபுகளில் காணப்படும் இத்தகைய முன்வைப்புகள், அனுபவத்துக்கும் அறிவுக்கும்/கோட்பாட்டுக்கும் இடையேயான உறவில் பெரும் தாக்கம் கொண்டிருக்கின்றன. ஆனால், இந்தியச் சூழலில் அனுபவம், கோட்பாடு குறித்த விவாதங்களில் நாம் இவற்றை வேறு விதமாகப் பொருத்திப்பார்க்க வேண்டியுள்ளது. ஒருபக்கம் வகைமைகளாக சுயம், எழுவாய் போன்றவற்றில் இந்தியத்தன்மை, ஐரோப்பியத்தன்மை என்றெல்லாம் எதுவும் இல்லை என்றாலும், மறுபக்கம் இந்த வகைமைகளெல்லாம் பண்பாட்டுரீதியான முற்கோளிலிருந்தும் (presupposition) உலகப்பார்வையிலிருந்தும் சுதந்திரமானவை அல்ல என்பதையும் நாம் அங்கீகரிக்கத்தான் வேண்டும். (நாம் இதையும் நினைவில் வைத்திருக்க வேண்டியுள்ளது: அனுபவவாதிகளும் சில சமகாலத் தத்துவவியலாளர்களும் சுயம், எழுவாய் என்றெல்லாம் வேறுபடுத்திப்பார்க்க விரும்புவதில்லை. இருந்தாலும், இவ்வாறு வேறுபடுத்துவதும், இந்த வேறுபாட்டைத் தொடர்ந்து முன்வைப்பதும், அனுபவத்துக்கும் கோட்பாட்டுக்கும் இடையேயான உறவு குறித்தான பிரச்சினையைச் சமூக அறிவியல் எதிர்கொள்வதில் பெரும் தாக்கத்தைச் செலுத்துகின்றன.)

20 *Ibid.*, p. 9.

இந்தியத் தத்துவார்த்தக் கோட்பாடுகளில் சுயம் என்ற கருத்தமைவு எத்தகைய பாத்திரத்தைக் கொண்டுள்ளது? இந்தியத் தத்துவங்களில் ஒன்றோடொன்று முரண்படும் பல கோட்பாடுகள் காணக்கிடைக்கின்றன. இந்தத் தத்துவங்களில் சுயம் குறித்து வேறுபட்ட பல முன்வைப்புகள் காணப்படுவதில் ஆச்சரியப்பட ஏதுமில்லை. சுயம் குறித்த பார்வையில் பெரும் தாக்கத்தை ஏற்படுத்திய ஒரு பிரதான மரபு வேதாந்த மரமாகும். நியாயாதிகளும் பௌத்தர்களும் வேதாந்திகளிடமிருந்து வேறுபட்டார்கள். இதில் சுயம் என்பதை மறுக்கும் நிலைப்பாட்டில் மிகப் பிரபலமானவர்கள் பௌத்தர்களே. இருந்தாலும், பல்வேறு பள்ளிகளைச் சார்ந்த இந்தியச் சிந்தனைகளில் சில பொதுவான அம்சங்கள் இருப்பதுபோல் தோன்றுகிறது (சுயத்தின் இருப்பை மறுக்கும் பார்வைகளை உள்ளடக்காமல்). எல்லாவற்றிலும் முக்கியமாக, 'நான்' என்ற கருத்தமைவின் ஊடாகவே சுயம் என்ற கருத்து கைக்கொள்ளப்படுகிறது. இந்தக் கோட்பாடுகள் உடல், மனம், பிரக்ஞை போன்றவை குறித்துக் கொண்டிருக்கும் பார்வைகளோடு சுயத்தின் பண்பு மிக நெருக்கமாக இணைந்ததாகவும் இருக்கிறது. பல இந்திய மரபுகளுக்கு உடலிலிருந்து மனம் வேறுபட்ட ஒன்றல்ல – டேக்கார்த்தும் நவீனச் சிந்தனையாளர்களும் கொண்டிருப்பதுபோல் அல்லாமல், மனமும் உடலைப் போன்றே பருப்பொருள் தன்மையிலானதாகிறது.[21] மேலும், இந்தியச் சிந்தனைகளில், சுயம் எப்போதும் திரளுருவானதாகவே (embodied) இருக்கிறது.[22]

இந்தத் தத்துவார்த்தப் பள்ளிகளில் காணப்படும் சுயம் குறித்த விவரிப்புகள், நாம் மேலே விவாதித்ததற்கு நிகரானதாக இருக்கின்றன. அத்வைதம், நியாயா, மீமாம்சம் ஆகியவை எல்லாமே அனுபவத்தின் பண்பு குறித்து அக்கறைகாட்டுகின்றன என்றாலும், இதைப் பிரக்ஞையின் ஊடாக விவரிக்க முயல்கின்றன. இந்தத் தத்துவவியலாளர்கள் எதிர்கொள்ளும் முதல் கேள்வி இதுதான்: அனுபவத்தைப் பார்ப்பது யார்? நான் குறிப்பிட்ட அனுபவத்தைக் கொள்கிறேன் என்று வைத்துக்கொள்வோம். நான் அந்தக் குறிப்பிட்ட அனுபவத்தைப் பெற்றுக்கொண்டேன் என்று சொல்லும்போது, வேறு வழியில்லாமல் இந்த அனுபவத்தை மற்றொரு சுயம் பார்க்கிறது என்று அர்த்தமாகிறதா? இந்தியத் தத்துவவியலாளர்கள் அவர்களது மொழியில் என்ன கேட்கிறார்கள் என்றால், அனுபவத்தை 'பார்ப்பதற்கு' பிரக்ஞை இன்னும் மேலான ஒழுங்கு சார்ந்து வேறொரு 'பார்ப்பவரை' கொண்டிருக்க வேண்டியுள்ளதா? நாம் மேலே கொடுத்திருக்கும் விவாதத்தில், அனுபவம் குறித்து சுயம் தீர்ப்புரைக்கும் சாத்தியப்பாட்டைப் பார்த்தோம். நியாயாவும் மீமாம்சமும் இந்த விவரிப்புக்கு அருகில் வரும் பார்வையைக் கொண்டிருக்கின்றன. (ஆனால், தீர்ப்புரைப்பது என்ற அர்த்தத்தில் அல்ல.) இவர்களைப் பொறுத்தமட்டில், பிரக்ஞையின் பயனிலையாக இருப்பது சுயம். மேலும், அது 'நான்' அனுபவத்தின் ஊடாகவே சாத்தியப்படுகிறது. ஆனால்,

21 *Chakrabarti (1999).*
22 *Ram-Prasad (2001: 381).*

அத்வைதிகளைப் பொறுத்தமட்டில் பிரக்ஞை 'சுயமாக ஒளிபாய்ச்சக்கூடிய'தாக இருப்பதால், அதுவாகவே அதன் செயல்பாட்டைப் பார்க்கிறது.

அத்வைதம் மூன்று அடிப்படையான நிலைகள் கொண்டிருக்கும் வகைமைகளின் ஊடாகவே அனுபவத்தை விவரிக்கிறது – விழிப்பு நிலை, கனவு நிலை, கனவுகளற்ற உறக்க நிலை. இந்த மூன்று நிலைகளும், நாம் சாதாரண அனுபவம் என்று அழைக்கக்கூடியதை அமைப்பாக்கிக் கொடுப்பதாக இருக்கின்றன. சாதாரண அனுபவங்களின் இந்த மூன்று நிலைகளைப் பொறுத்தமட்டில், இவற்றை அனுபவிக்கக்கூடிய ஒரு பொதுவான 'எழுவாய்' இருந்தாக வேண்டியுள்ளது. இல்லையென்றால், மூன்று நிலைகளும் அதற்கு நிகரான மூன்று சுயங்களைக் கொண்டிருக்க வேண்டும். மேலும், 'இதுவே சுயம்' என்றும் அழைக்கப்படும் ஒரு தூய எழுவாயை (அனுபவிக்கும் எழுவாய் எதையும் அனுபவிக்காமல் இருப்பது) எப்போதும் அனுபவிக்க முடியாது.[23] அத்வைதத்தைப் பொறுத்தமட்டில் இந்த தூய எழுவாயே, 'உண்மையான சுயம்' என்றாகிறது'. மேலும், இந்த சுயம் குறித்தான அறிவைப் பெறுவதே விடுதலையின் நோக்கமாகவும் இருக்கிறது. சுயத்தை அறிந்துகொள்ள சுயம் குறித்தான அனுபவம் வேண்டியிருக்கிறது. இதுவே உண்மையான பிரச்சினையாகிறது. அதனால்தான், சுயம் சுயமாக ஒளிபாய்ச்சக்கூடியது என்ற கருத்தை அத்வைதம் ஏற்றுக்கொள்ள வேண்டியுள்ளது.[24] மூன்று நிலைகளிலும் ஏதோ ஒன்று எல்லாவற்றுக்கும் சாட்சியாகப் பார்த்துக்கொண்டு இருக்கிறது. அதுவே தூய எழுவாய். நம்முடைய அனுபவங்கள் எப்போதும் தூய எழுவாய் சார்ந்ததாக இருப்பதில்லை. அனுபவத்தைப் பெறும் எழுவாய் சார்ந்து மட்டுமே இருக்கிறது. ஆக, நம்முடைய சாதாரண 'நான்' என்பது தூய 'நான்' அல்ல. அது கற்பிதம் செய்யப்பட்ட 'நானா'க இருக்கிறது. இது அகங்காரம் (ஈகோ) என்றும் அழைக்கப்படுகிறது.[25] பொதுவாக, இந்தியத் தத்துவவியலாளர்களைப் பொறுத்தமட்டில், சுயம் குறித்தான அறிவே ஆகச் சிறந்த அறிவாகிறது. அதாவது, சுயம் நிலையானதா இல்லையா என்பதை மீறி, அதன் உண்மையான பண்பைப் பார்ப்பது என்பதாக இருக்கிறது.

சுயம் குறித்தான இந்தியக் கோட்பாடுகள் பெரும்பாலும் விடுதலை குறித்து விவாதித்தே முற்று பெறுகின்றன என்றாலும், சுயம் குறித்தான இத்தகைய கருத்துகளில் முக்கியமான புள்ளி ஒன்று காணப்படுகிறது. சுயம் – எழுவாய் வேறுபாடு குறித்து நாம் முன்னர் விவாதித்ததுக்கு நிகராக, 'தூய எழுவாய்' – எழுவாய் என்ற வேறுபாட்டை இந்தியப் பார்வைகள் கொண்டிருக்கின்றன. 'தூய எழுவாய்', 'சுயம்' இரண்டுமே ஒரு எழுவாய் கொள்ளும் அனுபவத்துக்கு சாட்சியாக இருக்கின்றன. ஆக, அனுபவத்தின் ஆசிரியர் 'தூய எழுவாயே' என்று நாம் சொல்ல முடியும். அதாவது, எழுவாய் கொள்ளும் எல்லா அனுபவங்களையும் இந்தத் தூய எழுவாயே 'பார்க்கிறது'. அதனாலேயே,

23 *Sharma (1993: 26).*
24 *Ibid., p. 28.*
25 *Ibid., p. 32.*

இந்த அனுபவம் குறித்தான தெரிநிலையை அது கொண்டிருக்கிறது. இதற்கு நிகராக, அனுபவங்களைத் தூய எழுவாயே அறிந்துகொள்வதால், நாம் சுயத்தை அனுபவங்களின் உடைமையாளர் என்றும் அழைக்கலாம்.

அத்வைதிகளைப் பொறுத்தமட்டில், அனுபவத்தை விவரிப்பதில் உள்ள இந்தச் சிக்கலானது மொழிப் பிரச்சினையின் பகுதியாக இருக்கிறது. 'தூய எழுவாயை' அடிப்படையாகக் கொண்டு ஒருவர் 'அறிவு', 'அனுபவம்' குறித்தெல்லாம் பேச முடியாது என்று ஷர்மா சுட்டிக்காட்டுகிறார்.[26] இருந்தாலும், இப்படியாகத்தான் செய்யப்படுகிறது என்பது 'மொழியின் வறுமை'யையே வெளிப்படுத்துகிறது. ஏனெனில், மொழியே 'எழுவாய், பயனிலை என்ற பிளவைக் கொண்டிருக்கும் ஒன்றாகிறது'. மௌனத்துக்கு அழுத்தம் கொடுப்பதற்கு இதுவே காரணியமாகிறது என்றும் ஷர்மா சுட்டிக்காட்டுகிறார். (எழுவாய்-பயனிலை பிளவின் தோற்றம் குறித்த மிக சுவாரஸ்யமான வேறுபாட்டை நாம் இங்கு குறித்துக்கொள்ள வேண்டியுள்ளது. சில தோற்றப்பாட்டியலாளர்களுக்கு இந்தப் பிளவானது அனுபவம் கொண்டிருக்கும் பண்பின் அடிப்படையிலிருந்து உருவாகக்கூடியதாக இருக்கிறது. ஆனால், அத்வைதிகளைப் பொறுத்தமட்டில் இது மொழியின் கட்டமைப்பு சார்ந்து உருவாகக்கூடியதாக இருக்கிறது.[27] இரண்டு நிலைப்பாடுகளுமே ஆழமான பார்வைகளைக் கொண்டிருப்பதோடு, அனுபவம் – கோட்பாடு விவாதத்துக்குப் பொருந்திப்போகக்கூடியதாகவும் இருக்கின்றன.)

இதற்கு மாறாக, சுயத்தின் இருப்பை பௌத்தர்கள் மறுதலிக்கும்போது, எல்லா அனுபவங்களுக்கும் சாட்சியாக இருக்கும் ஒரு முகவரையும் சேர்த்தே மறுதலிக்க வேண்டியிருக்கிறது. சுயம், அனுபவம் குறித்துக் காணப்படும் பௌத்த விவாதங்கள் சுயம்/எழுவாய்க் கட்டமைப்பைப் புரிந்துகொள்ள உதவுகின்றன. அனுபவத்துக்கு அப்பால் நிற்கக்கூடிய சுயம் என்று ஏதுமில்லை என்றால், அதாவது அனுபவத்துக்கு சாட்சியாக இருப்பது (அத்வைதப் பார்வை) அல்லது அனுபவம் குறித்துத் தீர்ப்புரைப்பது (கார்டீசியப் பார்வை) என்று ஏதுமில்லை என்றால், அனுபவத்தில் சுய-பிரக்ஞைக்கான ஏதோ ஒன்றை அது கொண்டிருக்க வேண்டும். இந்தப் பின்னணியில்தான் 'அனுபவா' என்பது உடனடித்தன்மையிலான அனுபவத்தைக் குறிப்பதாகிறது. இந்த அனுபவம் குறித்துப் பிரதிபலிப்பது (இது தீர்ப்புரைப்பதையும் உள்ளடக்கியதாக இருக்கிறது) மேலான-ஒழுங்கு கொண்ட அனுபவத்துக்குக் கொண்டுவிடுகிறது.

இப்படியாக இந்தியக் கோட்பாடுகளில், அனுபவத்துக்கும் சுயத்துக்கும் இடையேயான உண்மையான வேறுபாடானது உடனடித்தன்மையிலான அனுபவத்துக்கும் கருத்தாக்கரீதியான அனுபவத்துக்கும் இடையேயான வேறுபாடாகவே இருக்கிறது. அதாவது, கருத்தாக்கரீதியான அனுபவங்களுக்கும் அ-கருத்தாக்கரீதியான அனுபவங்களுக்கும் இடையேயான வேறுபாடுகளாக

26 *Ibid.*, p. 73.
27 *Ibid.*

இருக்கிறது. மேற்கத்தியத் தத்துவத்தின் மையமாக இருக்கும் தீர்ப்புரைப்பது என்ற பிரச்சினை, இந்தியச் சிந்தனைகளில் கருத்தாக்கரீதியான அனுபவங்கள், அ-கருத்தாக்கரீதியான அனுபவங்கள் ஊடாக எழுகின்றன என்றே நான் வாதிட விரும்புகிறேன், இதுவே நியாயாதிகளுக்கும் பௌத்தர்களுக்கும் இடையே பெரும் விவாதங்களாகக் காணப்படுகின்றன. நேரடித்தன்மையிலான, உடனடித்தன்மையிலான அனுபவங்கள் கருத்தாக்கங்களால் இடையீடு செய்யப்பட்ட அனுபவங்களாக இருப்பதில்லை. இந்த அனுபவத்தை நான் எழுவாயின் அனுபவமாக அர்த்தப்படுத்துகிறேன். இந்த அனுபவம் கருத்தாக்கரீதியான வகைமைகள் ஊடாக அணுகப்படும்போது, அவை ஏற்கெனவே 'தீர்ப்புரைக்கப்பட்டதாகவும்', 'தீர்மானிக்கப்பட்டதாகவும்' ஆகிறது. இதுவே எழுவாயின் செயல்பாடுகளுக்கும் சுயத்தின் செயல்பாடுகளுக்கும் இடையேயான வேறுபாட்டை அமைப்பாக்கம் செய்துகொடுக்கிறது. இந்திய மரபுகளைப் பொறுத்தமட்டில், தீர்ப்புரைப்பது என்ற அடிப்படையைக் கொண்டு சுயம்-எழுவாய் பிளவு பின்பற்றவில்லை என்றாலும், இவர்கள் கருத்தாக்கரீதியான அனுபவங்கள், அ-கருத்தாக்கரீதியான அனுபவங்கள் என்ற விவாதங்களில் இந்த வழியையே பின்பற்றுகிறார்கள். இந்த வேறுபாடுகள் எல்லாம் தத்துவார்த்தரீதியாக அற்ப விஷயங்கள் மேல் கவனம் குவிக்கும் விவாதங்கள் அல்ல; இவை, அனுபவத்துக்கும் அறிவுக்கும் இடையேயான உறவில் தீர்க்கமான விளைவுகளை ஏற்படுத்தக்கூடிய விவாதங்களாக இருக்கின்றன. ஒருவர் அவரது அனுபவத்தோடு எத்தகைய முறையில் உறவுகொள்கிறார், அவரது அனுபவம் குறித்துக் குறைந்த அளவிலேனும் ஒருவரால் எதை அறிந்துகொள்ள முடியும் மற்றும் இதுபோன்ற பிரச்சினைகளுக்கு முக்கியத்துவம் வாய்ந்ததாகின்றன.

சமூக அறிவியல் கோட்பாடுகளுக்கான விளைவுகள் (தாக்கங்கள்)

சுயம் குறித்தான இத்தகைய தத்துவார்த்த அணுகுமுறைகள் சமூகக் கோட்பாட்டோடு ஏதேனும் தொடர்புகொண்டிருக்கின்றனவா? எல்லாவற்றுக்கும் மேலாக சுதந்திரம், விருப்புறுதி, செயல்பாடு, தார்மீகம், காரணியம் போன்ற மானுடர் குறித்த எல்லா அடிப்படைக் கருத்துகளும் சுயத்தோடு தொடர்புகொண்டவையாகவே இருக்கின்றன. நாம் முன்னர் விவாதித்தது போன்று அனுபவம் என்ற வகைமை சுயத்தின் மீபௌதிகத்தோடு தொடர்புகொண்டிருக்கும் ஒன்றாகிறது. ஒருவிதத்தில், சுயம் என்ற பொதுவான புலத்தில் கோட்பாடுகளும் அனுபவங்களும் சந்தித்துக்கொள்கின்றன. இருந்தாலும், இத்தகைய விவரிப்பில் பல விஷயங்கள் தெளிவற்றுக் காணப்படுகின்றன. 'சுயம்' என்ற ஒன்றின் இருப்பை மறுதலிக்கும் செல்வாக்கான முயற்சிகள் காணப்படுகின்றன என்றாலும்கூட 'சுயம்' என்று ஒன்று இருக்கிறது என்ற நம்பிக்கையை மறைமுகமாக ஏற்றுக்கொள்ளும் பார்வையே பிரதானமானதாகத் தொடர்ந்துகொண்டிருக்கிறது.

சமகால உரையாடல்களில், சுயம் என்ற கருத்தமைவு முக்கியத்துவம் பெற்றதாக இருக்கிறது. சுதந்திரம், அடையாளம், சமூகம், இவை போன்ற கருத்துகள் எது குறித்துப் பேசுவதாக இருந்தாலும் அது சுயம் என்ற கருத்தமைவை முன்மொழிவதாக இருக்கிறது. சமகாலத்தில் சுயம் என்பது மேலும் சிக்கலானதாகவும் மேலும் பிளவுபட்டதாகவும் மேலும் நிலையற்றதாகவும் மாறியுள்ளது. சமகால உலகளாவியச் சமூகம் மேற்கத்தியப் பண்பாட்டில் முந்தைய காலத்தில் இல்லாத அளவுக்கு, உணர்வுகளுக்கு அதிகமாக முக்கியத்துவம் கொடுக்கும் ஒன்றாக மாறியுள்ளது என்கிறார் மேன்ஸ்ஃபீல்ட்.[28] மேலும், சமூகத்திலிருந்து அந்நியப்பட்டிருக்கும் தன்மை, பிறழ்ந்த சுயத்தோடு தொடர்புடைய குற்றங்களின் அதிகரிப்பு, சுயத்தின் வளர்ச்சியில் காணப்படும் நிலையற்றதன்மை – குறிப்பாக, வாலிபப் பருவம் போன்றவை குறித்துப் பேசும்போது சுயம் என்ற கருத்து பிரதானப்படுத்தப்படுகிறது – அதாவது, சுயம் குறித்து ஒருவர் பேசும்போது எதைக் குறிப்பிடுகிறார் என்பதில் எத்தகைய தெளிவும் இல்லாமலேயே. நாம் மேலே விவாதித்திருப்பதுபோல், சுயம் குறித்தான கருத்தமைவு எழுவாயோடு சேர்ந்தே இயங்குகிறது. ஓர் எழுவாய் 'எப்போதும் அதற்கு வெளியே இருக்கும் ஏதோ ஒன்றோடு இணைக்கப்பட்டுள்ளது' என்கிறார் மேன்ஸ்ஃபீல்ட்.[29] ஓர் எழுவாய் இவ்வாறு பிற எழுவாய்களோடும் உலகத்தோடும் இணைக்கப்படும் பண்புதான் ஓர் எழுவாயின் அடிப்படைப் பண்பாகிறது.

ஆகையால், சுயம் எதோடும் தொடர்பற்ற ஒன்று என்ற கருத்தை எழுவாய் என்ற கருத்தமைவு மறுதலிக்கிறது.[30] மேன்ஸ்ஃபீல்ட் நான்கு வகையான எழுவாய்களை அடையாளம் காண்கிறார்: இலக்கணரீதியான எழுவாய், அரசியல்-சட்டரீதியான எழுவாய், தத்துவார்த்தரீதியான எழுவாய், மானுடப் பிறவியான எழுவாய். சுயத்தின் மொழியும் எழுவாயின் மொழியும் அனுபவத்தின் வெளிப்படையான இருப்பை இடப்பெயர்ப்பு செய்கின்றன என்றாலும், அடிப்படையில் இவ்விரண்டு கருத்தமைவுகளுமே அனுபவத்தோடு தொடர்புகொண்டதாகவே இருக்கின்றன. 'அகவயத்தன்மை என்பது அடிப்படையில் அனுபவமே'[31] என்று மேன்ஸ்ஃபீல்ட் குறிப்பிடும்போது, பல்வேறு விதமான அகவயங்கள் குறித்து நாம் கொண்டிருக்கும் பொதுவானப் புரிதலைத்தான் எதிரொலிக்கிறார். அகவயத்தையே அனுபவமாகப் பார்ப்பது மிக முக்கியமான விளைவுகளை ஏற்படுத்தக்கூடியதாகிறது. எழுவாய் குறித்தான பெரும்பாலான சமகால விவரிப்புகள், அறிவொளி பெற்ற எழுவாயிலிருந்து முற்றிலும் வேறானதாகப் பார்க்கும் பார்வையின் தொடர்ச்சியாகிறது. தன்னாட்சி பெற்ற சுயம், தனிநபர் அடிப்படையிலான சுயம் ஆகியவற்றை அறிவொளி பெற்ற எழுவாய் உத்தரவாதப்படுத்துகிறது. ஆனால், ஃபிராய்டு முதல் ஃபூக்கோ வரை பல எழுத்தாளர்கள் வரிசைகட்டி, இத்தகைய

28 *Mansfield (2000).*
29 *Ibid., p. 3.*
30 *Ibid., pp. 3–4.*
31 *Ibid., p. 6.*

மாதிரியிலிருந்து விலகிப்போய், எழுவாயைக் கட்டமைக்கப்பட்டதாக விவரிக்கிறார்கள். ஓர் எழுவாய் கட்டமைக்கப்பட்ட ஒன்று என்றால், 'இயற்கையான' அனுபவங்கள் என்று ஏதுவும் சாத்தியப்படுவதில்லை. மானுட எழுவாய்களுக்கு மிக நெருக்கமான அனுபவங்கள் என்று எதுவும் இல்லாமல்போகிறது. பாலியல்ரீதியானவை உட்பட எல்லா அனுபவங்களும் அதிகாரம், பண்பாடு சார்ந்து கட்டமைக்கப்பட்டதாகின்றன.

கதையாடல் முறையில் மற்றும் அதிகாரக் கட்டமைப்புக்குள்ளாக சுயத்தைப் பொருத்தும் ஃபூக்கோவின் முயற்சிகள் சமூகக் கோட்பாடுகளில் பெரும் தாக்கத்தைக் கொண்டிருக்கின்றன. அகவயத்தன்மை, சுயம் குறித்த ஃபூக்கோவின் நகர்வுகள் உடலோடு அவர் கொண்டிருக்கும் ஈடுபாட்டின் ஊடாகவே சாத்தியப்படுகின்றன என்பதை நாம் மறந்துவிடக் கூடாது. உடலை அதிகாரத்தின் புலமாக்கும் ஃபூக்கோவின் முயற்சி – குறைந்தபட்சம் மருத்துவமனை, ஒழுக்கம் குறித்தான அவரது படைப்புகளில் பெரும் தாக்கத்தைக் கொண்டதாக இருக்கிறது. ஆனால் இது, உண்மையில் 'உடல்' என்று ஃபூக்கோ எதைக் குறிப்பிடுகிறார் என்ற கேள்வியை எழுப்புகிறது. அதிகார உறவுகளுக்கான எடுத்துக்காட்டாக இருப்பது சமூகவியல்ரீதியான உடல்களே தவிர சாதாரண பௌதிக உடல்கள் அல்ல. ஃபாக்ஸ் குறிப்பிடுவதுபோல், ஃபூக்கோவைப் பொறுத்தமட்டில் உடல் என்பது உயிரியல்ரீதியான ஒன்றாக இருக்க முடியாது. ஏனெனில், உயிரியல்ரீதியான உடலும் 'கதையாடல் முறையில் நிர்மாணிக்கப்பட்ட' ஒன்றாகவே இருக்கிறது. குறிப்பிட்டுச் சொல்வதென்றால், ஃபூக்கோவிய உடல் என்ற இந்தக் கருத்தமைவு, செயலூக்கம் அற்றதாக இருப்பதோடு, 'எதிர்ப்புக்கான வினையூக்கியாக இருக்க முடியாததாகவும்' இருக்கிறது என்று மிகக் கடுமையாக விமர்சிக்கப்பட்டது.[32]

பாலியல்பு குறித்தான ஃபூக்கோவின் கருத்துகளும் உடலிலிருந்து சுயத்தை நோக்கிய நகர்வைக் கொண்டிருக்கின்றன என்று ஃபாக்ஸ் சுட்டிக்காட்டுகிறார். சாராம்சத்தில், செயலூக்கமற்ற உடல் பிரதிபலிக்கக்கூடிய உடலைக் கொண்டு மாற்றியமைக்கப்படுகிறது. இதுவே இறுதியாக, சுயம் குறித்தான தொழில்நுட்பம் என்ற கருத்துக்கு அவரைக் கொண்டுவிடுகிறது என்றும் ஃபாக்ஸ் சுட்டிக்காட்டுகிறார். இங்கு நான் குறிப்பிட விரும்புவது இதுதான்: சமகாலக் கோட்பாடுகளில் சுயம், எழுவாய் குறித்தான கருத்தமைவுகள் முதன்மையான வகையாக அனுபவத்தை அவற்றுக்கு உட்பட்டதாக மாற்றியுள்ளன. ஆனாலும், அனுபவம் என்ற பிரச்சினையைப் பொறுத்தமட்டில் சமகாலக் கோட்பாடுகளிலிருந்து அகவயத்தன்மை, சுயம் ஆகியவற்றை மீட்டெடுப்பதற்குப் போதுமானதை அவை கொண்டிருக்கின்றன. நாம் பிந்தைய இயல்களில் பார்க்கப்போவதுபோல் அனுபவத்தை அரசியல்ரீதியாக, பண்பாட்டுரீதியாக முன்வைத்தல் என்பது அகவயத்தன்மையை முன்வைப்பதற்கு நிகரானதாகவே இருக்கிறது.

32 Fox (1998: 424).

இருந்தாலும், இந்த நூலில் மையப்படுத்தப்படும் இரண்டு விஷயங்கள் நம் சமகாலக் கோட்பாடுகளின் எல்லைகளுக்கு உட்பட்டவையாக இல்லை. ஒன்று, அனுபவத்துக்கும் அனுபவத்தைக் கோட்பாட்டாக்கம் செய்யும் செயலுக்கும் இடையேயான வெளிப்படை உறவு. மற்றொன்று சுயம், எழுவாய் குறித்த பார்வைகளுக்கும், இந்தியத் தத்துவார்த்த, இலக்கிய மரபுகளில் சுயம், எழுவாய் குறித்தான முன்வைப்புகளுக்கும் இடையேயான உறவு. இந்த நூலின் பின்பகுதியில், கோட்பாட்டாக்கம் என்ற செயல் அறத்தோடு கொண்டிருக்கும் நேரடியான உறவு குறித்துப் பார்ப்போம். மேலும், அடுத்து வரும் சில இயல்களில் சுயம், அனுபவம் குறித்தான மேற்கத்தியக் கோட்பாடுகள் பிற பண்பாடுகளில் உள்ள சமூக அனுபவச் சிக்கல்களைப் புரிந்துகொள்வதற்கு ஏன் போதுமானதாக இல்லை என்றும் விரிவாகப் பார்ப்போம்.

அடுத்த இயலில், அனுபவம் என்ற பின்னணியில் வெளி என்ற கருத்தமைவை முன்வைப்பதன் ஊடாக இத்தகைய மறுகோட்பாட்டாக்கத்துக்கான புலத்தை குரு ஏற்கெனவே உருவாக்கிக்கொடுத்துள்ளார். 'அனுபவ உருவாக்கம் வெளிகள் உருவாக்குவதோடு தொற்றி நிற்கின்றன' என்று குரு வாதிடுகிறார் (இயல்-4). மேலும், அனுபவங்கள் இல்லாமல், வெளிகள் கொண்டிருக்கும் அறிவறிவுக்கான உத்தரவாதத்தை அவற்றால் நிறைவேற்ற முடியாது என்றும் சொல்கிறார். வெளி என்ற கருத்தமைவு நோக்கிய நகர்வு, சமகாலச் சமூக அனுபவங்களைச் சில வகைமைகள் கொண்டு விவரிக்கும் சாத்தியத்தை உருவாக்கிக்கொடுப்பதோடு, இந்த வகைமைகள் வரலாற்றுரீதியாக இந்தியக் கதையாடல்களை நுட்பமாக அணுகுவதற்கான சாத்தியத்தையும் குருவுக்கு உருவாக்கிக்கொடுக்கிறது என்றே வாதிட விரும்புகிறேன். குறிப்பிட்டுச் சொல்வதென்றால் மதம், புனிதத்தன்மை போன்ற கருத்துகளுக்கு வெளி என்ற கருத்தமைவு மையமான ஒன்றாக உள்ளது. நிறுவனப்பட்ட மதங்கள் என்று மட்டுமல்லாமல் நாட்டாரியல் நடைமுறைகளும் முன்வைக்கும் புனிதமான வெளி என்ற கருத்தமைவு இதை மிகச் சிறப்பாகப் படம்பிடித்துக்காட்டுகிறது. (பாப்யாதியின் தன்வரலாற்றிலும், கோயில் நுழைவுப் போராட்டத்திலும் புனிதமான வெளி, புனிதமற்ற வெளி போன்றவை எவ்வாறு கோரப்படுகின்றன என்று குரு அடுத்த இயலில் விவரிக்கிறார்). இந்தியச் சமூகத்தை விவரிக்க ஐரோப்பிய அறிஞர்கள் முன்னர் முன்வைத்த சுத்தம், அசுத்தம் போன்ற பிரச்சினைக்குரிய வகைமைகளுக்குப் பதிலாக, வெளி என்ற கருத்தமைவு இந்தியச் சமூக அனுபவங்களைப் புரிந்துகொள்வதற்கு வேறு விதமான கருத்தாக்கரீதியான வகைமைகள் தொகுப்பை உருவாக்கிக்கொடுக்கிறது. இப்படித் தவிர்க்கவே முடியாமல் சுத்தம், அசுத்தம் அடிப்படையிலான கருத்துகளும் முன்னரே காணப்படும் வெளி குறித்தான வடிவாக்கங்களைச் சார்ந்திருக்க வேண்டியிருப்பதில் ஆச்சரியப்பட ஏதுமில்லை.

கருத்துகளும் கருத்தாக்கங்களும் எத்தகைய வெளியோடு தொடர்பு கொண்டிருக்கின்றனவோ அவை சார்ந்தே அர்த்தத்தைப் பெறுகின்றன என்று குரு வாதிடுகிறார். ஒருவிதத்தில் இது ஃபூக்கோ அடிப்படையிலான நகர்வாக இருப்பதோடு, கதையாடல் முறையில் இன்னும் விரிந்தத் தளத்தில் முன்வைப்பதற்கும் நம்மை அனுமதிக்கிறது. அனுபவரீதியான வெளி என்ற

கருத்து சார்ந்து நம் அனுபவங்களை மறுவரையறைக்கு உட்படுத்தும்போது, அது அனுபவம் என்ற வகைமை சார்ந்து முன்வைக்கப்படும் சுயம் குறித்தும் எழுவாய் குறித்தும் காணப்படும் மரபான கருத்துகளை மாற்றியமைக்கிறது. 'சுயமரியாதை' போன்ற சொல்லாடலை அம்பேத்கர் எங்கெல்லாம் உபயோகிக்கிறாரோ அவற்றையெல்லாம் குரு அனுபவரீதியான வெளிகளாகவே விவரிக்கிறார்.

இவ்வாறு உரையாடல்களை சுயம்/எழுவாய் என்பதிலிருந்து வெளி நோக்கி நகர்த்துவது எத்தகைய விளைவுகளை ஏற்படுத்துகிறது? ஒரு சுவாரஸ்யமான தத்துவார்த்த விளைவை நான் இங்கு சுட்டிக்காட்ட விரும்புகிறேன். சுயம் என்ற பின்னணியில், நம் அனுபவங்களுக்கு நாம் உடைமையாளராக இருக்கிறோம் என்ற யதார்த்தத்தை அர்த்தப்படுத்திக்கொள்ள 'நான்' என்ற கருத்தமைவு முக்கியமானதாகிறது. என் அனுபவங்கள் என்னுடையவை. என்னுடைய எல்லா அனுபவங்களும் என்னுடையவை. நம் அனுபவங்களுக்கு சாட்சியாக ஒருவர் இருக்கிறார், அதைப் பார்த்துக்கொண்டிருக்கும் ஒருவர் இருக்கிறார் என்ற நம்பிக்கையே சுயத்தை முன்வைப்பதற்கான தேவையை உருவாக்கிக்கொடுக்கிறது. சுயம் குறித்த கார்டீசியக் கோட்பாடும், அதற்குப் பின்னர் வந்த கோட்பாடுகளும் சுயத்தைப் பிரதிபலிக்க முடிந்த முகவரைக் கொண்டுவந்ததோடு மட்டுமல்லாமல், தீர்ப்புரைப்பதற்கும் செயல்படுவதற்குமான ஆற்றலைக் கொண்டிருப்பதாகவும் பார்த்தன. மேலும், ஒரு சுயத்துக்குத் தன்னாட்சி போன்ற அதிகாரத்தையும் கொடுத்தன. இருந்தாலும், சுயத்திலிருந்து வெளிக்கு நம் கவனத்தைத் திருப்பும்போது அது சுயத்தின் இருப்பு குறித்த பாத்தாம்பசலித்தனமான நிலைப்பாட்டை மாற்றுகிறது. மேலும் அடுத்த இயலில், தீண்டாமை மற்றும் தலித் குறித்த பின்னணியில் குரு விவரிப்பது போன்று, அனுபவத்தில் 'என்' என்பது அகற்றப்படுகிறது. இத்தகைய குழுமங்களின் அனுபவங்கள், அனுபவத்தின் புறத்தன்மையிலான பண்பையே வெளிப்படுத்துகின்றன. அவர்களைச் சுற்றியிருக்கும் பல்வேறு விதமான வெளிகளால் அவை புறவயப்படுத்தப்படுகின்றன. இப்படியாக, அவர்களுடைய அனுபவங்கள் புறத்தால் உருவாக்கப்பட்டதாக இருப்பதோடு அவர்கள் அந்தரங்கமான, அகவயமான, 'உள்ளமைவு' அனுபவங்கள் என்று எதையுமே கொண்டிருப்பதில்லை. வேறு வார்த்தைகளில் சொல்வதென்றால், இவர்களுடைய சுயமானது எப்போதும் இவர்கள் குடிகொண்டிருக்கும் அல்லது இவர்களை விலக்கிவைக்கும் வெளிகளால் இடையீடு செய்யப்பட்டதாகவே இருக்கிறது.

இவர்களுடைய சுயமானது இவர்களைச் சுற்றி பல்வேறு விதமான வெளிகளில் குடிகொண்டிருக்கும் மற்றவர்களின் சுயத்துக்குப் பின்துணையாகவே வரையறுக்கப்படுகிறது என்று ஒருவரால் சொல்ல முடியும். இவ்வாறு பின்துணையாக்கப்பட்ட சுயம் என்ற கருத்தமைவு, தீண்டாமையின் மற்றொரு முக்கியமான குணாம்சத்தைப் புரிந்துகொள்ள நம்மை அனுமதிக்கிறது. இதுவே கடைசி இரண்டு இயல்களின் உள்ளடக்கமாகவும் இருக்கிறது.

⊙

4 அனுபவம், வெளி, நீதி

கோபால் குரு

காந்தி எங்கிருக்கிறாரோ அதுவே இந்தியாவின் தலைநகரம்.

— ஜவாஹர்லால் நேரு

காந்திஜி, எனக்குத் தாய்நாடு என்று ஏதும் கிடையாது.

— பாபாசாகேப் அம்பேத்கர்

மேலே தலைப்பில் காணப்படும் மூன்று சொற்களும் மிக ஆழமாக ஒன்றோடொன்று தொடர்புகொண்டிருப்பதோடு, அவை ஒன்றாக இருக்கும்போதுதான் அவற்றுக்கான முழு அர்த்தத்தையும் பெறுகின்றன என்றே இங்கு முன்வைக்கப்படுகிறது. அதோடு மேலே காணப்படும் கருத்தாக்க வரிசையில் அவை இருந்தால்தான் அர்த்தம் பெறுகின்றன என்றும் முன்வைக்கப்படுகிறது. மேலே கொடுக்கப்பட்டிருக்கும் தலைப்பு அறிவறிவுரீதியான கோரலை உள்ளடக்கியிருக்கிறது. எந்த அளவுக்கு அறிவறிவுரீதியான கோரலைக் கொண்டிருக்கிறதோ அந்த அளவுக்கு, சிந்தனைகளின் வடிவம் மற்றும் வெளிப்பாடு இரண்டுக்குமே மூலமாக அனுபவத்தில் வெளி உட்பொதிக்கப்பட்ட ஒன்றாக இருக்கிறது என்ற கருத்தாக்கத்தையும் கொண்டிருக்கிறது. இவ்வாறு சொல்வதன் வழியாக நான் மற்ற சட்டகங்கள், எடுத்துக்காட்டாகச் சொல்வதென்றால், லட்சியவாதம் அல்லது பொருளியல்வாதம் போன்றவை சிந்தனைகளைப் படைப்பதற்கு அறிவறிதல்ரீதியான ஆற்றல் ஏதும் கொண்டிருக்கவில்லை என்று முன்வைப்பதாக எடுத்துக்கொள்ள வேண்டாம். சொல்லப்போனால், நாம் எல்லோரும் அறிந்திருப்பதுபோன்று, இவை சகாப்தம்-படைத்த சிந்தனை முறைமைகளைப் படைத்தும் இருக்கின்றன, அத்தகைய சிந்தனை முறைமைகளை நமக்குக் கொடுத்தும் இருக்கின்றன.[1] ஆனால், சிக்கலான சில தனித்தன்மைகளில் காணப்படும் யதார்த்தங்களை உள்வாங்கிக்கொள்வதற்கு இந்த உலகளாவியதன்மை போதுமானதாக இல்லை. எடுத்துக்காட்டாக, உலகளாவிய புரிதல் அடிப்படையில் மார்க்ஸ் இந்திய யதார்த்தம் குறித்துச் சில விளக்கங்களைக் கொடுக்க முயன்றுள்ளார். இந்தியாவில் உள்ள அறிஞர்கள் அதை இந்தியச் சூழலுக்கு ஏற்ப பயன்படுத்தவும் முயன்றிருக்கிறார்கள்.

---

1 பார்க்கவும்: *Heller (1989: 32–3); Seidler (1986); and Smith (1989).*

இருந்தாலும், இந்தியச் சமூக யதார்த்தத்தை அதன் எல்லாச் சிக்கல்களோடும் விரிவாகப் புரிந்துகொள்ள மார்க்ஸ் முன்வைத்திருப்பதில் காணப்படும் போதாமையைப் பலரும் ஏற்றுக்கொள்ளத்தான் செய்கிறார்கள்.[2]

அனுபவத்தைக் கோட்பாட்டுரீதியாக வெளிப்படுத்துவதை நாம் முன்கூட்டியே சாதிக்க முடியாது. அனுபவம் குறித்தான கோட்பாடு பிரதிபலிக்கப்பட்ட ஒன்றாக வெளிப்படுவதற்கு அனுபவத்துக்காகக் காத்திருக்க வேண்டியுள்ளது. மேலும், அனுபவங்கள் மேலாதிக்கச் சக்திகளால் உருவாக்கப்படுகின்றன என்றாலும் அவை தன்னிலை சார்ந்தே தகவமைத்துக்கொள்ளப்படுகின்றன. இதையே வேறு விதமாகச் சொல்வதென்றால், ஒரு கோட்பாட்டாளர் கோட்பாடு செய்யத் தொடங்கலாம் என்றாலும், அதற்குப் பலம் சேர்க்கும் விதமாகத் தனிநபர் சார்ந்தோ, சமூகக் குழுமம் சார்ந்தோ அனுபவவாதம் சான்றாக நிற்க வேண்டியுள்ளது. அனுபவத்தின் பின்னணியிலேயே பிரதிபலிப்பு சாத்தியப்படுவதோடு, இதுவே கோட்பாடு செய்வதற்கான பின்னணியை உருவாக்கியும் கொடுக்கிறது. இத்தகைய நிர்ப்பந்தங்கள் இரண்டு விதமாக இருக்கலாம்: புறவயத்தன்மையிலானதாக இருக்கலாம் (பொருளியல்ரீதியாக), அகவயத்தன்மையிலானதாக இருக்கலாம் (கருத்தாக்கரீதியாக அல்லது அறிவறிவுரீதியாக). அனுபவம் என்பது வெளிகளின் ஏரணம் சார்ந்து புறவயமாக உருவாக்கப்பட்டு அகவயமாக உணரப்படும் ஒன்றாக இருப்பதோடு, அது அனுபவரீதியான வெளிகளால் இடையீடு செய்யப்பட்டே கோட்பாட்டுரீதியாகப் பிரதிபலிக்கப்படுகிறது என்றே நான் இந்த இயலில் வாதிட விரும்புகிறேன்.[3] இப்படியாக, பிரதிபலிப்புகள் ஊடாக உணரப்படுவது, அதாவது கோட்பாட்டுரீதியாகப் பொதுமைப்படுத்திக்கொள்வதன் ஊடாகச் சாத்தியப்படுவது, அனுபவத்தைச் சார்ந்திருக்கும் ஒன்றாகிறது என்றே இங்கு என்னை முன்வைக்க விரும்புகிறேன். இந்த அனுபவம் குறிப்பிட்ட வெளியைச் சார்ந்தே அதற்கான வெளிப்பாட்டை (சில சமயங்களில் வன்முறையாக) கொண்டிருக்கிறது. மேலும், அனுபவங்கள் உருவாக்கம் என்பது வெளிகள் உருவாக்கத்தைச் சார்ந்தே இருக்கின்றன என்றும் இந்த இயலில் வாதிட இருக்கிறேன். பொருளாதாரம்[4], காலனியம்[5], கதையாடல் முறை[6] போன்று பல்வேறு அச்சுகள் சார்ந்து வெளிகள் கட்டமைக்கப்பட்டுள்ளன. இவை அனுபவத்தைத் துண்டுத் துண்டான வடிவங்களிலேயே சாத்தியப்படுத்துகின்றன. ஆகவே, இந்த இயலில் நான் இரண்டாவதாக முன்வைக்கும் கருத்து இதுவே: காலங்கள் கடந்து சித்தாந்தரீதியாக வெளிகள் மறுகட்டமைப்புக்கு உள்ளாக்கப்படுவதன் ஊடாகவே பல்வேறு வடிவங்களிலான அனுபவங்கள் நிலைத்த தன்மையையும் தொடர்ச்சியையும் கொண்டிருக்கின்றன. அனுபவத்தின் அமைப்பாக்கப்

2 *Chattopadhyaya (2002).*

3 *பார்க்கவும்: Lefebvre (1984: 184).*

4 *பார்க்கவும்: Harris 2003: chapter III.*

5 *பார்க்கவும்: Goswami 2004.*

6 *Chatterjee 1986.*

பகுதியாக எதிராளி அல்லது துன்புறுத்துகிறவர்கள் இருக்கிறார்கள் என்றாலும், துன்புறுத்துகிறவர்களின் விருப்பத்துக்கு ஏற்றாற்போல் அனுபவங்கள் உருவாக்கப்படுவதில்லை. சொல்லப்போனால், துன்புறுத்தும் அனுபவத்தைக் கொடுப்பதற்குத் துன்புறுத்துகிறவர்களுக்குச் சில ஏதுவான சூழ்நிலைகள் அவசியமாகின்றன. எப்படியிருந்தாலும் இது வல்லவனின் ஆயுதமாகவே பயன்படுத்தப்படுகிறது. இப்படியாகவே துன்புறுத்துகிறவருக்கு அனுபவம் அவரது மேலாதிக்கத்தை நிலைநிறுத்துவதற்கான நிபந்தனையாக இருக்கிறது என்றால், ஒரு கோட்பாட்டாளர் அதைக் கோட்பாட்டாக்கத்துக்கான கருவியாகப் பயன்படுத்துகிறார். இந்த இரண்டு முயற்சிகளுமே ஒரு விஷயத்தைப் பொதுவாகப் பகிர்ந்துகொள்கின்றன – துன்புறுத்துகிறவரின் வெற்றியானது பாதிக்கப்பட்டவரைப் பயனிலையாக ஆக்குவதில்தான் அடங்கியுள்ளது.

லெஃபெவர் முன்வைப்பதிலிருந்து குறிப்பு எடுத்துக்கொண்டு, இந்த இயலில் துன்புறுத்துகிறவர்களுக்கு வெளிகள் அவசியமான முன்நிபந்தனையாக இருக்கின்றன என்று வாதிட விரும்புகிறேன். அதாவது, துன்புறுத்துகிறவர் வெளிகளை உபயோகித்தே நிலைகுலைந்துபோகும் அனுபவத்தைப் பாதிக்கப்படுகிறவர்களுக்கு உருவாக்கிக்கொடுக்கிறார்.[7] பாதிக்கப்படுபவர் மீது தனது அதிகாரத்தையும் மேலாதிக்கத்தையும் செலுத்துவதற்கு ஏற்றாற்போல் துன்புறுத்துகிறவர் வெளியை மாற்றி உபயோகித்துக்கொள்கிறார். துன்புறுத்துகிறவர் அவரது மேலாதிக்கத்தைத் தக்கவைத்துக்கொள்ள, ஒன்று அதுவரை நடைபெற்றிராத அளவுக்கு வன்முறையை அரங்கேற்றுவதற்கு வெளிகளை உபயோகிக்கிறார் அல்லது பாதிக்கப்பட்டவரைக் குறியீட்டுரீதியாகத் துன்புறுத்துகிறவரின் பிரபஞ்சத்துக்குள் ஓரளவுக்கு உள்ளிழுத்துக்கொள்ளும் விதமாக வெளிகளை உபயோகிக்கிறார். எடுத்துக்காட்டாக, துன்புறுத்தப்படும் தலித்தை அல்லது பெண்ணை உள்ளிழுத்துக்கொள்ளும் விதமாகப் பண்பாட்டுரீதியான வெளிகளை உபயோகித்து, செல்வத்தின் மீது எத்தகைய அதிகாரமும் கொண்டிராத பெண்ணை, 'பெண் தெய்வம் லட்சுமி'யாகக் குறியீட்டுரீதியாக அங்கீகரிக்கலாம் (இந்து பெண்ணாக இருக்கும்பட்சத்தில்) அல்லது ஏறக்குறைய முழு பட்டினி கிடக்கும் 'தீண்டப்படாதவரை', உலகமயமாக்கக் காலத்தில் அறிவொளி பெற்ற நுகர்வோராக அங்கீகரிக்கலாம். வெளிகள் ஊடாகச் செயல்படும் மேலாதிக்கம் பயனுறுதியுள்ள அதிகார வடிவங்களாகின்றன. இந்த வடிவங்கள் இப்படியாக, மனிதர்களை 'அங்கிள் டாம்' (அடிமை) என்றோ, 'கம்தயா' (மராத்தியில், அடிமை) என்றோ பொருள்மயப்படுத்துவதைச் சார்ந்திருக்கின்றன. மேலும், மனிதர்களை ஒதுக்கிவைக்க வேண்டிய பொருளாகச் சுருக்குவதற்கும் துன்புறுத்துகிறவர் வெளிகளை உபயோகிக்கிறார். எடுத்துக்காட்டாக, மும்பை நடுத்தர வர்க்கம் சேரிகளில் உள்ள மனிதர்களை நடமாடும் குப்பையாகவே நடத்துகிறது. இருந்தாலும், 'பாதிக்கப்பட்டவர்' எல்லாக் காலத்துக்கும் அடிமை நிலையிலேயே கட்டுண்டுக்கிடப்பதில்லை. சொல்லப்போனால், தன்னைத் துன்புறுத்துவதற்காக அல்லது ஒதுக்குவதற்காக உருவாக்கப்பட்டிருக்கும்

7 *Lefebvre (1984: 67).*

வெளிகளிலிருந்து பாதிக்கப்பட்டவர் தன்னைத் துண்டித்துக்கொள்ளும் விதமாக வெளிகளை மாற்றி உருவாக்கவே முயல்கிறார். ஆனால் இதற்கு, துன்புறுத்துகிறவரின் மேலாதிக்க அரசியலின் பகுதியாகப் பாதிக்கப்பட்டவர் மீதே பழிசுமத்தப்படுகிறது. பாதிக்கப்பட்டவர் சமத்துவவாத அடிப்படையில் வெளியை வேறு விதமாகக் கட்டமைக்கவும் மாற்றி அமைக்கவும் முயல்கிறார். இனிவரும் பகுதிகளில் நான் வாதிட இருப்பதுபோல், பாதிக்கப்பட்டவர்கள் தங்களைக் கூட்டாக அணிதிரட்டிக்கொள்வதற்கு அவசியமான தீவிர மொழியை முன்வைக்க வெளிக்குள் கட்டுண்டுக்கிடக்கும் அனுபவத்தை உபயோகித்துக்கொள்கிறார்கள். இது வெளியை மாற்றி அமைப்பதற்கு, அதை அழித்தொழிப்பதற்கு, அதைக் கடந்துபோவதற்கு அவசியமானதாகிறது. இல்லையென்றால், இந்த வெளி பெருமளவு மோலாதிக்கம் கொண்டதாகவும் பாகுபாடு கொண்டதாகவுமே இருக்கும்.

இருந்தாலும், ஆதிக்கம் செலுத்தும் வெளியைக் கடந்துசெல்வது, அதை ‘கைப்பற்றிக்கொள்வது’ அல்லது அதிலிருந்து வெளியேறுவது போன்ற சாத்தியப்பாடுகள் அடிப்படையிலேயே (லெஃபெவர் வாதிடுவதுபோல்) அடைக்கப்பட்டதாக இருக்கின்றன. அதனாலேயே பாதிக்கப்பட்டவர்கள் அந்த அனுபவத்தை உள்வாங்கிக்கொள்வதோடு மட்டுமல்லாமல் அதை அரூபமான மொழியின் ஊடாகத் தீவிரப்படுத்தவும் வேண்டியுள்ளது.[8] வேறு வார்த்தைகளில் சொல்வதென்றால், பாதிக்கப்பட்டவர்கள் இவ்வாறு மொழியைத் தீவிரப்படுத்துவதன் வழியாகச் சமநிலைக்கு வந்த பிறகே ஆதிக்கம் செலுத்தும் வெளி கொண்டிருக்கும் அடிமை அடையாளத்தைக் கடந்துசெல்ல முயல்கிறார்கள். பாதிக்கப்பட்டவர் தன்னையே செயலூக்கமிக்க அல்லது பிரதிபலிக்கக்கூடிய முகவராகக் கண்டெடுப்பதற்கு அனுபவத்தின் ‘உரிமையாளர்’ என்பதாக இல்லாமல், அதன் ஆசிரியராக இருக்க வேண்டியதை முன்நிபந்தனையாகக் கொண்டிருக்கிறது (இயல்-1ல் உள்ள உரையாடலைப் பார்க்கவும்). இத்தகைய சுயமீட்டெடுத்தலுக்குப் பாதிக்கப்பட்டவர்கள் பண்பாட்டுரீதியாகவும் அறிவார்த்தரீதியாகவும் அணிதிரள வேண்டியது அவசியமாகிறது. இத்தகைய வடிவங்களிலான அணிதிரட்டல்கள் எப்போது சாத்தியப்படுகின்றன என்றால் மதிப்பு, சுயமரியாதை, சுதந்திரம், சமத்துவம், சமூக நீதி போன்ற ஊக்கமளிக்கக்கூடிய வகைமைகளைத் தார்மீகரீதியாகவும் அரசியல்ரீதியாகவும் உள்ளடக்குவதன் ஊடாகவே சாத்தியப்படுகின்றன. அல்லது வெளிகளை மாற்றி உருவாக்கும் அரசியலின் ஒப்பீட்டளவிலான மதிப்பின் ஊடாக இத்தகைய வடிவங்களிலான அணிதிரட்டல்கள் சாத்தியப்படுகின்றன.

8 *Ibid., p.58.*

வெளிகளும் அணிதிரட்டலுக்கான மொழியும்

இந்த இயலில் இனிவரும் பகுதிகளில் நான் வாதிட இருப்பதுபோல், எவரெல்லாம் அடிமை அனுபவத்துக்குள் தள்ளப்படுகிறார்களோ அவர்களெல்லாம் மதிப்பு, சுயமரியாதை போன்ற மொழியைக் கைக்கொள்கிறார்கள். இந்த வெளிகளை மாற்றி அமைப்பதற்கான ஆற்றல், சில சமயங்களில் அதை அழித்தொழிப்பதற்கான அல்லது அதிலிருந்து விடுதலையடைவதற்கான ஆற்றல், அதில் பங்கெடுக்கும் பிரதானப் பாத்திரங்களுக்குப் புதிய கருத்தாக்கச் சொற்களைப் பயன்படுத்துவதற்கான காரணியத்தை உருவாக்கிக்கொடுக்கின்றன. இது அவர்களது அனுபவத்தை வெளிரீதியாகவும் அறிவார்த்தரீதியாகவும் தீவிரமடையச் செய்வதற்கு மிக அவசியமாகின்றன. அம்பேத்கர் தலித் மக்களையும், காந்தி விவசாயிகளையும் அரசியல்ரீதியாகவும் அறிவார்த்தரீதியாகவும் அணிதிரட்டியது என்பது இத்தகைய தீவிரத்தன்மையையே நிரூபிக்கிறது. காந்தியைப் பொறுத்தமட்டில் அவர் (தார்மீக) காரணியங்களை இந்த மரபுக்குள்ளாக இருந்து முன்வைத்தார் என்றால், அம்பேத்கர் இந்த மரபுக்குள் இருந்தும் (பௌத்தம், கபீர், ஜோதிராவ் பூலே போன்ற அவைதிக மரபுகள்), அதற்கு வெளியே இருந்தும் (நவீனத்துவம், பொதுவாக மேற்கத்திய மரபு) முன்வைத்தார். இது குறித்து அடுத்தவரும் பகுதியில் விரிவாகப் பார்ப்போம். வெகுஜன அணிதிரட்டலை ஊக்குவிப்பது என்ற விஷயத்தைப் பொறுத்தமட்டில் இவ்விரு சிந்தனையாளர்களும் அனுபவம், வெளி இரண்டையும் உபயோகித்து சில தார்மீகரீதியான (காந்தியைப் பொறுத்தமட்டில்), அரசியல்ரீதியான (அம்பேத்கரைப் பொறுத்தமட்டில்) வகைமைகளுக்கு ஊக்கமளித்தார்கள். இவ்விரு சிந்தனையாளர்களும் தத்தமது சமூகத் தொகுதிகளை, வேறுபட்ட அனுபவங்கள் ஊடாக உருவாக்கப்பட்ட வேறுபட்ட வகைமைகளைச் சார்ந்து அணுகியதுபோலவே தெரிகிறது. இருவருமே விடுதலைக்கான தங்களுடைய திட்டத்தில் அவர்களுக்கு எதிரான வெளிகளை எதிர்கொள்ள வேண்டியிருந்தது. காந்தியின் திட்டம் வெளிகளைச் சீர்செய்வது, மீட்டெடுப்பது என்பதாக இருந்தது என்றால், அம்பேத்கரின் திட்டம் இந்த வெளிகளைத் தீவிரமாகப் புரட்டிப்போடுவதாக இருந்தது. இவ்விருவரிடமும் இது எவ்வாறு சாத்தியப்பட்டன என்று பார்ப்போம்.

இந்த இயலின் தலைப்பு அறிவறிவுரீதியான கோரலைக் கொண்டுள்ளது என்று முந்தைய பகுதிகள் தெளிவுபடுத்தியுள்ளன. அனுபவங்களைப் படைப்பாக்கத்தோடு பிரதிபலிப்பதற்கு அல்லது கோட்பாட்டுரீதியாகப் பிரதிபலிப்பதற்கு அறிவறிவுரீதியான பின்னணியை அனுபவங்கள்தான் கொடுக்கின்றன என்று இங்கு வாதிடுகிறேன். அனுபவத்துக்கும் வெளிக்கும் இடையே மத்தியஸ்தம் செய்வதன் ஊடாக உருவாகும் வகைமைகள் ஒரு குறிப்பிட்ட வாதத்துக்கான அதிகாரத்தைக் கொடுக்கின்றன. குழுமங்களுக்கு இடையே கூட்டொருமையை உருவாக்குவதற்கு காந்தி ‘சேவை’[9] என்ற

9 *‘சுயநலமற்ற பொதுத் தொண்டு’ என்பதே இதன் நேரடியான அர்த்தம்.*

தார்மீக வகைமையை உபயோகித்தார். அதாவது, 'இந்தியாவின் சுதந்திரம்' என்ற அனுமானத்தை உற்பத்திசெய்வதற்கு இது அவசியமான ஒன்று என்று நினைத்தார். மறுபுறத்தில், அம்பேத்கர் பகிஷ்கரிக்கப்பட்ட பாரதம் (தீண்டப்படாதவர்கள் – ஒதுக்கப்பட்டவர்களின் இந்தியா) என்பதைக் கடந்துசெல்வதற்கு பிரபுத்தா பாரதம் (அறிவொளி பெற்றவர்களின் இந்தியா) என்பதை அடையும் நோக்கத்தோடு சுயமரியாதை என்ற வகைமையை முன்வைத்தார். இந்தியாவை மாற்றி அமைப்பதற்கான காந்தியின் வாதங்கள் அ-வரலாற்றுத்தன்மையிலானதாக இருந்ததால், வேறு வழியில்லாமல் அது தொன்மத்தின் பண்பை (ராம ராஜ்ஜியம்) கொண்டிருக்க வேண்டியிருந்தது. ஆனால், அம்பேத்கரின் வாதங்கள் முற்றிலும் வேறான ஒரு இந்தியாவைக் கட்டமைக்க முயன்றன. இவை அடிப்படையில் வரலாற்றுரீதியானதாக இருந்தன. அதாவது, பகிஷ்கரிக்கப்பட்டவர்களின் பாரதம் என்பது முற்றிலுமான சமூக மேலாதிக்கத்தால் மீண்டும் மீண்டும் வரலாற்றுரீதியாக உருவாக்கப்பட்ட சமூக இயக்கத்தின் விளைவு என்ற அனுமானத்தைக் கொண்டிருந்தது. மேலும், பிரபுத்தா பாரதம் (PraBuddha Bharat) என்பது அவைதிக மரபை விமர்சனபூர்வமாக மீண்டும் தன்வயப்படுத்திக்கொள்வதிலிருந்து உருவாகக்கூடியது என்ற அனுமானத்தைக் கொண்டிருந்தது.[10]

காந்தி, அம்பேத்கர் இருவரும் பொதுவான ஒன்றைப் பகிர்ந்துகொள்கிறார்கள்: அறிவறிவுரீதியான நகர்வுகளுக்கு அனுபவமே சாதகமான தளத்தை உருவாக்கிக்கொடுக்கிறது என்பதாகவும், அனுபவமே சித்தாந்தரீதியான அல்லது அரசியல்ரீதியான அணிதிரட்டலுக்கு அடிப்படையாக இருக்கிறது என்பதாகவுமே இருவரும் பார்த்தார்கள்.[11] இருந்தாலும், இவ்விருவருக்கும் இடையே மிக அடிப்படையான வேறுபாடு ஒன்று காணப்படுகிறது. காந்தி தன்னுடைய, பிறருடைய அனுபவங்களைக் கொண்டு பரிசோதனைகள் நடத்தினார். இப்படியாகத்தான் அம்பேத்கரின், அவரது சமூகத்தாரின் அனுபவங்கள் காந்தியின் பரிசோதனைகளுக்கான பயனிலை ஆயின. அம்பேத்கரும், அவரது மொத்த தீண்டப்படாத சமூகத்தாரும் அனுபவங்களைப் பெற்றுக்கொள்ள எத்தகைய பரிசோதனைகளையும் மேற்கொள்ள வேண்டியிருக்கவில்லை. சொல்லப்போனால், தீண்டப்படாதவர்கள் அதிலிருந்து பிறந்தவர்களே (முதல் இயலில் இதுவே வாழ்வனுபவம் என்பதாகக் குறிக்கப்படுகிறது. அம்பேத்கர், காந்தி இருவருமே கோட்பாட்டுரீதியான பார்வைகளைப் பெறுவதற்கு அவர்களது வாழ்பனுபவத்தையே அடிப்படையாகக் கொண்டிருந்தார்கள். இவர்களது வாழ்வனுபவம் வேறாக இருந்ததாலேயே இவர்களது கோட்பாட்டுரீதியான வெளிப்பாடுகளும் வேறாக இருந்தன என்று ஒருவரால் வாதிட முடியும்.) இதையே வேறு விதமாகச் சொல்வதென்றால், துன்புறுத்துகிறவர்கள் தங்கள் மீது சுமத்திய அனுபவத்தை அம்பேத்கர் தோற்றவெளிரீதியாகத் தொடர்புபடுத்தினார். இந்தக் காரணியத்தாலேயே

10 இந்த மரபு பண்டைய காலத்தில் புத்தரிடமிருந்து, மத்திய காலத்தில் கபீர், துகாராம் ஊடாக, நவீன காலத்தில் ஜோதிராவ் பூலே வரை தொடர்கிறது.

11 Trechek (1986: 316)

காந்தி துன்புறுத்தும் உயர்-சாதி பக்கம் நின்று வேலைசெய்வது என்று மிகச் சரியாகத் தேர்ந்தெடுத்திருந்தார். அம்பேத்கர், காந்தி இருவருமே சில தார்மீக அல்லது அரசியல் வகைமைகள் கொண்டு மக்கள் அணிதிரள்வதற்கு ஊக்கமளித்தார்கள். அம்பேத்கர் சமூகத்தைச் சுத்தப்படுத்த ஊக்குவித்தார் என்றால், காந்தி ஆன்மாவைச் சுத்தப்படுத்த ஊக்குவித்தார். ஆனாலும் காந்தி, அம்பேத்கர் இருவருமே இவ்வாறு ஊக்கமளிக்கும் வகைமைகளை முன்னரே உருவாக்கிவைத்திருக்கவில்லை. உள்ளூர்த் தளத்திலான சமூக யதார்த்தத்தை அமைப்பாக்கம் செய்யக்கூடிய நுட்பமான தகவல்களையெல்லாம் பரிசோதிப்பதும், சமூக இயங்குவியல் குறித்து ஆழமான பார்வையைப் பெற்றுக்கொள்வதும் அறிவுக்கான அடிப்படையாக வேண்டும் என்று இருவருமே முன்வைத்தார்கள். இதை காந்தியைவிட அம்பேத்கர் தொடர்ச்சியாகவும் தீவிரமாகவும் முன்வைத்தார்.

உலகளாவியக் கொள்கைகள் அவற்றின் அரூபமான வடிவங்களில், ஒருசிலருக்கேனும், ஏங்கவைக்கும் நம்பிக்கை கொடுக்கக்கூடியதாகத் தோன்றலாம். ஆனால், உலகளாவியக் கொள்கைகளில் காணப்படும் இந்த நம்பிக்கைகளை அம்பேத்கர், காந்தி இருவருமே கொண்டிருக்கவில்லை. இவ்விரண்டு சிந்தனையாளர்களும் அவர்களது வகைமைகளை ஆழமான அறிவின் ஊடாகவே உருவாக்கிக்கொண்டார்கள்; வடிவமைத்துக்கொண்டார்கள். இவை சூழ்நிலை கொடுத்த பல்வேறு விதமான அனுபவங்கள் ஊடாக உருவானவையே தவிர வெறுமனே புத்தகங்கள் படித்து உருவானவை அல்ல. நவீன இந்தியாவின் இவ்விரண்டு சிந்தனையாளர்களும் இந்தியா முழுவதும் பயணம் மேற்கொண்டு இந்தியா குறித்த போதுமான புரிதலையும், சமூகம் குறித்தான நுட்பமான பார்வைகளையும் பெற்றுக்கொண்டார்கள். காந்தியும் அம்பேத்கரும் அனுபவரீதியான வெளிகள் குறித்து மேற்கொண்ட விரிவான சோதனைகளும் ஆழமான விசாரணைகளும் உலகளாவியக் கொள்கைகளை சாராம்சப்படுத்த வேண்டிய அவசியத்தை அவர்களுக்கு கொடுக்கவில்லை. ஆனால், சமகால இந்தியாவில் அம்பேத்கர், காந்தி இருவரின் கருத்துகளையும் உலகளாவியதாக மாற்றவே கருத்துரையாளர்கள் முயல்கிறார்கள். இந்தக் கருத்துரையாளர்கள் காந்தி, அம்பேத்கர் இருவருடைய கருத்துகள் உருவாக்கத்தில் அனுபவத்தின் குறிப்பிட்ட பங்களிப்பைக் கணக்கில் எடுத்துக்கொள்ள மறந்துவிடுகிறார்கள்.[12] அம்பேத்கரின் வகைமைகள் எதிர்ப்புணர்வு கொண்ட பிரதேசத்தில் பொறிக்கப்பட்டதாக இருக்கின்றன என்றாலும், அவை அங்கேயே தங்கிவிடுவதில்லை. அவை விடுதலைக்கான வெளிக்குள் நகர்கின்றன.

பின்காலனியச் சட்டகத்தில் உள்ள போதாமைகளைச் சில அறிஞர்கள் எதிர்கொள்ள முயன்றிருக்கிறார்கள். அதாவது, இந்திய தேசியவாதச் சிந்தனையை முழுமையாகப் புரிந்துகொள்ள வெளி என்ற வகைமையைக் கணக்கில் எடுத்துக்கொள்ளப் பின்காலனியச் சட்டகம் தவறியது என்று

12 *Nagaraj (2010).*

இந்த அறிஞர்கள் சுட்டிக்காட்டுகிறார்கள்.[13] பின்காலனியச் சிந்தனைகள் குறித்த இத்தகைய விமர்சனப் பார்வை, சந்தேகத்துக்கு இடமில்லாமல் தேசியவாதக் காலகட்டத்தில் இந்திய அரசியல் சிந்தனைகளில் ஐரோப்பிய அறிவொளிச் சிந்தனைகள் எத்தகைய தாக்கத்தை ஏற்படுத்தியுள்ளன என்பதைப் புரிந்துகொள்வதற்குப் பயனுள்ளதாக இருக்கிறது என்று அங்கீகரிக்கிறது. பார்த்தா சாட்டர்ஜியின் மிக முக்கியமான படைப்பை நேரடியாகக் குறிப்பிட்டு, இத்தகைய குறுக்கீடுகள் அவசியமானவை என்றாலும் அவையே போதுமானதாக இல்லை என்று கோஸ்வாமி முன்வைக்கிறார். அதாவது, தேசியவாதச் சிந்தனைகள் குறித்தும், அதன் இயங்குவியல் குறித்தும் சாட்டர்ஜியின் பார்வை ஐரோப்பிய மரபு சார்ந்த கதையாடல் முறைகளையே பெருமளவு அடிப்படையாகக் கொண்டுள்ளதால் அவை போதுமானதாக இல்லை என்று கோஸ்வாமி விமர்சிக்கிறார்.[14] ஆகவே, இந்தியாவில் காலனியம் ஏற்படுத்திய தாக்கத்தை நாம் முழுமையாகப் புரிந்துகொள்வதற்கு வெளி என்ற கருத்தாக்கத்தைக் கவனத்தில் கொள்ள வேண்டும் என்று மிகச் சரியாகவே கோஸ்வாமி முன்வைக்கிறார்.

சாட்டர்ஜி குறித்தான கோஸ்வாமியின் விமர்சனம் ஒருவிதத்தில் ஏற்றுக்கொள்ளத்தக்கது என்றாலும் சுழல்வட்ட ஏரணத்துக்குள்ளாக வைத்துப் பார்த்தால், சாட்டர்ஜியின் படைப்பில் இவர் என்ன குறை காண்கிறாரோ அதே குறையை இவருடைய சட்டகமும் கொண்டிருக்கிறது. வெளி, அனுபவம் குறித்த என்னுடைய ஆய்வில் நான் முன்வைக்க இருப்பதுபோல், கோஸ்வாமி வெளியை உபயோகிப்பதில் உள்ள போதாமை என்னவென்றால், அனுபவம் என்ற யதார்த்தத்தைச் சுற்றியிருக்கும் எல்லாப் புள்ளிகளையும் அவர் கணக்கில் எடுத்துக்கொண்டார் என்று சொல்ல முடியாது. இரண்டாவதாக, வெளி என்ற வகைமையை மையமாகக் கொண்டுவருவதற்கு அவர் கொடுக்கும் முக்கியத்துவம் மிகச் சரியானது என்றாலும், அவர் அதைச் செய்யும்போது, வெளி குறித்து எழுதியவர்களில் மிகப் பிரபலமானவரான ஹென்றி லெஃபெவர் (1984) எழுத்துகளிலிருந்து தேர்ந்தெடுத்த சிலவற்றை மட்டுமே உபயோகித்துக்கொள்கிறார்.[15] ஆனால், நான் தேசியவாதச் சிந்தனைகளைப் பின்காலனியம் எதிர்கொள்ளும் முறையைக் கடந்துபோய், இந்திய யதார்த்தத்தின் பல்வேறு அம்சங்களில் காலனியத்தின் தாக்கத்தைப் போதுமான அளவு புரிந்துகொள்ள இன்னும் மேலான வகைமையாக 'வெளி' இருக்கிறது என்று வாதிட விரும்புகிறேன்.

எடுத்துக்காட்டாக, லெஃபெவரிடமிருந்து குறிப்பு எடுத்துக்கொண்டு, காலனிய அரசுக்கும் இந்தியச் சமூகத்துக்கும் இடையேயான சமூக உறவுமுறைக்கானதாக வெளியை மாற்றி கருத்தாக்கம் செய்கிறார் கோஸ்வாமி. மீண்டும் லெஃபெவர் வெளி குறித்து முன்வைத்திருக்கும் பார்வையை அடிப்படையாகக்

13 பார்க்கவும்: Goswami (2004).
14 Ibid., p.20.
15 Ibid., p.23.

கொண்டு, வெளிகள் செயலுக்கான மையமாக இருப்பதோடு, செயலுக்கான அடிப்படையாகவும் இருக்கின்றன என்கிறார்.[16] இவ்வாறு கருத்தாக்கம் செய்வது சந்தேகத்துக்கு இடமில்லாமல், காலனிய அரசுக்கு எதிரான இந்திய தேசியத் தலைவர்களின் செயல்பாட்டைப் புரிந்துகொள்வதற்குப் பயனுள்ளதாக இருக்கிறது என்றாலும், இவ்வாறு கருத்தாக்கம் செய்வதில் உள்ள போதாமை என்னவென்றால், காலனிய அதிகார வடிவமைப்பில் காலனிய அரசு அதன் சுயபுரிதலில் 'இரக்கமுள்ள எஜமான்' என்று முன்வைப்பதை மட்டுமே எதிர்க்க முயல்கிறது. இப்படியாக, இது உள்வட்ட அதிகார வடிவமைப்பில் பல சமூகக் குழுமங்களை மோசமாகத் திணறடிக்கச்செய்யும் உள்ளூர் எஜமானர்களுக்குப் பெரும் சலுகை கொடுக்கிறது. இத்தகைய உள்ளூர் எஜமானர்கள் ஜோதிராவ் பூலே மொழியில் 'சேட்ஜி மற்றும் பாட்ஜி'[17] ஆகிறார்கள் என்றால், அம்பேத்கர் மொழியில் 'பிராமண்சாய் மற்றும் பந்துவால் சாய்'[18] (பார்ப்பனியமும் முதலீட்டியமும்) ஆகிறார்கள்.

அனுபவரீதியான வெளிகளும் சமூகச் சிந்தனைகளின் எழுச்சியும்

இந்தியச் சமூகச் சிந்தனைகள் உருவாக்கத்தில் மிகத் தீர்க்கமாகப் பங்காற்றியிருக்கும் உள்வட்ட அமைப்பின் இயங்குவியலை, சில சமூகக் குழுமத்தைச் சேர்ந்தவர்கள் எத்தகைய வெளியில் பொருத்தப்பட்டிருக்கிறார்கள் என்பதைச் சார்ந்து, அவர்கள் பெறும் அனுபவங்களின் ஊடாக நாம் இன்னும் தெளிவாகப் புரிந்துகொள்ள முடியும். லெஃபெவரிடமிருந்து மேலும் குறிப்பு எடுத்துக்கொண்டு இந்தக் கூற்றை நம்மால் விரித்துப்பார்க்க முடியும்.[19] லெஃபெவரைப் பொறுத்தமட்டில், ஏன் ஃபூக்கோவைப்[20] பொறுத்தமட்டிலும்கூட, அனுபவரீதியான வெளி என்பது பண்பாட்டுமயப்பட்ட போக்கே தவிர, அது வெறுமனே பூவியல்ரீதியானதாகவோ சூனியமானதாகவோ, ஏன் சமூகரீதியாக மதிப்பீடற்றதாகவோ இருப்பதில்லை. இப்படியாக இது அடிப்படையில் மக்களைக் கட்டுப்படுத்துவதற்கான எல்லைகளைக் கொண்ட, வேலிகள் இடப்பட்ட, வேறுபடுத்தப்பட்ட வெளிகளாகவே இருக்கின்றன. வெளிகள் குறித்த இத்தகைய கருத்தாக்கம், இருபதாம் நூற்றாண்டின் தொடக்கத்தில் உருவான சமூகச் சிந்தனைகளில் அறிவறிவுரீதியான விளைவுகளை ஏற்படுத்தின. சுதந்திரவாதத்துக்கும் பேரரசுகளுக்கும் இடையேயான உறவைப் புரிந்துகொள்ள வெளியை மிக முக்கியமான ஒரு வகைமையாக உபயோகித்த அறிஞர்களிடமிருந்து எடுத்துக்கொண்டு என்னுடைய வாதங்களை

16 *Ibid.*
17 *Phadake (1988: 30).*
18 *Khairmode (1985: 105).*
19 *Gupta (2000: 104).*
20 *Ibid.*

நான் நிலைநிறுத்த விரும்புகிறேன்.[21] எடுத்துக்காட்டாக, உதே மேத்தா, ராமன் சங்கரன் இருவரும் பேரரசு என்ற போக்கை மையமாக வைத்து நிலப்பரப்புக்கும் சுதந்திரவாதச் சிந்தனைகளுக்கும் இடையேயான தொடர்பைப் புரிந்துகொள்வதற்குப் பல விஷயங்களை நமக்குக் கொடுக்கிறார்கள்.

ஒரு சிந்தனையின் வளர்ச்சியைச் சாத்தியப்படுத்துவதற்கான அறிவறிவுரீதியான அடிப்படைகளை வெளிகள் தானாக எதையும் கொடுப்பதில்லை என்றே வாதிடப்போகிறேன். சொல்லப்போனால், அனுபவத்தின் ஏதோ ஒன்றின் உதவியுடன் மட்டுமே அறிவறிவுரீதியான நம்பிக்கையைக் கொடுக்கக்கூடியதாக வெளிகள் இருக்கின்றன. ஒரு குறிப்பிட்ட சிந்தனை, பல்வேறு வெளிகளில் உள்ளடங்கியிருக்கும் வேறுபட்ட அனுபவங்களின் தொடர்ச்சியைச் சார்ந்தே குறிப்பிட்ட பண்பைப் பெறுகிறது. எடுத்துக்காட்டாக, மகாராஷ்டிரத்தைச் சேர்ந்த பார்ப்பனரல்லாத சிந்தனையாளர்களான ஜோதிராவ் பூலேவும் அம்பேத்கரும், தெற்கிலிருந்து பெரியார் ராமசாமி நாயக்கரும் தங்களது வெளிசார்ந்த அனுபவங்கள் ஊடாகவே சாதி அடிப்படையிலான பாகுபாட்டை உணர்கிறார்கள்; இதைத் தொடர்ந்தே இவர்கள் அரசியலைவிடச் சமூகச் சிந்தனைகளுக்கு முக்கியத்துவம் கொடுக்கிறார்கள். இப்படியாகவே அனுபவங்களே வெளிகளுக்குள்ளாக இயங்குவியலை அறிமுகப்படுத்துகின்றன. இயங்குவியல்ரீதியான வெளிகள் அல்லது வெளிகளின் இயங்குவியல் பழைய மற்றும் புதுக் கருத்தாக்கங்களுக்கு இடையேயான உறவை விமர்சனத்துக்கு உள்ளாக்குகின்றன. பழைய மற்றும் புதுக் கருத்தாக்கங்களுக்கு இடையேயான இந்த இறுக்கம், புதிய கருத்தாக்கங்களுக்குப் பழைய வெளிகள் தீர்க்கமான எதிர்ப்பை முன்வைக்கும் என்பதையே வெளிப்படுத்துகிறது. ஆக, வெளியின் இயங்குவியல்ரீதியான பண்பு, உறைந்துபோன வெளிகளின் நடைமுறைரீதியான போதாமைகளையே முன்வைக்கிறது. மேலும், விடுதலைக்கான புதிய சொல்லாடல்களை உருவாக்குவதற்குக் கோட்பாட்டுரீதியான நம்பிக்கையையும் கொடுக்கிறது.

ஆகவே, பொதுவாக வெளியே இருந்து வரும் காரணியத்தின் பலத்தால் உருவாக்கப்படும் புதிய மொழியே பழைய வெளிகளை மாற்றி வடிவமைப்பதில் பெரும் தாக்கத்தை ஏற்படுத்துகிறது. 'பேரரசின் *சுதந்திரவாதம்*' என்ற முக்கியமான நூலில் முன்வைக்கப்பட்டிருப்பதை அடிப்படையாகக் கொண்டு, பேரரசின் சுதந்திரவாதம் பலவிதமான கருத்தாக்கங்களை வெளி உட்செரித்துக்கொண்டிருப்பதற்கு அனுகூலமான நிலையை உருவாக்கிக்கொடுக்கிறது என்று வாதிட முடியும். மரபு உருவாக்கிக்கொடுத்திருக்கும் உண்மையிலிருந்து தலித் மக்களை வெளியே கொண்டுவருவதற்கு சுதந்திரவாதக் குறுக்கீடு அவசியம் என்றே அம்பேத்கர் கருதினார். இது தலித்துகள் மத்தியில் விமர்சனபூர்வமான சக்தியை உருவாக்கிக்கொடுத்தது. அதை தலித்துகள் அவர்களுடைய உண்மை குறித்தான

---

21   *Mehta (1999: 47);* மேலும் பார்க்கவும்: *Shankaran (2006: 276).*

தேடலுக்கு முதலீடு செய்துகொள்ள முடியும்.[22] புதிய உண்மை மரபு என்று எதையும் கொண்டிராத காரணியத்தால், மக்கள் அதை ஏற்றுக்கொள்வதற்குக் கால அவகாசம் தேவைப்படுகிறது என்றே அம்பேத்கர் கருதினார். உண்மை மரபைக் கொண்டிருக்கும்போது, அதிலும் சாதிய முறைமையைச் சுற்றி இயங்கும் சமூக இயக்கம் முன்வைக்கும் உண்மையைப் பொறுத்தமட்டில், இப்படியாக இல்லை என்றும் கருதினார். விசாரணை செய்வதற்கான சுதந்திரவாத உணர்வும் சுயசந்தேகமும் படிநிலையான வெளிகளில் அவர்களுக்குக் கொடுக்கப்பட்டிருக்கும் இடம் குறித்துக் கேள்விகள் கேட்கத் தூண்டுவதோடு, இன்னும் மேலாக சமத்துவவாத அடிப்படையில் அவர்களுடைய இருப்பை உத்தரவாதப்படுத்தும் வெளிகளைக் கற்பனை செய்துபார்க்கவும் தூண்டுகிறது.

இந்த வழியிலான விசாரணை, குறிப்பாக இந்தியாவில் காணக்கூடிய அனுபவரீதியான பின்னணியில் ஏற்றுக்கொள்ளக்கூடியதாக இருக்கிறது. எனக்கு சற்றே பரிச்சயமான மேற்கு இந்தியா குறித்து சில குறிப்புகளைக் கொடுக்க விரும்புகிறேன். என்னுடைய வாதங்களை நாம் வளர்த்தெடுக்கும் விதமாக உதே மேத்தா, ராமன் சங்கரன் இருவரின் படைப்புகளிலிருந்து குறிப்புகளை முன்வைக்கவும் விரும்புகிறேன்.[23] இவ்விருவருமே, பேரரசு என்ற போக்கை மையமாக வைத்து நிலப்பரப்புக்கும் சுதந்திரவாதச் சிந்தனைகளுக்கும் இடையேயான தொடர்பைப் புரிந்துகொள்ள அவசியமான பார்வைகளை முன்வைக்கிறார்கள். இந்த இயல், இவ்விரண்டு அறிஞர்களிடமிருந்தும் லெஃபெவரிடமிருந்தும் பெற்றுக்கொண்டு, கருத்துகளும் கருத்தாக்கங்களும் தானாகவே எத்தகைய முனைப்புகளையும் கொண்டிருக்கவில்லை என்று வாதிடுகிறது. சொல்லப்போனால் கருத்துகளின், கருத்தாக்கங்களின் எதிரொலிக்கும் சக்தியானது வெளிகளின் பண்பு மற்றும் அதன் இயங்குவியலைச் சார்ந்திருக்கும் ஒன்றாகிறது. வெளிகள் படிநிலைகளாக ஒழுங்கமைக்கப்பட்டிருக்குமானால், குறிப்பாக இந்தியச் சூழலில் காணப்படுவதுபோல், அத்தகைய வெளிகளின் இயங்குவியல் சம்ஸ்கிருதமயமாக்கம் என்ற கருத்தாக்கத்தை உருவாக்கிக்கொடுத்திருக்கும்.[24] இத்தகைய இறுகிப்போன வெளிகளின் இயங்குவியல் ஊடாக உருவாக்கப்படும் சமூக அனுபவமே சம்ஸ்கிருதமயமாக்கம் என்ற கருத்தாக்கத்தின் அகவயமான உள்ளடக்கமாக ஆகிறது. வெளிகள் உண்மையிலேயே திறந்த பண்பைக் கொண்டிருக்குமானால், அவை தனிநபர்வாதம், குடிமைச் சமூகம், மதிப்பு, சுயமரியாதை போன்ற வேறுபட்ட சொல்லாடல்களை உருவாக்கிக்கொடுத்திருக்கும். காலனியக் கட்டமைப்பின் விளைவுதான் வெளிகள் என்றால், இத்தகைய வெளிகளின் இயங்குவியல் வேறு விதமான சொல்லாடல்களை, அதாவது தேசியவாதச் சட்டகத்துக்குள்ளாக இருந்துகொண்டு சுயராஜ்ஜியம், சுதந்திரம் போன்ற

22 Ambedkar (2002: 64).
23 Mehta (1999); Shankaran (2006).
24 Srinivas (2009: 200).

சொல்லாடல்களை உருவாக்கிக்கொடுத்திருக்கும். வெளிகளின் கட்டமைப்பு கருத்தாக்கரீதியான சொல்லாடல்களை உருவாக்குவதற்கான தொடக்க நிலையை உருவாக்கிக்கொடுக்கிறது என்றாலும், அதனளவில் அத்தகைய சொல்லாடல்களின் வெளிப்பாட்டைக் கட்டுப்படுத்தும் ஆற்றல் ஏதும் வெளிகளுக்கு இல்லை. அதிகாரத்துவமான வெளிப்பாடுகள் சில கருத்தாக்கங்களின் இறையாண்மையை நிலைநிறுத்தக்கூடும். வெளிகளுக்கான அந்தஸ்து அல்லது வெளிகளைப் புனிதமாக்குவதும்கூட இறையாண்மை அந்தஸ்து பெறக்கூடிய சில கருத்தாக்கங்ளை உருவாக்கக்கூடும். எடுத்துக்காட்டாக, தேசியவாத வெளியை 'இந்தியத் தாயாக' கட்டமைத்து, அதைப் புனிதமாக்குவது என்பது எவ்விதமான விமர்சனத்துக்கும் விசாரணைக்கும் அப்பாற்பட்டதாக அதை மாற்றுகிறது. இந்தக் கட்டமைப்பு பிற சொல்லாடல்களை, அதாவது சுயராஜ்ஜியம், சுதந்திரம் போன்றவற்றை அதன் இறையாண்மைக்கு எதிரானதாக நடத்துகிறது. இப்படியாகவே, தலித் பார்வையிலிருந்து உருவாக்கப்படும் சுயமரியாதை, சமூக நீதி போன்ற சொல்லாடல்கள் இத்தகைய புனித வெளிகளுக்குத் தீங்குவிளைவிப்பதாகப் பார்க்கப்படுகின்றன.

மேலும், காலனிய எதிர்ப்புப் பின்னணியில், சுயராஜ்ஜியம் என்ற கருத்தமைவு இறையாண்மை அந்தஸ்து கொண்டிருக்கும் நிலைக்குக் கொண்டுசெல்லப்படுகிறது. இரட்டைச் செயலாக்கம் – அதன் வரையறையில் மூடுண்ட தன்மையும் இறுகிய பண்பும் (பிளாட்டோ குகையின் தலைகீழாக்கம்) கொண்டிருக்கும் மரபார்ந்த மேலாதிக்க வெளிகளான அக்ரஹாரங்களை அழித்தொழிப்பது, இந்த மேலாதிக்க வெளிகளைத் திறந்த பண்பு கொண்டிருக்கும் வெளிகளாக மாற்றி அமைப்பது – இறையாண்மை கொண்டிருக்கும் ஒன்றாக நடத்தப்படும் கருத்தாக்கங்களுக்கு மாற்றாக உருவாகக்கூடிய கருத்தாக்கங்களை வெற்றிகரமாக உபயோகிப்பதற்கான அறிவறிவுரீதியான முன்நிபந்தனைகளை உருவாக்கிக்கொடுக்கின்றன. திறந்த தன்மை கொண்டிருக்கும் வெளிகளால் முன்னெடுக்கப்படுவதாலேயே கருத்துகள் தானாக முளைப்பதில்லை என்ற கூற்றுக்கு இவ்விடத்தில் அழுத்தம் கொடுக்க வேண்டியுள்ளது. வேறு வார்த்தைகளில் சொல்வதென்றால், வகைமைகள் கொண்டிருக்கும் பொருள்கோளியல் ஆற்றலானது இந்தக் கருத்துகள் கொண்டிருக்கும் கதையாடல் முறையிலான உள்ளடக்கம் சார்ந்து மட்டுமே விரிவாக்கம் பெறுவதில்லை. சொல்லப்போனால், கருத்துகளின் விரிவாக்கமானது சமூகரீதியாகவும் பண்பாட்டுரீதியாகவும் பிளவுபட்டிருக்கும் மக்கள் குடிகொண்டிருக்கும் வெளிகளின் நெகிழ்வுத்தன்மையையும் வளைந்துகொடுக்கும் பண்பையுமே சார்ந்திருக்கிறது. ஆகவேதான், நவீனக் கருத்துகளின் விரிவாக்கமானது வெளிகளின் விரிவாக்கத்தோடு இணைந்திருக்கும் ஒன்றாகிறது.

இந்தியச் சூழலில், அம்பேத்கரின் சமூக, அரசியல் இயக்கம், வெளிகளை மாற்று-கிருமியழிப்பின் ஊடாகவே விரிவுபடுத்த முயன்றன. சுத்தம்–அசுத்தம் என்ற சித்தாந்தங்களுக்குள் அடைக்கப்பட்டிருக்கும் இந்த வெளிகளை,

அதாவது இந்த வெளிகள் ஏற்கெனவே இந்து புரோகிதர்களால் சடங்குரீதியாகச் சுத்தப்படுத்தப்பட்டுவிட்டன என்ற அர்த்தத்தில், கட்டாயமாக மாற்று-கிருமியழிப்பு செய்யப்பட வேண்டியிருந்தன. வெளிகளை மாற்று-கிருமியழிப்பு செய்வது என்பது அம்பேத்கரைப் பொறுத்தமட்டில் வரலாற்றுரீதியாக இரண்டு காரணியங்களுக்காக அவசியமாகிறது: முதலாவதாக, இந்து சமூகத்தில் உள்ள பரந்துபட்ட மக்களின் நுண்ணுணர்வுகளைச் சென்றடைய வேண்டியிருந்தது. இரண்டாவதாக, பரஸ்பர மரியாதை, சமூக நீதி, சமத்துவம் போன்ற நடைமுறை சார்ந்த மதிப்பீடுகளில் உள்ளடங்கியிருக்கும் காரணியத்தை, கசப்பான மருந்தாக உயர்-சாதி இந்துக்களுக்குக் கொடுத்து அவர்களுடைய 'ஒற்றைப் பரிமாணக் கற்பனாவாதங்'களைக் கலைத்துப்போட வேண்டியிருந்தது.[25] சுருக்கமாகச் சொல்வதென்றால், பெனடிக் ஆண்டர்சன் வாதிடுவதுபோல், நவீனத்துவம் மூடுண்ட சமூகங்களை மேலும் சமத்துவவாத அடிப்படையிலானதாக்குகிறது.[26] பார்ப்பனியம் மற்றும் முதலீட்டியத்தின் அதிகார அச்சுகளைச் சுற்றிக் கட்டமைக்கப்பட்டிருக்கும் உள்வட்ட வடிவங்களில் பெரும் ஓட்டையை உருவாக்கும் நோக்கத்திலேயே நவீனச் சொல்லாடல்களை (சமூக நீதி, சமத்துவம், சுயமரியாதை, மதிப்பு) அம்பேத்கர் கைக்கொண்டார்.

உள்வட்ட அதிகார வடிவங்களின் இயங்குவியலும், அதன் விளைவாய் உருவாக்ககூடிய அனுபவங்களும் சமூகச் சிந்தனைகளை வடிவமைப்பதில் சந்தேகத்துக்கு இடமில்லாமல் பெருமளவு பங்காற்றுகின்றன. இதை நாம் லெஃபெவர் முன்வைக்கும் அனுபவரீதியான வெளிகள் என்ற வகைமையின் ஊடாகப் புரிந்துகொள்ள முயலலாம். வெளிகளை நாம் அதன் ஆழத்தில், இரட்டித்தலாகவும் எதிரொலிகளாகவும் அதிர்வுகளாகவுமே அனுபவிக்கிறோம் என்று லெஃபெவர் வாதிடுகிறார். மேலும், 'வெளி என் உடலில்தான் இருக்கிறது. இவ்வாறாக இருந்தால் வெளி என் உடலின் எதிரிணையாக இருக்கிறது அல்லது 'மற்றமை' என்பது என் கண்ணாடி பிம்பம் அல்லது நிழலாகிறது' என்றே லெஃபெவரின் வாதங்கள் முன்வைக்கின்றன.[27] ஒரு தீண்டப்படாதவரின் நிழலைப் புரிந்துகொள்வதற்கு இந்த முன்வைப்பு பொருத்தமாக இருக்கிறது. நாம் இதை, குறிப்பாக 18-ஆம் நூற்றாண்டு பூனேவைப் பொறுத்தமட்டில் சமூக, சமூகத்துவ ஊனங்கள் எவ்வாறு தீண்டப்படாதவர்களின் உடல்களை வெளியாக இரட்டித்தலாக்கின – அதாவது, பருண்மையான உடலாகவும் அதன் நிழலாகவும் – என்று விரிவாகப் பார்ப்போம். தீண்டப்படாதவரின் உடலும் அதன் நிழலும் தொடரிணையாக (tandem) செயல்பட்டு தீண்டப்படாதவர்களுக்கு இழிவான அனுபவங்களைக் உருவாக்கிக்கொடுத்தன. பிஷாவர் ஆட்சிக் காலத்தில் தீண்டப்படாதவரின் நிழல்கூட தீட்டாகப் பார்க்கப்பட்டது. இப்படியாகவே, சமூகரீதியாக வெளிகளை ஆதிக்கச் சாதிகளுக்குச் சாதகமான விதத்தில் அர்த்தப்படுத்துவதற்கு உடல் உண்மையாகவும் பிரதிபலிப்பாகவும் இருப்பது சம அளவில்

25 Khairmode (1985: 134).

26 Anderson (1991).

27 Lefebvre (1984: 184).

முக்கியத்துவம் வாய்ந்ததாகிறது. இத்தகைய அர்த்தத்திலேயே இந்த இயல் லெஃபெவரின் சட்டகத்தை இந்தியாவுக்குப் பொருத்திப்பார்க்க முயல்கிறது.

பண்பாட்டுரீதியாகக் கட்டமைக்கப்பட்ட போக்காக வெளிகள்

நாம் மேலே குறிப்பிட்டிருப்பதுபோல் லெஃபெவர், ஃபூக்கோ இருவருமே அனுபவரீதியான வெளிகளைப் பண்பாட்டுரீதியான போக்காகவே பார்க்கிறார்கள்.[28] இது அடிப்படையில் எல்லை கொண்ட, மூடிய, பிரிவுற்ற புலங்களில் மக்களைக் கட்டுப்படுத்தும் ஒன்றாகிறது. வெளி குறித்த இத்தகைய கருத்தாக்கமே இந்தியாவில் இருபதாம் நூற்றாண்டின் தொடக்கத்தில் உருப்பெற்ற சமூகச் சிந்தனைகளில் அறிவறிவுரீதியான விளைவுகளை ஏற்படுத்தின என்றே இங்கு வாதிடுகிறேன். லெஃபெவர் முன்வைப்பதன் அடிப்படையில், வெளியைப் பண்பாட்டுப் போக்காகப் புரிந்துகொள்வோமானால் அதன் அனுபவரீதியான ஆழத்தை நம்மால் புரிந்துகொள்ள முடியும்.[29] வெளிகள் சமூகரீதியாகக் கட்டமைக்கப்பட்டதாகின்றன. வெளிகளைக் கட்டமைப்பதும் மறுகட்டமைப்பதும் வரலாற்றுரீதியாக ஆதிக்கம் செலுத்தும் சமூகக் குழுமங்கள் நடைமுறைப்படுத்தும் குறிப்பிட்ட செயலின் விளைவுகளாகவே இருக்கின்றன. ஆதிக்கம் செலுத்தும் குழுமங்கள் நாகரிகத் தளத்தில் ஒழுங்கமைக்கப்பட்ட வன்முறையை நடைமுறைப்படுத்தியே வன்முறைக்குப் பலியாகும் குழுமங்களுக்கு எதிராக அவற்றின் மேலாதிக்கத்தைச் சாதித்துக்கொள்கின்றன. வன்முறை வெளிகளைக் குறிப்பிட்ட வழியில் மறுகட்டமைக்கவே முயல்கிறது. எடுத்துக்காட்டாகச் சொல்வதென்றால், ஆணாதிக்கம் பொது வெளிகளையும், அந்தரங்க வெளிகளையும் குறிப்பிட்ட வழிகளில் கட்டமைத்தே, பெண்களுக்கு மிகவும் மட்டுப்பட்ட அளவிலான இறையாண்மை உரிமையைக் கொடுக்கிறது. இப்படியாகவே, பெண்கள் சமையலறையில் மட்டுமே அவர்களுக்கான இறையாண்மை அதிகாரத்தை அனுபவிக்க முடிகிறது. இவ்விஷயம் குறித்து அறிஞர்கள், தாகூரின் 'கரே பாயிரே'வை (Ghare-Bahire) அடிக்கடி மேற்கோள் கொடுப்பார்கள். பெண்களை அந்தரங்க வெளிக்குள் மட்டுப்படுத்துவது என்பது மறைமுகமாக அவர்களை அச்சம் கொள்ளவைத்து, அவர்கள் மேல் வன்முறைக் காயத்தை உருவாக்குவதாகிறது என்கிறார்கள். சுவாரஸ்யமாக, ஆணாதிக்கம் அதன் வன்முறையின் தாக்கத்தை மட்டுப்படுத்துவதற்கே சித்தாந்தத்தை நடைமுறைப்படுத்துகிறது.

இருந்தும், நாகரிகத் தளத்திலான வன்முறையின் வரையறையை இத்தகைய வடிவங்கள் முழுமையாக்குவதில்லை என்றே வாதிட விரும்புகிறேன். சாதிய அடிப்படையிலான வன்முறை இறுகிய வெளியின் எல்லைகளை மீறி, அந்த வெளியை மீட்டெடுப்பதற்கான தலித் போராட்டங்களோடு இணைக்கப்பட்டதாகவே இருக்கிறது. இந்தக் கூற்றை நிரூபிக்க ஒருவரால்

28 *Gupta (2000: 104).*
29 *Ibid.*

இந்தியச் சமூக வரலாற்றிலிருந்து பல எடுத்துக்காட்டுகளை முன்வைக்க முடியும். மகாராஷ்டிரத்தில், விதர்பா பகுதியில் உள்ள கைரலாஞ்சி என்ற கிராமத்தில் படிநிலை எல்லைகளை தலித்துகள் கடக்க முயன்றதை மிகச் சமீபத்திய எடுத்துக்காட்டாகச் சொல்ல முடியும். ஆனால், இத்தகைய எல்லைமீறலுக்காக தலித்துகள் மிகப் பெரிய இழப்பைச் சந்திக்க நேர்ந்தது. ஒரே குடும்பத்தைச் சேர்ந்த நான்கு தலித்துகள் அதே கிராமத்தில் இருக்கும் இடைநிலைச் சாதிகளால் கொல்லப்பட்டார்கள். கிராமத்தில் இடைநிலைச் சாதிகள் அவர்களது சமூக ஆதிக்கத்தைத் தக்கவைத்துக்கொள்வதற்காக அவர்கள் விருப்பப்பட்டதுபோல் உருவாக்கிவைத்திருந்த சமூக நெறிமுறைகளை தலித்துகள் மீறியதை அவர்களால் ஏற்றுக்கொள்ள முடியவில்லை. வன்முறையால் பாதிக்கப்பட்டவர் ஒத்த சமயத்தில் 'இருப்பவராகவும்' 'இல்லாதிருப்பவராகவும்' இருப்பதே வன்முறையை வரையறுப்பதாக இருப்பதால், உடலை அழித்தொழிப்பதற்குக் கொண்டுவிடும் பௌதிகரீதியான வன்முறை என்பது நாகரிகத் தளத்திலான வன்முறை வரையறைக்கான தேவையில் ஒரு பாதியை மட்டுமே நிறைவேற்றுகிறது. தீண்டப்படாதவர்கள் போன்ற சமூகக் குழுமங்களைச் சமூகரீதியாகவும் பண்பாட்டுரீதியாகவும் உயிர்ப்புள்ள உறவுமுறைகளிலிருந்து ஒழித்துக்கட்டுவதே, நகைமுரணாக நாகரிகத் தளத்திலான வன்முறை வரையறைக்கான முழு அர்த்தத்தையும் கொடுக்கிறது.

வரலாற்றுரீதியாக இந்தியாவில் தீண்டப்படாதவர்கள் உருவாக்கப்பட்டதை நான் அம்பேத்கரின் சமூகப் புரிதல் அடிப்படைகளிலிருந்து விளக்க முயல்கிறேன்.[30] பெருந்திரளான மக்களை மானுட உறவுகளுக்கு அப்பால் ஒதுக்கிவைத்திருக்கும் குறிப்பிட்ட சமூக வெளி எவ்வாறு மறுகட்டமைப்புக்கு உட்படுத்தப்பட்டது என்பதைப் புரிந்துகொள்ள அம்பேத்கர் 'உடைந்த மனிதர்கள்' என்ற கோட்பாட்டை உருவாக்குகிறார். அடிப்படையில் எல்லா மனிதர்களும் அடர்ந்த வனங்களிலும் மலைகளிலுமே வாழ்ந்துவந்தார்கள் என்று அம்பேத்கர் வாதிடுகிறார். வாழ்விடத்தைச் சமவெளிகளில் அமைத்துக்கொண்ட பிறகே, சுத்தம்-அசுத்தம் என்ற சித்தாந்தத்தின் அடிப்படையில், இறுகிய வடிவில் ஒழுங்கமைக்கப்பட்டு, பல சாதியக் குழுமங்களாகப் பிளவுபட்டார்கள். சமவெளியில் விவசாயம் கண்டுபிடிக்கப்பட்ட பின் அது உபரி தானியங்களைக் கொடுத்தது. இந்த உபரியும் அதன் மீதான அதிகாரமும் வேறு வழியில்லாமல் வெகு சிலர் அபகரித்துக்கொள்ளும் நிலைக்குக் கொண்டுவிட்டது. இவ்வாறு அபகரித்துக்கொண்டவர்கள் அதை உடல்ரீதியான வன்முறையின் வழியாக அல்லது சித்தாந்தரீதியாக அதைத் தற்காத்துக்கொள்ள வேண்டியிருந்தது. அம்பேத்கர் முன்வைப்பதுபோல் இருபிறப்பாளர்கள் பார்ப்பனியச் சித்தாந்தத்தை உபயோகித்து முதலில் தீண்டப்படாதவர்கள் என்ற வகைமையை உருவாக்கினார்கள். பிறகு, காட்டுமிராண்டிகள் உபரியை அபகரித்துக்கொள்வது அல்லது அழிப்பது என்பதிலிருந்து பாதுகாத்துக்கொள்ள

30 Ambedkar (1987b: 80)

தீண்டப்படாதவர்களை இடிதாங்கியாக உபயோகித்தார்கள்.[31] சுத்தம்-அசுத்தம் என்ற சித்தாந்தத்தின் ஒரு பகுதியாகத் தீண்டப்படாதவர்கள் பிரதான கிராமத்துக்கு வெளியே தள்ளப்பட்டார்கள். இத்தகையவர்களையே அம்பேத்கர் 'உடைந்த மனிதர்கள்' என்று அழைக்கிறார்.[32] உடைந்த மனிதர்கள் குறித்தான அம்பேத்கரின் புரிதல், கிராமிய முறைமை எவ்வாறு உபரி உருவாக்கத்தோடு சேர்ந்து இறுகியதன்மையிலான சமூகப் படிநிலை உருவியல் (morphology) எடுத்தது என்பதைப் புரிந்துகொள்ள நமக்கு உதவுகிறது. உடைந்த மனிதர்கள் பிரதான கிராமத்துக்கு வெளியே தள்ளப்பட்டார்கள் என்றால், அதில் போர்குணமிக்கவர்கள் இன்னும் வெளியே காடுகளுக்குள் தள்ளப்பட்டார்கள். உயிர்ப்புடன் இருந்த கிராமத்துக்கு மிக அருகில் இல்லாமல், ஆனால் ஓரளவுக்கு அருகில் இருந்தவர்கள், கிராமத்தைப் பாதுகாக்க வேண்டியிருந்தது. முதலில் அந்நியர்கள் வருகை குறித்து கிராமத்தை எச்சரிக்க வேண்டியிருந்தது. அத்தோடு காட்டு விலங்குகளிடமிருந்தும் 'காட்டுமிராண்டி'களிடமிருந்தும் கிராமத்தைப் பௌதிகரீதியாகக் காப்பாற்ற வேண்டியிருந்தது. இப்படியாகவே, காலப்போக்கில் மிக விரிவான சித்தாந்தத்தை உருவாக்கி சமூகரீதியாகவும் பண்பாட்டுரீதியாகவும் ஒரு தொலைவைத் தக்கவைத்துக்கொண்டார்கள். தீண்டப்படாதவர்கள் குறிப்பிட்ட பொழுதில் மட்டுமே கிராமத்துக்குள் நுழைய வேண்டியிருந்தது. பெரும்பாலான சமயங்களில் அவர்கள் அவர்களுடைய இருண்ட குட்டைகளில் (அவர்களுடைய சிறிய குடியிருப்புகள்) வாழ வேண்டியிருந்ததோடு வேறு வழியில்லாமல் இவர்கள் தீண்டப்படாதவர்களாகவும், எதிரே கடந்துபோகக் கூடாதவர்களாகவும், பார்க்கப்படக் கூடாதவர்களாகவும், கேட்கப்படக் கூடாதவர்களாகவும், (மனிதர்களைப் பார்ப்பதும் கேட்பதும், அவர்கள் உருவாக்கியிருப்பதைக் கண்டு பாராட்டுவதும்கூட நாகரிகத்தின் பகுதியாகின்றன), நெருங்கக் கூடாதவர்களாகவும், பேசக் கூடாதவர்களாகவும் (நாகரிகங்கள் தொடர்வதற்கான சக்தியை மொழியே உருவாக்கிக்கொடுக்கிறது) ஆக்கப்பட்டார்கள். இவர்கள் எப்போதும், எல்லாக் காலங்களிலும் இத்தகைய நிலையிலேயே இருக்க வேண்டியிருந்தது – குறைந்தபட்சம், பிளாட்டோவின் வார்த்தைகளில் சொல்வதென்றால், இந்தியாவின் தத்துவவியலாளர்-அரசராக[33] இருக்கும் இருபிறப்பாளர்களின் மேல் அடுக்கில் உள்ளவர்கள் பொறுத்தமட்டிலாவது இப்படியாகவே இருக்க வேண்டியிருந்தது. நீதி குறித்து பிளாட்டோ, அரிஸ்டாட்டில் கருத்துகளை முன்வைத்துச் சொல்வதென்றால்[34], தீண்டப்படாதவர்கள் அவர்களுடைய

31 மகாராஷ்டிரத்தில் 17-ஆம், 18-ஆம் நூற்றாண்டுகளில் மகர்கள் பிரதான கிராமத்துக்கு வெளியே, 'கோத்தன்'க்கு (பௌதிக எல்லை) வெளியே தள்ளப்பட்டார்கள். கொள்ளைக்காரர்களிடமிருந்தும் எதிரிகளிடமிருந்தும் கிராமத்தைக் காப்பாற்றுகிறவர்களாக இருந்ததால் இவர்கள் வேஸ்கர் என்றழைக்கப்பட்டார்கள். பார்க்கவும்: Bhavare (2007: 116)

32 Ambedkar (1990b: 274–5).

33 Heller (1987: 2).

34 Ibid.

இருண்ட குட்டைகளிலேயே தங்கியிருப்பதும், கிராமத்தில் உள்ள இருபிறப்பாளர்களுக்கு மற்ற சேவை சாதிகளோடு சேர்ந்து இலவசமாக சேவை செய்வது மட்டுமே அவர்களுக்கான நீதியாக இருந்தது. நாம் முன்னரே பார்த்ததுபோல் தீண்டப்படாதவர்கள் தானியங்கள் உற்பத்தியில் ஈடுபட்டதோடு மட்டுமல்லாமல் வெளியேயிருந்து வரும் விரோதிகளிடமிருந்தும் இருபிறப்பாளர்களைக் காப்பாற்றவும் வேண்டியிருந்தது. அரிஸ்டாட்டில் முன்வைக்கும் தொனியில் இன்னும் கூர்மையாகச் சொல்வதென்றால், முழுவதுமாக 'சுயஆட்கொள்ளப்பட்டவர்களாக' இருந்த இருபிறப்பாளர்களில் மேல் அடுக்கில் உள்ளவர்களைக் காப்பாற்றும் 'இடிதாங்கி'யாகவே தீண்டப்படாதவர்கள் இருந்தார்கள்.[35]

தீண்டப்படாதவர்கள் இவ்வாறு 'இருண்ட குழியில்' அடைக்கப்பட்டிருந்ததை மகாராஷ்டிரத்தில் உள்ள பூனேவில் 18-ஆம், 19-ஆம் நூற்றாண்டுகளில் நடந்த பிஷாவர் ஆட்சி நிரூபிக்கிறது. பல அறிஞர்கள்[36] பதிவுசெய்திருப்பதுபோல், தீண்டப்படாதவர்கள் காலம், வெளிக்கு அப்பால் தள்ளப்பட்டார்கள். அல்லது இறுகிப்போன சித்தாந்தத்தின் ஊடாகத் துண்டுகளாக்கப்பட்ட கால-வெளிகளுக்குத் தீண்டப்படாதவர்களைத் தள்ளிவிட்டு, சமூக வெளிகளுக்கு இடையேயான அவர்களது இயக்கத்தை மட்டுப்படுத்தினார்கள். 19-ஆம் நூற்றாண்டில் பூனேவில் பிஷாவர் ஆட்சிக் காலத்தில், பழமைவாதப் பார்ப்பனர்களின் ஆட்சி தீண்டப்படாதவர்களுக்கு மிகக் கடுமையான சமூகத் தடைகளை உருவாக்கியிருந்தது. பிற சமூகக் குழுமங்களோடு இயல்பான பரிமாற்றங்கள் கொள்வதைப் பொறுத்தமட்டில் தீண்டப்படாதவர்கள் சமூகரீதியாகவும் பண்பாட்டுரீதியாகவும் ஊனமாக்கப்பட்டார்கள். இப்படியாகவே பூனே தெருக்களில் தீண்டப்படாதவர்கள் உச்சி வேளையிலும், இரவு நேரங்களிலும் மட்டுமே நடக்க அனுமதிக்கப்பட்டார்கள். காலை, மாலைப் பொழுதுகளில் நடக்கத் தடைசெய்யப்பட்டார்கள். இது இப்படியாக இருப்பதற்கான காரணியம், தீண்டப்படாதவர்களின் பார்வை அல்லது தீண்டுதல் மட்டுமே தீட்டாகப் பார்க்கப்படவில்லை, அவர்களுடைய நிழல்கள்கூட உயர் சாதிகளை அசுத்தப்படுத்தக்கூடியதாகப் பார்க்கப்பட்டது.[37] 19-ஆம் நூற்றாண்டில் மனிதப் பரிமாற்றங்களிலிருந்து தீண்டப்படாதவர்கள் அப்புறப்படுத்தப்பட்டார்கள் என்று இங்கு சொல்லத் தேவையில்லை. தீண்டப்படாதவர்களின் நிழல்கள் ஊடாக அரங்கேற்றப்பட்ட இத்தகைய நாகரிகத் தளத்திலான அழித்தொழிப்பு, மனிதர்கள் பிறரைத் தீண்டுவது, பிற மனிதர்களால் தீண்டப்படுவது போன்ற சாத்தியப்பாடுகளை அப்புறப்படுத்தியது. இப்படியாகவே, சடங்குரீதியான அசுத்தங்களிலிருந்து பாதுகாத்துக்கொள்ள நிழல் என்ற கருத்தைப் பயனுள்ளதாக வெளிப்படுத்துவதற்குக் காலம், பௌதிக வெளி இரண்டும் முன்தேவையாகின்றன. நிழல் (தீண்டப்படாதவரின்) அதனளவில் வெறுமையான ஒன்றாக இல்லாமல், உயர்-சாதி உடல்களின்

35 *Shields (2007: 10)*

36 *Curtin (1992: 5); Ghurye (1965: 77).*

37 *Ambedkar (2005: 422). மேலும் பார்க்கவும்: Russell (1916: 186); Ghurye (1965: 72–3).*

இயக்கத்தைக் கட்டுப்படுத்தக்கூடிய சக்தி வாய்ந்த வெளியாகிறது. உயர்-சாதி பார்ப்பனர்களைப் பொறுத்தமட்டில் இந்த நிழல் திருப்பித் தாக்கக்கூடிய கருவியாகிறது.

வேறொரு பின்னணியில், நம்பகத்தன்மை, மதிப்பு அல்லது சுயமரியாதை போன்ற கருத்தமைவுகளை வரையறுப்பதில் நிழல் மிக முக்கியப் பங்காற்றுகிறது. எவரெல்லாம் பிறருடைய நிழல் கொண்டு நடக்க விரும்புகிறார்களோ அவர்கள் எல்லோரும் நிழல்களுக்கு வெளியே தங்களைத் தாங்களே கண்டடைவதற்கான தேவையை உணராதவர்களாக இருக்கிறார்கள். நிழல் என்ற கருத்து மிக சுவாரஸ்யமானதாக இருப்பதோடு, அது விரிவாக ஆராயப்பட வேண்டியதாகவும் உள்ளது. ஆனால், நான் அது குறித்து மேலும் தொடரப்போவதில்லை என்றாலும், குறைந்தபட்சம் கதையாடல் முறையிலான தளத்தில் அறிவறிவுரீதியாக மேலானவர்களாக உணர்ந்துகொள்ளும் சாத்தியப்பாட்டை நிழல்கள் உருவாக்கிக்கொடுக்கின்றன என்று மட்டுமே இங்கு குறிப்பிட விரும்புகிறேன்.[38] எடுத்துக்காட்டாக, பூதேவ் முகோபாத்தியா போன்ற நவீன இந்திய அரசியல் சிந்தனையாளர்கள் அறிவறிவுரீதியாக மேற்கத்தியச் சிந்தனையின் இருண்ட நிழலாக இருப்பதாலேயே அறிவறிவுரீதியாக மேலானவர்களாக உணர்ந்தார்கள்.[39] இதற்கு மாறாக, உதே மேத்தா அவரது படைப்பில் சுட்டிக்காட்டுவதுபோல், மேற்கத்தியச் சிந்தனையாளர்களும் அறிவறிவுரீதியான இந்தியச் சிந்தனைகளை இருண்ட நிழலாகப் பார்த்து, அவர்களது சிந்தனை சரியான தடத்தில்தான் போய்க்கொண்டிருக்கிறது என்றும், ஏன் இந்தியச் சிந்தனைகளைவிட இன்னும் சிறப்பானதாக இருக்கிறது என்றும் திருப்திப்பட்டுக்கொண்டார்கள்.[40] மீபௌதிக அர்த்தத்தில் நிழல் பாதகமான சக்தியைக் கைக்கொள்கிறது – ஏறக்குறைய பூதத்திடமிருந்து அல்லது வைப்பியத்திலிருந்து (Voodoo) தன்னையோ அல்லது முழு கிராமத்தையோ காப்பாற்றிக்கொள்ளும் முயற்சிக்கு ஒப்பானதாக இருக்கிறது.

19-ஆம் நூற்றாண்டு பூனேவில் காணப்பட்ட சூழலில் வைத்துப் பார்ப்போமானால், பரஸ்பரம் கட்டுப்படுத்தும் செயலில், தீண்டப்படாதவர்கள் அவர்களுடைய கழுத்தில் மண்பானையையும், அவர்களுடைய இடுப்பில் துடைப்பத்தையும் கட்டிக்கொள்ள வேண்டும் என்று பார்ப்பனர்களைக் கட்டாயப்படுத்தவைத்தது. பானை அவர்கள் எச்சில் துப்புவதற்கு என்றால், துடைப்பம் அவர்களது காலடிச்சுவடுகளை அழிப்பதற்கானது. காலடிச்சுவடுகள்கூட அசுத்தத்தை உருவாக்கக்கூடியதாகப் பார்க்கப்பட்டது. இதில் நகைமுரண் என்னவென்றால், இந்தியா முழுவதும் பார்ப்பனர்கள், உள்வட்ட அதிகார வடிவமைப்புக்குள்ளாக இருந்துகொண்டு, பிரிட்டீஷ்காரர்களின் காலடிச்சுவட்டைப் பின்பற்றியவர்கள், தீண்டப்படாதவர்கள் அவர்களுடைய காலடிச்சுவடுகளை அழிக்க வேண்டும் என்று கட்டாயப்படுத்தினார்கள். இவர்கள் அம்பேத்கரின்

38 Mehta (1999).
39 Kaviraj (1995).
40 Mehta (1999: 67).

அறிவார்ந்தச் சுவடுகளைக்கூட அழிக்க முயன்றார்கள். இப்படியாகத்தான், இன்றைய அரசு அதன் மக்களைத் தீவிரமாகக் கண்காணிக்கும் முறையில் அறிமுகப்படுத்தியிருக்கும் உயிரியளவை (biometric) பதிவுசெய்யும் போக்கானது பிஷாவர் ஆட்சி அமைத்துக்கொடுத்த மாதிரியை அடிப்படையாகக் கொண்டிருக்கிறது. பிஷாவர் ஆட்சிக் காலத்தில் வெளி குறித்தான கருத்தமைவு தீண்டப்படாதவர்கள் ஒடுக்கப்படுவதை மேலும் கூடுதலாக்கியது. முதலில், தீண்டப்படாதவர்களைச் சமூக வெளியில் அடைத்துவைத்தார்கள். பிறகு, இத்தகைய உடல்களில் சில பண்பாட்டுக் குறிகளை ஒட்டவைத்து அந்த உடல்களைத் தீண்டப்படாதவர்களின் உடல் என்று தெளிவாக்கினார்கள். இப்படியாகவே பார்ப்பனிய முறைமை, உடல்களைப் பண்பாட்டு வெளிகளாக மாற்றி அதன் மீது ஆட்சிபுரிந்தது; அதன் மீது எழுதியது. அதை ஒழுங்கமைத்தது. 19-ஆம் நூற்றாண்டில் பூனேவில் பிஷாவர் ஆட்சி எத்தகைய முறையில் தீண்டப்படாதவர்களை நடத்தியதோ அதே வழியில்தான் காலனிய அரசு உயர்-சாதி இந்தியர்களை நடத்தியது.

பார்ப்பனிய ஆட்சி, சமூக வெளிகளை மட்டுமே கட்டுப்படுத்தவில்லை. அது தீண்டப்படாதவர்களின் உடல்களைப் பண்பாட்டு வெளியாக மாற்றி, பகல் நேரத்தில் அவர்களை நிழலுக்குள் தள்ளவும் செய்தது. அதனால்தான், தீண்டப்படாதவர்கள் 'கழுதைப்புலி'போல் நடத்தப்பட்டார்கள் என்று அம்பேத்கர் வாதிட்டார். தீண்டப்படாதவர்கள் கழுதைப்புலிகள்போலவே 'நிஷாச்சர்' (nishachar) ஆகிறார்கள். அதாவது, இரவு நேரங்களில் மட்டுமே கழுதைப்புலிகள் அவற்றின் குகைகளிலிருந்து வெளியே வரும்.[41] காலத்தை அடிப்படையாகக் கொண்டு சொல்வதென்றால், இரவு நேரங்களில் மட்டுமே தீண்டப்படாதவர்கள் வேஸ்கர் ஆக, அதாவது இரவு நேரக் காவலாளிகளாக, இறையாண்மை கொண்டவர்களாக இருந்தார்கள். வெளியை அடிப்படையாகக் கொண்டு சொல்வதென்றால், ஹுல்காரி அல்லது சேரி, மகர் அல்லது மங்வடா அல்லது சமார் தோலா என்ற அவர்களுடைய இருண்ட குழிகளில் அடைபட்டிருக்கும் வரை அவர்கள் இறையாண்மை கொண்டவர்களாக இருந்தார்கள். இப்படியாக, கிராம இந்தியா பரஸ்பரம் இணைக்கப்பட்ட, ஆனால் பண்பாட்டுரீதியாக இரண்டு பிளவுகளைக் கொண்டிருக்கும் சமூக வெளியாக இருந்தது: அக்ரஹாரங்கள் (சுத்தமான அகம்), சேரிகள் (அசுத்தமான புறம்). உலகளாவிய இறையாண்மைக்கும் (அக்ரஹாரம்), குறிப்பிட்ட இறையாண்மைக்கும் (தலித்வாடா) இடையேயான இயங்குவியல் உறவை, பேபி காம்லேவின் தன்வரலாறு மிகச் சிறப்பாக வெளிக்கொணர்கிறது.[42]

புனிதமான (அக்ரஹாரம்), புனிதமற்ற (தீண்டப்படாதவர்கள் அடைக்கப்பட்டிருக்கும் இடம்) என்று சித்தாந்தத்தின் அடிப்படையில் பிளவுபட்ட வெளிகள் உருவாக்கப்பட்டு அவரது தந்தையின் உடல் எவ்வாறு

41 Ambedkar (2001: 203).
42 Kamble (2000: 67).

ஒழுங்கமைக்கப்பட்டது என்று காம்லே அவரது தன்வரலாற்றில் விவரிக்கிறார்.[43] அவரது தந்தையின் உடல் இரண்டு தனித்த இறையாண்மைத் தளங்களாக, அதாவது மேலே குறிப்பிட்டதுபோல் அக்ரஹாரங்கள், தீண்டப்படாதவர்கள் அடைக்கப்பட்டிருக்கும் இடங்கள் இரண்டையுமே வரையறுப்பதாக இருந்தது என்கிறார் காம்லே. அவரது தந்தை எப்போது கிராமத்தில் நடந்தாலும், கண்கள் கீழே பார்த்தபடி குனிந்துதான் நடந்தார். கிராமச் சூழலில் இறையாண்மை என்ற உலகளாவிய கருத்தமைவை ஆதிக்கச் சாதிகள் கொண்டாடியதை அவரது உடல்மொழி நிச்சயமாக அங்கீகரிப்பதாக இருந்தது. அவருக்குப் பேசும் ஆற்றல் இருந்தாலும் அது மணி ஓசையாக மாற்றப்பட்டது. கிராமச் சேவையில் ஈடுபட்டிருக்கும்போது மகர்கள் எப்போதும் வைத்திருக்க வேண்டிய கம்பின் நுனியில் ஒரு மணி கட்டப்பட்டிருக்கும். இந்த மணி ஓசை விரும்பத்தகாத தீண்டப்படாதவர் ஒருவர் கிராமத்துக்குள் நுழைகிறார் என்பதை அறிவிக்கும். இப்படியாகவே பேசும் செயல் ஒரு குறியீட்டு மொழியாக மாற்றப்பட்டது. காம்லேவின் தந்தை கிராமச் சேவையை முடித்துக்கொண்டு அவர்களுக்கு ஒதுக்கப்பட்டிருக்கும் இடத்துக்கு வந்தவுடனே, அவரது உடல்மொழி தீவிரமாக மாறிவிடும். அவரது உடல் லகுவானதாக மாறும்; தலை நிமிர்ந்து நிற்கும்; நெஞ்சு விரியும்; கண்கள் வான் நோக்கும். ஒதுக்கப்பட்டிருக்கும் இடத்தில் அவரது இறையாண்மையை அவர் அனுபவிக்கிறார் என்பதை அவரது உடல்மொழி வெளிப்படுத்தும். இந்த இறையாண்மைத் தளத்துக்குள்ளாக அவர் அவரது சுதந்திரத்தை மட்டுமே 'அனுபவிக்கவில்லை', மற்ற தீண்டப்படாதவர்களைவிட 'மேலானவராகவும்' பாவித்துக்கொண்டார். அவரது உடல்மொழி ஒரு அடிமைக்கான வரையறையை மிகத் துல்லியமாக நிறைவேற்றியது. அதாவது, எஜமானருக்கும் அடிபணிந்துபோகத் தயாராக இருக்கும் ஓர் அடிமை. அதேசமயத்தில், தனது சொந்த மக்களைக் கீழாகப் பார்ப்பவர். இவ்விரண்டு தளங்களிலான இறையாண்மையை அழிக்கவும், புனித வெளிகளை அத்துமீறுவதையும் நோக்கமாகக் கொண்ட சமூக இயக்கத்தின் ஊடாக தலித்துகளின் உரிமையை உலகளாவியதாக மாற்றவே அம்பேத்கர் போராடினார்.

காம்லே தந்தையின் சங்கடமான நிலை, அகநிலையோடு வெளி கொண்டிருக்கும் சிக்கலான உறவைத்தான் முன்வைக்கிறது. தீண்டப்படாதவர்கள் அவர்களது அகநிலையைக் கட்டுப்படுத்தக்கூடிய விதத்திலான சமூக உறவுகளை எதிர்கொள்ள வேண்டியிருந்ததால், அவர்கள் அவர்களுடைய சொந்த அகநிலையாக்கத்துக்குள் சிக்குண்டவர்களாக இருக்கிறார்கள். உள்வட்ட அதிகார வடிவமைப்பு ஏரணத்தின் அடிப்படையில் பெரும்பாலான மக்கள் 'கழுதைப்புலி' தளத்துக்குத் தள்ளப்பட்டிருப்பதே இந்திய நாகரிகத்தின் பண்பாடாக இருக்குமானால், பின்காலனியக் கோட்பாட்டாளர்கள் நாகரிகத் தளத்திலான வன்முறைகளை ஒருதலைபட்சமாக வாசிக்கும் போக்கைக் கைவிட வேண்டியது மிக அவசியமானதாகிறது.[44] அத்தோடு

43 *Ibid.*, p. 68.
44 *Fischer-Tine and Mann (2004).*

மட்டுமல்லாமல் இவர்கள் வரலாற்றுரீதியான அல்லது *சமத்துவப் பார்வையை* ஏற்றுக்கொண்டால் மட்டுமே, 'நாகரிகம் குறித்தான ஒவ்வொரு தஸ்தாவேஜும் காட்டுமிராண்டிகளின் புத்தகமே' என்று நாகரிகம் குறித்து வால்டர் பெஞ்சமின் முன்வைக்கும் பார்வையை ஏற்றுக்கொள்ள முடியும்[45].

படிநிலையான வெளிகள்
வேறுபட்ட கருத்தாக்கங்களைக் கொடுக்கின்றன

சுவாரஸ்யமாக, நாகரிகத்தின் இத்தகைய காட்டுமிராண்டித்தனம்தான் காந்தியை மேலும் சுயபிரதிபலிப்பு கொண்டவராகவும், அதன் ஊடாக அவருடைய மரபின் மீது விமர்சனம் கொண்டவராகவும் ஆக்கியதோடு மட்டுமல்லாமல் அம்பேத்கரை அவருடைய மனசாட்சியாகவும் ஆக்கியது. இருபதாம் நூற்றாண்டு இந்தியாவில் வெளி இவ்வாறு புனிதமானது, புனிதமற்றது என்று பிரிக்கப்பட்டுக் கிடந்ததே காந்தி, அம்பேத்கர் இருவரின் சிந்தனைகளை வடிவமைப்பதில் முக்கியப் பங்காற்றின என்று நான் வாதிடப்போகிறேன். காந்தி, அம்பேத்கர் இருவருமே மரபை வெவ்வேறு விதமாக அழுத்தம் கொடுத்து விமர்சனபூர்வமாகப் பார்த்தார்கள் என்றாலும் இவர்கள் மரபை விமர்சித்தது என்பது ஒரே விதமான வகைமைகளை உருவாக்கவில்லை. எடுத்துக்காட்டாக, காந்தியைப் பொறுத்தமட்டில் அது சுயராஜ்ஜியம் (தார்மீகரீதியாகவும் அரசியல்ரீதியாகவும்) என்ற வகைமையே இறையாண்மைக்கான அடிப்படையாகியது என்றால், அம்பேத்கரைப் பொறுத்தமட்டில் சுயமரியாதை, சமூக நீதி போன்ற வகைமைகள் முக்கியத்துவம் பெற்றன. அம்பேத்கரின் கருத்தாக்கரீதியான முன்வைப்புகள் காந்தியின் கற்பனாவாதப் போதாமைகளை வெளிப்படுத்தவும் செய்தன. இந்த இயல், அனுபவம் என்ற கருத்தமைவைச் சுற்றிக் கட்டப்பட்டுள்ளது. இந்த அனுபவம் சமூக, அரசியல் சக்திகளால் சமூகரீதியாகக் கட்டப்பட்டிருக்கும் வெளிகள் ஊடாகவே வெளிப்படுத்தப்படுகின்றன. ஆக, நடைமுறையும் அனுபவமும் காந்தி, அம்பேத்கர் இருவருக்கும் அடிப்படையானவையாக இருந்தன. அதாவது, காந்திக்குப் பெரும்பாலும் மற்றவர்களுடையதைச் சார்ந்திருந்தது என்றால், அம்பேத்கரிடம் அவருடையதாகவே இருந்தது. இதுவே இவர்களுடைய தத்தம் பார்வைகளை வடிவமைப்பதில் பெரும் தாக்கத்தைக் கொண்டிருந்தன என்று நான் தொடர்ந்து வாதிட விரும்புகிறேன்.

மற்றவர்களின் அனுபவங்களோடு தன்னை அடையாளப்படுத்திக்கொள்வதற்கான காந்தியின் முயற்சி, அவரை வேறுவிதப் பயன்பாட்டுத்தன்மையிலான சிந்தனைகளைக் கைக்கொள்ளவைத்தது. எடுத்துக்காட்டாக, காந்தி தீண்டப்படாதவர்களோடு தன்னை அடையாளப்படுத்திக்கொண்டதால், சேவா (தன்னலமற்ற பொதுத் தொண்டு) என்ற தார்மீக வகைமையை உருவாக்கக் கட்டாயப்படுத்தப்பட்டார். வரலாற்றுரீதியாக இணைப்பை

---

45 *Baxi (1995: 142).*

உருவாக்குவதற்கு சேவை, தர்மகர்த்தா முறை, அக்கறை, கூட்டுறவு போன்ற அறிதிறனற்ற தார்மீக வகைமைகளை காந்தி உபயோகிக்கிறார். இந்த வகைமைகள் அவற்றுக்கான அங்கீகாரத்தை மக்களின் அரசியல்ரீதியான நடைமுறைகளிலிருந்துதான் பெற்றுக்கொண்டன. இத்தகைய அனுபவங்களின் உருவாக்கமும் மறுஉருவாக்கமும் அம்பேத்கரிடம் தோற்றவெளி சார்ந்த காயத்தை ஏற்படுத்தின. இதன் விளைவாகவே அம்பேத்கர் சுயமரியாதை, சமூக நீதி, சமத்துவவாதம் போன்று வேறு விதமான வகைமைகளை உருவாக்கும் கட்டாயத்துக்கு உள்ளானார். மாற்று கற்பனைக்கான, அரசியல் விடுதலைக்கான வேறுபட்ட வகைமைகளை உருவாக்குவதற்கு அம்பேத்கரிடம் அனுபவம் என்ற வகைமையே அறிவறிவுரீதியான மூலத்துக்கு அடிப்படையானது. இப்படியாக, காந்தியின் சிந்தனையில் காணப்படுவதுபோல் அல்லாமல், அம்பேத்கரின் சிந்தனையில், பல வகைமைகள் ஒன்றையொன்று சந்தித்துக்கொள்ளும் போக்கைக் காண முடிகிறது: சுயமரியாதை, ஒதுக்கப்படுதல், இணக்கம், சமூகப் பகிஷ்கரிப்பு, உரிமைகள், சேவை, உழைப்பு, ஊதியமில்லா உழைப்பு; இறுதியாக, சமூக நீதி – அநீதி. அம்பேத்கரின் சிந்தனைகளை அமைப்பாக்கம் செய்த இந்த வகைமைகளில் மூன்று கருத்தாக்கங்கள் குறித்து மட்டுமே நான் கவனம் குவிக்கப்போகிறேன்: சமூக நீதி, சுயமரியாதை, தேசம். நான் இந்த மூன்று கருத்தாக்கங்களை எடுத்துக்கொள்வதற்கான காரணியம், இவை வெளி, அனுபவம் குறித்து வேறு விதமான வாசிப்பைக் கொண்டிருக்கின்றன. மேலும், இந்தக் கருத்தாக்கங்கள் அனுபவம் என்ற கருத்தமைவின் ஊடாகவே தீர்மானிக்கப்படுகின்றன என்பதோடு இவை சமூகரீதியாக, பண்பாட்டுரீதியாக அமைப்பாக்கம் பெறும் வெளிகளில் உள்ளார்ந்து காணப்படுவதாகவும் இருக்கின்றன. இனிவரும் பகுதிகளில் நான் சமூக நீதி, சுயமரியாதை, தேசம் ஆகியவற்றுக்கு இடையேயான உறவுமுறைகள் குறித்தும், அனுபவரீதியான வெளி குறித்தும் விரிவாக எடுத்துக்கொள்கிறேன்.

காலனிய நவீனத்துவத்தின் அழுத்தத்தால் வெளிப்படும் நவீனச் சமூக வெளிகள் கோட்பாட்டுரீதியாக மட்டுமல்லாமல், அரசியல்ரீதியாகவும் நம்பிக்கை கொடுப்பதாக அம்பேத்கர் பார்த்தார். காலனிய நவீனத்துவம், அதன் போதாமைகளைக் கடந்து[46] நவீனமயமாக்கச் செயலாக்கத்தில் பல்வேறு சாதகமான அம்சங்களைக் கொண்டிருந்தது – தொழில்மயமாக்கம், நகரமயமாக்கம், நவீனக் கல்வி. இவையெல்லாம் இழிவுபடுத்தும் அனுபவங்களை உருவாக்கித்தந்த சமூகச் சக்திகளைக் கேள்விகேட்ட தலித்துகளுக்குத் துணிவூட்டின. மார்க்ஸ் உட்பட பிற நவீனத்துவவாதிகள்போலவே அம்பேத்கரும் இத்தகைய வெளிகள் தீண்டப்படாதவர்களுக்குப் புதிய அனுபவத்தை ஏற்படுத்தவல்லவை என்று நம்பினார். அதாவது, நிலைத்திருக்கும் படிநிலைகளான வெளிகளைக் கிருமிநீக்கம் செய்த பிறகு, அவற்றைச் சாதி சார்ந்திராமல், திறன் சார்ந்து செக்குலர் படிநிலைகளாக ஒழுங்கமைக்கப்பட்ட பிறகே தீண்டப்படாதவர்களுக்கான

46 காலனிய நவீனத்துவத்தின் போதாமைகளைப் பல அறிஞர்கள் சுட்டிக்காட்டியிருக்கிறார்கள். இதில், திபேஷ் சக்கரவர்த்தி, ரனஜித் குஹா, பார்த்தா சாட்டர்ஜி, நிக்கோலஸ் டிரீக்ஸ் போன்றவர்கள் முக்கியமானவர்கள்.

உண்மையான நீதி, சமமாக நடத்தப்படுவது போன்றவற்றை உணர முடியும் என்று நம்பினார்.[47] இப்படியாக அம்பேத்கர் பார்வையில், வாய்ப்புகளுக்கான வெளிகளை மாற்றிக் கட்டமைப்பது என்பது தலித்துகளைப் பொறுத்தமட்டில் அவர்களுக்கான சுயமரியாதையை மீட்டெடுக்கும் சாத்தியப்பாட்டோடு தொடர்புகொண்டிருந்தது. மேலும், புதிய மற்றும் விடுதலை உணர்வைக் கொடுக்கக்கூடிய அனுபவத்தைப் பெறுவதற்கான நியாயமான வாய்ப்பை அடிப்படையாகக் கொண்டு வரையறுக்கப்படும் சமூக நீதியைப் பெறும் சாத்தியப்பாட்டோடும் தொடர்புகொண்டிருந்தது. பிற நவீனமயமாக்கச் செயல்பாடுகளோடு சேர்ந்து, தீண்டப்படாதவர்கள் அவர்களது 'இருண்ட குழிகள்' (அம்பேத்கர் பார்வையில் சாதிகள் அடிப்படையிலான கிராமங்கள் இருண்ட குழிகளாக இருந்தன) ஏற்படுத்தும் தடைகளைக் கடந்துவருவதற்கு நகரமயமாக்கலை மிக அவசியமானதாக அம்பேத்கர் பார்த்தார். நாம் முன்னரே குறிப்பிட்டிருந்ததுபோல், முகத்துக்கு முகம் பார்க்கும் சூழ்நிலைகளைக் கொண்ட மரபான கிராமச் சூழலில் உயர் சாதிகளின் சமூகரீதியான, பண்பாட்டுரீதியான கூர்ந்துநோக்கும் பார்வை, தீண்டப்படாதவர்களை 'நடமாடும் தார்மீகக் கொள்ளைநோய்'போல் ஒதுக்கிவைப்பதற்குத் தயங்கியதே இல்லை. நகரமயமாக்கல் தீண்டப்படாதவர்களை 'தனிமைப்படுத்தப்பட்ட' வெளிகளிலிருந்து விடுவிக்கும் என்றே அம்பேத்கர் நம்பினார். நகரமயமாக்கல் முகத்துக்கு முகம் பார்க்கும் சமூகப் பரிவர்த்தனைகளை அழித்து, மக்களை ஒருவருக்கு ஒருவர் அந்நியர்களாக்கும் என்றும் நம்பினார். நகைமுரணாக, இவ்வாறு முகமற்றுப்போகும் சாத்தியப்பாட்டை ஏற்றுக்கொள்ளத் தக்கதாகவே பார்த்தார். ஏனெனில், தீண்டப்படாதவர்களை முகமற்ற தனிநபர்களாகும் சந்தர்ப்பத்தை அது ஓரளவுக்கு உருவாக்கிக்கொடுக்கும் என்பதாலும், மற்றவர்களோடு சமத்துவ அடிப்படையில் அவர்களது சமூக நெறிமுறைகளை ஒழுங்கமைத்துக்கொள்ள முடியும் என்பதாலும் இதை அம்பேத்கர் ஏற்றுக்கொள்ளத் தக்கதாகவே பார்த்தார்.

இருந்தாலும், நகரமயமாக்கல் கைக்கொள்ளப்பட்ட பாங்கு, அம்பேத்கரின் காலத்திலேயே அவரது கனவைப் பொய்த்துப்போகவைத்தன. அவரது கிராமத்தில் எதை விட்டு வெளியேறினாரோ அதே 'மகர்வாதா'வுக்குத்தான் (தலித்துகளின் வாழ்விடம்) வந்துசேர்ந்தார். இந்தியாவில் பம்பாய் போன்ற பெரும் நகரங்கள்கூட, கிராமங்களின் உருவியலிலேயே மறுவுருவாக்கம் செய்யப்பட்டன. பம்பாய் வளர்ச்சித் துறையால் கட்டப்பட்ட கான்கிரீட் 'சாவலில்'தான் (வாடகை வீடு) அம்பேத்கரும் அவரது குடும்பத்தாரும் வசித்துவந்தார்கள்.[48] இந்த இடம் மகாராஷ்டிரத்தில், கேங்கன் பகுதியிலிருந்து வந்திருந்த தீண்டப்படாதவர்களால் நிரம்பியிருந்தது. தொழிலாளர் குடியிருப்புகள் உட்பட இத்தகைய குடியிருப்புப் பகுதிகள் சாதி சார்ந்தே, இன்னும் சொல்லப்போனால் உட்சாதி சார்ந்தே அமையப்பெற்றிருந்தன. பம்பாயில் மட்டுமல்லாமல் கான்பூர் போன்ற இடங்களிலும் இத்தகைய

47 *Heller (1989: 23).*
48 *Khairmode (1990a).*

பண்பைக் காண முடியும்.[49] நாம் முந்தைய பகுதியில் குறிப்பிட்டிருந்ததுபோல், சூசன் பேலி[50] முன்வைத்திருப்பதன் அடிப்படையில் சொல்வதென்றால், நகரமயமாக்கல் என்ற போக்கு சாதிய எல்லைகளை முன்பு இருந்ததைவிட மேலும் இறுகியதன்மை கொண்டதாக மாற்றின. உத்தர பிரதேசத்தில் உள்ள கிராமங்களிலிருந்து கான்பூருக்குக் குடியேறிய தீண்டப்படாதவர்கள் எவ்வாறு சமூகரீதியாக விலக்கிவைக்கப்பட்ட குடியிருப்புகளுக்குள் தள்ளப்பட்டார்கள் என்றும், இது அவர்களது கிராமத்தில் இருந்த ஒதுக்குப்புறமான குடியிருப்புகளிலிருந்து எவ்விதத்திலும் வேறானதாக இல்லை என்றும் குப்து அவரது கான்பூர் குறித்த ஆய்வில் குறிப்பிடுகிறார்.[51] காலனிய இந்தியாவில் பம்பாய் போன்ற நகரங்களுக்குக் குடிபெயர்ந்தவர்கள், தாராவி போன்ற சேரிகளுக்குள் அல்லது மாதுங்கா போன்ற தொழிலாளர் குடியிருப்புகளுக்குள் தள்ளப்பட்டார்கள். மலபார் ஹில் பகுதியில் (இது பம்பாயில் மேட்டுக்குடிகள் இருக்கும் இடம்) உள்ள சேரிகள் குப்பைமேட்டைவிட மோசமானதாகப் பார்க்கப்படுகின்றன. மலபார் ஹில்லில் இருக்கும் மேட்டுக்குடியினர், குப்பைகளையும் தீண்டப்படாதவர்களையும் வேறுபடுத்திப்பார்ப்பதில்லை. இவர்களுடைய பார்வையில் தீண்டப்படாதவர்கள் நடமாடும் குப்பையாகிறார்கள்; குப்பை நடமாடும் தீண்டாமையாகிறது. இந்தத் தளத்திலான வெறுப்புணர்வு மேட்டுக்குடிகள் பார்வையில் ஆழமாக ஊடுருவியிருப்பதாலேயே செயற்கையான வாசனை கொண்டிருக்கும் உடல்களுக்கு அவர்கள் கொடுக்கும் அங்கீகாரத்தை இயற்கையான வாசனை கொண்டு சேரிகளிலிருந்து வரும் உடல்களுக்குக் கொடுக்க மறுக்கிறார்கள். இப்படியாக, நடமாடும் குப்பைகள் தொடர்ந்து உற்பத்திசெய்யப்படுவது வெளிகளின் தோற்றவெளிரீதியான பரிமாணங்களையே முன்வைக்கிறது. தீண்டப்படாதவர்கள் ‘நடமாடும் குப்பை’களாக உருவகப்படுத்தப்பட்டு அது அவர்களுடைய பௌதிகத்தோடு பின்னிப்பிணைக்கப்படுகிறது. ‘நடமாடும் குப்பை’யாக இருக்கும் அனுபவம், நிச்சயமாகத் தீண்டப்படாதவருக்குக் கொடுக்கப்பட்ட ஒன்றுதான் என்றாலும், வெளியின் அசையாத்தன்மையின் ஊடாகவே நிலைநிறுத்தப்படுகிறது. பிற தீண்டப்படாதவர்களோடு சேர்ந்து அம்பேத்கரும் வெளியின் அசையாத்தன்மை கொடுக்கும் அனுபவங்களுக்குக் கிடங்காக இருந்தார். எத்தகைய அர்த்தத்தில் வெளிகள் அசையாத்தன்மையைக் கொண்டிருக்கின்றன என்றால், நகர வெளிகளும் கிராம வெளிகள்போலவே, தீண்டப்படாதவர்களின் சுயமரியாதைக்கு எதிரானதாகவே இருக்கின்றன. அதாவது, தீண்டப்படாதவர்கள் அவமதிக்கப்படும் உணர்வுகளுக்கு உள்ளாகாமல் நகர வெளிகளில்கூட வெளியே வர முடிவதில்லை. நகரம் சார்ந்த உயர்-சாதி உடல்கள், அவர்களது மூளை முழுக்கவும் தீண்டாமை உணர்வு கொண்டு அடைக்கப்பட்டிருப்பதால், ‘நடமாடும் குப்பை’களைவிடத் தீண்டப்படாதவர்கள் மேலானவர்கள் என்று அவர்கள் உணர்வதற்கோ, இத்தகைய அசையாத்தன்மையிலான வெளிகளைவிட அவர்களுடைய

49 *Gooptu (2001: 146)*
50 *Bayly (2001: 230).*
51 *Gooptu (2001: 150).*

உடல்கள் மேலாக எதையோ கொண்டிருக்கின்றன என்று உணர்வதற்கோ எத்தகைய தார்மீகரீதியான அனுகூலத்தையும் உருவாக்கிக்கொடுப்பதில்லை.

இருபதாம் நூற்றாண்டு மும்பை குறித்தான என்னுடைய ஆய்வு எதை வெளிப்படுத்துகிறது என்றால், நகரம் சார்ந்த முதலீட்டியத்தின் அரசியல் பொருளாதாரம் மட்டுமல்லாமல் காலனிய முதலீட்டின் விளைவாகவும் லால் பாக், பரேல் போன்ற குடியிருப்புகள் சாதிகள் சார்ந்தே வடிவம் பெற்றன என்பதைத்தான்[52]. இப்படியாக, காலனிய மற்றும் உள்ளூர் முதலீடுகள் நகரம் சார்ந்த வெளிகளை, மேலும் சமத்துவவாத அடிப்படையில் சமூக உருவியலை மறுகட்டமைப்புக்கு உட்படுத்த எத்தகைய தொலைநோக்குத் திட்டங்களையும் கொண்டிருக்கவில்லை. சொல்லப்போனால், சமூக வெளிகளுள்ளாகச் சாதிகளில் தொடர்ச்சியை ஒருவரால் பார்க்க முடியும் – அது தர்மசத்திரங்கள் ஆகட்டும், ஜவுளி ஆலைகள் ஆகட்டும். உயர்-சாதிகள் கொண்டிருக்கும் ஆழமான வெறுப்புணர்ச்சியையும், விலக்கிவைக்கும் தன்மையையும் வெளிப்படுத்துவதற்கு நகர வெளிகளே பிரதான மூலமாகின்றன. அம்பேத்கருக்கும் தீண்டப்படாதவர்களுக்கும் பொதுத்தன்மையிலான அடையாளத்தைக் கொடுப்பதற்குத் தொடர்ந்து மறுக்கப்பட்டு வந்ததையே 1930-களின் தொடக்கத்தில் பம்பாயில் உள்ள ஜவுளி ஆலைகளில் இருந்த இடைநிலைச் சாதியை (மராத்தா) சேர்ந்த தொழிலாளர்கள் அப்பட்டமாக நிரூபிக்கிறார்கள். ஜவுளி ஆலையில் உள்ள நூல் நெய்யும் பிரிவில் தீண்டப்படாதவர்கள் நுழைவதை மராத்தா சாதியைச் சேர்ந்த தொழிலாளர்கள் எதிர்த்தார்கள். இதை அம்பேத்கரே பதிவுசெய்துள்ளார்.[53]

தீண்டப்படாதவர்கள் மரபாகத் தொழில் திறனைக் கொண்டிருக்கும்போது, நூல் நெய்யும் பிரிவுக்குள் இவர்கள் நுழைவதை மராத்தா சாதியைச் சேர்ந்தவர்களும், குன்பி சாதியைச் சேர்ந்தவர்களும் ஏன் எதிர்க்க வேண்டும்? முதலாவதாக, இந்தப் புதிய சூழலில் மகர் சாதியைச் சேர்ந்தவர்கள் தங்களைவிடப் பண்பாட்டுரீதியாக மேலானவர்களாவதை மராத்தா சாதியைச் சேர்ந்தவர்களால் ஏற்றுக்கொள்ள முடியவில்லை. மாறாக, மகர்கள் எப்போதும் கடந்த காலத்தைப் போலவே தங்களோடு ஒப்பிடும்போது பண்பாட்டுரீதியாகத் தாழ்ந்தவர்களாக இருக்க வேண்டும் என்றே ஒரு மராத்தா ஜவுளி ஆலைத் தொழிலாளி விரும்புகிறார். இவ்விஷயத்தைப் பொறுத்தமட்டில், உயர்-சாதி தொழிலாளர்கள் தங்களுடைய பொருளியல் நலனைக் கட்டிக்காக்கவே தீண்டாமையை ஒரு சித்தாந்தமாகப் பயன்படுத்துகிறார்கள் என்பதாக அம்பேத்கர் பார்த்தார். தீண்டாமையை மட்டுமே தனித்த யதார்த்தமாகப் பார்க்கும் அறிஞர்கள், மிக முக்கியமான ஒரு புள்ளியிலிருந்து தீண்டாமையைப் பார்க்கத் தலைப்பட்ட அம்பேத்கரின் திறமையை உதாசீனப்படுத்துகிறார்கள்.[54] இந்த எதிர்ப்பில் அளவுக்கு அதிகமாகவே

52 *Guru (1987: 67).*
53 *Ambedkar (2005: Vol. I).*
54 *Omvedt (1996).*

தீண்டாமையை முதன்மைப்படுத்துவதாக இந்த அறிஞர்கள் கருதினார்கள். நிச்சயமாக, தீண்டாமை மிக முக்கியக் காரணியமாகிறது என்றாலும், இத்தகைய எதிர்ப்புக்குப் பின்னால் வேறுபல பொருளியல், பண்பாட்டுக் காரணியங்களும் இருக்கின்றன. முதலாவதாக, சில ஆய்வறிக்கைகளின்படி[55] தேட் (Dhed) சாதியைவிட (தேட் சாதியினர் மும்பையில் மகர் என்றும், குஜராத்தில் பங்கர் என்றும் அழைக்கப்படுகிறார்கள்) மராத்தாக்கள் எண்ணிக்கையில் குறைவாக இருந்தார்கள். இதனால், மகர்களால் மேலும் ஓரங்கட்டப்படுவோம் என்று மராத்தாக்கள் பாதுகாப்புணர்வு அற்றவர்களாக இருந்தார்கள். தேட் சாதியினர் எண்ணிக்கையில் மராத்தாக்களைவிட இரண்டு மடங்காக இருந்தார்கள் (1930-களில் இவர்கள் சுமார் மூன்றாயிரமாக இருந்தார்கள்).[56] இந்த அச்ச உணர்வை மேலும் வலுப்படுத்தும் விதமாக, தேட் சாதியினரோடு ஒப்பிட்டால், மராத்தாக்களுக்கு நூல் நெய்வதில் கடந்த கால அனுபவம் ஏதும் கிடையாது.[57] குஜராத்திலிருந்து வந்திருந்த தலித்துகள் பங்கர் என்று அவர்களது குடும்பப் பெயராகக் கொண்டிருப்பதைப் பார்க்கும்போது, அவர்களுக்கு நூல் நெய்வதில் மரபான திறமை இருந்தது என்பதை நிரூபிப்பதாகவே இருக்கிறது. இந்தியில் பங்கர் என்றால், 'நெசவாளி'.

பிற சேவை சாதிகள்போலவே மகர்களும் பங்கர்களும் உயர் சாதியினரின் தேவையைப் பூர்த்திசெய்யும் விதமாகவே நூல் நெய்யும் திறனை வளர்த்துக் கொண்டிருந்தார்கள். சொல்லப்போனால், அவர்களது சொந்தத் தேவைக்காகக் கொஞ்சம்போல் நூல் நெய்துகொள்ள வேண்டியிருந்தது. தீண்டாமை என்ற களங்கத்தால் இவர்களிடமிருந்து புதுத் துணிகள் வாங்குவதோ, இவர்களுக்குப் புதுத் துணிகள் விற்பதோ தடைசெய்யப்பட்டிருந்தது. பிற்படுத்தப்பட்ட சாதிகளைச் சேர்ந்த மரபான நெசவாளர்கள் உயர் சாதிகள் என்று அழைக்கப்பட்ட சாதியினரின் தேவைக்காகத் துணி நெய்து கொடுத்தார்கள். இருந்தாலும், மநுவின் கட்டளைப்படி மரபான நெசவாளர்களாக இருந்த சேவை சாதிகள் நெய்த துணிகளைத் தீண்டப்படாதவர்கள் புதியதாக வாங்கி அணிந்துகொள்வது தடைசெய்யப்பட்டிருந்தது.[58] இத்தகைய சமூக நிலைகளின் காரணியமாகவே, தீண்டப்படாதவர்கள் ஒன்று நிலச்சுவான்தார்கள் உபயோகித்து வீசியெறிந்த துணிகளை அணிந்துகொள்ள வேண்டியிருந்தது அல்லது அவர்களுக்கானதை அவர்களாகவே நெய்துகொள்ள வேண்டியிருந்தது. பெரும்பாலான தீண்டப்படாதவர்கள், அதுவும் இந்தியாவில் சில பகுதிகளில் பெண்கள் உட்பட, மேலாடை அணிந்துகொள்ள அனுமதியில்லை. தலித் ஆண்கள் இடுப்புத் துண்டை மட்டுமே உபயோகித்தார்கள் (சொல்லப்போனால், அரை நிர்வாண காந்தி ஒரு விவசாயியைவிடத் தீண்டப்படாதவர்போல்தான் இருக்கிறார்).

55 *Morris (1965).*
56 *Lieten (1984: 84).*
57 *Moon (1987: 3).*
58 *Ambedkar (1987b: 230–8).*

இடைநிலை சாதியைச் சேர்ந்த ஜவுளி ஆலைத் தொழிலாளர்கள், குறிப்பாக மராத்தாக்கள், அவர்கள் விரும்பியதை அடைவதற்கான பயனுள்ள கருவியாகத் தீண்டாமையைப் பார்த்தார்கள். அவர்களுடைய குறிக்கோள்தான் என்ன? மரபை உபயோகித்து நவீனத்துவத்தை அவர்களுக்கு சாதகமாக்கிக்கொள்வதுதான் அவர்களுடைய குறிக்கோள். அல்லது மாற்றிச் சொல்வதென்றால், நவீனத்துவத்தில் மகர்களுக்குக் கிடைத்த தன்னம்பிக்கை தங்களுக்குக் கிடைக்காததால், அவர்கள் அந்தத் தன்னம்பிக்கையை மரபிலிருந்து மீட்டெடுக்க முயன்றார்கள்.

இறுதியாக, ஜவுளி ஆலையில் மராத்தா தொழிலாளிகளுக்கு ஒப்பிட்டளவில் நல்ல ஊதியம் கிடைத்தது என்பதால், மற்றவர்கள் எவரும், அதுவும் தீண்டப்படாதவர்கள், நூல் நெய்யும் பிரிவில் அவர்களோடு போட்டியிடுவதை விரும்பவில்லை.[59] இவ்விஷயத்தைப் பொறுத்தமட்டில், முதலாளிகளும் காலனிய அரசும் ஜவுளி ஆலைகளிலிருந்து சாதி போன்ற சமூகச் சக்திகளை வெளியேற்றுவதில் எத்தகைய ஆழ்ந்த அக்கறையும் கொண்டிருக்கவில்லை என்பதுதான் சுவராஸ்யமான விஷயமாகிறது. சொல்லப்போனால், தொழிற்சாலைகளின் தேவை சார்ந்து உழைப்பாளிகள் மத்தியில் காணப்பட்ட பயன்பாட்டுத்தன்மையிலான படிநிலைகளுக்கும் சமூகப் படிநிலைகளுக்கும் இடையேயான இணக்கத்தைத் துடிப்போடு ஊக்குவித்தார்கள். இப்படியாகவே மரபையும் நவீனத்துவத்தையும் மிகத் துல்லியமாக ஒன்றெனக் கலப்பதில் வெற்றியடைந்தார்கள்.

இதுபோல் தொடர்புடைய எல்லாக் காரணியங்களுக்காகவும் மராத்தாக்கள் மரபுத் தளத்தில் நின்று தீண்டப்படாதவர்களை எதிர்த்தார்கள். இந்த எதிர்ப்புகள் பகுத்தறிவுத் தளங்களிலிருந்தோ, நவீனத்துவத் தளங்களிலிருந்தோ முன்வைக்கப்படவில்லை. உள்ளூர்வாதிகளிடம் தெவிட்டுநிலைக்கு *(saturating)* கொண்டுவிட்டது என்று எதை விமர்சனமாக மநு கோஸ்வாமி முன்வைக்கிறாரோ[60] அது, அதாவது பொருளாதார வெளி, சாதிகளால் நிரப்பியிருந்த சமூக வெளிகளுக்கு ஈடுகொடுத்து அதனுள் சுபலமாக ஊடுருவியது.

மும்பையில் இருந்த பங்குச் சந்தை அம்பேத்கரின் திறமையையோ நிபுணத்துவத்தையோ ஏற்றுக்கொள்ளவும் இல்லை, அங்கீகரிக்கவும் இல்லை.[61] அவர் தீண்டப்படாதவராக இருந்ததால், ஏறக்குறைய பங்குச் சந்தையிலிருந்து வெளியே தள்ளப்பட்டார். மும்பையிலிருந்து வெளிவந்த குஜராத்தி நாளிதழ் ஒன்று அவரது சாதியை வெளிப்படுத்தியது. இந்தியாவில் அச்சு ஊடகத்தின் பங்கு, தேசத்தைக் கற்பிதம் செய்வதைவிட, பொருளாதார வெளிகளில் சாதியப் பிடிமானத்தைத் தக்கவைத்துக்கொள்வதற்குத்தான் முக்கியத்துவம்

59 *Morris (1965:).*
60 *Goswami (2004: 74).*
61 *Rege (1991: 84).*

கொடுத்தது.[62] இதோடு தொடர்புடைய கேள்வி என்னவாக இருக்கிறது என்றால், சமூக வெளிகளும் பொருளாதார வெளிகளும் இப்படி ஒன்றன்மேல் ஒன்று இணைந்து காணப்படுவது சமூக நீதி, சுயமரியாதை போன்ற நடைமுறைரீதியான கருத்தாக்கங்களில், அதுவும் குறிப்பாக அம்பேத்கரின் சமூகச் சிந்தனைகளில் எத்தகைய தாக்கத்தை ஏற்படுத்தியுள்ளன என்பதுதான்.

பொருளியல் வெளிகளும் சமூக நீதியும்

நூல் நெய்யும் பிரிவில் தீண்டப்படாத தொழிலாளிகள் சமூகரீதியாக விலக்கிவைக்கப்பட்டது அநீதியானது என்று ஏன் அம்பேத்கர் நினைத்தார்?[63] இவ்வாறு விலக்கிவைக்கப்படுவதை இரண்டு பிரதானக் காரணியங்கள் அடிப்படையில் பிரச்சினைக்கு உரியதாக அவர் பார்த்தார்.[64] முதலாவதாக, தீண்டப்படாத தொழிலாளர்கள் சார்பாக நீதிக்கான கோரிக்கையை முன்வைக்கும் விதமாக அவர் விகிதாச்சாரக் கொள்கையை வலியுறுத்தினார். இது 1930-களில் பாம்பே ஜவுளி ஆலைத் தொழிலாளர்களின் எண்ணிக்கையை அடிப்படையாகக் கொண்டது. ஒரு கணக்கின்படி, தொழிலாளிகளில் பெரும்பாலானோர் தேட் சாதியினராக இருந்தார்கள்.[65] ஆனாலும், அதில் பெரும்பாலானோர் பளு தூக்கும் பிரிவுகளிலும், கழிவுகளை அகற்றும் பிரிவுகளிலுமே இருந்தார்கள். தொழிலாளர்களிடையே வேளைப் பிரிவு சமனற்ற விகிதாச்சாரத்தைக் கொண்டிருக்கிறது என்று மிகத் திடமாக முன்வைத்ததோடு, அதைச் சரிப்படுத்த வேண்டும் என்றும் முன்வைத்தார்.[66] இரண்டாவதாக, அம்பேத்கரைப் பொறுத்தமட்டில் நூல் நெய்யும் பிரிவிலிருந்து விலக்கிவைக்கப்படுவது என்பது சில தீண்டப்படாத தொழிலாளிகளுக்குப் பண்பாட்டுரீதியாக அநீதி இழைக்கப்படுவதாக இருந்தது. இந்த அநீதி எந்த அளவுக்குப் பண்பாட்டுரீதியானதாக இருந்தது என்றால், தீண்டப்படாதவர்களின் நூல் நெய்யும் திறனை அங்கீகரிக்காததோடு, அதில் அவர்களுக்கு இருந்த மரபான அனுபவங்களை அங்கீகரிக்க மறுப்பதாகவும் இருந்தது. இதற்கு மாறாக, மராத்தா தொழிலாளி நூல் நெய்யும் திறன் கொண்டிருக்கிறேன் என்று தனக்குத் தானே சான்றிதழ் வழங்கிக்கொண்டது அநியாயமாக இருந்தது. ஏனெனில், அவர்கள் கோரியதற்கு எற்ப நூல் நெய்யும் அனுபவம் கொண்டிருந்தார்கள் என்பதற்கு எந்த ஆதாரமும் இல்லை. இவ்வாறு தீண்டப்படாதவர்கள் விலக்கிவைக்கப்பட்டது இறுதியாக அவர்களைத் தொழில்திறன் அற்ற பிரிவுகளுக்குள் தள்ளிவிட்டதோடு மட்டுமல்லாமல்,

62 *'மன்னிக்க வேண்டும், பேராசிரியர் பெனடிக் ஆண்டர்சன் அவர்களே, உங்களுடைய கருத்தாக்கத்தை இந்திய சாதிய முறைமை மிகத் தவறாகப் பயன்படுத்தியுள்ளது' (Khairmode, 1990: 118).*

63 *Ambedkar (1987a: 261)*

64 *Ambedkar (1990a: 262)*

65 *Lieten (1984: 84).*

66 *Khairmode (1991a: 291).*

அவர்களைத் தொழில்திறன் அற்றவர்களாகவும் ஆக்கியது. இதன் விளைவாக, தீண்டப்படாத தொழிலாளிகள் சுயமதிப்பையும் சுயமரியாதையையும் இழந்து அவதிப்பட்டார்கள்.

திறன் இல்லாத தீண்டப்படாத தொழிலாளிகளை நூல் நெய்யும் பிரிவுக்குள் கொண்டுசெல்ல வேண்டும் என்று அம்பேத்கர் விரும்பவில்லை. தகுந்த பயிற்சிக்குப் பிறகு அவர்கள் நூல் நெய்யும் பிரிவுக்குள் செல்லத் தகுதியானவர்களாக இருப்பார்கள் என்றே முன்வைத்தார்.[67] அவர், வராகத் (Vhrahad, இப்போது விதர்பா) பகுதியிலிருந்து 130 பயிற்சி இல்லாத தீண்டப்படாதவர்களை ஒன்றுதிரட்டி அவர்களுக்கு ஜவுளி ஆலையில் நூல் நெய்யும் பிரிவில் பயிற்சி கொடுக்க முயன்றார். காகிர்மோட் குறிப்பிடுவதுபோல், அப்போதும்கூட உயர்-சாதி தொழிலாளிகள் தீண்டப்படாத தொழிலாளிகளை ஜவுளி ஆலைக்குள் அனுமதிக்க மறுத்ததால், இவர்களுக்கான பயிற்சித் திட்டத்தை நடைமுறைப்படுத்த முடியாமல்போனது.[68] இவ்விஷயத்தில், அதிலும் குறிப்பாக ஜவுளி ஆலைத் தொழிலாளிகள் விஷயத்தைப் பொறுத்தமட்டில், காந்தியின் சுயமரியாதை என்ற கருத்தமைவு குறித்துப் பார்ப்பது பொருத்தமாக இருக்கும். காந்தியைப் பொறுத்தமட்டில், வேலைநிறுத்தத்தின்போது தொழிலாளிகள், அவர்கள் செய்யாத வேலைக்கு ஊதியம் கோருவது அவர்களது சுயமரியாதைக்கான தார்மீக மூலத்தை இழப்பதாக இருந்தது.[69] காந்தியவாதத் தார்மீகப் பொருளாதாரச் சட்டகத்தில், மெய்யான காலத்தில் மெய்யான வெளியில் செய்யப்படும் உழைப்பே சுயமரியாதைக்கான மூலமாகிறது. தார்மீகக் கடமைக்குக் கட்டுப்பட்டிருப்பதானது சுயமரியாதையைச் சம்பாதிப்பதற்கான உத்தரவாதமாகப் பார்க்கப்பட்டது. இப்படியாக காந்தியைப் பொறுத்தமட்டில் இலவசமாகப் பெற்றுக்கொள்ளுதல் என்பது சுயமரியாதையை இழப்பதாகிறது.

அம்பேத்கரிடம் சுயமரியாதை என்ற கருத்து பண்பாட்டு ரீதியான நீதி என்ற பரந்தத் தளத்திலான கருத்தாக்கத்தின் பகுதியாக இருந்ததோடு, அது வேறொரு அனுபவரீதியான வெளியிலிருந்து தோன்றுவதாகவும் இருந்தது - புனிதமான வெளிகள் (இந்து கோயில்கள்). அம்பேத்கரைப் பொறுத்தமட்டில், புனிதமான வெளிகள் என்பது சமமாக நுழையும் உரிமைக்கான போராட்டமாக மட்டும் இல்லை. அது அங்கீகாரத்துக்கான தார்மீகப் போராட்டமாகவும் இருந்தது. அம்பேத்கர் வழிநடத்திய கோயில் நுழைவுப் போராட்டங்கள் ஆன்மீகத் திருப்திகாகவோ, புனிதமான வெளிகளை அடைவதற்காகவோ, தீண்டப்படாதவர்களின் அந்தஸ்தைச் சமூகத் தளத்தில் உயர்த்துவதற்காகவோ நடத்தப்பட்ட போராட்டங்கள் அல்ல. அது மேலான தார்மீகத் தேவைகளை உள்ளடக்கியதாக இருந்தது. அம்பேத்கர் ஒருபக்கம்

67 *Ibid.*
68 *Ibid.*
69 இந்த நிலைப்பாடு அம்பேத்கரின் நிலைப்பாட்டிலிருந்து வேறானதாக இருக்கிறது. *Ganguli (1973).*

தீண்டப்படாதவர்கள் மத்தியில் சுயமரியாதை உணர்வை வெளிக்கொணர முயன்றார் என்றால், மறுபுறம் பிடிவாதமாக இருந்த இந்துக்கள் மத்தியில் காரணியத்தை வளர்த்தெடுக்கவும் முயன்றார். இவ்வாறு உழைப்பின் பங்களிப்பு என்ற கொள்கையை மையப்படுத்தி இரட்டை ஆசிரியத்துவத்தை முன்வைக்க அம்பேத்கர் முயன்றார். இந்து கோயில்களைக் கட்டியவர்களும், பின்னர் அதைப் பாதுகாத்தவர்களும் தீண்டப்படாதவர்கள்தான். இவ்வாறு இருக்க, அவர்களுடைய உழைப்பை உயர்-சாதி இந்துக்கள் அங்கீகரிக்காத காரணியத்தால், தீண்டப்படாதவர்கள் அவர்களுடைய சுயமரியாதையை இழப்பதாக உணர்வதற்கு எல்லாக் காரணியங்களும் இருக்கின்றன என்றே அம்பேத்கர் வாதிட்டார்.[70] அவரைப் பொறுத்தமட்டில், பங்களிப்பே கோயில் உள்ளே நுழையும் உரிமைக்கான மொழியை உருவாக்கிக்கொடுக்கிறது.[71] தீண்டப்படாதவர்கள் அவர்களுடைய உரிமையை நிலைநாட்டவில்லை என்றால், அவர்களுடைய சுயமரியாதையை அவர்கள் இழக்க வேண்டி இருக்கும். அம்பேத்கருடைய புரிதலில், உரிமைகளுக்கான மொழியே சுயமரியாதைக்கான மூலமாகிறது. மேலும், தீண்டப்படாதவர்கள் இந்து கோயில்களைப் பாதுகாத்த பங்களிப்பிலிருந்து இந்த மொழி உருப்பெறுகிறது.[72]

வேறு வார்த்தைகளில் சொல்வதென்றால், கோயில் நுழைவுக்கான உரிமையை முன்வைக்க முடிந்த தார்மீக ஆற்றலையே தீண்டப்படாதவர்களின் சுயமரியாதைக்கான மூலமாக அம்பேத்கர் பார்த்தார். தீண்டப்படாதவர்கள் மத்தியில் அரசியல் சக்தியை உருவாக்குவது, அவர்களுடைய உடனடித் தேவை என்று இரட்டை ஆசிரியத்துவத்தை அவர் உபயோகித்தார். முதலாவதாக, பொருள்மயப்பட்ட நிலையில் இருந்த தலித்துகளைத் தட்டியெழுப்புவதற்கு, அவர்கள் ஏற்றுக்கொள்ளும் விதத்தில் இந்தக் கேள்விகளை முன்வைத்தார்: 'கோயில்களுக்குள் நுழையும் உங்களுடைய உரிமைக்காக நீங்கள் போராடவில்லை என்றால், உங்களுடைய சுயமரியாதையை நீங்கள் இழந்துவிடுவீர்கள் இல்லையா? இந்து கோயில்களைக் கட்டுவதிலும், அவற்றைப் பாதுகாப்பதிலும் உங்களுடைய பங்களிப்பை வேறு எப்படி நீங்கள் உறுதிப்படுத்திக்கொள்ளப்போகிறீர்கள்?'[73] இத்தகைய அர்த்தத்திலேயே உரிமை சார்ந்த மொழிக்குத் தீண்டப்படாதவர்களிடமிருந்து சாதகமான எதிர்வினையைத் தோற்றுவிக்கும் விதமாக அவர் ஆசிரியத்துவ முறையை உபயோகித்தார். இரண்டாவதாக, தீண்டப்படாதவர்கள் கோயில்களுக்குள் நுழைவது என்ற நியாயமான கோரிக்கையை மிகத் திடமாக மறுத்துவந்த உயர்-சாதிகளை அவமானப்படுத்துவது என்றில்லாவிட்டாலும், நியாயமான

70 Ambedkar (2005).

71 Ambedkar (2003: 128).

72 Ibid.

73 Khairmode (1991b: 67). 17-ஆம், 18-ஆம் நூற்றாண்டுகளில் மகாராஷ்டிரத்தில் கிராமங்களைப் பாதுகாக்கும் மரபான காவலாளிகளாக இருந்தார்கள். மேலும், உயர் சாதி யாத்திரீகளுக்கு அடைக்கலம் கொடுத்த கோயில்களுக்கும் பாதுகாவலர்களாக இருந்தார்கள். பார்க்கவும்: Khatare (2009: 99).

காரணியங்களை அவர்களே உணர்வதற்குக் கோயில் நுழைவுப் போராட்டம் தார்மீக மதிப்பைக் கொண்டிருப்பதாகப் பார்த்தார். இப்படியாக, சமூக நீதி குறித்தான அம்பேத்கரின் சட்டகத்தில், தீண்டப்படாதவர்களிடம் எதிர்மறையான பிரக்ஞையை உருவாக்கும் நோக்கத்தைக் கொண்டிருந்த தீவிர அரசியலானது கோயில்கள் புனிதமான வெளிகளாகப் பார்க்கப்பட்டுவந்ததை மிகக் கடுமையாக விசாரணைக்கு உட்படுத்தியது.[74] சமூகரீதியாகவும் பண்பாட்டுரீதியாகவும் நீதி என்ற கருத்தமைவை அரசியல் வெளிப்பாடாக முன்னுக்குக் கொண்டுவருவதற்கும், தலித்துகளின் பிரக்ஞையை மேலான தளத்துக்குக் கொண்டுசெல்வதற்கும் அவர் கோயில் நுழைவுப் போராட்டத்தைப் பயன்படுத்திக்கொண்டார். அம்பேத்கரின் புரிதலில், கோயில்களைப் புனிதமான வெளிகளாக ஏற்றுக்கொள்ள மறுக்கும் முன்வைப்புகளெல்லாம், மையநீரோட்ட இந்து கற்பனைகளுக்கு எதிரானதாகவே இருந்தன. அதாவது, இந்தியாவை 'பாரத மாதா' என்று பண்பாட்டுரீதியாகக் கட்டமைப்பதன் வழியாகக் கோயில்கள் புனித வெளிகளாக மேலும் தீவிரமடைந்தன. நாம் இது குறித்துக் கடைசிப் பகுதியில் விரிவாகப் பார்ப்போம்.

காந்தி, அம்பேத்கர் இருவரிடமும் விசித்திரமான ஒத்தத்தன்மை ஒன்று காணப்படுகிறது. தீண்டப்படாதவர்களைக் கோயில்களுக்குள் அனுமதிக்க வேண்டும் என்று காந்தி முன்வைத்தபோது அவர் உரிமைகள் என்ற நவீன மொழியை உபயோகிக்கவில்லை. இந்த அளவுக்கு அம்பேத்கரிடமிருந்து காந்தி வேறுபடுகிறார். மாறாக, இந்து கோயில்களுக்குள் தீண்டப்படாதவர்களை அனுமதிப்பது உயர்-சாதி இந்துக்களின் தார்மீகக் கடமை என்பதற்கு அழுத்தம் கொடுத்தார். உயர்-சாதி இந்துக்களிடம் நியாயமான காரணியங்களைத் தூண்டுவதற்கு அவர் மரபை விமர்சனபூர்வமாகப் பயன்படுத்திக்கொண்டார். உயர்-சாதிகளிடம் தார்மீகக் காரணியங்களை வளர்ப்பதற்கு காந்தி இவ்வாறு கோரிக்கைவைத்தார்: "இந்தப் பிறவி அல்லது முந்தைய பிறவியில் செய்த பாவங்களைக் கழுவுவதற்கான புனிதமான வெளிகள்தான் கோயில்கள் என்று நீங்கள் உண்மையிலேயே நம்புவீர்களானால், தீண்டப்படாதவர்கள் அவர்களுடைய முந்தைய பிறப்பில் பாவம் செய்திருக்கிறார்கள் என்று நீங்கள் நினைப்பீர்களானால், அவர்களுடைய பாவங்களை இந்தப் புனிதமான இடத்தில் கழுவுவதற்கு சந்தர்ப்பம் கொடுப்பது உங்களுடைய தார்மீகக் கடமையில்லையா?"[75] இங்கு காந்தி 'பங்களிப்பு' என்ற கொள்கையைக் கணக்கில் எடுத்துக்கொள்ளவில்லை. அதாவது, அவர் அகமதாபாத் ஜவுளி ஆலைத் தொழிலாளிகள் விஷயத்தில் எடுத்த அவருடைய முந்தைய நிலைப்பாட்டிலிருந்து விலகுகிறார். உழைப்பைத் தார்மீகத் தளத்தில் நீதி மற்றும் சுயமரியாதையோடு அவர் இணைத்தார் என்பது நமக்குத் தெரிந்த ஒன்றுதான்.[76] மறுபுறத்தில், அம்பேத்கர் 'உரிமை' என்ற கருத்தமைவை அடிப்படையாகக் கொண்டு, அரூபமான உலகளாவிய காரணியத்தை முன்வைத்து சாதி

74 *Guru (2007b).*
75 *Tendulkar (1968: 230).*
76 *Nagaraj (2010).*

இந்துக்களிடம் உரையாட முயன்றார். அம்பேத்கரிடம் 'உரிமை' என்ற சமூகச் சொத்து பரம்பரையாகப் பெறப்பட்டதாக வெளிப்படாமல், உண்மையான பங்களிப்பு சார்ந்ததாக வெளிப்பட்டது.

இவ்விஷயத்தில், கோயில்கள் புனிதமான வெளிகள்தான் என்று அங்கீகரிப்பதற்காகக் கோயில் நுழைவுப் போராட்டத்தை அம்பேத்கர் முன்னெடுக்கவில்லை என்பதை நாம் நினைவில் வைத்திருக்க வேண்டும், அவர் எதிர்மறையான பிரக்ஞையை உருவாக்குவதற்கான உத்தியாகவே அதைப் பயன்படுத்தினார். சமூக நீதி, சுயமரியாதை போன்ற கருத்தாக்கங்களை அரசியல்ரீதியாக வெளிப்படுத்துவதற்கான முன்நிபந்தனைகளாகவே அவை இருந்தன. இப்படியாக, தீண்டப்படாதவர்கள் மத்தியில் நிலைகுலையச் செய்யும் பண்பாட்டுரீதியான பிரக்ஞைக்கு அடிப்படையாகவே அவரது கோயில் நுழைவுப் போராட்டம் அமைந்தது. ஆனால், வேறொரு சூழ்நிலையில் கோயில்களிலிருந்து வெளியேறுவது என்ற கருத்தை அவர் முன்வைத்தார். சமூக நீதி, இன்னும் குறிப்பாக சுயமரியாதை போன்ற கருத்தாக்கங்கள் குறித்துப் பண்பாட்டுரீதியான பிரக்ஞை உருவாக்கத்துக்கு அடிப்படையாகக் கோயில்களிலிருந்து வெளியேறுவது என்ற நிலைப்பாட்டை அவர் எடுத்தார்.

பாலியல் தொழிலும் சுயமரியாதையும்

பிற தீண்டப்படாதவர்களின் தலைவர்கள்போலவும், தென்னிந்தியப் பார்ப்பனரல்லாதவர்களின் தலைவர்கள்போலவும் அம்பேத்கரும் தேவதாசி முறைமையை இழிவுக்கான மூலமாகப் பார்த்தார். இந்த முறைமை தீண்டப்படாத பெண்களின் சுயமரியாதையை உதிர்ந்துபோக வைப்பதாகவே இந்தச் சிந்தனையாளர்கள் பார்த்தார்கள்.[77] இத்தகைய தீண்டப்படாத பெண்கள் 'புனிதமான திருமணம்' என்பதன் ஊடாக ஆண்/பெண் கடவுள்களைக் கொண்டிருக்கும் இந்து கோயில்களோடு பிணைக்கப்பட்டார்கள். இத்தகைய பெண்கள் கடவுள்களுக்குத்தான் திருமணம் செய்துவைக்கப்படுகிறார்கள் என்றாலும், நடைமுறையில் உள்வட்ட எஜமானர்களுக்கு எல்லா விதத்திலும் கிடைக்கக்கூடியவர்களாக இருந்தார்கள். ஒடிஸாவில் பூரி கோயிலிலும், வடக்கு கர்நாடகத்தில் உள்ள சௌதாட்டி, சந்திரகூடி கோயில்களிலும் காணப்படும் தேவதாசி முறைமை தீண்டப்படாத பெண்களைப் பாலியல்ரீதியாகச் சுரண்டுவதற்கு மூலமாகியது. இத்தகைய பெண்கள் சமூகத்தில் தார்மீகரீதியான பிளேக் நோயாகப் பார்க்கப்பட்டர்கள். தேவதாசி முறை குறித்த கேள்வியை அம்பேத்கர் மையப்படுத்தினார். தேவதாசிப் பெண்கள் அந்த முறைமையிலிருந்து வெளியேறி, குடிமைச் சமூகத்துக்குள் நுழைய வேண்டும் என்று பலமுறை கோரிக்கைவைத்தார். அவரைப் பொறுத்தமட்டில், புனிதமான வெளிகளான கோயில்கள் சுரண்டலுக்கான மூலமாக மட்டுமல்லாமல், கூட்டு அவமதிப்புக்கும்

---

77 *Geetha and Rajdurai (1998).*

ஒடுக்குதலுக்கும் மிக மோசமான மூலமாக இருந்தன.[78] தேவதாசி முறையை ஒழிப்பதற்கு அம்பேத்கர் திருமணத்தைத் தீர்வாக முன்வைத்தார். தேவதாசிகள் செய்துகொள்ளும் திருமணம் தொன்மமான ஒன்றோடானதாக இல்லாமல், வாழும் மானுடப் பிறவிகளோடானதாக இருக்க வேண்டும் என்றும், அதுவே அவர்களுக்கான சுயமரியாதைக்கு மூலமாகும் என்றும் வாதிட்டார். இப்படியாக, புனிதமான வெளிகளிலிருந்து சுயமரியாதையைப் பெற முடியாது என்றும், அதைக் குடிமைச் சமூகத்திலிருந்தே பெற முடியும் என்றும் ஆகிறது. (இந்த நிலைப்பாடு, திருமணங்களுக்கு எதிராக இருக்கும் தீவிர பெண்ணியலாளர்களால் ஏற்றுக்கொள்ள முடியாத நிலைப்பாடாக இருக்கும்.) பௌத்தத் திருமண முறைமையில் காணப்படும் குறியிடப்பட்ட (codified) பகுத்தறிவுவாதமே அம்பேத்கரைப் பொறுத்தமட்டில் மானுட மரியாதைக்கான மூலாதாரமாக இருந்தது.

ஆனால், தேவதாசிகள் மீண்டும் அதே புனிதமற்ற வெளிகளுக்குள்ளேதான் நுழைய வேண்டியிருந்தது.[79] தேவதாசிகளைப் பொறுத்தமட்டில், அசைவற்ற அனுபவங்களும் அனுபவரீதியான வெளிகளும் ஒன்றன்மேல் ஒன்றெனக் குவிந்தன. தேவதாசிகள் கோயில்களிலிருந்து வெளியேறி மும்பையில் காமாத்திபுரத்துக்குத்தான் (பாலியல் தொழிலாளிகள் இருக்கும் இருப்பிடம்) வந்துசேர்ந்தார்கள். இந்தப் பகுதியை, பொதுவாக மொத்தத் தீண்டப்படாத சமூகத்தாருக்கும், குறிப்பாகத் தீண்டப்படாத பெண்களுக்கு, அவமதிப்புக்கான மூலமாகவே அம்பேத்கர் பார்த்தார்.[80] 1930-களில் இத்தகைய பெண்களோடு அம்பேத்கர் உரையாடலைத் தொடங்கினார். இந்த அணிதிரட்டல் அவர்கள் சமூகத்தின் நன்மதிப்பை, அதாவது சுயமரியாதையை வென்றெடுப்பதையே நோக்கமாகக் கொண்டிருந்தது. காமாத்திபுரத்தில் ஒரு பொதுக் கூட்டத்தில் பங்கெடுத்துக்கொண்டு, அவர்கள் செய்துகொண்டிருக்கும் தொழிலை விட்டு வெளியேற வேண்டும் என்றும், அவர்களுக்கு சுயமரியாதையை உத்தரவாதப்படுத்தக்கூடிய மரியாதைக்குரிய தொழிலை மேற்கொள்ள வேண்டும் என்றும் அக்கறையோடு அறைகூவல் விடுத்தார். சமூக விடுதலை குறித்தான அவரது கருத்து, தார்மீகரீதியான பிளேக் நோய்க்கான மூலமாகப் பார்த்து ஒதுக்கப்பட்ட இடங்களிலிருந்து தலித் பெண்கள் வெளியேறுவதோடு பிணைக்கப்பட்டதாக இருந்தது.

வெளி, ஒடுக்கப்படுவதற்கான மூலமாக இல்லை என்றும், அது வெறுமனே அவமதிப்புக்கான வெளிப்பாடாக இருக்கிறது என்றுமே அம்பேத்கர் வாதிட்டார்.[81] வெளி வெறுமனே ஒடுக்குதலின் இருப்புக்கானதாகிறது. வெளி குறித்தான என்னுடைய ஆய்வு அம்பேத்கரினுடைய கருத்தாக்கங்களின் நீட்சியாகவே இருக்கிறது. இது வெளியைச் செயலூக்கமிக்கதாகவும், பயன்தரக்கூடியதாகவும்

78 Ibid. p. 210.
79 இங்கு புனிதமற்ற வெளிகள் என்பது பாலியல் தொழிலாளிகள் இருக்கும் இடத்தை (சிவப்பு விளக்குப் பகுதி) குறிக்கிறது.
80 Khairmode (1985: 130–8).
81 Khairmode (1990b: 67).

பார்க்கிறது. உழைப்பின் தார்மீக மதிப்பே சுயமரியாதையின் உண்மையான சாரமாகிறது. அம்பேத்கரின் முன்வைப்பு சுயமரியாதையைப் பொறுத்தமட்டில் சாதகமான விளைவுகளை ஏற்படுத்தும் விதத்தில் உழைப்பு குறித்து ஒரு மாற்றுப் பார்வை கொண்டிருந்தது. 'சதைச் சந்தை'யின் விதிமுறைகள் பாலியில் தொழிலில் ஈடுபடுகிறவர்களுக்கு சில தன்னாட்சி உரிமைகளை வழங்கலாம். மேலும், சந்தையின் தர்க்கம் இத்தகைய பாலியில் தொழிலாளிகளிடம் ஒருவிதமான படிநிலையை உருவாக்கவும் செய்யலாம். அப்படியென்றால், சந்தையில் யாரோடு பாலியல் உறவுகொள்ளப்போகிறோம் என்ற 'தேர்ந்தெடுக்கும்' உரிமையை நாம் அங்கீகரிக்கிறோம் என்றாகிறதா? இந்தக் கேள்விக்கான அம்பேத்கரின் பதில், திட்டவட்டமாக 'இல்லை' என்றே இருந்தது.[82] ஒருவேளை உடல் உழைப்பையும் பாலியல் தொழிலையும் ஒன்றாக்குவதை அவர் ஏற்றுக்கொள்ளாமல் இருந்திருக்கலாம். ஒருவேளை உடல்ரீதியான தேவைகளைப் பூர்த்திசெய்துகொள்வதற்கு முறையாகத் திருமணம் செய்துகொள்வதை மரியாதைக்குரியதாக அவர் பார்த்திருக்கலாம். இப்படியாக, தீண்டப்படாத பெண்கள் பாலியல் தொழிலாளிகளாவதையும், அவர்கள் இன்பத்தைக் கொடுக்கும் சந்தைப் பொருளாவதையும் ஏற்றுக்கொள்ள அம்பேத்கர் திடமாக மறுத்தார். ஆக, அடிப்படையில் தீண்டப்படாத பெண்களின் உழைப்பு பொருளியல் பண்பு கொண்டிருக்கும் இயற்கை, நிலம், தொழிற்சாலை போன்றவற்றோடு இணைக்கப்படும்போதுதான் அவர்களுக்கான சுயமரியாதையை அவர்கள் பெற்றுக்கொள்ள முடியும் என்பதே அம்பேத்கரின் பார்வையாக இருந்தது. அம்பேத்கரின் பார்வையில் உடல்கள் உழைப்பு சக்தியின் திரளுருவாக இருக்கின்றன. அவை வெறும் இன்பத்துக்கான குறியீடுகளுக்குள் கரைந்துபோகும் ஒன்றாக இருக்கக் கூடாது. அம்பேத்கரைப் பொறுத்தமட்டில் இன்பத்துக்கான குறியீடுகளுக்குள் கரைந்துபோகும் உடல்களெல்லாம் சுயமரியாதை போன்ற பிரதான சமூக நன்மதிப்புகளைப் பெறுவதற்குப் பங்காற்றுகிறதா இல்லையா என்பதே அடிப்படையாக இருக்கிறது. ஆனால், உடல் ஒரே விதமான உழைப்பு சக்தியைத்தான் கொண்டிருக்கிறது. இந்த உடல்தான் உழைப்பையும், பாலியல் உறவுக்கான பொருளாக இருப்பதையும் இணைப்பதாக இருக்கிறது. இந்த உடல் தீண்டப்படாத குடும்பங்களின் தார்மீகப் பொருளாதாரத்துக்குப் பங்காற்றுவதாக இருக்குமானால், அது அம்பேத்கரைப் பொறுத்தமட்டில் நிச்சயமாக அவர்களுக்கான மரியாதையைச் சம்பாதித்துக்கொடுப்பதோடு மட்டுமல்லாமல், மொத்தச் சமூகத்துக்கான மரியாதையைச் சம்பாதித்துக் கொடுப்பதாகவும் இருக்கும். அம்பேத்கர் முன்வைக்கும் கூற்றின் அடிப்படையில், உழைக்கும் கைகளைக் கொண்டிருக்கும் மானுட உடல்கள் முரண்பட்ட பண்பைக் கொண்டிருக்கின்றன என்று வாதிட முடியும். அதாவது, அவை சமூக நலன் சார்ந்து உழைக்கின்றன. அதேசமயத்தில், உடல் நலன் பெருமளவு பாதிப்புக்கு உள்ளாகவும் செய்கின்றன. அம்பேத்கர் தலித் குடும்பங்களின் குறிப்பிட்ட தேவைகளின் மீது கவனம் கொள்கிறார்.

82 Ambedkar (1989: 373).

குறிப்பாக, சுயமரியாதைக்கான தார்மீக மூலத்தை அமைத்துக்கொடுக்கும் தார்மீகப் பொருளாதாரம் மேல் அவர் கவனம் குவிக்கிறார்.

இதற்கு நிகராக, ஒருவருடைய சமூக உழைப்பு உருவாக்கும் மதிப்பை விநியோகிக்கும் தன்னாட்சியை நடைமுறைப்படுத்தும் ஆற்றலின் அடிப்படையிலிருந்தே அவர் சுயமரியாதையை வரையறுக்கிறார்.[83] இதற்கு நிகரான பாணியில், புல்லுருவிகள் அல்லது ஒட்டுணிகள், மற்றவர்கள் உழைப்பின் பலன் பெற்றுக்கொள்கிறவர்கள் அதை விநியோகிக்கும் அதிகாரத்தை நடைமுறைப்படுத்துவதால் அவர்களுடைய சுயமரியாதையை அவர்கள் இழக்கிறார்கள்.

தமாஸா என்ற நாட்டாரியல் நாடகக் கலை குறித்தான அம்பேத்கரின் விமர்சனம், சுயமரியாதை என்ற கருத்து குறித்து அவர் கொண்டிருந்ததை மிகத் தெளிவாக வெளிப்படுத்துகிறது. தமாஸா நாடகக் கலை புனிதமற்ற வெளியைச் சார்ந்திருக்கிறது என்றும், உயர்-சாதியைச் சேர்ந்தவர்கள் அவர்களுடைய அந்தரங்கத் தேவைகளைப் பூர்த்திசெய்துகொள்ளும் விதமாகவே தலித் பெண்களை அதில் உபயோகிக்கிறார்கள் என்றும் அம்பேத்கர் விமர்சித்தார்.[84] பார்ப்பன நாட்டியக்காரரான பட்டே பாபுராவ், அக்ரஹாரத்துக்கும் தலித் சேரிகளுக்கும் இடையேயான வேறுபாட்டைக் கலைந்து, தீண்டப்படாத பெண்ணான பவ்தாபாயைத் திருமணம் செய்துகொண்டார். பவ்தாபாய் லாவணியில் அசாதாரணமான திறமை கொண்டிருந்ததோடு திகைக்கவைக்கும் பேரழகியாகவும் இருந்தார். நாட்டாரியல் நாடகக் கலையான தமாஸா (ஓரிடத்தில் தங்கியிருப்பவர்கள், ஓரிடத்தில் நிரந்தரமாகத் தங்காதவர்கள் என இருசாராரும் இதில் உண்டு) பண்பாட்டு நிகழ்த்துதலுக்கான சமூக வெளியைப் உருவாக்கிக்கொடுக்கிறது. இதில் பெரும்பாலும் தீண்டப்படாத பெண்களே ஈடுபட்டார்கள். (உயர் சாதிகளைச் சேர்ந்தவர்கள்போல், எவருடைய உடல்களெல்லாம் ஏற்கெனவே விடுதலை அடைந்திருக்கிறதோ அவர்களுக்கு தமாஸா நாடகக் கலை விடுதலைக்கான வெளியை உருவாக்கிக்கொடுக்கிறது என்றுகூட ஒருவரால் வாதிட முடியும்.) பாபுராவ் அவரது கற்பனைத் திறனையும் காதலையும் பவ்தாவின் திறமையோடு இணைத்தார். இருபதாம் நூற்றாண்டின் முதல் பகுதியில் தமாஸா நாடகக் கலையை வெகுஜனக் களிப்புக்கானதாக மட்டுமல்லாமல் சமூக அணிதிரட்டலுக்கானதாகவும் மாற்றினார்.[85] ஆனால், உழைப்பின் மதிப்பு குறித்து அம்பேத்கர் கொண்டிருக்கும் பார்வையிலிருந்து சொல்வதென்றால் பவ்தா, பாபுராவ் இருவருமே அவர்களுடைய சுயமரியாதையை இழக்கிறார்கள். அம்பேத்கரைப் பொறுத்தமட்டில், அவரது உடலை எவ்வாறு பயன்படுத்திக்கொள்வது என்பதிலும், அவருடைய உழைப்புக்கான பலனைப் பெறுவதிலும் அவரது தன்னாட்சி உரிமையை

83 *Ibid., p. 258.*

84 *Ibid.*

85 *Achalkhamb (2006: 120).*

இழப்பதால் பவ்தா சுயமரியாதையை இழக்கிறார்.[86] அம்பேத்கரைப் பொறுத்தமட்டில், முதலாவதாக, பட்டே பாபுராவ் உழைக்காமல் ஒரு தீண்டப்படாத பெண்ணைச் சந்தைப்பொருளாக உபயோகித்து செல்வத்தையும் புகழையும் பெறுவதால் அவரது சுயமரியாதையை அவர் இழக்கிறார். அம்பேத்கரிடம் சுயமரியாதை என்பது உழைப்பின் தார்மீகப் பண்பையும் அந்த உழைப்பின் பலனை விநியோகிப்பதற்கான உரிமையும் சாதகமான முறையில் ஒன்றிணைக்கப்பட்டு இருந்தது.[87] இரண்டாவதாக, தமாஸா நாடக நிகழ்த்துதல் ஊடாகத் திரட்டப்படும் பணமும் தார்மீகமற்றதாகிறது. ஏனெனில், மக்கள் கொடுக்கும் பணம் அழகியலை உண்மையாகப் போற்றும் வெளிப்பாடாக இல்லாமல், பௌதிக உடலைப் பொருளியல்மயப்படுத்துவதாக இருக்கிறது. அதாவது, பாலியல் இச்சையைப் பூர்த்திசெய்துகொள்ளும் நோக்கமே மக்களைப் பணம் கொடுக்கத் தூண்டுகிறது. இத்தகைய காரணியத்துக்காகவே அவர் முன்னெடுத்த சமூக இயக்கத்துக்குப் பயன்படுத்திக்கொள்ளலாம் என்று பாபுராவ் கொடுத்த நன்கொடையை அம்பேத்கர் ஏற்றுக்கொள்ள மறுத்தார்.

இப்படியாக அம்பேத்கரைப் பொறுத்தமட்டில், ஒரு பண்பாட்டு வெளியாக தமாஸா உழைக்காமல் பலன் பெறுகிறவர்களை உருவாக்குவதற்கான அடிப்படைக்கான மூலமாகிறது. இது வேறு வழியில்லாமல் அவர்களுக்கும் பிறருக்கும் அவமதிப்பையே உருவாக்கிக்கொடுக்கிறது.[88] அம்பேத்கரைப் பொறுத்தமட்டில், எப்படி ‘கூஷால் செண்டுகள்’ (இலவசமாகப் பலன் பெறுகிறவர்கள்) சுயமரியாதை என்று ஏதும் கொண்டிருப்பவர்கள் இல்லையோ அதுபோலவேதான் ‘வேத்பெகரி’ (*Vethbegari*, இலவசமாக அல்லது ஊதியமற்ற) உழைப்பு முறைமையும். ஏனெனில், தீண்டப்படாதவர்களில் பெரும்பாலானோர் ‘வேத்பெகரி’களாக இருப்பதால் அது அவர்களைத் தார்மீகரீதியாகச் சிறுமைப்படுத்துவதாக இருந்தது.[89] இந்த முறைமை இன்னமும்கூட நாட்டின் சில பகுதிகளில் தொடர்ந்துகொண்டுதான் இருக்கிறது. (இந்தியாவில் உள்ள பெரும்பாலான கோயில்கள் தீண்டப்படாதவர்களின் ஊதியமற்ற உழைப்பின் மூலமாகவே கட்டப்பட்டிருக்க வேண்டும் என்று ஊகிக்கிறேன்.) தீண்டப்படாதவர்களும், ஊதியமற்ற உழைப்பைப் பெற்றுக்கொள்ளும் எஜமானர்களும் இவ்வாறு கீழ்மைப்படுத்தும் உழைப்பைக் கணக்கில் எடுத்துக்கொண்டு, உழைப்பு குறித்த கருத்தாக்கத்தை மாற்றி வரையறுக்க வேண்டும் என்றே அம்பேத்கர் எதிர்பார்த்தார். அதாவது, ஊதியமற்ற உழைப்பை சுயநலமற்ற கடமையாக வரையறுப்பதிலிருந்து, கோயில்கள் கட்டுவதில் தீண்டப்படாதவர்களின் பங்களிப்பை அடிப்படையாகக் கொண்டு உழைப்பைத் தார்மீகரீதியான கோரலாக மாற்றி வரையறுக்க வேண்டும் என்றே அம்பேத்கர் எதிர்பார்த்தார். இப்படியாகவே அம்பேத்கர்

86 *Ambedkar (1989: 256).*
87 *Ibid., p. 258.*
88 *Khairmode (1985: 113).*
89 *Achalkhamb (2006: 124).*

கோயில் நுழைவின் மூலமாக உழைப்பு குறித்தான கோரிக்கையை முன்வைத்து அதில் சுயமரியாதையைக் கண்டெடுக்கிறார்.[90]

தேசத்தை முன்னிலைப்படுத்துவதே வெளி

பண்பாட்டுரீதியான இந்து கற்பனையில், கோயில் என்ற கருத்தே இந்தியாவை ஒரு தேசமாக வரையறுப்பதற்கான அடிப்படையை வழங்குகிறது. சார் தம்மாஸ் (நான்கு புண்ணிய ஸ்தலங்கள்) என்ற கருத்து இந்து இந்தியாவின் மதரீதியான, பண்பாட்டுரீதியான கற்பனைகளை முழுமையடையச் செய்கிறது (நவீன இந்தியாவை, செக்குலர் இந்தியாவைப் பிரதிநிதித்துவப்படுத்தும் சமகாலத் திட்டங்களைக் கோயில்கள் என்ற படிமத்தை உபயோகித்து நேரு முன்வைத்திருப்பது நாம் நன்கு அறிந்த ஒன்றுதான்). காந்தியும் அம்பேத்கரும் இந்தியாவுக்கு எவ்வாறு பெயரிட்டார்கள்? அல்லது இந்தியா என்ற கருத்து இவர்களிடம் என்னவாக இருந்தது? இவ்விஷயத்தில் இருவரும் வேறுபடுகிறார்கள். காந்தி இந்தியாவை ராமராஜ்ஜியம் என்பதாகக் கற்பனை செய்தார் என்றால், அம்பேத்கர் இந்தியாவுக்குப் பகிஷ்கரிக்கப்பட்டவர்களின் பாரதம்[91] என்று பெயரிட்டார். பகிஷ்கரிக்கப்பட்டவர்களின் பாரதம் என்று பெயரிட்டாலும், அம்பேத்கர் அதைத் தொடர்ந்து பிரபுத்தா பாரதம் என்பதை நோக்கி நகர்ந்தார்.[92] இந்தியா குறித்த தத்தமது கருத்தாக்கரீதியான உருவாக்கங்களில் காந்தி, அம்பேத்கர் இருவரும் வேறுபட்ட வெளி சார்ந்த இந்தியாவைப் பின்தொடர்ந்தார்கள். காந்தி அவருடைய இந்தியாவை 'தருத்திர நாராயணன்'களோடு, அதாவது விவசாயிகளோடு அடையாளப்படுத்தினார். பிரிட்டிஷாரின் ஆட்சிக்கு எதிராக அவர்களை அணிதிரட்டி, வரலாற்றுரீதியாக அவர்களை ஒன்றிணைத்தார்.[93] இப்படியாக, அவருடைய எதிராளி யார் என்பதில் ஒரு நகர்வை நம்மால் உணர முடிகிறது. உள்வட்ட அதிகார வடிவமைப்பில் அவருடைய எதிராளிகள், ஆண்/பெண் இருபாலாரையும் உள்ளடக்கிய உயர்-சாதி இந்துக்களாக இருந்தார்கள். ஆனால், காலனிய அதிகாரக் கட்டமைப்பில் இந்தியாவை ஆண்ட பிரிட்டிஷ்காரர்கள் எதிராளிகளாக இருந்தார்கள்.[94] மறுபுறத்தில், அம்பேத்கர் திட்டவட்டமாக அவரது எதிராளிகளை உள்வட்ட அதிகார வடிவமைப்பு சார்ந்தே பார்த்தார்.[95] (பிரிட்டிஷ் அரசுக்கு அவர் சலுகை கொடுத்தார் என்றில்லை.) அம்பேத்கரைப் பொறுத்தமட்டில், காலனிய அதிகாரக் கட்டமைப்பைவிட உள்வட்ட அதிகாரக் கட்டமைப்பே முக்கியமானதாக இருந்தது. ஏனெனில், காலனியம்போல் அல்லாமல், உள்வட்ட அதிகாரக் கட்டமைப்பு மிக இறுக்கமாக ஒழுங்கமைக்கப்பட்ட

90 *Ibid.*

91 *மகாராஷ்டிர அரசாங்கக் கல்வித் துறையால் பிரசுரிக்கப்பட்டது, 1990.*

92 *Khairmode (1985: 147).*

93 *Tendulkar (1968: 230).*

94 *Goswami (2004: 265).*

95 *Ambedkar (1990c: 111).*

வெளிகளைக் கொண்டிருப்பதோடு, அது தீண்டப்படாதவர்களையும் அவர்களது எஜமானர்களையும் காலம், வெளிகள் கடந்து ஒன்றிணைக்கும் சமூக அனுபவங்களை உருவாக்கித் தரக்கூடியதாக இருக்கிறது. (இங்கு வெளி என்பது நிலப்பரப்பு சார்ந்து முன்வைக்கப்படுகிறது.) இதன் விளைவாகவே இந்தியா குறித்தான அம்பேத்கரின் சமூகரீதியான கற்பனை 'பகிஷ்கரிக்கப்பட்டவர்களின் பாரதம்', அதாவது ஒதுக்கப்பட்டவர்களின் இந்தியா என்பதாக இருந்தது.

பலருக்கு எதிர்மறையானது என்று தோன்றக்கூடும் மொழியில் இந்தியாவைக் கற்பனை செய்ய அம்பேத்கர் கட்டாயப்படுத்தப்பட்டார்.[96] இந்தக் கற்பனை, பெனடிக் ஆண்டர்சனின் சட்டகத்துக்குள் பொருந்திப்போகக்கூடியதாக இல்லை.[97] உலகளாவிய அடிப்படையிலிருந்தே தேசம் குறித்தான கற்பிதங்கள் உந்தப்படுகின்றன என்றாலும் இவை ஒரே சமயத்தில் உலகளாவிய அடிப்படையாகவும் இருக்க வேண்டியுள்ளது, மேலாதிக்க அடிப்படைகளைக் கொண்டிருப்பதாகவும் இருக்க வேண்டியுள்ளது. எடுத்துக்காட்டாக, ஒத்த பண்பிலான சமூக, பண்பாட்டுச் சூழல்களை அடிப்படையாகக் கொண்டே ஒரு தேசத்தை வெற்றிகரமாகக் கற்பனை செய்ய முடிகிறது. அத்தகைய சூழல்கள் இல்லாத நிலப்பரப்புகளில் அவற்றை உருவாக்க வேண்டியுள்ளது. இதை உருவாக்குவதற்கு அகவயமான மூலாதாரங்களை, எடுத்துக்காட்டாக சித்தாந்தம் போன்றவற்றை உபயோகிக்க வேண்டியுள்ளது. ஒரு தேசம் குறித்தான சித்தாந்தங்கள் தானாகவே அவற்றை வெளிப்படுத்திக்கொள்வதில்லை. அவற்றை வெளிப்படுத்துவதற்கு வெளிகளைக் கட்டாயமாகக் கொண்டிருக்க வேண்டியுள்ளது. ஏனெனில், வெளிகளே சித்தாந்தங்களையும் அவற்றின் கருத்துகளையும் திட்டவட்டமாகப் பிரதிநிதித்துவப்படுத்துவதற்கு அவசியமான பின்னணியை உருவாக்கிக்கொண்டிருக்கின்றன. சமூக வெளிகள் விரிவாக்கம் பெறுவதுபோலவே, கருத்தாக்கரீதியான வெளிகளும் விரிவாக்கம் பெறுகின்றன. இதன் ஊடாகவே, குறிப்பிட்ட நபரை உலகளாவியக் கருத்தாக மாற்றுவது சாத்தியப்படுகிறது. எடுத்துக்காட்டாகச் சொல்வதென்றால், பொதுத் திடல்கள் போன்ற சாதகமான வெளிகள் ஊடாகவே, இந்தியாவில் வசிக்கும் பெரும்பாலானோருக்கு காந்தி ஒரு பனியாவாக, குஜராத்தியாக இல்லாமல் மகாத்மாவாக மாறுகிறார்.[98] இந்தியா முழுவதும் பயணங்கள் மேற்கொள்ள காந்தி ஊக்கம் பெற்றிருந்ததோடு, இந்தப் பயணங்கள் ஊடாகவே இந்தியா குறித்தான அவரது கற்பனாவாதங்களை ஸ்தூலமானதாக்கிக்கொண்டார். ஏனெனில், இந்தியாவைக் கற்பனை செய்துபார்ப்பதற்குச் சமூகவியல்ரீதியான ஒத்தத் தன்மையே சாதகமான பண்பைக் கொண்டிருப்பதாக அவர் கண்டெடுத்தார். விவசாயிகளை அதன் மையமாகக் கொண்டிருக்கும் கிராம முறைமையில் சமூகவியல்ரீதியான ஒத்தத் தன்மையை அவர் கண்டெடுத்தார். ஒரு விவசாயியின் அனுபவத்தைப் பகிர்ந்துகொள்ளும் விதமாக அவர்

96 *Ambedkar (1989: 363).*

97 *ஆண்டர்சனின் சட்டகத்தில் தேசியம் குறித்தான கற்பிதம் சாதகமான ஒன்றாக இருக்கிறது.*

98 *Amin (1984).*

குறியீட்டுரீதியாக (அவரது உடலரசியல் ஊடாக) ஒரு விவசாயியின் ஆடையை அணிந்துகொண்டு தன்னை விவசாயியாகவே உருமாற்றிக்கொண்டார். அனுபவத்தின் ஒத்தத் தன்மையைக் கண்டெடுக்கவும், அதை ஆசிரியத்துவத் தேவைகளுக்குப் பயன்படுத்தவும், அவர் மிக விரிவாகப் பயணங்கள் மேற்கொண்டார். 'கிராம இந்தியாவை உருவாக்குதல்' என்ற திட்டத்தைத் தொடங்குவதற்கு முன்பாக அவர் இந்தப் பயணங்களை மேற்கொண்டார். இந்தப் பயணங்கள் ஊடாக அவர் கண்டெடுத்தது வெறுமனே ஆன்மீகரீதியான எல்லைகளை அல்ல; மிக முக்கியமாக, விவசாயிகளின் அனுபவங்களில் காணப்படும் ஒத்தத் தன்மையைக் கண்டெடுத்தார். காலனிய அரசால் விவசாயிகள் சுரண்டப்பட்ட அனுபவங்களே இந்தியா குறித்தான காந்தியவாதக் கற்பிதங்களில் பெரும் பங்காற்றுகின்றன. இத்தகைய வரலாற்றுச் சூழல்களின் விளைவாகவே, காந்தியால் மையமான வெளிகளைச் சுலபமாக 'ஆக்கிரமித்துக்கொள்ள' முடிந்தது. இதை, இந்திய மக்களை, குறிப்பாக இந்திய விவசாயிகளை அரசியல்ரீதியாக அணிதிரட்டுவதற்கு மிகத் திறமையாக உபயோகித்துக்கொண்டார். இப்படியாகவே அவர் யுனைடெட் பிராவின்ஸில் உள்ள கான்பூரில் மையமாக அமைந்திருக்கும் வெட்ட வெளியை ஒரு பேரணிக்காகச் சுலபமாக உபயோகிக்க முடிந்தது; அல்லது கான்பூரில் மிகப் பிரபலமான உயர்-சாதி ஆளுமையான ரோஹதகியின் விருந்தாளியாக இருக்க முடிந்தது. இருபதாம் நூற்றாண்டின் தொடக்கத்தில் பல பகுதிகளுக்கு அவர் மேற்கொண்ட பயணங்களைக் கொண்டு இத்தகைய எடுத்துக்காட்டுகளை நாம் சொல்லிக்கொண்டே போகலாம். காந்தியின் இத்தகைய பயணங்களைச் சாத்தியப்படுத்தியதற்கு நாம் பிரிட்டிஷ் ரயில்வே துறைக்குத்தான் நன்றி சொல்ல வேண்டும். இதனாலேயே, காந்தி அவரது இந்தியாவை 'பகிஷ்கரிக்கப்பட்டவர்'களுடையதாகக் கண்டெடுக்காததில் ஆச்சரியம் ஏதுமில்லை. ஏனெனில், அவரது பயணங்கள் பெரும்பாலும் ஒத்தத் தன்மைக்கே கொண்டுவிட்டன. அதில் அவர் பெரும்பாலும் விவசாயிகளுக்கு மத்தியில் இருக்கும் அனுபவத்தையே பெற்றார் என்றாலும் நிலச்சுவான்தார்கள், உருவாகிவந்த முதலாளிகள் ஆகியோரின் குடும்பங்களோடே தங்கினார். எப்போதாவது அரசியல் தேவைக்கு உட்பட்டு அவர் குறுகிய காலங்களுக்குத் தோட்டிகளினுடைய வீடுகளிலும் தங்கினார். இப்படியாக, காந்திக்கு வெளிகளைச் செங்குத்தாக 'கடப்பதற்கான' தேர்வு இருந்தது.

அம்பேத்கருக்கு இந்தத் தேர்வு இல்லாமல்போனது. அவருக்கும் அவரது சமூகத்தாருக்கும் கிடைமட்டமாகவே வழி கிடைத்தது. அதாவது, ஒரு பகுதியில் இருக்கும் தலித் குடியிருப்பிலிருந்து மற்றொரு பகுதியில் இருக்கும் தலித் குடியிருப்பு என்றே இவர்களுக்கான தேர்வு சாத்தியப்பட்டது. இப்படியாகவே அம்பேத்கர் கான்பூர் சென்றபோது, அவரது சாதியைச் சேர்ந்தவரான சோன்கர் உடன் தங்கி, தீண்டப்படாதவர்கள் குடியிருந்த பகுதியில் தீண்டப்படாதவர்கள் மட்டுமே கூடியிருந்த கூட்டத்தில் உரையாற்றினார்.[99] அவர் நாடு முழுவதும் மேற்கொண்ட பயணங்கள் – கான்பூர், வடக்கே

99 Interview with Sonkar in Kanpur, 9 April 2010.

ஆக்ரா, தெற்கே பெல்காம், கோலார் போன்ற இடங்களில் இருந்த பல்வேறு
தலித் குடியிருப்புகளுக்குத்தான் கொண்டுவிட்டன. இத்தகைய பயணங்களில்
அவர் கண்டெடுத்த அனுபவங்களின் (அவரதும் அவரது மக்களதும்)
ஒத்தத் தன்மையே வேறு விதமான இந்தியாவைக் கற்பனை செய்வதற்கு
அம்பேத்கரைக் கொண்டுவிட்டது.

இத்தகைய முறையில் இந்தியாவைக் கற்பனை செய்தது என்பது செறாய்
(பொதுச் சத்திரங்கள்) போன்ற இந்து பொது வெளிகள் தீண்டப்படாதவர்களுக்கு
அடைக்கப்பட்டிருந்த பின்னணியில் மேலும் தீவிரம் பெற்றது.[100] இத்தகைய
வெளிகளுக்குள் கீழ்-சாதி மக்களுக்கு அனுமதி மறுக்கப்பட்டதை, 19-ஆம்
நூற்றாண்டில் நான்காயிரம் கிலோமீட்டர்களுக்கும் மேலான பயணம்
மேற்கொண்ட பண்டித ரமாபாய் குறிப்பிடுகிறார்.[101] மத்திய இந்தியாவில்
தீண்டப்படாதவர்களுக்கு இத்தகைய தடைகள் இருந்த காரணியத்தாலேயே,
பொதுச் சத்திரங்களை உயர்-சாதியினர் கட்டுப்பாட்டிலிருந்து விடுக்க
வேண்டும் என்று சட்டமன்றத்தில் ஒரு தலித் தலைவர் குரல் எழுப்பினார்.[102]
மகாராஷ்டிரத்தில் உள்ள பந்தர்பூருக்குச் செல்லும் தீண்டப்படாத யாத்திரீகளுக்கு
விரோதமாக இருப்பதோடு அவர்களை ஒடுக்குவதாகவும் இருக்கிறது என்ற
காரணியத்தாலேயே தர்மசாலா (செறாய்) என்ற கருத்தமைவை அம்பேத்கர்
விமர்சித்தார். இப்படியாக, தர்மச் சத்திரங்களில் காணப்பட்ட இத்தகைய
பாகுபாடுகளே தீண்டப்படாதவர்கள் இந்தியா முழுவதும் பயணம்
மேற்கொள்ளாததற்கான காரணியமாக இருந்திருக்க வேண்டும். அதாவது,
இந்தியா முழுவதும் பயணம் மேற்கொள்வதாக இருந்தால், அவர்கள்
இறுகிப்போய்க் கிடந்த இந்து பொதுத் தளங்களைக் கிழித்துக்கொண்டுதான்
பயணம் மேற்கொள்ள வேண்டியிருந்தது. உள்ளூர் ஆட்சியாளர்களுக்கு அல்லது
பிரிட்டிஷ் ராணுவத்துக்குச் சொந்தமான ராணுவ வழித்தடங்கள் ஊடாகவே
தலித்துகள் இந்தியா முழுவதும் பயணம் மேற்கொள்ள முடிந்தது. இந்தியாவை
ஆதி சங்கரர் 'சார் தர்மா' என்பதாகக் கற்பனை செய்ததுபோல் தலித்துகளால்
கற்பனை செய்திருக்க முடியாது.

இங்கே நாம் மிக முக்கியமான ஒரு விஷயத்தைக் குறித்துக்கொள்ள
வேண்டியுள்ளது. தொடக்கக் கால தலித் தலைமை, குறைந்தபட்சம்
மகாராஷ்டிரத்தில், ராணுவத் தளத்திலிருந்துதான் தோன்றியது.[103] பிரிட்டிஷ்
ரயில்வே துறையால் அறிமுகப்படுத்தப்பட்ட பின்னே தலித்துகளாலும்
அம்பேத்கராலும் இந்தியா முழுவதும் பயணம் மேற்கொள்ள முடிந்தது.
இத்தகைய பயணங்கள் ஊடாகவே அம்பேத்கர் அனுபவத்தின் ஒத்தத்
தன்மையைக் கண்டடைகிறார்.[104] இந்த அனுபவங்களின் பொதுத்தன்மையின்
காரணியத்தாலேயே காந்தி, படேல், நேரு போன்ற தலைவர்கள் முன்வைத்த

---

100 Dyer (1900: 24).
101 Ibid.
102 Moon (1987: 87).
103 Zelliot (1992: 38).
104 Ambedkar (1987b: 239).

வியக்கத்தக்க இந்தியா, சுயராஜ்ஜியம் போன்ற கருத்துகளைவிட சுயமரியாதை, சமூக நீதி போன்றவற்றுக்கு அம்பேத்கர் முக்கியத்துவம் கொடுத்தார். உயர்-சாதி தலைவர்களும் சமூக மேட்டுக்குடிகளும் எப்போதெல்லாம் அம்பேத்கரை உபசரிப்பவர்களாக இருக்க வேண்டியிருந்ததோ அப்போதெல்லாம் அம்பேத்கர் அவருடைய சமூக வெளி எல்லையைக் கடக்காதவாறு பார்த்துக்கொண்டார்கள். எடுத்துக்காட்டாக, துலேவில் (மகாராஷ்டிரத்தில் உள்ள ஒரு மாவட்டம். இருபதாம் நூற்றாண்டின் தொடக்கத்தில் காலனிய அரசாட்சியில் மிக முக்கியமான நகரமாக இருந்தது) இருந்த நீதிபதியின் நோக்கத்தை, ஒருவேளை அம்பேத்கர் ஒரு தீண்டப்படாதவர் என்பதால் அவரை ஒடுக்க வேண்டும் என்ற அவரது மனைவியின் நோக்கத்தை ஒரு நான்குச்சக்கர வாகனம் அம்பலப்படுத்தியது. அந்த நீதிபதி அவரது பாடசாலைக்கு (சம்ஸ்கிருதப் பள்ளி) அம்பேத்கரை அழைத்துவருவது சிக்கலாக இருந்தது. அதனால், காரில் பயணித்துக்கொண்டே அம்பேத்கருடன் உரையாடுவது என்று அவர் தீர்மானிக்கிறார்.[105] அம்பேத்கரை அவரது வீட்டுக்கு அழைத்துவந்திருந்தால் ஏற்பட்டிருக்கக்கூடிய சமூக மதிப்பிழப்பைவிட காருக்கு எரிபொருள் உபயோகத்தால் ஏற்படக்கூடிய பண இழப்பு ஏற்றுக்கொள்ளக்கூடியதாகவே இருந்திருக்கும். துணிச்சலோடு அம்பேத்கரை வீட்டுக்கு அழைத்துச்சென்ற உயர்-சாதியைச் சேர்ந்த தனிநபர்கள் பெரும் சமூக மதிப்பிழப்பை எதிர்கொள்ள வேண்டியிருந்தது.[106] பம்பாய்க்கு அருகில் இருக்கும் பான்வேல்லைச் சேர்ந்த பான்வால்கர் போன்ற மனிதர்கள் இத்தகைய விலையைக் கொடுத்தார்கள். குடும்ப வெளிகள் மிகக் கவனத்தோடு பாதுகாக்கப்பட்டன. உயர்-சாதி ஆண்களால் மட்டுமல்லாமல், உயர்-சாதி பெண்களாலும் குடும்ப வெளிகள் பாதுகாக்கப்பட்டன. இதைப் புரிந்துகொள்ள வேறு ஏதும் உதாரணங்கள் தேவையில்லை. அம்பேத்கரின் சொந்த ஆசிரியருக்கு ஏற்பட்ட இக்கட்டான நிலை இதை மிகத் தெளிவாகவே விளக்குகிறது. அவரது ஆசிரியர் அம்பேத்கரை அவருடைய வீட்டுக்கு அழைத்துச்செல்ல விரும்பினார். ஆனால், அவரது மனைவி அதை எதிர்க்கக்கூடும் என்ற அச்சத்தால் அவரால் அம்பேத்கரை வீட்டுக்கு அழைக்க முடியவில்லை.[107]

பரோடா[108]விலும் டௌலடபாத்[109]திலும் இப்படியான கட்டுப்படுத்தப்பட்ட காரணியத்தால்தான் அம்பேத்கர் ஒன்று தலித் குடியிருப்புகளில் அடைக்கலம் எடுக்க வேண்டியிருந்தது அல்லது அரசாங்கக் காரியமாக அவர் பயணம்

105 *Ambedkar (2005).*

106 *பான்வேலைச் சேர்ந்த சுர்பா டிப்னிஸ், பன்வால்கர் ஆகியோர், அம்பேத்கரை அவர்களது வீட்டுக்கு அழைத்துவந்து உபசரித்தார்கள் என்பதால், பார்ப்பனச் சமூகத்தால் சமூக விலக்கு செய்யப்பட்டதை எதிர்கொள்ள வேண்டியிருந்தது. லோக்கமானிய திலகரின் மகனான ஸ்ரீதர் பல்வந்த் திலக் பூனேவில் உள்ள பழமைவாதப் பார்ப்பனர்களின் எதிர்ப்பால் துன்பப்பட வேண்டியிருந்தது.*

107 *Khairmode (1991a: 94).*

108 *ஒரு விடுதியிலிருந்து பார்ஸி உரிமையாளரால் அம்பேத்கர் வெளியே தள்ளப்பட்டார்.*

109 *மகாராஷ்டிரத்தில் அவுரங்காபாத்துக்கு அருகில் இருக்கும் உலகப் புகழ்பெற்ற எல்லோரா பௌத்தக் குகை ஓவியங்களைப் பார்க்கச் சென்றபோது, வழியில் தௌலதாபாத்*

மேற்கொண்டபோது அரசாங்கப் பங்களாவில் தங்க வேண்டியிருந்தது. நவீனத்துவமும், பயணிகள் தங்குவதற்கான பங்களாக்களை உருவாக்கிய காலனியக் கொள்கைகளுமே நசுக்கக்கூடிய ஒடுக்குதலிலிருந்து அம்பேத்கரைக் காப்பாற்றியதோடு மட்டுமல்லாமல், உயர்-சாதி உபசரிப்பாளர்களால் ஒதுக்கிவைக்கப்படுவதிலிருந்தும் அவரைக் காப்பாற்றியது. அம்பேத்கரின் இத்தகைய அனுபவங்களே சுயராஜ்ஜியத்தைவிட சுயமரியாதை, சமூக நீதி போன்ற கருத்துகளுக்கு முக்கியத்துவம் கொடுக்கவைத்தன. மதிப்பு, சுயமரியாதை ஆகியவற்றை உள்ளடக்கிய இந்த மொழி ஒரு தேசமாக உருப்பெற்ற பின்னரும் பொருத்தப்பாட்டோடுதான் இருக்கிறது. இருந்தும், இத்தகைய கருத்துகள் ஆதிக்கம் செலுத்தக்கூடிய கருத்துகளாக மாறவில்லை. ஏன்? இதற்குக் காரணியம் என்னவென்றால், இத்தகைய கருத்துகள் பெரும் எண்ணிக்கையிலான மக்களின் சமூக இருப்போடு தோற்றவெளிரீதியாகத் தொடர்புகொண்டவையாக இருக்கின்றன என்றாலும், இவர்களுடைய பிரச்சினைகள் மிகைமொழியாகின்றனவே தவிர, இந்தியாவை ஆண்டுகொண்டிருக்கும் சமூக மேட்டுக்குடிகளின் வழமையான கவனத்தைப் பெறுவதில்லை.

அம்பேத்கரைப் பொறுத்தமட்டில், கருத்தாக்கரீதியான வெளிகள் சமூக வெளிகளோடு கதையாடல் முறையிலாகவே மோதுகின்றன. இத்தகைய மோதல்களை அனுபவங்கள் ஒழுங்கமைத்திருக்க வேண்டும். பிற வகைமைகள்போல் அல்லாமல், உயர்-சாதிகளின் கற்பனையில் சமூக நீதியும் சுயமரியாதையும் புறக்கணிக்கப்பட்டிருக்கும் தலித்துகளின் சமூக நிலையோடு மட்டும் தொடர்புகொண்டிருக்கும் ஒன்றாக மட்டுப்படுத்தப்பட்டுள்ளது. ஆனால் நகைமுரணாக, தலித்துகள் மிகக் குறுகிய அடையாள அரசியல் மீது மோகம் கொண்டிருக்கிறார்கள் என்று குற்றஞ்சாட்டப்படுகிறார்கள். அடையாள அரசியலுக்கு தலித்துகள் பொறுப்பானவர்கள் இல்லை. ஒருபக்கம் அரசும், மறுபக்கம் உயர்-சாதி அறிவுஜீவிகளும் தலித்துகளை இந்த நிலைக்குள் தொடர்ந்து தள்ளிவிட்டுக்கொண்டே இருக்கிறார்கள். தார்மீகச் சட்டகத்துக்குள்ளாக இருந்து பார்த்தால், யார் தீர்ப்புரைப்பவர்களாக இருக்கிறார்களோ அவர்களே தலித்துகளின் கருத்துகளுக்கும் அடையாளத்துக்கும் இடையே ஒரு இணைப்பை உருவாக்கி அதைத் தக்கவைப்பவர்களாக இருக்கிறார்கள். இவ்வாறு இருக்கும்போது, குறுகிய அரசியலுக்கு தலித்துகளைக் குற்றஞ்சாட்டுவது நியாயமானதுதானா?

⊙

கோட்டையில் உள்ள வாயிற்காப்பாளரால் அம்பேத்கரும் அவர் உடன் சென்றவரும் அசிங்கப்படுத்தப்பட்டார்கள்.

5 அனுபவமும் கோட்பாட்டின் அறமும்

கோபால் குரு

அனுபவத்துக்கும் கோட்பாட்டுக்கும் இடையேயான உறவு, குறிப்பாக அறிவியல் துறைகளிலும் ஒரு முறைமையோடு சிந்திக்கும் துறைகளிலும் எப்போதும் சிக்கலானதாகவே உள்ளது. 'கறாராகக் கூறுவதென்றால், அறிவு என்பதே அறிவியல்ரீதியான அறிவுதான். அனுபவங்கள் குறித்தான பன்முகத்தன்மையிலான தகவல்களைச் சார்ந்து அகவயத்தன்மையற்ற கோட்பாட்டுரீதியான உழைப்பே அறிவாகிறது; இதுவே சித்தாந்தமாகிறது'[1] என்று சிலரால் வாதிடப்படுகிறது. அனுபவங்கள் அதிகபட்சம் கவிதை அல்லது தன்வரலாறு எழுதுவதற்கான பின்னணியை மட்டுமே உருவாக்கிக்கொடுக்க முடியும் என்றும் வாதிட முடியும். ஆனால், இது நிலையான, முற்றும் முழுதுமான அறிவு உருவாக்கத்துக்குப் பங்காற்றாமல் போகலாம். இதன் விளைவாகவே மேற்கு, கிழக்கு இரண்டிலும் அனுபவத்தை அறிவுசார் மூலமாக அறிஞர்கள் ஏற்றுக்கொள்ள மறுக்கிறார்கள். இருந்தாலும், அண்மைக் காலங்களில் சில கூர்வுணர்வுடைய அறிஞர்கள் அனுபவத்தை மையப்படுத்தி அது குறித்த விவாதங்களை முன்னுக்குக் கொண்டுவர முயல்கிறார்கள். மேலும், அனுபவம் என்ற கருத்தை வெறுமனே இலக்கியரீதியான அல்லது உருவகரீதியான வெளிப்பாடுகளுக்குள் சுருக்காமல் தீவிரமான, நுட்பமான கோட்பாடுகளை முன்வைக்கவும், அதை அறிவுசார் தளத்துக்கு உயர்த்தவும் சில கல்விப்புல முயற்சிகள் காணப்படுகின்றன. ஆனாலும் அனுபவம், கோட்பாடு இரண்டும் ஒன்றையொன்று சார்ந்து இருப்பதாகப் பார்க்கும் முயற்சிகள், இந்தியாவைப் பொறுத்தமட்டில் அண்மைக் காலப் போக்காகவே காணப்படுகிறது. இதற்கு மாறாக, சமூக அறிவியல்களில் அனுபவத்துக்கும் கோட்பாட்டுக்கும் இடையேயான உறவு குறித்த விவாதங்களை முன்னெடுப்பதில் மேற்கு மிக நீண்ட பாரம்பரியத்தைக் கொண்டுள்ளது.[2] இந்தியாவில் அறிஞர்களின் எதிர்வினைகள் மிகத் தாமதமானதாக இருந்தாலும், அது வரவேற்கப்பட வேண்டியதாக இருக்கின்றன. சருக்கை[3] மேற்கொண்டிருக்கும் முயற்சியும், அதற்கு ரகுராம்ராஜு முன்வைத்த கல்விப்புலம் சார்ந்த எதிர்வினையும்[4] இந்த

1 *Mulhern (1960: 160).*
2 *Fay (1996: 9).*
3 *Sarukkai (2005; இந்த நூலில் இக்கட்டுரை சேர்க்கப்பட்டுள்ளது, இயல்-2).*
4 *Raghuramaraju (2010).*

விவாதத்தில் முக்கியம் பெறுகின்றன. எப்படி இருந்தாலும், கல்விப்புல வட்டாரங்களில் அனுபவம் குறித்த விவாதங்கள் எதிரொலித்துக்கொண்டிருப்பது நம்பிக்கை தரக்கூடியதாகவே இருக்கிறது.

இருந்தாலும், கோட்பாட்டை வடிவமைப்பதிலும் அதன் போக்கைத் தீர்மானிப்பதிலும் அனுபவத்தின் பங்கு குறித்த கவனத்தை மேற்கு முன்னரே, சரியான சமயத்தில் கொண்டிருந்தது என்றாலும், இந்த முயற்சிகள் எல்லாம் கோட்பாடு-செய்தல் என்ற செயலை அறம் அடிப்படையில் மதிப்பீடு செய்வதிலிருந்து தப்பித்துக்கொள்கிறது. இவ்விஷயத்தைப் பொறுத்தமட்டில், சருக்கை முன்வைக்கும் அவதானிப்புகளை (இந்த நூலில்) இங்கு முன்வைப்பது பொருத்தமாக இருக்கும். 'அறரீதியாக நடுநிலை கொண்டது என்று கோட்பாடு கோரினாலும், கோட்பாடு செய்யும்போது அறத்தின் மீது கவனம்கொள்ள வேண்டியது அவசியமானதாக இருக்கிறது' என்கிறார் சருக்கை.

அனுபவத்துக்கும் கோட்பாட்டுக்கும் இடையேயான தொடர்பு குறித்து சில அறிஞர்கள் வெளிப்படுத்தியிருக்கும் ஐயவாதம் குறித்துப் பின்வரும் பகுதிகளில் பார்ப்போம். உணர்வுகளின் தளமாக இருக்கும் அனுபவமும், காரணியத்தின் தளமாக இருக்கும் கோட்பாடும் ஒரே அளவிலானவை அல்ல என்ற புரிதலிலிருந்தே இந்த ஐயவாதம் வெளிப்படுத்தப்படுகிறது. இந்த ஐயவாதத்தை மேலும் கொண்டுசெல்லும் விதமாக, அனுபவத்தின் உள்ளடக்கம் நிலையற்றதாக இருப்பதால், அதனால் அற்ப ஆயுள் கொண்டதாக இருப்பதால், அதை அறிவுசார் தளத்துக்கான மூலமாகக் கொள்ள முடியாது என்று சிலர் வாதிடக்கூடும். இதனாலேயே, அனுபவம் அர்த்தங்களை, அறிந்துகொள்வதைத் தரநிலைப்படுத்த முடியாததாக இருக்கிறது என்றும் வாதங்களை வளர்த்தெடுக்க முடியும். இப்படியாக, அனுபவங்கள் தனித்த வடிவங்களில் இயங்குவதால் அல்லது ஒளிபுகாத்தன்மை கொண்டிருப்பதால், யதார்த்தத்தைத் தரநிலைப்படுத்துவது என்ற கோட்பாட்டின் ஆழ்ந்த நம்பிக்கையை இது உதாசீனப்படுத்துவதாக இருக்கிறது. ஆகவே, கோட்பாட்டு உருவாக்கத்தில் மட்டுமல்லாமல் கோட்பாட்டுரீதியான நடைமுறைகளிலும் அறத்தின் பங்கு குறித்து நாம் பரிசீலனைகள் மேற்கொள்ள வேண்டியுள்ளது. அதாவது, அனுபவத்தின் பாத்திரத்தை முன்னுக்குக் கொண்டுவந்து இந்தப் பிரச்சினைக்குத் தீர்வுகாண வேண்டியுள்ளது.

அனுபவத்துக்கும் கோட்பாட்டுக்கும் இடையே முன்வைக்கப்படும் ஒப்பிசைவற்ற பண்பு குறித்தான பிரச்சினையை நாம் இத்தகைய கேள்விகள் வழியாக எதிர்கொள்ள முயல்வோம்.

முதலில், பகுப்பாய்வு வகைமையாக அனுபவத்தின் அறிவுசார் தகுதி என்ன? அதாவது அறிவு, புரிதலை உருவாக்குவதில் அறிவுசார் பங்களிப்பு எதையேனும் அனுபவம் கொண்டுள்ளதா? ஓர் அனுபவத்தை அறிவுசார்ந்த ஒழுங்காகத் தீர்மானிப்பது எது? அனுபவத்தை அறிவுசார்ந்ததாக மாற்றுவதற்குக் குறிப்பிட்ட அனுபவத்துக்கு முன்னரே நாம் ஏதேனும் கருத்தாக்கங்களைக் கொண்டிருக்க வேண்டியுள்ளதா? வேறு வார்த்தைகளில் சொல்வதென்றால்,

கோட்பாட்டின் துணை ஏதுமில்லாமல் அனுபவம் தானாகவே ஒரு முறைமை கொண்ட புரிதலாக வெடித்து வெளிப்படக்கூடியதாக இருக்கிறதா? அல்லது அனுபவத்தை மேலும் தீவிரப்படுத்துவதற்குக் கோட்பாடு தேவையாக இருக்கிறதா? கோட்பாட்டுக்கு அனுபவம் என்ன செய்கிறது; அனுபவத்துக்குக் கோட்பாடு என்ன செய்கிறது?

இரண்டாவதாக, அனுபவம் ஸ்தூலமானதாக அல்லது குறிப்பிட்ட தளத்திலானதாகக் கிடைக்கப் பெறுவதால் மட்டுமே அதை உலகளாவியத் தளத்தில் வைத்து அறிந்துகொள்வதற்கு அனுகூலமாக எதையேனும் கொண்டிருக்கிறதா? சில இலக்கியப் பிரதிகளை வெறுமனே மொழியாக்கம் செய்வதால் மட்டுமே ஓர் அனுபவத்தை உலகளாவியதாக மாற்றிவிட முடியுமா? கோட்பாடு இல்லாத அனுபவம் அதுவாகவே இறக்கை கொண்டு உலகம் முழுவதும் சுற்றுவதன் வழியாக உலகளாவியதாக மாறிவிடுகிறதா? இப்படியாக, தனித்த ஒன்றாக, குறிப்பிட்ட ஒன்றாகக் காணப்படும் அனுபவத்தை நாம் ஒருமைப்படுத்துவதற்கும் உலகளாவியதாக மாற்றுவதற்கும் கோட்பாடுகளைப் பயன்படுத்துவது அவசியமாகிறது.

மூன்றாவதாக, கோட்பாடு செய்வதற்கு எது முக்கியமானதாக இருக்கிறது: அனுபவத்துக்கு உரிமையாளராக இருப்பதா அல்லது அதன் ஆசிரியராக இருப்பதா? அனுபவத்தைக் கோட்பாட்டாக்கம் செய்வதற்கு நாம் அந்தக் குறிப்பிட்ட அனுபவத்தைப் பெற்றிருக்க வேண்டியிருக்கிறதா? ஒருவர் ஒரு அனுபவத்துக்கான பயனிலையாக மாறாமல் அந்த அனுபவத்தின் எழுவாயாக இருக்க முடியுமா? எது முக்கியமானது: அனுபவத்தைக் கொண்டிருப்பதா அல்லது கருத்தாக்கரீதியான கருவிகளைக் கொண்டிருப்பதா?

இந்தியாவில் நடைமுறைப்படுத்தப்படும் சமூக அறிவியலானது சமத்துவவாதத்தைக் கொண்டிருக்கவில்லை என்ற என் வாதத்துக்கு (இயல்-1) சருக்கை முன்வைத்திருக்கும் மறுப்பில் மையமாக இருப்பதன் பின்னணியில் இந்தக் கேள்விகளைத் தொகுத்துக்கொள்வது முக்கியமாக இருக்கிறது. முதலாவதாக, துண்டுதுண்டாக இருக்கும் அனுபவத்தின் பண்பு, அந்த அனுபவத்தைப் பெறும் குறிப்பிட்ட குழுமத்துக்கு மட்டுமே சொந்தமானது என்று நினைப்பது பத்தாம்பசலித்தனமாகும். சொல்லப்போனால், ஒரு குழுமத்துக்குள்ளாக வேறுபடுத்தப்பட்ட அனுபவங்களை மேலாதிக்க அரசியலே உருவாக்குகிறது. இவ்வாறு இல்லையெனில், அதாவது அனுபவம் ஒற்றையானதாக இருக்குமானால், அது மேலாதிக்க அரசியலுக்கு மிக ஆபத்தானதாகிவிடும். ஒற்றையான அனுபவத்தைத் தொடர்ந்து துண்டுகளாக்குவது என்பது விடுதலைக் கோட்பாட்டுக்குப் பொறுப்பேற்பவர் முன் மிகப் பெரும் சவாலை முன்வைப்பதோடு, எதிராளி முன்வைக்கும் எதிர்-மேலாதிக்க அரசியலின் சாத்தியப்பாட்டைக் கடினமானதாகவும் ஆக்குகிறது. இத்தகைய பின்னணியிலேயே நாம் இந்தக் கேள்விகளைக் கேட்க வேண்டியுள்ளது: எத்தகைய பின்னணியில் ஒடுக்கப்பட்டவர்களின் அனுபவங்கள் அரசியல் மாற்றத்துக்கான அனுபவங்களாகின்றன? எத்தகைய

தளத்திலான வெளிப்பாட்டில் பிரக்ஞை ஒழுங்கமைக்கப்படுவதோடு, இந்த ஒழுங்கமைப்பு இறுதியாக அரசியல் மாற்றத்துக்கு வழிவகுப்பதாகவும் இருக்கிறது?

இதுபோன்ற சில முக்கியமான கேள்விகளே இந்த இயலின் மைய அக்கறையாக இருக்கின்றன.

அனுபவத்தின் அறிவறிவுரீதியான தளங்கள்

நாம் முந்தைய இயல்களில் விவாதித்ததுபோல அனுபவத்தை வரையறுப்பது அவ்வளவு எளிதான ஒன்றல்ல. ஏனெனில், அனுபவத்தின் வெளிப்பாடு பல்வேறு அர்த்தங்களை அதோடு இணைத்துக்கொண்டிருக்கிறது. சில முக்கியமான சிந்தனையாளர்கள் அனுபவத்துக்குப் பல்வேறுபட்ட அர்த்தங்களைக் கொடுத்துள்ளார்கள். எடுத்துக்காட்டாக, அனுபவத்தை முக்கியமான ஊடகமாகவும், இவ்வுலகை அதன் ஊடாகவே நாம் எதிர்கொள்கிறோம், அனுபவிக்கிறோம், மதிப்பிடுகிறோம், அதை மானுட வாழ்விடமாக மாற்றி அமைக்கிறோம் என்றும் ஜான் ட்யூவி வரையறுக்கிறார்.[5] மேலும், அறிவுக்கான திடமான அஸ்திவாரமாக அனுபவம் இருக்க வேண்டும் என்றால், நாம் அதை இந்த உலகத்தோடு கொள்ளும் உறவை உள்வாங்கிக்கொள்வதற்கான வழியாக நடத்த வேண்டியுள்ளது என்றும் ட்யூவி விளக்கம் கொடுக்கிறார்.[6] ட்யூவியைப் (Dewey) பொறுத்தமட்டில் அனுபவம் என்பது உள்ளடக்கத்தை மட்டுமே கொண்டிருக்கவில்லை. சொல்லப்போனால், அனுபவம் உள்ளடக்கத்தை மட்டுமல்லாமல் அரசியல், தார்மீகம், மதம், அழகியல் போன்று பல்வேறு அர்த்தப் பரிமாணங்களையும் கொண்டிருக்கிறது.[7] இதற்கு மாறாக, பிரைஸைப் பொறுத்தமட்டில் அனுபவம் என்பது அதிர்ச்சி, ஆச்சரியம் போன்றவற்றைக் கொண்டிருப்பதாக இருக்கிறது.[8] அதிர்ச்சி, ஆச்சரியம் போன்ற அனுபவத்தைப் பெறுகிறவர்கள், இத்தகைய ஒவ்வாத அனுபவங்களை மீண்டும் பெறாதவாறு எச்சரிக்கையோடு நடந்துகொள்கிறார்கள். இத்தகைய அர்த்தத்திலேயே அனுபவம் நமது ஆசிரியராகிறது என்கிறார் பிரைஸ் (Price).[9] பிரைஸைப் பொறுத்தமட்டில் அனுபவத்தின் பாத்திரம், ஒரு பரிசோதனையில் பங்கெடுத்துக்கொண்டு, பங்கெடுக்கும் அதன் போக்கில் கிடைக்கக்கூடியதன் ஊடாக, பெரும்பாலும் ஆச்சரியத்தின் வடிவத்தில் கிடைக்கக்கூடியதன் ஊடாக, தவறான கருத்துகளை வடிகட்டி ஒதுக்குவதாக இருக்கிறது.[10] அதேசமயத்தில், லெவினாஸைப் (Levinas) பொறுத்தமட்டில் மற்றவர்களின் அனுபவங்கள்

5 *Smith (1978: 145).*
6 *Ibid.*
7 *Ibid.*
8 *Ibid., p. 92.*
9 *Ibid.*
10 *Ibid.*

நமக்கு ‘மிக நெருக்கமாக’ இருப்பது நம்மை நிலைகுலையச் செய்கிறது.[11] லெவினாஸ் முன்வைக்கும் இந்தப் பொருத்தமான அவதானிப்பை நான் சில எடுத்துக்காட்டுகள் கொடுத்து விளக்க முயல்கிறேன். துரதிர்ஷ்டவசமாக, இந்த எடுத்துக்காட்டு எனக்கு மிக நெருக்கத்தில் நடந்த ஒன்றாக இருக்கிறது. நம்முடைய ‘மிக நெருங்கிய’ நண்பர்களிடமிருந்து விரோதப் போக்கையோ தாக்குதலையோ எதிர்பார்க்காத பின்னணியில் அது நடக்குமானால் அது நமக்கு அதிர்ச்சியைத் தரக்கூடியதாக இருக்கிறது. இந்தத் தாக்குதல் தார்மீகத் தளத்தில் மிகக் கடுமையான பாதிப்பை உருவாக்குகிறது. அதுவும், தலித் அனுபவங்கள் குறித்து எழுதும் ஆசிரியராக இருக்கிறேன் என்று ஓயாமல் உரிமைகோரும் நபரிடமிருந்து இந்தத் தாக்குதல் வரும்போது, அந்த அனுபவம் நம்முடைய சுயமரியாதையைத் தாக்குவதாகவே இருக்கிறது. எடுத்துக்காட்டாக, ஆசிரியராகப் பணியாற்றும் பலர் இத்தகைய அதிர்ச்சியைக் கொடுக்கிறார்கள்.

துன்பப்படும் ஒரு தன்னிலை, தன் உணர்வுகள் கட்டற்றுப் பாய்வதைத் தடுக்கும் விதமாக, தார்மீக மின்காப்பானைப் பயன்படுத்தித் தன்னை ஒரு கட்டுப்பாட்டுக்குள் வைத்திருக்க வேண்டியுள்ளது. எங்கெல்லாம் உணர்வுகள் காரணியங்களுக்குக் கட்டுப்படாமல் செயல்படுகிறதோ அங்கெல்லாம் தீக்குழம்பு வழிந்து ஓடுவதுபோல் அது வெளிப்படுகிறது. அத்தகைய அனுபவத்தை எதிர்பார்க்காத ஒருவருக்கு அவரை நிலைகுலையச் செய்யும் அனுபவமாகவே அது அமைகிறது. வலதுசாரி சித்தாந்தவாதி ஒருவர் தலித்தைக் கீழ்மைப்படுத்தும்போது அது எத்தகைய அதிர்ச்சியையும் கொடுப்பதில்லை. ஏனெனில், அத்தகைய ஒரு வலதுசாரி சித்தாந்தவாதி தலித்தாக இருந்தாலும் சிறுபான்மையினராக இருந்தாலும், அவர்களைக் கீழ்மைப்படுத்தக்கூடும் என்பது நம் எதிர்பார்ப்புக்கு உட்பட்ட ஒன்றுதான். ஆனால் சமத்துவவாதம், மானுடச் சுயமரியாதை ஆகியவை குறித்து ‘நடைமுறைரீதியான உறுதிப்பாட்டை’ கொண்டிருக்கும் இடதுசாரி சாய்வுகொண்ட சித்தாந்தவாதி ஒருவர், காரணியம் ஏதுமில்லாமல் ஒரு தலித்தை ஒதுக்கித்தள்ளி, கீழ்மைப்படுத்துகிறார் என்றால் அது மிக மோசமான அதிர்ச்சியைக் கொடுக்கக்கூடியதாகவே இருக்கும். தார்மீகரீதியான விளக்கங்களை முன்வைக்க வேண்டிய அவசியத்தையே இத்தகைய நடத்தை வலியுறுத்துகிறது. தார்மீகச் சட்டகத்திலிருந்து சிந்தித்து அனுபவங்களுக்கு விளக்கம் கொடுப்பதென்பது நமது மதிப்பீடுகளைக் குறிப்பிட்ட முறையில் ஒழுங்கமைப்பதை அனுமானமாகக் கொண்டிருக்கிறது. இரட்டை முகம் கொண்ட வாழ்க்கை வாழாதவர்கள் மீதும், அவர்களின் முன்சாய்வுகள் அவர்களுடைய நல்உணர்வுகளை ஆட்கொள்ள அனுமதிக்காதவர்கள் மீதும் நாம் வைத்திருக்கும் நன்மதிப்பை வெளிப்படுத்தும் சந்தர்ப்பங்களைக் கொண்டிருப்பதாகிறது. இந்த ஒழுங்கமைப்பு, அதாவது அறிவு குறித்தான உண்மையைக் கண்டெடுப்பது எவ்வளவு முக்கியமானதோ அதே அளவுக்கு ஒரு தனிமனிதரின் சுயமரியாதை குறித்து ஒருவர் கொண்டிருக்கும் ஈடுபாடும் முக்கியமானதாகிறது. ‘ஒற்றைப் பரிமாண அல்லது மூடுண்ட

11 *Wesleyan (2002: 89).*

சித்தாந்தத்தால்' ஊக்கம் பெற்ற 'அறிவுஜீவித் தொண்டர்கள்' அவர்களது முன்சாய்வுகள் அடிப்படையில் பிறரை அவமதித்து, அவர்களுக்கு வலி தரக்கூடிய அனுபவத்தை உருவாக்கிக்கொடுப்பார்கள் என்றால், அது புரட்சிகரத் தேவையை உருவாக்குவதற்கு அவசியமான கூட்டு அனுபவத்துக்கு எதிரானதாகவே இருக்கிறது என்று கூர்வுணர்வுடைய விளம்புநிலைச் சிந்தனையாளர்களில் ஒருவரான ஜேம்ஸ் ஸ்காட் முன்வைக்கிறார். 'சமூக இருப்புக்கும் சமூகப் பிரக்ஞைக்கும் இடையே காணப்படும் சொல்லாக அனுபவம் இருக்கிறது. பண்பாட்டுக்கு, விழுமியங்களுக்கு அனுபவமே வண்ணங்களைக் கொடுக்கிறது. இந்த அர்த்தத்தில், எல்லா அனுபவங்களும் வர்க்க அனுபவங்களாகின்றன. கூட்டான அனுபவ முறையின் ஊடாகவே, உற்பத்தி முறைகளானது மற்ற செயல்பாடுகள் மீது தீர்மானகரமான அழுத்தத்தை உருவாக்குகின்றன' என்கிறார் ஜேம்ஸ் ஸ்காட். இவர் மேலும், 'வர்க்க உறவுகளில் மானுட முகவர்களின் அனுபவங்களைத் தவிர்ப்பது என்பது கோட்பாடு அதன் வாலை அதுவே விழுங்குவதாகிறது' என்கிறார்.[12]

அனுபவங்கள் உள்வட்டத் தளத்திலேயே வெளிக்காட்டக்கூடியதாக, வெளிப்படுத்தக்கூடியதாக இருக்கின்றன என்றாலும் இந்தக் குறுகிய வெளிப்பாடு என்பது பரந்துபட்ட உலகளாவிய தளத்தின் சுருக்கப்பட்ட வடிவமாகவே இருக்கிறது. அதாவது, உலகளாவிய தன்மையே தோற்றப்பாட்டியல்ரீதியாகக் குறுகிய ஒன்றாகச் சுருங்கி வெளிப்படுகிறது. இந்தியாவில் காணப்படும் சாதிரீதியாகப் பாகுபடுத்தும் அனுபவம், எவ்வாறு வேறுப்பட்ட சமூகப் பின்னணியைக் கொண்டிருக்கும் பிரிட்டனிலும் உள்வட்டத் தளத்தில் மறுவுருவாக்கம் செய்யப்படுகிறது என்று இனி வரும் பகுதிகளில் பார்ப்போம். எது குறுகிய தளத்திலானதாக இருக்கிறதோ அதுவே தேசங்களுக்கு அப்பாற்பட்டதாகவும் உலகளாவியதாகவும் கொண்டுசெல்லப்படுகிறது. இருந்தும், இந்த உள்வட்டத் தளம் – பொதுவாக உணர்வுகளோடு தொடர்புகொண்டிருக்கும் ஒன்றாகப் புரிந்துகொள்ளப்படுவது, சிலரைப் பொறுத்தமட்டில் கோட்பாடு செய்வதற்கு சிரமம் கொடுக்கும் ஒன்றாகிறது.[13]

கோட்பாட்டைவிட அனுபவத்துக்கு முக்கியத்துவம் கொடுப்பது பிரச்சினைகள் அற்ற ஒன்றல்ல என்று வாதிட முயலும் சில அறிஞர்களின் கருத்துகளைப் பார்ப்போம். எடுத்துக்காட்டாக, கோட்பாடு செய்வதற்கு அனுபவம் அறிவறிவுரீதியான மூலமாக இருக்கும் சாத்தியத்தை குர்பிரீட் மகாஜன் ஏற்றுக்கொண்டாலும், அனுபவத்தோடு தொடர்புடைய சாராம்சத்தன்மை குறித்து நாம் எச்சரிக்கையோடு இருக்க வேண்டும் என்கிறார்.[14] பாதிக்கப்பட்டவர்கள் அவர்களுடைய அனுபவங்களைக் கோட்பாட்டுத் தளத்துக்குக் கொண்டுசெல்ல அவற்றை மேலும் தீவிரப்படுத்துவதற்குப் பதிலாக, அவற்றை உணர்வுகள்ரீதியான, பொருளியல்ரீதியான ஆதரவுக்கான

12 *Scott (1990: 42).*
13 *Mahajan (2009).*
14 *Ibid.*

மூலமாகவும் பார்க்கக்கூடும் என்று மகாஜன் முன்வைப்பதுபோல்
தோன்றுகிறது. ஆகவே, அனுபவங்களை நாம் எதிர்கொள்ளும்போது,
நாம் அதன் உள்ளடக்கத்தின் மேல் கவனம் கொள்ளாமல், அனுபவத்தின்
கட்டமைப்பு குறித்து மட்டுமே கவனம் கொள்ள வேண்டும் என்று மிகச்
சரியாக முன்வைக்கிறார் மகாஜன்.[15] மேலும், அனுபவத்தின் உள்ளடக்கத்தோடு
ஒப்பிடும்போது அனுபவத்தின் கட்டமைப்பு மிக முக்கியமானதாகிறது என்றும்
அவர் சொல்கிறார். ஏனெனில், அனுபவத்தின் உள்ளடக்கம் நிலையற்றதாக
இருக்கிறது என்றால், அதன் கட்டமைப்பு நிலையானதாக இருக்கிறது.
ஆக, நாம் எதைக் கோட்பாட்டாக்கம் செய்கிறோம்: உள்ளடக்கத்தையா,
கட்டமைப்பையா? குர்பிரீட் மகாஜனைப் பொறுத்தமட்டில், அனுபவம்
அதன் உள்ளார்ந்தத் தன்மையில் நிலையற்றதாக இருப்பதால், அனுபவமானது
கோட்பாட்டுரீதியாக முக்கியத்துவம் கொண்டிருக்கும் ஒன்றாக இல்லாமல்,
அதை மிகக் குறுகிய தேவைக்குத் தனிநபர்மயப்படுத்தும் போக்கை
ஊக்குவிக்கும் ஒன்றாக இருக்கிறது.[16] இப்படியாக, அனுபவங்களைத் தனிநபர்
சார்ந்து மையப்படுத்தப்படும்போது அது தனித்துவமான ஒன்றாவதோடு,
அதைக் கோட்பாட்டாக்கம் செய்வதில் பல சிக்கல்களை உருவாக்கவும்
செய்கிறது. அனுபவத்தின் பலமே அதன் திறந்த பண்புதான். அதனாலேயே,
அது முற்றும்முழுதுமான அறிவைக் கொடுக்க முடியாததாகவும், அதைக்
கொண்டு கோட்பாடு எதையும் உருவாக்க முடியாததாகவும் இருக்கிறது.
இந்த நிலைப்பாடு, விவரமறிந்த, திடமான கோட்பாடு செய்ய ஒருவருக்கு
அனுபவம் தேவைப்படுகிறது என்ற நிலைப்பாட்டுக்குச் சவால்விடக்கூடியதாக
இருக்கிறது. அனுபவம் எப்போதும் அகவயமானதாக இருப்பதால், ஏற்றம்
இறக்கம் காணும் உள்ளடக்கத்தின் பகுதியாக இருப்பதால் அதைக் கொண்டு
கோட்பாடு செய்வதில் பல சிக்கல்கள் தோன்றுகின்றன.

இந்தச் சவாலை ஒருவர் எவ்வாறு எதிர்கொள்வது? கோட்பாடு செய்வதற்கான
தொடக்க நிலையாக அனுபவத்தை உள்ளடக்க முடியுமா? இது குறித்து
முக்கியமான சில பதிவுகளைச் சில சிந்தனையாளர்கள் முன்வைத்திருக்கிறார்கள்.[17]
கோட்பாடு செய்வதற்கு அனுபவத்தை முதல் படியாகக் கொண்டிருக்க,
நாம் கருத்தாக்கங்கள், வகைமைகள் ஊடாக அனுபவத்தின் ஒருமையை
உருவாக்கித்தரக்கூடிய முறையைக் கைக்கொள்ள வேண்டியுள்ளது.
அனுபவத்தின் ஒருமை குறித்து முன்வைத்தவர்களில் முதன்மையானவர்
ஃபிரான்ஸிஸ் பேகன். 'அன்றாட அனுபவங்கள் அதற்குள்ளாக அல்லது
அதை ஒன்றிணைக்கக்கூடிய ஒழுங்கு எதையும் கொண்டிராமல் தளர்வாகக்
கட்டப்பட்டிருக்கும் ஒன்றாக இருக்கிறது. அதனாலேயே அனுபவம்
நிச்சயத்தன்மை எதையும் கொண்டிராமல் இருப்பதோடு, மிகக் கறாரான
முறையில் கட்டுப்படுத்தப்படாததாகவும் இருப்பதால், பரந்தத் தளத்தில்
புலன்ரீதியான பதிவுகள் மீதே சந்தேகத்தைத் தொடங்கிவைக்கும்

15 *Ibid.*
16 *Ibid.*
17 *Scott (1991).*

தருணமாகவும் இருக்கிறது' என்கிறார் பேகன்.[18] இப்படியாக, அறிவைப் படைப்பதில் அனுபவத்தின் பாத்திரத்தை பேகன் மறுதலிக்கவில்லை என்றாலும், முறைக்கே பிரதான முக்கியத்துவம் கொடுக்கிறார்.[19] முறைக்கு அதிக முக்கியத்துவம் கொடுக்கும் வகையில் அவர், 'ஒரு வாய்ப்பாக அனுபவம் ஒழுங்கற்றதைச் சார்ந்திருக்கிறது; அது நம்பகத்தன்மையற்றது; ஒழுங்கமைக்கப்படாத புலனுணர்வில் ஏற்படும் மாற்றங்களுக்கு உட்பட்டது. அதாவது, தொடர்ச்சியாகவும் திரும்பத்திரும்பவும் கட்டுப்படுத்தப்பட்ட பரிசோதனைகளுக்குக் கொண்டுவிடும் அடிக்கோள்களிலிருந்து வேறானதாக இருக்கிறது' என்கிறார்.[20] இப்படியாக, அனுபவத்தைப் பரிசோதனைகளுக்கு உட்படுத்த முடியும் என்றே பேகன் முன்வைக்கிறார். தத்துவார்த்தரீதியாக நவீனத்துவத்தின் தொடக்கம் என்பது அனுபவத்தில் அல்லாமல் முறையிலும் பரிசோதனைகளிலுமே அடங்கியிருக்கிறது. முறையை அனுபவத்துக்கு முன்னாகக் கொண்டுசென்று, ஒரு குறிப்பிட்ட முறையில் தரவரிசைப்படுத்த வேண்டும் என்றே பேகன் முன்வைக்கிறார்.[21]

எழுவாயும் பயனிலையும் ஒருமை பெறும் தருணத்தையே அனுபவம் முன்வைக்கிறது. ஒருவர் அவரது சொந்த அனுபவத்தைப் பிரக்ஞைபூர்வமாகப் பிரதிபலிப்பது என்பது எழுவாய்க்கும் பயனிலைக்கும் இடையே ஒரு பிளவைத் தோற்றுவிக்கிறது என்றாலும், கோட்பாட்டாக்க நுட்பத்தோடு இன்னும் மேலான தளத்தில் ஒருமைகொள்ளவே வைக்கிறது. கோட்பாட்டின் ஊடாக ஓர் எழுவாய் அவரது அனுபவத்துக்குள் மீண்டும் நுழையும்போது, அது விரும்பத்தகாத ஆபத்துகளிலிருந்து அவரைக் காப்பாற்றுகிறது. அனுபவத்தை அதன் தளத்திலேயே விட்டால் அது குழப்பத்தில் சிக்கிக்கொண்டதாகிறது. மேலும் அழுகை, கதறல், ஏன் வன்முறை போன்ற உணர்வுகளால் இந்தக் குழப்பம் இன்னும் மோசமாகிறது. இதனாலேயே, கச்சாவான அனுபவங்கள் கொண்டிருக்கும் இத்தகைய ஆபத்தைக் கருத்தில் கொண்டே சில அறிஞர்கள் அனுபவத்தைப் பெறுவதற்கு முன் ஒருவர் காரணியத்தை அறியும் திறனைக் கொண்டிருக்க வேண்டும் என்கிறார்கள். அதாவது, அனுபவத்தை மேலும் தீவிரமடையச் செய்வதற்கு அனுபவத்தை மட்டுமே கொண்டிருப்பது போதுமானதாக இல்லை. நாம் 'தெளிவான' அனுபவத்தின் ஊடாகவே 'தெளிவான' கருத்தாக்கங்களை உருவாக்க முடியும். அனுபவம் குறித்துத் தெளிவான பார்வையைப் பெறுவதற்கு ஒருவர் காரணியத்தைப் பிரயோகிக்க வேண்டியுள்ளது. இத்தகைய பார்வையின் அடிப்படையில் சொல்வதென்றால், அனுபவம் குறித்துப் பிரதிபலிப்பதற்கு அதை அறிந்திருக்கும் எழுவாயாக இருக்க வேண்டிய அவசியமில்லை என்றாகிறது.[22] அத்தகைய ஒரு மனிதர் அவருக்குக் கிடைக்கக்கூடிய பார்வைகளை அடிப்படையாகக் கொண்டு,

18 *Scott (1991: 202).*
19 *Ibid.*
20 *Ibid., p. 203.*
21 *Ibid., p. 208.* .
22 *Fay (1996: 10).*

காரணகாரிய உறவை நிலைநாட்டுவதற்குப் பகுத்தாயும் அதிகாரம் எதையும் கொண்டிருக்கக் கூடாது. இத்தகைய போக்கிலான வாதங்களை ஏற்றுக்கொள்வதில் எத்தகைய பிரச்சினையும் இல்லை என்றாலும், 'கோட்பாடு செய்வதற்கு' அனுபவம் குறித்துப் பிரதிபலிக்க வேண்டியது அவசியமாகிறது – அனுபவத்துக்கு வெறுமனே எதிர்வினையாற்றுவது மட்டுமே போதுமானதாக இல்லை. அனுபவத்தைப் பெறுகிறவர் அந்த அனுபவத்தைப் பரந்தத் தளத்தில் கோட்பாடு செய்வதற்கு அது குறித்துப் பிரதிபலிக்க வேண்டிய பிரத்யேகப் பொறுப்பைக் கொண்டிருக்கிறார்.

அனுபவத்தைப் பிரதிபலிப்பதற்குப் பொருத்தமான வடிவங்கள் என்ன? அனுபவங்களை மிகத் துல்லியமாகப் பிரதிபலிப்பதற்குத் தன்வரலாறுகள் போதுமான வடிவமாக இருக்குமா? தன்வரலாறுகள் குறிப்பிட்ட சில நபர்களைச் சென்றடையும் குறிக்கோளைக் கொண்டிருக்கலாம். ஒரு குறிப்பிட்ட அனுபவத்தை நெகிழவைக்கும் முறையில் விவரிக்கலாம். ஆனால், கோட்பாடுகள் தனிநபர்களைச் சார்ந்திருப்பதில்லை; அவை நெகிழவைக்கும் அனுபவங்களைச் சாத்தியப்படுத்தும் கட்டமைப்பின் மீது கவனம்கொள்ளவே முயல்கின்றன. அனுபவங்களின் வேறுபட்ட உள்ளடக்க வடிவங்களைச் சார்ந்து இல்லாமல், அதன் கட்டமைப்பின் சாராம்சம் சார்ந்து அனுபவத்தைக் கோட்பாடு செய்வதே ஒரு கோட்பாட்டின் அடிப்படை நோக்கமாக இருக்கிறது. இப்படியாக, கோட்பாடு சமூக உறவுகளின் செயல்பாடு மீதும், அதன் போக்குகள் மீதும் குறிவைக்கிறது. அதாவது, சமூக உறவுகளிலும் அதன் போக்குகளிலும் குடிகொண்டிருக்கும் வடிவங்கள் மீதும் கட்டமைப்புகள் மீதும் குறிவைக்கிறது. இப்படியாக, தனிநபர்வாத அடிப்படையில் கோட்பாடு இருக்கலாமே தவிர தனிநபர்கள் அடிப்படையில் கோட்பாடுகள் ஏதும் இருக்க முடியாது. சிந்தனைகளின் கட்டமைப்பு மீதே கோட்பாடுகள் குறிவைக்கின்றன. இது முன்னுதாரணங்கள் கொண்டு பழையவற்றை மாற்ற வேண்டும் என்ற கோரிக்கையையும் முன்வைக்கிறது. மற்றொரு முக்கிய அறிஞரான சான்ரா ஹார்டிங், அனுபவங்கள் பலவீனப்படுத்தும் சார்பியல்வாதத்துக்குக் கொண்டுவிடும் என்று அவரது எதிர்ப்பு வாதங்களை முன்வைக்கிறார்.[23] 'அனுபவம்' என்ற சொல்லே ஏற்றுக்கொள்ள முடியாத ஒன்று என்கிறார் ஜி.சி.பாண்டே.[24] இவரைப் பொறுத்தமட்டில், எல்லா அனுபவங்களும் குறிப்பிட்ட எழுவாய்க்கும் பயனிலைக்கும் இடையே சார்பியல்தன்மையைக் கொண்டிருப்பதாலேயே, இந்தச் சொல் பிரச்சினைக்குரியதாகிறது.[25] அனுபவம் எப்போதும் அகவயமானதாக இருப்பதால், அது கோட்பாடு செய்வதற்கான கச்சாப் பொருளாக முடியாது.[26] இறுதியாக, தன்வரலாறுகள் ஊடாகவோ கொள்கைகள் ஊடாகவோ அனுபவங்கள் ஸ்தூலமாக்குவதற்குக் கொண்டுவிடக்கூடும் என்றும் ஒருவர் வாதிடலாம். இதை அனுபவங்களின்

23 Harding (1992: 186).
24 Pande (1994: 440).
25 Ibid., p. 400.
26 Ibid., p. 448.

அரசியல் என்று அழைக்கலாம். எத்தகைய அர்த்தத்தில் என்றால், தன்னுடைய அனுபவங்களை அல்லது வேறு யாரோ ஒருவருடைய அனுபவங்களை சுயநலத்துக்காக உபயோகித்துக்கொள்ளும் போக்கை மக்கள் வளர்த்துக்கொள்ளலாம். இவ்வாறு அனுபவங்களை ஸ்தூலமானதாக மாற்றுவதற்கான சரியான எடுத்துக்காட்டு அரசுசாரா அமைப்புகளாகின்றன (என்ஜிஓ). இத்தகைய குறுகிய பின்னணியில், அனுபவங்கள் அசையாச் சொத்தாகப் பார்க்கப்படுகின்றன.

இத்தகைய எதிர்ப்புகளையெல்லாம் கணக்கில்கொண்டு, அனுபவம்தான் கோட்பாட்டு செய்வதற்கான தொடக்கப் புள்ளியாகிறது என்று நாம் வாதிட முடியுமா? எத்தகைய தளங்களிலிருந்து அனுபவம் என்ற கருத்தை நாம் முட்டுக்கொடுத்து நிறுத்த முடியும்? கோட்பாட்டாக்கம் செய்வதில் அனுபவத்தை அரவணைத்துக்கொள்ள வேண்டிய அவசியத்தை வலியுறுத்தும் வாதங்களை சருக்கை, இந்த நூலில் (இயல்-3) ஏற்றுக்கொள்ளத்தக்க வகையில் முன்வைத்துள்ளார். நான் மேலும் சில விஷயங்களைச் சேர்க்கலாம் என்று நினைக்கிறேன்.

அனுபவத்தைக் கோட்பாட்டாக்கம் செய்வதற்கான தொடக்க நிலையாக அனுபவம்

முதலாவதாக, கதையாடல் முறையில் கையாளும் பொறுப்பைக் கோட்பாட்டுரீதியான கருத்தாக்கங்களுக்குக் கொடுக்க எத்தனிக்கும் முயற்சிகளை மறுதலிப்பதற்கு அனுபவத்தைக் குறிப்பது மிக முக்கியமானதாகிறது. இத்தகைய முயற்சிகளில் கருத்தாக்கங்கள் பிற கருத்தாக்கங்களோடு உறவுகொண்டே வளர்ச்சியடைகின்றன. மேலும், இந்தக் கருத்தாக்கங்கள் வளர்ச்சியடைவதற்கான அறிவுசார் மூலமாக ஸ்தூலமான அனுபவம் இருக்கக்கூடிய சாத்தியப்பாடு இல்லாமல்போகிறது. எடுத்துக்காட்டாக, காலனியத்துக்கு முந்தைய இந்தியா குறித்தான சமூகப் புரிதலில் சாதி எத்தகைய பிரத்யேக அந்தஸ்தையும் பெற்றிருக்கவில்லை என்று முன்வைத்து வாதிடும் ஆய்வாளர்கள் இருக்கிறார்கள்.[27] இந்தப் போக்கிலான வாதம், காலனியத்துக்கு முந்தைய இந்தியாவில் சாதிகள் இல்லாத காரணியத்தால் சாதியம் சார்ந்த அனுபவங்களும் கிடையாது என்கின்றன. இத்தகைய கதையாடல் முறையிலான அணுகுமுறையைக் கைக்கொண்டு, சாதி என்ற ஒன்றின் இருப்பையே மறுதலிப்பதோடு, சாதியின் மைய இருப்பையே மறுதலிக்கும் விதமாகப் பலவிதமான சொல்லாடல்களை உபயோகிக்கிறார்கள்.[28] இப்படியாக, இவர்கள் 'காஸ்ட்' என்ற சொல்லுக்குப் பதிலாக 'சாதி' என்ற சொல்லை உபயோகித்து, இதற்கு இணைச்சொற்களான மானுடச் சாதி, பெண் சாதி, மனிதச் சாதி என்றெல்லாம் முன்வைத்து, சாதியின் பிரத்யேகச்

27 *Smith (1978: 146).*
28 *Samrendra (2011: 52).*

சமூக வெளிப்பாட்டைப் பின்னுக்குத் தள்ளுகிறார்கள். இப்படியாக, சாதி என்ற சொல் பொதுவான வடிவில் உபயோகிக்கப்படும்போது, அது அதனளவில் எத்தகைய பிரத்யேக இருப்பையும் கொண்டிருப்பதில்லை. இப்படியாக, கதையாடல் முறையிலானதாக சாதியை அணுகும்போது அது சாதியைத் தெளிவற்றதாக ஆக்குவதோடு, அது எதிர்க்கப்பட வேண்டிய வகைமையாகக்கூட இருப்பதில்லை. இத்தகைய கதையாடல் முறையிலான அணுகுமுறையின் ஊடாக இரண்டு நோக்கங்களைச் சாதித்துக்கொள்கிறார்கள்: ஒன்று, ஸ்தூலமான வகைமைகளுக்குள் தளர்வுத்தன்மையை அறிமுகப்படுத்துகிறார்கள். இரண்டாவதாக, இந்தத் தளர்வுத்தன்மையை அதன் பொருட்டே நல்லொழுக்கம் கொண்டிருப்பதாக மாற்றுகிறார்கள். கருத்தாக்கரீதியான தளர்வுத்தன்மையானது சாத்தியப்படும் பல்வேறு விதமான அர்த்தப்பாடுகளை உருவாக்கிக்கொடுப்பதோடு, தார்மீகரீதியாகவும் அரசியல்ரீதியாகவும் அது கொண்டிருக்கும் ஒருமைப்பட்ட அர்த்தத்தைப் பலவீனப்படுத்தவும் செய்கிறது. இப்படியாகவே பார்ப்பனியத்தை விசாரணை செய்வதற்கான அரசியல்ரீதியான, பொருள்கோளியல்ரீதியான சக்தியைச் சாதி இழந்துவிடுகிறது. இத்தகைய வாதங்கள் அறிஞர்களுக்கு அந்நியப்பட்ட அறிதிறன்ரீதியான இறையாண்மை அதிகாரத்தைக் கொடுக்கிறது. இது எதை முன்வைக்கிறது என்றால் மிகத் தளர்வாகத் தொடர்புபடுத்தப்பட்டு, வாதிடப்பட்டு, அர்த்தப்படுத்தப்படும் கருத்தாக்கங்களே (மானுடச் சாதி, பெண் சாதி, ஆண் சாதி மற்றும் இதுபோல்), நிலைத்திருக்கும் ஒன்றைக் கேள்வி கேட்பதற்கு ('காஸ்ட்'டைச் சாதியாக்குவது) போதுமானதாக இருக்கிறது என்பதைத்தான். இரண்டாவதாக, குறிப்பிட்ட அர்த்தத்தில் இத்தகைய கதையாடல் முறையிலான வாசிப்புகள் அ-வரலாற்றுத்தன்மை பெறுகின்றன. இது சாதியோடு தொடர்புகொண்டிருக்கும் அனுபவங்கள் வரலாற்றுரீதியாக உற்பத்திசெய்யப்படுவதையும் மறுஉற்பத்திசெய்யப்படுவதையும் மறுக்கின்றன.

சொல்லப்போனால், சாதிய வரலாற்றையும், சாதிய ஒடுக்குமுறை அனுபவங்களின் வரலாற்றையும் நாம் இத்தகைய எளிமையான வழிகள் ஊடாக மறுத்துவிட முடியாது. ஒன்றோடொன்று போட்டியிடும் இம்மூன்று சொற்களின் (மானுடச் சாதி, பெண் சாதி, ஆண் சாதி) தோற்றவெளிரீதியான பரிமாணங்கள், உள்ளூர்த்தன்மையிலான சாதிய ஒடுக்குமுறைகளின் குறிப்பிட்ட சமூகப் பண்பைக் கணக்கில் எடுத்துக்கொள்வதில்லை. 13-ஆம் நூற்றாண்டைச் சேர்ந்த தீண்டப்படாத சமூகத்தைச் சேர்ந்த ஞானி சோக்கமேலா நடத்தப்பட்ட முறை இத்தகைய கதையாடல் முறையிலான அணுகுமுறையை அம்பலப்படுத்துகிறது. மத்தியக் கால மகாராஷ்டிரத்தை ஆராயும் சமூக வரலாற்றியலாளர்கள் சுட்டிக்காட்டுவதுப்போல், தோற்றவெளிரீதியாக மானுடச் சாதியின் பகுதியாக சோக்கமேலா நடத்தப்பட்டார் என்றாலும், சமூகரீதியாக வெறுக்கத்தக்க மனிதராகவே நடத்தப்பட்டார்.[29] இப்படியாக, சமூக வரலாறுகள் அடிப்படையில் சொல்வதென்றால் சமூகரீதியாக ஆதிக்கம் செலுத்தும் சாதிகளால்தான் சாதிய நடைமுறைகள் உருவாக்கப்படுகின்றன

29 Zelliot (1992).

என்பதும், மறுஉருவாக்கம் செய்யப்படுகின்றன என்பதும் மிகத் தெளிவாக இருக்கிறது.

இரண்டாவதாக, 'உண்மையான அனுபவம்' என்ற கருத்தமைவோடு பொதுவாகத் தொடர்புபடுத்தப்படும் பிற்போக்கான வாதங்களை எதிர்த்து நிற்பதற்கு அனுபவங்களைக் குறிப்பது மிக அவசியமாகிறது. குறிப்பிட்ட அனுபவத்தின் சாராம்சமே உண்மையானது என்று ஒருவர் பிற்போக்குத்தனமாக வரையறுக்கலாம். நான் விவாதித்துக்கொண்டிருக்கும் விஷயத்தைப் பொறுத்தமட்டில் அது தீண்டப்படாதவராக இருக்கும் அனுபவத்தோடு தொடர்புகொண்டதாக இருக்கிறது. எது கீழானது என்று ஒதுக்கப்படுகிறதோ அதையே மாற்றி பொருள்படுத்தும் இன்னும் தீவிரத்தன்மையிலான வாதம், தீண்டாமைக்கு நிலைகுலையச் செய்யும் உள்ளடக்கத்தைக் கொடுக்கக்கூடியதாக இருக்கும். எடுத்துக்காட்டாக, சமூக நாகரிகத்துக்கு அப்பால் ஒதுக்கிவைக்கப்படும் அனுபவத்தை தலித்துகளுக்குக் கொடுக்கும் விதமாகவே உயர் சாதியினர் தீண்டாமையை நடைமுறைப்படுத்துகிறார்கள். அதாவது, அவர்கள் மிருகங்களைவிடக் கேவலமாக நடத்தப்படுகிறார்கள். எது உபயோகமற்றது, மதிப்பற்றது என்று ஒதுக்கித்தள்ளப்படுகிறதோ அதையே தலித் எழுத்தாளர்கள் வேறொரு தளத்தில் மாற்றி அர்த்தப்படுத்துகிறார்கள் (அதாவது, சூரியனோடு ஒப்பிடுகிறார்கள்). இப்படியாக, சாதகமான முறையில் மாற்றி அர்த்தப்படுத்துவதன் ஊடாக, தலித் எழுத்தாளர்கள் தீண்டப்படாதவர்களைச் சூரியனோடு ஒப்பிடுகிறார்கள். அதாவது, சூரியனும் தீண்டப்படாதவர்களும் தீண்ட முடியாமல் இருப்பதன் சாரத்தைப் பகிர்ந்துகொள்வதாக அர்த்தப்படுத்துகிறார்கள் (பார்க்க, சருக்கையின் இயல்-7).

இப்படியாக, தீண்டப்படாதவர்கள் சூரியனைப் போன்றவர்கள் என்பதால் அவர்களைத் தீண்ட முடியாது என்று தலித் எழுத்தாளர்கள் வாதிடுகிறார்கள்.[30] எதிர்மறையான அர்த்தத்தில், எல்லா உயிரினங்களும் எதைத் தவிர்க்க அக்கறை எடுத்துக்கொள்கின்றனவோ அதோடு, அதாவது மரணத்தோடு தீண்டப்படாதவர்களை அடையாளப்படுத்துகிறார்கள். ஆனாலும், அனுபவத்தை இவ்வாறு மாற்றி அர்த்தப்படுத்துவது ஒரு எல்லைக்கு உட்பட்டதாகவே இருக்கிறது. இத்தகைய இலக்கியரீதியான முனைப்புகள் குறியீட்டுத் தளத்திலேயே பிரச்சினைகளைத் தீர்க்க முயல்கின்றன. ஏனெனில் துன்புறுத்துகிறவர்கள், அதாவது இத்தகைய அனுபவத்துக்கு மூலமாக இருப்பவர்கள், இவ்வாறு மாற்றி அர்த்தப்படுத்துவதில் தார்மீக மதிப்பு ஏதும் இல்லை என்பதாகவும், சமூக யதார்த்தம் எதையும் கொண்டிருக்கவில்லை என்பதாகவுமே பார்க்கிறார்கள். அதனாலேயே இத்தகைய கற்பனைகளுக்குள் அவர்கள் பயணம் ஏதும் மேற்கொள்வதில்லை. மாறாக காலம், வெளி கடந்தும் இத்தகைய அனுபவங்களைத் தொடர்ந்து உற்பத்திசெய்து கொண்டிருக்கிறார்கள். அதாவது, இங்கிலாந்தில் சில வெள்ளை பிரிட்டீஷ்காரர்கள்

30 மகாராஷ்டிரத்தின் முக்கியமான தலித் கவிஞர்களுள் ஒருவரான பாபுராவ் பாகூல் இந்தக் கூற்றை முன்வைத்தார்.

மாநிறமாக, கறுப்பாக இருக்கும் ஆசியாவைச் சேர்ந்தவர்களுக்குத் துன்பத்தைக் கொடுக்கும் வடிவங்களை உருவாக்குவதுபோல் உருவாக்கிக் கொண்டிருக்கிறார்கள்.[31] அனுபவங்கள் ஒரு கருத்தாக்கமாக உள்ளடக்கப்பட்டு வெளிநாடுகளுக்கு ஏற்றுமதிசெய்யப்படுகின்றன. இந்தியாவில் பெறும் அனுபவத்துக்கும், இங்கிலாந்தில் பெறும் அனுபவத்துக்கும் உள்ள ஒரே வேறுபாடு என்னவென்றால், இங்கிலாந்தில் அத்தகைய அனுபவத்தைப் பெறும் சமூகங்கள், மொத்தத் தெற்காசிய மக்களையும் உள்ளடக்கியிருக்கும் விதமாக விரிவடைகிறது. இப்படியாக, ஒடுக்கப்படுதல் என்ற கருத்து குறிப்பிட்ட கீழ்-சாதி தன்னிலையிலிருந்து இன்னும் பரந்துபட்டத் தளத்தில் இனரீதியான தன்னிலையாக மாறி, மிக விரிந்தத் தளத்திலான மக்களை உள்ளடக்கியிருக்கும் ஒன்றாகிறது. இப்படியாக, அதிகாரத்தின் சித்தாந்தமானது சாதியை இனம் என்பதாக அல்லது சாதியை மேலான சமூகரீதியான இருப்பு சார்ந்த தளங்களுக்கு உருமாற்றிக் கொண்டுசெல்கிறது.

மூன்றாவதாக, துன்பப்படுத்துகிறவர்களின் தார்மீகப் பொறுப்பை அளப்பதற்கும், விடுதலை இயக்கங்களின் தத்துவார்த்தரீதியான அஸ்திவாரத்தைப் புரிந்துகொள்ளவும் வரலாற்றுரீதியாக உருவாக்கப்படும் அனுபவமும், அனுபவம் குறித்த கருத்தும் முக்கியத்துவம் பெறுகின்றன. பாதிக்கப்பட்டவரின் அனுபவம் எதிர்மறையான சொல்லாடலை உருவாக்கிக்கொடுக்கிறது. இந்த எதிர்மறையான சொல்லாடலே, அத்தகைய அனுபவத்தைப் பெறுகிறவரின் விடுதலைக்கான தத்துவார்த்தப் பின்னணியை வரையறுக்கக்கூடியதாக இருக்கிறது. ஜோதிராவ் பூலேவும், பின்னர் பீமாராவ் அம்பேத்கரும் முன்னெடுத்த சமூக இயக்கங்கள் இதைத்தான் வெளிப்படுத்துகின்றன.

துன்பத்தையும் நசுக்கப்படும் அனுபவத்தையும் பெறுகிறவர்கள், கடந்தகாலத்தில் மௌனமாக இருந்த அனுபவத்தை வெளிப்படுத்துவது அவர்களது தார்மீகப் பொறுப்பாகிறது. துன்பப்படுத்துகிறவர்கள் அவர்கள் பொறுப்பேற்க வேண்டிய சமூகக் கொடுமைகளின் வரலாற்றை எழுத மறுக்கவே செய்வார்கள். இத்தகைய அனுபவங்களின் வரலாறுகளுக்குப் புத்துயிர் கொடுத்து, அவை குறித்துப் பிரதிபலித்து, அரசியல்ரீதியாகவும் அறிவார்த்தரீதியாகவும் மக்களை அணிதிரட்டுவதானது துன்பப்படுகிறவர்களின் கூடுதல் பொறுப்பாகிறது. இதற்குப் பின்னரே, இத்தகைய அனுபவங்களின் அடிநாதமாக இருந்து ஆதிக்கம் செலுத்தும் கட்டமைப்புகளை அழித்தொழித்து அவர்களது அனுபவங்களைப் புத்தாக்கம் செய்துகொள்ள முடியும். இப்படியாகத்தான், துன்புறுத்துகிறவர்கள் அவர்களுக்குள்ளாகத் தங்களுக்கும் பொறுப்பு இருக்கிறது என்று தார்மீகரீதியான கொள்கைகள் எதையும் கொண்டிராததை உணர்ந்துகொள்ளும் விதமாக அனுபவத்தைக் குறிப்பது மிக அவசியமாகிறது. பாதிக்கப்பட்டவர் அவரது

31 *புனேவில் உள்ள 'நேஷனல் சென்டர் ஃபார் அட்வகசி ஸ்டடீ'ஸில், 23 மார்ச் 2002-ல் பிரகாஷ் ஞானத்துடன் நடத்தப்பட்ட நேர்காணல். இங்கிலாந்தில் இன்னமும் சாதிகள் காணப்படுகின்றன. குறிப்பாக, அவை இன அடிப்படையிலான தளத்தில் ஊர்ஜிதப்படுத்தப்படுகின்றன.*

வரலாற்றுரீதியான அனுபவத்தை எவ்வாறு பெற்றுக்கொள்கிறார்? எது அவர்களை உந்துகிறது? சிந்தனை ஊடாகவும், கருத்தாக்கங்கள் ஊடாகவும் நகரும் வரலாறு, இத்தகைய கருத்தாக்கங்களுக்குப் பின்னால் காணப்படும் அனுபவத்தின் ஊடாகவே தலித்துகளுக்கு அர்த்தமுள்ளதாகின்றன. இத்தகைய அர்த்தத்திலேயே முன்னீட்டு நிலை என்ற கொள்கை அனுபவத்துக்குள் உள்ளடங்கியதாக இருக்கிறது. என்னுடைய வாதம் கோலிங்வுட்டை மிக நெருக்கமாகப் பின்பற்றுவதாகவே இருக்கிறது. 'ஹெகலைப் பொறுத்தமட்டில், வரலாறு என்பது அனுபவரீதியான நிகழ்வுகளைக் கொண்டது. இவை சிந்தனைகளில் புறவயமான வெளிப்பாடாகின்றன. இத்தகைய நிகழ்வுகளுக்குப் பின் உள்ள சிந்தனைகள் ஒன்றோடொன்று சங்கிலியாகப் பின்னப்பட்டுக் கருத்தாக்கங்களாகின்றன' என்கிறார் கோலிங்வுட்.[32] இந்த அர்த்தத்திலேயே தீண்டாமையோடு தொடர்புடைய ஒவ்வொரு அனுபவத்துக்குப் பின்னாலும் பார்ப்பனியச் சிந்தனை உள்ளது என்று ஒருவர் வாதிட முடியும் (தீண்டாமை குறித்த இயலில் (இயல்-7) இதற்கு நிகரான கருத்தை சருக்கை முன்வைக்கிறார்). இது ஒரு கேள்வியை எழுப்புகிறது: நாம் நம்முடைய அனுபவங்களைக் கருத்தாக்கங்களுக்கு உட்படுத்தத்தான் வேண்டுமா? நல்லது, லட்சியவாதிகள் இதற்கு எதிர்மறையாகப் பதில் சொல்லக்கூடும். ஏனெனில், ஒரு குறிப்பிட்ட உலகப் பார்வை பிடிவாதமாகத் தன் மீது சுமத்தப்படும்போது, அதிலிருந்து தப்பித்துக்கொள்வதற்கு அந்தரங்கத் தகவல் அல்லது அனுபவம் பயனுள்ளதாக இருக்கிறது என்று இவர்கள் முன்வைக்கக்கூடும்.[33]

உண்மையான வாழ்க்கை கருத்துகளால் இடையீடு செய்யப்பட்டதாக அல்லது ஒருநிலைப்படுத்தப்பட்டதாக இருக்கிறது என்று சில லட்சியவாதிகள் வாதிடக்கூடும்.[34] இப்படியாக லட்சியவாதத்தில் 'உண்மை' என்பது கருத்துகள் ஊடாகக் கிடைக்கப்பெற்றதாக இருக்கிறது. இருந்தாலும், உண்மை இடையீடு செய்யப்பட்டது என்ற நிலைக்கு எதிரான நிலைப்பாட்டையே தெல்லூஸ் எடுக்கிறார்.[35] அவரைப் பொறுத்தமட்டில் வாழ்க்கை என்பது நேரடித்தன்மையிலும் உடனடித்தன்மையிலும் வாழப்படும் ஒன்றாக இருக்கிறது.[36] இவ்விஷயத்தைப் பொறுத்தமட்டில் தெல்லூஸ் எடுக்கும் நிலைப்பாட்டுக்கு நிகரான நிலைப்பாட்டையே எம்.என்.ஸ்ரீனிவாஸ் எடுக்கிறார். அனுபவவாத யதார்த்தத்துக்குக் கோட்பாட்டுரீதியான முன்வைப்புகள் ஏதும் அவசியமில்லை என்றே ஸ்ரீனிவாஸ் வாதிடுகிறார். இருந்தாலும், இது/அது என்று எந்த நிலைப்பாட்டையும் ட்யூவி எடுக்கவில்லை. மாறாக, அனுபவம் தானாகவே உலகத்திடம் எதையும் பகிர்ந்துகொள்வதில்லை என்று முன்வைக்கிறார்.

32 *Collingwood (1994: 118).*

33 *James (1990: 46).*

34 *Ibid.*

35 *Colebrook (2002: 79). டெல்லியில் 1985-ல் நடந்த கருத்தரங்கம் ஒன்றில் எம்.என்.ஸ்ரீனிவாஸ் இந்தக் கருத்தை முன்வைத்தார்.*

36 *Smith (1978: 146).*

இதற்குக் கருத்தாக்கரீதியான, கோட்பாட்டுரீதியான மொழி அவசியமாகிறது.[37] தெல்லூஸ் முன்வைப்பதன் அடிப்படையில் சொல்வதென்றால், கருத்துகள் அனுபவத்தை விரிவுபடுத்துகின்றன என்றாலும் அவை அனுபவத்தை ஒழுங்கமைக்கவோ கட்டமைக்கவோ செய்வதில்லை. இருந்தாலும், தெல்லூஸும் ட்யூவியும் ஒன்றை முன்வைக்கிறார்கள்: கருத்தாக்கங்களும் கோட்பாடுகளும் அனுபவத்தை மேலும் தீவிரமாக்குகின்றன என்றால், முற்றும்முழுதுமானது என்று கோட்பாடு கோருவதை மட்டுப்படுத்துவதற்கு அனுபவம் அவசியமாகிறது.[38] கருத்துகளை உந்துவதற்கும் அனுபவம் உதவுகிறது. இருந்தாலும் தெல்லூஸ், ட்யூவி இருவருமே கருத்துகளைவிட அனுபவத்தையே முதன்மைப்படுத்துகிறார்கள்.[39] லட்சியவாதிகளின் மொழிக்கு மாறாக அனுபவவாத மொழியில் சொல்வதென்றால், அனுபவத்தைக் கருத்துகள் ஒழுங்கமைப்பதில்லை. மாறாக, கருத்துகள் அனுபவத்தின் விளைவுகளாகின்றன.

என்னுடைய பார்வையில் செல்வதென்றால் இவ்விஷயத்தில் நாம் மூன்றாவது நிலைப்பாட்டை எடுப்பது சிரமமானதாகிறது.[40] ட்யூவி முன்னரே எடுத்திருக்கும் நிலைப்பாட்டோடு நம்முடையதைப் பொருத்துவதைத் தவிர வேறு வழியில்லை. அனுபவத்தை உருவாக்கிக்கொடுப்பதற்குக் காரணியாக இருக்கும் மேலாதிக்க சக்திகளுக்கு எதிரான தீவிர அணிதிரட்டலுக்கான சமூக சக்தியாக அனுபவம் மாற வேண்டும் என்றே அடிப்படையான மாற்றத்தை முன்வைக்கும் அரசியல் வேண்டுகிறது. இதற்குச் சமூக அனுபவத்தின் ஒருமைப்பட்ட பண்பை நாம் வெளிப்படுத்த வேண்டியது மிக முக்கியமானதாகிறது என்றே நான் வாதிட விரும்புகிறேன். வேறுபடுத்தப்பட்ட அனுபவங்களைக் கோட்பாட்டுரீதியாக இடையீடு செய்வதன் ஊடாகவே இதைச் செய்ய முடியும். அதாவது, ஒருவர் உண்மையான உலகத்தைப் புரிந்துகொள்ள உடனடி அனுபவத்திலிருந்து தொடங்க வேண்டியுள்ளது.[41] இப்படியாகவே புறமாக உள்ள உலகத்தைப் புரிந்துகொள்வதற்கு ஒருவர் அவருடைய சொந்த அனுபவத்திலிருந்து தொடங்க வேண்டியுள்ளது. குறிப்பிட்டதற்கும் உலகளாவியதற்கும் இடையேயானதைக் கோட்பாட்டுரீதியாக இடையீடு செய்வதன் வழியாகவே உடனடித்தன்மைக்கும் அரூபத்தன்மைக்கும் இடையேயான உறவு சாத்தியப்படுகிறது. ஒரு குறிப்பிட்ட அனுபவத்தைத் தன்வரலாறு வடிவத்தில் சொல்வதென்பது, குறிப்பிட்டதை உலகளாவியதோடு தொடர்புபடுத்துவதற்குப் போதுமானதாக இல்லை. இங்கு நான் சருக்கையிடம் என்ன சொல்ல விரும்புகிறேன் என்றால் (இயல்-2ல் உள்ள அவரது வாதங்களுக்கு எதிர்வினையாக) குறிப்பிட்ட அனுபவத்தோடு தொடர்பேதும் கொண்டிராதவர்களோடு ஓர் உரையாடலைத் தொடங்குவதற்குத் தன்வரலாறுகள் மிக முக்கியமானவை என்றாலும், அவர்கள் ஆசிரியரின்

37 *Ibid.*
38 *Smith (1978) and Colebrook (2002).*
39 *Ibid.*
40 *Smith (1978).*
41 *Eagleton (2000: 48).*

அனுபவத்தை இரக்கத்தின் ஊடாகவே பகிர்ந்துகொள்ள வேண்டியிருக்கிறது. இது போதுமானதல்ல. மேலும், ஒதுக்கிவைக்கப்பட்ட, அசிங்கப்படுத்தப்பட்ட கதையாடல்களைத் தன்வரலாறுகள் ஊடாக முன்வைப்பதானது வலிதரக்கூடிய அனுபவத் தகவல்கள் மீது சிலரது கவனத்தைப் பெறவைக்கலாம். இத்தகைய செயல்களை, அதாவது தார்மீகரீதியாக ஏற்றுக்கொள்ள முடியாத செயல்களை நாம் திரும்பவும் செய்யக் கூடாது என்ற தார்மீக வைராக்கியத்தை உருவாக்கவும் செய்யலாம். இருந்தாலும், தன்வரலாறுகள் ஊடாக வேறொருவருடைய அனுபவங்களை அணுக முடிகிறது என்பதாலேயே ஒருவருடைய அறிதிறன் கருவி மறுகட்டமைப்புக்கு உள்ளாகும் என்பதற்கு எந்த உத்தரவாதமும் இல்லை. ஒருவர் அவரது அறிதிறன் கருவிகளை மாற்றிக் கட்டமைக்கவில்லை என்றால், நிகழ்கால அனுபவங்கள் குறித்துப் பிரதிபலிப்பதற்கான அறிதிறன் ஆற்றலை வளர்த்துக்கொள்ளவில்லை என்றால், கடந்தகால அனுபவங்கள் சார்ந்து வருந்துவதற்கான தார்மீக ஆற்றலை மட்டுமே வளர்த்துக்கொள்ள முடியும். இவ்வாறு அறிதிறன் ஆற்றலை மறுகட்டமைப்புக்கு உட்படுத்தாத தன்வரலாற்றுரீதியான வாசிப்புகள் தார்மீக-அறத் தளத்தில் மட்டுமேதான் என்றாலும், மனதின் ஒருமையைச் சாத்தியப்படுத்துகின்றன. ஆனால், கதையாடல் முறையிலானதாக மட்டுமல்லாமல் அவை நடைமுறைரீதியாகவும் அரசியல்ரீதியாகவும் முரண்படும் தளத்துக்குள்ளாக இருந்து அனுபவத்தின் ஒருமையைப் பலப்படுத்துவதில்லை. கோட்பாடு, நடைமுறை இரண்டுக்குமே இத்தகைய ஒருமை மிக முக்கியமானதாகிறது. இந்தக் காரணியத்தால்தான் உடனடித்தன்மையிலான அனுபவத்துக்கும், வேறுபடுத்தப்பட்ட சமூக நிலைகளுக்கும் இடையே அங்கமான உறவை ஏற்படுத்த வேண்டும் என்பதற்கு கிராம்ஸ்கி அழுத்தம் கொடுத்தார்.[42] ஒருவருடைய சமூக நிலைக்கும் தன்வரலாற்றை எழுதுகிறவரின் அனுபவத்துக்கும் இடையே அங்கமான உறவை வளர்த்தெடுக்க வேண்டிய தேவையுள்ளது. இதுவே கிராம்ஸ்கி நம் முன்னால் வைக்கும் சவாலாக இருக்கிறது. இது யாரோ ஒருவருடைய அனுபவத்துக்குள் பாராசூட்டில் குதிப்பது என்ற கருத்தமைவைப் புறந்தள்ளுகிறது. நாம் கெல்னரிடமிருந்து பெற்றுக்கொண்டு கோட்பாடு செய்வதில் உள்ள அறரீதியான பிரச்சினைகளை மேலும் திடப்படுத்த முடியும். 'அறிவறிவுரீதியான கொள்கைகள் அடிப்படையில் நடைமுறை சார்ந்தவையாகவோ தார்மீகம் சார்ந்தவையாகவோதான் இருக்கின்றன. இவை அறிதிறன்ரீதியாக வாழ்க்கைக்கான பரிந்துரைகளாகின்றன' என்கிறார் கெல்னர்.[43] இந்தக் கூற்றை மேலும் விரிவாகப் பார்ப்பதற்கு முன், அனுபவத்தையும் கோட்பாட்டையும் வரிசைப்படுத்துவது தொடர்பாகப் பார்ப்போம்.

உடனடித்தன்மையிலான அனுபவத்தை அறிவுசார் புலத்தின் தொடக்க நிலையாகக் கொள்ள முடியும் என்றே நான் முன்வைக்க விரும்புகிறேன். இத்தகைய அறிவுசார் புலத்தின் தொடக்க நிலையே, உடனடித்தன்மையிலான அனுபவத்தை இன்னும் மேலான ஒருமையுடன் கூடிய அனுபவமாக விரிப்பதற்கு

42 *Gramsci (1996: 65).*
43 *Gellner (1984: 34).*

ஆதாரப் புள்ளியாகிறது. அதாவது, உடனடித்தன்மையிலான அனுபவத்தை அரூபமானதாகவோ அல்லது அரூபமான கருத்துகளாகவோ வடிவமைப்பது அனுபவத்தை நேரடியாகப் பெறுகிறவர்களுக்கு அந்த அனுபவத்தை இன்னும் மேலான ஒருமையுடன் கூடிய தளத்துக்குக் கொண்டுசெல்ல உதவுகிறது. உடனடித்தன்மையிலான அனுபவம் இத்தகைய நகர்வுக்கான அறிவுசார் தளத்தை உருவாக்கிக்கொடுக்கிறது. ஏனெனில், இந்தக் குறிப்பிட்ட அனுபவம் அடிப்படையில் அந்த அனுபவத்தை வடிவமைத்து அதன் போக்கைத் தீர்மானிக்கும் மேலான கட்டமைப்புகளால் உருவாக்கப்பட்டதாகும். அதாவது, இல்லாத ஏதோ ஒன்றிலிருந்து இத்தகைய அனுபவங்கள் தோன்றவில்லை. இது அரசியல் மேலாதிக்கத்தை நிலைநிறுத்துபவர்களால் உருவாக்கப்பட்டு நடைமுறைப்படுத்தப்படுவதன் பகுதியாக இருக்கிறது. இப்படியாக, அனுபவங்களே வகைமைகளை உருவாக்குகின்றன. இந்த வகைமைகள் அவற்றுக்கான அர்த்தத்தையும் சாரத்தையும் மேலாதிக்கம் செலுத்தும் கட்டமைப்புகள் சார்ந்தே பெறுகின்றன. இத்தகைய கட்டமைப்புகளுக்கு எதிராகப் போராடும் அரசியல் தேவையானது அனுபவம் குறிப்பிட்ட அடையாளமாகப் பருமையாக்கம் கொள்வதை எதிர்த்து நிற்பதற்கான பொறுப்பையும் உருவாக்குகிறது. இத்தகைய அர்த்தத்தில்தான், சான்ரா ஹார்டிங் முன்வைப்பதுபோல், அறிவறிவுரீதியான நிலைப்பாட்டிலிருந்து விலகிப்போகக்கூடிய மேலான கட்டமைப்புகளை எதிர்த்து நிற்பதற்கு அறிவுசார் தளமானது உலகளாவிய வகைமைகளை உருவாக்கிக்கொடுக்கிறது.[44] ஹார்டிங்கைப் பொறுத்தமட்டில், பெண்களின் அனுபவங்கள், வழமையான அர்த்தத்தில் பெண் என்ற சொல் கொண்டிருப்பதை மையப்படுத்தாமல் அறிவை உருவாக்கப் பங்களிக்க முடியும் என்பதாக இருக்கிறது.[45]

அனுபவமும் அனுபவத்தின் அறிவறிவும்

இந்தியாவில் தலித் அனுபவங்கள் மையமான வகைமைகளை உருவாக்கும் லட்சியத்தைக் கொண்டிருக்கின்றன என்றே நான் வாதிட விரும்புகிறேன். அதாவது, இந்த மையமான வகைமைகளும், நிலைத்திருக்கும் மையப்பட்ட வகைமைகளும் தலித் அனுபவத்தைப் புரிந்துகொள்வதற்குப் போதுமானதாக இல்லை என்பதால், அறிவுசார்ரீதியாக விலக முயல்கின்றன. சொல்லப்போனால், எதிர்த்தன்மையிலான பிரக்ஞையாக வெடித்து வெளிப்படக் காத்திருக்கும் அனுபவத்தின் ஒரு பகுதியாகவே இது இருக்கிறது. ஒரு குறிப்பிட்ட அனுபவத்தை ஒருமை கொண்ட அனுபவமாகக் கரைப்பது என்பது கோட்பாட்டுரீதியான குறுக்கீட்டைச் சார்ந்திருக்கிறது. எடுத்துக்காட்டாக, ஒரு தனிநபரின் அனுபவத்தைச் சமூகமயப்பட்டதாக மாற்றுவது கோட்பாட்டாளரின் வேலையாக இருக்கிறது. பல்வேறு தளத்திலான அனுபவங்களை ஒன்றிணைக்கும் சாத்தியப்பாட்டை மறுக்கும் சித்தாந்தரீதியான தளங்களை

44 *Harding (1992).*
45 *Ibid., p. 186.*

அப்புறப்படுத்தும் வேலையை ஒரு கோட்பாட்டாளரே செய்கிறார். அனுபவத்தின் சமூகப் பண்பையே கவிழ்த்துப்போடுகிற கோட்பாடுகளையும், உருமாற்றும் அரசியலையும் எதிர்நோக்கியதாக இருக்கிறது. பிற வகையான அனுபவங்கள் கவிழ்த்துப்போடுகிற கோட்பாட்டைக் கைக்கொள்வதற்கு ஊக்கம் அளிப்பதில்லை. எடுத்துக்காட்டாக, இரண்டு விதமாக அமைப்பாக்கம் பெற்றிருக்கும் உடல்கள், ஒன்றையொன்று பரஸ்பரம் தீண்டுவதன் ஊடாகக் கிடைக்கும் அனுபவம் (அனந்தமூர்த்தியின் 'சம்ஸ்காரா' நாவலில் ஒரு பார்ப்பன ஆணும், தலித் பெண்ணும் அல்லது கிரீஷ் கார்னாட்டின் 'ஹயவதனா' நாடகத்தில் ஒரு பார்ப்பனப் பெண்ணும் தலித் ஆணும்) சந்தேகத்துக்கு இடமில்லாமல் உள்வட்டத்தைக் கவிழ்த்துப்போட்டாலும், அது சாதியக் கட்டமைப்பை அழித்தொழிக்கும் தீவிர நிலைக்குக் கொண்டுசெல்லக்கூடியதாக வெடிப்பதில்லை (இந்தப் புத்தகத்தில் உள்ள தீண்டாமை குறித்த இயல்களைப் பார்க்கவும்).[46] ஏனெனில், இது தார்மீகத் தளத்தில் மட்டுமே மக்களின் எதிர்வினையைத் தோற்றுவிப்பதோடு, இன்னும் பரந்தத் தளத்தில் அரசியல்ரீதியான அணிதிரட்டலின் தேவையை அப்புறப்படுத்தி, தனிமனித முன்னெடுப்புகளைச் சாத்தியப்படுத்துவதோடு நின்றுவிடுகிறது. இதற்கு நிகராக, கோட்பாடு ஏதுமில்லாத அனுபவம், கவிழ்த்துப்போடும் சமூகக் கோட்பாட்டின் சாத்தியப்பாட்டுக்கு அவசியமான பின்னணிகளை உருவாக்கிக்கொடுப்பதில்லை. மகாராஷ்டிரத்தில் சுயமாகக் காயப்படுத்திக்கொள்ளும் 'போட்ராஜ்' (கீழ்-சாதியைச் சேர்ந்த ஆண்) பெறும் அனுபவத்தை இதற்கான எடுத்துக்காட்டாகச் சொல்லலாம். சொல்லப்போனால், இத்தகைய செயல் பொதுமக்களுக்குக் களிப்பை உண்டாக்கக்கூடியதாகவே இருக்கிறது. எடுத்துக்காட்டாக, சமீபத்தில் அட்டவணை சாதியைச் சேர்ந்த ஒரு சட்டமன்ற உறுப்பினர், மகாராஷ்டிரத்தில் உள்ள தலித் உபசாதியின் ஒப்பீட்டளவிலான பிற்படுத்தப்பட்ட நிலையைக் கவனப்படுத்தும் விதமாகப் போட்ராஜாக மாறினார்.[47]

மறுபுறத்தில், சமூக அனுபவங்களுக்கு எல்லை என்று ஏதும் கிடையாது. அதாவது, பிறருடைய அனுபவம் ஒரே சமயத்தில் என்னுடையதாகவும் இருக்கிறது என்று சொல்லலாம். பல்வேறுபட்ட சமூகக் குழுமங்களை இணைக்கும் கயிறாக இருப்பது பொதுவான அனுபவங்கள்தான் என்றாலும் அவை அவ்வளவு சுலபமாகப் புலப்படுவதில்லை. சமூக அனுபவம் இரண்டு பாதைகளிலும் – இவற்றை அகவயமான, புறவயமான என்று அழைக்கலாம் – வெற்றிகரமாகப் பயணித்த பின்னரே முக்கியத்துவம் பெறுவது சாத்தியப்படுகிறது. புறவயமான பாதை சமூக அனுபவங்களின்

46 எக்னாமிக் அண்ட் பொலிடிக்கல் வீக்லியில் சுந்தர் சருக்கைக்கும் கோபால் குருவுக்கும் இடையே நடந்த தோற்றப்பாட்டியல் மற்றும் தொல்லியல் சார்ந்த விவாதம்.

47 போட்ராஜ் என்பது தலித் நிலையில் காணப்படும் பண்பாட்டு அடையாளமாகும். இது மேற்கிலிருந்து தெற்கு வரை பல மாநிலங்களில் காணப்படுகிறது. இவர்கள் பொதுவெளியில் தங்களைச் சாட்டையால் அடித்துக்கொண்டு பார்வையாளர்கள் போடும் காசைப் பெற்றுக்கொண்டு வாழ்பவர்கள்.

ஒருமையையும் தொடர்ச்சியையும் கொண்டதாக இருக்கிறது என்றால் அகவயமான பாதையோ மனதின் ஒருமையைச் சார்ந்திருக்கிறது. தீவிரமான பின்னணியில், இவ்விரண்டு பாதைகளும் ஒன்றுக்கொன்று இணையாகப் பயணிப்பதாக இருக்கக் கூடாது. சொல்லப்போனால், புறவயமான பாதையே மற்றொரு பாதையாக அகவயமான பாதையில் பயணிப்பதற்கான அடிப்படையாகிறது. அனுபவத்தைப் பிரதிபலிப்பதே கருத்துகளாகின்றன; ஏனெனில், கருத்துகள் அனுபவத்திலிருந்தே உருவாக்கப்படுகின்றன. இதனாலேயே ஏதோ ஒருவிதத்தில், ஓர் எழுவாய் அவரது கருத்துகளுக்கான ஆசிரியராவதில்லை. மாறாக, அனுபவங்கள் மனதில் நடந்தேறி, ஒரு சங்கிலியாகப் பின்னப்பட்டிருக்கும் வடிவத்தையும் எடுக்கிறது. இப்படியாகவே ஓர் எழுவாய் உருவாக்கப்படுகிறார். அதாவது, தொடர்ச்சியான அனுபவங்கள் ஊடாகவே ஓர் எழுவாய் வடிவமைக்கப்படுகிறார். இப்படியாக மனமே அனுபவத்துக்கான தளமாகிறது.

அனுபவத்தின் ஒருமையை அதன் வரலாற்றுரீதியான பண்பு கொண்டு நம்மால் விளக்க முடியும். வரலாற்றுரீதியானது இரண்டு வழிகளில் அனுபவத்தை முன்னிலைக்குக் கொண்டுவருகிறது: *(i)* பரந்துபட்ட தளத்திலான சமூக வகைமைகளை அனுபவத்துக்குள் உள்ளடக்குவது. *(ii)* அதிகாரத்தின் வடிவாக்கம். எடுத்துக்காட்டாக, இருபிறப்பாளர்களில் மேல் அடுக்கில் உள்ளவர்கள் உருவாக்கிக்கொடுக்கும் தீண்டாமை அனுபவம், சூத்திரர்-ஆதிசூத்திரர் (பூலே), தீண்டப்படுபவர்-தீண்டப்படாதவர் (அம்பேத்கர்) அல்லது பொருளியல் தளத்தில் சேட்ஜி-பாட்ஜி (பூலே) அல்லது முதலீட்டியம்-பார்ப்பனியம் (அம்பேத்கர்) ஆகிய வகைமைகள் உருவாக்கத்துக்குக் கொண்டுவிடுகிறது.[48] குறிப்பிட்ட முறையிலான அதிகார வடிவமைப்பின் பின்னணியிலேயே இத்தகைய வகைமைகள் அவற்றுக்கான சாரத்தையும் நோக்கத்தையும் பெறுகின்றன. எடுத்துக்காட்டாக, பூலேவும் அம்பேத்கரும் உருவாக்கிய வகைமைகள் உள்ளூர்த்தன்மையிலான அதிகார வடிவமைப்பு சார்ந்து இருக்கின்றன. இவை, மகாராஷ்டிரத்தில் சேட்ஜி, பாட்ஜி, வங்கத்தில் பத்ரலோக் போன்று மேலாதிக்கச் சமூக உறவுமுறைகள் சார்ந்து உருவாக்கப்பட்டிருக்கும் சாதி, தீண்டாமையோடு தொடர்புகொண்ட குறிப்பிட்ட அனுபவத்தையே வெளிப்படுத்துகின்றன. இத்தகைய வகைமைகள் சூத்திரர்-ஆதிசூத்திரர் சாதிகள் பகிர்ந்துகொள்ளும் சமூக அனுபவத்தின் ஒருமையை முன்வைக்கின்றன. இப்படியாகத்தான், 19-ஆம் நூற்றாண்டில் பூனே நகரத்தில் உயர் சாதி திருமண ஊர்வலத்திலிருந்து பூலே தள்ளிவிடப்பட்டு மோசமாக நடத்தப்பட்டார் என்றால், அம்பேத்கர் பரோடாவில் உள்ள விடுதியிலிருந்து வெளியே தள்ளவிடப்பட்டார்.

இதற்கு மாறாக, காலனிய அதிகார வடிவமைப்பு சில குறிப்பிட்ட வகைமைகளை உருவாக்குகிறது. இத்தகைய வகைமைகள் பத்ரலோக் சாதிகளை

48 *Phadake (1988: 30).*

உள்ளடக்கக்கூடிய அனுபவ ஒருமையை உருவாக்கிக்கொடுக்கின்றன.[49] எடுத்துக்காட்டாக, காலனிய அதிகாரம் உயர் சாதியினரைக் கால-வெளி இயங்குவியலில் ஓரங்கட்ட எத்தனித்தது. ஐரோப்பியர்கள் பக்கிம் சந்திர சாட்டர்ஜீயையும் காந்தியையும் ரயில் பெட்டியிலிருந்து வெளியே தள்ளிவிட்டார்கள். உயர் சாதியினர் அவர்களுக்கான பொதுவான அரசியல் அனுபவத்தைக் கைக்கொள்ளும் விதமாக வேறுபட்ட வகைமைகளை உருவாக்கினார்கள். சுருக்கமாகச் சொல்வதென்றால், உள்ளூர் அதிகார வடிவமைப்பு உருவாக்கிய அனுபவம் சாதி, தீண்டாமை தொடர்பான கேள்விகள் சுற்றி வெளிப்பட்டன என்றால், காலனிய அதிகார வடிவமைப்பு உருவாக்கிய சமூக அனுபவம் தேசியவாதம், இனம் போன்ற வகைமைகளைச் சுற்றி வெளிப்பட்டன. இப்படியாகத்தான், உயர் சாதியினர் சுயராஜ்ஜியம் அல்லது சுதந்திரம் போன்ற வகைமைகளுக்கு அழுத்தம் கொடுத்தனர்.

அனுபவங்களின் ஒருமை என்பது பரந்தத் தளத்தில் சமூக அனுபவங்களின் உலகளாவிய பண்பையே பகிர்ந்துகொள்கின்றன. ஆனால், ஒன்று செங்குத்தான அச்சு சார்ந்து இருக்கிறது என்றால் (பக்கீம் சந்திர சாட்டர்ஜியும் காந்தியும்) மற்றொன்று கிடைநிலையான அச்சு சார்ந்து இருக்கிறது (பூலேவும் அம்பேத்கரும்). இருந்தாலும் தலித், பகுஜன் சாதிகளின் சமூக அனுபவங்களின் ஒருமை மற்றும் தொடர்ச்சியில் உள்ளூர்த்தன்மையிலான அதிகாரம் விரிசல்களை ஏற்படுத்துகிறது. நான் முந்தைய பக்கங்களில் அனுபவத்துக்கும் கோட்பாட்டுக்கும் இடையேயான பிளவை மாற்றியமைக்க முயன்றதோடு, ஒருமை கொண்ட அறிவைப் படைப்பதற்கு அனுபவத்தைத் தொடக்க நிலையாகவும், கோட்பாட்டை அத்தியாவசியமான நிலையாகவும் பார்க்க வேண்டிய அவசியம் குறித்தும் வாதித்துள்ளேன்.

அனுபவம்: உரிமையாளர் அல்லது அதிகாரம்

அனுபவத்தின் உரிமையாளராக, ஆசிரியராக இருப்பது குறித்து, சருக்கையின் வாதங்களுக்கு (இயல்-2) இந்த இயலில் மீதமுள்ள பக்கங்களில் எதிர்வினையாற்றுகிறேன். அனுபவத்தைக் கோட்பாட்டாக்கம் செய்யும் பிரத்யேக உரிமையை எவர் கொண்டிருக்க முடியும்? அவை யாருடைய அனுபவமாக இருக்கின்றன, யாருடைய கோட்பாடாக இருக்கின்றன? இந்தக் கேள்விகள் கோட்பாடு செய்வதன் அறம் குறித்த பின்னணியில் முக்கியத்துவம் வாய்ந்ததாகின்றன. யாரோ ஒருவருடைய அனுபவத்துக்குள் பாராசூட்டில் வந்திறங்குவது அறரீதியாகச் சரியானதா? கடாமர் கொடுக்கும் எச்சரிக்கையின் பின்னணியில் இந்தக் கேள்வி மேலும் உறுதிப்படுகிறது. 'ஒருவர் மற்றொருவர் மீது அன்பாக இருக்கிறேன், ஆதரவாக இருக்கிறேன் என்பது எப்படி அவர் மீதான ஆதிக்கம் செலுத்துவதாக இருக்கிறதோ அதுபோலவே மற்றொருவரை

49 ஒரு மக்கள் குழுமம் சில பண்பாட்டுக் கூறுகளைத் தரநிலைப்படுத்துகிறது. பிறகு, இவ்வாறு தரநிலைப்படுத்தப்பட்டதைக் கூட்டாகப் பகிர்ந்துகொள்கிறது.

எனக்குத் தெரியும் என்று ஒருவர் கோருகிறபோது, அவர் அந்த மற்றொருவரின் அங்கீகாரத்தை அவருக்கே மறுதலிப்பதாக இருக்கிறது' என்கிறார் கடாமர்.[50] உரிமையாளர் பண்பு உண்மைத்தன்மையைக் கொண்டிருக்கிறது என்று குறிப்பிடுகிறார் சருக்கை. ஆனால், சமூக அனுபவம் மற்றவர்களால் கொடுக்கப்பட்டதாக இருக்கும்போது அது எவ்வாறு உண்மைத்தன்மையைக் கொண்டதாக இருக்க முடியும்? ஆமாம், அனுபவம் ஒரு நபருக்குள்ளாகப் பொதிக்கப்பட்டதாக இருப்பதால், யாரோ ஒருவர் அனுபவத்தைச் சுமந்துகொண்டு இருப்பதால், ஒருவர் அவருடைய அனுபவத்துக்கு உரிமையாளராக இருக்கிறார் என ஒருவர் கோரலாம் என்றும் நான் வாதிட முடியும். யாரோ ஒருவர் அனுபவத்தை என் மீதாகச் சுமத்துகிறார். ஒரு குறிப்பிட்ட அனுபவத்துக்கு நான் உரிமையாளராக இருப்பதாலேயே நான் அதைக் கோட்பாட்டுரீதியாக அணுகுவதற்கான பிரத்யேக உரிமையைக் கொண்டிருக்கிறேனா? எதிர்மறையான எடுத்துக்காட்டைக் கொடுத்து நாம் இதற்கான பதிலை முன்வைக்க முடியும். யாரோ ஒருவர் சமூக அனுபவங்களுக்கான கிடங்காக இருப்பதாலேயே எவர் வேண்டுமானாலும் அவருடைய அனுபவத்தை இந்த யாரோ ஒருவரிடம் கொண்டுவந்து கொட்டுவதற்கு இந்த யாரோ ஒருவர் தயார் நிலையில் இருக்கிறார்.

முந்தைய அத்தியாயங்களில் நானும் சருக்கையும் கொடுத்திருக்கும் எடுத்துக்காட்டுகளிலிருந்து வேறான ஒன்றை இங்கு கொடுக்கிறேன். படுக்கையறைச் சூழ்நிலையில் ஒரு தலித் பெண் எத்தகைய பாலியல் வன்முறையை எதிர்கொள்கிறாரோ அதே அனுபவத்தைத்தான் ஓர் உயர் சாதி பெண்ணும் எதிர்கொள்கிறார். உற்சாகமும் கிளர்ச்சியும் ஒன்றோடொன்று கலந்து உளவியல்ரீதியான அனுபவத்தைக் கொடுக்கின்றன. இதில் ஆண்/பெண் இருசாராரும் உற்சாகத்தை உணர்கிறார்கள். அதேசமயத்தில் சாத்தியமான, சாத்தியப்படக்கூடிய உடல்ரீதியான நெருக்கத்தால் கிளர்ச்சியும் அடைகிறார்கள். ஆனால், உயர் சாதி பெண்கள் அவர்களுடைய தன்னிலை சார்ந்து அனுபவத்தை முன்வைக்க மறுக்கிறார்கள். இந்தப் பெண்கள் சுயபிரதிபலிப்பை விலக்கிவைக்க வேண்டியதாகப் பார்க்கவில்லை என்றாலும், சங்கடமானதாகப் பார்க்கிறார்கள், இந்த அனுபவம் அவர்களால் விவரிக்க முடியாததாகிறது. மாறாக, தங்கள் அனுபவத்துக்கு நிகரான தலித் பெண்களின் அனுபவத்தை மொழியாக்கம் செய்து, அதன் ஊடாகத் தங்களுடைய அனுபவங்களை வெளிப்படுத்துவது என்று தேர்ந்தெடுக்கிறார்கள். தலித் பெண்களின் அனுபவங்களை இந்திய மொழிகளிலிருந்து ஆங்கிலத்துக்கு மொழியாக்கம் செய்யும்போது இவர்கள் எத்தகைய சங்கடமும் கொள்வதில்லை. உயர் சாதி பெண்கள் அவர்களுடைய சொந்த அனுபவத்துக்கு உரிமையாளராக இருந்து அதன் ஆசிரியராக இருக்க ஏனோ மறுக்கிறார்கள். இதற்கு மாறாக, வேறு யாரோ ஒருவருடைய அனுபவங்களுக்கு ஆசிரியராக இருக்க ரொம்பவும் மெனக்கெடுகிறார்கள். இந்த நிலைப்பாடு எந்த அளவுக்கு அறரீதியானது? தங்களுடைய அனுபவங்கள் தலித் பெண்கள் அனுபவத்திலிருந்து எவ்விதத்திலும்

---

50 *Gadamer* (1960: 383).

வேறானதல்ல எனும்போது அவர்கள் ஏன் அவர்களுடைய சொந்த அனுபவத்துக்கு உரிமைகோர மறுக்கிறார்கள்? ஏன் வேறு யாரோ ஒருவருடைய அனுபவத்துக்குப் பின்னால் தங்களை மறைத்துக்கொள்கிறார்கள்? இவ்வாறு பதிலாள் செய்வது, சொந்த அனுபவத்தைத் தன்னிலை சார்ந்து இலக்கியரீதியாக வெளிப்படுத்துவதில் இருக்கும் சங்கடங்களிலிருந்து தப்பித்துக்கொள்ளும் வழியாகவே புரிந்துகொள்ள வேண்டியுள்ளது. இது, மற்றொரு தளத்திலிருந்தும் அறரீதியாக ஏற்றுக்கொள்ள முடியாததாக இருக்கிறது. ஒருவர் தனது சொந்த அனுபவத்தை மற்றொருவரின் அனுபவத்தின் மேல் சுமத்துவது என்பது மற்றவரைப் பொருள்வயப்படுத்தும் செயலாகிறது.[51] (இந்தப் புத்தகத்தில் தீண்டாமை நடைமுறை குறித்து விவாதிக்கும்போது சருக்கை உபயோகிக்கும் பின்துணையாக்கம் என்ற கருத்தோடு இந்தப் பார்வையை ஒப்பிடலாம்.) இவ்வாறு பதிலிடும் செயல் 'அந்தரங்கமும் அரசியலே' என்ற மிகவும் போற்றப்படும் முழக்கத்தைப் பின்னுக்குத் தள்ளிவிடுகிறது. அதாவது, அந்தரங்க மொழியைவிட, கெல்னர் எதை 'குறிக்கப்படுவது' (referential) என்று அழைக்கிறாரோ, அதற்கு முக்கியத்துவம் கொடுப்பதன் ஊடாகவே இது சாத்தியப்படுகிறது.[52] தலித் பெண்கள் தன்னிலை சார்ந்து அவர்களது அனுபவங்களை முன்வைப்பது இந்த முழக்கத்தை, அதாவது அந்தரங்கமும் அரசியலே என்ற முழக்கத்தை அங்கீகரிப்பதோடு, தார்மீக முக்கியத்துவம் கொண்டதாகவும் இருக்கிறது. 'அந்தரங்க வாழ்க்கையின் மிக நுண்ணிய தகவல்'களைப் பொதுவில் முன்வைப்பது தார்மீகரீதியாக ஆபத்தானதாக இருக்கிறது என்றாலும் தலித் பெண்கள் அவர்களுடைய தன்வரலாற்றை எழுதும்போது இந்த ஆபத்தை எதிர்கொள்வதாலேயே இவை தார்மீகரீதியாக முக்கியத்துவம் கொண்டதாகின்றன.

இதற்கு மாறாக, ஒதுக்கப்படும் அனுபவங்களைத் தொடர்ந்து பெற்றுக்கொண்டிருக்கும் பல தலித்துகள் அவர்களுடைய அனுபவங்களைப் பொதுவெளியில் வைப்பதற்குத் தார்மீகரீதியாகச் சங்கடப்படக்கூடும். தலித்துகளின் தன்வரலாறுகள் தங்களையும் தலித் அனுபவங்களுக்குள் அடக்குகின்றன அல்லது அதைச் சேர்ந்த ஒன்றாக்குகின்றன என்று சில மத்தியதர வகுப்பைச் சேர்ந்த தலித்துகள் அதற்கு எதிராகத் தீவிர மறுப்பை முன்வைப்பது இந்தச் சங்கடத்தையே வெளிப்படுத்துகிறது.[53] இவ்விஷயத்தோடு தொடர்புடையதாக இருப்பதால், சார்லி சாப்ளினை இங்கு நினைவுகூர்வது பொருத்தமாக இருக்கும். ஒரு போட்டியில் மூன்று நடிகர்கள் சாப்ளினாகப் போட்டியிடுகிறார்கள். அதில் 'உண்மை'யாக சாப்ளினும் ஒருவராக இருந்தார். அவரைப் போன்று வெளிப்படுத்தும் போட்டியில் 'உண்மை'யான சாப்ளின்

51 John Cox (1989).
52 Gellner (1984: 22).
53 Pawar (1978: 102).

மூன்றாவது இடத்துக்கு வந்தது என்பது நகைமுரணாக இருந்தாலும், மிக ஆழமான பார்வையை அதனுள்ளாகக் கொண்டிருக்கும் ஒன்றாக இருக்கிறது![54]

அனுபவங்களின் அகவயமான பிரதிநிதித்துவத்துக்கும் அதன் பயனிலைக்குமான வேறுபாட்டை நாம் மேடைக்கும் பார்வையாளர்களுக்கும் இடையே காணப்படும் இடைவெளி கொண்டு பிரதிபலிக்கலாம். தலித் அனுபவத்தை மேடையில் நிகழ்த்திக்காட்டும் ஓர் உயர் சாதி பெண், தடைகள் ஏதுமற்று இலகுவான உடல்மொழி கொண்டு அதை நிகழ்த்திக்காட்ட முடியும். ஆனால், பார்வையாளர்களாக இருக்கும் தலித்துகளின் உடல்மொழி சுருங்கிப்போகும். நிகழ்த்துபவர், அனுபவத்தை இவ்வாறு கடத்துவது அல்லது தலித்துகளுக்கு நினைவூட்டுவது என்பது அத்தகைய சங்கடமான சூழ்நிலையிலிருந்து தங்களை விலக்கிக்கொள்ளும் நிலைக்கே தலித்துகளைக் கொண்டுவிடுகிறது. இதற்கு நிகராக, ஓர் உயர் சாதி பெண், அவருடைய நடனம் தேவதாசி மரபிலிருந்து தோன்றி வளர்ந்த ஒன்று என்று அங்கீகரிக்க மறுக்கிறார். மாறாக, அதை 'கிருஷ்ணன் – கோபி' வெளிப்பாடாக ஆன்மீகமயப்படுத்துகிறார்கள்; அது தோன்றிய பின்னணியிலிருந்து அதைத் துண்டிக்கிறார்கள்; அ-வரலாற்றுத்தன்மையிலானதாக மாற்றுகிறார்கள். நடனமாடும் பெண்ணின் உடல்மொழி கட்டற்றதாக இருக்கலாம் என்றாலும் தேவதாசிகளின் அனுபவத்தோடு அவருக்கு மட்டுப்பட்ட உறவே சாத்தியப்படுகிறது. இது முழுமையற்றதாக இருப்பதற்குக் காரணியம், ஒரு தேவதாசியின் வாழ்வனுபவத்துக்கு அவர் முற்றிலுமாக அந்நியராக இருக்கிறார். அவருக்குத் தேவைப்படும்போதெல்லாம் ஒரு தேவதாசி அனுபவத்துக்குள் நுழைவது, தேவைப்படும்போது அந்த அனுபவத்திலிருந்து வெளியேறுவது என்று நடைமுறைக்கேற்ற தேர்வு அவருக்கு சாத்தியப்படுகிறது. தேவதாசிகளுக்கு சாத்தியப்படாத இத்தகைய தேர்வு இவர்களுக்கு சாத்தியப்படுகிறது (இயல்-2ல் சருக்கையின் எதிர்வினையைப் பார்க்கவும்). தலித் அல்லாதவர்கள் தேவதாசியாக நடிக்கும்போது, தேவதாசிகளின் தூய்மையான அனுபவத்தைக் கருத்தாக்கத்தின் ஊடாக, அவர்கள் குறித்தான கதையாடல்கள் ஊடாகப் பெற்றுக்கொள்வதுபோல் தெரிகிறது. அதாவது, தேவதாசிகள் குறித்த உண்மையானது பிரதிகள் சார்ந்து வெளிக்கொணரப்படுவதுபோல் இருக்கிறது. தேவதாசியாக நடிக்கும் நபர் ஒரு தேவதாசியாக இருந்து நேரடி அனுபவத்தைக் கொண்டிருப்பவர் இல்லை என்பதால், அவருடைய புரிதல் சுயஅந்தஸ்தைப் பெருக்கிக்கொள்வதாகவும் அபகரித்துக்கொள்வதாகவுமே இருக்கிறது. இவ்விஷயத்தில் ஒரு கோட்பாடு அது கொண்டிருக்கும் அகவயமான நிபந்தனைகள் என்ற கோட்பாட்டை அதுவே மீறுவதாக இருக்கிறது. தேவதாசியாக இருப்பதற்கான அகரீதியான

54 இந்த முக்கியமான தகவலை என்னோடு பகிர்ந்துகொண்ட, சினிமா மற்றும் நாடகக் துறையில் மிகப் பிரபலமானவரான அடுல் திவாரிக்கு என் நன்றியைத் தெரிவித்துக்கொள்கிறேன். இந்தக் கதையின் ஒரு வடிவத்தை இந்த இணையதளத்தில் பார்க்கலாம்: http://www.livingworkshop.net/chaplin.html (கடைசியாகப் பார்த்தது 2 ஜூன், 2011).

ஆதாரங்கள் எதுவும் இல்லாத காரணியத்தால், கோட்பாட்டுரீதியான கருவிகள் கொண்டு யாரோ ஒருவருடைய அனுபவத்துக்குள் பாராசூட் கொண்டு நேரடியாகக் குதிப்பவரிலிருந்து தன்னை வேறுபடுத்திப் பார்த்துக்கொள்ள முடியாதவராக இருக்கிறார். மறுபுறத்தில், ஒரு தேவதாசி அவருடைய அனுபவத்தை வெறுமனே தோற்றவெளிரீதியான காயமாக மாற்றுவது என்பது, அந்த அனுபவம் பொதுவில் ஏற்றுக்கொள்ளத்தக்க வகையில் வெடித்து வெளிப்படுவதைத் தடுக்கக்கூடியதாக இருக்கிறது. கூட்டு அங்கீகரிப்பிலிருந்து அனுபவத்தை விலக்கிவைப்பது அல்லது அதைக் கறாராக அந்தரங்கமாக்குவது, இரண்டுமே அனுபவத்தைத் தன்னிலைகளுக்கு இடையேயான பொதுவான அனுபவம் என்பதை இழக்கவைக்கிறது. ஆக, உலகளாவிய பண்பே கோட்பாடு செய்வதற்கான அடிப்படையாக இருக்கும்போது, பாராசூட் மூலம் இறங்குவது அல்லது அனுபவத்தை அந்தரங்கமாக்குவது, இரண்டு போக்குகளுமே பரந்தப்பட்ட உலகளாவிய பண்பு பெறும் சாத்தியப்பாட்டை அப்புறப்படுத்துகின்றன.

அனுபவத்தைப் பகுத்தறிவு சார்ந்து பகிர்ந்துகொள்வதன் அடிப்படையிலான கூட்டு சுயஅறிதல், நிச்சயமாகக் கோட்பாட்டுக்கான அடிப்படையை வழங்குகிறது. இப்படியாக, பகிர்ந்துகொள்ளுதல் என்பது அறரீதியான சவால்களைக் கொண்டுள்ளதால் பலரும் அதை ஏற்றுக்கொள்ள மறுக்கிறார்கள். எடுத்துக்காட்டாகச் சொல்வதென்றால், உயர் சாதி பெண்கள் தங்களுடைய அனுபவங்கள் தீண்டப்படாத பெண்களின் சமூக அனுபவத்துக்கு நிகரானதுதான் என்பதை ஏனோ ஏற்றுக்கொள்ள மறுக்கிறார்கள். சமூக ஆணாதிக்கம் சில சமூக வழிமுறைகளை உருவாக்கி உயர் சாதி பெண்களைக் குறைந்தபட்சம் 'மூன்று நாட்களுக்கு' தீண்டப்படாதவர்களாக ஆக்குகிறது. உயர்-சாதி பெண்கள் மாதவிடாயில் இருக்கும் நாட்களில் மற்ற தீண்டப்படாதவர்கள் எவ்வாறு நடத்தப்படுகிறார்களோ அதுபோல்தான் நடத்தப்படுகிறார்கள். ஆனால், இந்தப் பெண்கள் தங்களுடைய அனுபவத்தைச் சமூகரீதியாக இன்னமும் தீண்டப்படாதவர்களாக இருப்பவர்களின் அனுபவத்திலிருந்து தங்களை வேறுபடுத்திக்கொள்வதற்குப் புதிய அர்த்தப்பாட்டை உருவாக்குகிறார்கள். இவ்வாறு உயர் சாதி குடும்பத்துக்குள்ளாக இயல்பான பரிமாற்றங்களிலிருந்து தற்காலிகமாக விலக்கிவைக்கப்படுவது என்பது விதிமுறைகள் சார்ந்ததோ, ஆணாதிக்கத்தின் சடங்குரீதியான அதிகாரம் சார்ந்ததோ அல்ல என்கிறார்கள். சொல்லப்போனால், குடும்பத்தில் அடிமைபோல் வேலைசெய்வதிலிருந்தும் பிற அழுத்தங்களிலிருந்தும் சுதந்திரத்தை அனுபவிப்பதற்கான ஒரு சந்தர்ப்பமாக இது இருக்கிறது என்றே வாதிடுகிறார்கள்.[55] இது அன்றாட வேலைகளிலிருந்து கிடைத்த சுதந்திரம் என்பதாகக் கோருகிறார்கள். இத்தகைய பெண்கள் தீண்டப்படாதவராக வாழும் வாழ்க்கை மிகக் குறுகிய நாட்களுக்குத்தான் என்றாலும், தீண்டப்படாதவரின் வாழ்க்கை என்ற யதார்த்தத்தை இவர்கள் மிகக் குறைந்த அளவிலேயே அனுபவிக்கிறார்கள் என்றாலும், இவர்களுடைய

55 15-19 மே, 2007-ல் கோவாவிலுள்ள பனாஜிமில் நடந்த கருத்தரங்கில் பங்கெடுத்துக்கொண்ட உயர் சாதி பெண்களோடு எனக்கு ஏற்பட்ட அனுபவம்.

அகத் தளத்திலான இந்த அனுபவம் விலக்கிவைக்கப்படுவதற்கான சாட்சியாக இருந்து அல்லது நுட்பமான பார்வை கொண்டு தீண்டப்படாத ஆண், பெண்கள் அனுபவத்தோடு தொடர்புபடுத்திப் பார்ப்பதற்கான அடிப்படைகளை உருவாக்கியிருக்க வேண்டும். எப்படியிருந்தாலும், தீண்டாமை அனுபவம் என்பது விரிந்தத் தளத்தில் சமூக ஆணாதிக்கத்தால் ஒழுங்கமைக்கப்பட்ட அரூபமான செயல்முறை என்பதை இவர்கள் உணர்ந்திருக்க வேண்டும். இந்தப் பெண்களுக்கு இத்தகைய வடிவிலான அனுபவங்கள் தொடர்ந்து கிடைக்கின்றன என்றாலும், சமூக அனுபவத்தின் ஒருமையை அடைவதற்கான பின்னணியாகத் தங்களுடைய அனுபவத்தை இவர்கள் பார்ப்பதில்லை.

அனுபவத்தைச் சமூகமயமாக்குவதற்கு, அதை அந்தரங்கமானது, தனிமனிதர் சார்ந்தது என்பதிலிருந்து முற்றிலுமாக அகற்ற வேண்டியுள்ளது. நாம் இதை இரண்டு வழிகளில் செய்ய முடியும்: முதலாவதாக, அனுபவத்தை அகவய நீக்கம் செய்ய வேண்டும் அல்லது அதைப் பொதுவான அனுபவமாக ஒன்றுபடுத்த வேண்டும். ஒன்றுபடுத்துவது என்பது வேறுபடுத்தப்பட்ட அனுபவத்தை உருவாக்கிக்கொடுக்கக்கூடிய முறைமையின் போதாமையைச் சார்ந்திருக்கிறது. சமூக சக்திகளின் இருப்பானது வேறுபடுத்தப்பட்ட அனுபவங்களின் உருவாக்கத்தைச் சார்ந்தே இருக்கிறது. இதன் விளைவாக, கூட்டொருமையை உருவாக்கும் சாத்தியமற்றதன்மை எப்போதும் ஒடுக்கப்பட்டவர்கள் அவர்களது அனுபவத்தை ஒருமைப்படுத்தி அதன் அடிப்படையில் பிரக்ஞையை விரிவுபடுத்துவதையோ நிலைப்படுத்துவதையோ அனுமதிக்கப்போவதில்லை. இந்த உயர்-சாதி சக்திகள் அவர்களது அதிகாரத்தை மேலும் குவித்துக்கொள்வதற்கு விளிம்பில் உள்ளவர்கள் அவர்களது அனுபவத்தை ஒருமைப்படுத்தினால் அவர்களது குரல்கள் ஒன்றுசேர்வதைத் தடுக்க முடியாது என்ற காரணியத்தால், அதை நீர்த்துப்போகச்செய்ய வேண்டிய கட்டாயத்தில் இருக்கிறார்கள். இது விளிம்பில் உள்ளவர்களின் தார்மீகப் பொறுப்பை மேலும் அதிகரிக்கிறது. அதாவது, ஒடுக்கப்பட்டவர்கள் இந்த முறைமை தேர்ந்தெடுக்கப்பட்ட ஒருசிலருக்கு மட்டுமே கொடுக்கக்கூடிய ஒப்பிட்டளவிலான ஆதாயத்தைக் கடந்து, இன்னும் மேலான உலகளாவிய சமத்துவவாத அடிப்படையிலான மாற்றுக்கு விழைய வேண்டியுள்ளது. இதுவே விளிம்பில் உள்ளவர்களின் தார்மீக மேலாதிக்கத்தை உருவாக்கக்கூடியதாக இருக்கும். இரண்டாவதாக, சமூக அனுபவத்தைத் தன்னிலைகளுக்கு இடையேயான அனுபவமாக ஆக்க வேண்டியுள்ளது. இதை விவாதங்கள் ஊடாகவும், அறிவுறுத்தல் ஊடாகவும், வாதங்களைப் பொதுவில் பரிமாறிக்கொள்வதன் ஊடாகவும் செய்ய வேண்டியுள்ளது. இவ்வாறு செய்யும்போது, தனித்தன்மையிலான என்பதைக் கடந்து கூட்டுத்தன்மையிலானதாக ஆவதோடு, நிலைகுலையச் செய்யும் எழுவாயாகவும் மாறுகிறது. இவ்வளவு சிக்கலான ஒன்றை அடைவதற்கு நாம் விடுதலை என்ற மீபௌதிகத்தை முன்வைக்கும்போது, அனுபவத்துக்குரிய முக்கியத்துவத்தையும் கொடுக்க வேண்டியுள்ளது.

◉

6 கோட்பாட்டாக்கத்தின் அறம்

சுந்தர் சருக்கை

இந்த உரையாடல்களில், அனுபவங்களை விவரிக்கும் பின்னணியில் பல முறை அறம் முன்வைக்கப்பட்டுள்ளது. கோட்பாட்டாக்கம் செய்தலில் அறம் குறித்தான கேள்வியைக் கொண்டுவருவது என்பது கோட்பாட்டாக்கம் செய்தல் குறித்தான நமது சமகாலப் புரிதலிலிருந்து பார்த்தால் அடிப்படையான முரண்பாடாகவே தெரியும். எப்படி இருந்தாலும், கோட்பாட்டாக்கம் செய்தல் பகுத்தறிவு சார்ந்ததாக இருப்பதோடு, அது அறிவுக்கான, புரிதலுக்கான ஒன்றாகவும் பார்க்கப்படுகிறது. இப்படிப்பட்ட ஒரு செயலை நல்லது, கெட்டது என்று நாம் தீர்ப்பளிக்க முடியுமா? சமூகக் கோட்பாடு என்பது சமூகக் கட்டமைப்புகளையும் சமூக அனுபவங்களையும் விவரிப்பது, விளக்குவது, தரப்படுத்துவது என்பதாக இருப்பதோடு, கோட்பாட்டாக்கம் செய்தல் அதனளவில் அறரீதியானது, அறமற்றது என்றெல்லாம் பிரித்துப்பார்ப்பதற்கு உண்மையில் எதையும் கொண்டிருக்கவில்லை என்பதாகவே நம்புகிறோம். வேறு வார்த்தைகளில் சொல்வதென்றால், சமூக அறிவியலில் பிரதானக் கடமை, சமூக 'உண்மை'களை விவரிப்பதுதான் என்றால், உண்மைகளுக்கும் மதிப்பீடுகளுக்கும் இடையே நிலைநிறுத்தப்பட்டிருக்கும் முரண்பாட்டை நாம் கணக்கில் எடுத்துக்கொள்வோம் என்றால், உண்மைகளை விவரிப்பதில் அறத்தை (மதிப்பீடுகள்) கொண்டுவருவது தவறானதாகும் (இயற்கையான மயக்க வழு).

இருப்பினும், கோட்பாட்டாக்கச் செயலில் சில அம்சங்கள் உண்மையிலேயே அறத்தோடு தொடர்புகொண்டதாக இருக்கின்றன. எடுத்துக்காட்டாக, கள ஆய்வுகளில் ஒருவர் எவ்வாறு தகவல்களை உருவாக்கப்போகிறார் என்பது அறம் சார்ந்த அக்கறைகளைக் கொண்டுள்ளது. சமூகங்கள், குழுமகங்கள் குறித்து ஆய்வுசெய்யும்போதும் சில அறரீதியான நிலைப்பாடுகள் அவசியமாகின்றன. சமூக அறிவியலாளர்கள் அவர்களது ஆய்வுகளை அடிப்படையாக் கொண்டு திட்டங்களை வகுக்கும்போது, அறம் சார்ந்த அக்கறைகளைக் கொண்டிருக்க வேண்டும் என்று எதிர்பார்க்கிறோம். இருந்தாலும், இந்த எடுத்துக்காட்டுகளெல்லாம், அதாவது கள ஆய்வு, தகவல்களைத் திரட்டுவது, சில சூழ்நிலைகளில் குறுக்கிடுவது, திட்டங்கள் வகுப்பது மற்றும் இதுபோன்றவையெல்லாம், 'பரிசோதனைரீதியான' அல்லது 'பயன்முறையிலான' செயல்பாடுகளில் அறத்தைக் கொண்டிருக்கும்

சாத்தியப்பாட்டை மட்டுமே விவரிக்கின்றன. கோட்பாட்டாக்கம் செய்தலில் – அதாவது, ஒரு பிரச்சினை குறித்து நாம் வெறுமனே சிந்திக்கிறோம் என்று அர்த்தப்படுத்திக்கொண்டால் – அதில் இத்தகைய அறம் சார்ந்த பிரச்சினைகள் ஏதும் எழுவதில்லை. நிலைப்பாடு ஒன்றைக் கோட்பாட்டுரீதியாக நிலைநிறுத்துவதற்கு தகவல்களை உபயோகிக்கலாம் என்றாலும் கோட்பாட்டாக்கம் செய்தலிலேயே அறத்துக்கு எத்தகைய பங்கும் இருப்பதாகத் தெரியவில்லை. ஒருவேளை, சாதாரண ஒப்புமை ஒன்று இந்த நிலைப்பாட்டைத் திடமாக நிரூபிக்க முடியும்: ஒருவர் கொண்டிருக்கும் அறரீதியான மதிப்பீடுகள் அறமற்ற செயல்களைச் செய்வதிலிருந்து அவரைத் தடுக்கலாம் என்றாலும், அறமற்றது குறித்து அவர் சிந்திப்பதைத் தடுப்பதற்கு உண்மையில் எதுவுமில்லை.[1] சிந்தனை, கற்பனை போன்றவற்றோடு கோட்பாடு மிக நெருங்கிய தொடர்புகொண்டிருப்பதால், அதில் நல்லது கெட்டது என்று ஏதும் இருக்க முடியாது என்றும், சரி அல்லது தவறு, நடைமுறைகளுக்குப் பொருத்தமான அல்லது பொருத்தமில்லாத என்று வேண்டுமென்றால் இருக்கலாம் என்றுமே பரவலாக நம்பப்படுகிறது.

கோட்பாட்டாக்கம் குறித்தும், சிந்திப்பது குறித்தும் இவ்வளவு ஆழமாக நிலைத்திருக்கும் இந்த நம்பிக்கை இயற்கையாக உருவானதல்ல. சில குழுமங்கள், குறிப்பாக அறிவியல் மற்றும் கலைத் துறையைச் சேர்ந்தவர்கள் வரலாற்றுரீதியாக மேற்கொண்ட முயற்சிகளின் விளைவாக எத்தகைய கட்டுப்பாடுகளும் தடைகளும் இல்லாத சுதந்திரத்தோடு சிந்திப்பதன் முக்கியத்துவம் மீண்டும் நிலைநாட்டப்பட்டது. இனிவரும் பகுதிகளில், கோட்பாட்டாக்கம் குறித்த சில தொடக்கக் காலக் கருத்துகளோடு என்னை மட்டுப்படுத்திக்கொள்கிறேன். குறிப்பாக, சமூக அறிவியலில் கோட்பாட்டாக்கம் குறித்துக் காணப்படும் கருத்து ஒரு குறிப்பிட்ட முறையில் இயற்கை அறிவியலில் கோட்பாடு வகுக்கப்பட்டிருப்பதற்கே கடன்பட்டுள்ளது. மேலும், அறிவுப் புலத்திலிருந்து அறத்தை அப்புறப்படுத்தியே நவீன அறிவியல் கோட்பாடுகளின் தோற்றம் சாத்தியப்பட்டது. அறிபவரின் அறரீதியான நிலைப்பாடு, அவர் கொண்டிருக்கும் அல்லது உருவாக்கும் அறிவிலிருந்து சுதந்திரமானதாகிறது. இயல்-2ல் உரிமையாளர் பண்பு, ஆசிரியர் பண்பு என்று நாம் விவாதித்திருப்பதோடு இதை இணைத்துப் புரிந்துகொள்ளலாம். அறிபவருக்கும் அறிவுக்கும் இடையேயான உள்ளார்ந்த உறவை அழிப்பதன் ஊடாகவே, அனுபவத்தின் உள்ளடக்கத்திலிருந்து அனுபவம் வேறுபடுத்தப்படுகிறது. நவீனக் கோட்பாட்டுரீதியான அறிவானது அறிவின் உள்ளடக்கத்தை மட்டுமே சார்ந்திருக்கும் ஒன்றாக இருப்பதாலேயே, அறிபவரின் அறரீதியான, பண்பாட்டுரீதியான குணாம்சங்கள் முக்கியத்துவம் இல்லாதவை ஆகின்றன. உரிமையாளர் பண்பு முக்கியப் பிரச்சினையாவதில்லை. இப்படியாகவே அனுபவரீதியான அறிவிலிருந்து ஓர் எழுவாய் அப்புறப்படுத்தப்படுகிறார்.

1 *‘தவறான’ எண்ணங்கள் குறித்து இறையியல் கொண்டிருக்கும் அக்கறை நீண்ட நெடிய ஒன்றாக இருப்பதோடு, இன்றும் நிலைத்திருப்பதாகவும் உள்ளது.*

கோட்பாடும் அறத்தோடு கோட்பாடு கொண்டிருக்கும் சிக்கலான உறவும்

கோட்பாட்டாக்கம் செய்தல் பல கோணங்களைக் கொண்டிருந்தாலும், நான் அதில் மிக அடிப்படையான ஒன்றின் மீது மட்டும் கவனம்கொள்கிறேன் – அதாவது, சிந்தித்தல். எல்லாச் சிந்தனைகளும் கோட்பாடு ஆவதில்லை என்றாலும், கோட்பாட்டாக்கம் செய்தலின் குணாம்சத்தை வெளிப்படுத்தும் குறிப்பிட்ட முறையிலான சிந்தனை என்று ஒன்று இருக்கிறது. அதாவது, ஒரு குறிப்பிட்டதன் பண்பைப் பொதுமைக்குள் அடக்குவது, பல்வேறு போக்குகளை ஒன்றுபடுத்துவது, விவரிப்புகள் (அடர்த்தியான விவரிப்புகள், கணிதவியல்ரீதியான விவரிப்புகள் போன்றவை), அல்லது விளக்கங்கள் (குறிப்பிட்ட கட்டமைப்பு சார்ந்த விளக்கங்கள்) போன்று குறிப்பிட்ட முறையிலான சிந்தனைகள் கோட்பாட்டின் குணாம்சத்தை வெளிப்படுத்துவதாக இருக்கின்றன. கோட்பாட்டாக்கத்தை ஒருவர் ஒருவிதமான சிந்தனை 'பாணி'யாகவும் பார்க்கலாம். ஒரு கோட்பாடு முடிவில் என்னவாக வருகிறது என்பதைச் சார்ந்திராமல், பிரதிபலித்தல் என்ற செயலே கோட்பாட்டாக்கத்துக்கான மூலமுதலான உந்துதலாகிறது. இத்தகைய கோட்பாட்டாக்கச் செயலே, அதன் தூய அர்த்தத்தில் சொல்வதென்றால் 'அசாதாரணமான'தாகிறது. இங்கு கோட்பாடு என்பது எரோஸ் (eros) இடையீட்டால் சாதாரணப் புலத்திலிருந்து அசாதாரணமானப் புலத்துக்கு இடப்பெயர்ப்பு செய்யப்பட்டதாகிறது. கோட்பாடுகளை ஏதோ 'அசாதாரணமான' ஒன்றாகப் பார்க்கும் பார்வையின் மீதான கவர்ச்சி நவீனத்துவக் கற்பிதத்திலும் (இயற்கை அறிவியலில் காணப்படும் கோட்பாடுகளால் மேலும் பலப்படுத்தப்பட்ட) தொடர்கிறது.

ஆக, கோட்பாட்டுரீதியாகச் சிந்தித்தல் என்ற மூலச் செயலிலேயே நாம் கோட்பாடு செய்வதில் உள்ள அறரீதியான சவாலை அடையாளம் காண வேண்டியுள்ளது. சொல்லப்போனால், பிரதிபலித்தல் என்ற செயல் குறித்து இவ்வாறு நாம் பல கேள்விகளை முன்வைக்க முடியும். எடுத்துக்காட்டாக: ஒன்றைக் குறித்துச் சிந்திப்பதற்கான அதிகாரத்தை எது எனக்கு வழங்குகிறது? எது குறித்து வேண்டுமென்றாலும், எந்தப் பிரச்சினை குறித்து வேண்டுமென்றாலும் சிந்திப்பதற்கும் பிரதிபலிப்பதற்கும் எனக்கு உரிமை இருக்கிறதா? சில செயல்களைச் செய்வதற்கு சில முன்நிபந்தனைகளும் தகுதிகளும் அவசியப்படுவதுபோல், சில விஷயங்கள் குறித்துச் சிந்திப்பதற்கு நமக்கு சில முன்நிபந்தனைகளும் தகுதிகளும் தேவைப்படுகின்றனவா? இத்தகைய முன்நிபந்தனைகள் அறம் சார்ந்தவையாக இருக்கின்றனவா? மேலும், ஒரு பிரச்சினையைக் குறித்து ஒருவர் சிந்திக்கத் தொடங்கும்போது, அவர் சில வழிகளில் போகக் கூடாது என்று ஏதேனும் இருக்கிறதா? இவையெல்லாம் பிரச்சினைக்குரிய கேள்விகளாக இருப்பதற்கான அடிப்படைக் காரணியம், கோட்பாடு குறித்தான நம்முடைய புரிதலே. அதாவது, நாம் விருப்பப்படுவதுபோல் எப்படி வேண்டுமென்றாலும் செயல்படுவதற்கான உரிமை நமக்கு இல்லை என்றாலும், சிந்திப்பதற்கான உரிமை (தார்மீக உரிமையா?) நமக்கு இருக்கிறது என்ற நம்பிக்கையைச்

சார்ந்திருக்கிறது கோட்பாடு குறித்தான நம்முடைய புரிதல். நமக்கு வேண்டியதைச் செயல்படுத்துவது என்று இல்லாமல், நமக்கு வேண்டியதைச் சிந்திப்பதற்கான ஆற்றலை நாம் கொண்டிருக்கிறோம் என்பதே நவீனத்துவ சுயத்தை வரையறுப்பதாக இருப்பதோடு, மானுட விருப்புறுதி என்ற கருத்தமைவை வரையறுப்பதாகவும் இருக்கிறது. கோட்பாட்டாக்கம் என்ற செயலுக்குள் அறம் சார்ந்த கேள்விகளைக் கொண்டுவருவதன் ஊடாக, நவீனத்துவ சுயம் கொண்டிருக்கும் சில அடிப்படையான முற்கோள்களை (presuppositions) நாம் எதிர்க்கிறோம்.

மேலே சொல்லப்பட்டிருக்கும் பிரச்சினைகள் குறித்து அக்கறைகாட்டும் விதமாக நான் சில எடுத்துக்காட்டுகளை முன்வைக்கிறேன். இந்தச் சமூகத்தில் ஏழ்மையில் இருக்கும் மனிதர்கள் எவ்வாறு வாழ்கிறார்கள் என்பது குறித்து ஒருவருக்கு ஏதும் தெரிந்திருக்கவில்லை என்று வைத்துக்கொள்வோம். அவருக்கு வறுமையின் சிக்கல்கள் குறித்தும், ஏழைகளின் உலகம் குறித்தும் மிக மேலோட்டமான புரிதல்தான் இருக்கிறது என்றும் வைத்துக்கொள்வோம். மேலும், வறுமை நிலையில் நேரடியாகப் பாதிப்பை ஏற்படுத்தக்கூடிய ஒரு திட்டத்தை அவர் கொண்டுவருகிறார் என்றும் வைத்துக்கொள்வோம். அந்த நபர் எடுக்கும் முடிவு, எதிர்பாராத வகையில், உண்மையிலேயே நல்ல திட்டமாகிறது என்ற சாத்தியப்பாட்டையும் ஏற்றுக்கொள்வோம். இந்தச் செயல்பாடு உள்ளார்ந்து தவறு என்று எதையேனும் கொண்டிருக்கிறதா? அந்தத் திட்டம் 'அறிவறிவுரீதியாகத் தவறாக' ஆகக்கூடும் அபாயம் உள்ளது என்று ஒருவர் சொல்லலாம். ஆனால், வறுமை ஒழிப்புக் கொள்கையை உருவாக்குவதில் அந்த மனிதரை ஈடுபடுத்துவது அறம் சார்ந்து தவறானதா என்பதே உண்மையான கேள்வியாகிறது. இதற்கு நிகரான பிரச்சினைகள் பெண்ணியத்தில் மட்டுமல்லாமல், தலித் கதையாடல்களிலும் எதிரொலிக்கின்றன.

மற்றொரு எடுத்துக்காட்டை எடுத்துக்கொள்வோம். ஒரு அறிவியலாளர் பலவிதமான கிருமிகள் குறித்துச் சிந்திக்கும் செயலில், மிக அபாயகரமான கிருமி ஒன்றை உருவாக்கும் முறை குறித்தும் சிந்திக்கிறார் என்று வைத்துக்கொள்வோம். அந்தக் கிருமி உலகத்தில் உள்ள பெருவாரி மக்களை மிக வேகமாக அழித்துவிடக்கூடியது என்று அந்த அறிவியலாளர் அறிந்திருக்கிறார். அந்தக் கிருமி உருவாக்கக்கூடிய பேரழிவை நன்கு அறிந்திருந்தும், அந்த அறிவியலாளர் அந்தக் கிருமியை உருவாக்கும் சாத்தியப்பாடு குறித்துச் சிந்திக்க வேண்டுமா? இங்கு பிரச்சினை என்னவென்றால், அந்த அறிவியலாளர் அவரது சிந்தனையின் ஊடாக, அந்தக் கிருமி மிக மோசமான பாதிப்பை ஏற்படுத்தக்கூடியது என்பதை அவரது மூளைக்குள் நன்றாக அறிந்திருக்கிறார். அதேசமயத்தில், அதை உருவாக்குவதன் வழியாகப் பெரும் அங்கீகாரம் தனக்குக் கிடைக்கும் என்பதையும் அவர் அறிந்திருக்கிறார். ஒரு அறரீதியான கேள்வி என்னவென்றால், அவரது கருத்துகளை அவர் யதார்த்தமாக்க வேண்டுமா? ஆனால், மற்றொரு அறரீதியான கேள்வி என்னவென்றால், அவரது சக்தியையும் நேரத்தையும் செலவிட்டு இத்தகைய சாத்தியப்பாடு குறித்து முதலில் அவர்

சிந்தித்திருக்க வேண்டுமா என்பதே! மிக அபாயகரமான கிருமி ஒன்றை உருவாக்குவது குறித்துச் சிந்திப்பதற்கு என்ன நியாயப்பாட்டை அவரால் முன்வைக்க முடியும்? ஆக, இங்கு அறரீதியான சவால் என்னவென்றால், அந்தக் கிருமியை உற்பத்திசெய்வதைத் தடுப்பது மட்டுமல்ல, இதுபோன்ற விஷயங்கள் குறித்துச் சிந்திப்பதையே தடுக்க வேண்டியுள்ளது.

மேலே முன்வைத்திருக்கும் கருத்து எவ்வளவு பிரச்சினைக்குரியது என்பதை ஒருவரால் உடனடியாகப் பார்க்க முடியும். ஒருவரால் அவரது சிந்தனையை எவ்வாறு கட்டுப்படுத்த முடியும்? ஒரு தனிநபர் எதைக் குறித்துச் சிந்திக்கலாம், சிந்திக்கக் கூடாது என்று யாரால் கட்டுப்படுத்த முடியும்? தார்மீகம் குறித்த மரபானக் கதையாடல்களில் இதற்கு நிகரான வாதங்களை ஒருவரால் பார்க்க முடியும். அதாவது, பாவச் செயல்களைச் செய்யாமல் இருப்பது மட்டுமல்லாமல், பாவச் சிந்தனைகளைச் சிந்திக்காமல் இருப்பது. நாம் என்ன சிந்திக்கிறோம், எவ்வாறு சிந்திக்கிறோம் என்பதை நம்மால் கட்டுப்படுத்த முடியாத அளவுக்கு நமது எண்ணங்கள் நமது கட்டுப்பாட்டுக்கு மீறியதாக இருக்கின்றன. எண்ணங்கள் அடிப்படையில் அந்தரங்கமானவை என்பதால், கோட்பாட்டாக்கம் செய்தல் சுயக்கட்டுப்பாட்டுக்கு உட்பட்டதாக மட்டுமே இருக்க முடியும். நாம் என்ன சிந்திக்கிறோம், எப்படிச் சிந்திக்கிறோம், கோட்பாட்டாக்கம் செய்தலோடு சிந்தனைகளை நாம் எவ்வாறு தொடர்புபடுத்துகிறோம் போன்றவற்றுக்கு அறரீதியான கட்டுப்பாடுகளை விதிப்பது சாத்தியமே இல்லாதது. சிந்தனைகளைக் கட்டுப்படுத்துவதற்கான சிறந்த எடுத்துக்காட்டு தியான மரபுகள். ஏன் காந்தியவாத மரபையும் நாம் எடுத்துக்காட்டாகச் சொல்ல முடியும்.

கடைசி உதாரணமாக அறிபவர், அறியப்படுவது இரண்டையும் பிரித்துவைக்கும் நவீனவாதிகளின் அனுமானத்தில் காணப்படும் பிரச்சினையை எடுத்துக்கொள்கிறேன். இத்தகைய பிளவு அறிவியல்ரீதியானதற்கு மிக அவசியமாகிறது. பொதுவாகச் சொல்வதென்றால், 'பகுத்தறிவு'க்கு மிக அவசியமாகிறது. எப்படி இருந்தாலும், ஒரு ஆசிரியரின் குறிப்பிட்ட பண்புகள் (அல்லது சிலர் குறிப்பிடுவதுபோல் அகப்பண்புகள்) இயற்கை குறித்தான அறிவியல் விவரிப்புகளில் ஏன் முக்கியத்துவம் பெற வேண்டும்? இத்தகைய பார்வையைப் பத்தாம்பசலித்தனமாக நீட்டித்து, சமூக அறிவியல்களில் ஒரு ஆசிரியரின் குறிப்பிட்ட பண்புகள் (வரலாற்றுரீதியான, பண்பாட்டுரீதியான பண்புகள் உட்பட) கோட்பாட்டாக்கத்தைப் பொறுத்தமட்டில் எத்தகைய பாத்திரமும் கொண்டிருப்பதில்லை என்று கோரப்படுகிறது. ஒரு ஆசிரியரின் இத்தகைய குறிப்பிட்ட குணாம்சங்களெல்லாம் கோட்பாட்டாக்கம் செய்தலில் வேறொரு முன்நிபந்தனை கொண்டு அப்புறப்படுத்தப்படுகின்றன – இந்த முன்நிபந்தனை தகுதி என்ற மொழியில் முன்வைக்கப்படுகிறது. ஆனால், எப்போதும் இப்படியாக இருந்ததில்லை. மிக நீண்ட காலங்களாகப் பல்வேறு பண்பாடுகளில், அறிவை உற்பத்திசெய்பவரின் தார்மீக நிலைப்பாடு, அவரது அறிவு எவ்வாறு பார்க்கப்பட்டது என்பதன் மீது பெரும் தாக்கம் கொண்டிருந்தது. நாம் நன்கு அறிந்த ஓர் எடுத்துக்காட்டை எடுத்துக்கொள்வோம்: நாஜி

ஆட்சியில் பெயர்போனவரான டாக்டர் மேங்கல் (Dr. Mengele) மருத்துவ அறிவியல் என்ற பெயரால், சிறையில் அடைக்கப்பட்டிருந்த யூதர்கள் மீது பல பரிசோதனைகளை மேற்கொண்டார். இத்தகைய பரிசோதனைகள் வழியாகப் பெறப்பெற்ற அறிவை மருத்துவக் குமுகம் ஏற்றுக்கொள்ள வேண்டுமா? முறையற்று சேகரித்த செல்வத்தை நம்மால் ஏற்றுக்கொள்ள முடியாததுபோலவே முறையற்றுப் பெற்ற அறிவையும் நாம் நிராகரிக்க வேண்டுமா?

இவையெல்லாம், அறிவோடு கோட்பாடு கொண்டிருக்கும் உறவு குறித்தான அடிப்படைக் கேள்விகளாகின்றன. மற்ற துறைகளோடு ஒப்பிடும்போது, சமூக அறிவியலில் இந்தக் கேள்விகள் அதிகம் பொருத்தம் உடையதாகின்றன. இந்திய சமூக அறிவியலில் கோட்பாட்டாக்கம் குறித்த பிரச்சினையை முன்வைத்து குரு கேள்வி எழுப்பும்போது, அவர் பிரதிபலித்தல் என்ற குறிப்பிட்ட செயலுக்கு அவசியமான அறரீதியான முன்நிபந்தனைகள் குறித்தே கேள்வி எழுப்புகிறார் (இயல்-1). வேறு வார்த்தைகளில் சொல்வதென்றால், இந்தக் கேள்வியையும் குரு எழுப்புகிறார்: தலித் அல்லாதவர்கள் ஏன் தலித் குறித்து வாசிக்க வேண்டும்? ஒரு குறிப்பிட்ட குமுகத்தின் வாழ்வனுபவங்களோடு தொடர்பே இல்லாத ஒருவர் அந்தக் குமுகம் குறித்து ஏன் ஏதோ சொல்ல வேண்டும்? இது தேர்வு தொடர்பான அறப் பிரச்சினையே தவிர முறை சார்ந்த பிரச்சினை அல்ல. இது, ஒரு அறிவியலாளர் அவரது ஆய்வுப் பிரச்சினையை அறரீதியாகத் தேர்ந்தெடுப்பதற்கு நிகரானதாக இருக்கிறது. சில அறிவியலாளர்கள் பாதுகாப்புத் துறையின் பணத்தில் உருவாக்கப்படும் திட்டங்களில் பங்கேற்பதில்லை என்று முடிவெடுப்பதற்கு ஒப்பானதாகிறது இது. அவர்களது ஆய்வின் முடிவு தொடர்பான ஒவ்வாமையால் அவர்கள் மறுதலிக்கிறார்கள் என்பதில்லை. ஓர் ஆய்வுப் பிரச்சினையைத் தேர்ந்தெடுப்பதற்கு அவர்கள் முன்வைக்கும் அறரீதியான நிலைப்பாடாகவும் இது இருக்கலாம். இதற்கு நிகராக, கோட்பாட்டாக்கத்தைப் பொறுத்தமட்டில் சமூக அறிவியலாளர்களின் அறரீதியான நிலைப்பாடு என்ன?

இயற்கை அறிவியலைப் பொறுத்தமட்டில், கோட்பாட்டாக்கத்தின் அறம் குறித்தான பிரச்சினையைத் தொழில்நுட்பம் பக்கம் திருப்பிவிட முடிகிறது. அறிவியலில் அறரீதியான பிரச்சினைகள் அதன் பயன்பாட்டுத் தளத்திலேயே, குறிப்பாகத் தொழில்நுட்பத்தின் ஊடாகவே எழுகின்றன என்று பொதுவாக நம்பும் அளவுக்கு அறம் குறித்தான பிரச்சினை திசைதிருப்பப்பட்டுள்ளது. இந்த நம்பிக்கைக்குப் பின்னால் உள்ள பொதுவான வாதம் என்னவாக இருக்கிறது என்றால், அறிவியல்ரீதியானவை எல்லாம் அல்லது தொழில்நுட்பரீதியானவை எல்லாம் நல்லது, கெட்டது ஆகிய இரண்டையும் கொண்டிருக்கிறது: ஒரு கத்தியைக் காய்கறி நறுக்கவும் பயன்படுத்தலாம், மனிதர்களை வெட்டவும் பயன்படுத்தலாம் என்பதால் ஒரு தொழில்நுட்பம் எவ்வாறு பயன்படுத்தப்படுகிறது என்பதற்கு அறிவியலாளரை நாம் அடிப்படையில் குற்றம் சொல்ல முடியாது என்பதாக இருக்கிறது. இயற்கை அறிவியல் குறித்தான வெகுஜனக் கதையாடலில் இத்தகைய

எளிமையான வாதம் எந்த அளவுக்கு ஆழமாக ஊடுருவி உள்ளது என்பதைப் பார்க்கும்போது பிரமிக்கத்தக்கதாகவே இருக்கிறது.[2] அணுகுண்டுகள், ரசாயன உரங்கள் அல்லது பல்வேறு தொழில்நுட்பங்களால் ஏற்படும் பாதகமான விளைவுகள் பற்றிய விவாதங்களிலெல்லாம், இதற்கு நிகரான வாதமே முன்வைக்கப்படுகிறது. இந்த வாதம், அறமற்ற செயலுக்கான பொறுப்பை அறிவியல் அல்லது தொழில்நுட்பம் மீது சுமத்துவதற்குப் பதிலாக, அத்தகைய தயாரிப்புகளை 'உபயோகிக்கும்' மானுட முகவர்கள் மீது சுமத்துகிறது. இந்தத் தொன்மத்தை நிலைநிறுத்துவதற்கு மற்றொரு வழி திரும்பத்திரும்ப உபயோகிக்கப்படுகிறது. அதாவது, அறிவியலை இரண்டாகப் பிரிப்பது: தூய அறிவியல், பயன்பாட்டு அறிவியல். தொழில்நுட்பம் பயன்பாட்டு அறிவியலுக்குள்ளாகக் கொண்டுவரப்பட்டு, அறிவியலோடு தொடர்புடைய அறரீதியான பிரச்சினைகள் பெரும்பாலும் தொழில்நுட்பப் புலத்திலிருந்தே விவாதிக்கப்படுகின்றன.

இந்தத் தூய, பயன்பாட்டு என்ற வேறுபாடு சமூக அறிவியலில் அவ்வளவு தெளிவாகக் காணப்படுவதில்லை. சமூகச் செயல்பாடுகளும், திட்டங்கள் வகுப்பதும் சமூக அறிவியலில் 'தொழில்நுட்பங்'களாகின்றன என்று சிலர் வாதிடலாம். இருந்தாலும், சமூகத்தில் குறுக்கீடு செய்வதற்கும், இயற்கை அறிவியலின் தொழில்நுட்பங்களுக்கும் இடையே அடிப்படையான வேறுபாடுகள் காணப்படுகின்றன. ஆச்சரியமான விஷயம் என்னவென்றால், இந்தத் தெளிவற்ற தன்மையை மீறி, சில சமயங்கள் கல்விப்புல சமூக ஆக்கங்கள் அடிப்படையில் நடைமுறைப்படுத்தப்படும் சமூகத் திட்டங்களிலும் குறுக்கீடுகளிலும் அறரீதியான அக்கறைகள் முன்வைக்கப்படுகின்றன என்றாலும், சமூக அறிவியலில் அறரீதியான அக்கறைகள் உதாசீனப்படுத்தப்படுகின்றன. இதற்கான காரணியம் மிகத் தெளிவாக உள்ளது: கோட்பாட்டாக்கம் செய்தலில் அடிநாதமான முற்கோள்களுக்குள் இவற்றைக் கொண்டுவந்துவிட்டோம் – குறிப்பிட்டுச் சொல்வதென்றால், அறிவைப் படைக்கும் செயலில் ஈடுபட்டிருக்கும் ஒரு எழுவாய்க்கும் அவர் படைக்கும் அறிவின் உள்ளடக்கத்துக்கும் இடையேயான பிளவு, ஒருவர் விருப்பப்படுவதுபோல் ஆய்வுப்பொருளைத் தேர்ந்தெடுக்கலாம் என்ற அறரீதியான நிலைப்பாடு, எந்தப் பிரச்சினைக்கு எந்தக் கோட்பாட்டு ரீதியான கட்டமைப்பைப் பயன்படுத்துவது என்பது குறித்து விமர்சனமற்று அணுகும் நிலை மற்றும் இவை போன்றவற்றைச் சொல்லலாம். மிக முக்கியமானது என்னவென்றால், இவை வெறுமனே அறிவறிவுரீதியான பிரச்சினைகளாக மட்டுமல்லாமல், கோட்பாட்டாக்கம் செய்தல் என்ற செயலிலேயே உள்ளார்ந்து காணப்படும் பிரச்சினைகளைப் பிரதிபலிப்பதாக இருக்கின்றன. அதாவது, ஒரு குறிப்பிட்ட கோட்பாட்டாக்க அணுகுமுறை 'சரியானதா' இல்லையா என்பதாகவோ, அது 'உண்மையான அறிவை' படைக்கிறதா இல்லையா என்பதாகவோ இல்லாமல், அடிப்படையில் கோட்பாட்டாக்கம் செய்தல் என்ற செயலில், மானுடச் சமூகம்

2   Bunge (2007); Sarukkai (2009b).

குறித்துப் பிரதிபலித்தல் என்ற செயலில் ஒருவர் கொண்டிருக்க வேண்டிய அறரீதியான நிலைப்பாடு குறித்ததாக இருக்கிறது.

கோட்பாட்டாக்கம் செய்தலில் அறரீதியான கேள்விகள் ஏதுமில்லை என்று நம்புவதற்கு, அறிவைச் சுற்றி மிகக் கவனமாகக் கட்டப்பட்டுள்ள பார்வைகளும், இவை அறிவியலாளரோடு கொண்டிருக்கும் உறவுமே பிரதான காரணியங்களாகின்றன. இந்தக் கட்டமைப்பு அதை வரலாற்றுரீதியாக வெளிப்படுத்திக்கொள்ளும் முறை பிரம்மிக்கத்தக்கதாக இருப்பதோடு, சமூக அறிவியல் நடைமுறைக்கு சில பாடங்களைக் கற்றுக்கொடுப்பதாகவும் இருக்கிறது. ஆய்வுக்குத் தேர்ந்தெடுக்கும் ஒரு பிரச்சினையை ஓர் அறிவியலாளர் எவ்வாறு நியாயப்படுத்துகிறார்? குறிப்பிட்ட பிரச்சினையை ஏன் ஆய்வுக்கு எடுத்துக்கொள்கிறேன் என்று மற்றவர்களிடம் எப்படி விளக்கம் கொடுக்கிறார்? அறிவியல்ரீதியான கதையாடல் விவரிப்புகளைப் பொறுத்தமட்டில் பெரும்பாலும் ஒரு பொதுவான தன்மையை நம்மால் காண முடியும். ஆராய்வூக்கம்தான் ஒரு குறிப்பிட்ட பிரச்சினை குறித்து ஆய்வுசெய்வதற்குத் தூண்டுதலாக இருக்கிறது என்று அறிவியலாளர்கள் சொல்வது வழக்கம். பல விஷயங்கள் குறித்து அறிவியலாளர்கள் ஆராய்வூக்கத்தோடு இருக்கிறார்கள்: அணு பிளக்கப்பட்டால் என்னவாகும், டி.என்.ஏ. மாதிரியை உருவாக்கினால் என்னவாகும், பரிசோதனைக் கூடங்களில் உயிரைப் படைக்க முடிந்தால் என்னவாகும் மற்றும் இதுபோல் பலவற்றின் மேல் ஆராய்வூக்கம் கொண்டிருக்கிறார்கள். அறிவியலாளர்கள் அவர்களைச் சுற்றிக் கட்டமைத்திருக்கும் ஆராய்வூக்கம் என்ற கேடயத்தைக் கொண்டே, அவர்களது நடைமுறைகள் எதிர்கொள்ளும் அறரீதியான சவால்களிலிருந்து தப்பித்துக்கொள்கிறார்கள்.

இந்தக் கேடயம் கடந்த ஒருசில நூற்றாண்டுகளாக மிகக் கவனமாக உருவாக்கப்பட்டிருக்கும் ஒன்று என்பதுதான் பிரமிப்பு தரக்கூடியதாக உள்ளது. நவீன அறிவியலில் தொடக்கம் என்பது எந்த அளவுக்கு முறை மற்றும் புதிய பரிசோதனைரீதியான கண்டுபிடிப்புகள் சார்ந்து இருக்கிறதோ, அதே அளவுக்கு ஆராய்வூக்கம் குறித்த புதிய பிம்பத்தைக் கட்டமைப்பதைச் சார்ந்தும் இருக்கிறது. அறிவியலை அறத்திலிருந்து (குறிப்பாக, மதரீதியான அறம்) விடுவிப்பதற்கு, ஆராய்வூக்கம் கொண்டிருக்கும் பாதகமான அர்த்தப்பாடுகளிலிருந்து அதை விடுவிக்க வேண்டியிருந்தது. இது எவ்வாறு செய்யப்பட்டது என்பது உண்மையிலேயே மிக அற்புதமான கதையாகிறது. எவ்வாறு படிப்படியாக, அறிவியல்ரீதியான சிந்தனைகளுக்கு ஆராய்வூக்கமே அடிப்படை உந்துசக்தியாக மாற்றப்பட்டது என்றும், அதேசமயத்தில் அறிவியலாளருக்கும் அறிவியலாளர் உருவாக்கும் அறிவின் மதிப்புக்கும் இடையே காணப்பட்ட அறரீதியான மதிப்பீடுகள் துண்டிக்கப்பட்டது என்றும் இந்தக் கதை விரிகிறது.

அறிவு குறித்த தொடக்கக் கால மேற்கத்தியப் பார்வைகளானது அறிபவருக்கும் அறியப்படுவதற்கும் இடையேயான உறவை நிச்சயமாக

அங்கீகரித்தன. அறிவை உருவாக்குவதற்கான வினையூக்கியாக ஆராய்வூக்கம் பார்க்கப்பட்டாலும், ஆராய்வூக்கம் என்பது பெருமை மற்றும் தற்பெருமையோடு தொடர்புகொண்டிருக்கும் 'பாவமாக' பார்க்கப்பட்ட காரணியத்தால், ஆராய்வூக்கத்தின் ஊடாகப் படைக்கப்பட்ட அறிவும் பாவத்தால் கறைபடிந்ததாகப் பார்க்கப்பட்டது. நவீனத்துவ அறிவு ஆராய்வூக்கத்துக்கும் பாவத்துக்கும் இடையே இருந்த தொடர்பைத் துண்டிக்க வேண்டியிருந்தது. இதை நவீனத்துவம் எவ்வாறு எதிர்கொண்டது என்றால், ஆராய்வூக்கத்தைத் தனிமைப்படுத்தி அதை இயற்கையானதாக மாற்றியதோடு மட்டுமல்லாமல், பெரும் மதிப்புகொண்ட மானுடப் பண்பாகவும் மாற்றியது. ஆராய்வூக்கம் எவ்வாறு புத்துணர்வாக்கம் செய்யப்பட்டது என்பது பேகன் முதல் ஹியூம் (*Hume*) வரையிலான மிகப் பெரிய கதையாகிறது.[3] 16-ஆம் நூற்றாண்டின் இறுதிப் பகுதியிலும், 17-ஆம் நூற்றாண்டின் தொடக்கத்திலும் ஆராய்வூக்கத்தோடு நல்லொழுக்கத்தை இணைப்பதற்குத் தீவிரமான முயற்சிகள் மேற்கொள்ளப்பட்டன. இவர்கள் முன்வைத்த வாதத்தின் ஒரு பகுதி ஆராய்வூக்கத்தை இயற்கையான பண்பாக மாற்றியது. மேலும், அறிவைப் பெறுவதற்கு ஆராய்வூக்கம் ஒரு *பாணியாக* மாற்றப்பட்டது. ஆராய்வூக்கத்தைத் தூண்டும் பலவற்றை இயற்கை கொண்டிருப்பதால், இயற்கை கடவுளால் படைக்கப்பட்ட ஒன்று என்பதால், கடவுளும் ஆராய்வூக்கத்தைச் சாதகமான பண்பாகத்தான் அர்த்தப்படுத்தியிருக்க வேண்டும் என்ற வாதங்கள் ஊடாக ஆராய்வூக்கம் அங்கீகரிக்கப்பட்டது. சொல்லப்போனால், 18-ஆம் நூற்றாண்டில் பிரிட்டனில் உள்ள ராயல் சொஸைட்டி ஆராய்வூக்கத்தின் மதிப்புக்கு அழுத்தம் கொடுத்து, அதை அறிவியலாளர்கள் கொண்டிருக்க வேண்டிய மிக முக்கியமான குணமாகப் பார்த்தது. இது எந்த அளவுக்குச் சென்றது என்றால், ராயல் சொஸைட்டி, தேர்ந்தெடுக்கப்பட்ட அதன் உறுப்பினர்கள் ஆராய்வூக்கத்தின் திரளுருவாக இருக்கிறார்கள் என்று அவர்களுக்குக் கொடுத்த சான்றிதழில் குறிப்பிட்டது. மேலும், ராயல் சொஸைட்டி ஆராய்வூக்கத்தை வெளிக்காட்டிக்கொள்வதை அதன் செயல்பாடுகளின் முக்கியப் பகுதியாகவும் ஆக்கியது.[4]

இயற்கை அறிவியலிலிருந்து கோட்பாட்டாக்கம் என்ற கருத்தமைவை, சமூக அறிவியல் கடன் வாங்கியபோது இதைத்தான் மரபுவழியாகப் பெற்றுக்கொண்டது. துரதிர்ஷ்டவசமாக, மற்ற விஷயங்களைக் கடன் பெற்றதுபோலவே ஆராய்வூக்கம் என்ற நஞ்சான கருத்தமைவையும் கடனாகப் பெற்றுக்கொண்டது. அதாவது, ஆராய்வூக்கம் எவ்வாறு வரலாற்றுரீதியாகக் கட்டப்பட்டது, இந்தக் கட்டமைப்பு எவ்வாறு உருவாக்கப்பட்டது என்று எதையும் கண்டுகொள்ளாமல் கடன்பெற்றுக்கொண்டது. அறிவியலாளர்கள் இந்த உலகத்தைச் சுற்றி 'விளையாடலாம்' என்பதுபோலவே, தங்களது செயல்கள் எத்தகைய விளைவுகளை ஏற்படுத்தும் என்ற கவலை ஏதுமில்லாமல் கண்டுபிடிப்புகளுக்காகவே கண்டுபிடிப்புகள் என்று அறிவியலாளர்களின்

3 *Sarukkai (2009b).*

4 *Fontes da Costa (2002); Harrison (2001); Peters (2001).*

முயற்சிகள் இருப்பதுபோலவே, சமூக அறிவியலாளர்களும் எந்தச் சமூகப் பிரச்சினை குறித்து வேண்டுமென்றாலும் ஆராய்வூக்கம்கொள்ளலாம் என்றும், கோட்பாட்டாக்கம் செய்வதற்கு அல்லது கோட்பாட்டாக்கம் செய்ய முயல்வதற்கு முன்நிபந்தனையாக ஆராய்வூக்கம் மட்டுமே போதுமானதாகவும் பார்க்கப்பட்டது. ஆனால், கட்டற்ற ஆராய்வூக்கம், இயற்கை அறிவியலிலேயே அறரீதியாகப் பிரச்சினைக்குரியதாக இருக்கிறது என்றால்[5], சமூக அறிவியலில் அது எவ்வளவு பிரச்சினைக்குரியதாக இருக்கும் என்பதை ஒருவரால் கற்பனைசெய்து பார்க்க முடியும். ஆய்வுகளில் அறரீதியான அக்கறை என்பது ஆய்வுமுறைகள், ஆய்வு நடைமுறைகள் சார்ந்து மட்டும் இல்லாமல், எத்தகைய பிரச்சினையை ஒருவர் ஆய்வுக்குத் தேர்ந்தெடுக்கிறார் என்பதன் மீதும் அக்கறைகொள்கிறது. எந்தப் பிரச்சினையை ஆய்வுக்குத் தேர்ந்தெடுப்பது என்பதற்கான நியாயப்பாட்டைப் பெரும்பாலும் ஆராய்வூக்கமே வழங்குகிறது என்றாலும், அறரீதியான பொறுப்பு (அதாவது, ஆய்வின் இறுதி முடிவு பிரசுரிக்கப்படும் என்றும், அதனால் அது ஒரு நிகழ்வு குறித்து அங்கீகரிக்கப்பட்ட ஆவணமாக மாறும் என்றும் நன்றாக அறிந்திருந்தும்) என்பது ஒரு குறிப்பிட்ட பிரச்சினையைத் தேர்ந்தெடுப்பதிலிருந்தே தொடங்குகிறது.

சமூக அறிவியலாளர்கள் எந்தப் பிரச்சினையை வேண்டுமென்றாலும் ஆய்வுக்கு எடுத்துக்கொள்ளலாம். ஏன்? ஏனெனில், அவர்கள் ஒரு பிரச்சினை மீது ஆராய்வூக்கம் கொண்டிருக்கிறார்கள் அல்லது அதில் 'ஈடுபாடு' கொண்டிருக்கிறார்கள். கொள்கை அளவில் ஆய்வுகளை நியாயப்படுத்த ஆராய்வூக்கம் அல்லது ஈடுபாடு கொண்டிருப்பதில் எந்தப் பிரச்சினையும் இல்லைதான். ஆனால், இந்த 'சுதந்திரமான' ஆராய்வூக்கம் அதற்கான விலையை வேண்டுகிறது. எங்கு ஆராய்வூக்கம் குறித்தான வாதங்கள் தோற்றுப்போகின்றன என்றால், அனுபவம் என்ற வகைமையின் ஊடாக அதை எதிர்கொள்ளும்போதுதான். ஒருவருடைய அனுபவங்கள் மற்றொருவரின் ஆராய்வூக்கத்துக்கு ஈடுகொடுக்கும் வகையில் புறத்தன்மை எதையும் கொண்டிருக்கவில்லை. அதனால்தான், ஊடுருவும் கருவியான ஆராய்வூக்கத்திலிருந்து அனுபவம் தனித்திருக்கும் ஒன்றாகிறது. இயற்கை அறிவியலின் கோட்பாட்டுரீதியான நிலைப்பாடுகளில் ஏற்பட்டிருக்கும் வளர்ச்சியைத் தொடர்ந்து, சமூக அறிவியல் கோட்பாட்டாக்கத்தின் அங்கமாக இருக்கும் எழுவாயையும் அனுபவரீதியானதையும் நிராகரிப்பது என்று முடிவுசெய்யலாம் அல்லது எழுவாயையும் அனுபவரீதியானதையும் அதன் மையப்பண்புகளாக மாற்றி அதற்கென்று தனித்துமான பாணியை உருவாக்கிக்கொள்ளலாம். பிந்தைய பாதையைத் தேர்ந்தெடுக்கும்பட்சத்தில் சமூகக் கோட்பாடுகள், வேறு விதமான பிரச்சினைகளை எதிர்கொள்ள வேண்டியிருக்கும். அவை: கோட்பாட்டாக்கம் செய்வதற்கான மூலமுதலான உரிமை யாருக்கு இருக்கிறது; உரிமையாளர் பண்புக்கும் ஆசிரியர் பண்புக்கும் இடையேயான வேறுபாடுகள்; கோட்பாடுகளின் உலகளாவியத்தன்மை மீதான நம்பிக்கை – ஐரோப்பிய, அமெரிக்கச் சமூகங்கள் சார்ந்து முன்வைக்கப்பட்ட

---

5 பார்க்க: Sarukkai (2009b).

கோட்பாடுகளை, சொல்லாடல்களை அடிப்படையாகக் கொண்டு இந்தியச் சமூக யதார்த்தம் விவரிக்கப்படுவதை இதுவே சாத்தியப்படுத்துகிறது; சமூக அறிவியலாளர் உருவாக்கும் அறிவையும் அவரது தார்மீகரீதியான பொறுப்பையும் இணைத்துப்பார்ப்பது; இவற்றையெல்லாம்விட மிக முக்கியமானது என்னவென்றால், ஒரு கோட்பாட்டின் மதிப்பைத் தீர்மானிப்பதற்கு சில வரையறைகளை உருவாக்குவது. கடைசியாகச் சொல்லப்பட்டிருப்பது ஒரு கோட்பாடு வெறுமனே அறிவறிவுரீதியான தேவையைப் பூர்த்திசெய்வதாக இருந்தால் மட்டுமே போதாது. அது அறரீதியான அக்கறைகளுக்கும் மதிப்பு கொடுக்க வேண்டும் என்ற எதிர்பார்ப்பையும் வெளிப்படுத்துகிறது. அறிவறிவு அதன் உள்ளார்ந்த பண்பில் அறத்தோடு இணைக்கப்பட்டதாகவே இருந்தது என்பதை நாம் இங்கு நினைவில்கொள்ள வேண்டியுள்ளது. கோட்பாட்டாக்கத்தில் நவீனத்துவத்தின் பங்கு அறிவறிவுரீதியானவற்றிலிருந்து அறத்தைத் துண்டிப்பதாகவே இருக்கிறது. கோட்பாட்டாக்கத்தின் சக்தியும் இதுதான்; சாபமும் இதுதான்.

ஆனால், இதையெல்லாம் ஒருவர் எவ்வாறு நடைமுறைப்படுத்துவது? இப்படி சில குறிப்புகள் கொடுப்பது மிகச் சுலபமானது. ஆனால், சமூகக் கோட்பாடு செய்வதன் பின்னணியில், இந்தக் கேள்விகளையும் அவை தொடர்பானவற்றையும் எவ்வாறு உள்ளடக்கப்போகிறோம்? இந்த இயலின் பின்பகுதியில் இதை விவாதத்துக்கு எடுத்துக்கொள்கிறேன். ஆனால், கோட்பாட்டாக்கத்தின் முதல் படியிலிருந்து நாம் தொடங்க வேண்டியுள்ளது. அதாவது, அனுபவத்தைச் சிந்தித்தல் என்ற செயலிலிருந்து நாம் தொடங்க வேண்டியுள்ளது.

சிந்திக்கும் அனுபவமும் அனுபவத்தைச் சிந்தித்தலும்

அனுபவம் தன்னிச்சையானது. ஒருவர் உணர்கிறார், அவ்வளவுதான். அனுபவத்தில் காணப்படும் இப்போதைய தன்மை அறிதல் என்ற செயலாக்கத்துக்கு எதிரானதுபோல் தோன்றலாம். 'நமக்குத் தெரியும், அவ்வளவுதான்' என்று அபூர்வமாகத்தான் ஒருவர் நினைக்கிறார். தெரிந்துகொள்வது என்பது தீர்ப்புரைக்கும் செயலாக்கத்தை உள்ளடக்கியிருக்கிறது. அதாவது, தெரிந்துகொள்வது என்பது ஒன்றைக் குறித்துப் பிரதிபலிப்பது, பிறகு ஒரு முடிவுக்கு வருவதோடு தொடர்புகொண்டதாக இருக்கிறது. தத்துவவியலாளர்களெல்லாம் அறிதல் மற்றும் சுயஅறிதலைக் கொண்டிருக்கும் சிறப்பினங்களை அறிந்திருக்கிறார்கள் என்றாலும் எது சுயஅறிவை அமைப்பாக்கம் செய்கிறது என்பது குறித்து ஒரு முடிவுக்கு வருவது எப்போதும் சிக்கலானதாகவே இருக்கிறது. இதற்கான காரணியத்தின் ஒரு பகுதி என்னவென்றால், சுயஅறிதல் அடிப்படையில் ஒரு அனுபவமாக இருப்பதோடு, அந்த அனுபவம் அதை அனுபவிக்கும் எழுவாய்க்கு மட்டுமே கிடைக்கக்கூடியதாகவும் இருக்கிறது. இதனால்தான் சுயஅறிதலோடு

தொடர்புடைய பிரதானச் சிக்கல், இத்தகைய அறிவை அங்கீகரிப்பதோடு தொடர்புகொண்டிருக்கும் ஒன்றாகிறது.

மேலும், எல்லாச் சமயங்களிலும் நமக்குப் புதிய அனுபவங்கள் சாத்தியப்படுகின்றன என்பதாலேயே எல்லாச் சமயங்களிலும் நாம் புதிய அறிவைப் பெற்றுக்கொள்கிறோம் என்பதாக இல்லை. இதனாலேயே அறிதல், அனுபவத்துக்கு அப்பாலான ஒன்று என்பதாகவும் அர்த்தப்படுத்த முடியாது. சொல்லப்போனால், அறிதல் என்ற செயலே, அடிப்படையில் குறிப்பிட்ட வகையான அனுபவமாகவே இருக்கிறது. ஒருவேளை, இந்த அனுபவம் நன்கு அறியப்பட்ட 'யுரேக்கா' தருணமாக இருக்கலாம். ஒரு ஆழமான பார்வையைப் பெற்றுக்கொள்ளும்போதோ அல்லது 'எல்லாவற்றையும் கோர்க்க' முடிந்தபோதோ நாம் அறிந்துகொள்ளும் அனுபவம் என்று ஒன்று காணப்படுகிறது. இவ்விஷயத்தைப் பொறுத்தமட்டில், பெரும்பாலும் அனுபவத்தின் உள்ளடக்கமே அறிவாகப் பார்க்கப்படுகிறது. மேலும், அறிந்துகொள்ளும் அனுபவம் 'வெறும்' அனுபவமாக ஒதுக்கித்தள்ளப்படுகிறது. இருந்தாலும், பல படைப்பாக்கச் செயலை உளவியல்ரீதியாக அணுகும் பல விவரிப்புகள் யுரேக்கா தருணங்களை மறுவுருவாக்கம் செய்கின்றன. இத்தகைய விவரிப்புகள் யுரேக்கா தருணங்களுக்குப் பின்னால் உள்ள அனுபவங்களின் முக்கியத்துவத்தையே வெளிப்படுத்துகின்றன.[6]

அனுபவம் குறித்து ஒருவரால் என்ன சொல்ல முடியும்? நாம் நமக்கான தனிப்பட்ட அனுபவங்களைக் கொண்டிருக்கிறோம் என்பது உண்மைதான். இப்படியாக இருப்பினும், நமது அனுபவங்கள் குறித்து நாம் பேசுகிறோம். மற்றவர்களோடு அதைப் பகிர்ந்துகொள்கிறோம். அல்லது குறைந்தபட்சம் பகிர்ந்துகொள்ள முயல்கிறோம். அனுபவம் அவ்வளவு அந்தரங்கமானது என்றால், அது குறித்து நாம் பேசும்போது என்னதான் செய்கிறோம்? நாம் இந்தக் கேள்வியை இவ்வாறு மாற்றிக் கேட்க முடியும்: ஒரு அனுபவத்தை அறிந்துகொள்வது என்றால் என்ன?

அனுபவத்தை அறிந்துகொள்வது என்பது (இதற்கு நிகராக, அனுபவங்களைக் கோட்பாட்டாக்கம் செய்தல் என்பது) அனுபவம் குறித்துப் பிரதிபலிப்பது; அனுபவம் குறித்துச் சிந்திப்பது என்றாகிறது. அனுபவத்திலிருந்து பெறும் அறிவைப் புரிந்துகொள்வதற்கு இதுவே தரவரையறையான மாதிரியாகிறது. இந்தப் பார்வையிலிருந்து சொல்வதென்றால், நாம் முதலில் அனுபவத்தைப் பெறுகிறோம். பிறகு, அது குறித்துச் சிந்திக்கிறோம். நாம் அனுபவம் குறித்துப் பிரதிபலித்து அதிலிருந்து பாடம் கற்றுக்கொள்கிறோம். நாம் முதலில் அனுபவத்தைக் கொள்கிறோம், எண்ணங்கள் அதைத் தொடர்கின்றன என்ற கருத்து பிரச்சினைக்குரியதாக இருக்கலாம் – குறிப்பாக, எண்ணங்கள் அனுபவத்துக்கு 'வெளியே' இருக்கிறது என்ற நிலைப்பாட்டுக்குக் கொண்டுவிடுமானால், அதாவது நாம் முதலில்

6 *Csikszentmihalyi (1996).*

அனுபவத்தைப் பெற்றுக்கொள்கிறோம்; பிறகு, அதன் சாரத்தைப் பிழிந்தெடுத்து அதை எண்ணங்களாக்குகிறோம் என்று நம்புவோம் என்றால், சிந்தனைக்கும் அனுபவத்துக்கும் இடையே காணப்படும் இந்தக் குழப்பம், பொதுவாக அனுபவத்துக்கும் கோட்பாட்டுக்கும் இடையேயான உறவு குறித்த கருத்தாக்கரீதியான பிரச்சினைகளில் பிரதிபலிக்கக்கூடியதாக இருக்கிறது.

அனுபவத்தைச் சிந்திப்பது என்றால் என்ன? எல்லாவற்றுக்கும் மேலாக, ஒரு அனுபவம் குறித்துச் சிந்திப்பது என்பது அந்த அனுபவத்தின் நினைவுகள் குறித்துச் சிந்திப்பதாகிறது. சிந்திப்பதும் அனுபவிப்பதும் ஒன்றாக நிகழ முடியாது; ஒரே தருணத்தில் இரண்டும் சாத்தியப்படுவதில்லை. ஆக, சிந்திப்பது என்பது அனுபவத்துக்குப் பிறகு வரும் ஒன்று என்றால், சிந்தனை எப்போதும் அந்த அனுபவம் குறித்துப் பிரதிபலிக்கவே முடியாது. அனுபவத்தின் நினைவு குறித்து மட்டுமே சிந்தனை பிரதிபலிக்க முடியும். அதாவது, எவ்வாறு உணர்ந்தோம் என்ற நினைவு குறித்துச் சிந்திக்கலாமே தவிர ஒரு குறிப்பிட்ட வழியில் உணர்வது என்றால் என்ன என்பது குறித்து அல்ல.

இருந்தாலும், அனுபவங்களைப் புரிந்துகொள்ள சிந்திப்பது அவசியமாகிறது. இதுதான் தீர்க்க முடியாத சிக்கலாகிறது: அனுபவம் குறித்து ஏதேனும் ஒன்றை அறிந்துகொள்ள, அது நிகழ்ந்த பிறகே அது குறித்து நாம் பிரதிபலிக்க வேண்டியுள்ளது. இவ்வாறு பிரதிபலிக்கும் செயலே ஓர் அனுபவமாகிறது என்றாலும், அது வேறு விதமான அனுபவமாக இருக்கிறது. எடுத்துக்காட்டாக, வாழைப்பழத்தின் இனிப்பை நான் அனுபவமாகப் பெறுகிறேன் என்று வைத்துக்கொள்வோம். இந்த அனுபவத்தின் உள்ளடக்கமாக இருக்கும் இனிப்பு குறித்து நான் பிரதிபலிப்பது முற்றிலும் வேறான அனுபவமாக இருக்கிறது – அதாவது, பிரதிபலித்தல் அல்லது சிந்தித்தல் என்ற செயல் அனுபவமாகவே இருக்கிறது. உண்மையிலேயே தீர்க்க முடியாத பிரச்சினை இதுதான்: என் அனுபவம் குறித்து நான் சிந்திக்காமலோ அறிந்துகொள்ளாமலோ அந்த அனுபவம் குறித்து என்னால் சிந்திக்கவும் முடியாது, அறிந்துகொள்ளவும் முடியாது. அனுபவம் என்பது சுயஅறிவாக இருந்தாலும் – அதாவது, வெறுமனே அனுபவத்தைக் கொள்வதன் வழியாகக் குறிப்பிட்ட அனுபவத்தை நான் பெறுகிறேன் என்றாலும் – அதை அறிந்துகொள்ளும் விழிப்புணர்வானது அனுபவத்துக்குப் பிறகாகத் தோன்றும் ஒன்றாகவே இருக்கிறது.

ஆக, அனுபவத்தைப் புரிந்துகொள்வதற்கான முயற்சி எத்தகையதாக இருந்தாலும், அது சிந்தித்தல் என்ற செயலோடு உறவுகொண்டிருக்கும் ஒன்றாகவே இருக்க வேண்டியுள்ளது. இந்த உறவு, அனுபவத்துக்கும் மொழிக்கும், அனுபவத்துக்கும் காரணியத்துக்கும், அனுபவத்துக்கும் புலனுணர்வுக்கும் இடையே காணப்படும் உள்ளார்ந்த உறவை நோக்கி நம்மை இட்டுச்செல்கிறது. ஏனெனில், சிந்தனை வேறு வழியில்லாமல் மொழி, காரணியம், புலனுணர்வு போன்றவற்றோடு இணைந்ததாகிறது. சிந்தனை, எண்ணங்கள் குறித்த முந்தைய கோட்பாடுகளானது கருத்துகளோடு தொடர்புகொண்டதாக இருந்தன. பிறகு சிந்தனை, எண்ணங்கள் போன்றவற்றை

மொழியின் ஊடாக அர்த்தப்படுத்துவதற்கான நகர்வு நிகழ்கிறது. இதன் ஒரு வெளிப்பாடு என்னவென்றால், மொழி இல்லாமல் சிந்தனை என்றே ஒன்று இல்லை என்பதாகிறது. மற்றொரு போக்கு, மொழியைப் போன்றே சிந்தனை வடிவமைக்கப்பட்டுள்ளது என்கிறது. இதற்கு நிகராக, அனுபவம் நமக்கு இத்தகைய வகைமைகள் ஊடாக மட்டுமே கிடைக்கக்கூடியதாக இருக்கிறதா என்றும் நாம் கேட்டுக்கொள்ள முடியும். அதாவது, மொழியைப் போலவே அனுபவம் வடிவமைக்கப்பட்டுள்ளதா? இதற்கான உடனடி பதில் என்னவென்றால், அனுபவம் அவ்வாறு வடிவமைக்கப்பட்டிருக்கவில்லை. சொல்லப்போனால், அனுபவத்தின் குணம் அதை வெளிப்படுத்துவதிலிருந்து சுதந்திரமானதாக இருக்கிறது. எண்ணங்கள் குறித்து மொழி அடிப்படையில் முன்வைக்கப்படும் வாதங்களானது மொழியைப் போல் – பேச்சுமொழியாக இருந்தாலும், காட்சிமொழியாக இருந்தாலும் – வடிவமைக்கப்படாத எண்ணங்கள் ஏதும் இருப்பதுபோல் தெரியவில்லை என்ற அவதானிப்பை அடிப்படையாகக் கொண்டுள்ளது. ஆனால், அனுபவம் முற்றிலும் வேறானதாக இருக்கிறது. நாம் அனுபவத்தைப் பெறுகிறோம்; ஏதோ ஒன்றை உணர்கிறோம். சிந்திப்பது, அதாவது அனுபவத்தை மொழிரீதியாக வெளிப்படுத்துவது என்பது அனுபவத்துக்குப் பிறகானதாகிறது.

இதுபோலவே, எண்ணங்கள் ஏரணத்தோடும் காரணியத்தோடும் கொண்டிருக்கும் அடிப்படையான உறவும் அது அனுபவத்தோடு கொண்டிருக்கும் அடிப்படையான உறவும் ஒரு வெளியை உருவாக்கிக்கொடுக்கிறது. இந்த வெளியிலேயே அனுபவமும் காரணியமும் சேர்ந்து வாழ்கின்றன. அடிப்படையில் எண்ணங்களின் கட்டமைப்பைச் சார்ந்திருக்கும் ஒன்றாக ஏரணம் இருப்பதோடு, எண்ணங்களுக்கு இடையே தொடர்புகளை ஏற்படுத்தக்கூடியதாகவும் இருக்கிறது. ஏரணமே 'எண்ணங்களின் சட்டங்கள்' என்ற சொல்லாடல் இவ்விரண்டும் கொண்டிருக்கும் உள்ளார்ந்த உறவையே வெளிப்படுத்துகிறது. ஆனால், இப்போது அனுபவமானது ஏரணத்துக்கு எதிரானதாகவே பெரும்பாலும் புரிந்துகொள்ளப்படுகிறது. தன்னிலைரீதியான அகத்தன்மை என்ற கருத்தமைவுகள் மட்டுமல்லாமல், அனுபவத்துக்கும் உணர்ச்சிகளுக்கும் இடையேயான உறவும் அனுபவ உலகிலிருந்து காரணியத்தை அப்புறப்படுத்துவதற்குக் கொண்டுவிடுகிறது. சிந்தனையோடு அனுபவம் கொண்டிருக்கும் உறவை நாம் மறுசிந்தனைக்கு உட்படுத்துவது, அனுபவத்துக்கும் காரணியத்துக்கும் இடையேயான உறவை மீட்டெடுக்க உதவக்கூடியதாக இருக்கிறது. இவ்வாறு மீட்டெடுப்பது, அனுபவத்துக்கும் கோட்பாட்டுக்கும் இடையேயான உறவு குறித்த கேள்விகளில் பரந்துபட்ட தளத்தில் விளைவுகளை ஏற்படுத்தக்கூடியதாக இருக்கும்.

இறுதியாக, எண்ணங்கள் புலனுணர்வோடு கொண்டிருக்கும் உறவு எதை நமக்கு நினைவூட்டுகிறது என்றால், அனுபவத்துக்கும் புலனுணர்வுக்கும் இடையே காணப்படும் உள்ளார்ந்த உறவையே. சொல்லப்போனால், சிந்தித்தலும் புலன் போன்றதே என்ற கருத்து புலன்களோடு அனுபவம் தொடர்புபடுத்தப்படும் முறையைச் சார்ந்திருக்கும் ஒன்றாகிறது. கோட்பாட்டாக்கம் செய்தலைப்

பொறுத்தமட்டில், 'சிந்தித்தல்' ஒரு புலனாகச் செயல்படுகிறது; கோட்பாடுகளை உருவாக்குவதற்கானதாக இந்தப் புலன் இருக்கிறது. சிந்தித்தல் புலனுணர்வுபோல் செயலாற்றுகிறது. அதாவது, 'மூளை'யின் ஊடாகச் செயலாற்றும் புலனுணர்வு. புலன்கள் உணர்ந்தறிவதைவிட மூளை அதிகமாக 'பார்க்கிறது' – இதனாலேயே, சில தத்துவவியலாளர்கள் ஏரணத்தை மூளையாகப் பார்த்ததில் வியப்பேதுமில்லை. சொல்லப்போனால், மூளைக்கும் சிந்திப்பதற்கும் இடையேயான உறவு, அனுபவத்துக்கும் புலன்களுக்கும் இடையேயான உறவுக்கு நிகராக இருக்கிறது என்று ஒருவர் வாதிட முடியும் என்றே நம்புகிறேன்.

இத்தகைய பின்னணியிலிருந்துதான், நான் சிந்திப்பதை 'கோட்பாடுகள் படைப்பதற்கான புலன்' என்பதாகப் பார்க்க விழைகிறேன். பொதுவாக, இவ்வுலகை ஐம்புலன்கள் ஊடாக உணர்ந்தறிவதற்கு அப்பால், இன்னும் மேலாக அறிந்துகொள்வதற்கான மற்றொரு புலனாகச் சிந்தனை புரிந்துகொள்ளப்படுகிறது. நாம் சிந்தனையைக் கோட்பாட்டாக்கம் செய்வதற்கான பிரத்யேக 'புலனாக' பார்ப்போமேயானால், அனுபவத்தையும் சிந்தனையையும் தொடர்புபடுத்தும் மேலும் ஒரு வாதத்தை நம்மால் உள்வாங்கிக்கொள்ள முடியும். அனுபவமானது அடிப்படையில் உடலுணர்வோடு – அதாவது, ஐந்து புலன் உறுப்புகளோடு தொடர்புகொண்டதாக இருக்கிறது. சிந்தனை ஒரு புலனாகும் என்றால், அதாவது நாம் மேலே விவரித்திருப்பதுபோல் – அனுபவம் அதுவாகவே சிந்தனையோடு தொடர்புகொண்டதாகிறது.

சிந்தனையானது அனுபவத்தோடு உள்ளார்ந்த உறவுகொண்டிருக்கிறது என்பதற்கு ஒருவர் ஏற்றுக்கொள்ளக்கூடிய வாதங்களை முன்வைக்க முடியும். சிந்தனையை ஒரு புலனாகப் பார்க்கும் பார்வை இந்த வாதத்தை மேலும் வலுப்படுத்துகிறது. நாம் விவாதித்துக்கொண்டிருக்கும் விஷயத்துக்குப் பொருத்தமாக மிக சுவாரஸ்யமான போக்கொன்றை நாம் இங்கு முன்வைக்க முடியும். உடலின் ஐம்புலன்கள் ஒவ்வொன்றும் சுதந்திரமானவை என்றே பொதுவாக எண்ணப்படுகிறது. ஆனால், இவ்வாறு இருக்க வேண்டிய அவசியமில்லை. மேர்லாவ்-பான்டி (Merleau-Ponty) போன்ற தத்துவவியலாளர்கள் புலன்களின் ஒருமை குறித்து வாதிடுவதோடு, புலன்கள் ஒருமையோடு செயலாற்றுவதாகப் பார்க்க வேண்டிய தேவை குறித்தும் வாதிடுகிறார்கள். இந்த நிலைப்பாடுகளை மீறி, ஒரு புலனுக்கானதை வேறொரு புலனுக்கானதாக உணரும் பிரத்யேக நிலைகள் [synaesthesia, உதாரணத்துக்கு ஒருவர் ஒலியை வண்ணங்களாக உணரலாம் -மொ.பெ.] காணக்கிடைக்கின்றன. இந்த நிலை, புலன்கள் தனித்து சுதந்திரமானதாக இயங்கவில்லை என்பதையே நிரூபிக்கின்றன. நாம் இதை அனுபவம் குறித்தான கேள்விக்கு நீட்டிப்போம் என்றால், நாம் இத்தகைய சாத்தியப்பாட்டை எதிர்கொள்கிறோம்: அனுபவம் தனித்த புலன்களோடு தொடர்புகொண்டிருப்பதாக மட்டுமே இல்லை. ஆனால், ஒரு புலனுக்கானதை மற்றொரு புலனால் உணரக்கூடிய முறையிலானதாகவும் பார்க்க முடியும். இப்படியாக, ஒருவருடைய அனுபவமானது உடல்ரீதியான புலன்களின் அனுபவம், சிந்தித்தல் என்ற அனுபவம் ஆகிய இரண்டும் இணைந்ததாக

இருக்கிறது. இந்தப் பார்வை அனுபவமும் அறிவும் எவ்வாறு ஒரே தருணத்தில் சாத்தியப்படுத்துகின்றன என்பதை விளக்கக்கூடியதாகவும் இருக்கிறது.

அனுபவத்தையும் எண்ணத்தையும் இவ்வாறு ஒன்றோடொன்று பின்னிப்பிணைப்பது மிக ஆழ்ந்த விளைவுகளை ஏற்படுத்தக்கூடியதாக இருக்கிறது: அனுபவமானது அடிப்படையில் எண்ணங்களால் வடிவமைக்கப்படுகிறது. ஆகவே அப்பாவித்தனமான, பத்தாம்பசலித்தனமான தனிப்பட்ட அனுபவங்கள் என்று உண்மையில் எதுவுமில்லை. மிக முக்கியமாக, அனுபவங்கள் குறித்து நாம் சுயஅறிவு என்று எதையும் கொண்டிருக்கவில்லை. நம்முடைய அனுபவங்கள் நமக்குக் கற்றுத்தரப்பட வேண்டியவையாகவே இருக்கின்றன – நம்முடைய சொந்த அனுபவங்களைச் சில குறிப்பிட்ட வழிகளில் ஒழுங்கமைத்துக்கொள்ள நாம் கற்றுக்கொள்ள வேண்டியுள்ளது. இதை நான் ஒரு எடுத்துக்காட்டு கொண்டு விளக்குகிறேன்.

அதுவரை கஞ்சா புகைத்திராத இரண்டு நபர்களோடு தொடர்புகொண்டது இந்த எடுத்துக்காட்டு. வடஇந்தியாவில், பல மாநிலங்களில் வெளிப்படையாக உபயோகிக்கப்படும் இது இயற்கையாய் விளையக்கூடிய ஒன்று. இதை எடுத்துக்கொண்டால், ஒருவிதமான மனமருட்சி அனுபவத்தைப் பெறலாம். இரண்டு நபர்கள், முதன்முறையாகக் கஞ்சா புகைக்கிறார்கள். சில மணி நேரங்களுக்கு வித்தியாசமாக எதையும் உணரவில்லை என்பதில் அவர்கள் உறுதியாக இருந்தார்கள். கஞ்சா எடுத்துக்கொள்ளும் அனுபவம் கொண்ட ஒருவர், நம்முடைய இரண்டு நபர்கள் எதை அனுபவிக்கிறார்கள் என்று விளக்கும் வரை, கஞ்சா அவர்களிடம் எந்தப் பாதிப்பையும் உருவாக்கவில்லை என்பதில் உறுதியாக இருந்தார்கள். ஆனால், மூன்றாவது நபர் அவர்கள் என்ன அனுபவித்துக்கொண்டிருக்கிறார்கள் என்று விளக்கம் கொடுத்த அந்தத் தருணத்திலேயே, அவர்கள் அதை அனுபவிக்கத் தொடங்குகிறார்கள்! சொல்லப்போனால், அந்த அனுபவம் அவ்வளவு தீவிரத்தன்மை கொண்டதாக மாறியதால், இருவரில் ஒருவர் கஞ்சா எடுத்துக்கொண்ட அனுபவத்தை ஒரு கட்டுக்குள் வைத்துக்கொள்ள முடியாத நிலைக்குச் செல்கிறார். இந்த எடுத்துக்காட்டின் வழியாக நான் முன்வைக்க விரும்புவது என்னவென்றால், இரண்டு நபர்களும் அவர்கள் எதை உணர்கிறார்கள் என்று சொல்லப்படும் வரை, எப்படி அவர்களது அனுபவத்தைப் புரிந்துகொள்ள வேண்டும் என்று சொல்லிக்கொடுக்கப்படும் வரை, அவர்கள் உணர்வதை எப்படிப் புரிந்துகொள்வது என்பதை அவர்கள் அறிந்திருக்கவில்லை. அவர்களுக்குச் சொல்லிக்கொடுக்கப்பட்ட அந்தத் தருணத்திலேயே அவர்கள் தங்களது அனுபவத்தை முற்றிலும் வேறு விதமாக உணரத் தொடங்குகிறார்கள்.

நமது அனுபவங்களை உடனடியாகவும் நேரடியாகவும் அறிந்துகொள்வதற்கு எப்போதும் நமக்கு வாய்ப்புகள் கிடைப்பதில்லை என்பதைத்தான் இந்த எடுத்துக்காட்டு நமக்கு விளக்குகிறது. நமது அனுபவங்களை, நமது உணர்ச்சிகள் உட்பட, நாம் அடையாளம் காண்பதற்குப் பயிற்றுவிக்கப்பட வேண்டியுள்ளது. கோபப்படும் நோயிலிருந்து விடுபடுவதற்கான சிகிச்சை,

நாம் முன்னர் கோபம் என்று அடையாளம் கண்ட ஒன்றை எவ்வாறு மாற்றி அர்த்தப்படுத்துவது என்பதை அடிப்படையாகக் கொண்டிருக்கும் ஒன்றாகிறது. 'முரட்டுத்தனமான' அனுபவங்களுக்கான சாத்தியப்பாடு எதையும் நான் மறுதலிக்கவில்லை என்றாலும், அவை எந்த அர்த்தத்திலும் அவ்வளவு முக்கியத்துவம் வாய்ந்தவை அல்ல என்றே கருதுகிறேன். இவ்வுலகம் குறித்தான நம் அனுபவங்கள் ஏதோ ஓர் இடையீட்டின் ஊடாகத்தான் நமக்குக் கிடைக்கின்றன. அதனால்தான், அனுபவங்கள் முற்றிலும் அகவயமானவை அல்ல.

எடுத்துக்காட்டாக, நமக்கு அடிப்படையில் கருத்தாக்கங்கள் ஊடாக வகைப்படுத்தத்தான் கற்றுத்தரப்பட்டுள்ளது. நாம் பெரும்பாலும், கருத்தாக்கம் செய்வதன் ஊடாகவே நமது அனுபவங்களை அது என்னவென்று அடையாளம் காண்கிறோம். இது மிக அடிப்படையான அனுபவங்களான வலிகளுக்கும் உணர்ச்சிகளுக்கும்கூட பொருந்திப்போகக்கூடியதாக இருக்கிறது. இந்தப் பார்வையும், எண்ணங்கள் எப்போதும் கருத்தாக்கங்களாக இருக்கின்றன அல்லது மொழிரீதியானதாக இருக்கின்றன என்ற பார்வையும் ஒன்றுக்கு ஒன்று இணையாக இருப்பதை உடனடியாக நம்மால் பார்க்க முடிகிறது. நான் இது குறித்த விவாதங்களுக்குள் போக விரும்பவில்லை என்றாலும், நான் இந்த வாதங்களை முன்வைப்பது எதற்காக என்றால், அனுபவம் கொண்டிருக்கும் இந்த இடையீடுதான் கோட்பாட்டாக்கத்தின் அறத்தைப் பொருத்துவதற்கான வெளியாக இருக்கிறது என்ற பார்வைக்கு அழுத்தம் கொடுப்பதற்குத்தான்.

நேரடிப் புலனுணர்வும் நேரடி அனுபவமும்

சிந்தனைக்கும் அனுபவத்துக்கும் இடையேயான உறவு குறித்து நாம் மேலே பார்த்த விவாதங்களில் உள்ள ஒரு பிரச்சினையை ஒருவரால் உடனடியாக அடையாளம் காண முடியும். இது, நாம் அனுபவத்தை எவ்வாறு புரிந்துகொள்கிறோம் என்பதோடு தொடர்புடையதாக இருக்கிறது. அனுபவம் உடனடித்தன்மையிலானதாகப் பார்க்கப்படுகிறது. அதாவது, புலனுணர்வு எவ்வாறு தானாக 'நடக்கிறதோ' அதுபோலவே அனுபவமும் தானாக நடப்பதாகப் பார்க்கப்படுகிறது. புலனுணர்வு எந்த அளவுக்குச் செயலூக்கமற்றதாக இருக்கிறதோ (எந்த அர்த்தத்தில் என்றால், நம்முடைய வழக்கமான புலனுணர்வு நம் முன் எது தோன்றுகிறதோ அதைச் செயலற்ற பார்வையாளராக இருந்தே பெற்றுக்கொள்கிறது) அந்த அளவுக்கு அனுபவமும் செயலூக்கமற்றதாகவே இருக்கிறது. ஒரு பழத்தைச் சாப்பிட்டு அதன் ருசியை அனுபவிக்கிறோம்: அந்தப் பழத்தின் வண்ணத்தைப் பார்ப்பது எவ்வாறு செயலூக்கமற்ற தன்மையில் இருக்கிறதோ, அதற்கு நிகராகத்தான் பழத்தை ருசிக்கும் அனுபவமும் இருக்கிறது. (இதற்கு மாறாக, சிந்தித்தல் என்பது செயலூக்கம் கொண்டதாக இருப்பதோடு, அது விருப்பத்துணிவையும் விருப்புறுதியையும் கொண்டிருப்பதாகவும் இருக்கிறது.)

இருந்தாலும், புலனுணர்வு குறித்த இந்தப் பார்வை பல்வேறு தளங்களிலிருந்து எதிர்க்கப்படுகிறது. இந்த எதிர்ப்பு புலனுணர்வு குறித்த பண்டைய தத்துவங்கள் சார்ந்தும் நடக்கிறது, சமகாலத் தத்துவங்கள் சார்ந்தும் நடக்கிறது. நாம் ஒரு பொருளைப் பார்க்கிறோம் என்றால், அந்தப் பொருள் குறித்த 'தகவல்கள்' முதலில் கண்களால் உள்வாங்கப்படுகின்றன. இறுதியாக, மூளையால் உள்வாங்கப்படுகின்றன. நம்முடைய மூளை நாம் பார்க்கும் பொருளின் 'படிமத்தை' நமது பிரக்ஞைக்குள் எப்படியோ மறுவுருவாக்கம் செய்கிறது. இந்தக் காரணியத்தால்தான், சில தத்துவவியலாளர்கள் மூன்றாவது கண் என்ற கருத்தை முன்வைக்கிறார்கள். நாம் மூன்றாவது கண் என்ற கருத்தை ஏற்றுக்கொள்ள மறுப்போமானால், ஒரு பொருள் புலன் தரவுத் தொகுப்பாக மாற்றப்படுகிறது என்று முன்வைக்கும் புலன்–தரவுக் கோட்பாட்டை நாம் உபயோகிக்க வேண்டியிருக்கும். அதனால்தான், புலனுணர்வுக்கான உண்மையான பொருள் உலகத்தில் உள்ள பொருளாக இல்லாமல், புலன்–தரவு சார்ந்த பொருளாகிறது.

புலனுணர்வு குறித்த நீண்ட வரலாற்றில், நேரடித்தன்மையிலான புலனுணர்வு குறித்த கேள்வி திரும்பத்திரும்ப முன்வைக்கப்படுகிறது. நாம் உணர்ந்தறியும் உலகத்தை நேரடியாக அறிந்துகொள்கிறோம் என்று நேரடிப் புலனுணர்வு கோருகிறது. புலன்கள் ஊடாக உணர்ந்துகொள்ளும் இந்த உலகத்துக்கும், அதுவாகவே இருக்கும் இந்த உலகத்துக்கும் இடையே இடையீட்டாளர் ஏதுமில்லை என்றே இதற்கு அர்த்தமாகிறது. நாம் பார்ப்பதைத்தான் நேரடியாகப் பார்க்கிறோமா அல்லது நாம் பார்ப்பதை வேறொன்றாகப் பார்க்கிறோமா என்பதுதான் பிரச்சினையாகிறது. ஸ்மித் விவரிப்பதுபோல்,[7] நேரடிப் புலனுணர்தல் என்பது, புலனுணர்வுக்கான பொருட்கள் 'வேறொன்றாக உணர்ந்தறியப்படுவதில்லை' என்ற அர்த்தத்தையே கொண்டிருக்கிறது. ஒரு பொருளை 'அதிலிருந்து வேறொன்றாக உணர்ந்தறிவதன் ஊடாகவே' குறிப்பிட்ட அந்தப் பொருளை நாம் உணர்ந்தறிய முடியும் என்று வாதிடுகிறது மறைமுக யதார்த்தவாதம்.[8] எடுத்துக்காட்டாக, பல மறைமுக யதார்த்த முன்வைப்புகளில் 'புலனுணர்வான உடலுணர்வே' நம்முடைய உடனடியான புலனுணர்வாகின்றன. இத்தகைய உடலுணர்வுகள் விழிப்புணர்வு, உணர்ச்சிகள் போன்ற சொற்களால் விவரிக்கப்படுகின்றன: இங்கு அனுபவம் நேரடியாகத் தொடர்புகொண்டிருப்பதை உடனடியாக நம்மால் பார்க்க முடியும். நாம் இந்த வழியைப் பின்பற்றுவோம் என்றால், நாம் முதலில் அனுபவத்தைப் பெறுகிறோம் என்பதுபோல் தெரிகிறது. இந்தக் காரணியத்தாலேயே நாம் புலனுணர்வுக்கான பொருட்களை உணர்ந்தறிந்துகொள்வதாக நினைக்கிறோம். இப்படியாக 'புலனுணர்வுரீதியான அனுபவங்கள், நம்மைச் சுற்றியுள்ள பௌதிகச் சூழல் குறித்து விழிப்புணர்வை உருவாக்குவதைவிட, அவையே நம்முடைய உடனடி விழிப்புணர்வுக்கான பொருட்களாக இருக்கின்றன'.[9]

7 *Smith (2002:6).*
8 *Ibid.*
9 *Ibid., p. 8.*

ஒருவேளை பொய்த்தோற்றம், மிரட்சி போன்ற நிலைகள் மறைமுகப் புலனுணர்வுவை ஆதரிப்பதற்கான காத்திரமான காரணியங்களாக இருக்கலாம். இவ்விரண்டு நிலைகளிலும், யதார்த்த உலகத்தோடு எத்தகைய தொடர்பும் இல்லாமல் உடலுணர்வுகளை உணர்ந்தறிந்துகொள்வதுபோல் தெரிகிறது. இதிலிருந்து ஒருவர், எல்லாப் புலனுணர்வுகளும் இடையீட்டாளரைச் சார்ந்து இருக்கின்றனவே தவிர உலகத்தில் உள்ள பொருட்களோடு எவ்விதத்திலும் நேரடித்தன்மையிலானதாக இல்லை என்று வாதிட முடியும்.

நேரடி யதார்த்தவாதம் குறித்து முன்வைக்கப்படும் விமர்சனங்களில் எது முக்கியமானது என்றால், பௌதிகப் பொருட்களை நேரடியாகப் புலனுணர்கிறோம் என்பதை இந்த விமர்சனங்கள் ஏற்றுக்கொள்ளாவிட்டாலும், 'நேரடியான அனுபவங்களை ஏற்றுக்கொள்ள' வேண்டியுள்ளது. ஆனால், அனுபவம் அதனளவில் உடனடித்தன்மை கொண்டிருக்கின்றன என்று நாம் ஏன் நம்ப வேண்டும்? நாம் அனுபவிப்பது இடையீடு கொண்டிருக்கும் ஒன்றாக ஏன் இருக்கக் கூடாது? ஸ்மித்தைப் போலவே, நேரடி யதார்த்தவாதத்தை ஆதரிப்பவர்களுக்கு 'புலனுணர்வுரீதியான பிரக்ஞை'யை 'வெறுமனே உடலுணர்வு' கொள்வதிலிருந்து வேறுபடுத்திப்பார்க்க வேண்டியது முக்கியமாக இருக்கிறது. ஏனெனில், உடலுணர்வுகள் உண்மையிலேயே 'பொருட்கள் குறித்தான விழிப்புணர்'வாகின்றன என்பது அவ்வளவு வெளிப்படையானதாக இருக்கிறது.[10]

பொருட்களையும் உடலுணர்வையும் வேறுபடுத்திப்பார்ப்பதற்கான ஒரு தரவரையறையான முறையானது, உடலுணர்வுகள்போல் அல்லாமல், பொருட்கள் நமக்கு வெளியே இருக்கின்றன என்று நம்பும் பத்தாம்பசலித்தனமான பார்வையை அடிப்படையாகக் கொண்டிருப்பதாகிறது. இத்தகைய பொருட்கள், உடலுணர்வுகள்போல் அல்லாமல், மற்றவர்களின் புலனுணர்வுக்கான பொருட்களாகவும் இருக்கின்றன. இத்தகைய சாதாரண வேறுபாடுகள், உடலுணர்வையும் புலனுணர்வையும் தத்துவவியலாளர்கள் வேறுபடுத்திப்பார்க்கும் மரபில் மிக நீண்ட காலமாகத் தாக்கம் செலுத்திவருகின்றன. ஸ்மித் சுட்டிக்காட்டுவதுபோல், இந்த வேறுபாடு புலனுணர்வை 'கூடுதலாக, தனித்துவமான அறிதிறன், அதாவது மூளையின் செயலை' பின்துணையாகக் கொண்டிருக்கும் உடலுணர்வாகப் பார்ப்பதன் ஊடாகவே நிலைநிறுத்தப்படுகிறது.[11] இவ்வாறு கூடுதல் பின்துணையாக இருப்பது எண்ணம் அல்லது கருத்தாக்கம் போன்ற சொற்கள்தான். இந்தப் பார்வையில், புலனுணர்வின் பிரத்யேகத்தன்மை என்பது அது உடலுணர்வோடு சேர்ந்து கோட்பாடுகளையும் கொண்டிருக்கும் ஒன்றாகிறது. ரீட் (Reid) முன்வைப்பதன் அடிப்படையில் பார்த்தால் புலனுணர்வுக்கும் உடலுணர்வுக்கும் இடையே வேறொரு வேறுபாடும் காணப்படுகிறது. அதாவது, புலனுணர்வுக்கான பொருள் என்று ஒன்று உள்ளது என்றாலும்,

10 *Ibid., p. 66.*
11 *Ibid., p. 67.*

உடலுணர்வு அதனளவில் ஒரு பொருளாகிறது. இந்தப் பார்வையை, ஒருசில மாற்றங்களோடு ரீட், கான்ட், சேல்லார்ஸ் (Sellars) என்று பல தத்துவவியலாளர்கள் கொண்டிருந்தார்கள். உடலுணர்வுக்கு அப்பாலும் அதற்கு மேலாகவும் புலனுணர்வை அமைப்பாக்கம் செய்வது நம்பிக்கைகளும் கருத்தாக்கங்களுமே என்பதாகப் பார்க்கப்படுகிறது. ஆக, உணர்ந்தறிவது நம்பிக்கைகளையும் கருத்தாக்கங்களையும் கொண்டிருப்பதோடு, புலனுணர்வு தொடர்பான அனுபவத்தை அதனுடன் கொண்டிருப்பதாகவும் இருக்கிறது. நேரடி யதார்த்தவாதத்தை ஏற்றுக்கொள்பவர்களைப் பொறுத்தமட்டில் புலனுணர்வில் கருத்தாக்கங்கள் பங்காற்றுகின்றன என்ற கருத்து ‘வழிதவறிய’ ஒன்றாகிறது.

புலனுணர்வு தவிர்க்க முடியாமல் கருத்தாக்கங்களோடு இணைந்து பங்காற்றுகின்றன என்று நம்புவதற்குப் பல நல்ல காரணியங்கள் உள்ளன. இந்தப் பார்வை நாம் ஏன் புலனுணர்வுரீதியாகத் தீர்மானங்களுக்கு வருகிறோம் என்பதை விளக்குவதுபோல் தெரிகிறது. அதாவது, நாம் சில பொருட்களை சில வழிகளில்தான் அடையாளம் காண்கிறோம். நாம் சில கருத்தாக்கங்களைக் கொண்டிருக்கிறோம் என்றால், பொருட்களை அந்தக் கருத்தாக்கங்களுக்கு உட்பட்டே நாம் அடையாளம் காண்கிறோம். தீர்ப்புரைத்தலைப் புலனுணர்வாகப் பார்க்கும் தவறை நாம் செய்யக் கூடாது என்றும் ஸ்மித் வாதிடுகிறார். ஏனெனில், இரண்டு தனிநபர்கள் ஒத்தக் கருத்தாக்கத்தைக் கொண்டிராதபோதும், அவர்கள் உணர்ந்தறியும் பொருளை ஒரே மாதிரிதான் புலனுணர்ந்துகொள்கிறார்கள். புலனுணர்வானது கருத்தாக்கங்களைக் கொண்டிருக்கிறது என்ற வாதத்துக்கு ஸ்மித் மூன்று முக்கியக் காரணியங்களை முன்வைக்கிறார்: இது புலனுணர்வு நோக்கத்தைக் கொண்டிருக்கும் பண்பை விவரிக்கிறது; இது புலனுணர்வு ஏன் தீர்ப்புரைப்பதாகிறது என்பதை விளக்குகிறது – ஒன்றை ஒன்றாக நாம் உணர்ந்தறிவது; மேலும், இது பொருட்களின் அடையாளம் குறித்தும் விளக்குகிறது – அதாவது, ஒரு பொருள் பல்வேறு சூழ்நிலைகளில் பல்வேறு விதமாக அதை வெளிப்படுத்திக்கொண்டாலும், நாம் ஒரே பொருளைப் பார்ப்பதாக நினைத்துக்கொள்கிறோம்.[12]

மேலே கூறியிருப்பதைப் பலவீனப்படுத்தும் விதமாக ஸ்மித் எல்லாப் புலனுணர்வும் கருத்தாக்கங்கள்தான் என்ற வாதத்தை முன்வைக்கிறார். குழந்தை, மிருகம் போன்றவை உணர்ந்தறிகின்றன என்றாலும் அவை எத்தகைய கருத்தாக்கங்களையும் கொண்டிருக்கவில்லை என்று ஒரு வாதம் முன்வைக்கப்படுகிறது. மற்றொரு வாதம், உண்மையிலேயே கருத்தாக்கம் என்றால் என்ன என்ற விமர்சனத்தை உள்ளடக்கியதாக இருக்கிறது. நாம் பலவற்றை, அவை என்னவென்று எத்தகைய கருத்தாக்கங்களும் இல்லாமல்தான் உணர்ந்தறிகிறோம் என்பதே கருத்தாக்கவாதிகளுக்கு முன் இருக்கும் மிகப் பெரிய சவாலாக இருக்கிறது. ஸ்மித்தின் வாதங்கள் பெரும்பாலும் பொருட்கள் தொடர்பானதாக இருக்கின்றன என்றாலும், நாம்

12 Ibid., pp. 97–8.

அவற்றை இயங்கல் (motion) போன்ற புலனுணர்வு சார்ந்த செயல்பாடுகளுக்கு விரிவுபடுத்த முடியும்.

இருந்தாலும், கருத்தாக்கவாதத்தை மறுதலிப்பதற்குக் குறிப்பிட்ட கருத்தாக்கத்தைக் கொண்டிராமல் இருப்பதோ, 'சரியான' கருத்தாக்கத்தைக் கொண்டிராமல் இருப்பதோ போதுமான காரணிகளாக இருக்க முடியாது. விஷயம் என்னவென்றால், நாம் ஏற்கெனவே கருத்தாக்கங்களால் நிரப்பப்பட்டு இருக்கிறோம் – அவை, குறிப்பிட்ட புலனுணர்வுக்கு ஏற்றவையா இல்லையா என்பது பிரச்சினையல்ல. சொல்லப்போனால், புலனுணர்வு ஊடாக ஏற்படும் பொருந்தாமை வழியாகவே நாம் கருத்தாக்கங்களைக் கற்றுக்கொள்கிறோம். மேலும், நேரடியாகப் புலனுணர்தலைக் கருத்தாக்கங்கள் கடினமாக்குகின்றன என்று நாம் அறிந்துகொள்ளும்போது, கருத்தாக்கங்கள்-இல்லாத-புலனுணர்வை மீட்டெடுப்பது சாத்தியமில்லாத ஒன்றில்லை என்றாலும் மிகக் கடினமானதாகிறது. அதாவது, நான் ஒரு கருத்தாக்கத்தைக் கொண்டிருக்கும்போது, அதற்குள் என்னுடைய புலனுணர்வைப் பொருத்தும்போது, நான் அந்தப் பொருளை வேறு விதமாக அணுகுவது எனக்கு சாத்தியமில்லாமல்போகிறது. நாற்காலி என்றால் என்னவென்று அறிந்துகொள்ளாமல், என்னால் ஒரு 'நாற்காலி'யை நாற்காலியாகப் பார்க்க முடியாது. ஆனால், நான் நாற்காலி குறித்துக் கருத்தாக்கம் கொண்டிருக்கும்போது, புலனுணர்வில் அதை நாற்காலி என்பதைத் தவிர வேறெதுவாகவும் ஏன் என்னால் பார்க்க முடியாமல்போகிறது? மேலும், ஒரு குறிப்பிட்ட புலனுணர்வு அதோடு தொடர்புடைய குறிப்பிட்ட கருத்தாக்கத்தைக் கொண்டிருக்க வேண்டும் என்ற அவசியம் ஏதுமில்லை. புலனுணர்வு எப்போதும் அதன் அடிநாதமாகக் கருத்தாக்கத்தைக் கொண்டிருக்கிறது என்பது மட்டுமே போதுமானதாகும். ஒரு பொருளை என்னவென்று அறிந்துகொள்வது கருத்தாக்க அடிப்படைகளைச் செழுமைப்படுத்தவே செய்கிறது.

இந்த இயலில் என்னுடைய நோக்கம் அனுபவம், கோட்பாடு, அறம் ஆகியவற்றுக்கு இடையேயான உறவை ஆய்வுசெய்வதாக இருப்பதால், நான் மேலே விவரித்திருப்பதன் அடிப்படையில் இரண்டு விஷயங்களை முன்வைக்க விரும்புகிறேன்: முதலாவதாக, தத்துவத்தில் வேறு சில மரபுகள் இருக்கின்றன என்று அங்கீகரிக்க வேண்டியுள்ளது. குறிப்பாக, பௌத்தர்களுக்கும் நியாயாதிகளுக்கும் இடையேயான விவாதங்கள். இவை கருத்தாக்கரீதியான, அ-கருத்தாக்கரீதியான புலனுணர்வு குறித்துப் பேசுகின்றன. மற்றொன்று, கருத்தாக்கவாதிகளின் நிலைப்பாட்டை, அதாவது உடலுணர்வு உடனடித்தன்மை கொண்டது என்றும் அ-கருத்தாக்கரீதியானவை என்றும் முன்வைக்கும் நிலைப்பாட்டை முற்றிலும் வேறு திசையிலிருந்து விமர்சிப்பதாக இருக்கிறது. பிந்தையதன் விளைவு என்னவென்றால், அனுபவம் என்பதே கருத்தாக்கங்களால் இடையீடு செய்யப்பட்டதுதான் என்று பார்க்க உதவும். இந்த இயலில் நான் முன்னர் விவரித்த கஞ்சா அனுபவம் 'உடனடித்தன்மை'யிலான கருத்தாக்கத்துக்கான சாத்தியப்பாட்டையே முன்வைக்கிறது.

புலனுணர்வு உடனடித்தன்மை கொண்டதா அல்லது கருத்தாக்கங்களால் இடையீடு செய்யப்பட்டதா என்று நீண்ட, சுவாரஸ்யமான விவாதங்கள் இந்தியத் தத்துவார்த்த மரபுகளில் காணப்படுகின்றன. புலனுணர்வு உடனடித்தன்மை கொண்டது என்றும் நேரடியானது என்றும் பௌத்தர்கள் வாதிடுகிறார்கள் என்றால், புலனுணர்வு கருத்தாக்கரீதியாக இடையீடு செய்யப்பட்டது என்கிறது நியாயாதிகள் மரபு. பௌத்த ஏரணவியலாளரான திக்நாகாவை (Dignaga) பொறுத்தமட்டில், புலனுணர்வு அனுபவத்தோடு இத்தகைய முறையில் தொடர்புகொண்டிருக்கும் ஒன்றாக இருக்கிறது: புலனுணர்வில் ஒருவர் சகல லக்ஷணங்களையும் உணர்ந்தறிந்துகொள்கிறார். அது சுயமான குணாம்சங்களைக் கொண்டிருப்பதோடு, 'தனித்துவம் கொண்டதாகவும், தனித்து இருக்கும் ஒன்றாகவும், உடனடித்தன்மையிலானதாகவும் இருக்கிறது'.[13] இந்த விவரிப்பைப் பார்த்தாலே இது அனுபவத்தோடு எவ்வளவு நெருக்கம் கொண்டிருக்கிறது என்பதை நம்மால் உடனடியாகப் பார்க்க முடியும். சொல்லப்போனால், அனுபவங்கள் தனித்துவம் கொண்டதாகவும், தனித்து இருக்கும் ஒன்றாகவும், உடனடித்தன்மை கொண்டதாகவுமே இருக்கிறது. (அனுபவங்களை அகவயமானது, புறவயமானது என்று பார்ப்பதற்குப் பதிலாக நாம் அதை ஒருமை, பன்மை அடிப்படையில் பார்ப்பது பயனுள்ளதாக இருக்கும் என்று நம்புகிறேன்.) திக்நாகாவைப் பொறுத்தமட்டில், பிரத்தியட்சம் என்ற சொல் – 'புலனுணர்வு' என்று மொழியாக்கப்படுவது – அதனளவில் உடனடி அனுபவத்தையே குறிக்கிறது. ஏனெனில், 'பிரத்தியட்சம்' என்பது 'கண்களுக்கு முன்னால்' என்ற அர்த்தத்தைக் கொண்டிருக்கிறது. இந்த உடனடித்தன்மைதான் புலனுணர்வில் கருத்தாக்கங்கள் செயல்படுவதில்லை என்ற முடிவுக்கு திக்நாகா வருவதைச் சாத்தியப்படுத்துகிறது. பௌத்தர்களைப் பொறுத்தமட்டில், செல்லுபடியாகக்கூடிய அறிவுக்கான வழிமுறையாக இருப்பது புலனுணர்வுகளும் அனுமானங்களுமே. அனுமானங்கள் என்று வரும்போதுதான் மொழியும் கருத்தாக்கங்களும் உபயோகிக்கப்படுகின்றன. தர்மகீர்த்தியைப் பொறுத்தமட்டில், ஒன்றைப் பார்ப்பதும், ஒன்றை ஒன்றாகப் பார்ப்பதும் இரண்டு வேறான அறிதிறன்களாகின்றன. புலனுணர்வு புறவயமாகப் பொருட்களைக் கொண்டிருக்கின்றன என்ற வாதத்தை மறுதலிப்பதற்கான வழியையும் தர்மகீர்த்தி நமக்கு உருவாக்கிக்கொடுக்கிறார். இவரது வாதங்களின்படி, கருத்தாக்கங்களால்தான் 'அறிதிறன்ரீதியாகத் தோன்றும் படிமங்கள், புறப்பொருட்களாகத் தோன்றுகின்றன'.[14] சொல்லப்போனால், நியாயாதிகளுக்கும் பௌத்தர்களுக்கும் இடையே கருத்தாக்கரீதியான புலனுணர்வு, அ-கருத்தாக்கரீதியான புலனுணர்வு குறித்து மிகச் செறிவான விவாதங்கள் காணப்படுகின்றன. இந்த விவாதங்கள் அனுபவங்கள் குறித்தும், கருத்தாக்கங்கள் குறித்தும் காணப்படும் சமகாலப் பிரச்சினைகள் சிலவற்றுக்குத் தெளிவு கொடுக்கக்கூடியவையாக இருக்கின்றன.[15]

13 Lysenko (2007: 20).

14 Ibid., p. 21.

15 இத்தகைய விவாதத்துக்குப் பார்க்கவும்: Chadha (2001); Chakrabarti (2000); Phillips (2004); Siderits (2004).

கருத்தாக்கவாதத்தின் இரண்டாவது பிரச்சினை என்னவென்றால், உடலுணர்வோடு சேர்ந்து கருத்தாக்கங்களை உபயோகிப்பதே புலனுணர்வாகப் பார்க்கப்படுகிறது (அதாவது, புலனுணர்வு = உடலுணர்வு + கருத்தாக்கம்). புலனுணர்வை இவ்வாறு இரண்டாகப் பிரிப்பதன் ஊடாக, உடலுணர்வு அனுபவரீதியான முறையில் உடனடியாகக் கிடைக்கக்கூடியதாகப் பார்க்கும் நம்பிக்கையை அடிநாதமாகக் கொண்டிருக்கிறது. இது, அனுபவம் என்பது எப்படியோ நமக்கு உடனடித்தன்மையில் கிடைக்கக்கூடியதாக இருக்கின்றன என்றும், மேலான ஒழுங்கு சார்ந்த அறிதிறனுக்குத்தான் கருத்தாக்கங்களும் நம்பிக்கைகளும் தேவைப்படுகின்றன என்றும் நாம் பொதுவாகக் கொண்டிருக்கும் நம்பிக்கைக்கு நம்மைக் கொண்டுவிடுகிறது. (இந்த நூல் முழுக்க நான் திரும்பத் திரும்ப முன்வைப்பது இதைத்தான்.) அனுபவம் இடையீடு செய்யப்பட்டதாக இருக்கும் சாத்தியப்பாட்டைப் புரிந்துகொள்வதற்கு அறுதியிட்ட, அறுதியிடாத புலனுணர்வு குறித்த இந்தியத் தத்துவார்த்த விவாதங்கள் நமக்குக் குறிப்புகள் கொடுக்கின்றன. (எக்ஸ்பீரியன்ஸ் என்ற சொல்லுக்குப் பல இந்திய மொழிகளில் காணப்படும் சொற்கள் அதற்குள்ளாக ஏன் அறிவுக்கான அர்த்தப்பாட்டையும் கொண்டிருக்கின்றன என்பதை இது விளக்குகிறது. பார்க்கவும்: இயல்-3.) அனுபவம், புலனுணர்வு குறித்த இந்த விரிவான விவாதம் எவ்வாறு அறரீதியான அக்கறைகளைக் கோட்பாட்டாக்கச் செயலுள் நுழைக்கின்றன என்று புரிந்துகொள்ள வழிவகுக்கிறது. அடுத்த பகுதியில் நான் இது குறித்து விவாதிக்கிறேன்.

பண்பாட்டுரீதியாக ஒழுங்கமைக்கப்படும் அனுபவம்

அனுபவத்தைத் தொடர்ந்துதான் அறிவு சாத்தியப்படுகிறது என்ற அனுபவவாதம் முன்வைக்கும் அடிப்படைகளை நாம் பின்பற்றுவோம் என்றால், கோட்பாட்டாக்கம் செய்தலின் மையத்தில் காணப்படும் உள்ளார்ந்த இறுக்கத்தை நம்மால் பார்க்க முடியும். இதற்குக் காரணியம் அனுபவமும் அறிவும் பலவிதமாகவும், ஒன்றுக்கொன்று முரணாகவும் விவரிக்கப்படுகின்றன. அனுபவம் ‘அகவயமானது’, அந்தரங்கமானது, உட்புறமானது என்பதுபோல் பார்க்கப்படுகிறது. அறிவு ‘புறவயமானது’, பொதுவானது, ‘வெளிப்புறமானது’ என்பதாகப் பார்க்கப்பட்டு நியாயப்படுத்தப்படுகிறது. கோட்பாடு அறிவோடு தொடர்புகொண்டதாக இருக்கிறதே ஒழிய அனுபவத்தோடு அல்ல. அந்தரங்கமான, ஒருமையிலான அனுபவத்திலிருந்து பொதுவான, பன்மையிலான கோட்பாடு நோக்கிய இந்த நகர்வு வெறுமனே ‘புறவயத்தன்மை’யிலான முறை சார்ந்தது மட்டுமல்ல. இந்த நகர்வு அறத்தோடு தொடர்புகொண்டதாகவும் இருக்கிறது. இதை நான் சில குறிப்பிட்ட எடுத்துக்காட்டுகளைக் கொடுத்து விளக்க முயல்கிறேன்.

அனுபவம், கோட்பாடு குறித்த இரண்டாவது இயலில், அனுபவத்தின் பின்னணியில் உரிமையாளர் பண்பு, ஆசிரியர் பண்பு இரண்டுக்கும் இடையேயான வேறுபாட்டை முன்வைத்திருக்கிறேன். நான் இந்தக் கருத்து முன்வைக்கும்

பிரச்சினையை இவ்வாறு மாற்றி முன்வைக்கிறேன்: நம்முடைய அனுபவங்களில் நம்முடையதாக இருக்கும் அனுபவங்கள் எவ்வளவு? என்னுடைய அனுபவங்களில் உண்மையிலேயே என்னுடையதாக இருப்பது எவ்வளவு? இந்தக் கேள்விகளை நாம் உரிமையாளர் பண்பு கொண்டு புரிந்துகொள்வோம் என்றால், நம் அனுபவங்கள் முழுக்கவும் நம்முடையதாகின்றன. இயல்-2ல் உரிமையாளர் பண்பு அர்த்தப்படுத்தப்பட்டிருக்கும் அடிப்படையில் சொல்வதென்றால், நம் அனுபவங்கள் மீது நாம் உரிமை கொண்டிருப்பதாக நம்புகிறோம். என் அனுபவங்கள் எனக்கு, எனக்கு மட்டுமே உடனடியாகக் கிடைக்கக்கூடியதாக இருக்கின்றன என்றும், எனக்கும் என் அனுபவத்துக்கும் இடையே எத்தகைய இடையீடும் இல்லை என்ற நம்பிக்கையையும் நாம் திடமாகக் கொண்டிருப்பதே காரணியமாகிறது. இதற்கு என்ன அர்த்தமாகிறது என்றால், நாம் அனுபவங்களைப் புரிந்துகொள்ள வேண்டும் என்றாலோ, அதை அர்த்தப்படுத்த வேண்டும் என்றாலோ கருத்தாக்கங்கள் பங்காற்றுகின்றன. அனுபவம் குறித்தான மேலாதிக்க நம்பிக்கையானது அனுபவம் நேரடித்தன்மையிலானது, இடையீடுகள் அற்றது என்பதாகவே இருக்கிறது.

இருந்தாலும், நம்முடைய மூலாதாரமான அனுபவம் – நீங்கள் விருப்பப்பட்டால் உடலுணர்வுகள் என்று வைத்துக்கொள்ளலாம் – ஏதோ ஒருவிதத்தில் ஏற்கெனவே உருவாக்கப்பட்டதாகவும் ஒழுங்கமைக்கப்பட்டதாகவுமே இருக்கிறது. நாம் விவாதித்த கஞ்சா எடுத்துக்காட்டு, நம்முடைய அனுபவங்களை நாம் எவ்வாறு அடையாளம் காண்பது என்று கற்றுக்கொடுக்கப்படாமல், நமது அனுபவங்களை நம்மால் அடையாளம் காண முடியாது என்ற பிரச்சினையைத்தான் வெளிப்படுத்துகிறது.[16] நான் என்ன வாதிடுகிறேன் என்றால், நம்பிக்கைகள், கருத்துகள் (கருத்தாக்கங்களாக இல்லை என்றாலும்) தாக்கம் செலுத்தாமல் அனுபவத்தை – எவ்விதமாக அர்த்தப்படுத்திக்கொண்டாலும் – பெறுவது சாத்தியமேயில்லை. நம்முடைய புலனுணர்வு மட்டுமே 'கருத்தாக்கங்களாக்கப்பட்ட ஒன்றாக இல்லை' – இன்னும் சற்றே நீட்டித்துச் சொல்வதென்றால், 'கோட்பாடுகளாக்கப்பட்டதாக இல்லை'. நம்முடைய அனுபவங்களே இப்படியாகத்தான் இருக்கின்றன. இப்படிச் சொல்வதன் வழியாக இடையீடு அற்ற அனுபவங்கள் எதுவுமில்லை என்று கோரவில்லை. அவ்வாறான அனுபவங்கள் இருக்கக்கூடும். ஆனால், அவை 'முரட்டு அனுபவங்களின்' ஒரு சிறு பகுதியாகவே இருக்க முடியும். அதாவது, இது கோட்பாட்டுரீதியானதற்கு முந்தைய நிலை அல்லது மொழியியல்ரீதியானதற்கு முந்தைய நிலையில் காணப்படும் 'முரட்டுத் தரவுகளுக்கு' ஒப்பானதாகும். ஒருவேளை, அத்தகைய முரட்டு அனுபவங்களே நம்முடைய குழந்தைப்பருவ

---

16 *பிலாஸ்பூர் கிராமத்தில் குழந்தை பெற்றுக்கொள்ளும் 'அனுபவத்தை' அவ்வளவு சுலபமாகக் கண்டெடுக்க முடியாததை விவரிக்கிறார். இதற்குப் பார்க்கவும்: Jefferey et al. (1989). இவ்விஷயத்தை நோக்கி என்னை நகர்த்தியதற்கும், இந்தப் பெண்களுக்குக் குழந்தை பெற்றுக்கொள்ளும் 'அனுபவத்தைக் கற்றுத்தர' வேண்டியிருந்தது என்று சொன்னதற்கும் ராகி கோஷலுக்கு நன்றியைத் தெரிவித்துக்கொள்கிறேன்.*

அனுபவங்களின் பகுதியாக இருக்கலாம். ஆனால், நாம் பிரக்ஞைபூர்வமாகக் கருத்தாக்கங்களைக் கைக்கொள்ளும் அந்தத் தருணத்திலேயே, கருத்தாக்கங்களை 'பயன்படுத்தும்' திறன் பெறும் அந்தத் தருணத்திலேயே, இடையீடு அற்ற அனுபவங்கள் பெறும் திறனை இழந்துவிடுகிறோம்.

இவ்வாறு நான் கோருவது, அனுபவத்தை உரிமையாளர் பண்பு சார்ந்து அணுகிய என் முந்தைய விவரிப்பில் சில மாற்றங்கள் முன்வைப்பதை அவசியமாக்குகிறது. நாம் கொண்டிருக்கும் கருத்தாக்கங்களுக்கு நாம் உண்மையிலேயே உரிமையாளராக இருக்கிறோமா என்று நாம் கேட்டுக்கொள்ள முடியும். ஒரு வாதத்துக்காக, அனுபவம் எப்போதும் இடையீடு செய்யப்பட்டதாகவே இருக்கிறது என்றும், கருத்தாக்கங்களால் ஒழுங்கமைக்கப்பட்டதாக இருக்கிறது என்றும் வைத்துக்கொள்வோம். அப்படியென்றால், இந்தக் கருத்தாக்கங்கள் 'என்னுடையதா'? இந்தக் கருத்தாக்கங்களுக்கு நான் உரிமையாளராக இருக்கிறேனா? இத்தகைய கருத்தாக்கங்கள் எனக்கு உடனடித்தன்மையில் கிடைக்கக்கூடியதாக இருக்கின்றனவா?

கருத்தாக்கங்கள் உள்ளியல்பானவை என்று சிலர் கோருகிறார்கள். இத்தகையவர்கள், நாம் கருத்தாக்கங்களைக் கொண்டிருக்கிறோம் என்பதை ஏற்றுக்கொள்கிறார்கள். ஆனாலும், பெரும்பாலும் உள்ளியல்பான கருத்தாக்கங்கள் என்பது சொற்பமானவை. மிகக் கடினமான போக்குகளை விளக்குவதற்கு, உள்ளியல்பான கருத்தாக்கம் என்று முன்வைப்பது எளிமையான ஒரு வழியாகிறது என்பதாலேயே இது சந்தேகக்கண் கொண்டு பார்க்கப்படுகிறது. உள்ளியல்பான கருத்து, உள்ளியல்பான கோட்பாடு போன்றவற்றில் பல பிரச்சினைகள் காணப்படுகின்றன – பெரும் தாக்கத்தை ஏற்படுத்திய முன்னீட்டுக் கருத்தாக்கங்கள் என்ற காண்டின் விவரிப்பு உட்பட. ஆனால், இத்தகைய வாதங்களைத் தொடர்வதற்கு நாம் உள்ளியல்பான கருத்து என்று எதையும் முன்வைக்க வேண்டியதில்லை. நான் என்ன வெளிக்கொணர விரும்புகிறேன் என்றால், அனுபவங்கள் இடையீடு செய்யப்பட்டதாக இருக்கின்றன என்ற பார்வை எவ்வாறு கோட்பாட்டாக்கச் செயலுக்குள்ளாக அறத்தைக் கொண்டுவரும் சாத்தியப்பாட்டைக் கொண்டிருக்கிறது என்பதைத்தான்.

எல்லாவற்றுக்கும் மேலாக, எல்லாக் கருத்தாக்கங்களும் அடிப்படையில் கோட்பாட்டாக்கச் செயலாகவே ஆகின்றன. நாம் சமூகம் குறித்தான அல்லது தனிமனிதர்களின் அனுபவங்கள் குறித்தான கோட்பாடுகளை விவரிக்கும்போது, பல்வேறு கருத்தாக்கங்களை முன்வைக்கிறோம். நவீன அறிவியலின் தொடக்கம், அளவிடக்கூடிய கருத்தாக்கங்கள் என்ற கருத்தமைவுக்குக் கடன்பட்டுள்ளது. கலிலியோவைப் பொறுத்தமட்டில் அறிவியலின் வேலை இவ்வுலகத்தைப் பிரத்யேகக் கருத்தாக்கங்களின் தொகுப்பு கொண்டு விவரிப்பதாக இருக்கிறது. அதாவது, அளவிடத்தக்கவை – அளவையும் கணிதத்தையும் சார்ந்திருப்பது – என்ற கருத்தாக்கம் கொண்டு விவரிப்பதாக இருக்கிறது. இந்தக் கருத்தாக்கங்கள் தவிர, ஒரு வெளிப்பாட்டை விவரிப்பதற்குப் பிற கருத்தாக்கங்களுக்கு

எத்தகைய இடமும் இல்லாமல்போனது. கருத்தாக்க வகைகளுக்கு இடையேயான இந்த வேறுபாடுதான், ஒரு கதையாடலை அறிவியல்ரீதியானது என்று அழைப்பதற்கு அவசியமானதாகிறது. இது, சமூக அறிவியல்களில் பண்புரீதியானதற்கும் அளவுரீதியானதற்கும் இடையே காணப்படும் அவநம்பிக்கையைத் தொடர்வதற்குப் பெருமளவு பங்காற்றுகிறது.

இப்படியாக, கோட்பாட்டாக்கம் செய்தல் என்பது ஒரு வெளிப்பாட்டை விவரிப்பதற்கு எத்தகைய கருத்தாக்கங்கள் அவசியமாகின்றன என்று தீர்ப்புரைக்கும் செயலாகிறது. அனுபவத்தைப் பொறுத்தமட்டில், அனுபவத்துக்கு மிகப் பொருத்தமான கருத்தாக்கம் எது என்று தீர்மானிக்கும் செயலாகிறது. இவ்வாறு முன்வைப்பதால், கருத்தாக்கங்கள் அனுபவங்களிலிருந்து சுதந்திரமானவை என்ற அர்த்தத்தைக் கொண்டிருக்க வேண்டிய அவசியமில்லை. நான் முன்னரே குறிப்பிட்டதுபோல், நாம் கருத்தாக்கங்களைக் கொண்டிருக்கிறோம் என்றால், அதைத் தன்னிச்சையாக அனுபவத்தோடு பொருத்திப்பார்க்கிறோம். இப்படியாக, நம் பெரும்பாலான அனுபவங்கள் இடையீடு செய்யப்பட்டவையாகவே இருக்கின்றன. இதற்கு அர்த்தம் என்னவென்றால், நம் அனுபவங்களை நாம் என்னவாக அடையாளம் காண்கிறோம் என்பது, அந்த அனுபவங்களை அர்த்தப்படுத்திக்கொள்ள எத்தகைய கருத்தாக்கங்களை நாம் பயன்படுத்துகிறோம் என்பதைச் சார்ந்திருக்கும் ஒன்றாகிறது. இத்தகைய கருத்தாக்கங்களின் தேர்வானது 'இயற்கையானது' அல்ல. ஏனெனில், கருத்தாக்கங்களைப் பயன்படுத்த வேண்டும் என்று கட்டளையிடுவதற்கு அனுபவம் அதற்குள்ளாக எதையும் கொண்டிருக்கவில்லை. இந்தத் தேர்வு அறிவறிவுரீதியானது மட்டுமல்லாமல், அறரீதியானதாகவும் இருக்கிறது. அதாவது, நமது அனுபவத்தை ஒரு குறிப்பிட்ட வழியில் அர்த்தப்படுத்திக்கொள்வதற்கு மட்டுமே நாம் கருத்தாக்கங்களைத் தேர்ந்தெடுப்பதில்லை. இந்த அனுபவங்களை விவரிப்பதற்கு எத்தகைய கருத்தாக்கங்களை நாம் பயன்படுத்தப்போகிறோம் என்ற அறரீதியான தேர்வையும் நாம் கொண்டிருக்கிறோம். குறிப்பிட்டுச் சொல்வதென்றால் சமூகத்தின், தனிமனிதர்களின் அனுபவங்களைப் பொறுத்தமட்டில் இது இப்படியாகத்தான் இருக்கிறது.

சில எடுத்துக்காட்டுகளைப் பார்ப்போம்: வலி போன்ற மிக அடிப்படையான உடல்ரீதியான அனுபவத்தை எடுத்துக்கொள்வோம். தலைவலி அல்லது வயிற்றுவலி அனுபவத்தை எடுத்துக்கொள்வோம். இத்தகைய வலிகள் கருத்தாக்கரீதியாக எதையும் கொண்டிருக்கவில்லை என்று ஒருவர் வாதிடக்கூடும். எல்லோரும் இத்தகைய வலியை இயற்கையாகவும் உடனடியாகவும் அடையாளம் காண்கிறார்கள். சொல்லப்போனால், நாம் இவற்றை முரட்டு அனுபவங்களாக எடுத்துக்கொள்ள வேண்டும். இருந்தாலும், இந்த எடுத்துக்காட்டுகளில்கூட கருத்தாக்கங்கள் நம் அனுபவங்களை எவ்வாறு ஒழுங்கமைக்கின்றன என்று பார்க்க முடியும். நாம் வலி நிவாரணக் கதையாடல்களைக் கணக்கில் எடுத்துக்கொள்வோம் என்றால், அனுபவத்தைக் கருத்தாக்கங்கள் ஊடாக மறுஒழுங்கமைப்புக்கு உட்படுத்தும்போது, இதே

போக்குகள் வேறு விதமான அனுபவமாகின்றன என்பதை நம்மால் பார்க்க முடியும். வலியைக் குணப்படுத்துவது அல்லது கட்டுப்படுத்துவது என்பது, கருத்தாக்கரீதியாக மறுஒழுங்கமைப்புக்கு உட்படுத்துவதன் ஊடாக எவ்வாறு அனுபவத்தின் குணாம்சம் மாற்றப்படுகிறது என்பதைப் படம்பிடித்துக் காட்டுவதாக இருக்கிறது. குறிப்பாக, தியானத்தின் ஊடாகக் குணப்படுத்தல் என்பது, வலி நிவாரணிகளை எடுத்துக்கொள்வதாக இல்லாமல் வலியை நாம் எவ்வாறு அனுபவிக்கிறோம் என்பதை அறிதிறன் ஊடாக மாற்றியமைப்பதைச் சார்ந்து இருக்கிறது. அலோபதிக்கு வெளியே பல மரபுகளில் வலியானது எந்த அளவுக்கு உடல்ரீதியானதாகப் பார்க்கப்படுகிறதோ அதே அளவுக்கு மனரீதியானதாகவும் பார்க்கப்படுகிறது. இப்படியாக, ஒருவர் வேறுப்பட்ட கருத்தாக்கச் சட்டகங்களை 'பயன்படுத்தி' வலியோடு ஒரு சமரசத்துக்கு வர முடிகிறது. இது எதைக் குறிக்கிறது என்றால் வலியை முதன்முதலாக உணரும் அனுபவமே குறிப்பிட்ட சட்டகத்தைச் சார்ந்து இருப்பதாக இருக்கிறது. அதைக் குணப்படுத்தும் முறைகள் நாம் வலி குறித்துக் கொண்டிருக்கும் முன்னீட்டுச் சட்டகத்தை மாற்றியமைப்பதாகவே இருக்கின்றன. வலி என்ற முரட்டு அனுபவத்தில்கூட, நாம் எத்தகைய கருத்தாக்க இடையீடுகளும் இல்லாமல் வலியை அனுபவிக்கிறோம் என்று பொதுவாகச் சொல்வதுபோல் அவ்வளவு எளிமையானதாக இல்லை. ஒருவேளை, வலி தாங்கும் சக்தியைப் பலர் பலவிதமாகக் கொண்டிருப்பதற்கான காரணியமும் இதுவாக இருக்கலாம்.

வலி போன்ற உயிரியல்ரீதியான அனுபவங்களே இடையீடு செய்யப்பட்டதாக இருக்கிறதென்றால், 'சமூக' அனுபவத்தை இடையீடுகள் இல்லாத ஒன்றாகப் பார்ப்பது இன்னும் எவ்வளவு கடினமானதாக இருக்கும் என்று நினைத்துப்பாருங்கள். 'மனிதத்தன்மையற்ற' சூழ்நிலையில் ஒருவர் வேலைபார்க்கிறார் என்று வைத்துக்கொள்வோம். அந்த மனிதர் அந்தக் குறிப்பிட்ட வேலையில் பங்கேற்பதன் வழியாகக் குறிப்பிட்ட அனுபவத்தைப் பெறுகிறார். இருந்தாலும், இந்தச் சூழ்நிலையில் நீடித்திருக்கும் புதிர் என்னவென்றால், தொழிலாளிகள் அவர்கள் பெறும் அனுபவத்தில் சிலவற்றை அவர்களாலேயே அடையாளம் காண முடியாமல் இருப்பதால்தான், தொழிற்சங்கங்களும் பிறரும் இந்தத் தொழிலாளிகளுக்கு 'கற்றுக்கொடுக்கும்' வேலையை ஏற்றுக்கொள்கிறார்கள். அதாவது, தொழிலாளிகள் அனுபவித்துக்கொண்டிருப்பதன் பண்பை அவர்களுக்கு வெளிச்சம் போட்டுக்காட்டும் கருத்தாக்கங்களை அவர்களுக்குக் கொடுக்கிறார்கள். இத்தகைய செயலை இவ்வாறு அர்த்தப்படுத்த முடியும்: தொழிற்சங்கங்கள் கருத்தாக்கங்களைக் கொடுத்து, தொழிலாளிகள் அவர்கள் பெறும் அனுபவத்தின் பண்பைப் புரிந்துகொள்ள அவர்களுக்கு உதவுகின்றன. மேலும், தொழிலாளிகள் கொள்ளும் 'முதல்' அனுபவம் இந்தக் கருத்தாக்கங்களுக்கு வெளியே இருக்கும் ஒன்றாகிறது. எனினும், இது தொழிலாளிகள் பெறும் அனுபவத்தின் பண்பைத் தவறாக அர்த்தப்படுத்துவதாகிறது. அவர்கள் முன்னரே சில கருத்தாக்கங்கள் அடிப்படையில்தான் 'உழைத்துக்கொண்டிருக்கிறார்கள்'. அவர்கள் கொண்டிருக்கும் கருத்தாக்கங்கள் தங்களது அனுபவங்களை மனிதத்தன்மையற்றது என்று அடையாளம் காண முடியாதவையாக

இருக்கின்றன. எடுத்துக்காட்டாக சுரண்டல், மனித உரிமை, ஒடுக்குதல், ஒதுக்கப்படுத்தல், இதுபோன்ற கருத்தாக்கங்கள் தொழிலாளிகளுக்கு அறிமுகப்படுத்தப்பட்ட பின்னர், அவர்கள் பெறும் அதே அனுபவத்தை வேறு விதமாக அடையாளம் காண்கிறார்கள். எந்த அளவுக்கு என்றால், அவர்கள் பெறும் அனுபவம் குறித்தான பல விவரிப்புகள் இப்போது புதிய கருத்தாக்கச் சொற்களால் நிரம்பியிருக்கின்றன. இவர்கள் இத்தகைய கருத்தாக்க விவரிப்புகளைப் பலதரப்பட்ட அனுபவங்களுக்கு உபயோகப்படுத்தவும் செய்கிறார்கள். இது அவர்களுடைய அனுபவத்தை வேறு விதமாக விவரிப்பது என்பதாக மட்டும் இல்லாமல், அறிதிறன்ரீதியாக வேறுபட்ட அனுபவமாகவும் ஆகிறது. இவ்வாறு கருத்தாக்கரீதியான வகைமைகளை மறுஒழுங்குக்குள் கொண்டுவருவதைப் பல புரட்சிகர இயக்கங்கள் அவர்களது செயல்பாட்டின் மையமாகக் கொண்டிருக்கின்றன என்பது ஏற்றுக்கொள்ளப்பட்ட கருத்தாக இருக்கிறது.

வெகுஜன சுயமுன்னேற்றப் புத்தகங்கள் இந்தச் செயல்பாட்டைக் கல்விப்புலவியலாளர்களைவிட ஒருவேளை வெற்றிகரமாகப் புரிந்துகொண்டிருக்கலாம். எடுத்துக்காட்டாக, ஃபீலிங் குட்[17] (Feeling Good) என்ற பிரபலமான நூல் அறிதிறன்ரீதியாகக் குணப்படுத்தும் அணுகுமுறையை முன்மொழிகிறது. இது வேறு ஒன்றும் இல்லை, நமது அனுபவத்தை நாம் முற்றிலும் வேறு விதமாகப் புரிந்துகொள்வதை அடிப்படையாகக் கொண்டிருக்கிறது. இந்த நூல் கொண்டிருக்கும் அணுகுமுறையின் முக்கியத்துவம் என்னவென்றால், நாம் முற்றிலும் இயற்கையானது என்றும், இடையீடுகள் அற்றது என்றும் நினைக்கும் நம்முடைய 'அடிப்படையான' அனுபவங்கள் மேல் கவனம்கொள்கிறது. கோபம், சந்தோஷம், வருத்தம், வலி போன்ற அனுபவங்களையெல்லாம் நாம் அறிதிறன்ரீதியாக வேறு விதமாகப் பார்ப்பதன் ஊடாக இவற்றை மறுஒழுங்கமைப்புக்கு உட்படுத்த முடியும். இவ்வாறு 'குணப்படுத்தும்' அணுகுமுறையின் முக்கியத்துவம் என்னவென்றால், நாம் ஒரு முறை இந்த அனுபவங்களை வேறு விதமாகப் பார்க்கத் தொடங்குவோம் என்றால், அதுவே நமக்குப் பழக்கப்பட்டதாகிவிடுகிறது. இதுபோன்ற, இதற்கு நிகரான அணுகுமுறைகளின் வெற்றி என்பது யதார்த்தத்தில் அனுபவத்தை முற்றிலும் அந்தரங்கமான ஒன்றாக, ஒருமையான ஒன்றாக அனுபவிப்பது எவ்வளவு சிரமமானது என்பதையே வெளிப்படுத்துகின்றன.

அனுபவங்களை அந்தரங்கமான ஒன்றாகவோ, அகவயமான ஒன்றாகவோ சுருக்க முடியாத காரணியம் என்னவென்றால், கருத்தாக்கங்கள் அந்தரங்கமான ஒன்றோ, அகவயமான ஒன்றோ அல்ல. மொழி பொதுவானது என்று நியாயாதிகள் சுட்டிக்காட்டுவதன் ஊடாக, அறிதிறன் குறித்து இதற்கு நிகரான வாதத்தையே அவர்கள் முன்வைக்கிறார்கள். ஒருவர் அவரது அனுபவம் குறித்துப் பேசுவதற்கு மொழியை உபயோகிக்கும் அந்தத் தருணத்திலேயே,

17 Burns (1980).

அந்த அனுபவம் தானாகவே பொதுவின் பகுதியாகிவிடுகிறது.[18] ஒரு குறிப்பிட்ட அனுபவத்தை ஒருவர் பெறுகிறார் என்று வைத்துக்கொள்வோம். ஒடுக்கப்படுதல் போன்ற அனுபவங்கள் இருக்கின்றன என்று அவரிடம் சொல்லப்பட்டவுடன், அந்த மனிதர் அவரது சொந்த அனுபவத்தை இந்தக் கருத்தாக்கம் கொண்டு விவரிப்பதை அனுமதிக்கிறது. இதற்கு அர்த்தம் என்னவென்றால், அவர் முன்னர் அனுபவித்த அதே அனுபவத்தைத்தான் இப்போதும் அனுபவிக்கிறார் என்றாலும், இப்போது அவரது அனுபவம் ஒடுக்கப்படுதல் என்ற கருத்தாக்கத்தின் ஊடாக வடிகட்டப்பட்டதாகிறது. இது அவரது அனுபவம், அவரது புலனுணர்வைத் தீவிரமாக மாற்றியமைப்பதோடு மட்டுமல்லாமல், அவரது செயல்பாடுகளையும் மாற்றியமைக்கிறது. பெண்ணியவாதம், அனுபவங்களை வேறு விதமாக விவரிப்பதற்குக் கருத்தாக்கங்கள் எந்த அளவுக்கு ஆற்றல்மிக்கதாகப் பயன்படுத்த முடியும் என்பதையே நிரூபிக்கிறது. சமூக அணிதிரட்டலுக்கும் சமூக மாற்றத்துக்கும் பல்வேறு கருத்தாக்கங்களை எவ்வளவு வல்லமையோடு பயன்படுத்த முடியும் என்பதை தலித் இயக்கங்கள் காட்டியுள்ளன.

இப்படியாக, நமது அனுபவங்களை மாற்றி அறிந்துகொள்வதற்குக் கருத்தாக்கங்களைக் கைக்கொள்வது இவ்வளவு முக்கியமானதாக இருக்கிறதென்றால், அதில் அறம் எவ்வாறு நுழைகிறது என்று நம்மால் புரிந்துகொள்ள முடியும்: கருத்தாக்கங்களைத் தேர்ந்தெடுப்பது அறரீதியான தீர்மானமாக இருக்கிறது. இந்தத் தீர்மானம் வெறுமனே அறிவறிவுரீதியான அல்லது அரசியல்ரீதியானதாக மட்டுமானதாக இல்லை. மானுடச் சமூகங்களின் வரலாறு மிகத் தெளிவாக வெளிப்படுத்துவதுபோல், அனுபவங்களைக் கருத்தாக்கரீதியாக மறுஒழுங்கமைப்புக்கு உட்படுத்த அனுமதிக்க மறுப்பதன் ஊடாகவே ஒடுக்குதல் சாத்தியப்படுகிறது. அடிமைப்பட்டுக் கிடப்பவர்கள் சில வகையான கருத்தாக்கங்களைத் தேர்தெடுக்காமல் பார்த்துக்கொள்வது, அத்தகைய கருத்தாக்கங்கள் அவர்களுக்குக் கிடைக்காமல் பார்த்துக்கொள்வது போன்றவை ஊடாகவே அடிமைத்தனத்தைத் தொடர முடிகிறது. தொழிலாளர் போராட்டங்களும் சமூகச் சீர்திருத்த இயக்கங்களும் ஒடுக்கப்பட்டவர்களுக்கும் அடிமைப்பட்டவர்களுக்கும் வேறு வகையான கருத்தாக்கங்களைக் கொடுக்கின்றன. இந்த அளவுக்கு வல்லமை கொண்டு இருப்பதாலேயே, தனிநபர்கள் மற்றும் சமூக அனுபவங்களை விவரிப்பதற்கு நாம் சரியான கருத்தாக்கங்களைத் தேர்ந்தெடுப்பது அறரீதியாக அவசியமானதாகிறது. இங்குதான், குறிப்பாக இந்தியாவில் சமூகக் கோட்பாட்டாக்கம் மிகப் பெரிய சவாலை எதிர்கொள்ள வேண்டியுள்ளது.

இந்தியச் சமூகம் குறித்துப் பெறும் அனுபவங்களை ஒரு சமூக அறிவியலாளர் எவ்வாறு அர்த்தப்படுத்திக்கொள்கிறார்? அதை அவர் எவ்வாறு புரிந்துகொள்கிறார்? எவ்வாறு கோட்பாட்டாக்கம் செய்கிறார்? எது குறித்து வேண்டுமென்றாலும் எவர் வேண்டுமென்றாலும் கோட்பாட்டாக்கம்

---

18 *Matilal (1986).*

செய்யலாம் என்ற நம்பிக்கையைப் பிரச்சினைக்குரியதாகப் பார்க்கும் குருவின் அசலான வாதங்களின் பின்னணியில் நாம் இந்தக் கேள்வியை கேட்டுக்கொள்ள முடியும்: கோட்பாடு செய்வதற்கான ஆற்றலாக ஒருவர் எதைக் கொண்டிருக்க வேண்டும்?

இந்தியாவிலிருந்தும் வெளியிலிருந்தும் பெரும் அளவிலான அறிஞர்கள் இந்தியச் சமூகத்தை விவரித்திருக்கிறார்கள். கோட்பாட்டாக்க மரபில், சமூகக் கோட்பாட்டாக்கம் குறித்தமட்டில் அது இன்னும் ஆங்கிலேய-அமெரிக்க மற்றும் ஐரோப்பிய மரபுகளால் பெருமளவு தாக்கம் பெற்றதாக இருக்கிறது. 'இந்திய' அனுபவத்தை விவரிக்கப் பயன்படுத்தப்படும் கோட்பாட்டுரீதியான சொல்லாடல்கள், அந்தந்தச் சமூகங்களை விவரிக்கப் பயன்படுத்தப்பட்டவற்றிலிருந்து பெறப்பட்டதாக இருக்கின்றன. கோட்பாடுகளும் கருத்தாக்கங்களும் உலகளாவிய தன்மை கொண்டிருக்கின்றன என்ற நம்பிக்கையின் அடிப்படையிலேயே இவை பெரும்பாலும் கடன் பெறப்படுகின்றன. அதாவது, ஒரு சமூகத்தை விவரிக்க ஏதுவாக இருக்கும் ஒன்று மற்றொரு சமூகத்தை விவரிக்க அப்படியே பயன்படுத்த முடியும் என்றாகிறது.

கோட்பாடுகளை இவ்வாறு கடன்பெறுவதில் இரண்டு அம்சங்கள் காணப்படுகின்றன: ஒன்று, 'மேற்கிலிருந்து' கோட்பாட்டுரீதியான கட்டமைப்பை சுலபமாகத் தன்வயப்படுத்திக்கொள்ள முடிகிறது. மற்றொன்று, இந்தியச் சூழலிலிருந்து உருவாகும் கோட்பாடுகளை, பொதுவாக நிராகரிப்பதாக இருக்கிறது. அதாவது, மேற்கில் உருவாக்கப்பட்ட, வளர்த்தெடுக்கப்பட்ட கோட்பாட்டுரீதியான உலகை மிகுதியாகச் சார்ந்திருப்பதோடு மட்டுமல்லாமல், இந்தியாவிலும் மேற்கு அல்லாதவற்றிலும் காணப்படும் கோட்பாட்டுரீதியான வகைமைகளின் பயன்பாட்டை நிராகரிப்பதாகவும் இருக்கிறது. முந்தைய நிலைப்பாடு கோட்பாடுகள் உலகளாவியன என்ற கதை கொண்டு நியாயப்படுத்தப்படுகிறது என்றால், பிந்தையது இந்தியாவிலிருந்து தோன்றும் கோட்பாட்டுரீதியான வகைமைகளெல்லாம் இந்தியச் சூழல் சார்ந்து உருவாக்கப்பட்டிருப்பதால், இந்தியச் சூழலுக்கு மட்டுமே பொருந்திப்போகக்கூடியதாகப் பார்க்கப்படுகின்றன! ஒருவிதத்தில் இது குருவின் கோட்பாட்டுரீதியான பார்ப்பனர்கள், நடைமுறைரீதியான சூத்திரர்கள் என்ற வாதத்தின் நீட்சியாக இருக்கிறது.

ஆனால், இது வெறுமனே அறிவறிவுரீதியான பிரச்சினையாக மட்டுமே இருப்பதில்லை; அறரீதியான பிரச்சினையாகவும் இருக்கிறது. இதில் அறரீதியான பிரச்சினை என்பது, மேற்கத்தியக் கல்விப்புலம் சார்ந்தவர்கள் இந்தியக் கோட்பாட்டாக்க முயற்சிகளை நிராகரிக்கிறார்கள் என்பது அல்ல. இது இந்தியச் சமூக அறிவியலாளர்களின் நடைமுறையோடு தொடர்புகொண்டதாக இருக்கிறது. அதாவது, மேற்கத்தியக் கோட்பாட்டாக்கக் கட்டமைப்புகள் ஒப்பீட்டளவில் 'உள்வட்ட' கோட்பாடுகள், வரலாறுகள், கதையாடல்களைவிட மேலான முறையில் இல்லை என்றாலும், நல்ல முறையில் இந்திய

அனுபவத்தை விவரிக்கும் ஆற்றலைக் கொண்டிருக்கின்றன என்ற தொன்மத்தை இந்தியச் சமூக அறிவியலாளர்கள் தொடர்ந்துகொண்டிருக்கிறார்கள்.

இந்த வாதம் ஏதோ கோட்பாடுகள் தொடர்பானதுபோல் தோன்றலாம் என்றாலும் இவை அடிப்படையில் அனுபவங்கள் தொடர்பானதே. நாம் மேலே பார்த்ததுபோல், அனுபவங்கள் அதனளவில் கருத்தாக்கங்களால் இடையீடு செய்யப்பட்டதாகவே இருக்கின்றன. எவர் ஒருவரும் அனுபவத்தை 'அப்பாவித்தனமாக' அடையும் நிலையில் இல்லை. அனுபவரீதியான தளத்தில், நாம் எல்லோருமே கோட்பாட்டுரீதியான ஒழுங்கமைப்புகளுக்கு மத்தியில்தான் எப்போதும் இருக்கிறோம். மேலும், கருத்தாக்கங்களை நாம் பல வழிகளில் பெற்றுக்கொள்கிறோம் என்றும் பார்த்தோம். நாம் மற்ற கோட்பாடுகளிலிருந்து கருத்தாக்கங்களைப் பெற்றுக்கொண்டு, பிறகு அதை உபயோகித்து நம் அனுபவங்களைப் புரிந்துகொள்கிறோம். இந்தியச் சமூகக் கோட்பாட்டாக்கச் சூழலைப் பொறுத்தமட்டில், அது 'உலகளாவிய' கருத்தாக்கங்களால் – தொடக்கக் கால கிரேக்கச் சிந்தனையாளர்கள் தொடங்கி ஐரோப்பியச் சிந்தனையாளர்கள் வரை பெருமளவு தாக்கம் பெற்றதாக இருக்கிறது. எத்தனை ஐரோப்பியச் சிந்தனையாளர்கள் என்று பாருங்கள் – மார்க்ஸ், வெப்பர், டேர்க்கேம், டியூமோ, ஃபூக்கோ, தெரிதா, ஹாபர்மாஸ், மேலும் பலரும் கோட்பாட்டாக்கத்தில் மிகுதியாவே தாக்கம் ஏற்படுத்தியிருக்கிறார்கள். இந்தியச் சமூக அனுபவங்களைப் புரிந்துகொள்ள நேரடியாகவோ, இந்தச் சிந்தனையாளர்கள் ஊடாகவோ அரிஸ்டாட்டிலும் பிளாட்டோவும் எந்த அளவுக்குத் தொழப்படுகிறார்கள் என்று பாருங்கள். இந்தியச் சமூகக் கட்டமைப்பைப் புரிந்துகொள்ள, அதன் ரத்த உறவுகளைப் புரிந்துகொள்ள, ஏன் தீண்டாமையின் கோட்பாட்டாக்கப் பண்பைக் கண்டெடுக்கவும் (நான் இயல்-7ல் தீண்டாமையின் தோற்றப்பாட்டியல் குறித்துச் செய்திருப்பதுபோல்) வேறு வழியில்லாமல் மேற்கத்திய மூலங்களையே சார்ந்திருக்க வேண்டியுள்ளது. இந்த வெளிநோக்கிய பார்வையில் உள்ள போதாமை என்னவென்றால், முதலில் இந்த எழுத்தாளர்கள் எதை விவரிப்பதாக அனுமானித்துக்கொள்கிறார்களோ, அதன் சிக்கல்கள் குறித்துப் போதுமான புரிதல் அவர்களுக்கு இல்லாமல் இருக்கலாம் என்ற சாத்தியப்பாட்டை அவர்கள் பொருட்படுத்த மறுக்கிறார்கள் என்பதுதான். இரண்டாவதாக, உள்வட்டத் தளத்தில் செழிப்பான கோட்பாட்டாக்க முயற்சிகளுக்கு இது தடையாக இருக்கிறது. அதேசமயத்தில், இந்தியச் செவ்வியல், நாட்டாரியல் மரபுகள் முன்வைக்கும் கோட்பாட்டுரீதியான கட்டமைப்புகளோடு உரையாட முடியாத அளவுக்குப் பெரிய இடைவெளியும் காணப்படுகிறது. இந்தியா அல்லாத பிற சமூகங்களைப் புரிந்துகொள்ள இத்தகைய மரபுகளிலிருந்தும் ஏதேனும் உபயோகிக்கப்பட்டிருந்தாலும், அது மிகச் சொற்பமாகவே காணப்படுகின்றன. இந்த மேலாதிக்கமும் சமனற்றதன்மையும் இந்தியாவுக்கு மட்டுமே பொருந்தக்கூடிய பிரத்யேகமான ஒன்றில்லை. இந்த நோய்க்கூறு மேற்கு அல்லாத எல்லா அறிவார்த்தப் பங்களிப்புகளுக்கும் பரவியிருக்கிறது.

கோட்பாடுகள் உலகளாவியன என்றும், இவை இந்திய அனுபவங்களைச் சிறப்பாக விவரிக்கின்றன என்றும் மேற்கத்தியக் கருத்தாக்க அடிப்படையில் கோட்பாட்டுரீதியான உலகத்தைத் தன்வயப்படுத்திக்கொள்ளும் இந்தச் செயல் முறையானதா? முறையற்றதா? மேலும், மேற்கத்திய உலகில் வரலாற்றுரீதியாக, பண்பாட்டுரீதியாகத் தோன்றியவற்றுக்கு எதிர்வினையாகத்தான் இந்தக் கோட்பாடுகள் உருவாக்கப்பட்டுள்ளன என்று நாம் ஏற்றுக்கொள்வோம் என்றால், நாம் மேலே கேட்டிருக்கும் கேள்விக்கான பதிலை எவ்விதத்தில் மாற்றியமைக்கக்கூடியதாக இருக்கும்? நான் முன்வைக்கும் வாதத்தை விளக்கும் விதமாக ஒரு எடுத்துக்காட்டைக் கொடுக்கிறேன்: இந்தியாவில் மிகப் பிரபலமாக இருக்கும் ஃபிரான்ஸ் நாட்டைச் சேர்ந்த ஒரு கோட்பாட்டியலாளருடன் நடந்த உரையாடலின் சுருக்கம் இது. இந்திய மாணவர்கள் இந்தியச் சமூகம் மற்றும் பண்பாட்டுப் பின்னணிகளை விவரிப்பதற்கு அவரது பிரபலமான கோட்பாட்டை மிகையாக உபயோகிப்பது அவருக்கு ஆச்சரியத்தைக் கொடுக்கிறதா என்று அவரிடம் கேட்டேன். இந்தியாவில் தனது கோட்பாடுகள் மீது அக்கறை காட்டப்படுகிறதா, இல்லையா என்பது பற்றி தனக்கு அக்கறை இல்லை என்றும், அவர் எந்தச் சமூகத்தில் வாழ்ந்துகொண்டிருக்கிறாரோ அந்தச் சமூகத்தைப் புரிந்துகொள்ள வேண்டும் என்ற ஆழமான அக்கறையே அவரை உந்துவதாகவும் பதில் கொடுத்தார். சமகால ஐரோப்பா தவறாகப் புரிந்துகொள்ளப்பட்டுள்ளதால் கோட்பாட்டியலாளராக அவரது பொறுப்பானது அத்தகைய புரிதல்களைச் சரிசெய்வதற்கான வழியைக் கண்டெடுப்பதே என்றும் சொன்னார். சொல்லப்போனால், அவரது கோட்பாடுகள் விமர்சனப் பார்வையற்றுப் பல்வேறு இந்தியச் சூழல்களுக்குப் பயன்படுத்தப்படுவது தன்னை மனக்குழப்பத்துக்குக் கொண்டுவிடுவதாகவும் சொன்னார்.

நான் சொல்லவருவது இதுதான்: கோட்பாட்டுரீதியான கருத்தாக்கங்களையும் கட்டமைப்புகளையும் விமர்சனப் பார்வையற்றுத் தன்வயப்படுத்திக்கொள்வது என்பது சமூகக் கோட்பாடுகள் உலகளாவியன என்ற தொன்மத்தின் அடிப்படையில்தான் பெரும்பாலும் நடக்கிறது. சமூக அறிவியலின் மாதிரி, இயற்கை அறிவியலிலிருந்து மிக வசதியாக எடுத்துக்கொள்ளப்பட்டிருக்கும் ஒன்றாக இருக்கிறது. இயற்கை அறிவியல் கோட்பாடுகளில், இயற்கை அறிவியல் துறைகள் கொண்டிருக்கும் பிற பண்புகள்போலவே அந்தரங்கமான, வரலாற்றுரீதியான, பண்பாட்டுரீதியான எதற்கும் எந்தப் பங்கும் இல்லை என்று கோருவதன் ஊடாகவே உலகளாவியதன்மையை முன்மொழிகின்றன. அதாவது, இந்தக் கோட்பாடுகளில் மூலமாக இது உலகளாவியதாக்கப்படுகிறது. பிற நாகரிகங்களின் அனுபவங்களை எதிர்கொள்ளும் விதமாக அவற்றின் கோட்பாடுகள் சார்ந்து இந்தியச் சமூகக் கோட்பாடுகளைப் பொருத்துவதில் உள்ளார்ந்த தவறு என்று எதுவும் இல்லை என்றாலும், கோட்பாடுகள் உள்ளார்ந்து கொண்டிருக்கும் மேலாதிக்கத்தையும் அரசியலையும் பத்தாம்பசலித்தனமான அனுமானங்களைக் கொண்டு நிராகரிப்பது தவறு. இத்தகைய செயல்பாடு அதன் குணாம்சத்தில் இரண்டு நகர்வுகளைக் கொண்டிருக்கிறது: ஒன்று, கோட்பாடுகளை உலகளாவியதாக்குகிறது. அதேசமயத்தில், அனுபவங்களைத் தனிப்பட்ட ஒன்றாக்குகிறது. மற்றொன்று,

புறவயத்தன்மை என்ற அடிப்படையில் கோட்பாட்டுக்கும் அனுபவத்துக்கும் இடையேயான தொடர்பைத் துண்டிப்பதாகிறது.

கோட்பாட்டாக்கத்தின் அறம் குறித்த நிலைப்பாட்டை ஒரு திட்டமாக இப்படியாக வரையறுக்கலாம்: பிற பண்பாடுகள், சமூகங்கள் சார்ந்த கோட்பாடுகளை 'விமர்சனபூர்வமாக உலகளாவியன' என்று அங்கீகரிப்பது. அதேசமயத்தில், சொந்த வரலாற்றுரீதியான, அறிவார்த்தரீதியான மூலதனத்திலிருந்து எடுத்துக்கொள்வது. திட்டவட்டமாகச் சொல்வதென்றால், கோட்பாடு செய்வது என்பது சில வகையான கருத்தாக்கங்களையும் கட்டமைப்புகளையும் தேர்ந்தெடுப்பதாக இருக்கிறது. இந்தத் தேர்வை நாம் வெறுமனே அறிவறிவுரீதியாக மட்டுமே நியாயப்படுத்த முடியாது. ஒருசில அனுபவங்கள் குறித்துப் பேசும்போது எது சரியானது, எது தவறானது என்று அறரீதியாகப் பதில் சொல்லக்கூடியதாகவும் இருக்க வேண்டியுள்ளது. இப்படியாக, தேர்ந்தெடுக்கும் கருத்தாக்கங்கள் 'சரியானதா', இல்லையா என்று மட்டும் தீர்ப்புரைக்காமல் 'நியாயமானதா', இல்லையா என்றும் தீர்ப்புரைக்க வேண்டியுள்ளது. இது பின்னடைவு கொண்ட பார்வை என்றும், இது கோட்பாட்டாக்கச் செயலை நவீன அறிவியல் தொடக்கத்தின் முந்தைய காலத்துக்குத் தள்ளிவிடுவதாக இருக்கிறது என்றும் ஒருவர் வாதிடக்கூடும். ஆனால், இது நியாயமான விமர்சனம் அல்ல. பல கோட்பாட்டுரீதியான குறுக்கீடுகள், குறிப்பாக ஐரோப்பிய மரபு, இவற்றை உள்ளடக்கியதாக இருப்பதோடு, அவர்களது கோட்பாட்டுரீதியான வடிவாக்கங்களில் இன்னும் மேலான அறரீதியான அக்கறைகளைக் கொண்டிருப்பதாகவும் பார்க்க முடியும். தலித்துகளின் கதையாடல் முறையிலான வெளிகளை தலித் அல்லாதவர்கள் தன்வயப்படுத்திக்கொள்வது குறித்த குருவின் கவலையானது பிரதிபலித்தல் என்ற செயல்பாடு கொண்டிருக்க வேண்டிய அறரீதியான அக்கறையின் பண்பை வெளிப்படுத்துவதாக இருக்கிறது. இந்த அக்கறையானது இந்த இயலில் நாம் முன்னர் விவாதித்த ஆராய்வூக்கத்தின் அரசியலோடு தொடர்புகொண்டிருப்பதை நம்மால் உடனடியாகப் பார்க்க முடிகிறது.

கோட்பாட்டாக்கம் செய்தலை அறரீதியாக விசாரணைக்கு உட்படுத்தும்போது இத்தகைய கேள்விகள் எழுகின்றன: புறவயத்தன்மை என்ற வசதியான முகமூடியை அணிந்துகொள்வதற்குப் பதிலாக, கோட்பாடுகள் மிக வெளிப்படையாக ஆசிரியரின் அகவயத்தை உள்ளடக்கியதாக இருக்க முடியுமா? பொறுப்பில்லாத ஆராய்வூக்கத்துக்கும் நியாயமான அக்கறைகளுக்கும் இடையே உரையாடல் நடத்த முடியுமா? ஓர் ஆசிரியர் முன்வைக்கும் கூற்றுக்கும் அவரது வாழ்க்கைமுறைக்கும் இடையேயான உறவை நிறுவ முடியுமா? (இது கோட்பாட்டாக்கத்தின் காந்திய நிலைப்பாடாகும்.) மீண்டும் ஒரு முறை அனுபவத்துக்கும் கோட்பாட்டுக்கும் இடையேயான உறவை, எழுவாய்/பயனிலை என்பதாக இல்லாமல் ஒருமை/பன்மை சார்ந்து கணக்கில் எடுத்துக்கொள்ள முடியுமா?

நம்முடைய இன்றைய நடைமுறைகள் இதுபோன்ற அறரீதியான அக்கறைகளிலிருந்து முற்றிலுமாக விலகியிருக்கின்றன என்றில்லை. அகவயத்தை உள்ளடக்குவதானது சமூகத் தத்துவங்களின் ஒரு பிரிவில் மிக நீண்ட காலமாகக் காணப்படுகிறது. அறிவார்த்தப் புலமைக்கு அழுத்தம் கொடுப்பது எந்த அளவுக்குக் கல்விப்புலம் சார்ந்த எழுத்துகளின் இலக்கணமாக இருக்கிறதோ அந்த அளவுக்கு அறரீதியானதாகவும் இருக்கிறது. கருத்துக் களவுகளைத் தடுக்கும் விதமாக மூல நூல்களைக் குறிப்பது, சரியான மேற்கோள் காட்டுவதெல்லாம் அறரீதியானதன் பகுதியாகவே பார்க்கப்படுகின்றன. கோட்பாட்டாக்கம் செய்தலின் பகுதியாக இருக்க வேண்டிய நேர்மை, திறந்த பண்பு போன்ற அறிவார்த்தரீதியான நல்லொழுக்கங்கள் அறரீதியான அக்கறைகளைக் கொண்டிருக்கின்றன. ஆனால், கோட்பாட்டாக்கம் செய்தலின் மையமாக, நாம் எதைக் குறித்துச் சிந்திக்கலாம், எவ்வாறு சிந்திக்கலாம் என்று ஒழுங்கமைக்கக்கூடிய அறரீதியான அக்கறைகள் எதையும் கொண்டிருக்கவில்லை. எடுத்துக்காட்டாக, சரியாக மேற்கோள் கொடுப்பது, கருத்துக் களவைத் தவிர்ப்பது போன்றவை, சுற்றியிருக்கும் அறரீதியான பிரச்சினைகள் அடிப்படையில் கோட்பாட்டுரீதியான முடிவை வெளிப்படுத்தும் செயலோடு தொடர்புகொண்டதாக இருக்கின்றன. நான் முன்னர் விவாதித்துபோல், இயற்கை அறிவியலானது ஆராய்வூக்கம் என்பதற்குப் பின்னால் அதை மறைத்துக்கொண்டு அறத்திலிருந்து தப்பித்துக்கொள்கிறது. நான் வேறொரு இடத்தில் விவாதித்திருப்பதுபோல்,[19] ஆராய்வூக்கம் என்பது உண்மையில் தனிமனிதப் பண்பல்ல; அது *சமூகப்* பண்பாகிறது. பெரும்பாலும் அறிவியல்ரீதியான ஆராய்வூக்கம், ஆராய்வூக்கம் குறித்த சமூக முறைகளைப் பின்பற்றுவதாகவே இருக்கிறது. ஆக ஆராய்வூக்கம், அக்கறை, ஊக்கம் போன்றவற்றின் மீது அறத்தின் பளுவைச் சுமத்துவதன் வழியாக நாம் சிந்தித்தல், பிரதிபலித்தல், கருத்தாக்கங்கள் செய்தல், கோட்பாடுகள் செய்தல் போன்ற அடிப்படையான செயல்பாடுகளில் அறத்தைக் கொண்டுவருவதற்கு உதவுகிறது.

அறம் கொண்டிருக்கும் உள்ளார்ந்தக் கருத்தமைவுகளைச் சமூக அறிவியல் கோட்பாட்டாக்கம் செய்தலின் இன்றியமையாத பகுதியாக்க வேண்டும். எடுத்துக்காட்டாக மக்களை, குழுகங்களை வாசிப்பதில் அறரீதியான நிலைப்பாடு என்ன? கோட்பாட்டின் எழுவாயாக இருக்கும் மக்களே அதன் ‘ஆசிரியராக’வும் இருக்க முடியுமா? இனவரைவியல்ரீதியான எழுத்துகளில் இதற்கு நிகரான முயற்சிகள் மேற்கொள்ளப்பட்டிருக்கின்றன. ஆய்வாளர்கள், அவர்களது ஆய்வின் எழுவாயாக இருப்பவர்களை இணைத்துக்கொண்டு கூட்டு ஆசிரியர்களாவதற்கு மேற்கொண்ட முயற்சிகள் குறித்து மானென் (Maanen) விவாதிக்கிறார்.[20] கோட்பாடுகள் உலகத்தைச் சுற்றிவருவதில் ஜனநாயகரீதியான அறத்தை உள்ளடக்குவது சாத்தியமானதுதானா? வேறு வார்த்தைகளில் சொல்வதென்றால், ஒரு கோட்பாட்டாளர் உலகம் முழுவதிலும்

19 Sarukkai (2009b).
20 Van Mannen (1988).

காணப்படும் பல்வேறு கோட்பாடுகளுக்கும் மரபுகளுக்கும் சம அளவில் முக்கியத்துவம் கொடுப்பது அவரது தார்மீகக் கடமையின் பகுதியாகிறதா? அல்லது கோட்பாடு அதன் வரலாற்றுரீதியான போக்கைத் தொடரும் விதமாகக் கோட்பாட்டாக்கத் தளத்திலிருந்து குமுகங்களையும் பண்பாடுகளையும் விலக்கிவைக்கப்போகிறதா? அதாவது, கோட்பாடு செய்வதற்கான மேற்கல்லாத பண்பாடுகளின் ஆற்றலைத் தொடர்ந்து மறுக்கப்போகிறதா?[21] மொழி குறித்த கேள்விகளை அறத்தோடு தொடர்புடையதாகப் பார்க்கப்போகிறோமா அல்லது வெறுமனே பயன்பாட்டுத் தளத்திலானதாக அணுகப்போகிறோமா? இந்தப் பிரச்சினை மேற்கல்லாத உலகில் காணப்படும் சமூக அறிவியல் குமுகங்களைப் பொறுத்தமட்டில் மிக முக்கியமானதாகிறது. ஏனெனில், மையநீரோட்டச் சமூக அறிவியலானது ஆங்கிலம் பேசக்கூடிய, ஆங்கிலத்தில் எழுதக்கூடியவர்களுக்கானதாகச் சுருக்கப்பட்டுள்ளது. பல்வேறு மொழிகள் கொண்டிருக்கும் இந்தியா போன்ற நாடுகளில், ஆங்கிலம் அல்லாத மொழிகளில் எழுதும் எழுத்தாளர்களை வளர்த்தெடுத்து மையப்போக்கோடு இணைப்பது இத்தகைய சமூகங்களின் அறரீதியான கடமை இல்லையா? (மற்றொரு 'மொழி' யான கணிதத்தைச் சமூக அறிவியல்களில் உபயோகிப்பது என்ற பிரச்சினைக்குரிய கேள்வியை நான் இங்கு கணக்கில் எடுத்துக்கொள்ளவில்லை.) இது ஏன் அறிரீதியான பிரச்சினையாகிறது என்றால், இந்தச் சமூக அனுபவத்துக்கு அந்நியமான கருத்தாக்கரீதியான வகைமைகளைக் கொண்டு, ஒரு சமூகம் மிகச் சிறிய குழுமத்தால் பிரதிநிதித்துவப்படுத்தப்படுவதும் விவரிக்கப்படுவதும் சரியான ஒன்றல்ல.

அறத்துக்குப் பதிலாக அறிவின் அரசியல், சமூகவியல் சட்டகம் போன்றவற்றின் ஊடாக இந்தக் கேள்விகளை மாற்றிக் கேட்க சிலர் விரும்பக்கூடும். இத்தகைய சாத்தியப்பாடுகளை ஏற்றுக்கொண்டாலும், கோட்பாட்டாக்கம் குறித்த இந்தக் கேள்விகள், இரண்டு அடிப்படைக் காரணியங்களுக்காக அறத்தோடு தொடர்புகொண்டதாக இருக்கின்றன என்றே இங்கு முன்வைக்க விரும்புகிறேன். மேற்கு அல்லாத சமூகங்களைக் கோட்பாட்டாக்கம் செய்வதற்கு மிகுதியாக மேற்கில் படைக்கப்பட்டிருக்கும் கோட்பாடுகளைச் சார்ந்திருப்பது முதலாவது காரணியமாகிறது. உலகின் எட்டு திக்குகளிலிருந்தும் கருத்துகளை உபயோகிப்பதில் பிரச்சினை ஏதுமில்லை என்றாலும், மிகுதியாக உபயோகிப்பதுதான் பிரச்சினையாகிறது. மிகுதி என்பது அறரீதியான பிரச்சினையாகிறது; மிகுதியாக நுகர்வதாக இருந்தாலும் சரி, மிகுதியான மானுடச் செயல்பாடுகளாக இருந்தாலும் சரி. (இந்த இடத்தில் நாம் காந்தியை நினைத்துக்கொண்டால் மட்டுமே போதுமானது.) இரண்டாவது காரணியம், பிரதிநிதித்துவத்தோடு தொடர்புகொண்டதாக இருக்கிறது. முன்னுரையில் நாங்கள் சுட்டிக்காட்டியிருப்பதுபோல், மேற்கல்லாததை மேற்கத்திய அறிஞர்கள் பிரதிநிதித்துவப்படுவதற்கும், மேற்கை மேற்கல்லாத அறிஞர்கள் பிரதிநிதித்துவப்படுவதற்கும் இடையே மிக ஆழமான சமனற்ற நிலை காணப்படுகிறது. பிரதிநிதித்துவத்தில் காணப்படும் இந்த சமனற்ற

21 *Gadamer (2001).*

தன்மையே அறரீதியான பிரச்சினையாவதோடு, பண்பாட்டுரீதியான நம்பிக்கை மீதும், ஆசிரியத்துவத்தின் மீதும், ஒருவர் தன்னையும் தன் குமுகத்தையும் அர்த்தப்படுத்திக்கொள்வதன் மீதும், ஏன் சமூகக் கொள்கைகள் உருவாக்குவதன் மீதும்கூட நேரடியான விளைவுகளை ஏற்படுத்தக்கூடியதாக இருக்கிறது. இது சமூகத்தில் மிகத் தீங்கான விளைவுகள் ஏற்படுத்தக்கூடியதாக இருக்கிறது. ஆகவே, கோட்பாட்டாக்கப் புலத்தில் மிகுதியான, சமனற்ற ஆகிய பிரச்சினைகளை எதிர்கொள்ளும்போது தவிர்க்க முடியாமல் அறத்தை முன்வைக்க வேண்டியுள்ளது.

விவாதத்துக்குரிய இந்த முன்வைப்புகள் குறித்துக் கடைசியாக ஒரு குறிப்பு: மேற்கல்லாத மரபுகளில் கருத்தாக்கங்களோ கோட்பாடுகளோ காணக்கிடைப்பதில்லை என்பது உண்மையாகக்கூட இருக்கலாம். அல்லது இன்னும் மோசமாக, இந்தியக் கருத்தாக்கரீதியான சட்டகங்கள் சமூகக் கோட்பாடுகளை, இன்னும் குறிப்பாகச் சொல்வதென்றால், இந்தச் சமூகத்தை ‘புரிந்துகொள்வதோடு’ அதை மாற்றியமைக்க வேண்டும் என்ற நம்பிக்கையைக் கொடுக்கக்கூடிய விமர்சனபூர்வமான கோட்பாடுகளைக் கொண்டிருக்கவில்லை என்று முன்வைக்கலாம்.[22] ஒருவேளை இது உண்மையாகவும் இருக்கலாம். ஆனால், இத்தகைய சாத்தியப்பாடுகள் குறித்துப் போதுமான அளவுக்கு உள்ளிருந்து இன்னும் பிரதிபலிக்கப்படவில்லை என்பதால் இத்தகைய முடிவுக்கு வருவது அவசரப்பட்ட ஒன்றாகவே இருக்கும். எடுத்துக்காட்டாக ஜனநாயகம், மதச்சார்பின்மை, மனித உரிமை, ஏன் பகுத்தறிவு உட்பட பல ‘நவீனத்துவ’ கருத்தாக்கங்களுக்கான சொற்களை இந்திய மொழிகள் கொண்டிருக்கவில்லை என்று கோருவதன் அடிப்படையிலேயே இந்தப் பார்வை முன்வைக்கப்படுகிறது. துரதிர்ஷ்டவசமாக, கருத்தாக்கங்களை மொழியாக்கம் செய்வதை, சொற்களையும் வாக்கியங்களையும் மொழியாக்கம் செய்வதோடு ஒப்பிட்டுத் தவறான புரிதலுக்கு வருவதை இந்த வாதம் அடிப்படையாகக் கொண்டிருக்கிறது. கருத்தாக்கங்கள் மிகச் சரியாக என்ன அர்த்தம் கொண்டிருக்கின்றன என்று கேட்பது உண்மையில் சரியான கேள்வி அல்ல. கருத்தாக்கங்கள் எத்தகைய அர்த்தங்களைக் கொண்டிருக்க முடியும் என்றே ஒருவர் கேட்க முடியும்.[23] ஆக, நம்முடைய தேவை மிகத் துல்லியமாக ஒத்ததைக் கண்டெடுப்பது என்பதாக இல்லாமல், பல்வேறுபட்ட பண்பாடுகளிலிருந்து எடுத்தாளும் கருத்தாக்கங்களைப் படைப்பூக்கத்தோடு ஆராய்வதற்கான, நிர்நிர்மாண (deconstruction) அடிப்படையில் ஆராய்வதற்கான ஆற்றலாக இருக்க வேண்டும். எப்படியிருந்தாலும், கருத்தாக்கங்களைத் தன்வயப்படுத்திக்கொள்வது, தவறாகத் தன்வயப்படுத்திக்கொள்வது என்ற உத்திதான், கல்விப்புல மேற்கின் கோட்பாட்டு அடிப்படையிலான செழிப்பான கற்பனைகளைச் சாத்தியப்படுத்தியுள்ளது.

⊙

22 இந்தப் பிரச்சினையை உதயகுமார் வெளிப்படுத்திய தொனியில் நான் சரியாக வெளிப்படுத்தவில்லை என்றபோதும், அவருக்கு என் நன்றியைத் தெரிவித்துக்கொள்கிறேன்.

23 பார்க்க: Sarukkai (2012).

7 தீண்டாமையின் தோற்றப்பாட்டியல்

சுந்தர் சருக்கை

பல சமூகக் கருத்துரையாளர்களுக்குத் தீண்டாமை நடைமுறையே இந்து நாகரிகத்தை வரையறுப்பதாக இருக்கிறது. ஆனால், இந்த நடைமுறை மிகச் சரியாக எதைக் கொண்டிருக்கிறது? சுவாரஸ்யமாக, இந்த நடைமுறை பற்றி சமூகவியல்ரீதியாகவும் அரசியல்ரீதியாகவும் பருமனான பல புத்தகங்கள் எழுதப்பட்டுள்ளன என்றாலும், இதன் தத்துவார்த்த அடிப்படை குறித்துக் குறிப்பிட்டுச் சொல்லுமளவுக்கு அவற்றில் ஏதுமில்லை என்றுதான் சொல்ல வேண்டும். இந்தப் பிரச்சினை கொண்டிருக்கும் தீவிரத்தையும், நவீன இந்தியச் சமூகத்தின் மீது இது ஏற்படுத்தும் நேரடியான பாதிப்புகளையும் கணக்கில் எடுத்துக்கொள்வோமானால், இது குறித்துத் தத்துவார்த்தரீதியாகச் சிந்திப்பது மிக அவசியமானதாகிறது. இத்தகைய தத்துவார்த்தரீதியான அடிப்படைகளை விசாரணை செய்வதும் அவசியமாகிறது. ஏனெனில், தீண்டாமை என்ற கருத்தமைவை நாம் கவனமாகப் பார்ப்போமேயானால், அதற்குள்ளாக மறைந்துகிடக்கும் சிக்கலான பல தளங்களை நம்மால் இனங்காண முடியும்.

ஒரு சமூக நடைமுறையாகத் தீண்டாமையை விவரிப்பது மிக எளிதாக இருக்கிறது. இது இன்று ஒரு தொகுப்பாக, தலித்துகள் என்று அழைக்கப்படும் 'தீண்டப்படாதவர்'களைத் தீண்ட மறுப்பது அல்லது தண்ணீர், உணவு போன்றவற்றைப் பகிர்ந்துகொள்ள மறுப்பது எனும் சில 'உயர்' சாதியினரின் நடைமுறைகளைக் குறிக்கிறது. இத்தகைய நடைமுறைகள் இரண்டு குழுமங்களையும் தடைகளுக்கு உட்படுத்துவதோடு மட்டுமல்லாமல், இது பெரும்பாலும் சுத்தம், அசுத்தம் தொடர்புடைய கருத்தாக்கங்களால் நியாயப்படுத்தப்படுகிறது[1].

---

1 'தீண்டப்படாதவர்' என்பதன் குணாம்சத்தை முழுமையாகப் பொதுமைப்படுத்தி வரையறுப்பது அவ்வளவு சுலபமானதாக இல்லை. சுத்தம்-அசுத்தம் சார்ந்து முன்வைக்கப்படும் வழமையான வரையறைகள், அவற்றுக்கு உள்ளேயும் வெளியேயும் பலவிதமான விலகியத்தன்மைகளைக் கொண்டிருப்பதால், இந்த வரையறைகள் பிரச்சினைக்குரியதாக ஆகின்றன. பல வெளிப்பாடுகளை உள்ளடக்கிய ஒரு வரையறை இதுவாகத்தான் இருக்கிறது: 'இந்தியச் சமூகத்தில் தீண்டப்படாதவர்கள் என்பவர்கள் [1] பொருளாதாரரீதியாக மற்றவர்களைச் சார்ந்திருக்கிறார்கள், மற்றவர்களால் சுரண்டப்படுகிறார்கள், [2] பலவிதமான பாகுபாடுகளுக்கு ஆட்பட்டவர்களாக

ஆனால், தீண்டாமை என்ற குறிப்பிட்ட நடைமுறையோடு மட்டுமல்லாமல் அதன் கருத்தாக்க உலகத்தோடும் தொடர்புடைய தத்துவார்த்த நிலைப்பாடுகள் என்ன? இந்த இயல் தீண்டாமையின் தத்துவார்த்த அடிப்படைகளைத் தீண்டுதலின் தோற்றப்பாட்டியல் அடிப்படையில் ஆராய முற்படுகிறது. தீண்டும் புலன் பல்வேறு வழிகளில் பிரத்யேகத்தன்மை கொண்டதாக இருக்கிறது. அதில் அடிப்படையான ஒன்றுதான் தீண்டுதலுக்கும் 'அதீண்டுதலுக்கும்' இடையேயான உறவு. இந்திய மரபுகளிலிருந்து, மேற்கத்திய மரபுகளிலிருந்து எடுத்துக்கொண்டு தீண்டுதல் என்பதன் அர்த்தத்தை ஆராயத் தொடங்கி, பிறகு 'தீண்டப்படாதவர்' என்பது கொண்டிருக்கும் சில அர்த்தங்களை ஆராய விரும்புகிறேன். முடிக்கும் விதமாக, தீண்டாமை என்ற கருத்தமைவானது பார்ப்பனத்தன்மையின் இருப்புக்கு அவசியமானதாக இருப்பதாலேயே, தீண்டாமை குணாம்சத்தைத் தீண்டப்படாதவர்களுக்கு இடப்பெயர்ச்சி செய்வதானது 'மடைமாற்றம்' (out-sourcing) என்பதாக மட்டும் இல்லாமல், தத்துவார்த்தரீதியாக 'பின்துணையாக்க'த்தை (supplementation) கொண்டிருப்பதாகவும் இருக்கிறது என்று வாதிட விரும்புகிறேன். பின்துணையாக்கம் என்னும் செயலாக்கத்தின் ஊடாகத்தான் தீண்டாமையானது பார்ப்பனர்களுக்குச் சாதகமானதாகவும், தலித்துகளுக்குப் பாதகமானதாகவும் ஆக்கப்படுகிறது.

இந்த இயல் எவ்வளவு போதாமைகளைக் கொண்டிருந்தாலும் எவ்வளவு முழுமையற்றதாக இருந்தாலும், முந்தைய இயல்களில் விவாதிக்கப்பட்டிருக்கும் சில கருத்துகளையும் உத்திகளையும் தெளிவுபடுத்துவதற்கு முயல்வதாகவும் இதைப் பார்க்கலாம்.

தீண்டுதல் என்ற உடலுணர்வு

தீண்டாமை என்ற கருத்தமைவைப் புரிந்துகொள்ள முதலில் தீண்டுதலின் பண்பு குறித்து விசாரணை செய்ய வேண்டியுள்ளது. மனித உடலின் ஐம்புலன்களில் ஒன்று தீண்டுதல். பார்வையே பிரதான புலனாகிறது என்று பொதுவாக நம்பப்படுகிறது என்றாலும், பண்டைய பண்பாடுகள் பலவும், பண்டைய மரபுகள் பலவும் தீண்டுதல்தான் முக்கியமான புலன் என்பதற்கு அழுத்தம் கொடுக்கின்றன. குறிப்பிட்டுச் சொல்வதென்றால், அதுவும் தீண்டாமை பற்றி விவாதிக்கும் பின்னணியில் சொல்வதென்றால், இந்திய மரபுகளும் ஒருசில சிந்தனைப் பள்ளிகளும் தீண்டுதலை முக்கியமான புலனாகப் பார்க்கின்றன.

தீண்டுதல் குறித்துப் பெரும் தாக்கத்தை ஏற்படுத்தியிருக்கும் அவரது புத்தகத்தில், தீண்டும் புலனின் முக்கியத்துவத்தை உயிரியல்ரீதியாகவும் பண்பாட்டுரீதியாகவும் மாண்டகு அணுகுகிறார்.[2] தீண்டுதலை 'எல்லாப்

இருக்கிறார்கள், [3] சடங்குரீதியாக நிரந்தரமாக அசுத்தமானவர்களாகிறார்கள்' (Deliege 1999: 2). பார்க்கவும்: Beteille (1992).

2 *Montagu (1971).*

புலன்களிலும் மேலான புல'னாகப் பார்க்கும் எழுத்தாளர்களோடு உடன்பட்டுத் தொடங்குகிறார். தீண்டுதல்தான் 'வடிவம், எடை அல்லது ஆழம் பற்றிய அறிவை நமக்குக் கொடுக்கிறது; தோலின் தீண்டும் நுண்துகள்கள் ஊடாகவே நாம் உணர்கிறோம், நேசிக்கிறோம், வெறுக்கிறோம், தொட்டால் சிணுங்குகிறோம், தீண்டப்படுகிறோம்' *(Montagu 1971: 1, உள்ள மேற்கோள்).* மேலும், நாம் உறக்கத்தில் இருக்கும்போதும், நம் பார்வை (மற்றும் பிற புலன்கள்) செயலற்று இருக்கும் போதும்கூட தீண்டும் உணர்வு மட்டுமே தொடர்ந்து செயல்பட்டுக்கொண்டிருக்கிறது.

மூளைக்குப் பிறகு 'நம் அங்கக அமைப்பில் தோல்தான் மிக முக்கியமானதாகிறது' என்றும், 'மானுடக் கருவில் முன்னதாக வளரத் தொடங்குவது தீண்டும் புலன்தான்' என்றும் மாண்டகு சுட்டிக்காட்டுகிறார். கண், காது போன்றவை வடிவம் பெறுவதற்கு முன்பு, ஒரு கருவாக இருக்கும்போதே அதன் தோல் தீண்டப்படுவதை அதனால் உணர முடிகிறது. எடை என்று எடுத்துக்கொண்டாலும், மனித உடலின் மொத்த எடையில் தோல், பிறந்த குழந்தைகளிடம் 19.7%-ஆக இருக்கிறது என்றால், வளர்ந்த மனிதர்களிடம் 17.8%-ஆக இருக்கிறது. எது முன்னதாக 'வளரத் தொடங்குகிறதோ அதுவே அடிப்படையானது' என்ற அவதானிப்பை ஏற்றுக்கொள்வோம் என்றால், தோல் மற்றும் தீண்டும் புலன்தான் அடிப்படையானதாக இருக்கின்றன.

இருபதாம் நூற்றாண்டின் இடைப்பகுதி வரை தோல் குறித்து மிக விரிவான வாசிப்புகள் இல்லாமல் இருந்தது முரண்நகையாகவே இருக்கிறது. மேலும், ஆச்சரியப்படுமளவுக்குக் கவிதைகளில் தோல் எவ்விதத்திலும் பங்காற்றவில்லை என்றும் மாண்டகு கவனப்படுத்துகிறார். உரைநடையில் தோல் பற்றி காணப்பட்டாலும், அது தேமல், முகப்பருக்கள் மற்றும் இவைபோல் நோய்க்குறிகளோடு தொடர்புடையதாகவே இருக்கின்றன. இருந்தாலும், தீண்டும் பிம்பத்தை முன்வைத்து நாம் பொதுவாக உபயோகிக்கும் பல உருவகங்கள் காணப்படுகின்றன: நாம் பெறும் சில அனுபவங்களை 'டச்சிங்' எக்ஸ்பீரியன்ஸ் என்று பொதுவாகச் சொல்கிறோம். எப்படியிருந்தாலும், தோல் குறித்தான நம் கதையாடல்கள் பொதுவாக வியர்வை, தேமல், தோல் உரிதல், முகப்பருக்கள் போன்ற பிம்பங்களோடு தொடர்புகொண்டவையாகத்தான் இருக்கின்றன.[3]

தோலின் மற்றொரு முக்கியமான குணாம்சத்தை மாண்டகு நமக்கு நினைவூட்டுகிறார்: பார்த்தல், கேட்டல் போன்ற மற்ற புலன்கள் இல்லாமல் நாம் வாழக் கற்றுக்கொள்ள முடியும் என்றாலும், தீண்டும் புலன் இல்லாமல் நம்மால் வாழ முடியாது. ஹெலன் கெல்லரின் அனுபவத்திலிருந்து பெற்றுக்கொண்டு, 'மற்ற புலன்கள் செயலற்றுப்போகும்போது, அந்தப் போதாமையைத் தோல் பெருமளவு ஈடுசெய்கிறது' என்றும் குறிப்பிடுகிறார்.[4]

3 தோலின் பல்வேறுபட்ட அம்சங்கள் குறித்த சமீபத்திய எழுத்துகளுக்குப் பார்க்கவும்: *Classen (2005) and Connor (2004).*

4 *Montagu (1971: 7).*

மற்ற புலன்கள் எதுவும் செயலற்றுப்போகவில்லை என்றாலும்கூட, தூக்கம் போன்ற நிலைகளில் இருக்கும்போது பிரக்ஞைபூர்வமான செயல்பாட்டில் ஈடுபடுவதில்லை. இருப்பினும், இதுபோன்ற நிலைகளிலும்கூட மூளையோடு தோல் இடையறாத தொடர்பில் இருந்துகொண்டே இருக்கிறது.

உயிரிகள் பிறந்தவுடன் அவற்றின் தாயால் தீண்டப்படவில்லை என்றாலோ அல்லது நக்கப்படவில்லை என்றாலோ அவை மரித்துப்போகும் சாத்தியத்தைக் கூடுதலாகக் கொண்டிருக்கின்றன என்று மிருகங்கள் மீது நடத்தப்பட்ட பரிசோதனைகள் காட்டுகின்றன. ஜாப்லான்ஸ்கி குறிப்பிடுவதுபோன்று தோல், விரல்கள், தீண்டுதல் ஆகியவற்றின் முக்கியத்துவமானது மனிதர்கள், விலங்குகள் உணவு சேகரிப்பதற்கானதாக மட்டுமல்லாமல் சமூகப் பிணைப்புகளை உருவாக்குவதற்கானதாகவும் இருக்கிறது.[5] இவர், 'பாலூட்டியினம் போன்ற சமூகப் பிராணிகளில் தனி உயிரிகளுக்கு இடையேயான பிணைப்பைத் தீண்டுதல் ஊடாகத்தான் உறுதிப்படுத்துகின்றன' என்கிறார்.[6] புதிதாகப் பிறந்தவற்றைப் பேணுவதற்குத் தீண்டுதல் உதவுகிறது என்பது பொதுவாக ஏற்றுக்கொள்ளப்பட்டிருக்கும் உண்மையாக இருக்கிறது என்றாலும், தீண்டுதல் அற்றுப்போகும்போது அவை மரித்துப்போகும் சாத்தியத்தைக் கொண்டிருக்கின்றன என்பதும் உண்மையாக இருக்கிறது. புதிதாகப் பிறந்தவற்றுக்கு, மானுடக் குழந்தைகள் உட்பட, தீண்டுதல் மறுக்கப்பட்டால் அவை 'பிற்காலத்தில் நடத்தைப் போதாமை'களை வெளிப்படுத்துகின்றன. உளவியல்ரீதியாக மட்டுமல்லாமல், சமூகரீதியாகவும் தீண்டுதல் மிக முக்கியமானது என்பதுபோலவே இருக்கிறது. 'எளிமையாகச் சொல்வதென்றால், தீண்டுதல் மறுக்கப்படுவது இறுக்கத்துக்குச் சமமாகிறது' என்கிறார் ஜாப்லான்ஸ்கி.[7] அக்கறை என்ற கருத்தமைவு எப்படிப்பட்டதாக இருந்தாலும், அது தீண்டுதலைக் கொண்டிருக்கிறது. தீண்டுதல் மறுக்கப்பட்ட குழந்தைகள் குறித்தான வாசிப்புகளானது பிறந்த குழந்தைகளிடம் மட்டுமல்லாமல் வளர்ந்த குழந்தைகளிடமும் தீண்டுதல் எவ்வளவு முக்கியத்துவம் கொண்டிருக்கின்றன என்பதையே வெளிப்படுத்துகின்றன. பாலூட்டியினங்களைப் பொறுத்தமட்டில், முரண்களைத் தீர்த்துக்கொள்வதில் தீண்டுதல் மிக முக்கியப் பங்கு வகிக்கிறது. பெரும்பாலான விலங்கினக் குழுகங்கள் மோதலுக்குப் பிறகு ஒன்றையொன்று தீண்டிக்கொள்ளும் சடங்கில் ஈடுபடுகின்றன. இவ்வாறு தீண்டிக்கொள்வது, மோதலில் ஈடுபட்ட தனி உயிரிகளுக்கு நம்பிக்கை கொடுப்பதாக இருப்பதோடு மட்டுமல்லாமல், 'சமூகப் பிணைப்பை மீட்டெடு'ப்பதாகவும்' இருக்கிறது.[8]

பல பண்பாடுகள் தீண்டுதலுக்குப் பலவிதமான ஒழுங்குமுறைகளைக் கொண்டுள்ளன. ஜாப்லான்ஸ்கி, 'தீண்டுதல் – வெறுப்பு' பண்பாட்டுக்கு

5   Jablonski (2006).

6   Ibid., p. 103.

7   Ibid.

8   Ibid., p. 108.

உதாரணமாய் அமெரிக்கச் சமூகத்தைப் பார்க்கிறார். இதன் விளைவு என்னவாக இருக்கிறது என்றால், ‘வளர்ந்த குழந்தைகளும் வாலிப வயதினரும் பொதுவாக மற்றவர்கள் மீதான அன்பை உடல்ரீதியாக வெளிப்படுத்துவதில் அருவருப்புகொண்டவர்களாகவும், உடல்ரீதியாக உறவு ஏற்படுத்திக்கொள்வதில் திறனற்றவர்களாகவும் இருக்கிறார்கள்’.[9] இது சமூக ஒழுங்கின்மைக்கும் உளவியல்ரீதியான குழப்பங்களுக்கும் கொண்டுவிடுகிறது. இப்படியாக, விலங்குகள் என்று மட்டுமல்லாமல் மனிதர்களின் நல்வாழ்வுக்கு, ஏன் ஒருவேளை அவர்கள் உயிரோடு இருப்பதற்குக்கூட தீண்டுதல் எவ்வளவு முக்கியமானது என்பது தெளிவாகிறது. தீண்டுதலை வெறுமனே உடலுணர்வாக மட்டுமே பார்க்கும்போது, இந்தச் செயல்பாட்டின் விளைவுகளும், மனிதர்களின் வளர்ச்சியில் அது கொண்டிருக்கும் முக்கியத்துவமும் புறக்கணிக்கப்பட்டதாக இருக்கின்றன. இங்குதான், ஒரு குறிப்பிட்ட தத்துவார்த்த உலகப் பார்வை தீண்டுதலின் முக்கியத்துவம் மீது ஏற்படுத்தும் பாதிப்பை நம்மால் பார்க்க முடிகிறது. மேற்கத்திய, இந்திய மரபுகள் இரண்டுமே ஓர் உடலுணர்வாகத் தீண்டுதல் குறித்து மிகக் காத்திரமான விவாதங்களைக் கொண்டிருக்கின்றன. இனிவரும் பகுதிகளில் இந்தக் கருத்துகள் சிலவற்றைக் குறித்து சுருக்கமாக விவாதித்து, தீண்டாமை என்ற கருத்தோடு தீவிரமான உரையாடலை நடத்துவதற்கான தளத்தை அமைத்துக்கொள்ள விரும்புகிறேன்.

தீண்டுதல் குறித்த அரிஸ்டாட்டிலின் பார்வை பெரும் தாக்கத்தை ஏற்படுத்தியிருக்கும் ஒன்றாகிறது. அரிஸ்டாட்டிலின் பார்வை, புலனுக்கான பொருட்களை அடிப்படையாகக் கொண்டு புலன்களை வரையறுப்பதாக இருக்கிறது. இவ்வாறு வரையறுப்பதன் வழியாக அவர் பிளாட்டோவைப் பின்பற்றுகிறவராக இருக்கிறார்.[10] சோரப்ஜி சுட்டிக்காட்டுவதுபோல், புலனுக்கான பொருட்களுக்கு அழுத்தம் கொடுப்பது பயனுள்ளதாக இருக்கிறது என்றாலும் அதுவே போதுமானதாக இல்லை. அரிஸ்டாட்டிலைப் பொறுத்தமட்டில் தீண்டுதலுக்கான பொருட்கள் அடிப்படையான நான்கு விஷயங்களுக்குள் சுருக்கக்கூடியவையாக இருக்கின்றன: உலர்ந்தது, திரவமானது, வெப்பமானது, குளிர்ந்தது. முதலாவதாக, தீண்டுவதற்கான பொருட்கள், தீண்டுதலின் பண்பை வேறுபடுத்திப்பார்ப்பதற்கு உதவக்கூடியவையாக இல்லை. ஏனெனில், இந்தப் பொருட்களைத் தீண்டும் பண்பு வேறுபட்டதாக இருக்கிறது என்று சோரப்ஜி குறிப்பிடுகிறார். மேலும், தீண்டுதலுக்கான பொருட்கள் பொதுவாகப் பிற உடலுணர்வுக்கான பொருட்களாகவும் இருக்கின்றன என்கிறார். பிறகு, தீண்டுதலின் குணாம்சத்தை விவரிக்க இரண்டு அளவுகோல்களை சோரப்ஜி முன்வைக்கிறார்: ஒன்று ‘தொடுதல் அளவுகோல்’; மற்றொன்று ‘நிலையிடம் சாரா (non-localisation) அளவுகோல்’. உடலை நேரடியாகத் தொடுவதே தீண்டுதலின் குணாம்சமாகிறது. சொல்லப்போனால், இன்றுவரை தீண்டுதலுக்குப் பயன்படுத்தப்படும் சொல் - அதாவது, ஹேப்டிக் (*haptic*) என்ற சொல், தொடுதல் என்ற அர்த்தத்தை அதனுள்

9 *Ibid., p. 110.*
10 *Sorabji (1971: 58).*

கொண்டுள்ளதால், தீண்டுதல் நேரடியான தொடுதல் ஆகிறது என்கிறார் சோரப்ஜி. அரிஸ்டாட்டில் அவரது 'டி அனிமா'வில், 'நாம் எதையெல்லாம் தொடுதல் கொண்டு உணர்ந்தறிந்துகொள்கிறோமோ அதையெல்லாம் நாம் தீண்டுதல் கொண்டே உணர்ந்தறிந்துகொள்கிறோம்' என்றும், 'தீண்டுதல் ஊடாக எது உணர்ந்தறிந்துகொள்ளப்படுகிறதோ, அது நேரடியாகத் தொடுதலைக் கொண்டிருக்கிறது' என்றும் முன்வைக்கிறார்.[11] பார்த்தல், கேட்டல், முகர்தல் போன்ற பிற புலன்கள் எதுவும் 'நேரடியான தொடுதலின் ஊடாக எப்போதும் கையாளப்படுவதில்லை'. ஆனால், ருசித்தல் மட்டும் நேரடியான தொடுதலின் வழியாகக் கையாளப்படுகிறது. இதனால்தான், அரிஸ்டாட்டிலைப் பொறுத்தமட்டில் ருசித்தலும் ஒருவகையான தீண்டுதல் வடிவமாகிறது.

'நிலையிடம் சாரா' என்ற மற்றொரு அளவுகோலை நாம் பிளாட்டோவிடம் காண முடியும். இவர் தீண்டுதலுக்கான பொருட்களை 'மொத்த உடலுக்கும் பொதுவானவை' என்பதாக வகைப்படுத்துகிறார்.[12] இங்கு தொடுதல் அடிப்படையான அளவுகோலாக இல்லை. அதாவது, தீண்டுதலுக்கான உறுப்பு, உடலில் நிலையிடம் சார்ந்து இருக்கும் கண், காது, மூக்கு போன்றவைபோல் இல்லாமல் உடல் முழுவதும் பரவியிருக்கும் ஒன்றாக இருக்கிறது. தீண்டுதலை நிலையிடம் சாரா அளவுகோல் கொண்டு புரிந்துகொள்வதே சமகாலம் வரை தொடர்ந்து தாக்கம் செலுத்திவரும் பொதுவான பார்வையாக இருக்கிறது என்கிறார் சோரப்ஜி.

தீண்டும் புலனே மிக அடிப்படையான புலன் என்றும், இந்தப் புலன் இல்லாமல் விலங்குகளும் வாழ முடியாது என்றும் அரிஸ்டாட்டில் ஏற்றுக்கொண்டாலும், அவரைப் பொறுத்தமட்டில் பார்வையே மேலான புலனாக இருப்பதாக பேட்டர்சன் கவனப்படுத்துகிறார்.[13] தீண்டும் புலனானது கண்போல ஒரு உறுப்பு சார்ந்து இல்லாததால், அரிஸ்டாட்டில் தீண்டும் புலனுக்கான உறுப்பை 'உள்ளாக' இருப்பதாக, அதாவது உள் உறுப்பாகப் பார்த்தார்.[14] தீண்டும் புலன் நிலையிடம் சாரா ஒன்றாக இருப்பதால், தோல் தீண்டுதலுக்கான உறுப்பாக அல்லாமல் ஊடகமாகப் பார்க்கப்படுகிறது. அதாவது, ஒலிக்குக் காற்று எவ்வாறு ஊடகமாகப் பார்க்கப்படுகிறதோ அதற்கு நிகராகப் பார்க்கப்படுகிறது. இந்தக் காரணியங்களால்தான் தீண்டுதலானது ஊடகம் ஏதும் கொண்டிராத புலனாகவும், உடலுணர்வுக்கான பொருட்களுக்கும் புலன்களுக்கும் இடையே எந்த ஊடகமும் இல்லை என்பதாகவும் பார்க்கப்படுகிறது.

க்ரிட்டியானும் தீண்டும் புலன்தான் 'மிக அடிப்படையானது என்றும், மற்ற எல்லாப் புலன்களையும்விட இதுவே உலகளாவியது' என்றும் ஏற்றுக்கொள்கிறார். ஏனெனில், மற்ற எல்லாப் புலன்களும் தீண்டும்

11 Quoted in Ibid., p. 70.
12 Ibid., p. 73.
13 Paterson (2007).
14 Ibid., p. 17.

புலனைச் சார்ந்திருப்பதோடு மட்டுமல்லாமல், உயிரோடு இருத்தல் என்ற கருத்தின் அடிப்படையே இந்தப் புலனைச் சார்ந்திருக்கும் ஒன்றாகிறது – இப்படியாக, தீண்டும் புலன் ஒரு விலங்குக்கு மறுக்கப்படுமானால், அதற்கு உயிர் மறுக்கப்படுவதாகிறது என்ற அரிஸ்டாட்டிலின் நம்பிக்கைக்கு நாமும் வந்துசேர்கிறோம்.[15] 'ஆன்மாவின் முதல் ஆதாரமே தீண்டும் புலன்தான்'.[16] உயிருள்ள உடல் என்பதே அடிப்படையில் தொடுபுலன் கொண்டிருக்கும் உடலாகவே இருக்கிறது. மற்ற புலன்களெல்லாம் உடலுக்கானதாக இல்லாமல், தொடுபுலன் கொண்டிருக்கும் உடலுக்கானதாகின்றன. தீண்டும் புலனை உடலின் மையமாக வைக்கும் அரிஸ்டாட்டிலின் கருத்து எதைக் குறிக்கிறது என்றால், தீண்டுதல் உடலை வரையறுப்பதோடு மட்டுமல்லாமல் அதுவே உயிரின் பண்பாகவும் இருக்கிறது. இப்படியாக, 'உயிர், அதன் முழுமையில், பருண்மையான உடல்களை எது அமைப்பாக்கம் செய்கிறதோ அதன் பரிமாணங்களைத் தீண்டுதல் ஊடாகவே அடைகிறது'.[17] தீண்டுதல் அறிவார்த்தத்தோடும் நுண்ணுணர்வோடும் தொடர்புகொண்டதாகவும் இருக்கிறது. இதை அரிஸ்டாட்டில் மிகத் தெளிவாக வெளிப்படுத்துவதுபோல் தெரிகிறது.

தீண்டும் புலனை மற்ற புலன்களிலிருந்து வேறுபடுத்திக்காட்டும் அதன் தனித்த பண்பு என்னவென்றால், தீண்டும் செயல் எப்போதும் சமஎல்லையுடையதாகிறது. அதாவது, தீண்டுதல் என்ற 'செயல்' குறிப்பிட்ட ஒன்றோடு தொடர்புடையதாக இருக்கிறது. எடுத்துக்காட்டாக, பார்த்தல் 'செயல்' என்று எதையும் கொண்டிருக்கவில்லை. எனக்கு முன்னால் இருக்கும் பொருளைப் பார்ப்பது என்பது தீண்டுதல் என்பதிலிருந்து முற்றிலும் வேறானதாக இருக்கிறது. நிச்சயமாக, அனுபவங்கள் வேறுபட்டவையாக இருப்பதால் உடலுணர்வுகளும் வேறுபட்டதாகின்றன என்றாலும், இவற்றையெல்லாம் மீறி, உடலைப் பொறுத்தமட்டில் இவ்விரண்டு அனுபவங்களுக்கும் இடையே அடிப்படையில் வேறுபாடுகள் காணப்படுகின்றன. மற்ற புலன்கள் பார்வையாளர் பண்பைக் கொண்டிருக்க முடியும் என்றாலும், தீண்டும் புலன் நம்மை இந்த உலகத்தினுள் மூழ்கடிக்கக்கூடியதாக இருக்கிறது. இதுவே, இந்த உலகில் நம் இருப்பைச் சாத்தியப்படுத்தக்கூடியதாகவும் இருக்கிறது.

தீண்டும் உடலுணர்வு அதன் அடிப்படையான பண்பை மறைத்துக்கொண்டிருக்கிறது என்பதை அரிஸ்டாட்டில் அறிந்திருந்தார். தொடுதல் என்பது தோற்றப்பாட்டியல்ரீதியாகத் தீண்டுதல் அனுபவத்தின் ஒரு பகுதியாகிறது. நாம் ஒன்றோடு தொடுதலில் இருக்கும்போது, நாம் அதைத் தீண்டுகிறோம் என்றாகிறது. தொடுதல் கொள்ளும் தருணம், பொருட்களுக்கும் நமக்கும் இடையேயான இடைவெளியை அழிக்கும் தருணமாகவும் இருக்கிறது. எழுவாய்க்கும் பயனிலைக்கும் இடையேயான இடைவெளியை அகற்றும்

15 Chretien (2004).
16 Ibid., p. 85.
17 Ibid., p. 93.

ஒன்றாகவும் நாம் தீண்டுதலைப் பார்க்கலாம் என்றாலும், 'அரிஸ்டாட்டில் சொல்வதுபோல் இங்கு இடைவெளி முழுமையாக அகற்றப்படுவதில்லை, வெறுமனே மறக்கப்படுகிறது' என்று க்ரிட்டியான் சுட்டிக்காட்டுகிறார்.[18] இதற்கு அர்த்தம் என்னவென்றால், தீண்டும் செயலிலும்கூட இந்த இடைவெளி தொடர்ந்து இருந்துகொண்டிருக்கிறது என்பதே. எப்போதும் தலையிடும் இந்த 'உடல்'தான், '*தீண்டுதலில் தீண்டவியலாப் பண்பை அமைப்பாக்கம் செய்யக்கூடியதாக இருக்கிறது* – அதாவது, பொருட்களிலிருந்து தோலைப் பிரித்துவைக்கும் சதை அல்லது சவ்வுப்படலம் – என்றாலும் அது உணரக்கூடியதாக இல்லை'.[19] தீண்டும் தருணத்தில் மிக நுண்ணிய படலம் ஒன்று பிரித்துவைக்கிறது என்பதை நாம் ஏற்றுக்கொண்டாலும், அது அவ்வளவு முக்கியமானதா? அரிஸ்டாட்டிலைப் பொறுத்தமட்டில், அது முக்கியமானதாகிறது. ஏனெனில், அது அவரை 'தொடுதல்-தொலைவு' (பொதுவாக, தீண்டுதலின் பண்பு இப்படியாகத்தான் விவரிக்கப்படுகிறது) என்பதற்குப் பதிலாகப் புதிய முரண்பட்ட சொற்சேர்க்கையை, அதாவது 'அருகமை-தொலைவு' என்று வரையறுக்க அவரை அனுமதிக்கிறது. க்ரிட்டியான் குறிப்பிடுவதுபோல் தொடுதல், தொலைவு போன்ற வகைமைகள்போல் அல்லாமல் அருகமை, தொலைவு போன்றவை ஒரு எழுவாய்க்குச் சொந்தமான தோற்றப்பாட்டியல்ரீதியான அனுபவங்களாகின்றன.

இந்த வாதத்தின் முக்கியமான விளைவு என்னவென்றால், நாம் தீண்டுதலைத் தொடுதல் என்பதாகப் புரிந்துகொள்வோமானால், தீண்டுதல் என்ற கருத்துக்கு மிக அவசியமான ஓர் ஊடகத்தின் இருப்பை நாம் தொடர்ந்து மறந்துகொண்டிருக்கிறோம் என்றாகிறது. தீண்டுவது என்பது பொருளை நோக்கி முன்னேறி நகர்வதாகிறது; மேற்பரப்புகளைத் தொடுதலுக்குள் கொண்டுவருவதாகிறது. ஆகவே, 'தீண்டுதல் என்பதே அணுகுவதை அல்லது அணுகப்படுவதைக் குறிப்பதாகிறது'.[20] தீண்டும் உடலுணர்வில், தீண்டப்படும் பொருளின் குணாம்சத்தைத் தீர்மானிக்கும் தொலைவு மறக்கப்படுவதோடு மட்டுமல்லாமல், தொடுதலுக்கு உட்பட்ட மேற்பரப்புகளுக்கு இடையே எப்போதும் காணப்படும் நுண்ணிய இடைவெளியும் மறக்கப்படுகிறது. இந்தத் தொலைவு மறக்கப்படுகிறது என்பதாக மட்டுமல்லாமல், இந்தத் தொலைவைத் தொடர்ந்து மறுவுருவாக்கம் செய்யாமல் தீண்டுதலை உணர்வதற்கான சாத்தியமே இல்லை. இந்தப் பின்னணியில், தீண்டுதல் என்ற செயலின் தோற்றப்பாட்டியல்ரீதியான முக்கியத்துவத்தை நம்மால் புரிந்துகொள்ள முடியும். ஒரு பொருளைத் தீண்டுவதற்கும், ஒரு பொருளின் பகுதியாக இருப்பதற்கும் இடையே காணப்படும் வேறுபாடு என்ன? என்னுடைய கை அதோடு இணைக்கப்பட்டிருக்கும் தோள்பட்டையைத் தீண்டுகிறதா? இது ஒரு கை மற்றொரு கையைத் தீண்டுவதுபோல் இருக்கிறதா? அல்லது ஒரு பொருளைத் தீண்டுவதுபோல் இருக்கிறதா? ஒரு பகுதி மற்றொரு

18 *Ibid.*, pp. 87–8.
19 Chretien (2004: 88, italics mine).
20 *Ibid.*

பகுதியைத் தீண்டுவது என்பதும் (இரண்டும் ஒரு முழுமையின் பகுதியாக இருக்கும்போது) வேறான ஒரு பொருளைத் தீண்டுவதிலிருந்து வேறுபட்டதாக இருக்கிறது. இந்த வேறுபாட்டின் குணாம்சம் என்ன? – இரண்டு பொருட்கள் ஒன்றோடொன்று தொடுதலில் இருக்கும்போது இவற்றுக்கு இடையே இருப்பது எப்போதும் காணப்படும் வெளியா அல்லது ஊடகமா அல்லது உடலா? தீண்டுதலுக்கான பொருட்களுக்கு இடையே எப்போதும் காணப்படும், அழிக்கவே முடியாத இடைவெளியைக் கொண்டிருப்பதால் தொடுதலைவிடத் தீண்டுதல் கூடுதலானதாகிறது. குறுக்கிடும் ஊடகத்தை எவ்வாறு கையாள்கிறோம் என்பதே தீண்டுதலில் காணப்படும் வேறுபட்ட இழையமைப்புகளை (textures) அமைப்பாக்கம் செய்கிறது. மேலும், தீண்டுதல் என்ற செயலில் எப்போதும் காணப்படும் இந்த ஊடகம்தான் தீண்டவியலாத ஒன்றாக இருக்கிறது. இப்படியாக, தீண்டாமை என்பது எப்போதும் தீண்டும் செயலிலேயே காணப்படும் ஒன்றாக இருப்பதோடு, எப்போதும் சமஎல்லையுடையதாகவும் இருக்கிறது. மேலும், தீண்டாமை என்ற கருத்தமைவு ஏன் இவ்வளவு சுவாரஸ்யமானதாக இருக்கிறது என்றால், நாம் தீண்டும் செயலில் ஈடுபடாதபோதும் தீண்டும் செயல்பாட்டில் எப்போதும் ஈடுபட்டுக்கொண்டிருக்கிறோம். முன்னரே குறிப்பிட்டதுபோல், தூக்கத்திலும்கூட நாம் தொடர்ந்து தீண்டுதலில் ஈடுபட்டுக்கொண்டிருக்கிறோம்.

ஆனால், தொடுதல் என்ற கருத்தமைவு அவ்வளவு தெளிவானதாகவா இருக்கிறது? நாம் தொடுதல் என்று சொல்லும்போது உண்மையில் எதைக் குறிக்கிறோம் என்று நாம் அறிந்திருக்கிறோமா? தொடுதலை நாம் பௌதிகரீதியாக வரையறுக்க வேண்டியுள்ளதா? தீண்டுதல், தொடுதல் ஆகிய சொற்களை வேறு விதமாகப் புரிந்துகொள்ளும் சாத்தியப்பாட்டை இந்தியப் பார்வைகள் நமக்கு உருவாக்கிக்கொடுக்கின்றன. முதலாவதாக, தீண்டுதலுக்கும் (ஸ்பரிசம்), தொடுதலுக்கும் (சம்யோகா) இடையே மிகத் தெளிவான வேறுபாடுகள் காணப்படுகின்றன.[21] மேலும், தீண்டுதல் என்பது திரவியத்தின் (substance) குணமாகிறது. இந்தக் குணத்தின் பண்பு என்ன? திரவியங்களில் உள்ளார்ந்து காணப்படும் ஒன்றே குணமாகிறது. இந்தக் குணங்கள் எதோடும் தொடுதலில் இருப்பதில்லை. மேலும், குணங்கள் அவற்றுள் உள்ளார்ந்து எதையோ கொண்டிருப்பதாகவும் இருக்கின்றன.

பருப்பொருள் திரவியங்கள், அளவைக்கு உட்பட்ட பரிமாணங்களையும் இயங்கு (motion) ஆற்றலையும் கொண்டிருப்பதோடு, தொடுதல் சார்ந்து வரையறுக்கப்பட்டவையாகவும் இருக்கின்றன. ஒன்பது பிரதான திரவியங்களைக் கொண்டிருக்கும் ஒரு தரவரையறையாக்கப்பட்ட வகைமை, ஐந்தைப் பருப்பொருள்தன்மை கொண்டதாகவும், நான்கைப் பருப்பொருளற்றதன்மை கொண்டதாகவும் வரையறுக்கிறது. நிலம், நீர், நெருப்பு, காற்று, உள்ளுறுப்புகள் ஆகிய ஐந்தும் பருப்பொருள்தன்மை கொண்டிருக்கின்றன என்றால் காலம், திசை, ஆகாயம், சுயம் ஆகிய நான்கும்

21 Datta (2008: 130).

பருப்பொருளற்றதன்மை கொண்டிருக்கின்றன. தீண்டுதல் திரவியங்களின் குணமாகிறது; தொடுதல் வேறொரு குணமாகிறது. நிலம், நீர், நெருப்பு, காற்று ஆகிய நான்கு திரவியங்களும் அவற்றுக்கான பிரத்யேகக் குணத்தைக் கொண்டிருக்கின்றன. நுகர்வதற்கான தனித்துவமான நிலையிடமாக நிலம் ஆகிறது என்றால், குளிர்ந்த தீண்டுதலுக்கான நிலையிடமாக நீர் ஆகிறது. இதற்கு நிகராக, வெப்பத் தீண்டுதல் திரவியத்தின் குணமாகிறது தீ.

நியாயா-வைஷேசிக[22] வகைப்படுத்தலானது உடலை உள்ளார்ந்த தன்மை கொண்டதாகப் பார்க்கிறது – இதிலிருந்து புலன் உறுப்புகள் விலக்கப்பட்டுள்ளன. உடலே 'புலன் உறுப்புகள் மையம் கொள்ளும்' உறுப்பாகப் பார்க்கப்படுகிறது.[23] உடல் என்பது சுயத்தால் உருவாக்கப்படும் இயங்குக்கான (அந்த உடலுக்குள்ளாக) நிலையிடமாகிறது. மேலும், உறுப்புகளோடு தொடர்புடைய வலி, மகிழ்ச்சி போன்றவைகூட உடலில்தான் அனுபவிக்கப்படுகின்றனவே ஒழிய புலன்களில் அல்ல.[24] ஒவ்வொரு புலன் உறுப்பும் ஐந்து ஆதார மூலங்களில் ஏதோ ஒன்றோடு தொடர்புடையதாக இருக்கிறது: நிலத்தின் வாசனை, நீரின் சுவை, காற்றின் தீண்டுதல், நெருப்பின் பார்த்தல், வெளியின் கேட்டல். இத்தகைய தனித்துவமான அமைப்பாக்கத்தின் காரணியம், புலனுணர்வுக்கான பொருட்கள் அந்தப் புலனுணர்வோடு தொடர்புடைய ஆதார மூலத்தோடு முழுமையாகவோ அல்லது பெருமளவிலோ தொடர்புகொண்டதாக இருக்க வேண்டியுள்ளது. இதனால்தான், பார்ப்பதற்கு நெருப்பு (ஒளி) மற்றும் அது போன்றவை தேவைப்படுகின்றன. மேலும், நியாயாதிகளைப் பொறுத்தமட்டில் உடலில் காணப்படும் ஒன்றாகப் புலன் உறுப்புகள் இருக்கின்றன என்றாலும், அவை உணர்ந்தறிந்துகொள்ள முடியாதவையாக இருக்கின்றன.

முகர்தல், ருசித்தல், தொடுதல் போன்றே தீண்டுதலும் ஒரு குணம்தான்.[25] தீண்டுதலுக்கும் தொடுதலுக்கும் இடையேயான வேறுபாடு என்ன? ஒன்று நிலையிடம் சார்ந்து இருக்கிறது என்றால், மற்றொன்று நிலையிடம் சாராததாக இருக்கிறது. ஒரு குரங்கு மரத்தோடு தொடுதலில் இருக்கிறதென்றால், குரங்கோடு தொடுதலில் இருக்கும் மரத்தின் பகுதியும், மரத்தோடு தொடுதலில் இருக்கும் குரங்கின் பகுதியும் மட்டுமே பரஸ்பரம் தொடுதலில் இருக்கின்றன என்றே அர்த்தமாகிறது. (தீண்டுதல் என்ற கருத்து நிலையிடம் சார்ந்து இருப்பதுபோல் உள்ளது. நிலையிடத்தின் எல்லாப் பகுதிகளும் தீண்டும் உணர்வால் வியாபித்திருக்கின்றன. இதை நிறுவப்பட்ட கருத்தாக்க வேண்டும்.) நிலம், நீர், நெருப்பு, காற்று ஆகியவற்றுக்கு மட்டுமே தீண்டுதல்

22 வைஷேசிகத் தத்துவ மரபு, நியாயாத் தத்துவ மரபோடு இணைந்தது என்றாலும் அதிலிருந்து வேறுபட்ட ஒன்றாகவும் இருக்கிறது.

23 Datta (2008).

24 பார்க்கவும்: Bhattacharya (2008: 165).

25 குணா (guna) என்ற சொல்லை 'quality' என்று ஆங்கிலத்தில் சொல்வது துல்லியமான மொழியாக்கம் அல்ல. ஏனெனில், 'quality' போன்று திரும்பத் திரும்ப உபயோகிக்கக்கூடிய ஒன்றாகக் குணா இல்லை.

குணமாக இருக்கிறது என்றால் ஆகாயம், காலம், இடம், சுயம், உள்ளுறுப்புகள் ஆகியவற்றையும் உள்ளடக்கிய ஒன்பது திரவியங்களின் குணமாகத் தொடுதல் இருக்கிறது. மேலும், தீண்டுதல் ஒரு புலன் உறுப்பு சார்ந்து மட்டுமே உணர்ந்தறிந்துகொள்ளப்படுகிறது என்றால், தொடுதல் இரண்டு புலன் உறுப்புகளால் உணர்ந்தறிந்துகொள்ளப்படுகிறது. மேலும் மகிழ்ச்சி, வலி, எரிச்சல், புண்ணியம், பாவம் போன்று பல குணங்களைத் தொடுதல் உருவாக்கிக்கொடுக்கிறது. அதாவது, தொடுதல் உருவாக்கிக்கொடுக்கக்கூடிய எதையும் தீண்டுதல் உருவாக்கிக்கொடுப்பதில்லை.

தீண்டாமை விஷயத்தில், தீண்டுதலும் தொடுதலும் கொண்டிருக்கும் வேறுபட்ட குணங்கள் எத்தகைய முறையில் பங்காற்றுகின்றன? தொடுதல் என்ற கருத்தமைவு தீண்டுதலைவிடப் பரந்தத் தன்மையிலானதாக இருக்கிறது. தொடுதலின் குணமானது இரண்டு திரவியங்களின் இணைவை உள்ளார்ந்து கொண்டிருக்கிறது. இதற்கு அர்த்தம் என்னவென்றால், 'தீண்டுபவர்', 'தீண்டப்படுபவர்' ஆகிய இருசாராரிடம் காணப்படும் குணத்தைத் தொடுதல் கொண்டிருக்கிறது. இரண்டு உடல்கள், ஒன்றை மற்றொன்று தொட்டுக்கொண்டிருக்கின்றன என்றால், அவை சமச்சீரான உறவைக் கொண்டிருப்பதுபோல் தெரிகிறது – இரண்டு உடல்களும் ஒன்றையொன்று தொட்டுக்கொள்கின்றன. ஆனால், தீண்டுதலைப் பொறுத்தமட்டில் அது சமச்சீரற்ற தன்மையைக் கொண்டிருப்பதுபோல் இருக்கிறது. ஏனெனில், ஒரு பொருளைத் தீண்டுபவர் அதேசமயத்தில் அந்தப் பொருளால் தீண்டப்படுவதில்லை. ஆகவேதான், நான் ஒரு நாற்காலியைத் தீண்டுகிறேன் என்று சொல்லும்போது, நாற்காலியும் என்னைத் தீண்டுகிறது என்று நான் சொல்வதில்லை (மேர்லாவ்-பான்டி நிச்சயமாக இதை ஏற்றுக்கொள்ள மாட்டார்!). இத்தகைய அர்த்தத்தில், தொடுதலைப் போல் இல்லாமல் தீண்டுதல் பிரத்யேக மானுடப் புலனாகிறது. தொடுதல் என்பது இரண்டு உருப்படிகளுக்கு இடையேயான பிரத்யேக உறவாகிறது.

புலனுக்கான பொருட்களுக்கும் புலன்களுக்கும் இடையேயான உறவை இந்தியத் தத்துவப் பள்ளிகள் பலவிதமாகத் தெளிவுபடுத்துகின்றன. குணத்தை இருபத்து நான்கு வகைகளாக வைஷேசிகம் பிரிக்கிறது: அதில் தீண்டுதலும் ஒரு குணமாகக் காணப்படுகிறது. ஆனால், இவற்றுக்கு இடையே அடிப்படையான வேறுபாடு ஒன்று உள்ளது. தொடுதல் எல்லாத் திரவியங்களுக்கும், அதாவது பருப்பொருளானவைக்கும் ஆன்மாரீதியானவைக்கும் பொதுவான குணமாகக் காணப்படுகிறது.[26] ஆனால், பருப்பொருளானவற்றுக்கு மட்டுமே சொந்தமானதாக இருக்கிறது தீண்டுதல் குணம். தொடுபுலன் உறுப்பின் ஊடாகவே தீண்டுதல் உணர்ந்தறிந்துகொள்ளப்படுகிறது. மேலும், தீண்டுதல் குணம் ஐந்து அடிப்படையான திரவியங்களில் நான்கில், அதாவது நிலம், நீர், நெருப்பு, காற்று ஆகியவற்றில் காணப்படுகிறது. தீண்டுதலை வெப்பமானது அல்லது குளிர்ச்சியானது என்றும், அல்லது இரண்டும் அல்லாதது என்றும்

26 *Datta (2008: 123).*

வேறுபடுத்திப்பார்ப்பது இத்தகைய திரவியங்களில் காணப்படும் தீண்டுதல் வகையை அறிந்துகொள்வதற்கு உதவுவதாக இருக்கிறது. சொரசொரப்பானதா, வழவழப்பானதா என்பதற்கு நாம் எவ்வாறு எதிர்வினையாற்றுகிறோம் என்பது தீண்டுதலுக்கும் தொடுதலுக்கும் இடையேயான வேறுபாட்டை வெளிப்படுத்துவதாக இருக்கிறது. சொரசொரப்பானது, வழவழப்பானது என்பது 'தீண்டுதலின் வகைகள் அல்ல'; அவை 'தொடுதலின் வகைகள் ஆகின்றன'.[27] இவை தொடுதலின் வகைகளாக இருப்பதற்கான காரணியம், இவை பார்வைப் புலன் ஊடாக உணர்ந்தறிந்துகொள்ளப்படுவதோடு மட்டுமல்லாமல், தொடுபுலன் ஊடாகவும் உணர்ந்தறிந்துகொள்ளப்படுகின்றன. இந்த எடுத்துக்காட்டில், தொடுதலின் மட்டுப்படுத்தப்பட்ட வடிவமாகத் தீண்டுதல் இருப்பதோடு, அது தொடுபுலன் ஊடாகக் கண்டறியக்கூடியதாகவும் இருக்கிறது. நாம் முன்னர் பார்த்தது போன்று, தொடுதல் எல்லாத் திரவியங்களுக்குமானதாக இருப்பதோடு, அவை தொடுபுலன் ஊடாக மட்டுமே உணர்ந்தறிந்துகொள்ளப்படுவதாக இல்லாமல், மற்ற புலன்களாலும் உணர்ந்தறிந்துகொள்ளப்படுவதாக இருக்கின்றன. மற்றொரு வேறுபாடு என்னவென்றால், தொடுதல் ஒரு உறவாகிறது. இதற்குக் குறைந்தபட்சம் இரண்டு திரவியங்கள் தேவைப்படுகின்றன. ஆனால், தீண்டுதல் தனிப்பட்ட ஒரு திரவியத்தில் மட்டுமே காணப்படும் குணமாகிறது.

மேலும், பல வகையான தொடுதல்கள் காணப்படுகின்றன – தொடுதலை அத்வைதிகள் ஆறு வகைகளாக விவரிக்கிறார்கள்.[28] முதலாவது, சம்யோகா (*samyoga*) – ஒரு பொருளைப் புலன் உறுப்பு கொண்டு தொடுவது. ஒரு பொருளைப் பார்வையின் ஊடாகப் புலனுணர்தல் என்பது பார்வைப் புலன் ஊடாகத் தொடுவதாகிறது. இரண்டாவது, சம்யுக தடத்மியா (*samyuka tadatmya*) – புலன் உறுப்போடு தொடுதலில் இருக்கும் ஒரு பொருளைத் தொட்டுக்கொண்டிருப்பது. எடுத்துக்காட்டாக, ஒரு பொருளின் வண்ணத்தைப் புலனுணர்தல் (வண்ணம் ஒரு பொருளோடு தொட்டுக்கொண்டிருக்கிறது என்றால், அதுவே புலன் உறுப்பைத் தொட்டுக்கொண்டிருக்கிறது). மற்றொரு வகை என்னவென்றால், 'குறிப்பிட்ட வண்ணத்தின் பொதுமையான பண்பை அந்த வண்ணத்தோடு அடையாளப்படுத்துவது' ஆகும். அதாவது, ஒரு பொருளின் வண்ணத்தின், அந்த வண்ணத்தின் பண்பு மற்றும் இதுபோன்றவற்றைக் குறித்ததாக இருக்கிறது.

தொடுதல், தீண்டுதல் இரண்டின் பொருண்மைச் சிக்கலைக் கணக்கில் எடுத்துக்கொள்வோம் என்றால், ஆங்கிலத்தில் 'டச்' (touch) என்ற சொல் பிரச்சினைக்குரியதாகும் சாத்தியப்பாட்டை நம்மால் பார்க்க முடியும். பொதுவான உபயோகத்தில் 'டச்' என்ற ஆங்கிலச் சொல், ஏதோ ஒருவிதத்தில் தொடுதல் என்ற கருத்தையே குறிப்பதாக இருக்கிறது. தீண்டாமை குறித்தான நம்முடைய புரிதலில், தீண்டப்படாதவரைத் தொடுவது தீட்டாகப்

27 *Ibid., p. 131.*
28 *Gupta (1995: 223).*

பார்க்கப்படுகிறது. ஆனால், இது சாத்தியப்பட வேண்டுமென்றால், தீண்டுதல் என்பது பொருட்களில் உள்ளார்ந்து காணப்படும் ஒன்றாக இருக்க வேண்டியுள்ளது. இதற்கு என்ன அர்த்தம் என்றால், தீண்டப்படாத மனிதர் அவருக்குள்ளாக 'தீண்டவியலா' புலனை வெளிப்படுத்துகிறார் என்றாகிறது – அதாவது, அவர் மற்றொருவரைத் தொடுகிறாரா, இல்லையா என்பதையெல்லாம் மீறி. இப்படியாகத் தீண்டுதல், தொடுதல் ஆகிய சொற்கள் வேறுபட்ட முறையில் அர்த்தப்படுத்தப்படுவதால், தீண்டாமை என்ற கருத்தமைவு எவ்வாறு புலனின் தோற்றவெளிக்குள் கொண்டுசெல்லப்படுகிறது என்று புரிந்துகொள்ளத் தொடங்குகிறோம்.

மேலும், இந்த மரபுகளில் உடல் குறித்தும் புலன்கள் குறித்தும் காணப்படும் உடலியல்ரீதியான விவரிப்புகள், தீண்டுதல் குறித்துக் காணப்படும் பத்தாம்பசலித்தனமான வாசிப்பைக் கேள்விகேட்கவைக்கின்றன. எடுத்துக்காட்டாக, ஆயுர்வேதம் போன்ற மருத்துவ மரபுகளில் உடலின் மாதிரிவடிவம் தற்போது உயிரியல்ரீதியான உடல் புரிந்துகொள்ளப்படுவதைவிட மிக ஆழமானதாக இருக்கிறது. பண்டைய காலத்தில் மிகப் பிரபலமான அறுவைச் சிகிச்சை நிபுணரான சுசூத்திரா, உடலை ஏழு அடுக்குகளான தோலாக வகைப்படுத்துகிறார். நாம் இப்போது புரிந்துகொண்டிருப்பதுபோல் தோல் தீண்டுதலுக்கான உறுப்பாக இருக்கிறது என்றால், இந்த ஏழு அடுக்குகளில் எந்த அடுக்கு உண்மையில் தீண்டும் அனுபவத்தோடு தொடர்புகொண்டிருக்கிறது? இந்தப் பிரச்சினை மேலும் சிக்கலாகும் விதமாக, சாங்கியம் மற்றும் அத்வைத வேதாந்தம் உடலை ஸ்தூலமான உடல் என்றும், சூட்சமமான உடல் என்றும் விவரிக்கின்றன.[29]

புலன் உறுப்புகளை நாம் உயிரியல்ரீதியான கண், நாக்கு, தோல், இன்னபிறவற்றைப் புரிந்துகொள்வதைப் போல் எடுத்துக்கொள்ளக் கூடாது. ஆயுர்வேதத்தில் புலன் உறுப்புகள் – வழமையான காது, மூக்கு, கண், நாக்கு, தோல் போன்ற புலன் உறுப்புகள் – 'புறவயமான இணைப்பாகவே' பார்க்கப்படுகின்றன. மேலும், இவை 'உறுப்புகளின் இருப்பிடமாக இருக்கின்றனவே தவிர, இவையே சூடுசமமான உறுப்புகளாவதில்லை'.[30] அதாவது, புலன் உறுப்புகள் 'சூட்சமமான பொருள்'களால் ஆனவையாக இருப்பதால், புலப்படக்கூடிய தோல் தீண்டுதலோடு தொடர்புடைய அறிதிறனுக்கான புலன் உறுப்பின் இருப்பிடமாக மட்டுமே இருக்கிறது. புலன் உறுப்புகள் சூட்சமமானவை என்பதால், மரணித்த பிறகு உடலை விட்டு அவை வெளியேறிவிடுகின்றன. ஸ்தூலமான உடலே அழுகிப்போகும் ஒன்றாகிறது. இதற்கு அர்த்தம் என்னவென்றால், புலன் உறுப்புகளோடு தொடர்புபடுத்தப்படும் குணங்கள் சூட்சமமான உடலோடு நிலைத்திருப்பதாலேயே, இவை ஸ்தூலமான உடலோடு மட்டுப்படுத்தப்பட்டதாக இல்லை. இத்தகைய பார்வைகள் ஏற்படுத்தும் விளைவுகளை நாம் மறந்துவிடக் கூடாது. எடுத்துக்காட்டாக,

29 *Bhattacharya (2008: 165).*
30 *Gupta (2008: 211).*

சூட்சமமான உடலின் குணாம்சங்கள் தொடர்ந்துகொண்டிருக்கின்றன என்ற நம்பிக்கை தீண்டாமையைப் பரம்பரைப் பண்பாகத் தொடர்வதை விளக்கக்கூடியதாக இருக்கிறது. இந்த உரையாடல்கள் எல்லாம், நாம் தீண்டாமை என்ற கருத்தமைவை அர்த்தப்படுத்திக்கொள்ள பரந்தத் தளத்திலான வகைப்பாடுகளை உபயோகிக்க வேண்டியுள்ளது என்பதைத்தான் நமக்கு உணர்த்துகின்றன. இந்தியத் தத்துவார்த்தப் பார்வைகள் சமூக ஒழுங்கில் பல்வேறு வழிகளில் பிரதிபலிக்கப்படுவதால், தீண்டாமையை இந்தியக் கலாச்சார, தத்துவார்த்த மரபுகளில் காணப்படும் பிரத்யேக வகைப்பாடுகள் ஊடாக அர்த்தப்படுத்திக்கொள்ள முயல்வது பயனுள்ளதாக இருக்கும்.

தீண்டாமையை இந்தியச் சூழலில் அர்த்தப்படுத்தல்

பல இந்திய மரபுகள் புலன்களையும் உடலையும் இவை உலகத்தோடு கொண்டிருக்கும் உறவையும் பல்வேறு விதமாக விவரிக்கின்றன. தீண்டாமையின் தோற்றப்பாட்டியல் மீது கவனம்கொள்வதற்கு நாம் இந்த உரையாடல்களின் சந்துபொந்துகளையெல்லாம் ஆராய வேண்டியுள்ளது. இவ்வாறு செய்வதன் வழியாக சுவாரஸ்யமான பல சாத்தியப்பாடுகள் உருவாகின்றன. முந்தைய பகுதியில், உடல் குறித்தும், தோலில் காணப்படும் ஏழு அடுக்குகள் குறித்தும், ஸ்தூலமான உடலுக்கும் சூட்சமமான உடலுக்கும் இடையேயான வேறுபாடுகள் குறித்தும், தீண்டுதலும் தொடுதலும் கொண்டிருக்கும் வேறுபட்ட குணம் குறித்தும் பார்த்தவை எல்லாம் தீண்டாமையை மேலும் ஆழமாகப் புரிந்துகொள்வதற்குப் பங்காற்றுகின்றன. இந்தப் பகுதியில், சாத்தியப்படக்கூடிய சில அணுகுமுறைகள் குறித்து விவாதிப்போம்.

மேற்கத்திய, இந்திய மரபு இரண்டிலும் தீண்டுதலுக்கான உறுப்பாகத் தோல் இருப்பதால், நான் தோலிலிருந்து தொடங்குகிறேன். தோலின் அடிப்படையான பண்பை நான் கணக்கில் எடுத்துக்கொள்ளும்போது முதல் பிரச்சினை தோன்றுகிறது. இந்தியச் செவ்வியல் மரபுகளில் தோல் எவ்வாறு விவரிக்கப்படுகின்றன, புரிந்துகொள்ளப்படுகின்றன?

தோல் முக்கியமான செயற்பாட்டைக் கொண்டிருக்கிறது – அதாவது, சூழ்ந்துகொள்வது, வேலியிடுவது. தோல் எல்லைகளோடும் மேற்பரப்போடும் உள்ளார்ந்து உறவுகொண்டிருக்கிறது. குளுக்லிஷ் இத்தகைய குணாம்சங்களை எடுத்துக்கொண்டு தர்மம் குறித்து மிக ஆழமான பார்வைகளை முன்வைக்கிறார். இவர் தர்மத்துக்கும் தோலுக்கும் இடையே காணப்படும் உள்ளார்ந்த உறவைக் கண்டெடுக்கிறார். இரண்டுமே குறியீட்டு ரீதியாக எல்லைகளோடு தொடர்புடையதாகப் பார்க்கப்படுகின்றன. தர்மத்தைப் பொறுத்தமட்டில், இது 'ஒழுங்கு நடத்தையின் எல்லை அல்லது நற்செயலுக்கான வேலி' என்பதாகப்

பார்க்கப்படுகிறது.[31] சொல்லப்போனால், உடல் அதன் எல்லைகளை ஒரு குறிப்பிட்ட முறையில் அடையாளம் காண்கிறது. அதாவது, ஒரு எல்லையை எது அமைப்பாக்கம் செய்கிறது என்பதை ஒரு உடலே அடையாளம் காண்கிறது என்பது குளுக்லிஷைப் பொறுத்தமட்டில், 'தர்மத்தை உண்மையில் தீண்ட முடியும்!' என்றாகிறது.

தோல் பற்றிய மேற்குறித்த விவரிப்புகள், தீண்டுதலுக்கும் தோலுக்கும் இடையே காணப்படும் சிக்கலான உறவைத் தெளிவுபடுத்துவதாக இருக்கிறது. நாம் முன்னரே குறிப்பிட்டதுபோல், தோல் ஏழு அடுக்குகளைக் கொண்டிருப்பதால் (மூன்று முதல் ஏழு அடுக்குகள் வரை இருக்கிறது என்றும் சொல்லப்படுகிறது என்றாலும்) 'இந்து தொன்மங்களிலும் நாட்டாரியல் மரபுகளிலும் பூமி ஏழு அடுக்குகளைக் கொண்டிருப்பதாக மீளுருவாக்கம் செய்யப்படுகிறது'.[32] தோலைச் சுற்றிக் காணப்படும் தொன்மத்தையும் குறியீட்டுத்தன்மையையும் கர்மா கோட்பாட்டோடுச் சேர்த்துப் பார்ப்போமானால், 'முற்பிறப்பில் செய்த பாவத்தின் விளைவுகளைக் குறிக்கும் பிரதான அடையாளமாகத் தோல்' மாற்றப்படுவதற்கான காரணியத்தைச் சுட்டிக்காட்டுகிறது.[33] மனித உடல் தொடர்பான இரண்டு அடிப்படையான பொருண்மைகளை குளுக்லிஷ் அடையாளம் காண்கிறார்: ஒன்று, உடல் 'பிரபஞ்சத்தை நுண்ணிய' அளவில் பிரதிபலிப்பதாகிறது (சுசுருதசம்ஹிதை). மற்றொன்று, உலகத்தோடு முரண்பட்ட உறவில் 'சுயமாக அடைத்துக்கொண்ட வெளியாகிறது' (ரிக் வேதம்). முதல் கருத்தாக்கம் தோலை 'வெளிசார்-பிரபஞ்சத்தன்மை'யிலானதாகப் பார்க்கிறது. இதோடு சேர்ந்து 'லௌகிக உருவகத்தில் தோல் நற்குணம், தார்மீகப் பண்புகளைக் கொண்டிருப்பதாகப் பார்க்கப்படுகிறது'.[34] இத்தகைய பார்வைகள், இந்திய மருத்துவ முறைமைகளில் கையாளப்படும் சில போக்குகளை விளக்குவதாக குளுக்லிஷ் பார்க்கிறார் என்றால், நான் இந்தப் பார்வைகளைத் தீண்டாமைப் பிரச்சினையோடு தொடர்புபடுத்தி ஆராய விரும்புகிறேன்.

நோயைக் குணப்படுத்துதல், மருந்து என்ற புள்ளிகளிலிருந்து பார்ப்போம் என்றால், உடல் மற்றும் தோல் குறித்து மிகச் செழிப்பான அர்த்தப்பாடுகளை நம்மால் கண்டெடுக்க முடியும். குறிப்பாக, ஆரோக்கியமும் நோயும் உள் மற்றும் வெளிக்கு இடையே ஒரு சமநிலையை வெளிப்படுத்துகின்றன என்ற நம்பிக்கையைச் சொல்லலாம். உள், வெளி என்ற வேறுபாட்டைச் சாத்தியப்படுத்தும் உறுப்பாக இருப்பது தோல்தான். இப்படியாக, தோல் 'உறவுகொள்வதற்குப் பிரதான உறுப்பாகிறது; தீண்டுதல் அதன் முக்கியச் செயலாகிறது'.[35] தோல் குறித்துக் குறியீட்டுரீதியான அர்த்தப்பாடுகளையோ, அதோடு தொடர்புடைய பல்வேறு விவரணைகளையோ நாம் குறைத்து

31 *Glucklich (1994: 90).*
32 *Ibid., p. 98.*
33 *Ibid., p. 99.*
34 *Ibid., p. 100.*
35 *Ibid., p. 107.*

மதிப்பிடக் கூடாது. தொடுபுலன் என்பது உடல் புலன் சார்ந்ததாக மட்டுமல்ல, இவ்வுலகில் உயிர் வாழ்வதற்கானதாகவும் இருக்கிறது. இது இவ்வுலகில் நம்மைக் குறிப்பிட்ட வழிமுறைகளில் தகவமைத்துக்கொள்ள அனுமதிக்கிறது. தோல்தான் இவ்வுலகத்துக்குள் நுழைவதற்கான நேரடியான வழியாகிறது. இப்படியாகத்தான், 'இவ்வுலகத்தில் தோலின் அனுபவம் என்பது ஒத்த சமயத்தில் – குறியீட்டுரீதியாக மட்டுமல்லாமல், அனுபவரீதியாகவும் – உலகத்தைத் தோல் மீது சுமத்துவதாக இருக்கிறது' என்று குளுக்லிஷை அவதானிக்கவைக்கிறது.[36] இந்தியப் பண்பாட்டு அனுபவத்தைப் பொறுத்தமட்டில் இது மேலும் உண்மையாக இருக்கிறது. ஓரளவுக்குத் தோலும் தொடுபுலனும் புரிந்துகொள்ளப்படும் முறை இதற்கான காரணியமாக இருக்கலாம். நதியில் நீராடும் எடுத்துக்காட்டும், சில முக்கியமான தொன்மங்களை ஆராய்வதும் இதற்கான சாத்தியப்பாட்டை உருவாக்கிக்கொடுக்கலாம்.

உண்மையிலேயே தோல் ஒரு தனிமனிதனின் சாரத்தைப் படம் பிடித்துக்காட்டுகிறது என்று எடுத்துவைக்கும் தொன்மங்கள் சில காணக்கிடைக்கின்றன. வெறுமனே தோலை மாற்றுவதன் வழியாக ஒட்டுமொத்தச் செயலையும் புரட்டிப்போட முடியும் என்பதையே மாடுகளும் மனிதர்களும் தோலை மாற்றிக்கொள்வது தொடர்பான தொன்மம் வெளிப்படுத்துகிறது. இந்த எடுத்துக்காட்டில், தோலை மாற்றிக்கொள்வதன் வழியாக மனிதர்கள் [முன்னர் மாடு] மாடுகளை [முன்னர் மனிதன்] உண்பது சாத்தியமாகிறது. ஆக, தோலை மாற்றிக்கொள்ளும்போது, மனிதர்களும் மாடுகளும் 'வெளி ஆடைகளை மட்டுமே மாற்றிக்கொள்ளவில்லை. உணவுச் சுழற்சியில் தங்களுடைய இடத்தை மட்டுமல்லாமல் – மிகத் தெளிவாக அடையாளமும் சேர்த்தே மாற்றிக்கொள்ளப்படுகிறது என்பது 'மிருகத்தின் மூலாதாரமாகவும் அதை வரையறுக்கும் குணமாகவும் இருப்பது தோல்தான் (சதை மற்றும் எலும்புகளைவிடவும்)' என்ற அவதானிப்புக்கு இட்டுச்செல்கிறது.[37] தோல் குறித்து இன்னுமொரு சுவாரஸ்யமான விஷயம் என்னவென்றால், தோலை வாத்தியக் கருவிகளில் உபயோகிக்கும்போது தோல் சுதந்திரமான சக்தியாக நிற்கிறது. இவ்வாறு உபயோகிக்கும்போது தோல் 'அதற்கென்ற இருப்பை அதுவாகப் பெற்றுக்கொள்கிறது'.

நாம் இவ்வுலகில் எவ்வாறு இயங்குகிறோம், இவ்வுலகத்தோடு எவ்வாறு உறவுகொள்கிறோம், இவ்வுலகத்தில் நாம் என்னவாக இருக்கிறோம் போன்றவற்றை உணர்ந்துகொள்வதன் ஊடாக நாம் தோலின் முக்கியத்துவத்தை அறிந்துகொள்ளலாம். ஆனால், இவ்வுலகத்தோடு எவ்வாறு உறவுகொள்கிறோம் என்பது நுழைவாயிலாக இருக்கும் தோலால் இடையீடு செய்யப்பட்டதாகவே இருக்கிறது. தோல் நேரடித்தன்மையின் எல்லையாக இருக்கிறது. எல்லை என்ற கருத்தின் முக்கியத்துவம் இந்தியச் சிந்தனைகளில் வீடு மற்றும்

36 *Ibid.*
37 *Ibid., p. 110.*

கோயில்களில் உள்ள நுழைவாயில், கதவு, சுவர் மற்றும் பிறவற்றின் ஊடாக வெளிப்படுத்தப்படுகின்றன. இந்த அர்த்தத்தில், சுவர் எல்லையாகவும், கதவு உள்ளேயிருந்து வெளியே, வெளியேயிருந்து உள்ளே என்று இயங்குவதற்கான வழியாகவும் செயல்படுகிறது. 'சுவர்கள் மனிதத் தோலைப் போலவே பிரதிபலிக்கக்கூடிய, பொருள் குன்றாத, காலத்துக்கு உட்பட்ட குணாம்சங்களைக் கொண்டிருக்கின்றன' என்று குளுக்லிஷ் முன்வைக்கும்போது, அவர் சுவர் மற்றும் தோலுக்கு இடையே காணப்படும் தொடர்பை மிகத் தெளிவாக முன்வைக்கிறார்.[38]

நாம் இதுவரை தோல், புலன்கள், உடல் ஆகியவை குறித்த சிக்கலான கதையாடல்களைச் சுருக்கமாகப் பார்த்ததன் அடிப்படையிலிருந்து தீண்டாமை குறித்துச் சில ஆழமான பார்வைகளைப் பெற்றுக்கொள்ள முடியும். தீண்டாமை என்ற நடைமுறை கடக்க முடியாத எல்லையோடு தொடர்புகொண்டதாக இருக்கிறது. தர்மத்தை எல்லையாக அர்த்தப்படுத்துவது, தீண்டாமை விஷயத்தில் தர்மம் என்ற கருத்தை முன்வைக்க ஓர் இந்திய மனதை அனுமதிக்கிறது. மிக முக்கியமாக, இந்தச் செயலைத் தோல் மட்டுமே செய்ய முடியும். அதாவது, எதாவது ஒருவிதத்தில் நாம் தீண்டாமையைத் தார்மீகத்தோடு தொடர்புகொண்டிருக்கும் ஒன்றாக முன்வைக்க முடியும் என்றால், அது சில பொதுப் பண்புகளைப் பகிர்ந்துகொள்ள வேண்டியுள்ளது – இவ்விஷயத்தில் எல்லையின் குணாம்சத்தைச் சார்ந்திருக்கிறது. வேறு வார்த்தைகளில் சொல்வதென்றால் உடல், புலன்கள், உலகம், தர்மம் போன்றவற்றின் அடிநாதமாக இருக்கும் இத்தகைய சிக்கலான உலகப் பார்வையின் காரணியமாகவே குறிப்பிட்ட தார்மீகம் அல்லது தர்மம் சார்ந்த நியதிகளைப் பரப்பும் ஓர் ஊர்தியாகத் தீண்டாமை தேர்ந்தெடுக்கப்பட்டுள்ளது. தோலின் பல்வேறுபட்ட பண்பியல்புகள் ஒன்றிணைந்து தீண்டாமையின் பண்பை நிலைநிறுத்துகின்றன: ஒரு மனிதனின் குணத்தைத் தீர்மானிப்பது தோல் என்றாகும்போது, எந்த மனிதனுடைய தோல் தீண்ட முடியாததாக இருக்கிறதோ அந்த மனிதர் தீண்டப்படாதவராகிறார்: (இந்தச் செயல்பாட்டில் பெயரெச்சம் பெயர்ச்சொல்லாக மாறுவதைக் கவனிக்கவும். அதாவது, தோலின் பெயரெச்சப் பண்பிலிருந்து ஒரு வகையான மக்கள் உருவாக்கப்படுகிறார்கள்); தோலை 'தார்மீகப் பண்பு மற்றும் நடத்தையின் வெளிப்பாடாக' மாற்றுவதானது மீண்டும் எவ்வாறு தீண்டப்படாதவரின் தோல் சில தார்மீகப் பண்பியல்புகளை உள்ளடக்கியதாக இருக்கிறது என்பதைத் தெளிவுபடுத்துவதாக இருக்கிறது; ஒரு தனிமனிதர் மீது தீண்டாமை பொறிக்கப்பட்டுவிட்டால், பிறகு அந்த மனிதர் தீண்டாமை என்ற சுவரைக் கடந்துசெல்வது சாத்தியமில்லாததாகிறது. இவையெல்லாம் விலக்கிவைத்தல், தடைசெய்தல் போன்ற செயல்களுக்கு ஏன் தீண்டுதல் பிரதானமான புலனாகத் தேர்ந்தெடுக்கப்பட்டுள்ளது என்பதை விளக்குகிறது.[39] தீண்டுதலைத் தடைசெய்வது உயிரியல்ரீதியாக

38 *Ibid., p. 131.*

39 *புலப்படாதது இருக்கிறது என்றாலும் (பார்க்க: Ambedkar 1979), தீண்டாமையின் வலிமை தீண்டுதல் என்ற செயலில்தான் உள்ளது.*

மட்டுமல்லாமல் உளவியல்ரீதியாகவும் மிக மோசமான பாதிப்புகளை ஏற்படுத்துவதாக இருப்பதோடு மட்டுமல்லாமல், தீண்டாமை குறித்த பரந்துபட்டக் கதையாடலோடு ஒத்துப்போகக்கூடியதாகவும் இருக்கிறது. மேலும், பொதுவாக முன்வைக்கப்படுவதற்கு மாறாக, இந்தக் கதையாடல் உண்மையில் எந்த அளவுக்கு சுத்தம், அசுத்தம் சார்ந்திராததாக இருக்கிறதோ அந்த அளவுக்கு உடலின் மீபௌதிகத்தோடு தொடர்புகொண்டதாகவும் இருக்கிறது.

இந்த மீபௌதிகத்தின் ஒரு பகுதியை நாம் முன்னரே பார்த்தோம். உடலே புலன்களின் நிலையிடமாக இருக்கிறது என்ற நியாயாதிப் பார்வை, உடல் புலன்களின் ஊடாகவே உணர்கிறது என்ற அர்த்தத்தையே கொண்டிருக்கிறது. உடல் குறித்தான பௌத்தப் பார்வை, அதிலும் குறிப்பாகத் தீண்டாமை என்ற பின்னணியில் முக்கியமானதாகிறது. இதற்கான ஒரு காரணியம் தனிநபர், சமூகம், கடவுள் பற்றியான பார்ப்பனியப் பார்வைகளை பௌத்தர்கள் நிராகரித்தார்கள். மற்றொரு காரணியம், அம்பேத்கரைத் தொடர்ந்து பல தலித்துகளுக்கு பௌத்தம் ஓர் அடைக்கலமாக மாறியிருக்கிறது. நாம் முன்னரே குறிப்பிட்டிருந்ததுபோல், இந்த உலகத்துக்கான உருவகமாகப் பெரும்பாலும் உடலே பயன்படுத்தப்படுகிறது. புத்தரைப் பொறுத்தமட்டில் இந்த உடல்தான் உலகம். இந்த உடலுக்கு உள்ளாகத்தான் இந்த உலகம் எழுகிறது, அடங்குகிறது.[40] உடல் அசுத்தமானது என்ற நம்பிக்கை எல்லா பௌத்த மரபுகளிலும் காணப்படுகிறது. பிறப்பிலிருந்து இறப்பு வரை, பல்வேறு விதமான அசுத்தங்களுக்கு உடலே புலமாகிறது. எடுத்துக்காட்டாக, மத்தியமிகா தத்துவத் தொகுப்பான டா-ச்சி-டு லுன் (*Ta-chih-tu Lun*), உடலை மிக விழிப்புடன் பயன்படுத்த வேண்டியதன் மீதே கவனம்கொள்கிறது.[41] ஐந்து வகையான உடல் அசுத்தங்கள் அடையாளம் காணப்படுகின்றன: கரு, விந்து, உடலின் இயல்பு, உடலின் குணாம்சம், பிரேதம். பிறப்பிலிருந்து இறப்பு வரை அசுத்தமே மனித உடலை வரையறுப்பதாக இருக்கிறது.

லாங் குறிப்பிடுவதுபோல், பௌத்தர்களைப் பொறுத்தமட்டில் ‘மனிதர்கள் எவ்வாறு உடலுக்குள் சிக்குண்டு கிடக்கிறார்கள்’[42] என்பதைப் புரிந்துகொள்வதற்கு உடலைப் புரிந்துகொள்வது மிக முக்கியமானதாகிறது. உடலைப் புரிந்துகொள்வதற்கான ஒரு வழிமுறை தியானிக்கும்போது உடலின் மீது கவனம் செலுத்துவதாகும்: ஒரு எடுத்துக்காட்டு என்னவென்றால், சுவாசிப்பின் ஏற்றயிறக்கங்கள் மீது கவனம் செலுத்துவது. தியானத்தின் ஊடாக உடலைக் கூறாக்குவது, அதாவது உடல் குறித்தும் உடலை அமைப்பாக்கம் செய்யும் கூறுகள் குறித்தும் விழிப்புடன் இருப்பது, சுயஅடையாளம் குறித்தான நம்பிக்கையை அகற்றுவதாக இருக்கிறது என்று லாங் சுட்டிக்காட்டுகிறார். எடுத்துக்காட்டாக, உடலைப் பிணமாக நினைத்துக்கொண்டு தியானிப்பது

40 *Lang (2003: 24).*
41 *Ibid., p. 27.*
42 *Ibid., p. 25.*

நிச்சயமின்மை குறித்தும், அசுத்தம் குறித்தும், உடலோடு தொடர்புடைய வலிகள் குறித்தும் தெளிவு ஏற்படுத்துவதாக இருக்கிறது. இத்தகைய பயிற்சிகளில் இரண்டு முக்கியமான விஷயங்கள் நடக்கின்றன: ஒன்று சுயத்தை நிராகரிப்பது. இரண்டு, ஒருவருடைய சொந்த உடலே அசுத்தங்களுக்கான புலமாக அல்லது நிலையிடமாக இருப்பதை அங்கீகரிப்பது. இந்த உலகப் பார்வையைக் கொண்டிருக்கும்போது, தன் சொந்த உடலின் சுத்தம் குறித்தான கதையாடல்களைத் தன்வயப்படுத்திக்கொண்டு, அசுத்தங்களை வேறொரு மானுட உடல் மீது சுமத்துவது சாத்தியமில்லாமல்போகிறது. இந்த உலகப் பார்வையில், தீண்டாமையின் தனிச்சிறப்பாக விளங்கும் பின்துணையாக்கம் (இது பற்றி பின்னர் விரிவாகப் பார்ப்போம்) சாத்தியமில்லாமல்போகிறது. இத்தகைய அர்த்தத்தில்தான், தீண்டப்படாதவர்கள் என்ற மீபௌதிகத்தை பௌத்த மீபௌதிகம் நிராகரிப்பதாக இருக்கிறது.

உடலின் தோற்றப்பாட்டியல் நமக்கு எதை உணர்த்துகிறது என்றால், நாம் இந்த உடலை உள்ளே, வெளியே என்ற அடிப்படையிலான அனுபவத்தைச் சார்ந்திராமல், தோல் கொண்டு மூடப்பட்ட ஒன்றாகவும், ஒருமை கொண்டிருக்கும் ஒன்றாகவும், 'நம்முடையது' என்பதாகவுமே கருத்தாக்கரீதியாக உள்வாங்கிக்கொள்கிறோம் என்பதைத்தான். குளுக்லிஷ் சுட்டிக்காட்டுவதுபோல், மாசுகளின் இருப்பு எல்லாவற்றுக்கும் மேலாக உடலை 'தன்வயப்படுத்திக்கொள்'வதைத் தவிர்க்க முடியாததாக்குகிறது – இதற்கு அர்த்தம் மாசு, பாவம், தீட்டு போன்ற கருத்துகளை ஒரு உடலின் சுயபுரிதலுக்குள்ளாக இருந்துதான் புரிந்துகொள்ள வேண்டியுள்ளது. அதாவது, இந்தச் சொல்லாடல்களைப் புரிந்துகொள்ள 'புலனுணர்வுக்கான இருத்தியல்ரீதியான நிபந்தனைகளும் அடிப்படையான அறிதிறனும்' அவசியமாகின்றன.[43] தீண்டப்படாதவர்களைப் பொறுத்தமட்டில், தோல்தான் தீட்டாக்கப்படுகிறது என்றால், தீண்டுவது தீட்டாக்கப்படுகிறது என்றால், அசுத்தம் என்பது உடலுக்குள்ளாக இருக்கும் ஒன்றாக இல்லாமல் உடலாகவே இருப்பதாகிறது. மற்றவர்கள் தீண்டுதலிலிருந்து விலக்கிவைக்கப்படும்போது, தீண்டப்படாதவர் உடலில் இந்த ஒருமையையே இழக்கிறார் என்றே தீண்டாமையின் தோற்றப்பாட்டியல் நமக்குச் சொல்கிறது.

உடல் எந்தளவுக்குச் செயல்களுக்கான தளமாக இருக்கிறதோ அந்த அளவுக்கு அறத்துக்கான தளமாகவும் இருக்கிறது என்பதை அங்கீகரிப்பதே இது ஏற்படுத்தும் முக்கியமான விளைவாக இருக்கிறது. 'ஓர் உலகப் பார்வையாகத் தர்மத்தின் அடிப்படையான பண்பு உடலைக் கொண்டுதான் கட்டமைக்கப்படுகிறது'[44] என்று அங்கீகரித்தால்தான் திருடர்கள், காதலர்கள் போன்று எல்லைக்கோட்டை மீறுபவர்கள் பற்றியான கதையாடல்களை நம்மால் புரிந்துகொள்ள முடியும் என்கிறார் குளுக்லிஷ். இவற்றோடு சேர்ந்து, சுயம் குறித்தான கருத்துகள், எல்லைமீறுகிறவர்களுக்குக் குழப்பமான எதிர்வினைகளை உருவாக்குகின்றன.

43 Glucklich (1994: 20).
44 Ibid., p. 9.

இங்கு இரண்டு விஷயங்கள் நம் கவனத்தைக் கோருகின்றன: அறரீதியான செயல்களைக் குறியீட்டாக்கம் செய்தல் (குளுக்லிஷ் அறத்தையும் தர்மத்தையும் ஒத்த அர்த்தத்தில் உபயோகிக்கவில்லை என்றாலும்). மற்றொன்று, அறம் உடலோடு கொண்டிருக்கும் உறவு. முந்தையது திரளுருவான (embodied) அறிதிறன் விவரிப்புகளில் பிரதிபலிப்பதாக இருக்கிறது. குறிப்பிட்டுச் சொல்வதென்றால், அறம் செயல்களில் இருக்கிறதே ஒழிய பிரதிபலிப்புகளில் அல்ல என்று வாதிடும் வரேலா போன்றவர்களைச் சொல்லலாம்.[45] இவரைப் பொறுத்தமட்டில் அறரீதியான செயல்பாடுகளுக்கு பௌத்தர்கள் முன்மாதிரியாகிறார்கள். இந்த நிலைப்பாட்டில் தர்மம் மீண்டும் மையமாகிறது. தீண்டாமையைப் பொறுத்தமட்டில் உடலுக்கும் அறத்துக்கும் இடையேயான உறவு மிக முக்கியமானதாகிறது. இலக்கியம் மற்றும் பிற கதையாடல்களில் தீண்டப்படாதவர்கள் குறித்து ஏன் இவ்வளவு குழப்பங்கள் நிலவுகின்றன என்பதைப் புரிந்துகொள்ள மேலே விவாதித்தவை உதவக்கூடியதாக இருக்கலாம். எடுத்துக்காட்டாகச் சொல்வதென்றால், வைதீக மரபில் தீண்டப்படாதவர்கள்கூட துறவிகளாகக் காணப்படுகிறார்கள். இவர்கள் குறித்தான தெளிவின்மை எல்லைமீறுகிறவர்கள் குறித்த தெளிவின்மைக்கு நிகரானதாகிறது. அதாவது, தார்மீகத்தை அதன் சூழ்நிலைகள் அடிப்படையில் (இந்திய அறம் எப்போதும் செயல்படுவதுபோல்) பார்க்கும்போது உருவாகக்கூடிய தெளிவின்மைபோலவே இருக்கிறது.

சொல்லப்போனால், இந்தச் சிக்கலை ஒருவிதமாக அர்த்தப்படுத்திக்கொள்வதற்குத் தீண்டுதலை வெறுமனே உடல்ரீதியான புலனாகப் பார்க்காமல் 'அறரீதியான புலனாக' பார்க்க வேண்டியுள்ளது என்றே நம்புகிறேன். முதல் பார்வையில் இது சற்று விசித்திரமாகத் தோன்றலாம். ஆனால், இந்தியத் தத்துவார்த்தரீதியான கருத்தாக்கங்களை எடுத்தாளும்போது நாம் வகைப்பாடுகளைச் சற்றுக் கவனமாகப் பார்க்க வேண்டியுள்ளது. மேற்கத்தியச் சிந்தனைகளில் காணப்படும் வகைப்பாடுகளும், இந்தியச் சிந்தனைகளில் காணப்படும் வகைப்பாடுகளும், உருவொத்த (isomorphic) தன்மையிலானவை அல்ல என்பது நாம் எல்லோரும் அறிந்த ஒன்றுதான். மேலும், மேற்கத்தியத்தில் காணப்படும் தனித்துவமான வகைப்பாடுகள் இந்தியப் பார்வையில் காணப்படுவதில்லை – ஏரணமும் அறிவறிவும், மீபௌதிகமும் அறிவறிவும், மீபௌதிகமும் அறமும் இந்தியச் சிந்தனைமுறைகளில் தனித்த ஒன்றாகவோ, ஒன்றிலிருந்து துண்டிக்கப்பட்ட ஒன்றாகவோ இல்லை என்பதை நாம் குறித்துக்கொள்ள வேண்டியுள்ளது.[46] ஆக, இந்து சமயத்தில் இயற்கையான கருத்தாக்கங்களும் தார்மீகக் கருத்தாக்கங்களும் இடையுறவுள்ளதாக (interrelated) (ஒத்ததாக இல்லை என்றாலும்) இருக்கின்றன என்ற முக்கியமான கருத்தை குளுக்லிஷ் முன்வைக்கும்போது அதில் நாம் ஆச்சரியப்பட ஏதுமில்லை. இதன் விளைவு என்னவென்றால், இயற்கையான 'அழுக்கு' தார்மீக 'அழுக்காக' மாற்றப்படுகிறது. அல்லது எவரெல்லாம் தார்மீக 'அசுத்த'த்தைக் கொண்டிருக்கிறார்களோ அவர்களது இயற்கையான

45 Varela (1999).
46 பார்க்க: Sarukkai (2005).

உடல் அசுத்தத்தின் திரளுருவாக ஆகிறது. இப்படியாகத்தான், சண்டாளர்கள் குறித்த இலக்கிய விவரிப்புகள், அவர்களை 'உருக்குலைந்தவர்கள், நாற்றமடிப்பவர்கள், கோரமானவர்கள்'[47] என்று விவரிக்கின்றன. இத்தகைய குணாம்சங்கள் அந்தக் குமுகத்தோடு இணைக்கப்பட்டிருக்கும் அசுத்தம் என்ற கருத்தமைவில் கூடுதலாக எதையோ சேர்த்துப் பிரதிபலிப்பதாக இருக்கிறது.

இத்தகைய மரபுகளில் உலகளாவியதாகக் காணப்படும் 'தண்ணீர்' போன்றவைகூட பல்வேறுபட்ட முக்கியத்துவதைக் குறிக்கும் ஒன்றாகப் பார்க்கப்படுகிறது. மேற்கத்திய மரபுகளில், தண்ணீர் 'கரைத்தல்' என்பதோடு தொடர்புடையதாகப் பார்க்கப்படுகிறது என்கிறார் குளுக்லிஷ். ஆனால், இந்திய மரபுகளில், சுடுதண்ணீர் மட்டுமே கரைத்தலோடு தொடர்புடையதாக இருக்கிறது. குளிர்ந்த நீர் 'வடிவம் கொடுக்கும்' ஒன்றாகப் பார்க்கப்படுகிறதே தவிர 'வடிவம் கரைக்கும்' ஒன்றாகப் பார்க்கப்படுவதில்லை.[48] நாம் இத்தகைய வேறுபாடுகள் குறித்துச் சிந்திப்பது மிக அவசியமாகிறது. ஏனெனில் சூடான, குளிர்ந்த போன்றவை தீண்டுதலின் உடலுணர்வாகின்றன. இந்தியச் சூழலில் தீண்டாமையை நாம் புரிந்துகொள்ள வேண்டும் என்றால், இத்தகைய சிக்கலான வாசிப்புகளை நாம் வெளிக்கொணர வேண்டியுள்ளது. தண்ணீர் குறித்து மேலும் தொடர்ந்து சொல்வதென்றால், குளித்தல் போன்ற வழமையான செயலைக்கூட வேறு முக்கியமான வழிகளில் புரிந்துகொள்ள முடியும் என்பதை நாம் கவனிக்க வேண்டியுள்ளது. முதலாவதாக, குளிப்பதில் மூன்று வகைகள் காணப்படுகின்றன – கட்டாயக் குளியல், அவ்வப்போதான குளியல், தன்னார்வக் குளியல். இந்த மூன்று வகைகள் ஒவ்வொன்றும் இரண்டு பரிமாணங்களைக் கொண்டிருக்கின்றன. ஒன்று, உடல்ரீதியாகச் சுத்தப்படுத்திக்கொள்வது. இது பயன்பாட்டுத்தன்மையிலானதாக இருப்பதோடு 'புலப்படக்கூடிய'தாகவும் இருக்கிறது. மற்றொன்று, 'புலப்படாததாக' இருப்பதோடு மானுடர்களுக்கு அப்பாலான பரிமாணத்தைக் கொண்டிருப்பதாகிறது.[49] வேறு வார்த்தைகளில் சொல்வதென்றால், குளித்தல் என்ற உடல்ரீதியான செயலும் ஒருவர் தன் மீது தண்ணீரை ஊற்றிக்கொள்வதும் பல்வேறு மறைக்கப்பட்ட குறியீட்டாக்கங்களைக் கொண்டிருக்கின்றன. இந்தக் குறியீட்டாக்கங்களை மேற்பரப்பிலிருந்து மட்டுமே வாசிக்கக் கூடாது. எடுத்துக்காட்டாக, உடலைச் சுத்தப்படுத்துவதற்கு மண் மற்றும் மாட்டுச் சாணம் உபயோகித்துக் குளிப்பதைச் சுத்தமான குளியலுக்கான எடுத்துக்காட்டாக இன்று நாம் சொல்ல மாட்டோம். ஆனால், செவ்வியல் பிரதிகளிலும் நாட்டாரியல் நடைமுறைகளிலும் குளிப்பதற்கான வரையறுக்கப்பட்ட முறை இப்படியாகவே காணப்படுகிறது.

இந்த எடுத்துக்காட்டில், தீண்டுதல் குறித்து மறைந்துகிடக்கும் மற்றொரு முக்கியத்துவம் ஒன்றும் உள்ளது. குளித்தல் என்பது தண்ணீரைத் தொடுவதாகிறது. ஆனால், தீண்டும் செயல் இத்தகைய உடல்ரீதியான தொடுதலின் எல்லைக்கு

47 *Glucklich (1994: 66).*
48 *Ibid., p. 70.*
49 *Ibid., p. 72.*

உட்பட்டதாக இல்லை. தொடுதல் எப்போதும் உடல்ரீதியானதைவிடக் கூடுதலாக எதையோ கொண்டிருக்கிறது. உடல்ரீதியாகத் தொடும் ஒவ்வொரு செயலிலும் பல்வேறு முறைகள் காணப்படுகின்றன – ஒன்று, நிச்சயமாக உடல்ரீதியானது. மற்றொன்று, அதைவிடக் கூடுதலான, மானுடர்களுக்கு அப்பாலான பரிமாணத்தைக் கொண்டிருப்பதாகிறது. குளிக்கும் செயலின் ஒரு பகுதியாக மொழியை உபயோகிப்பதும், வார்த்தைகள், மந்திரங்கள் சொல்வதும் எதைக் குறிக்கிறது என்றால், உடலும் வார்த்தைகளும் (அல்லது ஒலி அல்லது மொழி) மானுடர்களுக்கு அப்பாலானதோடு கொண்டிருக்கும் தொடுதலைத்தான். இது என்ன அர்த்தத்தைக் கொடுக்கிறது என்றால், தீண்டுதலின் குணாம்சமாக இருக்கும் நிரந்தரமான இடைவெளிதான் அரிஸ்டாட்டிலைத் தீர்வில்லா நிலைக்குக் கொண்டுவிட்டது என்றால், இதுவே இந்தியச் சிந்தனைகளில் புலனுணர்வு குறித்தும், தீண்டுதல் குறித்தும், செயல்கள் குறித்தும் காணப்படும் மிகச் சிக்கலான கருத்தாக்கங்களுக்குக் கொண்டுவிடுகிறது. உடல் வேறு ஏதோ ஒன்றைத் தீண்டுவது அல்லது தொடுவது என்பது உடல்ரீதியான பரிமாணங்களைக் கடந்து எதையோ கொண்டிருப்பதால், தீண்டாமை என்பது உண்மையிலேயே உடல்ரீதியாகத் தீண்டுதல் குறித்தானதாக இல்லாமல், தீண்டுதலில் உள்ளார்ந்து காணப்படும் வேறு ஒன்றைக் குறிப்பதாகவே இருக்கிறது. ‘தண்ணீர்’ என்ற சொல்லின் பொருண்மையான உலகமும் அதனளவில் மிகச் செழிப்பானது என்பதால், தீண்டாமைக்கும் தண்ணீருக்கும் இடையே காணப்படும் அங்கமாக உறவு நமக்கு எந்த ஆச்சரியத்தையும் கொடுக்கப்போவதில்லை.

தீண்டுதலில் உள்ள தீண்டவியலாப் பண்பு

தீண்டவியலா என்ற கருத்து தீண்டுதல் என்ற கருத்தமைவுக்கு மிக அவசியமானதாக இருக்கிறது. பல்வேறு மரபுகளின் ஊடாக, அது கிரேக்க, இந்தியத் தத்துவார்த்த மரபுகளாக இருந்தாலும், சமகால மேற்கத்தியத் தத்துவார்த்த மரபுகளாக இருந்தாலும் தீண்டும் புலன் குறித்த இந்தப் புதிரை நாம் எப்போதும் எதிர்கொள்ள வேண்டியுள்ளது. தீண்டாமையின் பண்பைப் புரிந்துகொள்ள நாம் இந்தப் புதிரிலிருந்துதான் தொடங்க வேண்டியுள்ளது.

தீண்டுதல், தீண்டப்படுதல் ஆகிய இரண்டு செயல்பாடுகளும் ஏதோ பிரத்யேகத்தன்மையைக் கொண்டிருக்கின்றன. தீண்டுதலும் தீண்டப்படுதலும் உடலின் செயல்கள் என்று மட்டுமல்லாமல் அதோடு தொடர்புடைய அனுபவங்களையும் கொண்டிருப்பதாகிறது. தீண்டப்படுவது என்பது ஒரு பொருளைத் தீண்டுவதிலிருந்து முற்றிலும் வேறானது என்ற நிலைப்பாட்டை ஒருவர் எடுக்கலாம். சார்த்ர் அவருடைய *பீயிங் அண்ட் நத்திங்னெஸ்* நூலில் விவரிப்பதுபோல், தீண்டப்படுவது ஓர் உடலைப் பயனிலையாக ஆக்குகிறது.[50] தீண்டுவது ஓர் உடலை எழுவாயாக ஆக்குகிறது. சார்த்ரைப் பொறுத்தமட்டில்

50 Sartre (1993).

இவ்விரு முறைகளும் அடிப்படையிலேயே வேறானவையாக இருக்கின்றன. இத்தகைய செயல்தன்மை மற்ற புலன்களுக்கும் பொருந்தக்கூடியதாக இருக்கிறது: பார்ப்பதும் பார்க்கப்படுவதும் இரண்டு வேறுபட்ட முறைகளாகின்றன. இதுபோலவே நுகர்வதும் நுகரப்படுவதும்.

இவ்விரு முறைகளும் 'யதார்த்தத்தின் அடிப்படையான இரண்டு வேறுபட்ட முறைகள்' என்று சார்த்ரின் நிலைப்பாட்டை மேர்லாவ்-பான்டி விமர்சிக்கிறார். சார்த்ரின் பார்வை உடலை–எழுவாயாகவும் உடலை–பயனிலையாகவும் முன்வைத்து இரண்டுக்கும் இடையேயான இருமையைத் தக்கவைத்துக்கொள்கிறது. மேர்லாவ்-பான்டியைப் பொறுத்தமட்டில், தீண்டுதலில் உள்ள ஏதோ ஒரு பிரத்யேகத்தன்மை இந்த இருமையை நிராகரிப்பதாக இருக்கிறது. மேர்லாவ்-பான்டி அவரது முந்தைய முன்வைப்பில், 'தீண்டப்படும் கையே தீண்டுவதாக உணர்வதும், தீண்டும் கையே தீண்டப்படுவதாக உணர்வதும்' என்ற மிக அவசியமான தெளிவின்மையைக் கொண்டிருக்கிறது என்று வாதிடுகிறார்.[51]

மேர்லாவ்-பான்டி அவருடைய விசிபில் அண்ட் இன்விசிபில் நூலில் தலைகீழாக்கம் என்ற புதிய கருத்தை அறிமுகப்படுத்துகிறார்.[52] தலைகீழாக்கத்தின் அடிப்படை மாதிரி, 'ஒரு கை மற்றொரு கையைத் தீண்டுவது'தான் என்று தில்லான் குறிப்பிடுகிறார்.[53] ஒரு கை மற்றொரு கையைத் தீண்டும் விஷயத்தில் தீண்டுவது, தீண்டப்படுவது இரண்டுமே ஓர் ஒருமையைக் கொண்டிருக்கின்றன. தீண்டும் கை, தீண்டப்படும் கை இரண்டுக்கும் அடையாளம் என்று ஏதுமில்லை என்றாலும், இந்தச் செயலாக்கம் உடலை 'இரண்டா'கப் பிளக்கிறது. தீண்டும் கை தீண்டப்படும் கையிலிருந்து (இரண்டுமே ஒரே உடலுக்கு 'சொந்தமானவை' என்றாலும்) வேறானதாக இருப்பதால் மேர்லாவ்-பான்டி இந்தப் பார்வையை எடுத்துக்கொண்டு 'அடையாளம்-அதற்குள்ளாக-வேறுபாடு' என்ற கருத்தமைவுக்காக வாதிடுகிறார்.[54]

உடலுக்கு 'வெளியே' இருக்கும் பொருளைத் தீண்டும் செயலாக்கத்தைத் தீண்டும்-தீண்டப்படும் கைகளுக்கு நிகராகப் புரிந்துகொள்ள வேண்டியிருக்கிறது. அடையாளம்-அதற்குள்ளாக-வேறுபாடு என்ற மாதிரி வடிவம், உலகத்தில் உள்ள பொருட்களைத் தீண்டும் செயலாக்கத்தைப் புரிந்துகொள்வதற்கு அவசியமாகிறது. முதலாவதாக, மற்ற பொருட்களை நம்மால் தீண்ட முடிகிறது என்பது, நாம் மற்ற பொருட்களோடு எதையோ பகிர்ந்துகொள்கிறோம் அல்லது அதோடு நம்மை அடையாளப்படுத்திக்கொள்கிறோம் என்பது, பொருள்போலவே நாமும் பருண்மையான உடலாக இருப்பதால்தான். தீண்டும்போதே தீண்டப்படுவதாக உணரும் அனுபவம் – அதாவது, ஒரு கை மற்றொரு கையைத் தீண்டும்போது நடப்பது – சுயமாகத் தீண்டிக்கொள்வது

51 *Dillon (1997: 158).*
52 *Merleau-Ponty (1968).*
53 *Dillon (1997).*
54 *பார்க்க: Sarukkai (2002).*

என்பதற்குள் சுருக்கப்பட்டதாக இருப்பதில்லை. இத்தகைய அனுபவத்தை, இவ்வுலகில் உள்ள பொருட்களைத் தீண்டும்போதும் நாம் பெறுகிறோம். நான் ஒரு மரத்தைத் தீண்டுகிறேன் என்றால், அந்த மரமும் என்னைத் தீண்டுவதாக இருக்கிறது என்று சொல்லும் நிலைக்கு மேர்லாவ்-பான்டி செல்கிறார். இந்தத் தலைகீழாக்கம் ஒரு கை மற்றொன்றைத் தீண்டும் அனுபவத்துக்கு நிகரானதாக இல்லை என்றாலும், இது தீண்டுதலினுடைய தோற்றப்பாட்டியலின் அடிப்படையை விவரிப்பதாகவே இருக்கிறது.

மேர்லாவ்-பான்டி, பார்த்தலைத் தீண்டுதலுக்கு நிகரானதாகப் பார்க்கிறார்: 'ஒரே உடல்தான் பார்க்கவும் செய்கிறது, தீண்டவும் செய்கிறது என்பதால், கண்ணுக்குப் புலனாவதும் பருண்மையானதும் ஒரே உலகத்தைச் சேர்ந்ததாக இருக்கிறது…'.[55] இதற்குப் புலனும் தீண்டுதலும் 'ஒன்றுபோலானது' என்று அர்த்தமாவதில்லை. பார்த்தல், தீண்டுதல் இரண்டிலும் காணப்படும் தலைகீழாக்கம் என்ற பார்வை ஏற்படுத்தும் அடிப்படையான விளைவு என்னவென்றால், நாம் பார்ப்பதைத் தீண்டுகிறோம்; தீண்டுவதைப் பார்க்கிறோம். இதற்கு அர்த்தம், ஒரு புலனை மற்றொன்றைக் கொண்டு மாற்றிவிட முடியும் என்பதாக இல்லை. தீண்டுதலைப் பொறுத்தமட்டில் இந்தக் கருத்தாக்கத்தின் விளைவு என்னவாக இருக்கிறதென்றால், 'எது ஒன்றையும் தீண்டுவது என்பது வேறு வழியில்லாமல் அதனால் தீண்டப்படுவதாகவும் உள்ளது' என்பதற்கு அழுத்தம் கொடுப்பதாக இருக்கிறது.[56]

மேர்லாவ்-பான்டி, தீண்டுவது – 'அதனால் தீண்டப்படுவது' என்பதைப் பார்வைக்கு விரித்தெடுத்துச் சென்று, பார்ப்பது பார்க்கப்படுவதாகவும் இருக்கிறது என்றார். ஒரு மரத்தைப் பார்ப்பது என்பது அந்த மரத்தால் பார்க்கப்படுவதாகவும் இருக்கிறது. மேலோட்டமாகப் பார்த்தால், இந்தக் கூற்று அபத்தமானதாகத் தோன்றலாம். ஆனால், மரத்தால் நாம் பார்க்கப்படுகிறோம் என்று சொல்வதன் வழியாக நாம் என்ன சொல்லவருகிறோம் என்பதைப் புரிந்துகொண்டால் இது அவ்வளவு அபத்தமானதாக இருக்காது. தில்லான் குறிப்பிடுவதுபோல், ஒரு மரத்தால் பார்க்கப்படுகிறோம் என்பதற்கான வகைமாதிரி, கண்ணாடி ஒரு பொருளைப் பார்ப்பதற்கு நிகரானதாக இருக்கிறது. நான் ஒரு மரத்தைப் பார்க்கும் அதேசமயத்தில் மரமும் என்னைப் பார்க்கிறது. நான் கண்ணாடியின் முன் நிற்கும்போது, அந்தக் கண்ணாடியால் நான் பார்க்கப்படுகிறேன் என்பது என்ன அர்த்தத்தில் என்றால், கண்ணாடி என்னைப் புலப்படக்கூடியதாக்குகிறது. கண்ணாடிதான், என் புலப்படும் தன்மையை என் புலனுணர்வுக்குரியதாக்குகிறது. இது இல்லாமல் என்னை நான் பார்த்துக்கொள்ள முடியாது. ஒரு குறிப்பிட்ட முறையில் என்னை நான் பார்த்துக்கொள்வதைக் கண்ணாடி அனுமதிக்கிறது. இத்தகைய முறையில்தான் மரத்தை நான் பார்க்கும்போது மரமும் என்னைப் பார்க்கிறது என்று சொல்வதையோ, அல்லது நான் ஒரு பொருளைத் தீண்டும்போது அந்தப்

55 *Merleau-Ponty (1968: 177 fn).*
56 *Ibid., p. 161.*

பொருளால் தீண்டப்படுகிறேன் என்று சொல்வதையோ விளங்கிக்கொள்ள வேண்டியுள்ளது. இப்படியாக, 'மரங்களும் கண்ணாடிகளும் மற்றமையாகச் செயலாற்றுகின்றன'.[57]

தலைகீழாக்கம் என்ற கருத்தமைவு சுயத்துக்கும் மற்றமைக்கும் இடையேயான உறவைப் புரிந்துகொள்ள உதவுகிறது. தீண்டுதலிலும் தீண்டப்படுவதிலும் எந்த அளவுக்குப் பாத்திரங்களின் தலைகீழாக்கம் காணப்படுகிறதோ அந்த அளவுக்கு சுயத்திலும் மற்றமையிலும் இந்தத் தலைகீழாக்கம் காணப்படுகிறது. இத்தகைய அர்த்தத்திலேயே 'மற்றமை என் கண்ணாடியாகச் செயல்படுகிறது'. அதாவது, ஒரு சுயம் மற்றமையோடு ஒன்றெென ஆகாமல், மற்றமையின் சாதகமான புள்ளியைத் தனதாக்கிக்கொள்ள முடியும் என்றே இதற்கு அர்த்தமாகிறது.

தீண்டுதல் – தீண்டப்படுதல் ஆய்வைத் தொடர்ந்து மேர்லாவ்-பான்டி, தீண்டவியலா என்ற கருத்தை நோக்கி நகர்கிறார். எனது வலது கை எனது இடது கையைத் தீண்டும் எடுத்துக்காட்டைப் பார்ப்போம். இந்த விஷயத்தில், என் உடல் ஒரே சமயத்தில் இரண்டு செயல்களில் ஈடுபடுவதாக இருக்கிறது: தீண்டவும் செய்கிறது, தீண்டப்படுவதை அனுபவிக்கவும் செய்கிறது. இது இப்படித்தான் இருக்கிறது என்று நினைத்துக்கொள்ளலாம். இதற்கான காரணியம் நாம் நம்முடைய உடல் ஓர் ஒருமை கொண்டிருப்பதாகப் பார்க்கிறோம். அதாவது, ஒரே உடல்தான் தீண்டுவதையும் தீண்டப்படுவதையும் அனுபவிப்பதாக நினைத்துக்கொள்கிறோம். ஆனால், மேர்லாவ்-பான்டியைப் பொறுத்தமட்டில், இத்தகைய செயலாக்கங்கள் தற்செயலாக நிகழ்வதாக இருக்க முடியாது. அல்லது பிரக்ஞையில், மூளையில் நிகழும் ஒன்றாக இருக்க முடியாது. அப்படியென்றால், ஏக காலத்தில் நிகழும் இந்த அனுபவம் உடலில் இல்லை என்றால், பிரக்ஞையில் இல்லை என்றால், இந்த அனுபவத்துக்கான சாத்தியப்பாடு எங்கு எதுவாக இருக்கிறது? மேர்லாவ்-பான்டியைப் பொறுத்தமட்டில் இது 'தீண்டவியலாததில்' குடியிருக்கிறது.

> தீண்டுவது, தன்னையே தீண்டிக்கொள்வது... இவை உடலில் தற்செயலிணைவாக நிகழ்வதில்லை; தீண்டுவது எப்போதும் மிகச் சரியாகத் தீண்டப்படுவதாக இருப்பதில்லை. இதற்கு அர்த்தம் இவை 'மூளை'யில் அல்லது 'பிரக்ஞை'த்தளத்தில் ஒரே தருணத்தில் நிகழ்கிறது என்று அர்த்தமாகாது. இந்த இணைப்பைச் சாத்தியப்படுத்த உடல் தவிர வேறு ஏதோ ஒன்று தேவைப்படுகிறது: இது தீண்டவியலாததில் நடக்கிறது; நாம் எப்போதும் தீண்ட மறுக்கும் மற்றமை. ஆனால், நான் எப்போதும் இந்த மற்றமையைத் தீண்டப்போவதில்லை, மற்றமையும் எப்போதும் என்னைத் தீண்டப்போவதில்லை... ஆக, தீண்டவியலாததாக இருப்பது பிரக்ஞை அல்ல... தீண்டவியலாதது தீண்டப்பட முடியாததாக இல்லை. சொல்லப்போனால், அணுக முடியாததாகவே இருக்கிறது –

57 *Ibid.*, *p. 162.*

> இங்கு பிரக்ஞையற்றது பிரதிநிதித்துவப்படுத்தப்பட்ட ஒன்றல்ல, சொல்லப்போனால் அது அணுக முடியாத ஒன்றாகிறது.[58]

தீண்டவியலாதது குறித்த இந்தக் கருத்து, தீண்டுதல் என்ற செயலின் அடிப்படையான தன்மையைப் படம்பிடித்துக்காட்டுகிறது. மேர்லாவ்-பான்டி இதை மற்ற புலன்களுக்கும் விரிவுபடுத்துகிறார்: தீண்டவியலாதது பார்த்தல் என்ற பின்னணியில் நடப்பது போன்று புலப்படாததாகவும் இருக்கிறது. புலப்படுவது (தீண்டுதல்), புலப்படாதது (தீண்டவியலா) இரண்டும் தலைகீழாக்க உறவைக் கொண்டிருப்பதோடு, அடிப்படையான அர்த்தத்தில் புலப்படாததுதான் (தீண்டவியலா) புலப்படும் (தீண்டுதல்) உலகத்தை வெளிக்கொணர்கிறது: 'இவ்வுலகத்தில் புலப்படாமல் இருப்பதுதான், இவ்வுலகில் குடிகொண்டிருப்பதை, பேணுவதோடு மட்டுமல்லாமல் புலப்படக்கூடியதாகவும் ஆக்குகிறது'. இந்தக் கருத்தின் அடிநாதமாக இருப்பது என்னவென்றால், புலப்படாததுதான் புலப்படக்கூடிய ஒன்றை வெளிச்சம்போட்டுக்காட்டுகிறது'.[59] எடுத்துக்காட்டாக, தில்லான் குறிப்பிடுவதுபோல் 'மொழியின் புலப்படாத லட்சியப் பண்புதான் இவ்வுலகை வெளிப்படுத்துவதோடு, அதை வெளிப்படையாக அறிந்து கொள்ளக்கூடியதாகவும் ஆக்குகிறது'.[60]

தீண்டாமை என்ற உள்ளடக்கம் குறித்து, தெரிதா அவரது தற்போக்கான பயணத்தில், மேர்லாவ்-பான்டி முன்வைக்கும் இந்தக் கருத்துகளை எடுத்துக்கொள்கிறார். அரிஸ்டாட்டிலைத் தொடர்ந்து தெரிதா தீண்டுதலோடு தொடர்புடைய நான்கு தீர்வறியாப் பிரச்சினைகளை அடையாளம் காண்கிறார்.[61] 'தீண்டுதல் என்பது தனித்த ஒரு புலனா அல்லது புலன்களின் குழுமமா' என்பதுதான் முதல் பிரச்சினையாகிறது. இதோடு தொடர்புடைய மற்றொரு கேள்வி தீண்டும் உறுப்பு தொடர்பானதாக இருக்கிறது – சதைதான் தீண்டுதலுக்கான உறுப்பாக இருக்கிறதா அல்லது 'இன்னும் உள்ளாக' இருக்கும் உறுப்புக்கு சதை வெறும் ஊடகமாக இருக்கிறதா? இரண்டாவதாக, கேட்பதற்கான பொருளாக ஒலி இருப்பதுபோல் தீண்டுதலின் பொருள் என்ன? மூன்றாவது பிரச்சினை, தீண்டும் புலனானது நிலையிடம் எதையும் சார்ந்திராமல் இருப்பதாக இருக்கிறது. நாக்கின் ஊடாகத் தீண்டுவது (சுவைப்பது) இதோடு தொடர்புடையதாக இருக்கிறது. இதற்கு நிகராக, தீண்டுதல் தீர்வறியாப் பிரச்சினையாக இருப்பதற்கான காரணியம், தீண்டுதலுக்கான பொருட்கள் புலப்படுவதாகவும் இருக்கின்றன, புலப்படாததாகவும் இருக்கின்றன. நான்காவதாக, மற்ற புலன்களிலிருந்து தீண்டுதல், தொடுதல் இரண்டும் வேறுபட்டதாக இருக்கின்றன. அதாவது, நாம் தொலைவிலிருந்து ஒன்றை உணர்ந்தறிந்துகொள்ளக்கூடியதாக இருக்கும் பார்வை போன்ற பிற

58 *Ibid.*, p. 254.
59 *Ibid.*, p. 151.
60 Dillon (1997: 171).
61 Derrida (2005).

புலன்கள்போல் இல்லாமல் தீண்டுதலும் தொடுதலும் உடனடித்தன்மையைக் கொண்டிருக்கின்றன. மேலும், அரிஸ்டாட்டிலைப் பொறுத்தமட்டில் தீண்டுதல், தொடுபுலன் இரண்டுமே ஆற்றல்தானே ஒழிய மெய்யானவை அல்ல. அரிஸ்டாட்டிலைப் பொறுத்தமட்டில், மற்ற எல்லாப் புலன்களையும் தவிர்க்க முடிந்தாலும் தீண்டுதல் தவிர்க்க முடியாததாகிறது. தீண்டும் புலனை இழப்பது மரணத்தைக் கொடுக்கிறது – ஆக, 'தீண்டுதல் வாழ்வா சாவா பிரச்சினையாகிறது.[62] மேலும், அதீதத் தீண்டுதல் மிருகங்களுக்குத் தீங்காகிறது. தெரிதா இந்தக் கூற்றை விரிவுபடுத்தி, மட்டுப்படுத்தப்பட்ட தீண்டுதலுக்கான தேவையை முன்வைக்கிறார். தடைசெய்வதன் முதல் விதியாக இருக்கும் 'அதிகமாகத் தீண்டாதே' போன்ற கட்டளை மற்றும் இது போன்றவற்றை முன்வைக்கிறார். சடங்குரீதியான தடைகள் இந்தக் கட்டளைக்குப் பிற்பாடு வருகின்றன என்கிறார் தெரிதா.

நம் உடலைக் கருத்தாக்கரீதியானதாக்குவதைத் தீண்டும் புலன்தான் சாத்தியப்படுத்துகிறது. தீண்டுதலுக்கும் உடலுக்கும் இடையேயான உறவானது செயல், இயங்குதன்மை, இன்னபிறவற்றின் ஊடாக விவாதிக்கப்படுகிறது என்றாலும், கருத்தாக்கரீதியானதாக்குவது குறித்தான கான்டின் வாதங்கள் ஓரளவுக்கு வேறானதாக இருக்கின்றன. கான்ட்டைப் பொறுத்தமட்டில் மூன்று புறவயமான புலன்களில் – அதாவது தீண்டுதல், பார்த்தல், கேட்டல் புலன்களில், தீண்டும் புலனே மிக முக்கியமானதாக இருக்கிறது *(அன்திரப்போலஜி ஃப்ரம் எ பிராக்மாட்டிக் பாயின்ட் ஆஃப் வியூ நூல்)*. தீண்டும் புலனே பெருமளவிலான உறுதிப்பாட்டைக் கொடுப்பதோடு மற்ற இரு புறவயமான புலன்களுக்கு அடிப்படையானதாகவும் இருக்கிறது. 'அனுபவரீதியான அறிவை உருவாக்குவதற்கு' பார்த்தல், கேட்டல் இரண்டையும் தீண்டுதலாகவே 'குறிக்க' வேண்டியுள்ளது. தீண்டுதலுக்கு இத்தகைய முக்கியத்துவம் கொடுக்கும் இந்த மரபு, ஹூஸ்ஸரல் வரை தொடர்கிறது. கான்ட்டைப் பொறுத்தமட்டில், கை (விரல்களும் விரல் நுனிகளும்) தீண்டுவதற்கு அடிப்படை 'உறுப்பாக' இருப்பதால், தீண்டுதலின் முக்கியத்துவத்தைக் கண்டெடுப்பது அவருக்கு மிகச் சுலபமாக இருக்கிறது என்று தெரிதா குறிப்பிடுகிறார். அதாவது, கான்ட்டின் விவரிப்பு 'கையின் தோற்றப்பாட்டியல்'[63] விசாரணையாக இருக்கிறது. மேலும் கான்ட், ஹைடெகர், இன்னும் பலரைப் பொறுத்தமட்டில், கைக்குச் சமமான ஒன்றை மிருகங்கள் பெற்றிருக்கவில்லை: 'உடலை எல்லாப் பக்கங்களிலிருந்தும் தீண்டுவதன் ஊடாக உடல் பற்றி ஒரு கருத்தாக்கத்தை உருவாக்கிக்கொள்வதற்கான ஒரு உறுப்பை இயற்கை மனிதனுக்கு மட்டுமே கொடுத்திருப்பதாகத் தெரிகிறது. பூச்சிகளில் உணர்கொம்புகள் ஒரு பொருளின் இருப்பை உணர்வதற்குத்தானே தவிர அதன் வடிவத்தை ஆராய்வதற்கு அல்ல'.[64] இப்படியாக, தீண்டும் புலன் ஊடாக நம் உடல் குறித்து ஒரு கருத்தாக்கத்தை உருவாக்கிக்கொள்ளும் சாத்தியத்தைக் கை நமக்குக்

62 *Ibid., p. 47.*
63 *Ibid., p. 41.*
64 *Quoted in Ibid., p. 42.*

கொடுக்கிறது. ஒருவிதத்தில், இது கைகளைக் கொண்டு ஆராயும் ஒரு சுயம் அதைத் திரளுருவாக்குவதற்கான தொழில்நுட்பமாகிறது. இவ்வுலகத்தில் உயிரோடு இருப்பதைப் பொறுத்தமட்டில் இந்தத் திரளுருவாக்கம் ஆக முக்கியத்துவம் வாய்ந்ததாகிறது. தீண்டுதல் ஊடாக ஆராயும் இந்த ஆற்றல் தீண்டப்படாதவர்களுக்கு மறுக்கப்படும்போது, அவர்கள் தங்களையும் மற்றவர்களையும் எவ்வாறு உள்வாங்கிக்கொள்கிறார்கள் என்பதில் அடிப்படையான இடைவெளி ஒன்று காணப்படுகிறது.

தெரிதா அவருடைய நூலில், தீண்டவியலா குறித்து முன்வைக்கும் இரண்டு விஷயங்கள் தீண்டாமையின் பண்பை ஆராய்வதற்குப் பயனுள்ளவையாக இருக்கின்றன. முதலாவதாக, ஆவலைத் தூண்டும் விதமாக, தீண்டவியலாததற்கும் சட்டத்துக்கும் இடையேயான உறவை அவர் முன்வைக்கிறார். இந்த உறவை அவர் 'டாக்ட்' (tact) என்பதோடு தொடர்புபடுத்தித் தொடங்குகிறார். டாக்ட் என்ற கருத்தமைவில் சட்டத்தின் முதல் கருத்தமைவை அவர் கண்டெடுக்கிறார்: 'சட்டம் என்பது எப்போதும் டாக்ட் குறித்த சட்டமாகத்தான் இருக்கிறது'.[65] 'டாக்ட்' என்ற சொல்லை வைத்து தெரிதா விளையாடுவது அவர் பொதுவாகக் கருத்துகளை வைத்து விளையாடுவதற்கு நிகரானதாக இருக்கிறது. நம் பொதுவான உபயோகத்தில் டாக்ட் என்ற சொல் மற்ற அர்த்தங்களோடு பரிவுகாட்டுவது, தயக்கம்காட்டுவது என்ற அர்த்தங்களையும் கொண்டிருக்கிறது. [இந்த ஆங்கிலச் சொல் தொடு என்ற அர்த்தத்தையும் கொண்டிருக்கிறது. ஆங்கிலத்தில் நயம்பட/தொடு ஆகிய இரண்டு அர்த்தங்களும் ஒருசேரப் பயன்படுத்தப்படுகின்றன. தமிழில், இது நயம் அல்லது தொடு என்று அர்த்தத்துக்கு ஏற்ப பயன்படுத்தப்படுகிறது – மொ.பெ.] 'தொடு' என்பது 'தொடுபுலன்' என்பதற்குள் மறைந்துகிடக்கிறது. தொடு என்பது ஒருவரால் செய்ய முடிந்த அல்லது ஒருவர் செய்ய விரும்பிய ஒன்றோடு தொடர்புடையதாக இல்லை. நயம்பட நடந்துகொள்வது என்பது பின்னிழுத்துக்கொள்வதாகிறது – ஆனால், எதிலிருந்து பின்னிழுத்துக்கொள்வதாகிறது? தெரிதாவைப் பொறுத்தமட்டில் தொடு என்பது 'தீண்டாமல் தீண்டுவதாக' இருக்கிறது. தீண்டுதல் குறித்து அவர் மேலும் இவ்வாறு சேர்த்துக்கொண்டுபோகிறார்: 'தீண்டுதல் தடைசெய்யப்பட்டுள்ளது; ஒரு பொருளைத் தீண்டாதே; தீண்டிப் பாழாக்காதே. எது தீண்டுவதற்கானதாக இருக்கிறதோ அதைத் தீண்டாதே; எது தீண்டுவதற்கு மிச்சம் இருக்கிறதோ அதைத் தீண்டாதே. எல்லாவற்றுக்கும் மேலாக, சட்டமே – இந்த அல்லது அந்த மதத்தால், இந்த அல்லது அந்தப் பண்பாட்டால் திணிக்கப்படும் சடங்குரீதியான தடைகள் எல்லாவற்றுக்கும் முன்னரே காணப்படுவது – தீண்டவியலாத ஒன்றாக இருக்கிறது.[66] தீண்டுதல் குறித்தான தெரிதாவின் அக்கறை இங்கு மற்றொருவரை, அதாவது எதிர்பாலினத்தவரைத் தீண்டுவது அல்லது மற்றொருவரின் மனைவியைத் தீண்டுவது போன்ற தடைகளோடு தொடர்புகொண்டதாக இருக்கிறது.

65 *Ibid.*, p. 66.

66 *Ibid.*

இங்கு தீண்டவியலாததன் பண்பு எத்தகையதாக இருக்கிறது? நான் நயம்படாதவனாக இருந்தால், பாய்ந்துசென்று எனக்குத் தெரியாத ஒரு மனிதரின் கையைப் பிடித்துக்கொள்வேன். தொடுபுலனோடு தொடர்புடைய இந்தச் செயல் ஏன் நயமற்றதாக இருக்க வேண்டும்? ஏனெனில், நான் மதிக்கவில்லை – என்னுடைய தீண்டுதலுக்கு பயனிலையாக இருக்கும் அந்த மனிதரை மட்டும் நான் மதிக்கத் தவறவில்லை, எங்களைப் பிரித்துவைக்கும் சட்டத்தையும், நயத்தின் சட்டத்தையும் நான் மதிக்கவில்லை என்றாகிறது. இங்கு தீண்டவியலாததாக இருப்பது (நயத்தின்) சட்டம்தானே தவிர மற்றொரு மனிதர் அல்ல. ஒரு மனிதருக்குப் பதிலாக வேறொரு மனிதரை நிறுத்தினாலும் நான் சட்டத்தை மதித்தே நடப்பேன்.

தீண்டவியலாதது குறித்த தெரிதாவின் இந்த வாசிப்பு நமக்கு அற்புதமான புரிதலைக் கொடுப்பதோடு, இந்தியாவில் நடைமுறைப்படுத்தப்படும் தீண்டாமையிலிருந்து இது எவ்வாறு வேறுபட்டதாக இருக்கிறது என்பதைச் சுட்டிக்காட்டவும் செய்கிறது. தெரிதா தீண்டவியலாததை 'சட்டத்தை' அடிப்படையாகக் கொண்டு புரிந்துகொள்ள முயல்கிறார். இந்தச் சட்டம் மதத்தாலோ பண்பாட்டாலோ திணிக்கப்பட்ட ஒன்றாக இல்லாமல் தீண்டுதல் என்ற செயலிலேயே இருக்கும் ஒன்றாகிறது. தொடுபுலனின் ஆளுகைக்கு உட்பட்டதாகச் சட்டம் இருக்கிறது. தொடுபுலனின் ஆளுகைக்கு உட்பட்டதாகச் சட்டம் இருப்பதோடு 'தீண்டாமல் எப்படித் தீண்டுவது, அதிகம் தீண்டாமல் எப்படித் தீண்டுவது' என்பதாகப் புரிந்துகொள்ளப்பட்டதாகவும் இருக்கிறது.[67] தெரிதா எந்த மரபிலிருந்து தீண்டவியலாதது குறித்து உரையாடுகிறாரோ அந்த மரபு தனிநபருக்குத் தனித்துவமான சலுகைகளைக் கொடுக்கும் ஒன்றாக இருப்பதோடு, தீண்டுதல் தொடர்பான பழக்கவழக்கங்களில் தேர்ந்தெடுக்கக்கூடிய தன்னாட்சி கொண்ட முகவரைச் சாத்தியப்படுத்தக்கூடியதாகவும் இருக்கிறது. இப்படியாக, தீண்டவியலாத என்பது தவிர்த்தலோடும் (சுயமாகச் சுமத்திக்கொண்டது) மரியாதையோடும் விதிமுறைகளோடும் இன்னபிறவற்றோடும் தொடர்புகொண்டிருக்கும் சிக்கலான கருத்தாகிறது. தீண்டவியலாப் புலம், ஒரு முகவரின் செயல்கள் எத்தகையதாக இருந்தாலும், அந்தச் செயல்களுக்கு முன்னரே காணப்படுகிறது என்பதால் அது தீண்டுதலில் உள்ளார்ந்து காணப்படும் ஒன்றாகவும் இருக்கிறது என்று முன்வைக்க விரும்புவதுபோல் தெரிகிறது. அவர் கொடுக்கும் எடுத்துக்காட்டுகள்கூட அவை எத்தகைய முகமையைக் கொண்டிருக்கின்றன என்பதைத் தெளிவுபடுத்துவதாக இருக்கின்றன: 'நண்பனைத் தீண்டக் கூடாது... நயமற்றுப்போகும் அளவுக்குத் தீண்டாமல் இருப்பதும்; இருந்தாலும் அவரைத் தீண்டுவது, அவரை அதிகமாகத் தீண்டுவது, சட்டென்று அவரைத் தீண்டுவது போன்றவைகூட நயமற்றதுதான்'.[68]

67 *Ibid., p. 67.*
68 *Ibid., p. 75.*

இங்கு தொடுதல் தொடர்பான பிரச்சினை சுதந்திரம், தேர்வு, எவ்வாறு செயல்படுவது என்று தீர்மானிக்க முடியாத இயலாமை போன்றவற்றோடு தொடர்புடைய பிரச்சினையாக இருக்கிறது. வருடிக்கொடுத்தல் போன்ற செயல் பிரத்யேகத் தீண்டும் செயலாக இருப்பதோடு, அது தீண்டாமையோடு தொடர்புடைய தீண்டுதல்-தீண்டாச் செயல்களிலிருந்து வேறானதாக இருக்கிறது. வருடிக்கொடுப்பதை எடுத்துக்கொண்டால் இது மேலும் சிக்கலானதாக இருக்கிறது: வருடிக்கொடுப்பதை ஒருவகையான தொடுதல் என்பதாகச் சுருக்க முடியாது என்றும், தீண்டுதலின் குறிப்பிட்ட அனுபவமாகப் பார்க்க முடியாது என்றும் லெவினாஸ் சொல்வதை தெரிதா ஏற்றுக்கொள்வதுபோல் தெரிகிறது. 'எது வருடிக்கொடுக்கப்படுகிறதோ அது தீண்டப்படுவதில்லை' என்கிறார் லெவினாஸ்.[69] தீண்டவியலாதது என்று மேர்லாவ்-பான்டி முன்வைப்பது, மற்றவர்கள் எப்போதும் தீண்டவியலாதவர்களாக இருக்கிறார்கள் என்று முன்வைப்பதற்கு நிகரானதாக இருக்கிறது என்றும் தெரிதா தெரிவிக்கிறார். இருந்தாலும், இந்த எடுத்துக்காட்டுகளிலெல்லாம் தீண்டாமை என்பது தீண்டுதலில் காணப்படும் இடைவெளிக்கு நிகரானதாகவே முன்வைக்கப்படுகிறது. இது தீண்டுதல் முழுமை அடையவில்லை என்று, தொடர்ந்து இடைவெளி காணப்படுகிறது என்று மட்டுமே சொல்வதுபோல் தெரிகிறது. ஆக, வருடிக்கொடுப்பது எவ்வளவு மென்மையாக இருந்தாலும், அது மற்றவரை முழுமையாகப் பற்றிக்கொள்வதுமில்லை, தீண்டுவதுமில்லை. இந்தியச் சூழலில் காணப்படும் தீண்டாமை என்ற கருத்து இந்த முழுமை அடையாததைக் கொண்டிருக்கவில்லை. தீண்டாமையை எவ்விதத்திலும் 'முழுமையற்றது' என்பதாக நாம் இங்கு புரிந்துகொள்ளக் கூடாது.

மேற்கத்திய மரபில் தோற்றப்பாட்டியலாளர்கள், தீண்டவியலாதது என்ற கருத்தை முன்மொழிவதற்கும், இந்தியச் சூழலில் தீண்டாமை என்ற நடைமுறைக்கும் இடையேயான வேறுபாட்டைப் பல்வேறு விதமாக அர்த்தப்படுத்திக்கொள்ள முடியும். மேற்கத்திய மரபில் தீண்டவியலாதது குறித்து முன்வைக்கப்பட்டிருப்பதை நாம் தீண்டுவதற்குப் பொருத்தமான பொருளாக இல்லாமல் இருப்பது (அதாவது, கருத்தாக்கம் அல்லது சட்டம்போல்) என்பதிலிருந்து எப்போதும் காணப்படும் முழுமையற்றதன்மை மற்றும் இதுபோல் பலவிதமாக அர்த்தப்படுத்திக்கொள்ள முடியும். மேலும், இந்த எடுத்துக்காட்டுகளெல்லாம் தன்னாட்சி கொண்ட ஓர் எழுவாயை மையமாகக் கொண்டுள்ளன. ஆனால், ஒரு நடைமுறையாகத் தீண்டாமையைப் பொறுத்தமட்டில் தீண்டுவதற்கு எதிரான உந்துவிசை 'பயனிலை'யில், அதாவது தீண்டப்படாத மனிதரிடம் பொருத்தப்பட்டதாக இருக்கிறது.

ஒருவேளை, இந்த அவதானிப்புகளை நாம் பின்வருமாறு விரித்துக்கொள்ளலாம்: பிறர் மனைவியைத் தீண்டாமல் இருப்பது என்ற நடைமுறையில் காணப்படும் தீண்டாமைக்கும் இந்தியச் சமூகத்தில் தீண்டப்படாதவராக இருப்பவரைத் தீண்டாமல் இருப்பது என்ற நடைமுறையில் காணப்படும் தீண்டாமைக்கும்

69 *Ibid., p. 77.*

இடையேயான வேறுபாடு என்ன? தடைசெய்யப்படுதல் என்ற அர்த்தத்தில் நாம் இதைப் பார்ப்போமேயானால், இரண்டுமே சமூக உறுப்பினர்கள் மீது திணிக்கப்பட்ட ஒழுங்குமுறையின் பகுதியாக இருக்கிறது. இருந்தாலும், இவ்விரு செயல்பாடுகளுக்கும் இடையே அடிப்படையான தத்துவார்த்த வேறுபாடு காணப்படுகிறது. இவ்விரண்டுமே சட்டத்தின் விளைவாக இருக்குமேயானால், இவை கொள்கை அளவில் ஒத்ததன்மை கொண்டதாக இருக்கின்றன என்று சொல்லலாம். ஆனால், தெரிதா கண்டெடுக்கும் தீண்டவியலாத என்பது சட்டத்திலேயே இருக்கும் தீண்டாமையாகிறது. மேலும், தீண்டுதல் என்ற செயல் பரந்தத் தளத்தில் பல்வேறு விதமான செயல்பாடுகளை அதற்குள் கொண்டிருக்கிறது. இதை ழான்-லுக் நான்ஸி (Jean-Luc Nancy) மிக விரிவாகக் கொடுக்கிறார்: உராய்வு, அடித்தல், தடவுதல், கிள்ளுதல், கடித்தல், கொஞ்சுதல், அணைத்தல் மற்றும் இதுபோல் – தீண்டுதல் குறித்த தத்துவார்த்த உரையாடல்களில் காணப்படாத இவையெல்லாம் குறித்து ஆய்வு அவசியமாகிறது.

தீண்டுதலுக்கும் அதீண்டுதலுக்கும் இடையே வெளிப்படையாக, நேரடியாகத் தெரியக்கூடிய வேறுபாடு ஒன்று காணப்படுகிறது. நாம் மேலே பார்த்ததுபோல் தீண்டுதலில் பல வகைகள் காணப்படுகின்றன என்றாலும், அதீண்டுதல் ஒரே ஒரு அர்த்தத்தைக் கொண்டிருப்பதாக இருக்கிறது. அதாவது, அஅடித்தல் என்பதாக இருந்தாலும், அதடவு என்பதாக இருந்தாலும் வேறுபாடுகள் எதுவும் காணப்படுவதில்லை. தீண்டுதலில் காணப்படும் பல்வேறு வகைகள் அதீண்டுதல் என்று எடுத்துக்கொண்டால் காணாமல்போகின்றன. ஏன்? தீண்டுதலின் பல்வேறு வகைகளைக் குணாம்சப்படுத்துவதெல்லாம் அதீண்டுதலில் மறைந்துபோகும் அளவுக்கு அது என்னதான் கொண்டிருக்கிறது? இந்தக் குறிப்பிட்ட செயலில்தான் ஒருவர் தீண்டாமையைப் பொருத்திப்பார்க்க வேண்டியுள்ளது. தீண்டாமை குறித்த இந்தியப் புரிதலை இந்த வெளியில்தான் நாம் பார்க்க வேண்டியுள்ளது. முரண்நகையாக, இந்த வேறுபாடுகள் எவ்வாறு நிராகரிக்கப்படுகின்றன என்றால், அதீண்டுதலை ஓர் புலனாக்குவதன் வழியாகத்தான்! தீண்டுதலின் பல்வேறு தன்மைகளைத் தீண்டாமை ஒன்றுபடுத்துகிறது. மேலும் இந்த அர்த்தத்தில், தீண்டுதலுக்கான அஸ்திவாரமாகவும் பங்காற்றுகிறது. தீண்ட முடியாத என்ற கருத்தமைவு இல்லையென்றால், தோற்றப்பாட்டியல்ரீதியாகத் தீண்டும் புலனுக்கு உரித்தான எல்லாச் செயல்களையும் ஒன்றிணைப்பதற்கு வழி இல்லாமல்போகிறது.

ஒரு புலனை நாம் எவ்வாறு புரிந்துகொள்கிறோம்? நாம் முன்னர் விவாதித்ததை நினைவுக்குக் கொண்டுவருவோமேயானால், ‘புலனுக்கான பொருட்களே’ புலன்களை வரையறுக்கும் சுட்டியாகின்றன என்று புரிந்துகொள்ள முடியும். பல்வேறுபட்ட புலனுக்கான பொருட்கள் காணப்படுகின்றன. சொல்லப்போனால், இந்த ஒரு காரணியத்தின் அடிப்படையிலிருந்துதான் பல புலன்கள் காணப்படுகின்றன என்று தத்துவவியலாளர்கள் (இந்திய, மேற்கத்திய மரபுகள் இரண்டிலும்) வாதிடுகிறார்கள் (குறிப்பிட்டுச்

சொல்வதென்றால், தீண்டுதல் மட்டுமே புலனாகிறது என்ற நியாயாதிகளின் வாதத்துக்கு எதிராக இந்த வாதம்தான் முன்வைக்கப்படுகிறது).[70] அதீண்டுதல் குறித்தும், அபுலன்கள் குறித்தும் பொதுவாக நாம் தெரிந்துகொள்ள வேண்டிய விஷயம் என்னவென்றால், இந்தப் புலன்களுக்கு என்று தெளிவாக வரையறுக்கப்பட்ட பொருட்கள் எதுவும் இல்லை என்பதைத்தான். தீண்டாமை குறித்தான மேற்கத்தியத் தத்துவவியலாளர்களின் குறிப்புகள் அதீண்டுதலுக்கான பொருட்கள் என்ற தளத்தில் காணப்படுவதில்லை. இருப்பினும், இந்தியச் சூழலில் தீண்டப்படாதவர்கள் என்று ஒரு வகைமையை உருவாக்குவது என்பது மிகச் சரியாகக் கதையாடல் முறையிலாகப் பொருட்களின் தொகுப்பை – அதீண்டும் புலனுக்கான அல்லது தீண்டாப் புலனுக்கான பொருட்கள் – உருவாக்கும் செயலாகவே இருக்கிறது. அதாவது பார்த்தல், கேட்டல் போன்றவற்றுக்குப் பொருட்கள் இருப்பதுபோலவே அதீண்டுதலுக்கு என்று பிரத்யேகப் பொருட்கள் காணப்படுகின்றன – இவர்களே தீண்டப்படாதவர்கள்.

தீண்டாமையின் தோற்றப்பாட்டியல்

அதீண்டுதல் ஒரு 'புலன்' என்றால், நாம் அதீண்டுதல் அல்லது தீண்டாப் புலன்களின் தோற்றப்பாட்டியலைத் தீவிரமாக எடுத்துக்கொள்ள வேண்டியுள்ளது. இந்தப் புலனுக்கு ஒரு 'பெயர்' கொடுப்பதில் உள்ள சிக்கலே இந்த 'புலன்' கொண்டிருக்கும் பிரச்சினையை நமக்கு வெளிப்படுத்துவதாக இருக்கிறது. இந்தப் பிரச்சினையோடு உரையாடுவதற்கு, அதீண்டு 'புலன்' என்று ஒன்று இருக்கிறதா என்று நாம் கேட்டுகொள்ள வேண்டியுள்ளது. அதாவது, இந்த அதீண்டு புலன் 'அபுலனாக' இல்லாமல் இருப்பதால், இந்தப் புலனுக்கான பொருட்களை நாம் அடையாளம் காண வேண்டியுள்ளது. என் நிலைப்பாடு என்னவென்றால், தீண்டப்படாதவர்கள் என்று ஒரு பிரிவினரைக் கட்டமைப்பதானது அதீண்டு புலனுக்கான பொருட்களை உருவாக்குவதாக இருக்கிறது. இப்படியாக, தீண்டப்படாதவர்கள் என்று ஒரு பிரிவினரை உருவாக்குவதானது சில குணாம்சங்கள் அடிப்படையில் மக்கள்தொகுப்பை உருவாக்குவதாக இல்லாமல், அதீண்டு புலனுக்கான பொருட்களை உருவாக்குவதாக இருக்கிறது. இவ்வாறு உருவாக்கப்படும் பொருட்களின் தொகுப்பு நம்மைத் தீண்டாமையின் தோற்றப்பாட்டியலுக்குள் நுழைய அனுமதிக்கிறது. ஆகவே, தீண்டவியலாத பொருட்களின் பண்பு குறித்து விசாரணை செய்வதை நமது தொடக்கப் புள்ளியாகக் கொள்ள வேண்டியுள்ளது. ஏனெனில், தீண்டப்படாதவர்கள் என்போர் தீண்டவியலாத பிரத்யேகப் பொருட்களின் தொகுப்பாகிறார்கள்.

நம் அடையாளப்படுத்தலில் தீண்டப்படாதவர்களின் முக்கியமான குணாம்சம் என்னவாக இருக்கிறதென்றால், தீண்டுவதற்கான சாத்தியத்தைக் கொண்டிருந்தாலும், அவர்கள் அதீண்டுதலுக்கான பயனிலையாகிறார்கள்.

70 பார்க்கவும்: Chakrabarti (1992); Jha (1984).

பார்க்கவியலாத, ருசிக்கவியலாத என்பனவற்றிலிருந்து தீண்டவியலாத என்பது வேறுபட்டதாக இருக்கிறது. இது, அதீண்டு புலன் என்று ஒன்று இருப்பதற்கு மற்றொரு காரணியமாகிறது. அதீண்டுதலைப் பொறுத்தமட்டில், அபார்த்தலுக்குப் பல பொருட்கள் இருப்பதுபோலவே அதீண்டுதலுக்கும் பொருட்கள் காணப்படுகின்றன. காலம், வெளி இரண்டும் பார்க்கவியலாததாகவும் தீண்டவியலாததாகவும் இருக்கின்றன.[71] தீண்டுதலுக்கான பொருட்களாக இல்லாத உருப்படிகள் பலவும் காணப்படுகின்றன. ஆனால், நான் அதீண்டுதலுக்கான பொருட்களை வரையறுத்திருக்கும் அடிப்படையிலிருந்து சொல்வதென்றால், தீண்டுதலுக்கான பொருட்களாக இல்லாத உருப்படிகள், அதீண்டுதலுக்கான பொருட்களாகவும் இல்லை என்பதை நம்மால் மிகச் சுலபமாகப் பார்க்க முடியும். இப்படியாக, தீண்டுவதற்கான பொருளாக இல்லாமல் இருப்பதாலேயே அவற்றை அதீண்டுதலுக்கான பொருளாக மாற்றிவிட முடியாது. வெளி, காலம், கடவுள், பண்பியல்புகள், இவை போன்றவை தீண்டுதலுக்கான பொருட்களாக இல்லை என்றாலும் அவை அதீண்டுதலுக்கான பொருட்களாகவும் ஆவதில்லை. இப்படியாக, இவை அதீண்டு புலனுக்கான பொருட்களாக ஆவதில்லை. இந்த அர்த்தத்தில் இவை தீண்டாமைக்கு உட்பட்ட பொருட்களாக இல்லை. தீண்டவியலாததுபோல் தோன்றும் புலனுக்கான வேறு வகையான பொருட்களின் தொகுப்பு ஒன்று காணப்படுகிறது. எடுத்துக்காட்டாக, கண்ணாடி பிம்பங்கள்போலவே தொலைவில் இருக்கும் பொருட்களும் தீண்டவியலாததாக இருக்கின்றன. ஓர் அந்நியரும் – குறிப்பாக, அந்த நபர் எதிர்பாலினத்தைச் சேர்ந்தவராக இருந்தால், இப்படித்தான் பெரும்பாலான சூழலில் தீண்டவியலாதவராக இருக்கிறார் என்றாலும், அவர் தீண்டாமைக்கு உட்பட்டவராக இருப்பதில்லை.

தீண்டப்படாததற்கும் தெய்வீகத்துக்கும் இடையேயான உறவு தீண்டவியலாதது குறித்துக் கவனம்கொள்ளக் கொண்டுவிடுகிறது. நாம் தீண்டுதல் குறித்து தெரிதாவின் ஆய்வுக்குத் திரும்புவோம். அவர் தீண்டுதலுக்கும் ரட்சிப்புக்கும் தெய்வீகத்துக்கும் இடையே மிகத் தெளிவான இணைப்பை முன்வைக்கிறார். 'நாம் சுவிசேஷங்களைப் பொதுமையான தொடுபுலன்களாக எடுத்துக்கொள்ள முடியும்' என்கிறார் தெரிதா.[72] இந்த மதரீதியான மரபில் காணப்படும் ரட்சிப்பு குறித்தான கருத்து, தீண்டுதலுக்கும் மோட்சத்துக்கும் இடையேயான உறவை மீட்டெடுக்க தெரிதாவை அனுமதிக்கிறது. அதனாலேயே, ரட்சிப்பு 'தீண்டுதலின் மூலமாகக் காப்பாற்றுகிறது. ரட்சகர், அதாவது தீண்டுபவரும் தீண்டப்படுகிறார்; அவர் காப்பாற்றப்படுகிறார், பாதுகாப்பாக இருக்கிறார், சிராய்ப்புகள் அற்று இருக்கிறார், காயப்படாமல் இருக்கிறார். அருட்பண்பால் தீண்டப்படுகிறார்'.[73] தீண்டுபவராக இருக்கும் இயேசு

---

71 காலம் மற்றும் வெளியை உணர்வதைப் பொறுத்தமட்டில், வெளியைத் தீண்ட முடியும் என்ற பெர்க்லேயின் (Berkeley) பார்வை முதல் அதைக் கேட்க முடியும் என்ற நியாயாதிகளின் பார்வை வரை பலவிதமான முன்வைப்புகள் இருக்கின்றன.

72 Derrida (2005: 100).

73 Ibid.

தீண்டுதல் ஊடாகக் காப்பாற்றுகிறார். தொழுநோய்க்கு ஆட்பட்டவரைத் தீண்டி அவரைக் குணப்படுத்துகிறார்; பார்வையிழந்தவரைத் தீண்டி அவரைக் குணப்படுத்துகிறார்; கேட்டல் – பேசுதல் திறன் இழந்தவரின் நாக்கைத் தீண்டி அவருக்குப் பேச்சாற்றலைக் கொடுக்கிறார்; சவப்பெட்டியைத் தீண்டி அதில் இருப்பவருக்கு உயிர்கொடுக்கிறார். அவர் தீண்டுகிறார் என்பது மட்டுமல்லாமல், இன்னும் சொல்லப்போனால் அவரைத் தீண்டவும் முடியும் – அதாவது, குறைந்தபட்சம் அவருடைய ஏதோ ஒரு பகுதியை (அவருடன் தொடுதலில் இருப்பது) தீண்ட முடியும் என்பதே முக்கியமாகிறது என்று தெரிதா வாதிடுகிறார். ஆனால், 'தீண்டுதல்தான் காப்பாற்றுகிறது என்பதாக இல்லாமல், நம்பிக்கையைக் குறிப்பதாவும் அதற்கான சான்றாகவும் தீண்டுதல் நிகழ்கிறது' என்று கோரும்போது, ரட்சிப்புக்கும் உடல்ரீதியான தீண்டுதலுக்கும் இடையேயான சமன்பாட்டிலிருந்து தெரிதா விலகிப்போவதுபோல் தெரிகிறது.[74]

மேலும், இத்தகைய விவரிப்புகள் மத்தேயூ மற்றும் லோக் நூல்களில் காணக்கிடைக்கின்றன என்றாலும், ஜானின் சுவிசேஷசத்தில் தீண்டுதல் பற்றி குறிப்பேதும் இல்லை என்று தெரிதா தொடர்கிறார். இதற்கான காரணியம், *'இயேசு தற்காலிகமாகத் தீண்டவியலாதவராகிறார்'* என்று தெரிதா முன்வைக்கிறார்.[75] இந்த எடுத்துக்காட்டு தீண்டுதல் ஊடாக ரட்சிப்பு என்பதன் முக்கியத்துவத்தைக் குறிப்பதாகவே இருக்கிறது. இன்றைய மருத்துவத் துறையில் இதற்கு நிகரான சுவாரஸ்யமான எதிரொலிகளை நம்மால் காண முடிகிறது. ஹோப்டோதெரப்பி (Haptotherapy – தொடுபுலன் ஊடாகக் குணப்படுத்துதல்) மருத்துவத்தில் இன்று வளர்ந்துவரும் துறையாக இருக்கிறது.[76] ஆனால், நாம் விவாதித்துக்கொண்டிருப்பதோடு தொடர்புடைய ஒரு சுவாரஸ்யமான கேள்வி என்னவென்றால், கடவுள்கள் ஏன் தீண்டுதலின் ஊடாக மட்டுமே ரட்சிக்கிறார்கள்? நான் உன் கண் பார்வையைக் குணப்படுத்துகிறேன் என்று இயேசு ஏன் சொல்லவில்லை? அல்லது அவரது பார்வை அல்லது அவரது வெறும் இருப்பு அல்லது அவரது விருப்பம், அல்லது சிந்தனை மட்டுமே ஏன் போதுமானதாக இல்லை? தீண்டுதல் ஏன்? தீண்டப்படாதவர்களைப் பொறுத்தமட்டில், ரட்சிப்புக்கும் தீண்டுதலுக்கும் இடையேயான உறவு அவ்வளவு தெளிவானதாக இருப்பதால், அதீண்டுதலுக்கான பயனிலைகளாக இருக்கும் இவர்களுக்குத் தீண்டுதல் வழி மட்டுமே ரட்சிப்பு சாத்தியப்படக்கூடியதாக இருக்கிறது. அதாவது, இந்தப் பயனிலைகள் குறித்த கதையாடல்களில், தீண்டுதல் மட்டுமே ரட்சிப்புக்கான வழியாக இருக்கிறது. இங்கு, இயேசுவுக்கு நிகழ்வதும், தீண்டப்படாதவர்கள் உருவாக்கத்தில் நிகழ்வதும் மிக சுவாரஸ்யமான தலைகீழாக்கத்தைக் கொண்டிருக்கின்றன.

74 Ibid., p. 101.

75 Ibid., 102; italics mine.

76 எடுத்துக்காட்டுக்குப் பார்க்கவும், Leder and Krucoff (2008).

தீண்டாமை என்ற கருத்து பல கருத்தமைவுகளை, அதாவது சாத்தியமேயில்லாதது, வேறொன்றாக இருக்க வேண்டியது, மறுதலிப்பது, திறனற்றது, இது போன்ற பலவற்றை அதற்குள்ளாகக் கொண்டிருக்கிறது. மிக அடிப்படையாக, தீண்டாமை என்ற கருத்தமைவு தீண்டுதல், தீண்டவியலா ஆகிய இரண்டு சாத்தியப்பாடுகளைக் கொண்டிருக்கிறது. உணவுப்பண்டம் எனக்கு முன்பாக இருக்கும்போது, நாம் அதைத் தீண்டாமல் இருக்கும்போது, அந்த உணவுப்பண்டம் தீண்டப்படாதது என்று சொல்கிறோம். அந்த உணவுப்பண்டத்தைத் தீண்டத்தகாதது என்று நாம் சொல்வதில்லை. ஏனெனில், அந்த உணவுப்பண்டத்தைத் தீண்டுவதிலிருந்து என்னைத் தடுப்பதற்கு ஏதுமில்லை. நான் விருப்பப்பட்டால் அதைத் தீண்டுவதற்கான திறந்தத் தன்மையை அது கொண்டிருக்கிறது. ஆக, தீண்டப்படாதது தீண்டவியலாததாக இருப்பதில்லை என்றாலும் தீண்டப்படாதவர்கள் எந்தக் காலத்துக்கும் தீண்டப்படாதவர்களாக இருக்கிறார்கள். ஆனால், இந்தச் சொல் தொடர்ந்து நிராகரிக்கும் திறனை உள்ளார்ந்து கொண்டிருப்பதை வெளிப்படுத்துகிறது என்பதுதான் முக்கியமானதாகிறது. அதாவது, தீண்டப்படாதவர்கள் தீண்டவியலாதவர்களாக இருப்பதில்லை; தீண்டப்படக் கூடாதவர்களாக இருக்கிறார்கள். இவ்விரண்டு நிலைப்பாட்டுக்கும் இடையேயான வேறுபாடு மிக முக்கியமானதாகும் – எது தீண்ட முடியாததாக இருக்கிறதோ அது தீண்டும் அனுபவத்துக்கு அப்பாற்பட்டதாகவே இருக்கிறது. ஆனால், தீண்டப்படக் கூடாத உருப்படி ஒன்று தீண்டப்படக்கூடியதாக இருப்பதோடு, தீண்டப்படக் கூடாததாகவும் இருக்கிறது.

தீண்டாமையை அதீண்டு புலனுக்கான பொருட்களோடு தொடர்புபடுத்துவது என்பது தீ, நோய் போன்றவற்றின் காரணியமாகத் தீண்டாமல் இருக்கும் தீண்டாமை போன்ற வெறும் செயல்களிலிருந்து அடிப்படையில் வேறுபடுத்திக்காட்டுவதாக இருக்கிறது. இந்த எடுத்துக்காட்டுகள் எதுவும் தீண்டும் புலனை மறுதலிக்கவில்லை. இந்த எடுத்துக்காட்டுகளில் ஒருவர் பல்வேறு காரணியங்களுக்காகத் தீண்டுவதில்லை என்று முடிவெடுப்பதாக இருக்கிறது. பொதுவாக, தீண்டாமை குறித்து நடைமுறையில் காணப்படும் பத்தாம்பசலித்தனமான புரிதலானது தீண்டாமை என்ற செயலை இத்தகைய காரணியங்களுக்குள் சுருக்குவதாக இருக்கிறது. எடுத்துக்காட்டாக, தீண்டப்படாதவர்கள் தீண்டப்படாததற்கான காரணியம் மிகக் கீழ்த்தரமாகப் பார்க்கப்படும் மனிதக் கழிவு போன்றவற்றைச் சுத்தப்படுத்தும் பணிகளில் அவர்கள் ஈடுபடுவதால்தான் என்று சொல்லப்படுகிறது. ஆனால், இது தீண்டாமையின் தோற்றப்பாட்டியலைத் தவறாகப் புரிந்துகொள்வதாக இருக்கிறது. இந்த வாதம் முடிவில்லாத வட்டத்தில் சுழன்றுகொண்டிருக்கும் தன்மையைக் கொண்டதாகிறது: அவர்கள் மனித மலத்தைச் சுத்தப்படுத்துகிறவர்களாக இருப்பதால் அவர்கள் தீண்டப்படாதவர்களாக இருக்கிறார்களா? அல்லது தீண்டப்படாதவர்களாக இருப்பதால் அவர்கள் மனித மலத்தைச் சுத்தப்படுத்துகிறவர்களாக இருக்கிறார்களா? இந்தத் தெளிவற்றதன்மை மிக முக்கியமானதாகும். ஏனெனில், இது இவர்களை அதீண்டு புலனுக்கான பயனிலையாக்குகிறது. இந்தக் குணாம்சம்

பரம்பரையானது என்று முன்வைப்பதன் ஊடாகவும், வேறு பல வழிகளின் ஊடாகவும் சாதிக்கப்படுகிறது.

இப்படியாக, தீண்டாமையின் தோற்றப்பாட்டியலை வெறுமனே பயன்பாட்டு ரீதியான காரணியங்களுக்குள் சுருக்கிவிட முடியாது. மேலும், தீண்டப்படாதவர்களுக்குக்கூட ஒரு புலனாகத் தீண்டுதல் மறுதலிக்கப்படவில்லை. அவர்கள் தங்களையே தீண்டிக்கொள்ள முடியும்; அவர்களுக்குள்ளாக ஒருவரையொருவர் தீண்டிக்கொள்ள முடியும்; அவர்களுடைய குழந்தைகளை அவர்களால் தீண்ட முடியும். இதுபோன்று சொல்லிக்கொண்டேபோகலாம். இந்தச் சொல் கொண்டிருக்கும் பரந்தத் தளத்திலான தத்துவார்த்தப் பிரச்சினைக்கான குறிப்பை, இந்தச் சொல் எவ்வாறு கட்டமைக்கப்பட்டுள்ளது என்பதிலேயே நம்மால் காண முடியும்.

'Untouchable' என்ற வார்த்தையை எடுத்துக்கொள்வோம் – இந்தத் தொகை உண்மையில் எவ்வாறு செயலாற்றுகிறது? Un-touch-able என்று அர்த்தப்படுகிறதா? 'Un' என்பது மறுதலிக்கும் இயக்கி (operator) ஆகிறது. ஆனால் நாம் எல்லோரும் அறிந்திருப்பதுபோல், ஒரு தொகைச் சொல்லில் மறுதலிக்கும் இயக்கி எங்கு செயலாற்றுகிறது என்பதைப் பொறுத்து அந்தச் சொல்லின் அர்த்தம் முற்றிலுமாக மாறக்கூடியதாகிறது. நம் விஷயத்தில், மறுதலிக்கும் செயல் தீண்டும் புலனில் செயலாற்றுகிறதா? அல்லது தீண்டும் 'திறனில்' செயலாற்றுகிறதா? முந்தையது என்றால் இது தீண்டுவதற்குச் சாத்தியமில்லாததைக் குறிக்கிறது (எடுத்துக்காட்டாக, வெளியைத் தீண்டுவதுபோல்). ஆனால், பிந்தையது என்றால், தீண்டுதல் என்ற செயலுக்கான சாத்தியமற்ற தன்மையைக் குறிப்பதாகிறது. வேறு வார்த்தைகளில் சொல்வதென்றால், untouchable என்ற சொல் not-touchable என்று மொழியாக்கம் பெறுகிறதா அல்லது touch-unable என்று – அதாவது 'தீண்டுதலுக்கான திறனற்ற' என்பதாக மொழியாக்கம் பெறுகிறதா? இந்த இரண்டு முன்வைப்புகளுக்கும் இடையேயான அடிப்படையான வேறுபாடானது இரண்டு விதமான திறனற்ற பண்புகளை வெளிப்படுத்துவதாக இருக்கிறது. முந்தையதன் திறனற்ற பண்பு தீண்டுதலுக்கான பொருள் மீது பொருத்தப்படுகிறது – அதாவது, தீண்டுவதற்கான பொருள் தீண்டு புலனுக்கு அப்பாற்பட்டதாக இருக்கிறது (வெளி அல்லது கடவுள் போன்று). ஆனால், பிந்தையதில், ஓர் எழுவாய் தீண்டும் செயலை நிறைவேற்றுவதற்குத் திறனற்றவராக இருக்கிறார். முந்தையது, தீண்டுதலுக்கான பயனிலையின் பண்பைக் குறித்து நிற்கிறது என்றால் பிந்தையது தீண்டும் திறனற்ற எழுவாயின் பண்பைக் குறித்து நிற்கிறது. ஆக, தீண்டாமையைப் பொறுத்தமட்டில், இது 'தீண்டுபவரின்' போதாமையைக் குறிக்கிறதே தவிர, தீண்டப்படும் நபரின் போதாமையை அல்ல என்பது தெளிவாகிறது. ஆக, தீண்டாமையின் புலம் தீண்டப்படாதவரைத் தீண்ட மறுக்கும் நபரிடம்தான் உண்மையிலேயே காணப்படுகிறது.

தீண்டும் ஆற்றலை நிறைவேற்ற முடியாத ஒருவர், மிக முக்கியமான விளைவுகளை எதிர்கொள்ள வேண்டியுள்ளது. மற்றவர்களைத் தீண்டுவது என்ற வகைமாதிரி தன்னைத் தானே தீண்டிக்கொள்வதாகத்தான் இருக்கிறது. இப்படியாக, இந்தச் சொல்லின் முதன்மையான அர்த்தம் என்னவென்றால், தீண்டுதல் கொடுக்கும் நிறைவை ஒருவர் சுயமாக மறுத்துக்கொள்வதன் வழியாக, அவர் தன்னைத் தீண்டும் ஆற்றலைத் தனக்கே மறுத்துக்கொள்வதாகிறது. நெருப்பைத் தீண்டுவது தீக்காயத்தை ஏற்படுத்துவதுபோலவே தீண்டப்படாதவரைத் தீண்ட மறுப்பது ஒருவிதத்தில் தன்னைத் தானே தீண்டிக்கொள்ளும் திறனை மறுத்துக்கொள்வதாகிறது. அதாவது, தீண்டப்படாதவரைத் தீண்ட மறுக்கும் ஒருவர், 'தீண்டும்-திறன்-அற்று' (touch-un-ability) அவதிப்படுகிறார். தீண்டுதலுக்கான திறனற்றது, தீண்டுபவரின் குணாம்சமே தவிர தீண்டப்படுபவரின் குணாம்சமல்ல. ஒருவர் தன்னுடைய தீண்டும் புலனுக்கு இத்தகைய திறனற்றதை உருவாக்கும் அந்தத் தருணத்திலேயே, தீண்டுதலின் மிக முக்கியமான குணாம்சத்தை அவர் இழந்துவிடுகிறார். தீண்டாமல் இருப்பதன் விளைவுகளைப் பார்ப்பனர், தலித் இருசாராரும் அனுபவிக்கிறார்கள் – இருசாராரும் தீண்டுதல் என்ற செயலை நிறைவேற்ற முடியாதவர்களாக இருக்கிறார்கள் என்றாலும், இவர்கள் தோற்றப்பாட்டியல்ரீதியாக வேறுபட்ட அனுபவங்களைப் பெறுகிறார்கள். பார்ப்பனர்களைப் பொறுத்தமட்டில் ஒதுக்குதல், அதிகாரம், நிராகரித்தல் மற்றும் இது போன்ற உளவியல்ரீதியானவையோடு தொடர்புகொண்டதாக இருக்கிறது என்றால், தலித்துகளைப் பொறுத்தமட்டில் அது ஒதுக்கப்படுதல், அவமதிப்பு மற்றும் இது போன்றவையோடு தொடர்புகொண்டதாக இருக்கிறது. தீண்டாமை என்ற செயல் சமச்சீரானதாக இருந்தாலும், (தீண்ட மறுக்கும் மனிதர் தீண்டப்படுவதுமில்லை) தீண்டாமையின் தோற்றப்பாட்டியலில் எது இப்படியான சமச்சீரற்ற நிலையை உருவாக்குகிறது?

இந்தக் கேள்விக்கும் இதோடு தொடர்புடைய மற்ற கேள்விகளுக்கும் விடையளிக்க வேண்டுமென்றால், நாம் திரும்பவும் தீண்டு புலனின் சில அம்சங்களை விசாரிக்க வேண்டியுள்ளது. நான் முன்னரே குறிப்பிட்டிருந்ததுபோல், தீண்டும் செயலைச் செய்வதற்குக் குறிப்பிட்ட உறுப்பு என்று எதுவும் உடலில் இல்லை. தீண்டுதலுக்கான உறுப்பு தோலாக இருக்கிறது. நாம் ஒன்றைத் தீண்ட விரும்பவில்லை என்றால் நம் 'தோலை மூடிக்கொள்ள' வேண்டியுள்ளது. ஆனால், தோலை மூடிக்கொள்வது இந்த உலகத்தோடு நாம் தொடர்புகொள்வதற்கான முதல் வழியை மூடிக்கொள்வதாக ஆகிறது. பல தத்துவவியலாளர்களும் உயிரியலாளர்களும் சுட்டிக்காட்டியிருப்பதுபோல், நம்மால் பிற புலன்கள் இல்லாமல் வாழ முடியும் என்றாலும் தோல் இல்லாமல் வாழ முடியாது. எளிமையாகச் சொல்வதென்றால், நாம் தோலை மூடிக்கொள்ளும் அந்தக் கணத்திலேயே இறந்துவிடுகிறோம். தீண்டாமையை நடைமுறைப்படுத்துவதன் முதல் விளைவு என்னவென்றால், தீண்டாமையைக் கடைப்பிடிக்கும் எழுவாய் பாதிப் பிணமாகிறார் அல்லது அழுகிப்போகிறார். தீண்டாமையை நடைமுறைப்படுத்துவது தார்மீகமற்றது என்பதால் இவ்வாறு நடப்பதில்லை.

தீண்டாமையை நடைமுறைப்படுத்தும் எழுவாய் அவருடைய ஆற்றலின் ஒரு பகுதியை, அவருடைய புலனோடு உரையாடும் திறனை, தனக்குத் தானே மறுத்துக்கொள்கிறார். மற்றவர்களைத் தீண்டாமல் இருப்பதன் ஊடாக, தன்னையே தீண்டிக்கொள்ள முடியாதவராகிறார். ஒருவரைத் தீண்டுவதற்கும், தன்னையே தீண்டிக்கொள்வதற்கும் இடையேயான உறவு குறித்துத் திரும்பத் திரும்ப மேர்லாவ்-பான்டி இவ்வாறு சொல்கிறார்: 'தீண்டுவது என்பது தன்னையே தீண்டிக்கொள்வதாகத்தான் இருக்கிறது; மற்றவர்களைத் தொடுபுலன் ஊடாக அனுபவிப்பது என்பது ஒரேசமயத்தில் சுயஅனுபவமாகவும் இருக்கிறது. இல்லையென்றால், நாம் அதை அனுபவிக்கும் ஒன்றாக இருக்க முடியாது'.[77] இதை விரிவுபடுத்திச் சொல்வதென்றால், தீண்டக்கூடியதைத் தீண்ட மறுப்பது என்பது, ஒருவருக்குள்ளாகத் தீண்டக்கூடியதைத் தீண்ட மறுப்பதாகிறது. வரையறுக்கப்பட்ட மற்றவருக்கு மட்டுமே ஒருவரால் தீண்டாமையை நடைமுறைப்படுத்த முடியாது என்றே இதற்கு அர்த்தமாகிறது. ஆனால், அவ்வாறு செய்வதன் வழியாக ஒருவர் வேறு வழியில்லாமல், எப்போதும் தன் மீதே தீண்டாமையை நடைமுறைப்படுத்திக்கொள்கிறார் என்றாகிறது. (பார்ப்பனர்களின் 'சுருண்ட உடல்' என்று கோபால் குரு முன்வைப்பது இதை வெளிப்படுத்துவதாக இருக்கிறது.)

மற்ற புலன்கள்போல் இல்லாமல் தீண்டுதல் ஒரு செயலாகிறது. பொருட்களை நோக்கி நம்முடைய தரவரையறையான எதிர்வினை என்னவாக இருக்கிறது என்றால், நாம் தன்னிச்சையாக அவற்றை நோக்கி நகர்கிறோம். ஆனால், தீண்டாமை அனுபவம், தீண்டப்படாதவர்களாக நடத்தப்படும் மக்களை நோக்கி மட்டுமல்லாமல் வேறு எதைத் தீண்டுவதிலிருந்தும் நம்மைக் கட்டுப்படுத்திக்கொள்ளும் நிலைக்குக் கொண்டுவிடுகிறது. ஆக, தீண்டுதல் என்ற செயலே பிரச்சினைக்குரியதாக மாறிவிடுகிறது. ஏனெனில், ஒவ்வொரு தீண்டும் செயலும் பிரதிபலித்துச் செயல்படுத்தப்படும் ஒன்றாக மாறிவிடுகிறது. முக்கியமான விளைவு ஒன்றை இது கொண்டிருப்பதாகிறது: இப்போது தீண்டுதல் 'தன்னிச்சையான' நடவடிக்கையாக இல்லாமல் தீர்ப்புரைக்கும் ஒன்றாக மாறுகிறது. இவ்வாறு செய்வதன் வழியாக, இது பார்த்தல் அடிப்படையிலான வடிவத்தைப் பெறுகிறது. பார்த்தலைப் பொறுத்தமட்டில், ஒருபக்கம் நாம் ஒரு பொருளைப் பார்க்கிறோம் என்றாலும், அதே பொருளை வேறொன்றாகவும் பார்க்கிறோம் என்பது நாம் அறிந்த ஒன்றுதான். 'வேறொன்றாகப் பார்த்தல்' என்பது புலனுணர்வோடு தொடர்புடைய பிரதிபலிக்கும் செயலாக்கமாகிறது. தீண்டாமையின் தோற்றப்பாட்டியலில் இதற்கு நிகரான நகர்வைப் பார்க்கிறோம். இதுவே தீண்டுதலைத் தீர்ப்புரைப்பதாக மாற்றுகிறது. ஆக, தீண்டுவது என்பது 'வேறொன்றாகத் தீண்டுவது' என்றாகிறது. இத்தகைய தீர்ப்புரைத்தல் 'தகவல்கள்' சார்ந்தது மட்டுமே இல்லை; தார்மீக நெறியோடு இணைக்கப்பட்டதாகவும் இருக்கிறது. இத்தகைய நகர்வு, தீண்டுதலை 'தார்மீக உணர்வு' என்று நான் முன்னர் குறிப்பிட்டதற்கான காரணியத்தை விளக்குவதாக இருக்கிறது.

77 *Quoted in Chretien (2004: 84).*

இதன் விளைவு என்னவென்றால், தீண்டப்படாதவராக இருக்கும் சாத்தியத்தை எல்லா மனிதர்களும் கொண்டிருக்கிறார்கள்! இப்போது ஒவ்வொரு தீண்டும் செயலும் சந்தேகத்தை வெளிப்படுத்தும் செயலாகிறது. அதாவது, தீண்டுதலுக்கான பயனிலை நோக்கி நாம் முன்னேறும்போது, ஒருவேளை தீண்டத்தகாததோ என்ற சந்தேக உணர்வு ஊடுருவியிருக்கும் செயலாகிறது. இது 'தீண்டுதலின் திரிபு' என்ற கருத்தமைவை அறிமுகப்படுத்துகிறது. சொல்லப்போனால், தீண்டப்படாதவர் என்ற கருத்து, பார்வை அடிப்படையிலான உருவகங்களுக்குக் கடன்பட்டதாக இருப்பதோடு, பார்ப்பதைத் தொடுவதாகப் பார்க்கும் செவ்வியல் புரிதலை (குறிப்பாக, இந்தியத் தத்துவார்த்த மரபுகளில்) தலைகீழாக்குகிறது. பார்த்தலைப் பொறுத்தமட்டில், கண்களால் பார்க்கப்படுகிறது என்றாலும் கானல்நீர் அந்தஸ்து உண்மையான பொருளாக இல்லாமல், உருவகமாகவே இருக்கிறது என்பது கானல்நீரைத் தீண்டுவதற்கான சாத்தியமே இல்லாததைச் சார்ந்திருக்கிறது. நான் கானல்நீரைப் பார்க்கும்போது, ஒரு பொருளாக அதைத் தீண்டுவதற்கான எனது செயலினுடைய தோல்வியின் ஊடாகத்தான் அதைக் கானல்நீர் என்று உணர்ந்துகொள்கிறேன். தீண்டாமையைப் பொறுத்தமட்டில், சுவாரஸ்யமான தலைகீழாக்கம் ஒன்று நடக்கிறது. தீண்டப்படாதவரைப் பார்க்கும்போது, நான் அவரைப் பார்க்கிறேன் என்றாலும் தீண்டுவதற்கு அவரை நோக்கி நான் நகர்வதில்லை. பார்வை ஊடாக நான் பார்ப்பதை என்னுடைய தீண்டும் புலன் கொண்டு என்னால் ஊர்ஜிதப்படுத்திக்கொள்ள முடியவில்லை. ஆனாலும், கானல்நீர் குறித்து எனக்கு இருக்கும் சந்தேகம் இதில் எனக்கு இல்லை. தீண்டப்படாதவர் ஸ்தூலமாக இருக்கிறார் என்றாலும், தீண்டுதலை மறுப்பதன் வழியாக அவர் கானல்நீராக மாற்றப்படுகிறார் – இதுவே 'தீண்டுதலின் திரிபு' ஆகிறது.

ஆக, ஒவ்வொரு தீண்டும் செயலும் சாத்தியப்படக்கூடிய தீண்டவியலாமையை விட்டு வெளியேற வேண்டியுள்ளது. தீண்டுதலை வரையறுக்கும் அடிப்படையான புலன் – குறிப்பாக, மனிதர்களைப் பொறுத்தமட்டில் – தீண்டுதலுக்கான ஆற்றலைச் சார்ந்திராமல், தீண்டவியலா ஆற்றலைச் சார்ந்திருக்கும் ஒன்றாக இருக்கிறது. இது சுயம் குறித்து மட்டுமல்லாமல் செயல் குறித்த கதையாடல்களை உருவாக்குவதில் மிகத் தீர்க்கமான விளைவுகளை ஏற்படுத்தக்கூடியதாக இருக்கிறது.

நாம் முன்னரே பார்த்ததுபோல், உடலுக்கும் தீண்டுதலுக்கும் இடையேயான உறவு மிக முக்கியமானதாக இருக்கிறது. தீண்டுதல் 'செயலூக்கம் கொண்ட நகர்வையும் செயலூக்கமற்ற ஏற்கவல்ல'தையும் கொண்டிருக்கிறது. மேலும், அசைவுணர்வுரீதியான தீண்டுதல் உடலின் நோக்கத்தை மட்டுமே வரையறுப்பதாக இல்லாமல், உடலின் செயல்பாட்டை வரையறுப்பதாகவும் இருக்கிறது. இதுவே 'நான் சிந்திக்கிறேன்' என்பதிலிருந்து 'நான் செய்கிறேன்' என்ற ஹூஸ்ஸரல் அடிப்படையிலான நகர்வைச் சாத்தியப்படுத்துகிறது. பேட்டர்சன் குறிப்பிடுவதுபோல், தீண்டுதலின் தோற்றப்பாட்டியல் இத்தகைய முக்கியமான விளைவுகளைக் கொண்டதாக இருக்கிறது: 'தீண்டுதல்

கொண்டிருக்கும் இருமைத்தன்மை (பொருள் குன்றா வினைப்பொருள் - பொருள் குன்றும் வினைப்பொருள், செயலூக்கம் - செயலூக்கமற்ற) எழுவாய்-பயனிலை என்ற இருமைவாதம் குறித்துத் துருவி ஆய்வதற்குக் கொண்டுவிடுகிறது. மேலும், உயிரியல்ரீதியாக இந்த உடலின் உண்மைத்தன்மை குறித்தும், இதோடு உடல் சார்ந்த உடலுணர்வு கொண்டிருக்கும் ஒத்திசைவு குறித்தும், உயிருடன் இருப்பதையும் உணர்வுள்ள உடலைக் கொண்டிருப்பதையும் தன்னிலை சார்ந்த தீண்டுதல், ஒரு கை மற்றொரு கையைத் தீண்டுவது ஆகிய எடுத்துக்காட்டுகள் ஊடாகச் சுயஉறுதியாக்கம் செய்துகொள்வது குறித்தும் பயனுள்ள வழியில் துருவி ஆய்வதற்குக் கொண்டுவிடுகிறது.[78]

செயலூக்கம் கொண்ட தீண்டும் புலனின் செயல்கூற்றின் (performatory) மீது கவனம் கொள்வதைவிடத் துருவி ஆய்வதில் வெளிப்படும் பண்பின் மீது கிப்சன் கவனம் குவிக்கிறார். அதாவது, உடல் தீண்டுவதற்கான பொருட்களை நோக்கிக் குறிப்பிட்ட வழிகளில் அதைத் தகவமைத்துக்கொள்ளும்போது, துருவி ஆயும் தருணத்தில் தீண்டும் செயல் உருவாகிறது.[79] நாம் இதை விரிவுபடுத்தி, தொடுதல் புலன் ஊடாக மற்றவர்களை நாம் எவ்வாறு உணர்ந்துகொள்கிறோம் என்பதைப் புரிந்துகொள்ள முயலலாம். ஒருவரோடு கைகுலுக்கும்போது அவர் எந்தளவுக்கு நட்பாக இருக்கிறார் என்பது பற்றி நாம் அடிக்கடி தீர்ப்புரைக்கிறோம். மற்றவர்களை உடல்ரீதியாகத் தொடும்போது நாம் ‘அதிர்வு’களைப் பெறுகிறோம். எடுத்துக்காட்டாக, நாம் ஒருவரைக் கட்டியணைத்துக்கொள்ளும்போது நமக்குக் கிடைப்பதைச் சொல்லலாம். தீண்டுதல் துருவி ஆயும் செயலாகத்தான் இருக்கிறது. அதாவது, உணர்ந்துகொள்வதற்கும் அறிந்துகொள்வதற்கும் நாம் ஒன்றை அடைகிறோம். தீண்டாமை இத்தகைய நகர்வுக்குத் தடையாக இருக்கிறது. வேலிக்கு இரண்டு பக்கங்களிலும் உள்ள மக்கள் ஒருவருக்கு ஒருவர் தீண்டப்படாதவர்களாக இருப்பதாலேயே, ஒருவரையொருவர் உணர்ந்துகொள்ளவோ அறிந்துகொள்ளவோ திறனற்றவர்களாக இருக்கிறார்கள்.

இறுதியாக, தன்னையே தீண்டிக்கொள்வது, மற்றொருவரைத் தீண்டாமல் இருப்பது ஆகிய இரண்டுக்கும் இடையேயான உறவே தீண்டாமையின் தோற்றப்பாட்டியல்ரீதியான பரிமாணத்தை வேறுபடுத்திக்காட்டுவதாக இருக்கிறது. (நாம் முன்னர் தன்னையே தீண்டிக்கொள்வது, மற்றவரைத் தீண்டுவது என்று மேர்லாவ்-பான்டி முன்வைத்திருப்பதன் அடிப்படையில் விவாதித்ததிலிருந்து இது வேறானது என்பதைக் குறித்துக்கொள்ளவும்.) மற்றவரைத் தீண்டாமல் இருப்பது என்பது உண்மையிலேயே தன்னையே தீண்ட முடியாத பிரச்சினையின் வெளிப்பாடாகவே இருக்கிறது – மிகச் சரியாக இந்த நகர்வே இந்தியச் சூழலில் காணப்படும் தீண்டாமையின் பிரத்யேகத் தன்மையாகிறது. இதுவே தீண்டும் உணர்வுக்கு அப்பால் இருக்கும் பிற பொருட்களிலிருந்து வேறுபடுத்திக்காட்டுவதாகவும் இருக்கிறது. அதாவது,

78 *Paterson (2007: 31).*
79 *Gibson (1962).*

மிகவும் அடிப்படையான அர்த்தத்தில் தீண்டாமை என்பது எப்போதும் – இருக்கக்கூடிய ஒன்றாகவும், மற்றவர்களைத் தீண்டவியலாததாக இல்லாமல் தன்னையே தீண்டிக்கொள்ளும் சாத்தியமில்லாத ஒன்றாகவும் இருப்பதாகிறது. இந்து சமூக நடைமுறையில் காணப்படும் தீண்டாமையின் கட்டமைப்பு எவ்வாறு அதை வெளிப்படுத்திக்கொள்கிறது என்பதை இது மிகத் தெளிவாக வெளிப்படுத்துவதாக இருக்கிறது.

தீண்டுதலில் உள்ள தீண்டவியலாப் பண்பு: பார்ப்பனர்கள் உள்ளார்ந்து கொண்டிருக்கும் தீண்டாமை

பார்ப்பனச் சமூகத்தின் குணாம்சமாகத் தீண்டாமை இருக்கிறது என்ற வாதம் முன்வைக்கப்படுகிறது. எடுத்துக்காட்டாக, சாதியத்தை வேறு விதமாக வாசிப்பதற்குப் பலம் சேர்க்கும் விதமாக குவிக்லி, இந்தப் பண்புக்கு அழுத்தம் கொடுக்கிறார். அவர், 'பார்ப்பனர்கள் தீண்டப்படாதவர்களாக இருக்க முடியும். தீண்டப்படாதவர்கள், சடங்கு நிபுணர்களாகப் புரோகிதர்களாக இருக்கிறார்கள்' என்கிறார்.[80] சாதியம் குறித்தான குவிக்லியின் மறுவாசிப்பு சுத்தம், அசுத்தம் இரண்டையும் எதிரெதிராக வைப்பதன் ஊடாகச் சாதிய முறைமையில் படிநிலை உருவாக்கப்படுகிறது என்ற ட்யூமோவின் அவதானிப்பை விமர்சிப்பதாக இருக்கிறது. ஆன்மீக அதிகாரத்தையும் (பார்ப்பனர்களின்), லௌகீக அதிகாரத்தையும் (அரசர்களின்) எதிரெதிராகக் குணாம்சப்படுத்தி, இதன் விளைவாக அந்தஸ்துக்கும் அதிகாரத்துக்கும் இடையே பிளவு உருவாக்கப்பட்டது என்ற ட்யூமோவின் நிலைப்பாட்டை அனுபவரீதியாக நியாயப்படுத்த முடியாததாக குயிக்லி பார்க்கிறார். ஆனால், இந்த நிலைப்பாட்டின் அடிப்படையிலிருந்துதான் பார்ப்பனர்களையும் தீண்டப்படாதவர்களையும் எதிரெதிர் முனைகளாக ட்யூமோ கட்டமைக்கிறார்.

பார்ப்பனப் புரோகிதர்களிடம் அசுத்தம் என்ற கருத்தமைவு தவிர்க்க முடியாத பகுதியாக இருப்பதால், பல்வேறு சாதிகளுக்கு இடையேயான முரண்களை ட்யூமோவைத் தொடர்ந்து சுத்தம் – அசுத்தம் அச்சில் பொருத்த முடியாது என்பதையே குறிக்கிறது என்று குவிக்லி வாதிடுகிறார். முதலாவதாக சந்நியாசிகள், ஆன்மீகக் குருமார்கள், புரோகிதர் அல்லாதவர்கள், குடும்பப் புரோகிதர்கள், கோயில் புரோகிதர்கள், மரணப் புரோகிதர்கள் என்று ஆறு வகையான 'பார்ப்பனர்கள்' இருக்கிறார்கள் என்று குயிக்லி சுட்டிக்காட்டுகிறார்.[81] இந்தப் புரோகிதப் பார்ப்பனர்கள் எவ்வாறு பல்வேறு விதத்தில் அசுத்தமானவர்களாக மாறுகிறார்கள் என்று விவரிக்கிறார். அதாவது, தட்சணை பெற்றுக்கொண்டு 'பாவத்தை, தீவினையை, மற்றவரின் மரணத்தை'

80 Quigley (2000: 16).
81 Ibid., p. 54.

ஜீரணிக்கும் பார்ப்பனர் எவ்வாறு மற்ற சமூகத்தினரால் கீழாகப் பார்ப்பதற்குக் கொண்டுவிடுகிறது என்றும் குவிக்லி விவரிக்கிறார்.[82]

சாதியப் படிநிலை உருவாக்கத்தின் அரசியல் பரிமாணத்தைத் தெளிவாக முன்வைக்க குவிக்லி முயல்கிறார். இன்னும் குறிப்பாக, ரத்த உறவுக்கு அழுத்தம்கொடுக்க முயல்கிறார். இந்தியாவில் காணப்படும் சாதியக் கதையாடல்களை மாற்றி எழுத முயலும் இவரின், இவரைப் போன்றோரின் முயற்சிகள் ஒரு அடிப்படையான விஷயத்தைத் தவறவிடுகின்றன: தீண்டாமை என்ற வகைமையின் பண்பு குறித்த விசாரணை. பார்ப்பனர்களும் தீண்டப்படாதவர்கள்தான் (மேலே குறிப்பிட்ட அர்த்தத்தில்) என்று சொல்வது, தீண்டப்படாதவர்கள் மேல் வெளிப்படுத்தப்படும் தீண்டாமையின் அடிப்படையான பண்பைத் தவறாகப் புரிந்துகொள்வதாகிறது.[83]

பார்ப்பனர்களிடமும் பிற சாதியினரிடமும் அசுத்தமானவர்கள் காணப்பட்டதை அம்பேத்கர் அறிந்திருந்தார். ஆனாலும், மிகத் தெளிவாகப் பல வேறுபாடுகளைச் சுட்டிக்காட்டவும் செய்கிறார். முதலாவதாக, பார்ப்பனர்களும் மற்றவர்களும் அசுத்த நிலையில் இருப்பது என்பது தற்காலிகத் தீண்டப்படாதவர்கள் என்ற கருத்தமைவைச் சார்ந்து இருக்கிறது என்று சுட்டிக்காட்டுகிறார்.[84] இந்த நிலையை நிரந்தரமாக்குவதற்கான குறியாக்கம் எதையும் அது கொண்டிருக்கவில்லை. பிராயச்சித்தம் செய்து 'அசுத்த' நிலையிலிருந்து வெளியேறுவதற்கான வழிமுறைகள் ஏதும் தீண்டப்படாதவர்களுக்கு இல்லை. பார்ப்பனர்களும் தீண்டப்படாதவர்களாக இருக்கும் தருணங்கள் இருக்கின்றன என்று சுட்டிக்காட்டி, பார்ப்பனர்களையும் தீண்டப்படாதவர்களையும் சமன்படுத்த முடியாது. இந்தக் கூற்றை நிலைநாட்ட முயல்வதைவிட ஏன் இந்தச் சமன்பாடு சாத்தியமில்லாமல்போகிறது என்பதை நாம் புரிந்துகொள்ள வேண்டியுள்ளது. அம்பேத்கர் இந்த வேறுபாட்டை அசுத்தம், தீண்டப்படாதவர்கள் என்பதன் வழியாகக் கருத்தாக்கம் செய்கிறார். ஆக குவிக்லி, புரோகிதப் பார்ப்பனர்கள் விஷயத்தில் எதை 'தீண்டப்படாதவர்' என்று குறிப்பிடுகிறாரோ அதை அம்பேத்கர் அசுத்த நிலை என்று அழைக்கிறார். இவ்வாறு வேறுபடுத்திப்பார்ப்பதில் ஏதேனும் அர்த்தம் இருக்கிறதா? தீண்டாமை என்பது அசுத்தம் தொடர்பானது அல்ல என்று மட்டுமல்லாமல், அசுத்த நிலை தீண்டாமை அல்ல என்றும் புரிந்துகொள்வோம் என்றால், அம்பேத்கர் முன்வைக்கும் வேறுபாட்டை நம்மால் தக்கவைத்துக்கொள்ள முடியும். இந்த வேறுபாட்டை நாம் எவ்வாறு உருவாக்குகிறோம்?

82 *Ibid., p. 80.*

83 *குவிக்லியின் பிந்தைய புத்தகம் (2005) தீண்டாமை குறித்தும், ரத்த உறவுகள் குறித்தும் ஒரு பகுதியைக் கொண்டுள்ளது. ஆனால், இந்தப் பகுதி தீண்டாமையின் பண்பு குறித்து ஏதும் சொல்லாததோடு, பார்ப்பனர்களிடம் காணப்படும் தீண்டாமையின் அடிப்படைப் பண்பையும் தவறவிடுகிறது.*

84 *Ambedkar (1948).*

முதலாவதாக, பார்ப்பனர்களிடம் காணப்படும் 'தீண்டாமை' என்ற கருத்தமைவு புரோகிதர்களாக இருக்கிறார்கள், தட்சணை பெற்றுக்கொள்பவர்களாக இருக்கிறார்கள், மற்றவரின் மரணத்தை 'ஏற்றுக்கொள்பவர்'களாக இருக்கிறார்கள் போன்றவற்றுக்குள் சுருக்கப்பட்டதாக இல்லை. அசுத்தத்தோடு தொடர்புடைய சடங்குகள் அன்றாடச் செயல்களிலிருந்து தொடங்குகிறது. ஒருவர் படுக்கையிலிருந்து எழுந்துகொள்வது முதல் சுத்தப்படுத்திக்கொள்வதற்கு மேற்கொள்ள வேண்டிய சடங்குகளை விலாவாரியாக வைக்கும் பனுவல்கள் பல இருக்கின்றன.[85] மேலும், 'மடி' போன்ற நிலைகளும் இருக்கின்றன. இந்த நிலைகள் அசுத்தத்தோடு தொடர்புகொண்டதாக இல்லை என்றாலும் இந்த நிலைகளில் இருக்கும் பார்ப்பனர்கள் மற்றவர்களுக்கு 'தீண்டப்படாதவர்களாக' இருக்கிறார்கள். ஏறக்குறைய எல்லா மங்களகரமான வழிபாட்டுத் தருணங்கள், திருவிழாக்கள், திருமணங்கள், அன்றாடப் பூஜைகள் போன்ற எல்லாமே 'மடி' என்ற சடங்கோடு இணைக்கப்பட்டுள்ளன.[86]

'மடி' தீண்டப்படாத குணாம்சத்தைக் கொண்டிருப்பதாகிறது. சில சடங்குகள், பெரும்பாலான பிராத்தனை வடிவங்கள் உட்பட, இந்த நிலையில் இருந்துதான் செய்யப்பட வேண்டியுள்ளது. 'மடி'யோடு தொடர்புடைய பொதுவான சடங்கைக் கீழ்க்கண்டவாறு விவரிக்கலாம்: சடங்கு செய்யவிருக்கும் ஒருவர் அவருடைய துணிமணிகளை நீரில் நனைத்துக் காயப்போட வேண்டும். துணிகள் காய்ந்த பின் மற்ற எவராலும் தொடப்படக் கூடாது. மடியில் 'இருக்கும்' ஒருவர், குளிக்காமல் இவர்களது சுத்தப்படுத்திய ஆடைகளை அணிந்துகொள்ளக் கூடாது. துணிமணிகளை அப்புறப்படுத்த வேண்டும் என்றால் குச்சி போன்றவற்றைக் கொண்டுதான் செய்ய வேண்டும். வேறு எவரேனும் ஒருவர் 'மடி'யில் இருக்கும் நபர் குளிப்பதற்கு முன் காய்ந்த துணிகளைத் தொட நேர்ந்தால், அதை மறுபடியும் நனைக்க வேண்டும்.[87] ஒருவர் 'மடி'யில் இருக்கும்போது எவருமே, அவருடைய குழந்தைகள் உட்பட, அவரைத் தொடக் கூடாது.[88] இதற்கு அர்த்தம் என்னவென்றால், குடும்பச்

85 பல்வேறுபட்ட தொடுதல்களில் காணப்படும் தீண்டாமை குறித்த குறிப்புகளுக்குப் பார்க்கவும்: Kashyap (2008).

86 பல்வேறு சமூகங்களில் காணப்படும் 'மடி' குறித்த விவரிப்புகளுக்குப் பார்க்கவும்: Bean (1981) and Fuller (1979). இந்த அணுகுமுறை மற்றவர்களின் அணுகுமுறைபோலவே சுத்தம்-அசுத்தம் சார்ந்த நடைமுறை கொண்டு புரிந்துகொள்ள அக்கறைகாட்டுகிறது. தீண்டாமை என்ற கருத்தாக்கத்தின் மீது அந்தச் சொல்லையே அடிப்படையாகக் கொண்டு ஆய்வுக்கு உட்படுத்துவதில் கவனம் குவிக்க வேண்டிய தேவை இருக்கிறது என்றும், இவ்வாறு செய்யும்போது இந்த நடைமுறை குறித்து வேறு விதமான வாசிப்புக்குக் கொண்டுவிடுவதோடு, புதிய அரசியல் குறுக்கீடுகளுக்கான சாத்தியப்பாட்டையும் உருவாக்கிக்கொடுக்கிறது என்றும் நான் முன்வைக்க விரும்புகிறேன்.

87 சமூகக் குழுக்களுக்கு இடையே இந்த நடைமுறையில் வேறுபாடுகள் இருக்கின்றன. மேலும், இதில் பல நுட்பமான அணுகுமுறைகளும் காணப்படுகின்றன. அதாவது, பட்டு மற்றும் பருத்தி ஆடைகளுக்கு 'மடி'யோடு உள்ள உறவு வேறுபட்டதாக இருக்கிறது.

88 இந்த நிலைகள் பெண்களுக்கும் பொருந்தும்.

சடங்குகளின்போது சடங்கு முடியும் வரையில் குடும்ப உறுப்பினர்கள்கூட முழுமையாகத் தீண்டப்படாதவர்களாகவே இருக்கிறார்கள்.

அம்பேத்கரைப் பின்பற்றி, பார்ப்பனர்களின் 'தீண்டாமை' நிலை கொண்டிருக்கும் மிக முக்கியமான வேறுபாடுகளை உள்ளபடியே நம்மால் பார்க்க முடியும். ஒரு தனிநபர் தீண்டாமைக்கு உட்பட்ட நிலையில் இருக்கிறார் என்று சொல்ல முடியும் என்றாலும், தீண்டாமையின் குணாம்சம் அடிப்படையிலேயே வேறானதாக இருக்கிறது. முதலாவதாக, பார்ப்பனர்கள் விஷயத்தில் ஒரு தனிநபர் அவராக முன்வந்து தீண்டாமைக் கவசத்தை அணிந்துகொள்கிறார். இது முக்கியமான விளைவுகளைக் கொண்டதாகிறது: இப்படியான ஒரு தனிநபர் மற்றவர்களைத் தீண்ட மறுப்பதற்கான காரணியம் அவர் 'மேலான சுத்த' நிலையில் இருப்பதாக அவர் நம்புகிறார். இத்தகைய தனிநபர் விஷயத்தில் தீண்டாமை '*உயரிய சுத்த*'த்தைக் குறிக்கிறதே தவிர உயரிய அசுத்தத்தை அல்ல. சொல்லப்போனால், ஒரு தனிநபர் 'தீண்டப்படாதவராக' இருப்பது என்று அவராகவே தேர்ந்தெடுத்துக்கொள்வதால், இத்தகைய முடிவை எடுக்கும் தன்னாட்சி கொண்ட முகவராக அவர் இருக்கிறார் என்றே அர்த்தமாகிறது. இரண்டாவதாக, இத்தகைய தனிநபர்கள் பெரும்பாலான சூழலில் இத்தகைய நிலையிலிருந்து வெளியேறுபவர்களாக இருக்கிறார்கள். மூன்றாவதாக, அவர்கள் அத்துமீறுவதற்குக் கொடுக்கப்படும் தண்டனை, கட்டாயமாகத் தீண்டப்படாதவர்களாக இருப்பவர்களுக்குக் கொடுக்கப்படும் தண்டனைக்கு நிகரானதாக இல்லை. பார்ப்பனர்களின் தீண்டப்படாத நிலை என்பது மற்றவர்களால் தீண்டப்படக் கூடாது என்பதால் ஏற்பட்டதுதானே ஒழிய மற்றவர்கள் தீண்ட மறுத்ததால் ஏற்பட்ட நிலை அல்ல. தீண்டுதல்-தீண்டப்படுதல் என்ற இருமைஎதிர்வு தீண்டுதலினுடைய இந்த நிலையின் குணாம்சத்தை வெளிப்படுத்துவதாக இருக்கிறது. இத்தகைய தற்காலிகமான, தன்முனைப்பான நிலைகளைத் தீண்டப்படாதவராக இருப்பது என்ற கருத்தமைவோடு சமன்படுத்த முடியாது என்கிற அம்பேத்கரின் நிலைப்பாட்டோடு நான் உடன்படுகிறேன்.

ஆனாலும், பார்ப்பனர்களில் 'நிரந்தரத் தீண்டப்படாதவர்கள்' என்று ஒரு பிரிவினர் இருப்பதை, அதாவது ஆச்சாரியார்கள் இருப்பதை நாம் கவனத்தில் எடுத்துக்கொள்ள வேண்டியுள்ளது. இந்த ஆச்சாரியார்கள் நிரந்தரமாகத் தீண்டப்படாதவர்களாகிறார்கள். ஆனால், இவர்களது தீண்டாமை தன்னாட்சி என்ற கருத்தமைவுக்குள்ளாகப் பொறிக்கப்பட்ட தீண்டாமையாக இருப்பதால், இவர்கள் தங்களது 'உயர்வான' நிலையைத் தக்கவைத்துக்கொள்கிறார்கள். இத்தகைய ஆச்சாரியார்கள் அவர்களுடைய மனைவி (திருமணம் செய்துகொண்டவர்களாக இருக்கும்பட்சத்தில்) சமைத்த உணவைக்கூட எடுத்துக்கொள்ள மாட்டார்கள். இவர்களும்கூட தீண்டப்படாதவர்களைப் போலவே தீண்டப்படாதவர் என்ற தகுதியைப் பிறப்பின் ஊடாகப் பெறுகிறார்கள். பொதுவாக, இவர்களுடைய ஆண் வாரிசுகள், குறைந்தபட்சம் ஆச்சாரியாரின் ஒரு மகன் ஆச்சாரியாராகத் தொடர்கிறார். 'மடி'யில் இருக்கும் பார்ப்பனர்கள்கூட இந்த ஆச்சாரியார்களைத்

தீண்ட முடியாது, ஆச்சாரியார்கள் உண்பதைப் பார்க்க முடியாது மற்றும் இதுபோல். ஆச்சாரியார்களைப் பொறுத்தமட்டில், தீண்டாமை என்பது தீண்டாமை நிலையை அடைந்து பிறகு அதிலிருந்து வெளியேறுவது என்பதாகவும் இல்லை. இது பரம்பரையானது; மரபின் ஒரு பகுதி. மேலும், இவர்களுடைய குடும்பத்தாருக்கும் உறவினர்களுக்கும்கூட இவர்கள் நிரந்தரமாகத் தீண்டப்படாதவராகவே இருக்கிறார்கள். இங்கு இது சுத்தம், அசுத்தம் தொடர்பானதாக இல்லை; இருப்பு நிலை சார்ந்ததாக இருக்கிறது.[89]

தீண்டப்படாதவர்களாக இருப்பவர்களிடம் காணப்படும் இரு துருவ நிலைதான் நம்முடைய கவனத்தை ஈர்க்க வேண்டும். அம்பேத்கருடன் உடன்பட்டு, 'தீண்டாமை'க்கு உட்படுத்தப்பட்டிருக்கும் சாதியத் தனிநபர்கள் எல்லோரையும் தீண்டப்படாதவர்கள் என்பதாக இல்லாமல் அசுத்தமானவர்கள் என்பதாக நாம் அர்த்தப்படுத்த முடியும். ஆனால், ஆச்சாரியார்களின் பிரத்யேக நிலை முற்றிலும் வேறான ஒன்றை வெளிப்படுத்துவதாக இருக்கிறது. அது என்னவென்றால், தீண்டப்படாதவராக இருப்பது என்ற கருத்தமைவு பார்ப்பனராக இருப்பதற்கான அடிப்படையான, அவசியமானதாகிறது. பார்ப்பனராக இருப்பதற்குத் தீண்டப்படாதவராக இருக்க வேண்டியுள்ளது. பலதரப்பட்ட பார்ப்பனர்களிடம் காணப்படும் தீண்டாமை என்பது ஒருசில தருணங்களுக்கானதாக இருக்கிறது. ஆனால், மேலான நிலையில் உள்ள ஆன்மீகத் தலைவர்களுக்குத் தீண்டாமைத் தருணங்கள் நிரந்தரமானதாக இருக்கிறது. சொல்லப்போனால், இந்தப் பார்ப்பன ஆன்மீகத் தலைவர்கள் நிரந்தரமாகத் தீண்டப்படாதவராக இருபதுதான் இவர்களை வேறுபடுத்திக்காட்டுகிறது. இது தலைமுறைகளாகக் கடத்தப்படுகிறது.

89 பார்ப்பனிய மரபான ராமானுஜர் மரபில், அவரது இயக்கத்தில் பார்ப்பனரல்லாதோர் பலர் (தலித்துகள் உட்பட) மிக உயர்ந்த நிலையில் காணப்படுகிறார்கள். பன்னிரண்டு ஆழ்வார்களில் – இந்தச் சமூகத்தின் மிக உச்சநிலை இதுதான் – பலர் பார்ப்பனரல்லாதோராக இருக்கிறார்கள். 'தமிழ் வேதம்' என்று அழைக்கப்படும் நாலாயிரத் திவ்வியப் பிரபந்தம் இந்தச் சமூகத்துக்கு மிக முக்கியமான பிரதியாக இருக்கிறது. இந்தப் பிரதியின் மிக முக்கியமான ஒன்றுதான் திருவாய்மொழி. இதில் 3–7–9 பாடல் இவ்வாறு சொல்கிறது: குலம் தாங்கும் சாதிகள் நாவிலும் கீழ் இழிந்து, எத்தனை/ நலம்-தான் இலாத சண்டாள சண்டாளர்கள் ஆகிலும்/ வலம்வரும் தாங்கும் சக்கரத்து அண்ணல் மணிவண்ணற்கு ஆள் என்று உள்/ கலந்தார் அடியார்-தம் அடியார் எம் அடிகளே. ['குலம் தாங்கும் நான்கு சாதிகளிலும் சேராதவர்கள், ஆனால் மிகவும் இழிவானவர்கள் என்று அழைக்கப்படும் சண்டாளர்கள் – நலமேதும் கண்டறியாதவர்கள் இவர்கள் – விஷ்ணுவின் பக்தர்களாக இருந்தால் அவர்கள் மட்டுமல்ல, அவர்களின் சீடர்களும் என்னுடைய கடவுள்தான்'.] இதுபோல் வேறுபல வெளிப்பாடுகளையும் இந்தப் பிரதி கொண்டுள்ளது. பிற சாதிகள் குறித்துக் காணப்படும் குறிப்புகளையும், இவற்றோடு பார்ப்பனரல்லாதோர் மற்றும் தலித்துகளின் நாட்டாரியல் கதையாடல்களையும் சேர்த்துப் பார்க்கும்போது, அவை சாதியத்தின் இயக்கத்தை சுத்தம்-அசுத்தம் என்று இறுகிப்போன பாகுபாட்டைக் கொண்டு புரிந்துகொள்வதில் உள்ள போதாமையைத்தான் வெளிப்படுத்துகின்றன.

ஆவலைக் கிளறக்கூடிய புதிர் ஒன்று இங்கு காணப்படுகிறது: இத்தகையவர்களின் தீண்டாமை நிலையை அம்பேத்கரின் தீண்டப்படாதவர்களிடமிருந்து எது வேறுபடுத்திக்காட்டுகிறது? முந்தையவர்கள் விஷயத்தில் தீண்டாமை சாதகமான நற்பண்பாக இருக்கிறது என்றால், பிந்தையவர்கள் விஷயத்தில் அது பாதகமான 'யதார்த்தமாக' உள்ளது. இத்தகைய முறையில் மதிப்பு சேர்ப்பதற்குத் தீண்டாமையின் பண்புக்குள் அப்படி என்னதான் இருக்கிறது? எல்லாத் தீண்டப்படாதவர்களின் நிலையும் சாதகமான நற்குணம் கொண்டிருக்கும் ஒன்றாகப் புரட்டிப்போடுவதை எது தடுத்துநிறுத்துகிறது? சில சமூக, அரசியல் காரணியங்கள் கொண்டு இத்தகைய போக்கை விளக்க முடியும் என்றாலும் நான் இதை மீபௌதிக விளைவுகள் கொண்டு ஆராய ஆர்வம்கொள்கிறேன்.

பார்ப்பனர்களிடம் காணப்படும் 'தீண்டாமை' என்ற கருத்தின் முக்கியத்துவம் எதைக் குறிக்கிறது என்றால், பார்ப்பனராக இருப்பது என்றால் என்ன என்ற வரையறை அடிப்படையிலேயே தீண்டாமை என்ற கருத்தமைவைச் சார்ந்திருக்க வேண்டிய அவசியத்தைக் குறிக்கிறது. பார்ப்பனர் என்பவர் ஒரு குறிப்பிட்ட குமுகத்தைச் சேர்ந்தவர் என்பதாக இல்லை – இது பார்ப்பனராக இருப்பதன் சமூகவியல் அர்த்தப்பாடு மட்டுமே.[90] பார்ப்பனக் குமுகத்தில் பிறந்த காரணியத்தாலேயே ஒருவர் பார்ப்பனர் என்று அழைக்கப்படுவதற்குத் தகுதி பெற்றவர் ஆவதில்லை. அதாவது, பூணூல் அணிவிக்கப்படும் சடங்கு செய்யப்பட்ட பிறகே ஒருவர் பார்ப்பனர் என்று அழைக்கப்படுவதற்குத் தகுதி பெற்றவர் ஆகிறார். பல்வேறுபட்ட சாதிகள் அந்தந்தக் குமுகத்தின் முழுமையான உறுப்பினராக்குவதற்கு வேறுபட்ட சடங்குமுறைகளைக் கொண்டிருக்கின்றன. (மற்ற சாதிகளில் அந்தந்தக் குமுகத்தின் உறுப்பினராக இருப்பதற்கான வரைமுறைகளோடு ஒப்பிட்டு, பார்ப்பனர்கள் அந்தக் குமுகத்தின் உறுப்பினராகத் தொடர்வதற்குத் தொடர்ந்து 'பார்ப்பனத்தன்மை'யைப் பெற வேண்டிய தேவை குறித்து நாம் சிந்திக்க வேண்டியுள்ளது.) பார்ப்பனர்களில் ஒரு பிரிவினரைப் பொறுத்தமட்டில் *பஞ்ச சம்ஸ்காரம்* (ஐந்து சுத்தப்படுத்தல் சடங்கு. குறிப்பாக, ராமானுஜர் மரபில் காணப்படுவது.) செய்துகொள்ள வேண்டிய கட்டாயம் இருக்கிறது. இந்த ஐந்து சம்ஸ்காரங்களைச் செய்துகொள்ளாமல், அசுத்தங்களோடு தொடர்புடைய பல்வேறு சடங்குகளில் ஒருவரால் ஈடுபட முடியாது. எடுத்துக்காட்டாக, இந்த சம்ஸ்காரங்களைச் செய்துகொள்ளாத ஒருவர் பல சடங்குகளில் சமைப்பதற்கு அனுமதிக்கப்படுவதில்லை. ஆச்சாரப் பார்ப்பனர்கள் இத்தகைய சம்ஸ்காரங்களைச் செய்துகொள்ளாத எவர் ஒருவர் சமைத்த உணவையும் எடுத்துக்கொள்ள மாட்டார்கள்.

இப்படியாக, அந்தக் குழுமத்துக்கே உரிய பிரத்யேக வழிகளில் ஒருவர் பார்ப்பனராகிறார். ஆனால், பார்ப்பனர் ஆவதன் முக்கியமான சுட்டி,

90 தமிழ்நாட்டில் பார்ப்பனச் சமூகம் உருவாக்கப்பட்டது குறித்த ஆய்வுக்குப் பார்க்க: Pandian (2008).

அவருடைய சொந்தக் குமுகத்துக்கே அவர் தீண்டப்படாதவராக மாறும் சாத்தியப்பாட்டில்தான் உள்ளது. இவ்விஷயத்தில் தீண்டாமையின் விலக்கிவைக்கும் பண்பைக் கவனியுங்கள். தீண்டப்படாதவர்கள் மற்றவர்களில் சிலருக்குத்தான் தீண்டப்படாதவர்களாக இருக்கிறார்களே ஒழிய, அவர்களுடைய சொந்தக் குமுக உறுப்பினர்களுக்குத் தீண்டப்படாதவர்களாக இருப்பதில்லை. ஆனால், இந்தத் தீண்டாமை நிலையில் உள்ள பார்ப்பனருக்கு எல்லோருமே தீண்டப்படாதவர்களாகும் சாத்தியத்தைக் கொண்டுள்ளது. மேலும், ஒருவர் மேன்மையான நிலையை எப்போது அடைகிறார் என்றால், அவர் தீண்டாமை நிலையில் நிரந்தரமாக இருக்கும்போதுதான்.

பார்ப்பனக் குமுகத்தில் உறுப்பினராவது என்பது பரம்பரையை மட்டுமே சார்ந்தில்லை என்பதை மேற்கண்ட உரையாடல் தெளிவாக வெளிப்படுத்துகிறது. ஒருவர் பார்ப்பனக் குடும்பத்தில் பிறந்திருக்க வேண்டியது அடிப்படையான நிபந்தனையாக இருக்கிறது என்றாலும் அது மட்டுமே போதுமானதாக இல்லை. எது போதுமான நிபந்தனையாக இருக்கிறது என்றால், ஒருவர் பார்ப்பனராவது என்பது அவர் தீண்டப்படாதவராக மாறும் கருத்தோடு கொண்டிருக்கும் உறவே. இப்படியாக, பார்ப்பனராக இருப்பதன் மேலாதிக்கச் சுட்டி தீண்டாமை என்ற கருத்தாக்கத்திலேயே உள்ளது என்றும், தனிநபர் தீண்டப்படாதவராக மாறும் சாத்தியப்பாட்டில் இருக்கிறது என்றும் நான் முன்வைக்க விரும்புகிறேன். ஏன் இப்படி? பார்ப்பனர் என்பவர் லௌகீக மற்றும் ஆற்றல்மிக்க தீண்டப்படாதவராக மாறுவதற்கான சாத்தியத்தை மட்டுமல்லாமல், நிரந்தரமான தீண்டப்படாதவராக, பரம்பரைத் தீண்டப்படாதவராக மாறும் சாத்தியப்பாட்டையும் கொண்டிருப்பவராகிறார்.

ஆனால், ஏன் பார்ப்பனர்களின் தீண்டாமை போற்றுதலுக்குரியதாகவும், தீண்டப்படாதவர்களின் தீண்டாமை மிக மோசமான மனிதத்தன்மையற்ற வடிவத்தையும் பெறுகிறது? இதற்கான தத்துவார்த்தப் பதில், பின்துணையாக்கம் என்ற கருத்தமைவில் உள்ளது. இந்தக் கருத்தாக்கத்தை தெரிதா முற்றிலுமாக வேறொரு பின்னணியில்தான் என்றாலும், மிக அற்புதமாகப் பயன்படுத்தியுள்ளார்.

தீண்டாமையும் பின்துணையாக்கத்தின் ஏரணமும்

குறி என்ற கருத்திலிருந்து நான் தொடங்குகிறேன். ஒரு குறி பிறிதொன்றைக் குறித்து நிற்கிறது. ஒரு குறி பிரதிநிதித்துவப்படுவதன் ஊடாகவே இடையீடு செய்யப்பட்டு, அதன் ஊடாகவே நாம் குறிக்கப்படுவதை அணுக முடிகிறது. ஆனால், இந்தச் செயலாக்கத்தில் அடிநாதமாக ஆதிக்கம் செலுத்தும் மீபௌதிகமானது எது குறிக்கப்படுகிறதோ அதையே முதன்மைப்படுத்துகிறது. இதனாலேயே, படிநிலையில் குறியானது குறிக்கப்படுவதைவிட எப்போதும் கீழாகவே வைக்கப்படுகிறது.

தெரிதா எழுதுதல் என்பதை ஆய்வுக்கு எடுத்துக்கொண்டு இந்தக் கருத்தோடு உரையாடுகிறார்.[91] மேற்கத்தியச் சிந்தனையில் எழுதுதல் பெரும்பாலும் பேசுதலின் நீட்சியாகப் பார்க்கப்படுகிறது என்றால், பேசுதல் என்பது சிந்தனை மூலத்தின், சாரத்தின் அல்லது இருப்பின் நீட்சியாகப் பார்க்கப்படுகிறது. எழுதுதல் என்பது பேசுதலுக்கு 'அபாயகரமான பின்துணையாகிறது' என்ற ரூசோவின் விமர்சனமாகட்டும் அல்லது எழுதுதல் என்பதே தீங்கானது என்ற கடுமையான நிலைப்பாடாகட்டும், எழுதுதல் குறித்து சந்தேகப்படுவது ஒரு மரபாகவே தொடர்ந்துகொண்டிருக்கிறது. எழுதுதல், பேசுதல் இரண்டையும் இருமத்தில் வைத்து, எழுதுதலைவிடப் பேசுதல் 'மேலானது' என்று முன்வைக்கப்படும் நிலைப்பாட்டை விமர்சிக்கும் தெரிதா, பேசுதலுக்கு எழுதுதல் வெறுமனே 'பின்துணை'யாக மட்டுமே செயல்படவில்லை என்று முன்வைக்க அவரைக் கொண்டுவிடுகிறது.

பின்துணை எதற்குப் பின்துணையாகிறதோ அதில் காணப்படும் ஏதோ ஒரு போதாமையையே அது வெளிப்படுத்துகிறது. ஆனால், இது வெறுமனே இல்லாமை அல்லது போதாமை என்பதைப் பிரதிநிதித்துவப்படுத்துவதாக மட்டுமே இருக்க முடியாது. பின்துணையாக்கச் செயல்பாடு எதைக் குறிக்கிறது என்றால், பின்துணையைக் கொண்டிருப்பது முழுமையற்றதாக இருப்பதோடு, அது வேறு வழியில்லாமல் பின்துணையைச் சார்ந்து இருக்கும் ஒன்றாகவும் இருக்கிறது என்பதையே. எது குறிக்கப்படுகிறதோ அதைப் பின்துணையே வெளிக்கொணர்கிறது. இந்த நகர்வின் விளைவு என்னவாக இருக்கிறதென்றால், எது குறிக்கப்படுகிறதோ அது குறிப்பானுடைய இருப்பின் ஊடாக அல்லாமல் வேறு எதன் ஊடாகவும் அணுக முடியாததாக இருக்கிறது – அதாவது, குறிக்கப்படும் ஒவ்வொன்றும் குறிப்பானின் சுவடுகளைக் கொண்டிருப்பதாகிறது.

எழுதுதல் விஷயத்தை எடுத்துக்கொண்டால், எண்ணங்கள் – இரண்டு முறை [எண்ணத்திலிருந்து பேச்சு, பேச்சிலிருந்து எழுத்து – மொ.பெ.] விலகிவந்து எழுதுதல் ஊடாகப் பிரதிநிதித்துவப்படுத்தப்படுவதாக இருப்பது – எழுதுதல் இல்லாமல் முழுமையாக அணுகக்கூடியதாக இருப்பதில்லை. பின்துணை இல்லாமல் எண்ணம் முழுமையற்றதாக இருப்பதோடு மட்டுமல்லாமல், மூலமாக இருக்கும் எண்ணத்தோடு பின்துணை எதையோ சேர்க்கவும் செய்கிறது. அதாவது, மூலமான ஒன்றைச் சாத்தியப்படுத்துவது பின்துணைதான். இதனாலேயே, தெரிதா இவ்வாறு சொல்கிறார்: 'பின்துணை எப்போதும் பின்துணையின் பின்துணையாகவே இருக்கிறது. பின்துணையிலிருந்து ஒருவர் மூலத்துக்குப் போகவே விரும்புகிறார்: மூலத்திலும் பின்துணை காணப்படுகிறது என்பதை ஒருவர் அங்கீகரிக்க வேண்டியுள்ளது.'[92]

91 எடுத்துக்காட்டுக்குப் பார்க்க: *Derrida (1976)*.
92 *Ibid.*, p. 304.

இப்படியாக, எழுதுவதிலிருந்து பேசுதல் 'சுதந்திரமான' ஒன்றும் அல்ல; எழுதுதல் வெறுமனே பேசுதலுக்கான பின்துணையும் அல்ல. குல்லர் குறிப்பிடுவதுபோல், 'ஏனெனில், எது பின்துணையின் (எழுதுதல்) குணாம்சமாகப் பார்க்கப்படுகிறதோ அதே குணாம்சத்தைப் பின்துணையை வேண்டிநிற்பதும் [பேசுதல்] கொண்டிருப்பதால், எது பின்துணையைக் கொண்டிருக்கிறதோ (பேசுதல்) அது பின்துணையை வேண்டிநிற்கும் ஒன்றாக இருக்கிறது என்பதை நிரூபிப்பதாக இருக்கிறது'.[93] பின்துணையாக்கத்தின் ஏரணம் பின்துணையைக் கொண்டிருப்பதற்கும் பின்துணைக்கும் இடையேயான உறவு குறித்து வேறு பல சாத்தியப்பாடுகளை உருவாக்கிக்கொடுக்கிறது. பார்பரா ஜான்சன் இத்தகைய சாத்தியப்பாடுகளை முன்வைக்கிறார்: 'அ'வுக்கு 'ஆ' பின்துணையாக இருக்கிறது என்றால், 'அ'வுக்கும் 'ஆ'வுக்கும் இடையேயான உறவு இத்தகைய சாத்தியப்பாடுகளில் ஏதோ ஒன்றைக் கொண்டிருக்கலாம் – கூட்டப்படலாம், பதிலியாகலாம், மேலோட்டமாகச் சேர்க்கப்படலாம், இல்லாததை நிரப்பலாம், போதாமையைப் பூர்த்திசெய்யலாம், அவ்விடத்தை எடுத்துக்கொள்ளலாம், சுத்தத்தைக் கறைபடுத்தலாம், மீட்டெடுப்பை அவசியமாக்கலாம், இது இல்லாமல் அது காணாமல்போகலாம், ஆபத்தானதாக இருக்கலாம், தீர்வாக இருக்கலாம், நேரடியான மோதலிலிருந்து பாதுகாக்கலாம் மற்றும் இதுபோல்.[94]

பின்துணையாக்கக் கருத்து குறித்த இந்தச் சுருக்கமான அறிமுகம்கூட, இந்தியச் சூழலில் தீண்டாமையைப் புரிந்துகொள்வதற்கான சாத்தியப்பாட்டைச் சுட்டிக்காட்டுகிறது. சாதியம் குறித்த பொதுவான புரிதல் என்பது, ட்யூமோவைத் தொடர்ந்து பார்ப்பனர்களையும் தீண்டப்படாதவர்களையும் எதிரெதிர் துருவங்களில் வைத்துப் பார்ப்பதற்கு முக்கியத்துவம் கொடுப்பதோடு, சுத்தம்-அசுத்தம் என்ற எதிர்வின் ஊடாகவும் முன்வைக்கப்படுகிறது. பேசுதல்-எழுதுதல் இருமம்போல் அல்லது ஆண்-பெண் இருமம்போல், பார்ப்பனர்-தீண்டப்படாதவர் என்ற இருமம் கட்டமைக்கப்பட்ட ஒன்றாக இருப்பதோடு மட்டுமல்ல, இந்தக் கட்டமைப்பில் பார்ப்பனர்களோடு ஒப்பிடும்போது தீண்டப்படாதவர்கள் கீழ்மைப்படுத்தப்பட்டவர்களாகவும் இருக்கிறார்கள். இது, பார்ப்பனர் என்ற கருத்தமைவுக்குத் தீண்டாமை என்ற கருத்தமைவு பின்துணையாகச் செயல்படும் சாத்தியப்பாடு குறித்து நம்மைச் சிந்திக்கவைக்கிறது. ஆனாலும், இது 'அபாயகரமான பின்துணையாக' இருப்பதோடு, இது எதைக் குறிக்கிறதோ அதற்கு, அதாவது பார்ப்பனர்களுக்கு அதன் உள்ளார்ந்த பண்பில் 'அபாயகரமான' ஒன்றாகவும் இருக்கிறது. மேலும், பின்துணை குறித்து ஜான்சன் முன்வைக்கும் ஏரணத்தின் ஒரு குணாம்சத்தை உபயோகித்துச் சொல்வதென்றால், இது பார்ப்பனர்களின் 'சுத்தத்தை அசுத்தப்படுத்துகிறது'. மற்றொரு குணாம்சத்தைப் பயன்படுத்திச் சொல்வதென்றால், இது பார்ப்பனர்களோடு 'நேரடியாக மோதுவதிலிருந்து காப்பாற்றுகிறது'. தீண்டப்படாதவர் குறித்தான கதையாடல், அது எவ்வாறு

93 *Culler (1997: 11).*
94 *Johnson (1990: 45).*

பின்துணையாகக் கட்டமைக்கப்பட்டுள்ளது என்பதையே இத்தகைய வேறுபட்ட விவரிப்புகள் வெளிப்படுத்துகின்றன.

இருப்பது எல்லாம் பின்துணை மட்டுமே என்றும், பின்துணையை நாம் மூலத்திலேயே காண வேண்டியிருக்கிறது என்றும் தெரிதா முன்வைக்கும் வாதம் தீண்டாமை குறித்த பிரதானக் கதையாடலை வேறு விதமாக அணுவதற்கான சாத்தியத்தை உருவாக்கிக்கொடுக்கிறது. பார்ப்பனர்கள் குறித்த, தீண்டாமை குறித்த கதையாடல் மிகத் தெளிவாக ஒன்றை வெளிப்படுத்துகிறது: அதாவது, தீண்டாமை என்ற கருத்தமைவு (எழுதுதல் என்ற கருத்தமைவைப் போல்) பார்ப்பனர் என்ற கருத்தமைவுக்கு (பேசுதல்போல) பின்துணையாகிறது என்பதை மிகத் தெளிவாக வெளிப்படுத்துகிறது. இருந்தாலும், பின்துணையை நாம் விமர்சனபூர்வமாக ஆராய்வது எதை முன்வைக்கிறது என்றால், தீண்டாமையை வெறுமனே பின்துணையாகத் தக்கவைத்துக்கொள்வது சாத்தியமே இல்லை என்பதைத்தான். வேறு வழியில்லாமல், நாம் அதை மூலத்திலேயே – அதாவது, பார்ப்பனர்களிடம் – காண வேண்டியுள்ளது. பார்ப்பனர்களிடையே காணப்படும் 'நிரந்தரத் தீண்டத்தகாதவர்கள்' என்ற எடுத்துக்காட்டு, பார்ப்பனர்களிடையே தீண்டாமை என்ற கருத்து எவ்வளவு முக்கியத்துவம் வாய்ந்ததாக உள்ளது என்பதைத் தெளிவுபடுத்துவதாக இருக்கிறது. மிக உயர்ந்த பார்ப்பனராக இருப்பது என்பது தீண்டப்படாதவராக இருப்பதுதான். ஆனால், இது ஒரு சாதியக் குழுமமாகத் தீண்டப்படாதவர்கள் குணாம்சப்படுத்தப்படுவது போன்று இல்லை. வேறு வார்த்தைகளில் சொல்வதென்றால், பார்ப்பனர் என்ற கருத்தமைவிலேயே தீண்டாமை என்ற கருத்தமைவு உள்ளார்ந்து காணப்படுவதால்தான் தீண்டப்படாதவர்கள் என்று ஒரு குழுமத்தை உருவாக்க வேண்டியது அவசியமாகிறது.

இந்த வாதங்கள் ஏற்படுத்தும் விளைவுகள் எத்தகையதாக இருக்கும்? முதலாகவும் மிக முக்கியமானதாகவும் ஒரு கருத்தமைவாகத் தீண்டாமை, பார்ப்பனர்களிடம் உள்ளார்ந்து காணப்படுவதை அங்கீகரிப்பதாக இருக்கிறது, மேலும், தீண்டாமை என்ற கருத்தமைவு சடங்குகளோடு தொடர்புபடுத்தப்படும் அசுத்தத்தைக் குறிக்கவில்லை. உள்ளபடியே இது காலத்துக்கு உட்படாத, நிரந்தரமான, பரம்பரையான போன்ற குணாம்சங்களைக் கொண்டிருக்கும் தீண்டாமையின் குணாம்சங்கள் குறித்ததாகிறது. பின்துணையாகத் தீண்டப்படாதவர்கள் என்று ஒரு குழுகத்தை உருவாக்குவது என்பது 'சுத்தமான' தீண்டப்படாதவர் என்ற நிலையை அடைய முடியாத பார்ப்பனர்களினுடைய போதாமையின் தவிர்க்க முடியாத விளைவாகிறது. ஆனால், இந்தப் பின்துணையை உருவாக்குவதன் ஊடாக, எடுத்துக்காட்டாகச் சொல்வதென்றால், ஆச்சாரியார்களை வரையறுக்கும் சுத்தமான தீண்டப்படாத நிலை பாதகமான பண்புகளைக் கொண்டிருக்கும் ஒன்றாக மாற்றப்படுகிறது. வேறு வார்த்தைகளில் சொல்வதென்றால், தீண்டப்படாதவர்கள் பின்துணையாக்கப்பட்ட ஆச்சாரியார்களாகிறார்கள். பார்ப்பனச் சமூகம் 'சுத்தமான தீண்டாமை'யின் சுமையை மேலும் சுமக்காமல் இருப்பதற்கு இந்தப் பின்துணையாக்கம் அவசியமானதாகிறது. இப்படியாக, பின்துணையாகத் தீண்டப்படாதவர்கள்

என்ற பிரிவினர் உருவாக்கப்படவில்லை என்றால், பார்ப்பனர் என்ற ஒரு குழுமகம் உருவாவது சாத்தியமில்லாமல்போயிருக்கும். இறுதியாகச் சொல்வதென்றால், தீண்டப்படாதவர்கள் பின்துணையாக்கப்பட்ட பார்ப்பனர்களாக இருக்கிறார்கள். தெரிதா முன்வைத்திருப்பதன் அடிப்படையில் சொல்வதென்றால், பார்ப்பனர்கள் பேசுதல் ஆகிறார்கள் என்றால் தீண்டப்படாதவர்கள் எழுதுதல் ஆகிறார்கள். முரண்நகையாக, நேரடியான அர்த்தத்தில் பார்ப்பனர் என்பது பேசுதலோடு தொடர்புகொண்டதாக இருக்கிறது என்றால், தலித்துகள் சாராம்சத்தில் உடலை மட்டுமே கொண்டிருப்பவர்களாகச் சுருக்கப்படுகிறார்கள் – அதாவது, எழுதுதலைச் சாத்தியப்படும் பொருள்ரீதியான அடித்தளமாகிறார்கள். இப்படியாக, பேசுதல் மீதான விமர்சனம் பார்ப்பனர்களையும் தலித்துகளையும் இருமைஎதிர்வில் வைப்பதை விமர்சிப்பதற்கான வழிமுறையை உருவாக்கிக்கொடுக்கிறது.

காலத்துக்கு உட்பட்டதற்கும் நிரந்தரமானதற்கும் இடையேயான வேறுபாடு பின்துணையாக்கத்தின் ஏரணத்தோடு தொடர்புகொண்டதாக இருக்கிறது. பேசுதல் தற்காலிகமானது, நிலையற்றது, அழிந்துபோகக்கூடியது. எழுதுதல் நிரந்தரமானது, அது ‘பரம்பரை’ என்ற கருத்தின் திரளுருவாக இருக்கிறது. தீண்டாமையின் மிகக் கொடூரமான அம்சம் என்பது அசுத்தம் கொண்ட கணங்களிலேயோ அல்லது விலக்கிவைக்கப்படுவதிலேயோ இல்லை; நிரந்தரமான நிலை என்பதில்தான் உள்ளது. தீண்டப்படாதவர்களிடம் இந்த நிரந்தரத்தன்மையைக் குறியாக்கம் செய்யும் சாத்தியப்பாட்டைப் பின்துணையாக்க ஏரணம் மிகத் தெளிவாக விளக்குகிறது. பேசுதலின் (பார்ப்பனர்) குணாம்சமாக இருக்கும் நேரடித்தன்மையிலான தீண்டாமை உருவகரீதியாக எழுதுதலின் (தீண்டப்படாதவர்கள்) தீண்டாமையாக உருமாற்றப்படுகிறது. (நேரடி அர்த்தத்தில் சொல்வதென்றால், நம்மால் பேச்சைத் தீண்ட முடியாது, ஆனால் எழுத்தைத் தீண்ட முடியும். ஆனால், மிக சுவாரஸ்யமான திரிபில் இந்த நேரடியான தீண்டாமை தீண்டப்படாதவர்களிடம் உருவகரீதியான தீண்டாமையாகப் பிடுங்கிவைக்கப்படுகிறது.)

பார்ப்பனர் என்ற கருத்து நிலைத்திருப்பதற்கு மிக அவசியமான தீண்டப்படாதவர்கள் என்ற குழுமகத்தை இந்தப் பின்துணையாக்கத்தின் செயலாக்கம் எப்படி இவ்வளவு சரியாக உருவாக்கிக்கொடுக்கிறது? இது தீண்டும் அனுபவம் கொண்டிருக்கும் மூலப் பண்புகளைக் கவிழ்த்துப்போடுவதன் ஊடாகச் சாத்தியப்படுகிறது. ‘தீண்டப்படுவதை மறுப்பது’ என்பதிலிருந்து ‘தீண்ட மறுப்பது’ என்ற மாற்றத்தின் ஊடாக இந்தப் பின்துணையாக்கம் நிகழ்கிறது. இதில் சுவாரஸ்யம் என்னவென்றால் இவ்விரண்டு நிலைப்பாடுகளுமே தவிர்க்க இயலாமல் பார்ப்பனர்களிடமிருந்துதான் தோன்றுகின்றன – அதாவது, தீண்டவியலாத பார்ப்பனர்தான் மற்றவர்களால் தீண்டப்படுவதையும் மறுக்கிறார்கள், மற்றவர்களைத் தீண்டவும் மறுக்கிறார்கள். தீண்டப்படாதவர்களைப் பொறுத்தமட்டில் இவ்விரண்டு நிலைப்பாடுகளுமே சாத்தியமில்லாமல் இருக்கிறது. இத்தகைய நகர்வு தீண்டும் விஷயத்தில் மட்டும்தான் நடக்க முடியும் என்று முன்வைக்க விரும்புகிறேன்.

ஏனெனில், இது தீண்டுதல்-தீண்டப்படுதல் உறவைச் சார்ந்திருக்கிறது. இந்த அர்த்தத்தில்தான் நாம் இன்று அறிந்திருக்கும் தீண்டாமையானது தீண்டுதலின் மீபௌதிகத்தின் விளைவாகவும், தீண்டப்படுவதிலிருந்து தீண்டுவது என்ற பின்துணையாக்க நகர்வின் விளைவாகவும் தோன்றியதாகிறது. தீண்டுதல் எப்போதும் தீண்டப்படுவதன் உள்ளார்ந்த பகுதியாக இருப்பதால், இது படிநிலைத்தன்மையைச் சார்ந்திருக்கும் ஒன்றாக இல்லாமல் தலைகீழாக்கத்தன்மை கொண்டதாகத்தான் இருக்க முடியும். இது, பார்ப்பனர்களும் தீண்டப்படாதவர்களும் அவர்களுக்கிடையே மிகச் சரியாகத் தலைகீழாக்கப்பட்ட உறவைக் கொண்டிருப்பதைத்தான் வெளிப்படுத்துகிறது.

இவை அனுபவரீதியான ஆதாரங்கள் ஏதுமில்லாத வெறும் கோட்பாட்டுரீதியான சிந்தனைகள் அல்ல! பிற சமூகக் குமுகங்களின் பலவகைப்பட்ட சுமைகளைச் சுமப்பதற்கு என்று நிபுணத்துவம் கொண்ட குமுகங்கள் இந்தியச் சமூகங்களிடையே காணப்படுவது ஒரு சுவாரஸ்யமான சமூகப் போக்காக இருக்கிறது. ராஜஸ்தான் மாநிலத்தைச் சேர்ந்த ஒடுக்கப்பட்ட சமூகப் பெண்கள், உயர் சாதியில் யாரேனும் இறந்துவிட்டால் தொழில்ரீதியாக ஒப்பாரிவைப்பார்கள். சாராம்சமாகச் சொல்வதென்றால், வேறு ஒருவர் அனுபவிக்கும் துயரத்தை இந்தப் பெண்கள் வெளிப்படுத்துகிறார்கள் – அதாவது, மற்றவர்கள் அனுபவிக்கும் உணர்வுகளின் திரளுருவாகிறார்கள். பொதுவில் துக்கம் கொண்டாடுவது இந்தப் பெண்களிடம் மடைமாற்றப்படுகிறது. இறந்துபோனவர்களின் ஆவியைச் சுமப்பது மகாப் பார்ப்பனர்களின் கடமையாக இருக்கிறது என்று குவிக்லி குறிப்பிடுகிறார்.[95] இந்தியச் சமூகம் இத்தகைய மடைமாற்றங்களால் நிரம்பியிருக்கும் ஒன்றாக இருக்கிறது. அரசதிகாரத்தையும் தீண்டாமையையும் இணைத்துப்பார்க்கும் மற்றொரு புத்தகத்தில், அரசனின் பாவங்களை உறிஞ்சி எடுத்துக்கொள்ளும் விதமாக இறந்துகொண்டிருக்கும் அரசனைக் கட்டி அணைத்துக்கொள்ளும் பார்ப்பனர்களை குவிக்லி உதாரணமாகக் கொடுக்கிறார்.[96] இறந்துகொண்டிருக்கும் அரசனின் பாவங்களை உறிஞ்சி எடுத்துக்கொண்ட பின், பாவங்களின் திரளுருவாக இருக்கும் அந்தப் பார்ப்பனர் நாட்டை விட்டு வெளியேறுகிறார். அந்தப் பார்ப்பனர் ஒருபோதும் நாடுதிரும்புவதில்லை. இந்தப் பழக்கம் இன்றுவரையிலும் தொடர்ந்துகொண்டிருக்கிறது: சில வருடங்களுக்கு முன் நேபாள அரசக் குடும்பத்தினர் கொல்லப்பட்டபோது இதற்கு நிகரான சடங்கு நடத்தப்பட்டதை குயிக்லி எடுத்துக்காட்டாகக் கொடுக்கிறார். தீண்டப்படாதவர்களைப் பொறுத்தமட்டில், பார்ப்பனர்களின் தீண்டாமை தலித்துகளுக்கு மடைமாற்றப்படுகிறது. பிறகு, தலித்துகள் இந்தச் சுமையைச் சுமக்க வேண்டியிருக்கிறது. இத்தகைய பின்துணையாக்க நகர்வை அங்கீகரிப்பது என்பது எல்லாவற்றையும்விட அரசியல்ரீதியான அங்கீகரிப்பாக இருப்பதோடு குறிப்பிட்ட அரசியல்ரீதியான நடவடிக்கைகளைச் சாத்தியப்படுத்தக்கூடியதாகவும் இருக்கிறது.

95 Quigley (2000).

96 Quigley (2005: 130).

தீண்டாமையோடு தொடர்புடைய மனிதத்தன்மையற்ற நிலையைக் கணக்கில் கொண்டால், இதுவரை சொல்லப்பட்டிருக்கும் விஷயங்கள் பெரிய விஷயங்களே இல்லை. இருந்தாலும், பின்துணையாக்க ஏரணத்தின் ஊடாக ஆராயும் நிர்நிர்மாண (deconstructive) போக்குகள் புதிய, விடுதலைக்கான கருத்துகளை உருவாக்கிக்கொடுக்கின்றன என்பதையும், இது பலவிதமான மேலாதிக்கப் போக்குகளுக்கு எதிரான போராட்டங்களில் முக்கியப் பங்காற்றியுள்ளன என்பதையும் நாம் நினைவில்கொள்ள வேண்டும். தீண்டப்படாதவர்களின் விடுதலையைப் பொறுத்தமட்டில், இதுபோல் நடக்காது என்று சொல்வதற்கான காரணியங்கள் ஏதுமில்லை. இப்படியாக, தீண்டாமையின் தோற்றப்பாட்டியல் வேறொன்றையும் செய்கிறது: இது தீண்டுதல் சார்ந்த தார்மீகத்தை வளர்த்துக்கொள்வதற்கு நம்மை அனுமதிக்கிறது. தீண்டாமைக்கு எதிரான தார்மீக எதிர்வினைகள் தனிநபர் விடுதலை போன்ற அரசியல் கருத்துகளிலிருந்து பொதுவாகப் பெறப்படுகிறது என்றாலும், இன்னும் மேலான தார்மீக எதிர்வினை ஒன்று சாத்தியப்படுகிறது – அது தீண்டுதலின் தார்மீகத்தோடு தொடர்புகொண்டதாக இருக்கிறது.

⊙

(இந்த இயலின் சுருக்கமான வடிவம் 'தீண்டாமையின் தோற்றப்பாட்டியல்' என்ற தலைப்பில் எக்னாமிக் அண்ட் பொலிடிக்கல் வீக்லியில் XLIV (37): 39-48, பிரசுரிக்கப்பட்டது.)

8 தீண்டாமையின் தொல்லியல்

கோபால் குரு

உங்களுடைய அழுக்குகளை எங்களிடம் கொண்டுவந்து சேர்ப்பது உங்களுடைய நலன் சார்ந்ததாக இருக்கலாம். ஆனால், உங்களுடைய (தார்மீக) குப்பைகளுக்கான கிடங்காக நாங்கள் இருப்பது, எங்களுடைய நலன் சார்ந்ததாக எவ்வாறு இருக்க முடியும்?

– பாபாசாகேப் அம்பேத்கர்

சமகால அறிவார்த்த சூழலில் தீண்டாமை குறித்த கதையாடல்கள் பல்வேறு முனைகளிலிருந்து ஒருதலைபட்சமான கவனத்தைப் பெற்றிருக்கும் பின்னணியில் சருக்கையோடு விவாதிப்பது முக்கியத்துவம் வாய்ந்ததாகிறது. எடுத்துக்காட்டாக, கல்விப்புலம் சார்ந்த வரலாற்றியலாளர்களின் முனைப்பை இது ஓரளவுக்குப் பெற்றுள்ளது.[1] சமூகவியலாளர்கள், சமூக மானுடவியலாளர்களிடமிருந்தும் பெருமளவு கவனத்தைப் பெற்றுள்ளது. சமூகவியல், சமூக மானுடவியல் போன்ற துறைகள் தீண்டாமை குறித்துக் கொடுத்துள்ள மிக விரிவான விவரிப்புகள் சந்தேகத்துக்கு இடமில்லாமல் பதியத்தக்கதாக இருக்கின்றன.[2] மற்றொருபுறம் வேறொரு துறையில்தான், அதாவது தலித்தல்லாதவர்களின்[3], தலித்துகளின்[4] படைப்பிலக்கியங்கள்தான் சமூக அக்கறையாகத் தீண்டாமையை மிக ஆழமாக வெளிப்படுத்துகின்றன. ஆனால், இதற்கு எதிர்மறையாகச் சமூக அறிவியல் போன்ற மிகவும் செல்வாக்கு கொண்ட துறைகளில்[5] தீண்டாமை மையப்பொருளாகக் கவனத்தில் எடுத்துக்கொள்ளப்படவில்லை என்றால், பொருளாதாரம் மற்றும் தத்துவத் துறைகளில்[6] முற்றிலுமாக

---

1 *Jha (1974)*

2 *Desai (1976), Dumont (1988), and Shah et al. (2006).*

3 *Mulkraj Anand's 'Untouchable', Shankar Pillai's 'Scavenger's Boy', Shivram Karanth's 'Chomana Duddi', U.R. Ananthamurthy's 'Samskara'* போன்ற முக்கியமான இலக்கியப் பிரதிகள் தீண்டாமையை மையப் பிரச்சினையாகக் கொண்டுள்ளன.

4 *Bagul (1978), Walmiki (2002).*

5 *Rudolph and Rudolph (1967: 132–54).*

6 அம்பேத்கரின் எழுத்துகள் மற்றும் பேச்சுகளைக் கொண்ட தொகுப்பில் மட்டுமே பொருளாதாரத்தில் தீண்டாமையின் தாக்கம் குறித்து ஆழமான உரையாடல்கள் காணப்படுகின்றன.

மறக்கடிக்கப்பட்டுள்ளது. தீண்டாமை குறித்தான சமூகவியல், மானுடவியல் துறைகளில் காணப்படும் விவரிப்புகள் சிலருக்குப் பிரமிப்பைக் கொடுக்கலாம் என்றாலும், தீண்டாமை எல்லாப் புள்ளிகளிலிருந்தும் அணுகப்பட்டுள்ளது என்று சொல்ல முடியாது. வேறு வார்த்தைகளில் சொல்வதென்றால், இயங்குவியல் தன்மையிலான யதார்த்தமாக இருக்கும் தீண்டாமையானது சமூகவியல், மானுடவியல் முன்வைக்கும் பிரதி சார்ந்த விவரிப்புகளுக்குள் அடங்கக்கூடியதாக இல்லை. அதனாலேயே இயங்குவியல் தன்மை கொண்டு வெளிப்படும் தீண்டாமையின் அர்த்தத்தை முழுமையாகக் கைக்கொள்வதற்கு இப்போது நமக்கு சாத்தியப்பட்டிருக்கும் விவரிப்புகள் போதுமானவையாக இல்லை. ஆகவே, தீண்டாமைக்குள் பொதிந்துகிடக்கும், ஆனால் எத்தகைய விவரிப்புகளுக்குள்ளும் அடங்காத அதன் இயங்குவியல் தன்மை கொண்ட நடைமுறையை வெளிக்கொணர வேண்டிய அவசியத்தை இது உணர்த்துகிறது. இந்தத் தருணத்தில், இரண்டு சட்டகங்கள் குறித்து என்னால் சிந்தித்துப்பார்க்க முடிகிறது – தத்துவார்த்தரீதியாக, தொல்லியல்ரீதியாக. இவ்விரண்டு சட்டகங்களாலும் தீண்டாமையின் வெளிப்பாடு குறித்து இன்னும் செழிப்பான, நுட்பமான அர்த்தங்களை வெளிப்படுத்த முடியும் என்றே நினைக்கிறேன். என்னைப் பொறுத்தமட்டில், முந்தைய இயலில் (இயல்-7) முன்வைக்கப்படும் சருக்கையின் வாதங்கள், தீண்டாமை வெறுமனே விவரிப்பாகவும்/நடைமுறையாகவும் இருப்பதிலிருந்து, அதனாலேயே மிகவும் பழக்கப்பட்டதாகவும் வழமையானதாகவும் இருப்பதிலிருந்து விலகி மிகச் செழிப்பான, பரந்த தத்துவார்த்தப் பின்னணியில் வைத்து ஆழஅகலப் புரிந்துகொள்வதில் வெற்றியடைகிறது என்றே சொல்வேன்.

சருக்கையை விவாதித்தல்

தீண்டாமை என்ற கருத்தமைவு குறித்து மிக விரிந்தத் தளத்திலான தத்துவார்த்த வாசிப்பை சருக்கை முன்வைக்கிறார் (இயல்-7). மேற்கத்திய, இந்தியத் தத்துவார்த்த மரபுகளிலிருந்து எடுத்துக்கொண்டு அவரது தத்துவார்த்த வாசிப்பை முன்வைக்கிறார். தீண்டாமை குறித்த சருக்கையின் புரிதலில், தீண்டுதல் (மற்றும் தோல்) என்ற கருத்து மிக முக்கியமானதாகிறது. சருக்கை முன்வைத்திருப்பதன் அடிப்படையில் சொல்வதென்றால் தீண்டுதலும் தோலும் உடலின் மூலாதாரப் புலன்களாக இருக்கின்றன. தீண்டாமையின் தோற்றப்பாட்டியல் குறித்து மிக அற்புதமான பார்வையை முன்வைப்பதோடு, 'பார்ப்பனத்தன்மைக்குத் தீண்டாமை என்ற கருத்தமைவு அவசியமானதாகிறது' என்றும் சருக்கை வாதிடுகிறார் (இயல்-7). சருக்கையைப் பொறுத்தமட்டில், பார்ப்பனத்தன்மை அதன் தேவையின் ஒரு பகுதியாகத் தீண்டாமையை மற்றவர்களுக்கு மடைமாற்றம் செய்வதோடு மட்டுமல்லாமல், மற்றவர்களுக்குத் தீண்டாமையைப் பின்துணையாக்கும் தத்துவார்த்தரீதியான நகர்வையும் கொண்டிருக்கிறது. சருக்கையின் கட்டுரை (இயல்-7) அடிப்படையிலான இந்தப் புதிய புரிதல் இதுவரை தீண்டாமை குறித்துச் சொல்லப்பட்டது எல்லாம் ஏறக்குறைய ஓர்

இறுதி நிலையை அடைந்திருப்பதுபோல் இருப்பதை விசாரணைக்கு உட்படுத்துகிறது என்றும், லூயி ட்யூமோவின் அதிகாரத்துவமிக்கச் சமூகவியல் நிலைப்பாட்டை விசாரணைக்கு உட்படுத்துகிறது என்றும் நான் வாதிட விரும்புகிறேன். 'பார்ப்பனர்களின் சுத்தத்திலிருந்து தீண்டப்படாதவர்களின் அசுத்தத்தைக் கருத்தியல்ரீதியாகப் பிரித்தெடுக்க முடியாது' என்று தீண்டாமை குறித்து ட்யூமோ முன்வைக்கும் நிலைப்பாட்டுக்கு[7] ஒரு எதிர்நிலைப்பாடாக சருக்கையின் நிலைப்பாடு இருக்கிறது. தீண்டாமை குறித்த சருக்கையின் பார்வை தீண்டாமை குறித்த ட்யூமோவின் புரிதலுக்கு எதிர்நிலைப்பாட்டை முன்வைப்பதோடு, அது 'சமூகவியல்ரீதியான புதிர்கள்'[8] சிலவற்றைக் கட்டவிழ்ப்பதற்கான சாத்தியப்பாட்டையும் கொண்டிருக்கிறது. இதற்கும் மேலாக, இந்தியாவில் அம்பேத்கரும் அவரைத் தொடர்ந்து தலித்துகளும் நடத்திய, நடத்திக்கொண்டிருக்கும் தீண்டாமைக்கு எதிரான இயக்கங்களின் அரசியல் இயங்குவியல் தன்மையைக் கோட்பாட்டுரீதியாகப் புரிந்துகொள்வதற்கான சாத்தியப்பாட்டை 'மடைமாற்றம்' என்ற கருத்தமைவு உருவாக்கிக்கொடுக்கிறது. இறுதியாக, உயர் சாதியினரின் பதற்றமான சுயத்தில் குடிகொண்டிருக்கும் வெளிகளைக் கண்டெடுப்பதற்கு உதவுவதோடு மட்டுமல்லாமல், பின்துணையாக்கம் என்ற இந்தக் கருத்தமைவின் தார்மீக முக்கியத்துவத்தையும், இந்தக் கருத்தமைவு தொடர்பான விவாதங்களையும் முன்னுக்குக் கொண்டுவரும் சாத்தியப்பாட்டையும் உருவாக்கிக்கொடுக்கிறது.

இப்படியாக, தீண்டாமை குறித்த சருக்கையின் மிக விசாலமான வாசிப்பு அதனுள் பல ஆழமான பார்வைகளைக் கொண்டிருக்கிறது. இருந்தாலும், தீண்டாமையைப் புரிந்துகொள்வதற்கான அவரது ஆய்வு அவ்வளவு ஆழமாகவும் அகலமாகவும் உள்ளது என்பதாலேயே அவரது ஆய்வில் அவர் எழுப்பும் முக்கியமான பிரச்சினைகள் எல்லாவற்றோடும் முழுமையாக ஒத்துப்போவது சற்று கடினமாகத்தான் உள்ளது. இதனால், இந்த இயலின் முதல் பகுதியில் உடலின் மீபௌதிகம் குறித்து, தீண்டுதலுக்கும் தொடுதலுக்கும் இடையே காணப்படும் தனித்துவமான உறவு குறித்து, பின்துணையாக்கம் என்ற கருத்தாக்கம் குறித்து, இறுதியாக, லட்சிய அல்லது மதிப்புக்குரிய (அழுத்தம் என்னுடையது) தீண்டப்படாதவர்களான பார்ப்பனர்களையும், மெய்யான அல்லது இழிவுக்குரிய (அழுத்தம் என்னுடையது) தீண்டப்படாதவர்களான தலித்துகளையும் ஒன்றிணைக்கும் கட்டமைப்பின் ஏரணம் குறித்து என்று ஒருசில தேர்ந்தெடுத்துக்கொண்ட பிரச்சினைகளோடு நான் உரையாடவிருக்கிறேன். தெளிவுபடுத்தும் விதமாக இங்கு ஒன்றைக் குறிப்பிட விரும்புகிறேன்: தேர்ந்தெடுத்துக்கொண்ட

7   *Dumont* (1988: 54).

8   எண்ணிக்கையில் பார்ப்பனர்கள் குறைவாக இருக்கும் பகுதிகளில், குறிப்பாக உத்தர பிரதேசத்தில் தீண்டாமை மிகத் தீவிரமாகக் காணப்படுவது, பார்ப்பனர்கள் அதிகமாக இருக்கும் பகுதிகளில் தீண்டாமை அவ்வளவு தீவிரமாக இல்லாமல் இருப்பது என்பதன் ஊடாகச் சமூகவியல்ரீதியான புதிரைப் புரிந்துகொள்ளலாம். இந்தப் பிரச்சினையை நான் கையாண்டிருக்கிறேன். பார்க்க: *Guru* (2007).

சில பிரச்சினைகளோடு நான் உரையாடுவது சருக்கையின் வாதங்களை மறுப்பது என்பதைவிட என்னுடைய வசதி கருதிதான். அதிகபட்சம், நான் எடுத்துக்கொண்டிருக்கும் பிரச்சினைகள் குறித்த என்னுடைய குறைந்தபட்ச நிலைப்பாடானது சருக்கையின் நிலைப்பாட்டை விரிவுபடுத்துவதையே நோக்கமாகக் கொண்டிருக்கிறது என்று மட்டுமே என்னால் கோர முடியும்.

இந்த இயலின் இரண்டாவது பகுதி இத்தகைய விரிவுபடுத்தும் சாத்தியப்பாட்டை எதிர்கொள்கிறது. தொல்லியல் முறையைப் பல்வேறு தேவைகளுக்காகப் பல்வேறு விதமான அறிஞர்கள் பல்வேறு விதமாகப் பயன்படுத்துகிறார்கள் என்று நான் வாதிட விரும்புகிறேன். இருந்தாலும், தீண்டாமைக்கும் சாதிக்கும் இடையேயான சிக்கலான உறவை அர்த்தப்படுத்துவதற்குப் பொருத்தமான ஒரு முறையை நான் தேர்ந்தெடுக்கத் திட்டமிட்டுள்ளேன். தீண்டாமை 'பார்ப்பனர்களின் மனதில் அருவருப்பையும் குமட்டலையும் கொடுக்கக்கூடிய அளவுக்கு மிக ஆழமாகப் பதிந்துகிடக்கும் ஒன்றாக இருக்கிறது' என்று நவீன மகாராஷ்டிரத்தைச் சேர்ந்த பார்ப்பனரல்லாத சமூகச் சிந்தனையாளரான விட்டல் ராம்ஜி ஷிண்டே[9] சொல்லியிருப்பதை அடிப்படையாகக் கொண்டு, ஒரு *பார்ப்பனிய மனதின்* (அழுத்தம் என்னுடையது) அடியாழத்துக்குத் தீண்டாமை சரிந்துபோக நவீனம் நிர்ப்பந்திக்கிறது என்று நான் வாதிட விரும்புகிறேன். மேலும், இரண்டாவது பகுதியில் நான் வாதிட இருப்பதுபோல், குமட்டல் போன்ற உணர்வைக் கொடுக்கக்கூடிய இந்தப் போக்கைக் கண்டெடுக்க, தொல்லியல் முறைதான் மிகப் பொருத்தமானதாக இருக்கிறது. தீண்டாமை குறித்தான சருக்கையின் புரிதல் ஷிண்டேவின் புரிதலுக்கு மிக நெருக்கமாக இருக்கிறது என்பது சுவாரஸ்யமானதாகிறது. நாம் மேலே பார்த்ததுபோல், சருக்கையும் தீண்டாமையின் மூலத்தைப் பார்ப்பனச் சுயத்தில் காண்கிறார்.[10] மேலும், நிலப்பிரபுத்துவக் காலத்தில் இருந்ததுபோல் இல்லாமல் நவீனத்தின் நிர்ப்பந்தங்கள் காரணியமாக, தீண்டாமை ஒரு நடைமுறையாகவும் பிரக்ஞையாகவும் சமூக உறவுகளின் மேல்பரப்பில் வெளிப்படுவது சாத்தியமில்லாமல் இருக்கிறது என்றும் இரண்டாவது பகுதியில் வாதிட இருக்கிறேன். படிநிலையான மனதின் ஆழத்தில் தீண்டாமை அதை மறைத்துக்கொள்ள நவீனம் நிர்ப்பந்திக்கிறது. வேறு விதமாகச் சொல்வதென்றால், கதையாடல் முறையிலான தீண்டாமையின் வெளிப்பாடு முன்பு இருந்ததைவிட மிக நுட்பமான வடிவங்களில் செயல்படுத்தப்படுகிறது. நவீனக் காலத்தில் நவீன அடையாளங்கள் மற்றும் அர்த்தங்களுக்குள்ளாகத் தீண்டாமை அதை மறைத்துக்கொள்ள வேண்டிய நிர்ப்பந்தத்துக்கு உள்ளாகிறது. இதனால்தான், இவ்வாறு கண்டெடுக்கப்படும் தீண்டாமையை அணுகுவதற்கு வெறுமனே சமூகவியல்ரீதியாக அல்லது மானுடவியல்ரீதியாக விவரிப்பது போதுமானதாக இல்லை. ஒரு முறையாக, தொல்லியல் இத்தகைய சிக்கலான மனத்தை அணுகுவதற்கு மேலும் பயனுறுதி கொண்டதாக இருக்கிறது. ஏனெனில், தீண்டாமையின் நுட்பமான வடிவங்களில் மறைக்கப்பட்டிருக்கும்

9 Shinde (1976: 129).

10 முந்தைய இயலில் சருக்கை முன்வைத்திருப்பது.

சாதியத்தின் சாரத்தை அல்லது உண்மையைக் கண்டுபிடிக்க வேண்டிய அவசியத்தை முன்வைப்பதைவிடவும், அதைக் கண்டுணர்வதற்கான அவசியத்தையே தொல்லியல் முறை முன்வைக்கிறது.

முதலில், உடலின் மீபௌதிகம் என்று சருக்கை எதை விவரிக்கிறாரோ அதோடு ஓர் உரையாடலைத் தொடங்கி, பிறகு இந்தக் கருத்து இந்தியச் சூழலில் தீண்டாமையைப் புரிந்துகொள்வதன் மீது எத்தகைய விளைவுகளை ஏற்படுத்துகிறது என்று ஆராய விரும்புகிறேன். பல்வேறுபட்ட இந்தியத் தத்துவ மரபுகளில் உடல் குறித்துக் காணப்படும் பல்வேறு விதமான கருத்தமைவுகளை சருக்கை நம் முன் வைக்கிறார். அவரது கட்டுரையில் (இயல்-7) வாதிடுவதுபோல், நியாயாதிகள் மரபில், புலன்களின் இருப்பிடமாக உடல் இருப்பதோடு, இந்தப் புலன்களின் ஊடாகவே உடல் உணரவும் செய்கிறது. தோற்றப்பாட்டியல் பார்வையிலிருந்து நாம் இது குறித்து மேலும் ஆராய வேண்டிய அவசியத்தை சருக்கை குறிப்பிடுகிறார். புத்தரைப் பொறுத்தமட்டில் உடலே உலகமாக இருக்கிறது என்றும், இந்த உடலுக்குள்ளாகத்தான் ஜனனமும் மரணமும் நிகழ்கிறது என்றும் லாங்கை மேற்கோள் காட்டி சருக்கை முன்வைக்கிறார். மேலும், உடலின் அசுத்தம் எங்கும் வியாபித்திருக்கிறது என்ற கருத்தமைவு பௌத்தத்தில் காணப்படுகிறது என்று பௌத்த சுருக்கத் தொகுப்பை முன்வைத்து, குறிப்பாக மத்தியமியா மரபை முன்வைத்து மேற்கோள் கொடுக்கிறார். பௌத்தத்தில் காணப்படும் ஐந்து வகையான அசுத்தங்களை சருக்கை விவரிக்கிறார்: கரு, விந்து, உடலின் பண்பு, உடலின் குணாம்சம், பிணம்.

சருக்கையிடமிருந்து குறிப்பெடுத்துக்கொண்டு சொல்வதென்றால், உடலின் அசுத்தத்தை நாம் மேலும் நீட்டித்து அவர் முன்வைக்கும் ஐந்து அசுத்தங்களோடு அங்கமான உடல் மேலும் ஒரு அசுத்தத் தொகுப்பைக் கொண்டுள்ளது என்று வாதிட முடியும். இது புனித உடல் (சடங்குரீதியாக) என்று மட்டுமல்லாமல், அதிபூரண உடல் (உடல்ரீதியாக) என்று இரண்டு விதமான உடல்களின் தார்மீக முக்கியத்துவத்தை ஆட்டங்காணச் செய்யக்கூடியதாக இருக்கிறது. ஒவ்வொரு அங்கமான உடலும் அதற்குள்ளாக வியர்வை, மலம், சிறுநீர், சளி, வாயு போன்ற எதிர்மறையான குணங்களைக் கொண்டுள்ளன. பொருள்ரீதியான அர்த்தத்தில் இவை துர்நாற்றம் மற்றும் சங்கடமான உணர்ச்சிகளுக்கு ஆதாரமாக இருக்கின்றன. இப்படியாக, மீபௌதிகத் தளத்தில், அங்கமான உடல் அசுத்தங்களுக்கு ஆதாரமாக இருப்பது என்பது தோற்றவெளி சார்ந்து ஒருவகையான சமத்துவத்தைக் கொண்டிருக்கிறது – அதாவது, தார்மீகரீதியாக மட்டுமல்லாமல், பொருளியல்ரீதியாகவும் ஒவ்வொரு உடலும் குப்பைதான். ஒவ்வொரு உடலும் அசுத்தங்களைச் சரிநிகராகப் பகிர்ந்துகொள்கின்றன அல்லது ஒவ்வொரு உடலின் தோலுக்கு அடியிலும் அங்கமான கழிவுகள் காணப்படுகின்றன என்ற தோற்றவெளிரீதியான சமத்துவம், ஒவ்வொரு மனிதரிடமும் தார்மீகப் பார்வையைத் தோற்றுவித்திருக்க வேண்டும். இந்தத் தார்மீகப் பார்வையானது மனிதர்களைத் தோற்றவெளி சார்ந்து சமத்துவப் பார்வையை அங்கீகரிக்க வைத்திருக்க வேண்டும். வேறு

விதமாகச் சொல்வதென்றால், இத்தகைய பார்வை மனிதர்களிடையே ஒருவிதமான சுயபிரதிபலிப்பை உருவாக்கியிருக்க வேண்டும். இது சாத்தியப்பட்டிருக்குமானால், உடல்களைக் கவர்ச்சியானது, அருவருப்பானது என்பது போன்ற நாசகரமான வகைப்பாடுகளை (நிச்சயமாக, அழகுச் சாதனங்கள் தயாரிக்கும் நிறுவனங்களுக்கு இது கெட்ட செய்திதான்) உருவாக்குவதற்கு எத்தகைய காரணியங்களும் இல்லாமல் செய்திருக்கும். இந்தப் பார்வை தார்மீகரீதியான சார்பியல்வாதத்தை உருவாக்கிக்கொடுப்பதோடு, மேலே சொல்லியிருக்கும் வகைமைகளை உருவாக்குவதற்கு ஒருவர் பயன்படுத்தக்கூடிய, ஆனால் தார்மீகரீதியாக ஏற்றுக்கொள்ள முடியாத அவரது ஆற்றலைக் கட்டுப்படுத்தியிருக்கும் அல்லது முழுமையாக அப்புறப்படுத்தியிருக்கும். வேறு விதமாகச் சொல்வதென்றால், தார்மீக சார்பியல்வாதம் எதிர்மறையாகத் தீர்ப்புரைத்தலைக் கடினமாக்கியிருக்கும். இவ்வாறு, எதிர்மறையாகத் தீர்ப்புரைத்தல் ஊடாகவே பிற உடல்கள் அழுக்கானவை என்று ஒதுக்கித்தள்ளுவது நடைமுறைப்படுத்தப்படுகிறது.

தார்மீக சார்பியல்வாதத்துக்குக் கொண்டுவிடும் உடலின் மீபௌதிகம் ஏன் முக்கியத்துவம் பெறுகிறது என்றால், மிக உன்னதமான உடல் என்ற கருத்தமைவை சார்பியல்தன்மை கொண்டதாக்கியிருக்கும் அல்லது பிற உடல்களைவிடச் சில உடல்களை மேலானதாக்கும் அதீத தார்மீகரீதியான மதிப்பீட்டை 'சமன்படுத்தியிருக்கும்'. தோற்றவெளி அடிப்படையில் மற்ற உடல்களைக் கண்ணாடிபோல் பிரதிபலிப்பது என்பது ஒவ்வொரு உடலுக்கும் ஒரு சமத்துவவாத விழுமியத்தைக் கொடுக்கும் சாத்தியப்பாட்டை உருவாக்கிக்கொடுக்கிறது. இத்தகைய புரிதலில்தான் உடலின் மீபௌதிகம் பற்றியான என்னுடைய பார்வை சருக்கையின் உடல் குறித்தான மீபௌதிக வாசிப்புக்குத் துணைபுரிவதாக இருக்கிறது. நாங்கள் இருவருமே தீண்டாமை குறித்து மாற்று விவரிப்பை முன்வைப்பதாகவே நினைக்கிறேன். இது தீண்டாமை என்ற ஊனம் தொடர்பான உரையாடல்களில் தாக்கத்தை ஏற்படுத்தக்கூடியதாக இருக்கும் என்றும் நினைக்கிறேன்.

பஞ்ச மகாபூதங்களும் தீண்டாமையும்

ஒவ்வொரு உடலும் ஐந்து அடிப்படைகளால் அமைப்பாக்கப்பட்டுள்ளதால், அவை மதிப்புக்குரியதாகிறது என்றும், அவை ஒவ்வொரு அங்கமான உடலிலும் சம அளவில் காணப்படுகின்றன என்றும் வாதிட முடியும். ஐந்து அடிப்படையான மூலங்கள்: காற்று, நெருப்பு, நிலம், நீர், வெளி (ஆகாயம்).[11] இந்தியத் தத்துவத்தில் (சாங்கியப் பள்ளியில்) இவை பஞ்ச மகாபூதங்கள் என்று அழைக்கப்படுகின்றன.[12] நாம் மேலே குறிப்பிட்டதுபோல் 'நாற்றமடிக்கும்' உடல்களுக்கு மீபௌதிகத் தளத்தில் சாதகமான அர்த்தத்தைப்

---

11 பார்க்க: *Sinha* (1915).
12 *Ibid.*

பஞ்ச மகாபூதங்கள் கொடுக்கின்றன. இந்த ஐந்து அடிப்படைகள் இயற்கையாகவே சுத்தத்தை அதனுள்ளாகக் கொண்டிருக்கின்றன. இந்த ஐந்து அடிப்படைகளே ஒவ்வொரு உடலின் அங்கமான இருப்புக்கு அவசியமான பௌதிக நிலையை வடிவமைக்கின்றன. இந்த அர்த்தத்தில்தான், பஞ்ச மகாபூதங்கள் காலம், வெளி கடந்து தோற்றவெளிரீதியாக உடல்களின் ஒருமையை நிலைநிறுத்துகின்றன. தோற்றவெளிரீதியான சமத்துவத்தை அடிப்படைக் கொள்கையாகக் கொண்டால், ஒவ்வொரு அங்கமான உடலும் பாகுபாடுகளற்று மரியாதைக்குரியதாகிறது. இப்படியாகவே, சமத்துவமான உடல்கள் கலாச்சாரக் கட்டமைப்புகளால் நாசகரமான படிநிலைகளாகப் பிரிக்கப்படுவதைத் தீர்க்கமாக எதிர்க்க உடலின் மீபௌதிகத்தை முன்வைக்க வேண்டியுள்ளது. ஒவ்வொரு உடலுக்கும் அதற்கான தார்மீக மதிப்பைக் கொடுக்கும் ஆற்றலற்றவர்களுக்கு உடலின் மீபௌதிகம் அவசியமான தார்மீக ஆற்றலை உருவாக்கிக்கொடுக்க முடியும். ஒவ்வொரு அங்கமான உடலுக்கும் பஞ்ச மகாபூதங்கள் மிக அடிப்படையாகின்றன என்று அங்கீகரிப்பதன் மூலமாகத்தான் உடல்களைப் பரஸ்பரம் அங்கீகரிப்பதற்கான சாத்தியப்பாட்டை உருவாக்க முடியும். மற்றவர்களின் உடல்களைப் பஞ்ச மகாபூதங்கள் அடிப்படையில் தார்மீகரீதியாக அணுகும் ஆற்றல் கொண்டவர்களால்தான் அவர்களுடைய உடலின் தனித்தன்மையோடு இணைக்கப்படும் உதிரி மதிப்புகளை உதறித்தள்ள முடியும். தார்மீகரீதியான சுயத்தோடு ஒருங்கிணைந்து காணப்படும் தற்காத்துக்கொள்ளும் தன்மையானது அதற்கான அடிப்படையைத் தார்மீகரீதியான உபரி மதிப்பைச் சார்ந்திராமல், சரிநிகரான மதிப்பைச் சார்ந்ததாக இருக்கும் – அதாவது, ஒரு மனிதர், ஒரு மதிப்பு. இந்த 'ஒரு மனிதர், ஒரு மதிப்பு' கொள்கையை நிலைநிறுத்துவதற்குத்தான் ஒடுக்கப்பட்ட சாதிகள் போராடுகின்றன. இப்படியாக, உடல்களில் சமத்துவவாத ஒழுங்கை உருவாக்குவதற்குப் பஞ்ச மகாபூதங்கள் பங்காற்ற முடியும். அரிஸ்டாட்டில் முன்வைத்திருப்பதை வேறு வார்த்தைகளில் சொல்வதென்றால், பஞ்ச மகாபூதங்கள் தோற்றவெளிரீதியான கண்ணாடியாகின்றன. அதீத தார்மீக மதிப்பு கொண்டவர்கள் என்ற மேலாதிக்க உணர்வு ஏதும் இல்லாமல், மற்றவர்கள் கொண்டிருக்கும் அதே மதிப்பைத்தான் தானும் கொண்டிருப்பதாக (அரிஸ்டாட்டிலின் வார்த்தைகளில் நண்பர்) பார்ப்பதற்கான வாய்ப்பை இந்தக் கண்ணாடி வழங்குகிறது.[13] ஐந்து அடிப்படைகளிலிருந்து தோன்றும் இந்தத் தார்மீக ஆற்றல், தோற்றவெளி சார்ந்த மேலான சுயம் என்பதைத் தீவிரமாகத் தற்காத்துக்கொள்வதோடு தொடர்புகொண்டிருக்கும் ஹோபஸின் (Hobbes) தத்துவார்த்தப் பார்வையின் அடிப்படையைத் தகர்த்தெறிகிறது.

ஹோபஸின் தத்துவார்த்தப் பார்வையின் அடிப்படையிலான சுய-தற்காப்பு அரசியலானது பார்ப்பனத்தன்மையிலிருந்து வெளியேற விருப்பமில்லாத நிலைப்பாட்டையே முன்வைக்கிறது.[14] சுவாரஸ்யமாக, பார்ப்பனத்தன்மை சம்ஸ்கிருதமயமாக்கத்தின் ஊடாக அதைத் தற்காத்துக்கொள்ள முயல்கிறது.

---

13 *Shield* (2007: 12–13).
14 *Honneth* (1995: 7–10).

ஒரு கலாச்சாரச் செயல்பாடாக சம்ஸ்கிருதமயமாக்கமானது கீழான நிலையில் இருப்பவர்கள் பார்ப்பனத்தன்மையைப் பின்பற்றுவதற்கு மேற்கொள்ளும் முயற்சிகளைக் குறிக்கிறது. படிநிலையில் கீழாக உள்ளவர்கள் பார்ப்பனத்தன்மையை நிராகரிப்பதற்குப் பதிலாக அதை நிறைவாக்க முயல்கிறார்கள். பார்ப்பனத்தன்மையை நடைமுறைப்படுத்துகிறவர்கள் மிகத் தீர்க்கமாக எல்லா வழிகளிலும் அதை மேலும் வலிமையாக வைத்திருப்பதற்கான செயல்பாடுகளைக் கைக்கொண்டிருப்பதுபோலவே தெரிகிறது. வேறு விதமாகச் சொல்வதென்றால், பார்ப்பனத்தன்மைக்கு சம்ஸ்கிருதமயமாக்கம் மட்டுமே போதுமானதல்ல. பார்ப்பனத்தன்மை நிலைத்திருப்பதற்கு ஒரு வழிமுறையாக சம்ஸ்கிருதமயமாக்கம் அவ்வளவு நம்பிக்கைக்குரியதாக இல்லை. ஆகவே, அதைத் தற்காத்துக்கொள்ள மேலும் நிலையான ஒரு கட்டமைப்பை அது சார்ந்திருக்க வேண்டியுள்ளது.

இந்தக் கட்டமைப்பு, சூழலியலை (ஐந்து அடிப்படைகள்) சமூகவியல் ரீதியானதாக (படிநிலை) மாற்றுவதைச் சார்ந்திருக்கிறது. சமூகவியல்ரீதியான வாசிப்பில், பஞ்ச மகாபூதங்கள் முற்றிலும் வேறு விதமான அர்த்தத்தைப் பெறுகின்றன. அதாவது, சுத்தம்-அசுத்தம் என்ற கருத்தியல் ஊடாகப் பஞ்ச மகாபூதங்களை மையப்படுத்தி அவை பாதகமான அர்த்தம் கொண்டதாக மாற்றப்படுகின்றன. இந்த மாற்றம் சமனற்ற அதிகாரத்தால் நிலைநிறுத்தப்படுகிறது. இந்த அதிகாரம் பஞ்ச மகாபூதங்கள் கொண்டிருக்கும் நேர்மறையான அர்த்தத்தை அதனிடமிருந்து பறித்துக்கொள்கிறது. மக்கள் செயல்படும்போது பஞ்ச மகாபூதங்களினுடைய மீபௌதிகத்தின் தார்மீக அடிப்படைகளைப் பின்பற்றுவதில்லை. மேன்மையானவர்களால் போதுமான ஊக்கம் அளிக்கப்படாததால், பஞ்ச மகாபூதங்களில் மீபௌதிகம் அதனுள்ளாகக் கொண்டிருக்கும் சமத்துவவாத அர்த்தத்தில் மக்கள் உந்துதல் பெறாமல் இருக்கிறார்கள். சொல்லப்போனால், பெருமைக்குரியவர்களின் பொருளியல் நலன்களும், மற்றவர்களைவிட மேலானவர்கள் என்று தங்களை நிலைநிறுத்துவதற்கான பண்பாட்டுத் தேவைகளும் மீபௌதிகத்தை உலகளாவியச் சட்டமாக அங்கீகரிக்காமல் பின்னுக்குத் தள்ளுகின்றன. இவ்வாறு அங்கீகரிப்பதே மக்களுக்கு இடையேயான சமூகப் பரிமாற்றத்தில் தார்மீக நிலைப்பாட்டை வழங்கக்கூடியதாக இருக்கிறது. பல்வேறு ஞானிகளின் மரபுகள் பிரதிநிதித்துவப்படுத்திய மதரீதியான இறைமையியல் கதையாடல்களின் தோல்வி இதையே நிரூபிக்கின்றன. இத்தகைய ஞானிகளில், குறிப்பாக கபீர் போன்றவர்களின் அறைகூவல்களுக்கு வெகுஜன மக்கள் எதிர்வினையாற்றத் தவறியதன் அடிப்படையையும் நாம் இதோடு இணைத்துப் புரிந்துகொள்ள வேண்டியுள்ளது. வேறு விதமாகச் சொல்வதென்றால், உயர் சாதியினர் தங்களைச் சமூகரீதியாக மேலானவர்களாகத் தக்கவைத்துக்கொள்வதற்கு சூழலியல்ரீதியானதைச் சமூகரீதியானதாக அல்லது இயற்கையானதைப் பண்பாட்டுரீதியானதாக மாற்றியமைத்தார்கள். சமூகத்தின் சில பகுதியினரை ‘அழுகும் நடைப்பிணங்களாக’[15] – அதாவது,

15 *Naipaul (1988: 37).*

அருவருப்பு உணர்வு ஏற்படுத்தும் ஒரு உருப்படியாகச் சுருக்குவதற்குப் பஞ்ச மகாபூதங்கள் எவ்வாறு ஆயுதங்களாகப் பயன்படுத்தப்பட்டன என்பதை அரசியல்ரீதியாக விளக்க முயல்கிறேன். படிநிலை சார்ந்து மேலான சுயம் என்பதைப் பேணிக்காக்கும் அரசியல் உருவாக்கும் இத்தகைய உருமாற்றம், ஐந்து அடிப்படைகளுக்கு மிக மோசமான விளைவுகளை ஏற்படுத்தக்கூடியதாக இருக்கிறது. அவை மதிப்பிழந்து காணப்படுகின்றன. அவை கொண்டிருக்கும் சமத்துவவாத அர்த்தம் அவற்றிடமிருந்து பறித்துக்கொள்ளப்படுகிறது. எப்படி என்று பார்ப்போம்.

மனுஸ்மிருதியைப் பொறுத்தமட்டில், உயர் சாதியினர் – இன்னமும் சடங்கு சார்ந்த சமூக ஒழுங்கின் தாக்கத்துக்கு உட்பட்டவர்கள் – நிலத்தோடு பௌதிகரீதியாகத் தொடர்புகொள்வது சடங்குரீதியான அசுத்தமாகிறது.[16] மேலும், சமூகப் படிநிலையில் மேல் அடுக்கில் இருப்பவர்கள் நிலம் அல்லது மண் கொண்டு அவர்களுடைய கைகளை அசுத்தப்படுத்திக்கொள்ளக் கூடாது என்றும் மனுஸ்மிருதி அறுதியிடுகிறது.[17] சடங்குரீதியான அசுத்தத்தை முன்வைத்து நிலத்தைப் பாதகமான குணம் கொண்டதாக்குவது காந்தியின் இயற்கை மருத்துவத்துக்கு[18] முற்றிலும் எதிரானதாக இருக்கிறது. நோய் தீர்க்கும் குணத்தை மண் கொண்டுள்ளதால் அதை காந்தியின் இயற்கை மருத்துவம் மிக மரியாதையோடு நடத்தியது. உடலின் அதீதச் சூட்டை மண் வெளியேற்ற உதவுவதால் அதை நோய் தீர்க்கும் பண்பு கொண்டதாக காந்தி பார்த்தார் என்றால், நிலத்தின் சாதகமான பண்பைப் பெருவாரியான மக்கள் ஏற்றுக்கொள்ள வைப்பதில் மனுவின் சட்டம் தவறுகிறது. இப்படியாக, நிலத்தை சுத்தம்-அசுத்தம் என்ற பரந்தத் தளத்திலான பிரிவை மனுவின் திட்டம் முன்வைக்கிறது, இப்படியாகத்தான், இருபிறப்பாளர்களில் மேல் அடுக்கில் இருப்பவர்கள் சுத்தத்தின் பக்கமும், சூத்திரர்களும் ஆதிசூத்திரர்களும் அசுத்தத்தின் பக்கமும் பிரித்துவைக்கப்படுகிறார்கள்.

பொதுவாகச் சொல்வதென்றால், இயற்கையானது என்பதால் சுத்தமானதாக இருக்கும் தண்ணீரை அசுத்தமானதாக மாற்றுவதை ஆட்சேபனைக்குரியதாகப் பார்க்க வேண்டியுள்ளது. மாறாக, தண்ணீரை உடல் சுகாதரத்துக்கு உபயோகிப்பதை ஆட்சேபனைக்குரியதாகப் பார்க்கக் கூடாது. ஆனால், சமூகத்தில் அந்தஸ்து பெற்ற சிலர், சமூக-கலாச்சார வாழ்க்கையில் தார்மீக வலியைக் கொடுக்கக்கூடிய வகையில் தண்ணீரைச் சமனற்றதாகக் கட்டமைக்க மேற்கொள்ளும் முயற்சிகளை எப்படித்தான் புரிந்துகொள்வது? மனு சொல்லியிருப்பதன் அடிப்படையில், தண்ணீரைக் கொண்டு எக்காலத்துக்குமாக ஒரு பிளவை உயர் சாதியினர் உருவாக்கிவைத்திருக்கிறார்கள்.[19] இப்படியாகத்தான்

16 *WSBA (1990: 258).*
17 *Ibid.*
18 *பூனேவுக்கு அருகில் உள்ள லோனி என்ற கிராமத்தில், காந்தி இயற்கை மருத்துவச் சிகிச்சை மையத்தைத் தொடங்கிவைத்தார். இந்த மையம் இயற்கையாகக் குணப்படுத்துவதில் பூமியின் முக்கியத்துவத்தைப் போதிக்கிறது.*
19 *Dumont (1988: 51).*

சில உடல்களைச் சடங்குரீதியாகச் சுத்தமானது என்றும், வேறுசில உடல்களை அசுத்தமானது என்றும் முன்வைக்கிறார்கள். இத்தகையவர்கள் கடல்நீரைச் சடங்குரீதியாக அசுத்தமானதாகப் பார்க்கிறார்கள்[20] என்றால், அதையே சடங்குரீதியாகச் சுத்தப்படுத்துவதற்கான மூலமாகவும் பார்க்கிறார்கள். இந்தப் புரிதல் அடிப்படையில் சொல்வதென்றால், நிலம்போல் அல்லாமல் தண்ணீர் எந்த அளவுக்குச் சாதியத்தின் சாராம்சம் ஊடுருவியுள்ளது என்பதையும், சாதிகளுக்கு இடையேயான சமூக உறவை எந்த அளவுக்கு வக்கிரமானதாக்கியுள்ளது என்பதையும் அளப்பதற்கான தரநிலையாகிறது. நிலம்போல் அல்லாமல் எல்லாச் சாதியினருக்கும் கிடைக்கக்கூடியதாக இருக்கும் தண்ணீரைப் பயன்படுத்தி, தீண்டாமை நடைமுறையை மறுஉற்பத்திசெய்து சடங்குரீதியாகப் படிநிலையில் சமூக மேலாண்மையைத் தக்கவைத்துக்கொள்கிறார்கள். இப்படியாக, தீண்டாமையின் தீவிரத்தைத் தீர்மானிக்கக்கூடிய ஒன்றாகத் தண்ணீர் இருக்கிறது. சொல்லப்போனால், தீண்டாமை நிலைத்திருப்பதற்கு முக்கிய முன்தேவையாக இருப்பது அல்லது அதற்கு உயிரூட்டக்கூடியதாக இருப்பது தண்ணீர்தான். தண்ணீர் என்று ஒன்று இல்லவே இல்லை என்று கற்பனை செய்துபாருங்கள்: முதலில், தீண்டாமை என்ற ஒன்று தோன்றியிருக்கவே முடியாது. அல்லது நீர்நிலைகள் எல்லாம் வற்றிப்போய் இருக்குமானால், தீண்டாமை என்பது எப்போதோ காணாமல்போயிருக்கும். தீண்டாமை தொடர்ந்து நடைமுறையில் இருப்பதற்கு நீராதாரங்களுக்கும், நெடிய ஆயுளைக் கொண்ட இமயமலைக்கும்தான் நாம் நன்றி சொல்ல வேண்டும்!

மநுவின் சட்டங்களைப் பொறுத்தமட்டில்[21] சுத்தப்படுத்தலுக்கு நெருப்பு மற்றொரு மூலமாகிறது. மநுவைப் பொறுத்தமட்டில் நெருப்பு அதன் உள்ளார்ந்தத் தன்மையில் சுத்தமானதாக இருக்கிறது. ஓர் இந்துப் பெண் மாதவிடாயில் இருக்கும்போது கணவனோடு உடன்கட்டை ஏறுவது சமூகத்தால் தடைசெய்யப்பட்டிருந்தது இதைத்தான் நிரூபிக்கிறது.[22] மநுதர்ம சாஸ்திரத்தின்படி நெருப்பு சுத்தப்படுத்தக்கூடியதாகவும் செயல்படுகிறது.[23] இந்துக்களிடம் காணப்படும் அக்னிப்பரிட்சை என்ற சடங்கு நடைமுறை இதையே நிரூபிக்கிறது. இந்து சமூக அல்லது கலாச்சார நடைமுறைகளுக்குள், தீண்டப்படாதவர்களும் பெண்களும் பல்வேறு காரணியங்களுக்காக அக்னிப்பரிட்சை எடுக்கக் கட்டாயப்படுத்தப் பட்டிருக்கிறார்கள். தீண்டப்படாதவர்களைத் தண்டிப்பதற்கு மட்டுமே உயர்

20 *மரபான இந்து மதத்தில், கடலைக் கடப்பது தடைசெய்யப்பட்டதாக இருந்ததற்குப் பல குறிப்புகள் இருக்கின்றன என்பதோடு மரபான இந்துக்கள் கடல்நீரை அசுத்தப்படுத்தக்கூடியதாகவும் பார்த்தார்கள் என்றும் ஒருவரால் வாதிட முடியும். இதனால்தான் இறந்தவரின் சாம்பலை, கடலுக்கு மிக அருகில் இருந்தாலும் (குறிப்பாக, கடற்கரையோரம் இருக்கும் பகுதிகள்) அதில் கரைப்பதில்லை. மேலும், தகவல்களுக்குப் பார்க்க: Lederle (1976: 192).*

21 *Dumont (1988: 50).*

22 *Ibid.*

23 *Dumont (1985: 50).*

சாதிகள் நெருப்பைப் பயன்படுத்துவதில்லை. 'அழுகும் நடைப்பிணங்களான'[24] தீண்டப்படாதவர்களை அப்புறப்படுத்தி சுற்றுப்புறத்தைச் சுத்தப்படுத்தவும் நெருப்பைப் பயன்படுத்துகிறார்கள். நாடு முழுவதும் தலித்துகளின் குடிசை வீடுகளை அழிப்பதற்கு உயர் சாதிகள் எவ்வாறு நெருப்பைப் பயன்படுத்துகிறார்கள் என்பதைச் சாதிய கலவரங்களின் சமூக வரலாறு மிகத் தெளிவாக வெளிப்படுத்துகிறது. இப்படியாக, உயர் சாதி உடல்களை நீர் சுத்தப்படுத்துகிறது என்றால், மறைமுகமாக ஆகாயம் அல்லது வெளியைச் சுத்தமாக வைத்திருக்க நெருப்பு உதவுகிறது. உயர் சாதிகளின் பலம்வாய்ந்த கருவியான நெருப்பு, தீண்டப்படாதவர்களை மட்டுமல்லாமல் அவர்களது குடியிருப்புகளை அழிப்பதற்கும் பயன்படுத்தப்படுகிறது.[25] ஒரு சுவாரஸ்யமான விஷயத்தை நாம் இதோடு இணைத்துப்பார்க்க முடியும்: நெருப்பைச் சுத்தப்படுத்துவதற்கான மூலமாகப் பயன்படுத்துவது அம்பேத்கருக்கும் கைகூடியது. ஆனால், அது விடுதலைக்கானதாக இருந்தது.[26] மகாராஷ்டிர மாநிலம், ரத்னகிரி தாலுகாவில் உள்ள மஹத்தில் 1927-ஆம் ஆண்டு மார்ச் மாதம் சவ்தார் குளத் தண்ணீர் போராட்டத்தின்போது அவர் மநுஸ்மிருதியைத் தீயிட்டுக் கொளுத்தினார். ஆனாலும், நெருப்பைச் சமூகரீதியாகப் பயன்படுத்தும் இவ்விரண்டு முறைகளிலும் காணப்படும் வேறுபாட்டை நாம் கவனத்தில்கொள்ள வேண்டியுள்ளது. சமூகரீதியாக மேலாதிக்கம் செலுத்துபவர்கள் 'லட்சியத் தீண்டப்படாதவர்களுக்கும்' (இருபிறப்பாளர்கள்) வெறுக்கப்படும் தீண்டப்படாதவர்களுக்கும் இடையே பிளவை உருவாக்க நெருப்பைப் பயன்படுத்துகிறார்கள் என்றால், அம்பேத்கர் அந்தப் பிளவைக் குறியீட்டுரீதியாக அழிக்கப் பயன்படுத்துகிறார்.

எத்தகைய சூழலில் காற்று ஆட்சேபனைக்குரியதாக மாறுகிறது? காற்று இயற்கையானதாக இருப்பதால் சுத்தமானதாக இருப்பதிலிருந்து மாசுபடுத்தப்பட்ட ஒன்றாக்குவதன் மூலமாகக் காற்றை ஆட்சேபனைக்குரியதாக மாற்ற முடியும். ஆனாலும், காற்று அதன் உள்ளார்ந்தப் பண்பில் மாசுக்கான மூலமாக இல்லை. மாறாக, மக்களின் உடல்நலத்துக்குக் கேடு விளைவிக்கக்கூடிய துர்நாற்றத்தையும் ஆபத்தான வாயுக்களையும் அபாயகரமான கிருமிகளையும் கொண்டிருக்கும்போதுதான் அது மாசுக்கான மூலமாகிறது. இப்படியாக, ஆபத்தான தொழிற்சாலைகளை மனித வாழ்விடங்களிலிருந்து ஒதுக்கிவைப்பது குறிப்பிட்ட பார்வையிலிருந்து புரிந்துகொள்ளக்கூடியதுதான். ஆனால், தலித் குடியிருப்புகளைக் கிராமங்களின் கிழக்கு திசையில் வைத்திருப்பதை ஒருவர் எவ்வாறு புரிந்துகொள்வது? இந்திய மானுடவியல் ஆய்வுகளில் தலித் குடியிருப்புகள் பிரதான கிராமத்துக்குக் கிழக்கு திசையிலேயே

24 Naipaul (1988: 37).

25 தமிழ்நாட்டில் உள்ள கீழ்வெண்மனியில் 1962-ல், உயர் சாதி நிலச்சுவான்தாரால் 43 தீண்டப்படாத விவசாயக் கூலிகள் உயிரோடு எறிக்கப்பட்டார்கள். 2007 ஜனவரியில் ஹரியாணாவில் உள்ள கோஹானா பகுதியில் இருந்த உயர் சாதிகள் வால்மிகியினர் வீடுகளைத் தீயிட்டுக் கொளுத்தினார்கள்.

26 WSBA (1990: 250).

வைக்கப்பட்டிருப்பது நடைமுறைரீதியாக ஊர்ஜிதப்படுத்தப்பட்டதாக இருக்கிறது.[27] இது இயற்கையாக நடந்த ஒன்றா அல்லது சமூக வடிவமைப்பின் ஒரு பகுதியா? உயர் சாதிகள் உருவாக்கியிருந்த சமூக வடிவமைப்பின் ஒரு பகுதியே இத்தகைய உருவியல் (morphology) என்று நான் வாதிட விரும்புகிறேன். ஏன்? இந்த உருவியலுக்குப் பின்னால் சுத்தம்-அசுத்தம் சார்ந்த சித்தாந்தம் செயல்படுகிறது. தலித் குடியிருப்புகள் கிராமத்தில் மேற்கு திசையில் இருந்திருக்குமானால் மேற்கிலிருந்து கிழக்காகத் தீட்டு பாய்ந்திருக்கும். இதைத் தடுப்பதற்காகவே தலித் குடியிருப்புகள் கிராமத்தின் கிழக்கு திசையில் இருப்பதுபோல் திட்டமிட்டு வடிவமைக்கப்பட்டுள்ளதாகப் பார்க்கிறேன். உயர் சாதிகளால் காற்றடிக்கும் திசையைக் கட்டுப்படுத்த முடியாது என்ற காரணியத்தால், காற்று பொதுவாக மேற்கிலிருந்து கிழக்காக வீசுவதால் அவர்கள் சமூக உருவியலை மாற்றியமைத்திருக்கிறார்கள். அதாவது, தங்களை மேற்கில் இருத்திக்கொண்டு தீண்டப்படாதவர்களைக் கிழக்கே தள்ளிவிட்டார்கள். ஒருசில மானுடவியல் வாசிப்புகளில், மேற்கு சில சாதகமான பண்புகளைப் பெற்றிருப்பதாகவும் முன்வைக்கப்படுகிறது (Veena Das, 1977).

நியாயாதித் தத்துவ மரபைப் பொறுத்தமட்டில், வெளியை ஒலி ஆக்கிரமித்திருக்கிறது. நவீனக் காலத்திலும்கூட, ஒரு புள்ளியிலிருந்து தொடங்கி சுற்றிலும் பரவும் ஒலியின் தாக்கத்தை அளவிட முடிகிறது. அளவுக்கு அதிகமாக ஒலியெழுப்பும்போது அது இரைச்சலாகி, இறுதியாக அதுவே ஒலியை மாசுபட்டதாக்குகிறது. இப்படியாகவே ஒலியால் வெளி மாசுபட்டதாகிறது. நாம் விவாதித்துக்கொண்டிருக்கும் விஷயத்தைப் பொறுத்தமட்டில், சில பத்தாண்டுகளுக்கு முன்னரும்கூட, தீண்டப்படாதவர்கள் எழுப்பும் ஒலி சடங்குரீதியாகத் தீட்டுக்கான மூலமாகப் பார்க்கப்பட்டது என்பது வினோதமானதாகத் தோன்றலாம். சமூக அமைப்பு நிலப்பிரபுத்துவமாக இருந்த காலகட்டங்களில் இந்தியாவின் பெரும் பகுதிகளில் தீண்டப்படாதவர்கள் கிராமத்துக்குள் நுழைவதற்கு முன் அவர்களுடைய வருகையை அறிவிக்கக் கட்டாயப்படுத்தப்பட்டார்கள்.[28] தீண்டப்படாதவர்கள் எழுப்பும் ஒலியை அசுத்தமானதாக உயர் சாதியினர் பார்த்ததால், அதைக் கேட்பதைத் தடுக்கும் விதமாகவே இத்தகைய முன்னெச்சரிக்கை நடவடிக்கையை எடுத்தார்கள். புனிதம் என்ற கருத்தமைவு ஒலியைச் சடங்குரீதியாகத் தீட்டாக மாற்ற வேண்டியுள்ளது. கிராமத்தில், குறிப்பாகப் புரோகித வர்க்கத்தைச் சேர்ந்தவர்கள், இரவு உணவு எடுத்துக்கொள்ளும் தருணம் மிகவும் புனிதமானதாகப் பார்க்கப்பட்டது.[29]

27 கார்வே மகாராஷ்டிரா குறித்தான அவரது மிக முக்கியமான படைப்பில் இதைப் பதிவுசெய்கிறார் (Khairmode 1990a). விகாஸ் அத்தியாயன் கேந்திரா தயாரித்த டிக்னிட்டி இண்டெக்ஸ் ஆன் மகாராஷ்டிரா (2009) என்ற ஆய்வறிக்கையும் இதை ஊர்ஜிதப்படுத்துகிறது.

28 இந்தியாவில் பல பகுதிகளில் உயர் சாதியினரிடம் இது பொதுவான ஒரு நடைமுறையாக இருந்தது. சுவாரஸ்யமாக, Isaacs (1965), Walzer (1983) இருவருமே இதை உறுதிப்படுத்துகிறார்கள்.

29 Dumont (1988: 54).

கிராமத்தில் உள்ள உயர் சாதிகள், குறிப்பாகப் பார்ப்பனப் புரோகிதர்கள் உணவு எடுத்துக்கொள்ளும் இந்தப் புனிதமான தருணத்தில் தீண்டப்படாதவர்கள் எழுப்பும் ஒலியைத் தேவையில்லாத இடையூறாகப் பார்த்தார்கள். இரவு நேரங்களில் காவல் ரோந்தில் இருக்கும் தீண்டப்படாதவர்கள் கீழ் ஸ்தாயியில் மட்டுமே குரல் எழுப்ப அனுமதிக்கப்பட்டார்கள். இது தேவையில்லாத இடையூறுகளைத் தவிர்ப்பதற்காகச் செய்யப்பட்டதாகும். தீண்டாமைக்கும் வெளிப்பாட்டின் உருவியலுக்கும் (பல்வேறு தளத்திலான வெளிப்பாடுகள்) இடையேயான தொடர்பு மிகக் திடமாக நிறுவப்பட்டு, கிராமத்தில் உள்ள உயர் சாதிகளால் மிகக் கண்டிப்போடு பின்பற்றப்பட்டது.[30] பாப்யாதி காம்ப்லே, மிக முக்கியமான அவரது சுயசரிதையில் வேஸ்கர் (கிராம வேலையாள்) மற்றும் மகர்கள் (மகாராஷ்டிர மாநிலத்தில் முன்னர் தீண்டப்படாதவர்களாக இருந்தவர்கள்) இரவு நேரங்களில் புனிதமான செயல்பாடுகளுக்கு இடையூறாக இருக்கக் கூடாது என்பதால், உச்ச ஸ்தாயியில் ஒலி எழுப்ப அனுமதிக்கப்படவில்லை என்று குறிப்பிடுகிறார்.[31]

உடலுக்கும் சொற்களுக்கும் இடையே தொடுதல் உறவு உள்ளது என்று சருக்கை வாதிடுகிறார். இப்படியாகவே, குளிக்கும்போது மந்திரங்கள் சொல்வது தொடுதலை உறுதிப்படுத்துகிறது. ஆனால், வெறுக்கத்தக்கப் பார்வையால் ‘அழுகும் நடைப்பிணமாய்’ பார்க்கப்படும் தீண்டப்படாதவர்களைப் பொறுத்தமட்டில் (இன்றுகூட இந்தியாவில் சிலர் தீண்டப்படாதவரைக் கண்டால் குமட்டிக்கொண்டு வருவதாக, இவர்களைக் கடந்துபோகும்போது மூக்கை மூடிக்கொள்கிறார்கள்) இந்தத் தொடுதல் முற்றிலுமாக மறுக்கப்படுகிறது. ஏனெனில், தோற்றவெளி அடிப்படையில் சொற்கள் பார்ப்பன உடல்களுக்கு மட்டுமே சொந்தமானவை அல்ல. அழுகும் நடைப்பிணமாய் இருப்பவர்களின் வாயிலிருந்தும் அவை வருவதால் அவை தீட்டுக்கான முக்கியமான மூலமாகிறது. இப்படியாக, ஒரு தளத்தில், ‘லட்சியத் தீண்டப்படாதவர்’களால் (பார்ப்பனர்கள்) தீட்டாகப் பார்க்கப்படுவதால், தீண்டப்படாதவர்கள் உச்ச ஸ்தாயியில் குரல் எழுப்புவது தடைசெய்யப்பட்டிருந்தது. மற்றொரு தளத்தில், கீழ் ஸ்தாயியில் எழுப்பப்படும் ஒலிகூட உயர் சாதிகளால் தீட்டாகப் பார்க்கப்பட்டது. வெளியை ஒலி ஆக்கிரமிப்பதால் அதுவும் தீட்டுக்கான மூலமாகக்கூடும். தீண்டப்படாதவர்களிடமிருந்து வெளிப்படும் ‘வார்த்தைத் தொந்தரவு’களைத் தவிர்க்கும் விதமாக, உயர் சாதிகள், குறிப்பாகப் பார்ப்பனர்கள், தீண்டப்படாதவர்களிடமிருந்து வார்த்தைகள் வெளிப்படுவதற்குப் பதிலாக ஒலி எழுப்பக் கட்டாயப்படுத்தினார்கள். பொதுத் தளத்தில் தீண்டப்படாதவர்கள் அவர்களது வருகையை அறிவிப்பதற்கு, வார்த்தைகளை உரக்க உச்சரிப்பதற்குப் பதிலாக, தோல் வாத்தியத்தை உபயோகிக்கக் கட்டாயப்படுத்தியதன் வழியே இது சாத்தியப்பட்டது.[32]

30 *Kamble (2008).*

31 *Ibid., p. 58.*

32 *Ibid., pp. 58-63; 2009, ஜூலை 23 அன்று ஷரன்பூர் மாவட்டத்தில் உள்ள பேகட் பகுதியிலிருந்து வரும் மேஹுபுபாய் இதை உறுதிப்படுத்துகிறார்.*

முதல் பகுதியை முடிக்கும் விதமாக, இருபிறப்பாளர்களில் மேல் அடுக்கில் உள்ளவர்கள் பஞ்ச மகாபூதங்களை உபயோகித்து ‘அழுகும் நடைப்பிண’ங்களை – அதாவது, தீவிரமான தீண்டாமையின் வெளிப்பாடு – உற்பத்திசெய்தார்கள். தீண்டப்படாதவர்கள் நடமாடும் ஆபத்தாக இருந்ததால், இந்த ஆபத்தைத் தனிமைப்படுத்தும் விதமாகவே உத்தர பிரதேசத்தில் சம்ராவுத்தி, கர்நாடகத்தில் ஹல்கேரி, தமிழ்நாட்டில் சேரிகள், மகாராஷ்டிரத்தில் மகர் அல்லது மங்வாட் போன்ற இடங்கள் உருவாக்கப்பட்டன.

தீண்டப்படாதவராக இருப்பதன் தார்மீக முக்கியத்துவம்

மேலுள்ள பகுதியில், உடல்கள் அதன் புற அமைப்பாக்கத்தில் குறிப்பிட்ட தன்மையைப் பெற்றிருக்கக்கூடியவையாக இருக்கின்றன என்றாலும், அவற்றுக்கு உலகளாவிய அர்த்தத்தை (தோற்றவெளி சார்ந்த சமத்துவம்) கொண்டிருப்பதற்கான ஆற்றலைப் பஞ்ச மகாபூதங்கள் கொண்டுள்ளன என்று பார்த்தோம். ஆனால், மற்றொரு தளத்தில் ஒரு குறிப்பிட்ட உடலின் – எடுத்துக்காட்டாக, தீண்டப்படாதவரின் உடல் அல்லது ‘அழுகும் நடைப்பிண’மாக இருக்கும் உடல்கள் கொண்டிருக்கும் தார்மீக முக்கியத்துவத்தை மறுதலிக்கவும் செய்யலாம். இரண்டு பிரதான வழிகளில் ‘அழுகும் நடைப்பிணங்கள்’ அவற்றுக்கான தார்மீக முக்கியத்துவத்தைப் பெற முடியும். முதலாவதாக சாத்வீகமான, ஆதரவற்ற, தனிமைப்படுத்தப்பட்ட உடல்களைப் பஞ்ச மகாபூதங்கள் சக்திகொண்ட ஆயுதங்களாக மாற்ற முடியும். இவை அழிவுகளை உருவாக்குவதற்கானதாக இல்லாமல், ஒதுங்கிய பிறவியாகச் சுருங்கிக்கிடக்கும் உயர் சாதியினரை, அதாவது முன்னுரிமை பெற்ற தீண்டப்படாதவர்களை, விடுவிக்கக்கூடிய ஆயுதமாகவும் இருக்க முடியும். வெறுத்து ஒதுக்கப்படும் தீண்டப்படாதவர்களின் தீண்டுதலானது சுருங்கிக்கிடக்கும் உயர் சாதியினரின் உடல்களை அதன் போக்கில் இயங்கக்கூடியதாக மாற்ற முயல்கிறது.[33] இவை ‘முன்னுரிமை பெற்ற தீண்டப்படாதவர்கள்’ – சருக்கை இவர்களை இப்படித்தான் அழைக்க விரும்புகிறார் – கொண்டிருக்கும் பதற்றம் தரக்கூடிய கட்டுப்பாடுகளிலிருந்து அவர்களை விடுவிக்கின்றன. சுகாதாரமான உடல்களின் பௌதிகரீதியான அல்லது உடல்ரீதியான அல்லது பொருளியல்ரீதியான தீண்டுதல் என்பது தனக்குள்ளாகச் சுருங்கிக்கிடக்கும் உடல்களை விடுவிக்கக்கூடியதாக இருக்கிறது. சாதாரணமாகக் கைகுலுக்குதல், நட்பாகக் கட்டியணைத்துக்கொள்ளுதல் அல்லது தீவிர உணர்வோடு கட்டியணைத்துக்கொள்ளுதல் (காதலின் விளைவாய் சாத்தியப்பட்ட சாதிகடந்த திருமணங்கள் அல்லது ஒரு கண்ணியமான சமூகத்தை உருவாக்க வேண்டும் என்ற உறுதிப்பாட்டின் காரணியத்தால் சாத்தியப்படும் செயல்கள்) போன்ற

33 Ananthamurthy (1978). இது தமிழ்நாட்டில் தஞ்சாவூர் மாவட்டத்தில் உள்ள கீழ்வெண்மணிப் படுகொலைகள், ஹரியாணாவில் நடந்த கோனாப் படுகொலைகளோடு தொடர்புகொண்டது.

தீண்டுதல்கள், தீண்டுதல் என்ற கருத்தையே ஜனநாயகப்படுத்தக்கூடியதாக இருக்கின்றன. ஆக, ஸ்தூலமான தளத்தில் கலாச்சாரரீதியாகச் சுருங்கிக்கிடக்கும் உடல்களைப் பரஸ்பரம் விடுவித்துக்கொள்வதற்குத் தீண்டுதல் உதவுகிறது. இரண்டாவதாக, ஸ்தூலமான தளத்தில், 'லட்சிய உடலாக' நடத்தப்படும் புனித உடல்கள் மீது முரண்நகையாகத் தலைகீழாக்கப்பட்ட அதிகாரத்தைக் கொண்டிருக்கவே தீண்டப்படாதவர்கள் முயல்கிறார்கள். வேறு வார்த்தைகளில் சொல்வதென்றால், ஸ்தூலமான தீண்டப்படாதவர்கள் முன்வைக்கும் 'சமூகரீதியான ஆபத்து' என்ற அச்சத்துக்கு ஆட்பட்டவர்களாக இருப்பவர்கள் 'லட்சியத் தீண்டப்படாதவர்கள்தான்'.

தீண்டுதலும் தொடுதலும் குறிப்பிட்ட சமூகச் சூழல் சார்ந்து பிரத்யேக அர்த்தங்களைப் பெறும் சாத்தியத்தைக் கொண்டுள்ளன. தீண்டுதல் அந்தரங்கமான, தனிப்பட்ட சூழலில் செயலூக்கம் கொண்டதாக இருப்பதோடு அது பயன்பாட்டுத் தளத்தைச் சார்ந்ததே தவிர பிரத்யேக முக்கியத்துவம் ஏதும் கொண்டிருக்கவில்லை. இப்படியாகத்தான், ஒரு கை மற்றொரு கையைத் தீண்டுவது பயன்பாட்டுத் தளத்திலான மதிப்பை மட்டுமே கொண்டுள்ளது. அதாவது சருக்கை சொல்வதுபோல், தீண்டுவதைத் தீண்டுவது என்று எடுத்துக்கொண்டால், அது பயன்பாட்டுத் தளத்திலான மதிப்பை மட்டுமே கொண்டுள்ளது. ஆனால், வேறொரு பின்னணியில் இரண்டு கைகளையும் சேர்த்துக் கூப்புவது முற்றிலும் வேறான சமூக அர்த்தத்தைப் பெறுகிறது. இப்படியாக, தீண்டுவது அல்லது கைகூப்புவது போன்ற செயல்பாடுகள் வேறு விதமான, ஒருவேளை முரண்பட்ட அர்த்தங்களை வெளிப்படுத்தலாம். எடுத்துக்காட்டாக, இந்தியச் சூழலில் தொலைவிலிருந்து கைகூப்பி வணக்கம் தெரிவிப்பது பாதுகாப்பான செயலாக இருக்கிறது. ஏனெனில், அது மற்றவர்களை, குறிப்பாக அருவருப்பான மற்றமையான தீண்டப்படாதவர்களைத் தீண்டுவதைத் தவிர்க்க உதவுகிறது. இத்தகைய அர்த்தத்தில்தான் மற்றவர்களைத் தீண்டுவதன் வழியாகச் சாத்தியப்படும் தொடுதலே தீண்டுதலையும் தீண்டாமையையும் வரையறுக்கக்கூடியதாக இருக்கிறது என்று சருக்கை முன்வைக்கும் கருத்து முக்கியத்துவம் பெறுகிறது. இதற்கு நிகராக, நான் முன்னரே குறிப்பிட்டது போன்று, உடலின் மீபௌதிகத்தை முன்வைத்து சுத்தம்-அசுத்தம் என்ற இருமத்துக்கு அப்பால் தீண்டாமையைக் கொண்டுசெல்வதற்கான சருக்கையின் முயற்சி, இந்த உடல்களைப் பிரித்துவைத்திருக்கும் கலாச்சாரரீதியான படிநிலைகளைத் தகர்ப்பதில் முக்கியப் பங்காற்றக்கூடியதாக இருக்கும். மேலும், தீண்டப்படுவோரைப் புலப்படுத்துவதில் தீண்டப்படாதவர் என்ற புலப்படாத உடல் ஆற்றும் பங்கு குறித்து மேர்லாவ்-பான்டியை அடிப்படையாகக் கொண்டு சருக்கை முன்வைப்பது அறிவூட்டக்கூடியதாக இருக்கிறது.

இந்தப் பார்வையை மேலும் வளர்த்தெடுக்கும் விதமாக நாம் இவ்வாறு வாதிட முடியும்: தீண்டப்படுவோரின் அசுத்தங்களைச் சுமக்கும் கேந்திரமாக இருப்பதற்குத் தீண்டப்படாதவர்கள் கட்டாயப்படுத்தப்படுகிறார்கள். சுத்தம்-அசுத்தத்துக்கு அப்பால் தீண்டாமையை அணுகுவது வரவேற்கத்தக்கது

என்றாலும், சுத்தம்-அசுத்தம் கோட்பாட்டின் அடிப்படையில் தீண்டாமையை அணுகும் தார்மீக முக்கியத்துவத்தைக் குறைத்து மதிப்பிடவும் வழிவகுக்கிறது. தீண்டப்படுவோருக்குத் தீண்டப்படாதவர் பின்துணையாகிறார்கள் என்பது முரண்பட்ட மதிப்பீடுகளைக் கொண்டுள்ளது என்றே நான் வாதிட விரும்புகிறேன். இவ்வாறு வாதிடக் காரணியம் என்னவென்றால் பின்னடைவு, நிலைகுலைவு ஆகிய இரண்டையும் சாத்தியப்படுத்தக்கூடியதாக இது இருக்கிறது. பின்னடைவு வாசிப்பில், தீண்டாமை தார்மீக முக்கியத்துவம் கொண்டுள்ளது என்று வாதிட முடியும். தீண்டப்படாதவர்கள், யாரோ ஒருவர் அவருடைய தார்மீகக் குப்பைகளைக் கொட்டும் தொட்டியாக இருக்க மறுத்தாலோ அல்லது தீண்டப்படுவோரைப் புலப்படுத்துவதற்கு மறுத்தாலோ தீண்டப்படுவோரின் நிலை என்னவாகும் என்று கொஞ்சம் நினைத்துப்பாருங்கள். இது தார்மீக அழுகுதலுக்கு இட்டுச்செல்லக்கூடும் அல்லது தீண்டப்படுவோரின் உடலைச் சிதைத்துப்போடக்கூடும் அல்லது குவிந்துகிடக்கும் அழுக்குச் சுமையில் அவர்கள் நசுங்கிப்போகக்கூடும். இந்தப் பளுவைச் சுமப்பதற்கென்று தீண்டப்படாதவர்கள் இருப்பதற்குக் கடவுளுக்குத்தான் தீண்டப்படுவோர் நன்றி சொல்ல வேண்டும்! வேறொரு காரணியத்துக்காகவும் அசுத்தங்களின் கருவூலமாகத் தீண்டப்படாதவர்கள் இருப்பது தார்மீகரீதியானதாக இருக்கிறது. உயர் சாதி அரசியல் தலைவர்கள், சில இடதுசாரி அரசியல் தலைவர்கள் உட்பட, தங்களை அரசியல்ரீதியாக எதிர்ப்பவர்கள் மீது கோபத்தையோ துயரத்தையோ வெளிப்படுத்துவதற்கான சொற்களை உருவாக்கிக்கொடுத்திருப்பதற்கு அல்லது தீண்டாமையை விஷ ஆயுதமாக முன்வைத்து எதிராளியை வெல்ல முடிந்ததற்கு அவர்கள் தீண்டப்படாதவர்களுக்குத்தான் நன்றி சொல்ல வேண்டும். ஏறக்குறைய ஒவ்வொரு நாளும் இத்தகைய அரசியல் தலைவர்களின் வெளிப்பாட்டைப் பாருங்கள்: 'நாங்கள் ஒன்றும் தீண்டப்படாதவர்கள் அல்ல', 'எங்களைத் தீண்டப்படாதவர்கள்போல் நடத்தாதீர்கள்'. தங்களை ஒட்டுண்ணிகள் அல்ல என்றோ, தீண்டப்படாதவர்கள் உடல்கள் மீது தங்களுடைய பளுவை இறக்கிவைக்கும் சுகவாசிகள் அல்ல என்றோ நிரூபிப்பதன் வழியாக இருபிறப்பாளர்களின் சமூக முக்கியத்துவத்தை மதிப்பிழக்கவைக்கிறார்கள். தங்களுடைய தார்மீகக் குப்பைகளைத் தீண்டப்படாதவர்களிடம் கொண்டுசேர்த்த பின் அதற்கு எத்தகைய பொறுப்பும் ஏற்க இந்த சுகவாசிகள் மறுக்கும்போது இவர்கள் தார்மீகமற்றவர்களாவது முழுமையடைகிறது.

இருந்தாலும், தீண்டப்படாதவர்களின் விடுதலைக்கான திட்டத்தைப் பொறுத்தமட்டில் தார்மீகம் என்ற கருத்தின் முக்கியத்துவம் மிகவும் பிரச்சினைக்குரியதாகலாம். தார்மீகக் காரணியத்துக்காகவே தீண்டாமைக்குள் இருப்பது என்று ஒருவர் தேர்ந்தெடுக்கிறார் என்றால், அவர் தீண்டப்படுபவருக்கும் தீண்டப்படாதவருக்கும் இடையே நிலவும் சமனற்ற சமூக உறவு குறித்துக் கேள்வி எழுப்பும் ஆற்றலை இழந்துவிடுகிறார். சொல்லப்போனால், இத்தகைய சமனற்ற தன்மையில்தான் தார்மீக ஆற்றலே சாத்தியப்படுகிறது. அதனால்தான், தார்மீகம் மாற்றி அமைப்பதற்கான ஆற்றலற்றதாகிறது. எடுத்துக்காட்டாக, இருபிறப்பாளர்களில் மேல் அடுக்கில்

இருப்பவர்கள் தங்களை மேலானவர்களாகத் தக்கவைத்துக்கொள்வதற்காகச் செய்யும் தியாகங்கள், பயன்பாட்டுத் தளத்திலான மதிப்பீட்டை மட்டுமே கொண்டிருக்க முடியும். அதாவது, சுயநலம் சார்ந்த அரசியல் தலைவர்களுக்குச் சொல்லாடல்களை உருவாக்கிக்கொடுப்பதற்குப் பயன்படுமே தவிர, அடிமைகள் அல்லது தீண்டப்படாதவர்களிடம் பண்புரீதியான மாற்றத்துக்கான மதிப்பேதும் அது கொண்டிருப்பதில்லை. இப்படியாக, சமனற்ற உறவுமுறையில் நிலைத்திருப்பது என்பது ஒரு நபரின் இறுதி விடுதலைக்கும் சுதந்திரத்துக்கும் மிக அவசியமான சுயபுரிதலைச் சீர்குலைக்கிறது. நாம் எவர் குறித்து விவாதித்துக்கொண்டிருக்கிறோமோ அவர்கள், ஏதோ ஆன்மீக சக்தியை பெறுவதற்கோ அல்லது தார்மீக முக்கியத்துவம் பெறுவதற்கோ அவர்களுடைய எஜமானர்களோடு கட்டுண்டுக்கிடப்பதில்லை. சொல்லப்போனால், புதிய லட்சியங்களின் சக்தி இத்தகைய இறுக்கமான உறவுமுறைகளிலிருந்து வெளியேறுவதற்கான உந்துதலையே கொண்டிருக்கிறது. யாரோ ஒருவர் அவருடைய குப்பைகளைக் கொட்டுவதற்கான தொட்டியாக இருக்க மறுக்கிறார்கள். விடுலைக்கான இந்தப் புதிய பகுத்தறிவை நவீன மனநிலை, அதாவது அம்பேத்கர் மற்றும் அவருடைய தொண்டர்களின் கவிழ்த்துப்போடும் அரசியலின் குணாம்சம், மிக சிறப்பாகப் படம்பிடித்துக்காட்டுகிறது. இந்த மனநிலையை இந்த வாக்கியத்தின் ஊடாக நாம் வெளிப்படுத்தலாம்: ‘உங்கள் அழுக்குகளை எங்களிடம் கொண்டுவந்து சேர்ப்பது உங்களுடைய நலன் சார்ந்து இருக்கலாம். ஆனால், உங்களுடைய (தார்மீக) குப்பைகளுக்கான கிடங்காக நாங்கள் இருப்பது, எங்களுடைய நலன் சார்ந்ததாக எவ்வாறு இருக்க முடியும்?’ அம்பேத்கருக்குப் பிந்தைய தலித் இயக்கங்களில், தீண்டாமையைப் பின்துணையாக்கப்பட்ட (சருக்கையின் வார்த்தைகள்) ஒன்றாகப் பார்க்கும் பார்வை குறித்துக் காணப்படும் விமர்சனத்தை ‘கம்தயா’[34] (Ghamdya) என்ற சொல் மிகச் சரியாகப் படம்பிடித்துக்காட்டுகிறது. இந்தச் சொல் தலித் பகுத்தறிவைக் கவிழ்த்துப்போடுவதாக இருக்கிறது. அதுவே, விடுதலைக்கான அம்பேத்கரினுடைய அரசியலின் தனிச்சிறப்பாகிறது.

அம்பேத்கரின் அரசியல் சாதியத்தை அழித்தொழிக்க முயல்கிறது. ஆனால், அவர் அதன் வேர்களைப் பிடுங்கி எறிவதற்கு முன்பாக, ஒரு முறைமையோடு அதன் கிளைகளை – அதாவது, பல்வேறு விதமான தீண்டாமைப் பழக்கங்களை அகற்றப்பார்த்தார். தீண்டாமையின் ஊடாக, சாதியத்தின் மீது இத்தகைய தாக்குதல் நடத்துவதற்கு அவர் தொல்லியல் முறையைத்தான் பின்பற்றினார். அதாவது, சமூகப் போராட்டங்கள் ஊடாக, சாதியச் சாரத்தின் வெளிப்பாடாக இருக்கும் தீண்டாமை நடைமுறைகளை விசாரணைக்கு உட்படுத்துவதிலிருந்து தொடங்குகிறார். மேலும், அம்பேத்கரைப் பொறுத்தமட்டில், தார்மீகரீதியானதைச் சார்ந்து

34 *மேலும் விரிவான உரையாடலுக்குப் பார்க்க: Guru (1996). இந்தச் சொல்லை, ‘கோப்பை’ என்ற தலைப்பில் கவிதை எழுதியிருக்கும் பிரகலாத் செண்ட்வான்கர் போன்ற தலித் எழுத்தாளர்களின் இலக்கியரீதியான கற்பனைகள் ஊடாகப் புரிந்துகொள்ளலாம். Guru (1987).*

தீர்வு இல்லை. மாறாக, அடிப்படையில் அது அரசியல்ரீதியானதைச் சார்ந்து இருந்தது. இவ்வாறு அரசியலை முதன்மைப்படுத்தியதால்தான், சாதியத்தின் இருப்பான தீண்டாமையை எதிர்த்தபோதும் சாதியத்தின் மீதான கவனத்தை அவர் தவறவிடவில்லை. ஆனால், காந்தியைப் பொறுத்தமட்டில் தீர்வு அரசியல்ரீதியானதைச் சார்ந்து இல்லாமல் தார்மீகரீதியானதைச் சார்ந்து இருந்தது.[35] காந்தி தேர்ந்தெடுத்த தார்மீகரீதியான பாதை, தீண்டாமையின் சாரத்துக்கு, அதாவது சாதியத்துக்கு முக்கியத்துவம் கொடுக்கவில்லை. காந்தியின் தார்மீகச் சட்டகத்தில் தீண்டாமைக்கு எதிரான செயல்பாடுகள், மோதல்கள் ஏதேனும் கொண்டிருக்குமானால், அது சாதியத்தின் சாரத்தைச் சார்ந்து இல்லாமல், அதன் இருப்பை – அதாவது, தீண்டாமையைச் சார்ந்ததாகவே இருந்தது. சாரத்திலிருந்து இருப்பு சார்ந்த இத்தகைய இடப்பெயர்வு வேறு வழியில்லாமல் அரசியலாக இல்லாமல், தார்மீகரீதியானதாக இருந்தது. தீண்டாமை குறித்த காந்தியக் கதையாடலில் தார்மீக வகைப்பாடான 'சேவை', இத்தகைய இடப்பெயர்வுப் பின்னணியிலேயே அர்த்தம் பெறுகிறது. ஒரு தார்மீக வகைப்பாடாக 'சேவை', பிரச்சினையின் வேர்களைத் தாக்குவதற்கு முயலாமல், அதன் முள்முனைகளை மட்டுமே வெட்டியெறியப் பார்த்தது. காந்தியிடம் வேரோடு பிடுங்கியெறிவது என்பதாக இல்லாமல் கிளைகளை வெட்டியெறிவதாக இருந்தது என்றால் அம்பேத்கரிடம் இதற்கு எதிர்மறையாக இருந்தது. தீண்டாமைக்கும் அதன் சாரத்துக்கும் (அதாவது, சாதியம்) இடையே ஓர் இணைவை ஏற்படுத்துவதில் காந்தி அவ்வளவாக அக்கறை காட்டவில்லை என்பதுபோல் இருந்தாலும், பொருட்களைத் தீண்டுவதன் ஊடாகவும், உடல்களைத் தீண்டுவதன் ஊடாகவும் தீண்டாமையை முடிவுக்குக் கொண்டுவருவதைச் சாத்தியமில்லாமல் செய்யும் வேதாந்தச் சிந்தனைகளோடு ஒப்பிடும்போது, காந்தியின் தார்மீக வகைப்பாடான சேவை நிச்சயமாகத் தீவிரத்தன்மை கொண்டதாகத்தான் இருக்கிறது.[36]

காந்தியின் உடல்மொழியைப் பாருங்கள். அது காலம்-வெளி கடந்து மிக லகுவான, மிக இயல்பான இயக்கத்தைக் கொண்டதாக இருக்கிறது. சங்கராச்சாரியாரைப் பொறுத்தமட்டில், இதற்கு எதிர்மறையாக உள்ளது. அதாவது, சங்கராச்சாரியாரின் உடல் அதற்குள்ளாகவே சுருங்கியதாகவும் முற்றிலும் உறைந்துபோனதாகவும் காணப்படுகிறது. இத்தகைய அர்த்தத்தில்தான் உடல்களுக்கே உரிய தீண்டுதலின் முக்கியத்துவத்தை அடிப்படையாகக் கொண்டு காந்தி தீண்டாமையை அணுகிய முறை அம்பேத்கரின் அணுகுமுறைக்கு நிகரானதாக இருக்கிறது. ஏனெனில், தீண்டப்படாதவர்கள் அவர்களுடைய ஆன்மீக மனதைக் கொண்டு கோயிலுக்குள் நுழைய வேண்டும் என்று வேதாந்தப் பார்வை முன்வைத்ததுபோல் அல்லாமல், தீண்டப்படாதவர்கள் அவர்களது உடலைக் கொண்டே கோயிலுக்குள் நுழைய வேண்டும் என்பதற்கு இருவருமே அழுத்தம் கொடுத்தார்கள்.[37]

35 *Iyer (2001).*
36 *Tendulkar (1968: 230).*
37 *Guru (2007: 221–38).*

ஆனாலும், பிற விஷயங்களைப் பொறுத்தமட்டில், காந்தியும் அம்பேத்கரும் பெருமளவு மாறுபாடு கொண்டவர்களாகவே இருந்தார்கள். இதயத்தைத் தார்மீக அறுவைசிகிச்சை செய்வதே தீண்டாமைக்கான தீர்வு என்ற காந்தியின் நிலைப்பாட்டுக்கு மாறாக, அம்பேத்கர் தீண்டாமையைச் சாதியத்தின் வெளிப்பாடாகப் பார்த்து சாதி ஒழிப்பை முன்வைத்தார்.[38] அம்பேத்கரைப் பொறுத்தமட்டில், 'பார்ப்பனிய மனம்' ஒளிபுகா வடிவில் தீண்டாமையை உருவாக்கியிருப்பதால், அதைச் சமூகவியலாலும் மானுடவியலாலும் கண்டெடுக்க முடியாததாகிறது.[39] தீண்டாமை வெறும் விவரிப்புகளைக் கடந்து நிலைத்திருக்கும் ஒன்றாக இருக்கிறது. அதனால்தான், ஷிண்டே மிகக் கூர்மையாகச் சுட்டிக்காட்டியுள்ளதுபோல், பார்ப்பனிய மனதின் மிக ஆழத்தில் புதைந்துகிடக்கும் தீண்டாமையைத் தொல்லியல் முறை கொண்டு அணுகுவது மிக அவசியமாகிறது.[40] தீண்டாமையின் சாரத்தைக் கண்டெடுப்பதற்கு அம்பேத்கரின் சிந்தனைகளும் அரசியலும் தொல்லியல் முறையையே பின்பற்றின.[41] தொல்லியல் முறை என்றால் என்ன, 'நேர்த்தியான இந்தியா'வில் காணப்படும் தீண்டாமையைப் புரிந்துகொள்வதற்கு அது ஏன் அவசியமாகிறது போன்ற கேள்விகளை ஆராய்வோம்.

தீண்டாமையின் தொல்லியல்

சமீபக் காலங்களில் சமூக அறிவியல் முதல் வாழ்வியல் துறைகள், புவிஉருவியல் (geomorphology) போன்ற இயற்கை அறிவியல்கள் வரை பல்வேறு துறைகளில் விசாரணைக்கான பொதுமைச் சொல்லாகத் தொல்லியல் என்ற சொல் மாறியிருக்கிறது. எடுத்துக்காட்டாக, தலைமுறைகளுக்கு இடையே மனிதர்களின் (உடல்ரீதியான) உயரம் குறைந்துகொண்டே போவதை மருத்துவர்கள் தொல்லியல் முறை கொண்டு ஆராய்கிறார்கள். பெற்றோர்களின் ஊட்டச்சத்துக் குறைபாடே ஒவ்வொரு தலைமுறையிலும் உயரம் குறைவதற்குக் காரணியமாக இருக்கிறது. இதற்கு நிகராக, புவிஉருவியல் துறையில் இயற்கையில் ஏற்படும் மாற்றத்தால் நீர்த்தேக்கங்களுக்கு அடியில், பூமிக்கு அடியில், பனிப்பாறைகளுக்கு அடியில் புதைந்துகிடக்கும் இயற்கையான பொருட்களை ஆராய்வதற்குத் தொல்லியல் முக்கியமான முறையாக இருக்கிறது.[42] சொல்லப்போனால், தொல்லியல் முறை கொண்டு இயற்கையானவற்றில் ஏற்படக்கூடிய மாற்றங்களை மிகச் சிறப்பாக வெளிக்கொணர முடிகிறது. எடுத்துக்காட்டாக, பனி பெய்யக்கூடிய பிரதேசங்களில், மலை உச்சிகள் பனியால் மூடப்பட்டு இருப்பதையும், வெயில் காலத்தில் அவை

38 Tendulkar (1968: 230); Ambedkar (1979: 47).

39 Ambedkar (1990b: 32).

40 Shinde (1976: 129).

41 Ambedkar (1979: 7).

42 பனியாற்றியல் (glaciology) துறை நிபுணரான பேராசிரியர் ஹர்ஜித் சிங் உடனான உரையாடல் எனக்குப் பயனுள்ளதாக இருந்தது.

இல்லாமல் இருப்பதையும் பார்க்க முடிகிறது. வரலாற்றில் தொல்லியல் முறையின் முக்கியத்துவம் என்பது புதியதாகக் கண்டுபிடிப்பதைச் சார்ந்து இல்லாமல், சில அனுமானங்களையும் மறுப்புகளையும் முன்வைப்பதற்கான பின்னணியை உருவாக்கக்கூடிய பல்வேறு வடிவங்களிலான வரலாற்றுச் சான்றுகளை (கலைப்பொருட்கள் மட்டுமல்லாமல் அளவுரீதியான தரவுகள் உட்பட) கண்டெடுப்பதையே சார்ந்திருக்கிறது. ஒருசில பிரச்சினைக்குரிய வரலாற்றுரீதியான கட்டமைப்புகள் குறித்து இந்திய வரலாற்றியலாளர்களுக்கு இடையே காணப்படும் விவாதங்கள் இவ்விஷயத்தை நிரூபிப்பதற்குப் போதுமானதாக இருக்கின்றன. சில சமூகவியலாளர்களும்கூட இந்தியச் சமூக உறவுகளை வாசிப்பதற்குத் தொல்லியலைப் பயனுள்ள முறையாகப் பார்க்கிறார்கள்.[43]

சுவாரஸ்யமாக, முன்னணி மார்க்ஸியச் சிந்தனையாளர்களான ஹாப்ஸ்பாம், அல்தூசர் இருவருக்கும் இடையேயான விவாதங்களிலும் தொல்லியல் முறை அதற்கான பொருத்தப்பாட்டைக் கொண்டிருக்கிறது. அல்தூசரிடம் தொல்லில்ரீதியான செயல்பாடு காணப்படுகிறது என்று ஹாப்ஸ்பாம் கண்டெடுக்கிறார். அல்தூசரின் கோட்பாட்டுரீதியான சிந்தனையின் பல்வேறு அடுக்குகளை அடையாளம் கண்டு, அவை கொஞ்சம் கொஞ்சமாக மார்க்ஸின் மூலச் சிந்தனைகளின் மேல் குவிந்துகொள்கின்றன என்று ஹாப்ஸ்பாம் கண்டெடுக்கிறார்.[44] இறுதியாகவும் மிக முக்கியமாகவும் ஃபூக்கோ முன்வைப்பில் தொல்லியல் முறை இவ்வாறு வரையறுக்கப்படுகிறது: தொல்லியல், 'ஒரு கதையாடலில் மறைந்துகிடக்கும் அல்லது வெளிப்படுத்தப்படும் சிந்தனைகளையோ பிரதிநிதித்துவங்களையோ பிம்பங்களையோ அடிக்கருத்துகளையோ முன்னீடுபாடுகளையோ வரையறுப்பதில்லை. மாறாக, ஒரு நடைமுறையாக இத்தகைய கதையாடல்கள் தானாகவே சில விதிமுறைகளுக்கு உட்பட்டவையாக இருக்கின்றன. கதையாடலை ஒரு ஆவணமாகவோ, வேறொன்றுக்கான குறியாகவோ, ஒளிபுகக்கூடிய தன்மையைக் கொண்டிருக்கக்கூடிய ஒன்றாகவோ தொல்லியல் நடத்த வேண்டியதில்லை. ஆனால், துரதிர்ஷ்டவசமாக அதன் இன்றியமையாத ஆழத்துக்குச் செல்ல வேண்டுமென்றால், பல சமயங்களில் அதன் ஒளிபுகாத்தன்மையைக் கிழித்துக்கொண்டுதான் செல்ல வேண்டியுள்ளது. இந்த ஆழத்தில் அது தலைகீழாக நிறுத்தப்பட்டிருப்பதோடு, கதையாடலாய் அதன் கன பரிமாணத்தோடு ஒரு நினைவுச்சின்னமாகத் தொடர்புகொண்டிருக்கிறது. இது அர்த்தப்படுத்தலுக்கான முறையல்ல. இது மறைக்கப்பட்டிருக்கும் வேறான, இன்னும் மேலான கதையாடல்களைக் கண்டெடுக்க முயல்வதில்லை. உருவகரீதியானதாக இருக்கவும் தொல்லியல் மறுக்கிறது.'[45]

43 *Ibid.*, p. 242.
44 Hobsbawm (1994: 1).
45 Foucault (1994: 136).

ஃபூக்கோ தொல்லியலை முன்வைக்கும் விதம் தொல்லியலைக் கட்டிடக் கலையிலிருந்து வேறுபடுத்திப்பார்க்க நமக்கு உதவுகிறது. இந்தியச் சூழலில், சாதிய முறைமையை, இன்னும் குறிப்பாகச் சொல்வதென்றால் வர்ண முறைமையை விவரிப்பதற்கு பிரமிட் உருவகத்தை தலித்துகள் உபயோகிக்கிறார்கள் என்றால், மார்க்ஸியர்கள் சாதியத்தையும் தீண்டாமையையும் மேல் கட்டுமானமாக வைத்துப் பார்க்கிறார்கள்.[46] தொல்லியல்ரீதியான அர்த்தத்தில், சாதியோ தீண்டாமையோ ஒழுங்குபடுத்தப்பட்ட ஒன்றோ, வெளிப்படையாக வடிவமைக்கப்பட்ட ஒன்றோ அல்ல. சொல்லப்போனால், இனிவரும் பக்கங்களில் நாம் பார்க்கப்போவதுபோல், சாதியும் தீண்டாமையும் மறைமுகமாகவும் நுட்பமாகவும் செயல்படக்கூடியதாக இருக்கின்றன. எடுத்துக்காட்டாகக் கருத்தரங்குகள், மாநாடுகள் அல்லது ஆய்விதழ்களில், தலித்துகள் குறித்த பொது விவாதங்கள் இறுதியாகத்தான் எடுத்துக்கொள்ளப்படுகின்றன.[47] முன்னுரிமை அடிப்படையிலான இந்த வரிசைப்படுத்தல் இயற்கையானதுபோல் தோன்றுவதற்குக் காரணியம் மாற்றியமைக்கவே முடியாத ஒழுங்கில் தலித்துகளை வைத்திருக்கக்கூடிய அதிகாரம் கொண்டவர்கள் இத்தகைய முன்னுரிமை அடிப்படையிலான வரிசைப்படுத்தலுக்குக் காரணியம் ஏதும் சொல்ல வேண்டிய அவசியமில்லை என்றே நினைக்கிறார்கள். இப்படியாக, 'இந்திய மனதை' மாற்றியமைக்க முடியாத தன்மையை அணுகுவதற்குத் தொல்லியல் முறை முயல்கிறது.[48] தொடர்ந்து சாதியப் பண்புக்குப் பின்னால் அதை மறைத்துக்கொள்ளும் 'இந்திய மனதில்' நிறைந்திருக்கும் தீண்டாமையை வெளிப்படுத்துவதற்கு அல்லது அதன் ஆழத்தை உணர்வதற்குத் தொல்லியல் முறை முயல்கிறது. இந்திய மனம் விழுமியங்களை ஒரு தளத்திலிருந்து மற்றொரு தளத்துக்கு இடம்மாற்றுவதன் ஊடாக மிக நுட்பமாகச் செயல்படுத்துகிறது. இப்படியாக, தொல்லியல் முறை பொதுமையான கருத்தாக்கமாக இருப்பதோடு, வெவ்வேறு சூழ்நிலைகளில் வெவ்வேறு அறிஞர்களுக்குப் பொருத்தமுள்ளதாகவும் இருக்கிறது. இருந்தாலும் மறைத்தல், கண்டெடுத்தல் அல்லது கரைத்தல், உறைத்தல் போன்றவை தொல்லியல் முறையின் அடிப்படையை வரையறுக்கக்கூடிய பண்புகளாக இருப்பதோடு, தொல்லியல் தொடர்பான அனைத்துப் பார்வைகளுக்கும் பொதுவான ஒன்றாகவும் இருக்கின்றன. இரண்டாவதாக, தொல்லியல் முறை அதை வரையறுத்துக்கொள்ள ஒளிபுகாத்தன்மை அல்லது முகமற்ற பண்பைக் கொண்டு மறைந்திருக்கும் பின்னணியைக் கொண்டிருக்க வேண்டியுள்ளது. அதாவது, வெளிப்படையான சூழலில் தொல்லியல் முறை அர்த்தமுள்ளதாக இருப்பதில்லை. தீண்டாமையைப் பொறுத்தமட்டில் அதன் உள்ளடக்கம் என்னவென்று நாம் ஆராய்வோம்.

46 *Jha (1997: 27).*

47 *Biblio, VII (9 and 10), September and October 2002.*

48 *Foucault (1994).*

தீண்டாமையின் தொல்லியலுக்கான சூழல்

தொடங்கும் விதமாக, சாதியத்தின் சாரம் அல்லது மெய்ப்பாட்டைக் கண்டெடுப்பதற்கு ஒரு முறையாகத் தொல்லியல் சில குறிப்பிட்ட சூழலில் மட்டும்தான் அர்த்தமுள்ளதாகும் என்று முன்வைக்க விரும்புகிறேன். எடுத்துக்காட்டாக, தீண்டாமையை மிக வெளிப்படையாக நடைமுறைப்படுத்துவதன் வழியாகச் சாதியப் படிநிலையை ஒளிவுமறைவு இல்லாமல் வெளிப்படுத்தும் கிராமப்புறச் சூழலில், அதாவது சாதியம் அதை வெளிப்படுத்திக்கொள்வதற்கு நுட்பமான முறைகளைக் கைக்கொள்ள வேண்டிய அவசியமில்லாமல்போகும் சூழலில், தொல்லியல் முறை அவசியமற்றதாகிறது. நான் சொல்லவருவதை மேலும் தெளிவுபடுத்தும் விதமாக, தமிழ்நாடு மற்றும் மகாராஷ்டிர கிராமங்களிலிருந்து சில எடுத்துக்காட்டுகளைக் கொடுக்க விரும்புகிறேன்.[49] இந்தக் கிராமங்களில் தீண்டப்படாதோரைப் பிரித்துவைக்கத் தீண்டப்படுவோர் சுவர் எழுப்பியிருக்கும்போது, அது குறித்துத் தொல்லியல் முறையின் ஊடாக மேலும் கண்டெடுப்பதற்கு ஏதும் கொண்டிருப்பதில்லை. வேறு விதமாகச் சொல்வதென்றால், தொல்லியல் முறை அதன் வெற்றிக்கு வெளிரீதியாகத் தெளிவில்லாச் சூழலைக் கொண்டிருக்க வேண்டியுள்ளது. இதற்கு நிகராக, ‘அழுகும் நடைப்பிண’மாக அர்த்தப்படுத்தப்படும் தீண்டப்படாதவர்கள் கிராமப்புறப் பொதுவெளிகளில் உடல் அடையாளங்களோடு (துடைப்பக்கட்டை, தலையில் கழிவுக்கூடை, விதிமுறைகளுக்கு உட்பட்ட ஆடைகள், இடுப்பில் கருப்புத் துணி கட்டிக்கொள்வது) தோன்ற வேண்டிய சூழலில் தொல்லியல் முறை பயனற்றதாகிறது. வேறு விதமாகக் குறிப்பிட்டுச் சொல்வதென்றால், முகத்துக்கு முகம் பார்க்கும் சூழல்களிலும், மிக நெருங்கிய சமூகப் பின்னணிகளிலும் தொல்லியல் முறை எத்தகைய அர்த்தத்தையும் கொடுக்கப்போவதில்லை. மாறாக, ஒளிபுகாத் தன்மையிலான சமூக உறவுகளில் ஒவ்வொரு மனிதரும் மற்றவருக்கு அந்நியராகத் தெரியும் சூழலில்தான் தொல்லியல் முறை அர்த்தமுள்ளதாக இருக்க முடியும். சுத்தமான தீண்டப்படாதவர்கள், வெறுக்கப்படும் தீண்டப்படாதவர்களோடு தொடர்பில் இருப்பதை நகர்ப்புறச் சூழல் கடினமானதாக்குகிறது. சருக்கை முன்வைப்பதுபோலவே, நானும் என்ன முன்வைக்கிறேன் என்றால், ‘சுத்தமான தீண்டப்படாதவர்கள்’ தங்களைத் தற்காத்துக்கொள்வதற்கான அகவயமான பின்னணியை வெறுக்கப்படும் தீண்டப்படாதவர்கள்தான் உருவாக்கிக்கொடுக்கிறார்கள். உறவுகொள்வதற்கான வெளிகள் மேலும் நீர்த்துக்கொண்டிருக்கும் பின்னணியில், முகமற்றதன்மை அதிகரிக்கும் நகர்ப்புறச் சூழலில் ‘சுத்தமான தீண்டப்படாதவர்’களுக்குக் குடும்பவெளியே தங்களைப் பாதுகாத்துக்கொள்வதற்கான தளமாகிறது. அதாவது, தொடர்ந்து பதற்றங்களுக்குள் சிக்கியிருக்கும் நகர்ப்புற உயர் சாதியினர் அதிலிருந்து வெளியேறுவதற்கான சாத்தியப்பாட்டைக் குடும்பவெளி மட்டுமே உருவாக்கிக்கொடுக்கிறது. சுத்தமான தீண்டப்படாதவராக

49 *Frontline*, December 2008.

இருப்பவர் அவரது பதற்றங்களிலிருந்து வெளியேறுவதற்கான ஒரு நிலையான சூழலைக் குடும்பவெளி எவ்வாறு உருவாக்கிக்கொடுக்கிறது என்று மேலும் வாதிடவிருக்கிறேன்.

முதலாவதாக, சுத்தப்படுத்தும் சடங்குகளைச் செய்வதற்கான தளத்தைக் குடும்பவெளி உருவாக்கிக்கொடுக்கிறது. தீண்டப்படுவோர் அல்லது இருபிறப்பாளர்கள் உடல்ரீதியாகவும் சடங்குரீதியாகவும் தங்களைச் சுத்தப்படுத்திக்கொள்வதற்குக் குடும்பவெளியை உபயோகித்துக்கொள்கிறார்கள். சில பெற்றோர்கள், அவர்களுடைய குழந்தைகள் பள்ளியிலிருந்து திரும்பிய பின், அவர்கள் மீது தண்ணீர் ஊற்றுவது அவர்களுடைய உடல் தூசும் சேறும் கொண்டிருக்கும் என்பதால் அல்ல; அவர்கள் தீண்டப்படாத குழந்தைகளோடு கலந்திருப்பார்கள் என்பதால்தான் என்பது தெளிவாகிறது.[50] இரண்டாவதாக, உயர் சாதியினர் குடும்பவெளியைக் கட்டுப்படுத்துவதற்கான இறையாண்மை அதிகாரத்தை அவர்கள் கொண்டிருப்பதாக உணர்வதற்கான சந்தர்ப்பத்தையும் குடும்பவெளி உருவாக்கிக்கொடுக்கிறது. வீட்டில் தீண்டாமையை நடைமுறைப்படுத்துவது இறையாண்மைக்கான பிரதான மூலமாகிறது. பொதுவெளியில் ஓர் இந்தியக் குடிநபருக்கான இறையாண்மை அரூபமான தளத்தில் மட்டுமே வழங்கப்படுகிறது. அதனாலேயே, பொதுவெளியில் இறையாண்மையைப் பூர்த்திசெய்துகொள்ள முடியாது என்பதை அவர்கள் உணர்ந்துகொள்ள வேண்டிய தேவை உருவாகிறது. இந்தக் காரணியம் சார்ந்தே, ஒரு தூய சுயம் குடும்பவெளியை இறையாண்மைக்கானதாகப் பாதுகாக்க முற்படுகிறது. முதலாவதாக, யாருடைய பின்னணி குறித்துத் தெள்ளத் தெளிவாக அறிந்துகொள்ள முடிகிறதோ அவரை மட்டுமே குடும்பவெளிக்குள் அனுமதிக்கிறார்கள். இதில் அவர் தன்னிச்சையான அதிகாரத்தை அனுபவிக்கிறார். இரண்டாவதாக, வீட்டுக்கு அழைக்கப்படுபவரின் சமூக அடையாளம் தெளிவில்லாமல் இருக்கும்போது தவறுதலாக ஒருவரை வீட்டுக்கு அழைக்க நேர்ந்தால், இருபிறப்பாளர் பணத்தை உபயோகித்து அவரது சடங்கு அதிகாரத்தைத் தக்கவைத்துக்கொள்கிறார். அதாவது, உணவகத்திலிருந்து உணவைத் தருவிக்கிறார். இறுதியாக, ஒடுக்கப்பட்ட சாதியைச் சேர்ந்தவரான ஒருவரை வீட்டுக்கு அழைப்பதைத் தவிர்க்க முடியாத சூழலில், இளநீர் கொடுக்கிறார். தேங்காய் ஓட்டைச் சுலபமாக விட்டெறிந்துவிடலாம் என்பதால், அது சடங்குரீதியான தீட்டைத் தவிர்ப்பதற்கு மிகச் சிறந்த சாதனமாகிறது.

சுவாரஸ்யமாகக் குடும்பவெளி, பொதுவெளி இரண்டுக்கும் இடையேயான அச்சு, தொல்லியல் முறையில் அணுகுவதற்கான சாத்தியப்பாட்டை உருவாக்கிக்கொடுக்கிறது. நாம் மேலே குறிப்பிட்டதுபோல், உயர் சாதியினருக்குக் குடும்பவெளிதான் அவர்களது இறையாண்மைக்கான வெளியாகிறது. சமூகக் கண்காணிப்பின் அழுத்தத்தால் அவர்கள் தங்களது

50 மகாராஷ்டிராவில் உள்ள கோங்கன் மண்டலத்திலுள்ள சாவந்த்வாடி பகுதியில் இருக்கும் கிராமங்களில் நான் நடத்திய கள ஆய்வை அடிப்படையாகக் கொண்டது.

இறையாண்மையைத் தொடர்ச்சியாக அனுபவிக்க முடியாமல், காலம்/வெளியில் துண்டுத்துண்டாக மட்டுமே அனுபவிக்க முடிகிறது. சொல்லப்போனால், சமூகக் கண்காணிப்பின் அழுத்தத்தால் அவர்கள் பொதுத்தளத்தில் உலகளாவிய முகமூடியை அணிந்துகொள்ளும் நிர்ப்பந்தத்துக்கு ஆளாகிறார்கள். இப்படியாகத்தான், அவர்கள் வெளிகளுக்கு ஏற்றாற்போல் சக தொழிலாளியாக, ஆசிரியராக, குடிநபராக, நுகர்வோராக மற்றும் இதுபோல் மாறுகிறார்கள். வீட்டுக்குத் திரும்பிய உடனே, இந்தப் புனித ஆத்மாக்கள் இத்தகைய உலகளாவிய அடையாளங்களையெல்லாம் கழற்றியெறிகின்றன. அவர்கள் குடும்பவெளியில் எத்தகைய மறைப்பும் இல்லாமல் இருக்கிறார்கள். இது மேலே குறிப்பிட்டிருந்ததுபோல், இது பனியாற்றுத் தொல்லியலுக்கு (archaeology of the glacier) நிகரானதாக இருக்கிறது. இத்தகைய அர்த்தத்தில்தான் குடும்பவெளியானது போலித்தனங்களை ஊதிப்பெருக்குவதற்கான வெளியாகிறது. ஆக, தீண்டப்படாதவரைப் பொறுத்தமட்டில், குடும்பவெளிதான் ஒருவர் தார்மீகரீதியான அல்லது மெய்யான மனிதராக இருக்கிறாரா என்று பரிசோதிப்பதற்கான தளமாகிறது. இது சில மானுடவியலாளர்களால் மேலும் ஊர்ஜிதப்படுத்தப்பட்ட ஒன்றாகவும் இருக்கிறது.[51] உலகளாவிய அடையாளங்களுக்குப் பின்னால் தங்களை மறைத்துக்கொண்டு ஊதிப்பெருத்த 'சுத்தமான சுயம்' குறித்து ஆழமான பார்வையை எவ்வாறு பெறுவது? பல தலித் சுயசரிதைகள்[52] இத்தகைய தொல்லியல்ரீதியான பார்வைகளை மிக ஆழமாக முன்வைக்கின்றன என்றாலும், ஒரு உயர் சாதி வீட்டு உரிமையாளருக்கும், அவரது வீட்டை வாடகைக்கு எடுக்கவந்த ஒரு தீண்டப்படாதவருக்கும் இடையே நடந்த சுவாரஸ்யமான உரையாடலை இங்கு உதாரணமாகக் கொடுக்கிறேன்:

வீட்டு உரிமையாளர்: உங்கள் பெயரை நான் தெரிந்துகொள்ளலாமா?

வாடகைக்காரர்: என் பெயர் பகவான். (ஓர் இந்து பெயராக இருப்பதால் வீட்டு உரிமையாளரின் விசாரணை மேலும் தொடர்வதைச் சாத்தியப்படுத்துகிறது.)

வீட்டு உரிமையாளர்: நீங்கள் எந்தப் பகுதியைச் சேர்ந்தவர்?

வாடகைக்காரர்: நான் மகாராஷ்டிராவைச் சேர்ந்தவன். (இது இவரது சமூகப் பின்னணி குறித்து எந்தத் தகவலையும் கொடுக்கவில்லை.)

வீட்டு உரிமையாளர்: நீங்கள் எந்த மொழி பேசக்கூடியவர்?

வாடகைக்காரர்: இந்துஸ்தானி அல்லது ஆங்கிலம்.

வீட்டு உரிமையாளர்: நீங்கள் சைவமா, அசைவமா? (இது சில பகுதிகளில்தான் கேட்கப்படும்.)

---

51 *Khare (1984: 14).*
52 *Walmiki (2002).*

வாடகைக்காரர்: சைவம். (இந்தப் பதில் வீட்டு உரிமையாளரின் சந்தேகங்களைப் போக்குவதற்குப் போதுமானதாக இல்லை என்பதால் அவர் கடைசியாக இந்தக் கேள்வியைக் கேட்கிறார்.)

வீட்டு உரிமையாளர்: நீங்கள் எங்கு வேலைசெய்கிறீர்கள்? (கடைசியாக, இந்தக் கேள்விதான் வாடகைக்காரரின் சாதியை அறிந்துகொள்வதற்கான மூலமாகிறது. ஏனெனில், ஹர்கிருஷ்ணன் சந்தோஷி அவரது வாக்குமூலத்தில் குறிப்பிடுவதுபோல், ஒருவரது பணியிட மாற்றம் உத்தரவு வந்துசேர்வதற்கு முன்னரே அவரது சாதி வந்துசேர்ந்துவிடுகிறது.)[53]

வீட்டு உரிமையாளருக்கும் வாடகைக்காரருக்கும் இடையேயான இந்த உரையாடல், தொல்லியல்ரீதியான நகர்வை அதற்குள்ளாகக் கொண்டுள்ளது. இது மிக ஆழமான முரண்பட்டத் தன்மையை வெளிப்படுத்தக்கூடியதாக இருக்கிறது. வீட்டு உரிமையாளரின் தொல்லியல் அதிகாரத்தையும் பகுத்தறிவற்ற கேள்விகளையும் கொண்டுள்ளதால் இது தாக்குவதாக இருக்கிறது. இந்தத் தொல்லியல், புனிதமான சுயத்துக்கும் நவீனத்துவத்துக்கும் இடையேயான மாற்றிக்கொடுக்க முடியாத உறவை மீட்டெடுப்பதை நோக்கமாகக் கொண்டிருப்பதால், குறிப்பாக நடைமுறைத் தளத்தில் இது அவமதிக்கும் தன்மையைப் பெறுகிறது. வாடகைக்கு வர இருப்பவரும் வீட்டு உரிமையாளரின் பகுத்தறிவற்ற கேள்விகளைப் பகுத்தறிவுத் தளத்தில் நின்று நிராகரிப்பதற்குப் பதிலாக, தற்காப்புத் தொல்லியலைக் கைக்கொண்டு நிலைமையைச் சமாளிக்க முயல்கிறார். இந்தச் சமாளிப்பு, குறிப்பிட்ட தன்மையிலான கேள்விகளுக்கு உலகளாவிய பதில்களைக் கொடுப்பதாக இருக்கிறது. வாடகைக்காரரைப் பொறுத்தமட்டில், உலகளாவிய பதில்களுக்குள் அவர் தன்னை நுழைத்துக்கொள்வது அவரது தன்னம்பிக்கையை இழக்கச்செய்வதாக இருக்கிறது. வீட்டு உரிமையாளரின் கேள்விகள் சந்தை தர்க்கங்களுக்கு உட்பட்டதாக இல்லை என்பதை அம்பலப்படுத்தும் விதமாக வாடகைக்காரர் எதிர்க் கேள்விகள் கேட்கத் தவறுகிறார். பகுத்தறிவைவிடப் பகுத்தறிவற்றதற்கும், பணமதிப்பைவிடச் சடங்குரீதியான மதிப்புக்கும் முக்கியத்துவம் கொடுப்பதால்தான் உயர் சாதி வீட்டு உரிமையாளர் கைக்கொள்ளும் தொல்லியல்ரீதியான தாக்குதலை வெறுமனே உளவியல் தொடர்பானதாகச் சுருக்கிப்பார்க்க முடியவில்லை. ஏனெனில், வீட்டு உரிமையாளர் அவரது உளவியல்ரீதியான தேவையைப் பூர்த்திசெய்துகொள்வதற்காக இந்தக் கேள்விகளைக் கேட்கவில்லை. சொல்லப்போனால், இவ்விஷயத்தைப் பொறுத்தமட்டில் தொல்லியல்ரீதியான தாக்குதல் சடங்குரீதியாக மேலான சுயம் என்ற தோற்றவெளியோடு இணைந்திருப்பதாகிறது. கட்டாயமாக விசாரிப்பதன் ஊடாகச் செயல்படும் தொல்லியல்ரீதியான தாக்குதல், அதன் செயலாக்கத்தில் வீட்டு உரிமையாளரைத்

53 *Guru (1986).*

தார்மீகரீதியாகத்தான் என்றாலும் முற்றிலுமாக நிர்வாணமாக்குகிறது. வாடகைக்கு வர இருப்பவரும் தற்காத்துக்கொள்ளும் தொழில்நுட்பத்தின் ஊடாக அவர் அணிந்திருக்கும் பல்வேறு உலகளாவிய அடையாள அடுக்குகளை ஒன்றன் பின் ஒன்றாகக் கழற்றிப்போடும் வலியை உணர்கிறார். இப்படியாக, இருவருமே பரஸ்பரம் தங்களை மறைத்துக்கொண்டிருப்பதைத் தொல்லியல் வெளிக்கொணர்கிறது.

இத்தகைய தாக்குதல்ரீதியான தொல்லியல் மூன்று தளங்களில் தாக்கம் ஏற்படுத்துகிறது. முதலாவதாக, தோற்றப்பாட்டியல் தளத்தில் உன்னதத் தீண்டப்படாதவர்களின் (உயர் சாதியினர்) சமூக அணுகுமுறையானது சமூக உறவுமுறைகளைக் குறிக்கிறதே தவிர அவர்கள் கொண்டிருக்கும் அறிவு நிலைகளை அல்ல. இரண்டாவதாக, இந்தத் தொல்லியல் நல்ல குடிநபருக்கும் நல்ல மனிதருக்கும் இடையே மீளிணக்கம் காண முடியாத இறுக்கத்தை முன்னிறுத்துகிறது. வேறு விதமாகச் சொல்வதென்றால், ஓர் உயர் சாதி மனிதர் தீண்டப்படாதவருக்கான அங்கீகாரத்தைத் தற்காலிகமாகக் கொடுக்கும் அளவுக்கு ஒரு நல்ல குடிநபராக இருக்கலாம் என்றாலும் அவர் ஒரு நல்ல மனிதராக இருக்க வேண்டிய அவசியம் ஏதுமில்லை. மூன்றாவதாக, குடும்பவெளியைச் சுற்றித் தடுப்புவேலி போடுவதற்கான வீட்டு உரிமையாளரின் முயற்சி, பொது உலகின் அழிபாடுகளிலிருந்து குணமாவதற்கும் மீள்வதற்கும் மிக அவசியமான ஒரு வெளியாக இருப்பதை வேறு வழியில்லாமல் கலைத்துப்போடுகிறது.[54] நான்காவதாக, ஒரு நல்ல மனிதரின் மொத்தத் தார்மீகப் பண்புகள் அந்தரங்கவெளி, பொதுவெளி இரண்டுக்கும் இடையேயான தொடர்பைச் சார்ந்திருக்கிறது என்ற அரிஸ்டாட்டிலின் கொள்கையை[55] இரட்டை முகம் கொண்டிருக்கும் உன்னதத் தீண்டப்படாதவர் மீறுகிறார். இறுதியாக, உன்னதத் தீண்டப்படாதவர், மெய்யான தீண்டப்படாதவரை அணுகும் முறை சருக்கை முன்வைக்கும் பிரதான வாதத்தை உறுதிப்படுத்துகிறது. அதாவது, லட்சியத் தீண்டப்படாதவரின் அல்லது உயர் சாதியினரின் சுயவரையறை, தீண்டப்படாதவர்களின் பிறப்பு அடிப்படையிலான அடையாளத்தோடு கொள்ளும் உறவின் ஊடாகத்தான் சாத்தியப்படுகிறது. இந்தப் புனிதத் தன்னிலை, மற்றமை இல்லாமல், அதாவது வெறுக்கப்படும் தீண்டப்படாதவர் இல்லாமல் நிலைத்திருக்க முடியாது. இந்த இறுக்கமான சகவாழ்வு, தீண்டாமையை மற்றவர்களுக்கு ‘மடைமாற்றுவதன்’ ஊடாகத்தான் சாத்தியப்படுகிறது. இருப்பினும், தீண்டாமையை மற்றவர்களுக்குப் பின்துணையாக்குகிறவர்கள் முடிவே இல்லாத பதற்றங்களுக்கு உட்பட்டவர்களாகிறார்கள். அதாவது, அவர்களிடம் காணப்படும் தீண்டாமையை அவர்களாகவே முழுமையாக நச்சுநீக்கம் செய்துகொள்ள முடியாதவர்களாகவும் இருக்கிறார்கள்; நேரடியாக வெளிப்படுத்த முடியாமல் அவதிப்படுகிறவர்களாகவும் இருக்கிறார்கள். இத்தகைய சிக்கலான சூழலில், நகைமுரணாக, அவதிப்படும் ஒரு சுயத்துக்குள்

54 *Michel de Certeau, quoted in Gupta (2003: 56).*
55 *Aristotle (1985: 13–17).*

மிக ஆழமாக அமர்ந்திருக்கும் தீண்டாமையைக் கண்டெடுப்பதற்குத் தொல்லியல் முறை தவிர்க்கவியலாததாகிறது.

⊙

*(இந்த இயல் முதலில் எக்னாமிக் அண்ட் பொலிடிக்கல் வீக்லியில் (XLIV (37): 49–56),
2009-ல் பிரசுரமானது.)*

முடிவுரை

கோபால் குரு & சுந்தர் சருக்கை

அனுபவம், கோட்பாடு குறித்த இந்த விவாதங்களில், இன்றைய இந்தியாவில் சமூக அறிவியல் 'செய்வதற்கு' மிக அவசியமானவை என்று நாங்கள் கருதும் சில உள்ளடக்கங்களை எடுத்துக்கொள்ள முயன்றுள்ளோம். இந்தியாவின் சமூக அறிவியல்களில் காணப்படும் கோட்பாட்டுரீதியான கதையாடல்களில் இரண்டு சமனற்ற நோய்க்கூறுகள் குறித்து நாங்கள் முன்னுரையில் கொடுத்திருந்தோம். ஒன்று, இந்தியச் சமூகத்தையும் பண்பாட்டையும் வரையறுக்கும் அனுபவங்களைப் புரிந்துகொள்ளவும் கோட்பாட்டாக்கம் செய்யவும், ஐரோப்பிய (இன்னும் விரிந்தத் தளத்தில், ஆனால் தெளிவில்லாத 'மேற்கிலிருந்து') தத்துவார்த்தக் கருத்தாக்கங்களை மிகையாகச் சார்ந்திருப்பது. மற்றொன்று, சமனற்றதன்மை. சமூகக் கோட்பாட்டாக்கம் செய்வதில் இந்தியாவுக்கு உள்ளேயும் வெளியேயும் இந்திய அறிவார்த்த மரபுகளை முற்றிலும் நிராகரிப்பதாக இருக்கிறது. வேறு வார்த்தைகளில் சொல்வதென்றால், மேற்கத்தியத் தத்துவார்த்த, அறிவார்த்தச் சொல்லாடல்கள் பிரத்யேக அனுபவங்களிலிருந்து தோன்றிவை என்றாலும், அவை எல்லாச் சமூகங்களுக்கும் பொருந்தக்கூடிய உலகளாவிய கதையாடலாகப் பார்க்கப்படுகின்றன. அதேசமயத்தில், இதற்கு நிகரான சொல்லாடல்கள் – அவை மேற்கல்லாத சமூகங்களிலிருந்து உருவாக்கப்பட்டிருந்தாலும் – அவை அந்தந்தச் சமூகங்களுக்கு மட்டுமே பொருந்திப்போகக்கூடியதாகப் பார்க்கப்படுகின்றன. மிகத் திடமாக நிலைநிறுத்தப்பட்டிருக்கும் இத்தகைய சமனற்றதன்மையானது கணக்கிலடங்காச் சமூக அறிவியல் மாணவர்களின் ஆற்றலை மட்டுமல்லாமல், அவர்களது தன்னம்பிக்கையையும் பெருமளவு பாதிப்பதாக இருக்கிறது. இத்தகைய பிரச்சினைகளிலிருந்து முற்றிலும் வேறானது இல்லையென்றாலும், இன்னொரு பிரச்சினையும் சேர்ந்துகொள்கிறது: இந்தியாவில் சமூக அறிவியல் எழுதப்படும் மொழி குறித்தான பிரச்சினைதான் அது.

இப்போது, இந்த நீண்ட, சில சமயங்களில் 'தற்போக்கு' (idiosyncratic) தன்மையிலான விவாதங்கள் முடிவுறும் தருவாயில், எங்களுடைய விவாதங்கள் இத்தகைய அக்கறைகள் குறித்து முழுமையாக இல்லையென்றாலும் ஓரளவுக்கேனும் அக்கறை காட்டியுள்ளதா என்று எங்களையே நாங்கள் கேட்டுக்கொள்ள வேண்டியுள்ளது. இந்த விவாதங்கள் இத்தகைய விஷயங்களைச் சாதிக்க முடிந்ததாக நாங்கள் நம்புகிறோம்: முதலாவதாக,

இந்திய அனுபவத்தைச் சமூகக் கோட்பாட்டாக்கம் செய்தல் என்ற பின்னணியில் தத்துவத்தையும் சமூக அறிவியலையும் நாங்கள் நெருக்கத்தில் கொண்டுவந்துள்ளோம். இரண்டாவதாக, அனுபவங்கள் குறித்துப் பிரதிபலிப்பதற்கு இந்தியத் தத்துவார்த்த நடைமுறைகளை எவ்வாறு எடுத்தாள்வது என்று கோடிட்டுக்காட்டியிருக்கிறோம். மூன்றாவதாக, கோட்பாடு செய்வதில் இதுவரை பெரும்பாலும் நிராகரிக்கப்பட்டுவந்த ஓர் அடிப்படையான பிரச்சினையை – அதாவது, கோட்பாட்டாக்கம் செய்தல் அறரீதியான குணாம்சத்தை வெளிப்படையாகக் கொண்டிருக்க வேண்டும் என்ற நிலைப்பாட்டை முன்னுக்குக் கொண்டுவந்துள்ளோம். நான்காவதாக, இத்தகைய முறைகள் ஊடாக மிக வெளிப்படையாக மானுட அனுபவத்தைக் கோட்பாட்டாக்கம் செய்தலின் அரசியலைச் சுட்டிக்காட்டியிருக்கிறோம். அப்படியென்றால் இது, ஒருவிதத்தில், அனுபவத்தின் அரசியலையும் கோட்பாட்டாக்கத்தின் அறத்தையும் ஆராயும் நூலாகிறது.

இந்தியாவில் சமூக அறிவியல் நடைமுறையின் நோய்க்கூறாக மாறிவிட்ட அனுபவத்தின் அரசியலிலிருந்து எங்கள் விவாதத்தைத் தொடங்கியுள்ளோம். குமுகம் என்ற உள்ளடக்கத்தையும், அந்தக் குமுகம் குறித்துக் கோட்பாடு செய்வதற்கான முன்தேவை குறித்தும் முன்வைத்து இந்தப் பிரச்சினையை குரு எழுப்புகிறார். எல்லா தலித்துகளையும் ஒருமுகப்பட்ட குமுகமாக அடையாளம் காண்பதில் உள்ள சிக்கல்களை நாங்கள் ஏற்றுக்கொண்டாலும், அது கோட்பாடு செய்தல் என்ற பிரச்சினையில் காணப்படும் குறிப்பிட்ட ஒன்றைக் குறிப்பதாகவே இருக்கிறது. இது அடிப்படையில் இந்தியாவில் கோட்பாடு செய்தல் என்ற பிரச்சினைகளிலிருந்து கிளைத்ததாகிறது. இந்தியச் சமூகத்துக்கு 'அந்நியமான' மரபுகளிலிருந்தும் பண்பாடுகளிலிருந்தும் பெற்றுக்கொள்ளப்பட்ட கருத்தாக்கங்களையும் சொல்லாடல்களையும் மிகையாகச் சார்ந்திருப்பது கோட்பாட்டில் ஆதிக்கம் செலுத்துவதாக இருக்கிறது. இவ்வாறு மிகையாகச் சார்ந்திருப்பது பிரச்சினைக்குரிய ஒன்றல்ல என்றாலும், மற்ற விஷயங்களைவிட, இத்தகைய வகைமைகளை உள்வாங்கிக்கொள்ளாமலும், விமர்சனப் பார்வையற்று மிகையாக உபயோகிப்பதும் நிச்சயமாகப் பிரச்சினைக்குரியதாகிறது. இது பல சந்தர்ப்பங்களில் படிக்க முடியாத நிலைக்குக் கொண்டுவிடுகிறது. மேலும், இது இந்தியாவில் உள்ள பல சமூக அறிவியலாளர்களை மட்டுமல்லாமல், சமூகச் செயல்பாட்டாளர்களையும் அந்நியப்படுத்தக்கூடியதாக இருக்கிறது. இதே அளவுக்கு முக்கியத்துவம் பெற்ற மற்றொரு விஷயம் என்னவென்றால், இத்தகைய கோட்பாட்டாக்கச் சட்டங்களை நாம் சார்ந்திருப்பதும், இதில் பங்கேற்பதும் மேற்கத்தியத்தால் 'ஏற்றுக்கொள்ளப்படுவதில்லை'. வேறு வார்த்தைகளில் சொல்வதென்றால், மேற்கத்தியக் கல்விப்புல உலகின் அறிவு விளையாட்டுகளில், இந்தியச் சமூக அறிவியலாளர்கள் நுகர்பவர்களாக மாறுகிறார்கள். அதாவது, இந்தச் செயல்பாட்டில் இந்தியச் சமூக அறிவியலாளர்கள் சம பங்கேற்பாளராகப் பார்க்கப்படுவதில்லை. கலைக்களஞ்சியங்களிலும் அறிவுஜீவிகள் வரலாறுகளிலும் பாடப்

புத்தகங்களிலும் இந்தியச் சிந்தனையாளர்கள் எவருமே இல்லாத அதிர்ச்சிதரும் நிலை, ஒருசிலருக்கேனும் நிச்சயமாகக் கவலைதரக்கூடியதாகவே இருக்கும்!

பெரும் சாதனைகள் புரிந்திருக்கும் மேற்கு, மிகத் திறமைவாய்ந்த இந்தியக் கோட்பாட்டாளர்களைத் தொடர்ந்து நிராகரிப்பதானது கோட்பாட்டாக்கத்தின் அரசியல் திட்டத்தை அது தொடர்வதாகவே இருக்கிறது. சமகாலக் கோட்பாட்டாக்கச் செயலைப் புரிந்துகொள்வதற்குக் கோட்பாடு குறித்தான பிளாட்டோவின் கருத்து எத்தகைய தாக்கத்தைக் கொண்டுள்ளது என்பதை நாம் நினைவில்கொள்ள வேண்டியுள்ளது. பிளாட்டோவைப் பொறுத்தமட்டில், கோட்பாடு என்பது அசாதாரணச் செயலாகிறது. சாதாரண உலகத்திலிருந்து உள்ளக்கிடக்கையின் (*Eros*) இடையீட்டின் ஊடாக, அசாதாரணமானத் தளத்தில் நிகழ்வதாகிறது கோட்பாடு. இத்தகைய அசாதாரணமானத் தளத்திலிருந்து திரும்பிவந்தே கோட்பாடு சாதாரணத்தை வெளிச்சம்போட்டுக் காட்டுகிறது. கோட்பாடு அசாதாரணமானதை அதோடு கொண்டிருக்கிறது என்ற அடிப்படையிலான நம்பிக்கையிலிருந்து கோட்பாட்டாக்க நடவடிக்கை எவ்விதத்திலாவது வெளியேறியிருக்கிறதா? உள்ளக்கிடக்கை, உந்துதல் ஆகியவற்றோடு கோட்பாடு உள்ளார்ந்து கொண்டிருக்கும் உறவிலிருந்து விலகிவந்துவிட்டதா? பதில் இல்லை என்றால், உள்ளக்கிடக்கையால் உந்துதல் பெற்ற செயலும், சாதாரணமானதை விலக்கிவைப்பதும் மிக மோசமான விளைவுகளை ஏற்படுத்துவதாகவே இருக்கும். அறிவு குறித்து நவீனத்துவத்துக்கு முந்தைய இந்திய, ஐரோப்பிய நாகரிகங்கள் கோட்பாட்டுரீதியான அறிவு என்ற கருத்தைத் தற்பெருமை, இறுமாப்பு போன்ற 'பாவங்களோடு' தொடர்புபடுத்தி அதைப் பதப்படுத்திவைத்திருந்தது. இந்தியச் சிந்தனையாளர்களைப் பொறுத்தமட்டில், தூயக் கோட்பாட்டுரீதியான அறிவானது நடைமுறை சார்ந்த தளத்தில் மட்டுமல்லாமல் அறரீதியாகவும் ஏற்றுக்கொள்ள முடியாததானது.

இன்றைய இந்தியாவில் கோட்பாடு, அனுபவம் கொண்டிருக்கும் பிரச்சினையை ஒன்றிணைக்கும் உள்ளடக்கமாக இருப்பது பங்குதாரர் உரிமையே. கோட்பாடு என்ற பின்னணியில், மேற்கத்தியக் கல்விப்புலம் சார்ந்தவர்கள் அவர்களுடைய கதையாடல்களில் இந்தியக் கோட்பாடுகளுக்கு எத்தகைய பங்கும் இருப்பதாகப் பார்ப்பதில்லை. இதனாலேயே இவர்கள் மேற்கல்லாத சமூகங்களிலிருந்து படைக்கப்படுவதை ஏற்றுக்கொள்வதில் 'நியாயமற்ற அக்கறையின்மை'யை வெளிப்படுத்துகிறார்கள். புதிரான முரண் என்னவென்றால், அனுபவத்தைப் பொறுத்தமட்டில், இந்திய அனுபவத்தைக் கோட்பாட்டுரீதியாக விவரிப்பதில் தங்களுக்குப் பங்கு (உரிமையும்) இருக்கிறது என்று நம்புகிறார்கள். இந்தியப் பின்னணியில் கோட்பாடு, அனுபவம் இரண்டுமே மேலாதிக்கச் சித்தாந்தங்களுக்கு அடிபணிந்துபோகக்கூடியதாக இருக்கின்றன. அதனாலேயே, அவை அடிப்படையான அர்த்தத்தில் அரசியல்ரீதியானதாகிறது. இதை நாம் பொதுவாக மேற்கல்லாதச் சமூகங்களுக்கு, குறிப்பாக ஆசிய, ஆப்பிரிக்கச் சமூகங்களுக்கு விரித்தெடுத்துச் செல்ல முடியும்.

கோட்பாடு குறித்தான இத்தகைய பிரதிபலிப்புகள், கோட்பாடு என்ற கருத்தே அதனளவில் உலகளாவியது அல்ல என்ற கூற்றுக்கும், இந்தியப்

பின்னணியில் (ஒருவேளை ஆசியப் பின்னணியிலும்) அது வேறான அர்த்தத்தைக் கொண்டிருக்கிறது என்ற கூற்றுக்கும் மீண்டும் அழுத்தங்கொடுக்க எங்களைக் கொண்டுவிடுகிறது. நாம் மேலே குறிப்பிட்டிருந்ததுபோல், இந்த மரபுகள் [இந்திய, ஆசிய மரபுகள்] கோட்பாடு சாதாரணமானதை (அனுபவவாதம், அனுபவம் போன்றவற்றை) மதிப்பிழக்கச் செய்து அசாதாரணத்தை நோக்கி பிளாட்டோ அடிப்படையிலான நகர்வைக் கொண்டவையல்ல. சொல்லப்போனால், இந்திய மரபுகளில் கோட்பாடு என்ற கருத்தே அனுபவவாதத்தோடும் அனுபவரீதியானதோடும் அறத்தோடும் ஒருங்கிணைந்து காணப்படுகிறது. மேலும், முக்கியமானது என்னவென்றால், இவை 'கோட்பாடு குறித்தான கோட்பாடு' என்ற ஒன்றைக் கொண்டிருக்க முடியாது என்ற சாத்தியப்பாட்டை நோக்கி நம்மை அழைத்துச்செல்கின்றன.

பலவிதமான கோட்பாடுகள் இருக்கின்றன என்று ஆய்வறிஞர்கள் ஏற்றுக்கொள்கிறார்கள் என்றாலும், கோட்பாட்டை வரையறுக்கும் கட்டமைப்பு ஒன்றே ஒன்றுதான் என்று நம்புகிறவர்களாகவே இருக்கிறார்கள். எடுத்துக்காட்டாக, இந்த நம்பிக்கையில் புனைவு எழுத்துகள் கோட்பாட்டுக்கான அங்கீகரிக்கப்பட்ட முறையாக இல்லை. இதை, ஒருவகையான கோட்பாட்டையே கோட்பாடு என்று மேற்கத்திய அறிவார்த்த வரலாற்றை அங்கீகரிப்பதற்கான தீவிர முயற்சியாகவும் வாசிக்க முடியும். ஹெகல் முதல் ஹூஸ்ரேல், கடமர் வரையிலான சிந்தனையாளர்கள் இந்திய மரபுகளில் கோட்பாடுகளின் இருப்பை மறுதலித்துவந்தது இதற்கான சிறந்த எடுத்துக்காட்டாகிறது. மேலும், கோட்பாடு குறித்தான இந்த வரையறை அரசியல் தேவைகளைப் பூர்த்திசெய்வதாகவும் இருக்கிறது. காலனியக் கதையாடல் மிகச் சிறப்பாக வெளிப்படுத்துவதுபோல், காலனியப்பட்டவர்களோடு ஒப்பிட்டு ஐரோப்பியச் சமூகங்களின் மேலாண்மை அங்கீகரிக்கப்படுவதற்குக் கோட்பாடு உபயோகிக்கப்பட்டது. அதாவது, காலனியர்கள் 'கோட்பாட்'டைக் கொண்டிருந்தார்கள் என்றால், காலனியப்பட்டவர்கள் கோட்பாடு செய்வதற்கு எத்தகைய ஆற்றலையும் கொண்டிருக்கவில்லை என்றானது (இன்றைய இந்தியச் சமூக அறிவியல் நடைமுறைகளில் கோட்பாட்டுரீதியான பார்ப்பனர்கள், அனுபவரீதியான சூத்திரர்கள் என்ற பிளவு எவ்வாறு நடைமுறைப்படுத்தப்படுகிறது என்று குரு முன்வைக்கும் வாதங்கள், இந்தப் பிளவையே அடிக்கோடிட்டுக்காட்டுகின்றன).

பெரும் அறிவாற்றல் கொண்டிருக்கும் ஐரோப்பியச் சிந்தனையாளர்கள், கோட்பாடு குறித்து எத்தகைய கருத்தும் இந்தியர்களுக்கு (பொதுவாக, ஆசியர்களுக்கு) இல்லை என்று சொல்வதன் அர்த்தம் வேறு என்னவாக இருக்க முடியும்? மேற்கில் கோட்பாடு செய்வதற்கு ஏரணமும் கணிதவியலும் அத்தியாவசியமான முறைகளாகின்றன. கிரேக்கமும் கிரேக்கத்தைத் தொடர்ந்த மரபுகளும் இவ்விரண்டு துறைகள் குறித்துப் பிரத்யேகமான கருத்தைக் கொண்டிருந்தன. சுவாரஸ்யமாக, இவை ஏரணம், கணிதவியல் குறித்து இந்திய மரபுகள் கொண்டிருக்கும் கருத்தோடு ஒத்துப்போகக்கூடியவையாக இல்லை. இந்திய ஏரணம் பிரத்யேகப் பண்பு கொண்டதாக இருக்கிறது. அது

அனுபவரீதியானதையும் கோட்பாட்டுரீதியானதையும் ஒன்றிணைத்திருக்கிறது. மிக நீண்ட காலத்துக்கு ஐரோப்பியக் கருத்துரையாளர்கள் இந்திய ஏரணமானது ஏரணமே இல்லை என்று வாதிட்டுவந்தார்கள். ஏனெனில், ஏரணரீதியானதையும் (முறையான) அனுபவரீதியானதையும் இந்திய ஏரணம் வேறுபடுத்திப்பார்க்கவில்லை என்றார்கள். இதற்கு நிகராக, இந்தியக் கணிதவியல் 'கணிதவியலே' இல்லை என்று மிக நீண்ட காலமாக மேற்கத்திய ஆய்வறிஞர்கள் வாதிட்டுவந்த வரலாறும் உண்டு. ஏனெனில், மேற்கத்தியப் பார்வை கொண்டிருப்பதுபோல் முக்கியமான சில பண்புகளை இந்தியக் கணிதவியல் கொண்டிருக்கவில்லை என்றார்கள். இந்தியக் கணிதவியல் அனுபவவாதத்துக்குள் பொதிக்கப்பட்டதாக இருந்தது. மேலும், இன்றளவும் கணிதவியலில் பெரும் தாக்கம் கொண்டிருக்கும் பிளாட்டோவின் மரபுபோல் இல்லாமல், இந்தியக் கணிதவியலானது மானுடர்களுக்கு அப்பாற்பட்டதோடும் இறையியலோடும் தொடர்புபடுத்தப்பட்டதாக இல்லை. பிளாட்டோவின் இறையியல்ரீதியான அடிப்படைகளே கணிதவியலின் பண்பை வரையறுக்ககூடியதாக இருக்கின்றன என்று கோருவது, கணிதவியல் குறித்தான ஒரு குழுமத்தின் பார்வையை உலகளாவிய வரையறையாக ஏற்றுக்கொள்ள வேண்டும் என்று கோருவதாக இருக்கிறது. கோட்பாடு (கணிதவியல், ஏரணம்) குறித்து மேற்கல்லாத மரபுகள் எத்தகைய கருத்தும் கொண்டிருக்கவில்லை என்று கோருவது, இந்தச் சொற்களைக் குறிப்பிட்ட பார்வையிலிருந்து வரையறுப்பதாகவே இருக்கிறது. இது எந்த அளவுக்கு அபத்தமாக இருக்கிறது என்றால், கணிதவியல் குறித்தும் கோட்பாடு குறித்தும் இந்திய வடிவமைப்புகளோடு மேற்கு கொண்டிருக்கும் கருத்துகள் ஒத்துப்போகவில்லை என்பதால், கணிதவியல் குறித்தும் கோட்பாடு குறித்தும் மேற்கு எத்தகைய கருத்துகளையும் கொண்டிருக்கவில்லை என்று சொல்வதுபோல் அவ்வளவு அபத்தமாக இருக்கிறது. இருந்தாலும், மேற்கில் கோட்பாடு குறித்தான கருத்து மிக நீண்ட, சிக்கலான வரலாற்றைக் கொண்டிருக்கிறது என்பதை நாம் குறித்துக்கொள்ள வேண்டியுள்ளது. மேற்கத்தியக் கோட்பாட்டின் பண்பாடானது கடந்தகாலத்தை மட்டுமே சார்ந்திராமல், அவர்களது நிகழ்காலம் குறித்தும் படைப்பூக்கத்தோடு பிரதிபலித்துக் கருத்தாக்கங்களையும் கருத்துகளையும் ஆய்வுபூர்வமாக, பகுப்பாய்வின் ஊடாக, அர்த்தப்படுத்தல் ஊடாக நிலைநிறுத்தப்பட்டதாக இருக்கிறது. முந்தைய கருத்தாக்கங்களைச் சரியாகவும் தவறாகவும் உபயோகித்தும், அதன் அறிவார்த்த வரலாற்றைச் சரியாகவும் தவறாகவும் தன்வயப்படுத்திக்கொண்டும்தான் மேற்கில் கோட்பாடானது நிலைநிறுத்தப்பட்டுள்ளது. இந்தியாவில் நாம் பண்பாட்டு வகைமைகளோடு, அறிவார்த்த வகைமைகளோடு (கடந்தகாலம், நிகழ்காலம் இரண்டிலிருந்தும்) படைப்பூக்கத்தோடு உறவுகொள்ளக் கற்றுக்கொள்ளவில்லை என்றால், கோட்பாடுகளுக்கான வகைமைகளை உருவாக்குவதற்கு நாம் மற்றவர்களைச் சார்ந்திருக்கும் நிலைக்குத்தான் நம்மைக் கொண்டுவிடும்.

எங்களுடைய முடிவு, மேற்கல்லாத எல்லா மரபுகளிலிருந்தும், அதாவது கோட்பாட்டுரீதியாக 'விளிம்புநிலைக்குத் தள்ளப்பட்ட' மக்களின், குழுமங்களின் அனுபவங்கள் குறித்துப் பேசும் கருத்தாக்கங்கள் உட்பட,

கோட்பாடுகளை உபயோகிக்க வேண்டும் என்று வெறுமனே சொல்வதோடு நாங்கள் நிறுத்திக்கொள்ளவில்லை. கோட்பாடு குறித்தான வரையறையை நாம் மறுபரிசீலனைக்கு எடுத்துக்கொள்ள வேண்டும் என்றே நாங்கள் சொல்கிறோம். அதாவது, மானுடர்களையும் மானுடரல்லாதவற்றையும் உள்ளடக்கி, மற்றவர்களுக்காகப் பேசுதல் என்ற செயலை அமைப்பாக்கம் செய்வது குறித்துப் பிற மேற்கல்லாத பண்பாடுகள் கொண்டிருக்கும் வரையறைகளை நாம் மறுபரீசிலனைக்கு எடுத்துக்கொள்ள வேண்டியுள்ளது. இவ்வாறு செய்வதன் ஊடாக, கோட்பாட்டாக்கத்தின் அடிப்படைப் பண்பு குறித்தும், இந்தச் செயல் அதோடு கொண்டிருக்கும் உள்ளக்கிடக்கை மற்றும் செயலூக்கம் குறித்தும், கோட்பாட்டாளர்களான நாம் கோட்பாட்டாளராக இல்லாதவர்களைவிடக் கூடுதலான புரிதலைக் கொண்டிருக்கிறோம் என்ற நம்பிக்கை தோற்றுவிக்கக்கூடிய உணர்ச்சிகள் குறித்தும், மற்றவர்களுக்காக, மற்றவர்கள் சார்பாகப் பேசுவதன் அறம் குறித்தும், கோட்பாட்டுரீதியான நிலைப்பாடுகளுக்குப் பின்னால் பதுங்கியிருந்து எப்போதும் தொந்தரவுசெய்யும் தற்பெருமை, தன்னம்பிக்கை, 'அகங்காரம்' போன்ற கருத்தமைவுகள் குறித்தும் வாசகர்கள் இன்னும் ஆழமாகப் பிரதிபலிக்கத் தொடங்குவார்கள் என்றே நாங்கள் நம்புகிறோம்.

இந்த விவாதங்களில் காணப்படும் இரண்டாவது பிரதான உள்ளடக்கமானது அனுபவம் என்ற பிரச்சினையை வெளிப்படுத்தும் முறைகளைக் கண்டெடுக்க முயல்வதாக இருக்கிறது. இது ஒருவிதத்தில், கோட்பாட்டை நாங்கள் விமர்சித்ததைத் தலைகீழாக்கி, அனுபவம் குறித்து ஏற்றுக்கொள்ளப்பட்டிருக்கும் பார்வைக்கு அருகில் வந்து விசாரணைசெய்ய முயல்கிறது. குறிப்பாக, சில அனுபவங்கள் குழுமங்களுக்கான பிரத்யேகத்தன்மையைக் கொண்டிருக்கின்றன என்ற நம்பிக்கை குறித்தும், அடையாளக் கோட்பாடுகளை நிலைநிறுத்துவதில் வெற்றி கண்டிருக்கும் நம்பிக்கை குறித்தும் இந்த நூலில் மிக விரிவாக விவாதிக்கப்பட்டுள்ளன. வாழ்வனுபவம் குறித்து சில பூர்வாங்கக் கருத்துகளை முன்வைத்து விவாதத்தைத் தொடங்கியிருந்தோம். அதாவது, வாழ்வனுபவம் என்ற கருத்து சில பிரத்யேகப் பண்புகளைக் கொண்டிருக்கிறது என்றும், எவர் வேண்டுமானாலும் தன்வயப்படுத்திக்கொள்வதை அது எதிர்க்கிறது என்றும் முன்வைத்திருந்தோம். இந்த விவாதத்தின் போக்கில் அனுபவத்தின் வேறு பல பண்புகளையும் அதற்குள் கொண்டுவந்திருக்கிறோம். இந்த நூலின் முடிவில், கருத்தாக்கரீதியான இடையீடுகள் ஏதுமில்லாமல் முற்றிலும் 'தூய்மை'யான அனுபவம் என்ற ஒன்று சாத்தியமே இல்லை என்று நாங்கள் முன்வைப்பதுபோல் தோன்றினாலும், அதேசமயத்தில் கோட்பாட்டுக்கும் அனுபவத்துக்கும் இடையேயான உறவு குறித்துக் கேள்விகள் எழுப்பும் முன், 'அனுபவ'த்தை ஒரு வகைமையாக நாம் கோட்பாட்டாக்கம் செய்ய வேண்டிய அவசியம் குறித்தும் முன்வைத்திருக்கிறோம்.

பெருமளவில் விவாதிக்கப்பட்ட அனுபவம் குறித்துப் பேசுவதற்கு நாங்கள் வேறான கருத்தாக்கச் சொற்களை உபயோகிக்க முயன்றிருப்பது இதற்கான ஒரு வழியாகிறது. நாங்கள் தலித் அனுபவம் மீது கவனம் குவித்து, இந்தத்

துறையில் காணப்படும் படைப்புகளை விரிந்தத் தளத்தில் எடுத்துக்கொண்டு அவற்றின் உருவரையை மாற்றியமைக்கவும் முயன்றுள்ளோம். இந்திய அனுபவப் பின்னணியில் வெளியை உள்ளடக்கமாக எடுத்துக்கொண்டு, அதை காந்தி, அம்பேத்கர் போன்ற சிந்தனையாளர்களோடு தொடர்புபடுத்துவதானது சமகாலத் தேவைகளுக்கான கருத்தாக்கங்களோடு குரு உரையாடல் நிகழ்த்துவதாக இருக்கிறது. இவ்வாறு செய்வதன் ஊடாக, நாம் முன்னர் விவாதித்த சமனற்றதன்மை என்ற பிரச்சினையை குரு எதிர்கொள்கிறார். முதலாவதாக, சமகாலச் சிந்தனையாளர்களுக்கும் அம்பேத்கர், காந்தி போன்ற இந்திய அறிவுஜீவிகளுக்கும் இடையேயான உரையாடல்களை முன்னுக்குக் கொண்டுவருகிறார். இரண்டாவதாக, மேற்கத்தியச் சமூகங்களைப் புரிந்துகொள்ள இத்தகைய கோட்பாட்டுரீதியான பயிற்சிகள் எந்த அளவுக்குப் பொருத்தமாக இருக்கும் என்று கோடிட்டுக்காட்டவும் செய்கிறார். அனுபவம், சுயம் போன்ற கருத்தமைவுகள் குறித்த வேறுபட்ட அணுகுமுறைகளை முன்வைத்து அனுபவம் குறித்தான இந்த விவாதத்தை சருக்கை விரிவுபடுத்துகிறார். முன்னுரையைத் தொடர்ந்து காணப்படும் நான்கு இயல்களும் அனுபவத்தோடு தொடர்புடைய இத்தகைய அம்சங்கள் மீது அக்கறைகொள்கின்றன. இந்த விவாதம் வாழ்பனுபவம் என்ற கருத்தின் பிரத்யேகத்தன்மை குறித்தும், வாழ்வனுபவத்தோடு கோட்பாடு கொண்டிருக்கும் ஒளிபுகாத்தன்மையிலான உறவு குறித்துமே தொடங்கியது என்றாலும், முதல் நான்கு இயல்களை ஒன்றாகப் பார்க்கும்போது, அவை அனுபவம் குறித்து இன்னும் சிக்கலான கதையாடல்களை உருவாக்குகின்றன. மற்ற இயல்கள் பெரும்பாலும் கோட்பாட்டாக்கச் செயலில் அறம் என்ற கருத்து குறித்து அக்கறைகொள்கின்றன. கோட்பாட்டாக்கச் செயலில் அறரீதியானதைக் கண்டெடுக்கும் முயற்சியில், அனுபவத்துக்கும் கோட்பாட்டுக்கும் இடையேயான உறவில் காணப்படும் சிக்கல்களையும், இவ்விரண்டு வகைமைகளும் ஒன்றோடொன்று பின்னிப்பிணைந்திருக்கும் பண்பையும் நாங்கள் கண்டெடுக்கிறோம். தீண்டாமை குறித்த இரண்டு இயல்கள், இத்தகைய அணுகுமுறையின் உள்ளார்ந்த வளத்தையே பிரதிபலிக்கின்றன என்று தன்னடக்கத்தோடு சொல்லிக்கொள்கிறோம். தீண்டாமையைப் புரிந்துகொள்வதற்கான தத்துவார்த்த முயற்சிகள் இதுவரை மேற்கொள்ளப்படவில்லை என்ற அதிர்ச்சிதான் தீண்டாமை குறித்த எங்களது விவாதத்துக்கு வினையூக்கியாக இருந்தது. ஆனால், எங்களது விவாதம் தீண்டாமையைத் தத்துவார்த்தரீதியாக விரிப்பதற்கான முயற்சியைக் கடக்க முயலும் ஒன்றாகிறது. தீண்டாமையோடு தொடர்புடைய கருத்தாக்க வகைமைகளை விரிவாக்குவதற்கான வழிமுறைகளைக் கண்டெடுப்பதே எங்கள் முயற்சியின் அடிப்படையாக இருக்கிறது. இவ்வாறு செய்வது, கோட்பாட்டாக்கத்தில் காணப்படும் சமனற்ற பிரச்சினையை மட்டுமல்லாமல், கோட்பாட்டாக்கத்தின் அறரீதியான பிரச்சினையையும் தீண்டாமை குறித்த கதையாடல்களில் உள்ளார்ந்து காணப்படும் அனுபவத்தின் அரசியலையும் எதிர்கொள்வதாக இருக்கிறது.

◉

துணை நூல்கள்

Achalkham, Rustam, 2006, *Tamasha Lok Rangabhumi*, Pune: Sugawa Publication.

Ada, Michael, 1989, *Machines as the Measure of Men*, Ithaca: Cornell University Press.

Ambedkar, B.R., 1957, Buddha and his Dhamma, Mumbai: Siddharth Publication.

Ambedkar, B.R., 'The Untouchables. Who Were They and Why They became Untouchables?', in *Dr Babasaheb Ambedkar Writings and Speeches, Vol. 7*, Bombay: Government of Maharashtra.

Ambedkar, B.R., 1987a, *Writings and Speeches, Vol. 1*, Education Department, Government of Maharashtra.

Ambedkar, B.R., 1987b, *Writings and Speeches, Vol. 3*, Education Department, Government of Maharashtra.

Ambedkar, B.R., 1989, *Writing and Speeches of Babasaheb Ambedkar, Vol. 5*, Mumbai: Education Department, Government of Maharashtra.

Ambedkar, B.R., 1990a, *Writings and Speeches, Vol. 1*, Education Department, Government of Maharashtra.

Ambedkar, B.R., 1990b, *Writings and Speeches, Vol. 7*, Education Department, Government of Maharashtra.

Ambedkar, B.R., 1990c, *Writings and Speeches, Vol. 9*, Education Department, Government of Maharashtra.

Ambedkar, B.R., 2001, *Writings and Speeches, Vol. 18*, Education Department, Government of Maharashtra.

Ambedkar, B.R., 2002, *Writings and Speeches, Vol. 18*, Part II, Education Department, Government of Maharashtra.

Ambedkar, B.R., 2003, *Writings and Speeches, Vol. 17*, Part III, Education Department, Government of Maharashtra.

Ambedkar, B.R., 2005, *Writings and Speeches, Vol. 19*, Part II, Education Department, Government of Maharashtra.

Amin, Shahid, 1984, 'Gandhi as Mahatma: Gorakhpur District, Eastern UP, 1921', Ranajit Guha (ed.), in *Subaltern Studies 3: Writings on South Asian History and Society*, New Delhi: Oxford University Press.

Anand, Mulkraj, 2001, *Untouchable*, Delhi: Penguin.

Ananthamurthy, U.R., 1978, *Samskara*, (trans. by A.K. Ramanujan), Delhi: Oxford University Press.

Anderson, Benedict, 1991, *Imagined Communities: Reflections on the Origin and Spread of Nationalism* (revised and extended edition), London: Verso.

Aristotle, Nichomachean, 1985, *Ethics* (trans Terence Irwin), Indianapolis/ Cambridge: Hackett Publishing Company.

Bagul, Baburao, 1978, *Jevanha Mi Jat Chorali Hoti* (Marathi), Nagpur: Siddartha Publication.

Banerjee, Sumanta, 2000, *The Dangerous Outcast*, Kolkata: Seagull.

Baxi, Upendra, 1995, 'Emancipation as Justice: Babasaheb Ambedkar's Legacy and Vision', in Upendra Baxi and Bhikhu Parekh (eds), *Crisis and Change in Contemporary India*, New Delhi: Sage, pp. 122–50.

Bayly, Susan, 1999, *Caste, Society and Politics in India from the Eighteenth Century to the Modern Age*, Cambridge: Cambridge University Press.

Bean, Susan, 1981, 'Towards a Semiotics of "Purity" and "Pollution" in India', *American Ethnologist*, 8 (3): 575 95.

Berlin, Isiah, 1978, *Concept and Categories,* Henry Hardy (ed.), London: Hogarth Press, London.

Beteille, Andre, 1992, *The Backward Classes in Modern India*, New Delhi: Oxford University Press.

Bhattacharya, Amarnath, 2008, 'The Concept of Sarira: Sthula, Suksma, Linga, Karana', in P.K. Sen (ed.), *Philosophical Concepts Relevant to Sciences in Indian Tradition,* New Delhi: Centre for Studies in Civilizations.

Bhattacharya, K.C., 2008, *Studies in Philosophy,* 3rd Edition, Delhi: Motilal Banarsidass.

Bhavare, N.G., 2007, *Waman Dada Kardak Yanchi Geet Rachana*, Parshuram Gimekar (ed.), Aurangabad: Kailash Publication.

Boivin, Nicole, 2005, 'Orientalism, Ideology and Identity: Examining Caste in South Asian Archaeology', *Journal of Social Archaeology*, 5(2): 225–52.

Broad, C.D., 1925, *The Mind and its Place in Nature*, New York: The Humanities Press, London: Routledge & Kegan Paul.

Bunge, Mario, 2007, 'The Ethics of Science and the Science of Ethics', in P. Kurtz (ed.), *Science and Ethics*, New York: Prometheus Books.

Burns, David, 1980, *Feeling Good: The New Mood Therapy*, New York: William Morrow and Co.

Butler, Judith, 1990, 'Performativity's Social Magic', Richard Shusterman (ed.), *Bourdieu: A Critical Reader*, Oxford: Blackwell Publishers.

Chadha, Monima, 2001, 'Perceptual Cognition: A Nyaya-Kantian Approach', *Philosophy East and West*, 51(2): 197–209.

Chakrabarti, Arindam, 1992, 'I Touch What I Saw', *Philosophy and Phenomenological Research, Vol.* LII, pp. 103–16.

Chakrabarti, Arindam, 2000, 'Against Immaculate Perception: Seven Reasons for Eliminating Nirvikalpaka Perception from Nyaya', *Philosophy East and West*, Vol. 50, pp. 1–8.

Chattopadhyaya, B. and D.D. Kosambi, 2002, *Combined Method in Indology and Other Writings*, New Delhi: Oxford University Press.

Chakrabarti, K.K., 1999, *Classical Indian Philosophy of Mind,* New York: State University of New York.

Chaterjee, Partha, 1986, *Nationalist Thought and the Colonial World: A Derivative Discourse?,* New Delhi: Oxford University Press.

Chaterjee, Partha, 2002, 'Institutional Context of Social Science Research in South Asia', *Economic and Political Weekly,* XXXVII (35): 36–12.

Chauhan, Surajpal, 2010, *Dalit Autobiographies in Hindi,* New Delhi: Vani Publications.

Chrétien, Jean-Louis, 2004, *The Call and the Response,* (trans. by Anne A. Davenport), New York: Fordham University Press.

Classen, Constance (ed.), 2005, *The Book of Touch,* Oxford and New York: Berg.

Colebrook, Claire, 2002, *Gille Deleuze: Routledge Critical Thinker,* London/New York: Routledge.

Collingwood, R.G., 1994, *The Idea of History,* London: Oxford University Press.

Connor, Steven, 2004, *The Book of Skin,* Ithaca: Cornell University Press.

Csikszentmihalyi, Mihaly, 1996, *Creativity: Flow and the Psychology of Discovery and Invention,* New York: Harper Perennial.

Culler, Jonathan, 1997, *Literary Theory: A Very Short Introduction,* New York: Oxford University Press.

Curtin, Deane W., 1992, 'Food, Body and Person', Deane W. Curtin and Lisa M. Heldke (eds), *Cooking, Eating, Thinking,* Bloomington: Indian University Press, pp. 4–7.

Cybil, K.V., 2009, 'Defining Untouchability in Relation to Body', *Economic and Political Weekly,* XLIV (51): 82–3.

Das, Veena, 1977, *Structure and Cognition,* New Delhi: Oxford University Press.

Datta, Srilekha, 2008, 'Gunas (Qualities) in Nyaya-Vaisesika Ontology', in P.K. Sen (ed.), *Philosophical Concepts Relevant to Sciences in Indian Tradition,* New Delhi: Centre for Studies in Civilizations.

de Souza, P., 2002, 'Intellectuals and their Domain', *Economic and Political Weekly,* XXXVII (9): 890–2.

Deliege, R., 1999 (1995), *The Untouchables of India,* Oxford: Berg.

Derrida, Jacques., 1976, *Of Grammatology,* (trans. by Gayatri Chakravorty Spivak), Baltimore and London: Johns Hopkins University Press.

Derrida, Jacques., 2005, *On Touching, Jean-Luc Nancy,* (trans. by Christine Irizarry), Stanford: Stanford University Press.

Desai, I.P., 1976, *Untouchability in Rural Gujarat,* Bombay: Popular Publication.

Dillon, Martin C., 1997, *Merleau-Ponty's Ontology,* Evanston: Northwestern University Press.

Dumont, L., 1980, *Homo Hierarchicus,* Oxford: Oxford University Press.

Dumont, L., 1988, *Homo Hierarchicus,* translated by Mark Sainsbury, Louis Dumont and Basia Gulati, Delhi: Oxford University Press.

Dyer, Helen S., 1900, *Pandita Ramabai: The Story of Her Life,* London: Morgan and Scott.

Eagleton, Terry, 2000, *Literary Theory: An Introduction,* Delhi: Maya Publishers.

Fay, Christian, 1996, *Contemporary Philosophy of Social Sciences,* Oxford: Blackwell.

Fischer-Tine, Harald and Michael Mann (eds), 2004, *Colonialism and Civilizing Mission, Cultural Ideology in British India,* London: Wimbledon Publishing Company.

Fontes da Costa, Palmira, 2002, 'The Culture of Curiosity at the Royal Society during the First Half of the Eighteenth Century', *Notes and Records of the Royal Society of London,* No. 56, pp. 147–66.

Foucault, Michael (tr.), 1994, *Archaeology of Knowledge,* London: Routledge.

Fox, Nick J., 1998, 'Foucault, Foucauldians and Sociology', *The British Journal of Sociology,* 49 (3): 415–33.

Fuller, C.J., 1979, 'Gods, Priests and Purity: On the Relation between Hinduism and the Caste System', *Man,* 14 (3): 459–76.

Gadamar, H., 1960, *Truth and Method,* London: Sheed & Ward.

Gadamar, H., 2001, *The Beginning of Knowledge,* (trans. by R. Coltman), New York: Continuum.

Ganguli, B.N., 1973, *Gandhi's Social Philosophy: Perspective and Relevance,* New Delhi: Vikas.

Geetha, V., and S.V. Rajdurai, 1998, *Non-Brahmin Millennium,* Kolkata: Samya Publication.

Gellnar, E., 1982, 'Relativism and Universalism', in Martin Hollis and Steven Lukes (eds), *Rationality and Relativism,* London: Basil Blackwell.

Gellnar, E., 1984, *Relativism in Social Sciences,* Cambridge: Cambridge University Press.

Ghurye, G.S., 1965, *Caste and Tribes of Maharashtra,* Mumbai: Popular Prakashan.

Gibson, James J., 1962, 'Observations on Active Touch', *Psychological Review,* 69 (6): 477–91.

Glucklich, Ariel, 1994, *The Sense of Adharma,* New York: Oxford University Press.

Gooptu, Nandini, 2001, *The Politics of the Urban Poor in Early Twentieth-Century India,* Cambridge: Cambridge University Press.

Goswami, Manu, 2004, *Producing India,* New Delhi: Permanent Black.

Gramsci, A., 1996, *The Prison Notebooks,* Hyderabad: Orient Longman.

Gross, A.G., 1990, *The Rhetoric of Science,* Cambridge, MA: Harvard University Press.

Guha, Ramachandra, 2001, 'The Absent Liberal: An Essay on Politics and Intellectual Life', *Economic and Political Weekly,* XXXVI (50): 4663–70.

Gupta, Bina, 1995, *Perceiving in Advaita Vendanta,* New Delhi: Motilal Banarsidass.

Gupta, Brahmananda, 2008, 'The Concept of "Indriyas" in Ayurvedic Texts with Special Reference to Karmendriyas', in P.K. Sen (ed.), *Philosophical Concepts Relevant to Sciences in Indian Tradition,* New Delhi: Centre forStudies in Civilizations.

Gupta, Dipankar., 2000, *Culture, Space and the Nation-State,* New Delhi:Sage.

Gupta, Dipankar., 2003, 'Democratic Public: Tradition, Modernity and the Public Private Divide', in Gurpreet Mahajan (ed.), *The Public Private: Issue of Democratic Citizenship,* Delhi: Sage.

Guru, Gopal, 1986, 'Discrimination and Sanskritization: Some Theoretical Aspects', *Sociological Bulletin*.

Guru, Gopal, 1987, 'Political Economy of Discrimination and Segregation in Urban Bombay—1930', *Social Science Probings*, New Delhi: People's Publishing House.

Guru, Gopal, 1987, 'The Political Economy of Dalit Segregation and Discrimination in Pre-independent Bombay City', *Social Science Probing*, 4 (1), pp. 36–46.

Guru, Gopal, 1996, *Dalit Cultural Movement in Maharashtra*, Mumbai: Vikas Adhyayan Kendra.

Guru, Gopal, 2002, 'How Egalitarian are the Social Sciences in India?', *Economic and Political Weekly*, XXXVII (51): 5003–09.

Guru, Gopal, 2007a, 'Power of Touch', *Frontline*, December.

Guru, Gopal, 2007b, 'Twentieth Century Discourse on Social Justice: A View from Quarantine India', in Sabyaysachi Bhattacharya (ed.), *Development of Modern Indian Thought and the Social Sciences*, New Delhi: Oxford University Press, pp. 221–38.

Guru, Gopal, 2009, 'Archaeology of Untouchability', *Economic and Political Weekly*, XLIV (37): 49–56.

Harding, Sandra, 1992, *Subjectivity, Experience and Knowledge*, Development and Change, London: Sage.

Harris, Barbara, 2003, India Working, Cambridge: Cambridge University Press.

Harrison, P., 2001, 'Curiosity, Forbidden Knowledge, and the Reformation of Natural Philosophy in Early Modern England', *Isis*, Vol. 92, pp. 265–90.

Heller, Agnes, 1987, *Beyond Justice*, Oxford: Basil Blackwell.

Heller, Agnes, 1989, *A Theory of Modernity*, Oxford: Blackwell.

Hobsbawm, E.J., 1994. 'Structure of Capitalism,' in G. Elliott (ed.), *Althusser: A Critical Reader*. Oxford: Basil Blackwell.

Honneth, Axel, 1995, *Struggle for Recognition, Moral Grammer of Self Respect* (trans. by Joel Anderson), Cambridge, MA: The MIT Press.

Isaacs, H.R., 1965, *India's Ex-Untouchables*, New York: John Day Company.

Iyer, Raghavan, N., 2001, *Moral and Political Philosophy of Gandhi*, New Delhi: Oxford University Press.

Jablonski, Nina, 2006, *Skin: A Natural History*, University of California Press.

Jackson, F., 1982, 'Epiphenomenal Qualia', *Philosophical Quarterly*, Vol. 32, pp. 127–36.

Jefferey, P., R. Jeff erey, and A. Lyon, 1989, *Labour Pains and Labour Power: Women and Childbearing in India*, London and New Jersey: Zed Books.

Jha, Ganganatha, 1984, *The Nyaya-Sutras of Gautama*, Vol. 3, Delhi: Motilal Banarsidass.

Jha, Vivekananda, 1974, 'From Tribe to Untouchables: The Case of Nisada', in R.S. Sharma (ed.), *Indian Society Historical Probing*, New Delhi: People's Publishing House, pp. 67–84.

Jha, Vivekananda, 1997, 'Caste, Untouchability, and Social Justice, Early North Indian Perspective', *Social Scientist*, 25 (111–112).

Johnson, Barbara, 1990, 'Writing', in F. Lentricchia and T. McLaughlin (eds), *Critical Terms for Literary Study*, Chicago: University of Chicago Press, pp. 39–49.

Kamble, Babytai, 2000, *Jinha Aamucha*, Pune: Sugawa Publication.

Kamble, Babytai, 2008, *Prison We Broke*, (trans. by Maya Pandit), Delhi: Orient Longman.

Karanth, Shivram, 1984, *Choma's Drum*, (trans. by U.R. Kalkur), New Delhi: Arnold Heinemann.

Kashyap, S. 2008, *Concept of Untouchability in Dharmashastra*, Delhi: New Bharatiya Book Corporation.

Kaviraj, Sudipta, 1995, 'Reversal of Orientalism: Bhudeio Mukhopadhyay and the Project of Indigenist Social Theory', in Vasudha Dalmia and Hvon Stiencron (eds), *Representing Hinduism*, New Delhi: Sage, pp. 251–79.

Khairmode, C.B., 1985, *Bhimrao Ramji Ambedkar, Vol. 6*, Pune: Sugawa Publication.

Khairmode, 1990a, *Bhimrao Ramji Ambedkar, Vol. 1*, Pune: Sugawa Publication.

Khairmode, 1990b, *Bhimrao Ramji Ambedkar, Vol. 3*, Pune: Sugawa Publication.

Khairmode,, 1991a, *Babasaheb Ambedkarnache Charitra*, Vol. 2, Pune: Sugawa Publication.

Khairmode, 1991b, *Bhirao Ramji Ambedkar, Vol. 2*, Pune: Sugawa Publication.

Khare, R.S., 1984, *The Untouchable as Himself: Ideology, Identity, and Pragmatism among the Chamars of Lucknow*, Cambridge: Cambridge University Press.

Khatare, Anil, 2009, *Shivkal Ani Peshwaitil Maharancha Itihas*, Pune: Sugawa Publication.

Lang, Karen Christine, 2003, *Four Illusions: Candrakirti's Advice for Travelers on the Bodhisattva Path by Candrakirti*, (trans. by Karen Christine Lang), New York: Oxford University Press.

Leder, Drew and Mitchell W. Krucoff, 2008, 'The Touch That Heals: The Uses and Meanings of Touch in the Clinical Encounter', *The Journal of Alternative and Complementary Medicine*, 14 (3): 321–7.

Lederle, Mathew, 1976, *Philosophical Trends in Maharashtra*, Bombay: Popular Publication.

Lefebvre, Henri, 1984, *Production of Space*, (trans. by Donald Nicholson-Smith), Oxford: Blackwell.

Lieten, G.K., 1984, *Colonialism, Class and Nation*, Calcutta: K.P. Bagchi and Company.

Lysenko, Victoria, 2007, 'What is Immediate Perception? The Buddhist Answer', *IIAS Newsletter*, Vol. 44, pp. 20–1.

Mahajan, Gurpreet, 2009, Experience and its Implications for Theory, Paper presented in a seminar on Theory and Experience held at Centre for Political Studies, Jawaharlal Nehru University, 6 May.

Mansfield, Nick, 2000, *Subjectivity: Theories of the Self from Freud to Haraway*, New York: New York University Press.

Matilal, B.K., 1985, *Logic, Language and Reality: Indian Philosophy and Contemporary Issues*, New Delhi: Motilal Banarsidass.

Matilal, B.K., 1986, *Perception: An Essay on Classical Indian Theories of Knowledge*, Oxford: Oxford University Press.

Matilal, B.K., 1998, *The Character of Logic in India*, J. Ganeri and H. Tiwari (eds), Albany: State University of New York Press.

Mehta, Uday, 1999, *Liberalism and Empire*, New Delhi: Oxford University Press.

Merleau-Ponty, M., 1968, *The Visible and the Invisible*, (trans. by Alphonso Lingis), Evanston: Northwestern University Press (First edition).

Mohanty, J.N., 1992, *Reason and Tradition in Indian Thought: An Essay on the Nature of Indian Philosophical Thinking*, Oxford: Clarendon Press.

Mohanty, J.N., 2002, *Classical Indian Philosophy*, New Delhi: Oxford University Press.

Montagu, Ashley, 1971, *Touching: The Human Significance of the Skin*, New York: Columbia University Press.

Moon, Vasant, 1987, *Madhya Prant-Varahadtil Dr Aambedkarpurva Dalit Chalwal*, Pune: Sugawa Publication.

More, S., 1999, *Collection of Writings of Tukaram*, Pune: Sakal Publishers.

Morris, D., 1965, *The Emergence of an Industrial Labor Force in India: A Study of the Bombay Cotton Mills, 1854–1947*, Berkeley: University of California Press.

Mulhern, Francis, 1994, 'Message in a Bottle: Althusser in Literary Studies', in Gregory Elliot (ed.), *Althusser: A Critical Reader*, Oxford: Blackwell.

Nagel, T., 1974, 'What is it like to be a Bat?', *Philosophical Review*, Vol. 83, 435–56.

Nagaraj, D.R., 2010, *Flaming Feet, Dalit Movement in India*, New Delhi: Permanent Black.

Naipaul, V.S., 1988, *A Wounded Civilization*, New Delhi: Picador.

Natarajan, B., 2009, 'Place and Pathology in Caste', *Economic and Political Weekly*, XLIV (51): 79–82.

Omvedt, Gail, 1996, *Dalits and Democratic Revolution*, New Delhi: Sage.

Osler, Margaret J., 1970, 'John Locke and the Changing Ideal of Scientific Knowledge', *Journal of the History of Ideas*, Vol. 31, pp. 3–16.

Pande, G.C., 1994, 'Two Dimensions of Religion', in Deutsch Eliot (ed.), *Culture and Modernity*, Delhi: Motilal Banarsidass.

Pandian, M.S.S., 2008, *Brahmin and Non-Brahmin: Genealogies of The Tamil Political Present*, New Delhi: Permanent Black.

Parekh, Bhikhu, 1996, *Colonialism, Tradition and Reform*, New Delhi: Sage.

Parekh, Bhikhu, 2010, 'The Poverty of Indian Political Theory', in Aakash Singh and Silika Mohapatra (eds), *Indian Political Thought, Reader*, London: Routledge, pp. 19–30.

Paterson, Mark, 2007, *The Senses of Touch: Haptics, Affects and Technologies*, Oxford: Berg.

Patil, Sharad, 1982, *Satyashodhak Marxwadi*, Vol. 5, Dhule: Satyashodhak Marxist Publication.

Pawar, Daya, 1978, *Baluta*, Mumbai: Granthali Publication.

Pensky, Max, 1995, 'Universalism and the Situated Critic', in S.K. White (ed.), *The Cambridge Companion to Habermas*, Cambridge: Cambridge University Press, pp. 67–94.

Peters, E., 2001, 'The Desire to Know the Secrets of the World', *Journal of the History of Ideas*, Vol. 62, pp. 593–10.

Phadake, Y.D., 1988, *Mahtma Phule Samagra Wangmaya*, Mumbai: Maharashtra Rajya Sahitya ani Sanskruti Mandal.

Phillips, Stephen H., 2004, 'Perceiving Particulars Blindly: Remarks on a Nyaya-Buddhist Controversy', *Philosophy East and West*, 54 (3): 389–403.

Pillai, Sivshankar, (n.d.) *Scavenger's Son*, trans. by R.E. Asher, New Delhi: Orient Paperbacks.

Quigley, D., 2000, *The Interpretation of Caste*, Oxford: Clarendon Press.

Quigley, D., 2005, *The Character of Kingship*, Oxford: Berg.

Raghuramraju, A., 2006, *Debates in Indian Philosophy: Classical, Colonial and Contemporary*, New Delhi: Oxford University Press.

Raghuramraju, A., 2010. 'Problematising Lived Dalit Experience', *Economic and Political Weekly*, 45 (29): 162–7.

Raina, D., 2000, 'The Present in the Past', in Romila Thapar (ed.), *India: New Millennium*, Delhi: Penguin.

Ram-Prasad, C., 2001, 'Saving the Self? Classical Hindu Theories of Consciousness and Contemporary Physicalism', *Philosophy East and West*, 51 (3): 378–92.

Rege, S.S., 1991, *Bhimparva*, Pune: Sugawa Publication.

Rudolph, L.I., and S.H. Rudolph, 1967, *The Modernity of Tradition: Political Development in India*, Chicago: University of Chicago Press.

Russell, R.S., 1916, *The Tribes and Castes of Central India*, Vol. 4, London.

Samrendra, Padmanbha, 2011, 'Census in Colonial India and the Birth of Caste', *Economic and Political Weekly*, XLVI (33): 52.

Saraswati, Pundita Ramabai, 1976, *The High Caste Hindu Women*, Westpost, Connecticut: Hyperion Press.

Sartre, Jean-Paul, 1993 [1943], *Being and Nothingness*, New York: Washington Square Press.

Sarukkai, Sundar, 1997, 'The "Other" in Anthropology and Philosophy', *Economic and Political Weekly*, XXXII (24): 1406–9.

Sarukkai, Sundar, 2002, 'Inside/Outside: Merleau-Ponty/Yoga', *Philosophy East and West*, 52 (4): 459–78.

Sarukkai, Sundar, 2005, 'Dalit Experience and Theory', *Economic and Political Weekly*, 42 (40): 4043–8.

Sarukkai, Sundar, 2005, *Indian Philosophy and Philosophy of Science*, Delhi: Motilal Banarsidass.

Sarukkai, Sundar, 2009a, 'Phenomenology of Untouchability', *Economic and Political Weekly*, XLIV (37): 39–48.

Sarukkai, Sundar, 2009b, 'Science and the Ethics of Curiosity', *Current Science*, 97 (6): 756–67.

Sarukkai, Sundar, 2011, 'Possible Ideas of Necessity in Indian Logic', *Journal of Philosophical Logic*, Vol. 40, pp. 563–82.

Sarukkai, Sundar, 2012, 'Translation as Method: Implications for History of Science', in B. Lightman, L. Stewart, and G. McOnat (eds), *Circulating Knowledge*, Brill Press.

Scott, James, 1990, *Domination and the Arts of Resistance: Hidden Transcript*, New Haven: Yale University Press.

Sarukkai, Sundar, 1991, 'The Evidence of Experience', *Critical Inquiry*, Vol. 1.

Scidler, Victor J. 1986, *Kant, Respect, and Injustice, The Limits of Liberal Moral Theory*, London: Routledge and Kegan Paul.

Shah, Ghanshyam, H. Mander, S. Thorat, S. Deshpande, and S. Baviskar, 2006, *Untouchability in Rural India*, Delhi: Sage.

Shankaran, Raman, 2006, *Framing 'India': The Colonial Imaginary in Early Modern Culture*, Stanford: Stanford University Press.

Sharma, Arvind, 1992, 'Is Anubhava a Pramāna according to Sankar?', *Philosophy East and West*, 42 (3): 517–26.

Sharma, Arvind, 1993, *The Experiential Dimension of Advaita Vedanta*, New Delhi: Motilal Banarsidass.

Shields, Christopher, 2007, *Aristotle*, London: Routledge.

Shinde, V.R., 1976, *Bharatatil Asprushtecha Prashna* (Marathi), Bombay: Social Welfare and Cultural Department, Government of Maharashtra.

Siderits, Mark, 2004, 'Perceiving Particulars: A Buddhist Defense', *Philosophy East and West*, 54 (3): 367–82.

Sinha, Nandalal, 1915, *The Samkhya Karika*, Delhi: Orient Books.

Smith, A.D., 2002, *The Problem of Perception*, Cambridge, MA: Harvard University Press.

Smith, John E., 1978, *Purpose and Thought: The Meaning of Pragmatism*, New Haven: Yale University Press.

Smith, Steven B., 1989, *Hegel's Critique of Liberalism*, Chicago: Chicago University Press.

Sokal, A., and J. Bricmont, 1998, *Fashionable Nonsense: Postmodern Intellectuals' Abuse of Science*, New York: Picador.

Sonkamble P.I., 1979, *Athwaniche Pakshi*, Aurangabad: Chetana Prakashan.

Sorabji, Richard, 1971, 'Aristotle on Demarcating the Five Senses', *The Philosophical Review*, Vol. 80, pp. 55–79.

Srinivas, M.N., 1996, 'Indian Anthropologists and the Study of Indian Culture', *Economic and Political Weekly*, XXXI (11): 656–7.

Srinivas, M.N., 2009, *Omnibus*, Oxford: Oxford University Press.

Steinvorth, Ulrich, 2009, *Rethinking the Western Understanding of the Self*, Cambridge: Cambridge University Press.

Strong, T.B., and F.A. Sposito, 1995, 'Habermas's Signifi cant Other', in S.K. White (ed.), *The Cambridge Companion to Habermas*, Cambridge: Cambridge University Press, pp. 263–88.

Tendulkar, D.G., 1968, *Mahatma*, New Delhi: Publication Division, Government of India.

Trechek, Ronald, 1986, 'Gandhi and Democratic Theory', in Thomas Pantham and Kenneth Deutsch (eds), *Political Thought in Modern India*, New Delhi: Sage, pp. 305–24.

Van Maanen, John, 1988, *Tales of the Field: On Writing Ethnography*, Chicago: University of Chicago Press.

Varela, Francisco, 1999, *Ethical Know-How*, Stanford: Stanford University Press.

Walmiki, Omprakash, 2002, *Jhootan*, (trans. by Prabha Mukherjee), Kolkata: Samya Publication.

Walzer, Michael, 1983, *The Spheres of Justice: A Defence of Pluralism and Equality*, Oxford: Basil Blackwell.

Weinberg, Steven, 1993, *Dreams of a Final Theory*, London: Hutchinson Radius.

Wesleyan, F.A., 2002, *Levinas, the Frankfurt School and Psychoanalysis*, Connecticut: University Press of Connecticut.

Zelliot, Eleanor, 1992, *From Untouchables to D alit*, New Delhi: Manohar.

⊙

குறிப்புகளுக்காக...

குறிப்புகளுக்காக...

குறிப்புகளுக்காக...

குறிப்புகளுக்காக...

குறிப்புகளுக்காக...

குறிப்புகளுக்காக...